നിർണ്ണയവാദവും യാഥാർഥ്യവും: ഭൗതിക ശാസ്ത്രത്തിന്റെ ദാർശനിക അടിസ്ഥാനങ്ങൾ

Book Title – Nirnayavaadhavum Yadharthyavum : Bhouthika Shastharthinte Darshanika Adisthanagal (നിർണ്ണയവാദവും യാഥാർഥ്യവും: ഭൗതിക ശാസ്ത്രത്തിന്റെ ദാർശനിക അടിസ്ഥാനങ്ങൾ)

Published by Notion Press
7, Red Cross Rd, Egmore, Chennai, Tamil Nadu 600008

Academic correspondence and critical feedback may be addressed to the author at: Email: boldrinmichael@gmail.com
ORCID:0009-0003-5873-3098

Published 2026.
Printed in India

Declaration on Originality, Methodology, and Use of AI Assistance

This chapter does not reproduce, translate, or paraphrase any specific passages from the cited works. The references are employed exclusively to acknowledge established theoretical frameworks, scholarly debates, and interpretive traditions that inform the present analysis. All arguments, conceptual linkages, narrative structure, and critical conclusions are independently developed by the author.
The mode of writing adopted in this chapter is interpretive–critical rather than descriptive or summary-based. Similarities at the level of ideas reflect engagement with shared academic discourses and do not constitute textual or structural borrowing.
AI assistance was used in a limited and transparent manner, primarily as a linguistic and structural support tool. The AI was employed to assist with language clarity, coherence, and organization, and to help refine the articulation of arguments already formulated by the author. No content was generated through direct copying, paraphrasing, or imitation of any published source via AI tools. All intellectual responsibility for the arguments, interpretations, and conclusions presented in this chapter rests solely with the author.

Accordingly, this chapter constitutes an original scholarly work, grounded in critical engagement with existing literature while maintaining full academic integrity and ethical compliance.

Contents:

ആമുഖവും ഗ്രന്ഥചരിത്രവും
Preface and History of the Book

ഒരു ഘടനാപര പ്രപഞ്ചത്തിന്റെ ദാർശനിക അന്വേഷണം
മനുഷ്യചിന്തയുടെ ചരിത്രത്തിൽ സ്ഥിരമായി മടങ്ങിവരുന്ന ഒരു അടിസ്ഥാനചോദ്യം ഉണ്ട്: പ്രപഞ്ചം എങ്ങനെ പ്രവർത്തിക്കുന്നു? സംഭവങ്ങൾ യാദൃശ്ചികമായാണോ നടക്കുന്നത്, അല്ലെങ്കിൽ അവ ഒരു ആഴത്തിലുള്ള കാരണഘടനയുടെ ഭാഗമായിട്ടാണോ ഉദ്ഭവിക്കുന്നത്? മനുഷ്യജീവിതത്തിലെ അനുഭവങ്ങൾ, തീരുമാനങ്ങൾ, നൈതികത, സാമൂഹിക വ്യവസ്ഥകൾ എന്നിവയെല്ലാം ഈ ചോദ്യത്തിന്റെ പശ്ചാത്തലത്തിലാണ് മനസ്സിലാക്കപ്പെടുന്നത്. ഈ ഗ്രന്ഥം ആ ചോദ്യത്തെ ഒരു സമഗ്ര ദാർശനിക അന്വേഷണമായി സമീപിക്കുന്നു.
ശാസ്ത്രവും തത്ത്വചിന്തയും മുന്നോട്ട് വെച്ചിട്ടുള്ള പല സമീപനങ്ങളും ഈ ചോദ്യത്തിന് വ്യത്യസ്ത മറുപടികൾ നൽകിയിട്ടുണ്ട്. ചില നിലപാടുകൾ യാഥാർത്ഥ്യത്തെ അടിസ്ഥാനപരമായി അനിശ്ചിതവും യാദൃശ്ചികവുമായ ഘടനയായി കാണുന്നു. മറ്റുചില നിലപാടുകൾ പ്രകൃതിയുടെ ആഴത്തിലുള്ള നിയമിതത്വത്തെയും കാരണബന്ധങ്ങളെയും മുൻനിർത്തി ഒരു നിർണയാത്മക ദൃഷ്ടികോണം അവതരിപ്പിക്കുന്നു. ഈ ഗ്രന്ഥം

സ്വീകരിക്കുന്ന സമീപനം ഈ രണ്ടാം ദിശയിലേക്കാണ് നീങ്ങുന്നത്. എന്നാൽ ഇത് പരമ്പരാഗതമായ ലളിത നിർണയവാദത്തിന്റെ പുനരാവർത്തനമല്ല. ഇവിടെ അവതരിപ്പിക്കുന്നത് ഘടനാപരമായ ആഗോള നിർണയവാദം (Global Structural Determinism) എന്ന ഒരു സമഗ്ര സത്താമീമാംസാത്മക മാതൃകയാണ്.

ഈ മാതൃകയുടെ അടിസ്ഥാനപ്രസ്താവന ഇപ്രകാരമാണ് യാഥാർത്ഥ്യം ഒറ്റപ്പെട്ട വസ്തുക്കളുടെ സമാഹാരമല്ല; അത് പരസ്പരം ബന്ധിതമായ ഘടനകളുടെ സമഗ്ര വിന്യാസമാണ്. സംഭവങ്ങൾ സ്വതന്ത്രമായി പൊട്ടിപ്പുറപ്പെടുന്നില്ല; അവ കാരണബന്ധങ്ങളാൽ രൂപപ്പെട്ട ഒരു ആഗോള ഘടനയുടെ ഭാഗങ്ങളായി ഉദ്ഭവിക്കുന്നു. ഈ നിലപാട് യാഥാർത്ഥ്യത്തെ "വസ്തു-കേന്ദ്രിത" ദൃഷ്ടികോണത്തിൽ നിന്ന് "ബന്ധഘടന-കേന്ദ്രിത" ദൃഷ്ടികോണത്തിലേക്ക് മാറ്റുന്നു. വസ്തുക്കൾ അടിസ്ഥാന സത്തകൾ അല്ല; അവ ബന്ധങ്ങളുടെ വിന്യാസങ്ങളാണ്.

ഈ ദൃഷ്ടികോണത്തിൽ പ്രപഞ്ചം ഒരു അനിയന്ത്രിത സംഭവപരമ്പരയായി കാണപ്പെടുന്നില്ല. അത് കാരണബന്ധങ്ങളുടെ സുസംഘടിത ജാലകമാണ്. ഓരോ അവസ്ഥയും മുൻകാല അവസ്ഥകളുടെ ഫലമാണ്; അതേസമയം അത് അടുത്ത അവസ്ഥകളുടെ കാരണപരമായ അടിസ്ഥാനവുമാണ്. ഈ ഘടനാപരമായ തുടർച്ചയാണ് നിർണയവാദത്തിന്റെ യഥാർത്ഥ അർത്ഥം. നിർണയവാദം ഇവിടെ ഒരു കർശനമായ യന്ത്രപരമായ ചിത്രമല്ല നൽകുന്നത്; അത് ബന്ധഘടനകളുടെ നിയമിതമായ വികാസമാണ്.

ഈ ഗ്രന്ഥത്തിന്റെ പ്രധാന ലക്ഷ്യം മൂന്ന് വ്യത്യസ്ത മേഖലകളെ ഏകീകരിക്കുകയാണ്: യാഥാർത്ഥ്യം (Reality), ബോധം (Consciousness), നൈതികത (Ethics). ഈ മൂന്ന് മേഖലകളും പലപ്പോഴും പരസ്പരം വേർതിരിച്ചാണ് പഠിക്കപ്പെട്ടിട്ടുള്ളത്. ഭൗതികശാസ്ത്രം പ്രപഞ്ചത്തിന്റെ ഘടനയെ അന്വേഷിക്കുന്നു; മനശാസ്ത്രവും

ന്യൂറോസയൻസും ബോധത്തെ പഠിക്കുന്നു; നൈതിക തത്ത്വചിന്ത മനുഷ്യ പെരുമാറ്റത്തെ വിലയിരുത്തുന്നു. എന്നാൽ മനുഷ്യാനുഭവത്തിന്റെ സമഗ്രത മനസ്സിലാക്കാൻ ഈ മേഖലകൾ തമ്മിലുള്ള ബന്ധം നിർണ്ണായകമാണ്.

ഘടനാപര നിർണയവാദത്തിന്റെ ദൃഷ്ടികോണത്തിൽ ഈ മൂന്ന് മേഖലകളും ഒരേ കാരണഘടനയുടെ വ്യത്യസ്ത തലങ്ങളാണ്. ഭൗതിക പ്രക്രിയകൾ, ജൈവ ഘടനകൾ, നാഡീവ്യവസ്ഥയിലെ വിവരപ്രവാഹങ്ങൾ, മനുഷ്യബോധം, സാമൂഹിക പെരുമാറ്റം എന്നിവ എല്ലാം ഒരു ഏകീകൃത causal system-ന്റെ ഭാഗങ്ങളാണ്. അതിനാൽ ബോധവും നൈതികതയും പ്രകൃതിയിൽ നിന്ന് വേർതിരിച്ച സ്വതന്ത്ര മേഖലകൾ അല്ല; അവ പ്രകൃതിയുടെ തന്നെ സങ്കീർണ്ണ ഘടനകളാണ്.

ഈ നിലപാട് സ്വീകരിക്കുമ്പോൾ പരമ്പരാഗതമായി ശക്തമായി നിലനിന്നിരുന്ന ഒരു ധാരണ ചോദ്യം ചെയ്യപ്പെടുന്നു: സ്വതന്ത്ര ഇച്ഛ (free will) എന്ന ആശയം. മനുഷ്യൻ തന്റെ തീരുമാനങ്ങളുടെ അന്തിമ ഉറവിടമാണെന്ന വിശ്വാസം നൈതികതയുടെയും സാമൂഹിക ഉത്തരവാദിത്വത്തിന്റെയും അടിസ്ഥാനമായി പലപ്പോഴും കരുതപ്പെട്ടിട്ടുണ്ട്. എന്നാൽ കാരണഘടനാപരമായ ദൃഷ്ടികോണത്തിൽ മനുഷ്യന്റെ തീരുമാനങ്ങൾ സ്വതന്ത്രമായി ഉദ്ഭവിക്കുന്നവയല്ല. അവ ജൈവഘടന, മാനസികാവസ്ഥ, സാമൂഹിക സാഹചര്യങ്ങൾ, അനുഭവങ്ങൾ, വിവരപ്രവാഹങ്ങൾ എന്നിവയുടെ സംയുക്തഫലങ്ങളാണ്.

ഈ തിരിച്ചറിവ് പലർക്കും ഭയമുണർത്തുന്നു. “സ്വതന്ത്ര ഇച്ഛ ഇല്ലെങ്കിൽ നൈതികതയ്ക്ക് എന്ത് പ്രസക്തിയുണ്ട്?” എന്ന ചോദ്യം ഉടൻ ഉയരുന്നു. എന്നാൽ ഈ ഗ്രന്ഥം വാദിക്കുന്നത് വ്യത്യസ്തമായൊരു നിലപാടാണ്.

നിർണയവാദം നൈതികതയെ ഇല്ലാതാക്കുന്നില്ല; മറിച്ച് അതിന്റെ സത്താമീമാംസാത്മക അടിത്തറയെ പുനർനിർവചിക്കുന്നു. നൈതികത പ്രതികാരത്തിന്റെ

ഭാഷയിൽ നിന്ന് സാമൂഹിക സ്ഥിരതയും പ്രവർത്തനക്ഷമതയും സംരക്ഷിക്കുന്ന ഒരു ഘടനാപര സംവിധാനമായി മാറുന്നു.

ഇതിനൊപ്പം ഈ ഗ്രന്ഥം ക്വാണ്ടം ഭൗതികശാസ്ത്രവുമായി ബന്ധപ്പെട്ട പ്രധാന ദാർശനിക ചോദ്യങ്ങളെയും പരിശോധിക്കുന്നു. ക്വാണ്ടം മെക്കാനിക്സിൽ പ്രത്യക്ഷപ്പെടുന്ന സാധ്യതയും അനിശ്ചിതത്വവും പലപ്പോഴും നിർണയവാദത്തിന്റെ അന്ത്യം എന്ന നിലയിൽ വ്യാഖ്യാനിക്കപ്പെട്ടിട്ടുണ്ട്. എന്നാൽ ഈ ഗ്രന്ഥം ആ വായനയെ പുനർപരിശോധിക്കുന്നു.

ഗണിതപ്രതിനിധാനങ്ങളിലെ സാധ്യതകൾ ontological randomness എന്നതിനെ നിർബന്ധിതമായി സൂചിപ്പിക്കണമെന്നില്ല. ക്വാണ്ടം ഫൗണ്ടേഷനുകളിലെ പല വ്യാഖ്യാനങ്ങളും causal continuity-യുമായി പൊരുത്തപ്പെടുന്നവയാണ്. അതിനാൽ ക്വാണ്ടം ഭൗതികശാസ്ത്രം നിർണയവാദത്തെ അനിവാര്യമായി നിരസിക്കുന്നില്ല.

ഈ ഗ്രന്ഥത്തിന്റെ ഘടന ക്രമാത്മകമായ ദാർശനിക യാത്രയായി രൂപകൽപ്പന ചെയ്തിരിക്കുന്നു. ആദ്യം യാഥാർത്ഥ്യത്തിന്റെ സത്താമീമാംസാത്മക അടിത്തറ പരിശോധിക്കുന്നു. തുടർന്ന് മനസ്സിന്റെയും ബോധത്തിന്റെയും സ്വഭാവം വിശകലനം ചെയ്യുന്നു. അതിനുശേഷം ഭൗതികശാസ്ത്രത്തിലെ കണ്ടെത്തലുകൾ — പ്രത്യേകിച്ച് ക്വാണ്ടം ഫൗണ്ടേഷനുകൾ — ഈ ദൃഷ്ടികോണവുമായി എങ്ങനെ ബന്ധപ്പെടുന്നു എന്ന് പരിശോധിക്കുന്നു. അവസാന ഭാഗങ്ങളിൽ നിർണയവാദത്തിന്റെ നൈതികവും സാമൂഹികവുമായ പ്രതിഫലനങ്ങൾ വിശദീകരിക്കുന്നു.

ഈ അന്വേഷണത്തിന്റെ അന്തിമ ലക്ഷ്യം ലളിതമാണ്. മനുഷ്യനെ ഒരു സ്വതന്ത്ര metaphysical കേന്ദ്രമായി കാണുന്ന പഴയ മാതൃകയിൽ നിന്ന് മാറി, മനുഷ്യനെ പ്രപഞ്ചത്തിന്റെ കാരണഘടനയിൽ ഉൾക്കൊള്ളുന്ന ഒരു

സങ്കീർണ്ണ ഘടനാപര ഘടകമായി മനസ്സിലാക്കുക എന്നതാണ്.
ഇങ്ങനെ നോക്കുമ്പോൾ മനുഷ്യജീവിതം അർത്ഥശൂന്യമാകുന്നില്ല. മറിച്ച് അത് കൂടുതൽ വ്യക്തമായി മനസ്സിലാക്കപ്പെടുന്നു. മനുഷ്യൻ പ്രകൃതിക്ക് പുറത്തുള്ള ഒരു സത്തയല്ല; പ്രകൃതിയുടെ തന്നെ ബോധപരമായ പ്രകടനമാണ്.
ഈ ഗ്രന്ഥം അവതരിപ്പിക്കുന്ന Global Structural Determinism എന്ന ആശയം അതുകൊണ്ട് ഒരു പരിമിത സിദ്ധാന്തമല്ല. അത് യാഥാർത്ഥ്യം, ബോധം, നൈതികത, സമൂഹം എന്നിവയെ ഒരുമിച്ച് മനസ്സിലാക്കാൻ ശ്രമിക്കുന്ന ഒരു സമഗ്ര ദാർശനിക ദൃഷ്ടികോണമാണ്.
ഈ അന്വേഷണത്തിലൂടെ വായനക്കാരൻ നേരിടേണ്ടി വരുന്ന പ്രധാന ചോദ്യങ്ങൾ ഇവയാണ്:
പ്രപഞ്ചം യാദൃശ്ചികമാണോ, അല്ലെങ്കിൽ ഘടനാപരമാണോ?
മനുഷ്യബോധം സ്വതന്ത്രമാണോ, അല്ലെങ്കിൽ കാരണഘടനയുടെ ഭാഗമാണോ?
നൈതികത പ്രതികാരമാണോ, അല്ലെങ്കിൽ സാമൂഹിക സ്ഥിരതയുടെ പ്രവർത്തനപര സംവിധാനം മാത്രമാണോ?
ഈ ചോദ്യങ്ങൾക്ക് ഉത്തരം കണ്ടെത്തുവാൻ കൂടുതൽ വ്യക്തമായി ചിന്തിക്കാൻ സഹായിക്കുന്ന ഒരു ദാർശനിക ഘടന അവതരിപ്പിക്കുകയാണ് ഈ പുസ്തകം ചെയ്യുന്നത്.

പ്രപഞ്ചത്തെക്കുറിച്ചുള്ള മനുഷ്യ ചിന്തയുടെ ദീർഘ ചരിത്രത്തിൽ ഒരിക്കലും പൂർണ്ണമായി അസ്തമിക്കാത്ത നിർണ്ണയവാദം എന്ന ഒരു ദർശനരേഖ നിലനിൽക്കുന്നു. പ്രപഞ്ചത്തിലെ സകലതും നിശ്ചയിക്കപ്പെട്ടിരിക്കുന്നു (determined) എന്നും, സംഭവങ്ങൾ യാദൃശ്ചികമായി (by chance) ഉണ്ടാകുന്നതല്ലെന്നും, മറിച്ച് അവ ഒരു അവിഭാജ്യ കാരണ ശൃംഖലയുടെ (unbroken chain of causes) ഭാഗമായി അനിവാര്യമായി രൂപപ്പെടുന്നതാണെന്നും അറിയുന്ന ബോധ്യമാണ് അത്.ആ ബോധ്യത്തിന്റെ ചരിത്രപരമായ

പ്രവാഹത്തിൽ നിന്നു ഉദിച്ച ഒരു സമകാലിക ധ്യാനമാണ് ഈ ഗ്രന്ഥം.
ഈ ദർശനത്തിന് വ്യക്തമായ ഭാഷയിൽ ആദ്യമായി രൂപം നൽകിയത് പ്രാചീന ഗ്രീക്ക് ദാർശനികനായ ല്യൂസിപ്പസ് (Leucippus, ഏകദേശം ക്രി.മു. അഞ്ചാം നൂറ്റാണ്ട്) ആണെന്ന് ദാർശനികചരിത്രം രേഖപ്പെടുത്തുന്നു. അദ്ദേഹത്തിന്റെ പേരിനോടൊപ്പം നിലനിൽക്കുന്ന പ്രസിദ്ധമായ വാക്യം ഇങ്ങനെയാണ്. ഒന്നും യാദൃശ്ചികമായി (by chance) സംഭവിക്കുന്നില്ല. എല്ലാം കാരണവും ആവശ്യകതയും (reason and necessity) അനുസരിച്ചാണ് സംഭവിക്കുന്നത്. ഈ വാചകം strict causal determinism എന്ന ആശയത്തിന്റെ ആദ്യത്തെ വ്യക്തമായ പ്രഖ്യാപനമായി കണക്കാക്കപ്പെടുന്നു. ഇവിടെ പ്രപഞ്ചം ഇച്ഛാധീനമായ ഇടപെടലുകൾക്ക് വിധേയമായ ഒന്നല്ല. അത് സ്വയം പ്രവർത്തിക്കുന്ന, അനിവാര്യമായ ഒരു കാരണക്രമത്തിന്റെ പ്രത്യക്ഷീകരണമാണ്.
ല്യൂസിപ്പസിന്റെ (Leucippus) രചനകളുടെ ഭൂരിഭാഗവും കാലക്രമത്തിൽ നഷ്ടപ്പെട്ടുപോയെങ്കിലും, അദ്ദേഹത്തിന്റെ ചിന്തകൾ ചരിത്രത്തിൽ നിലനിന്നത് അദ്ദേഹത്തിന്റെ ശിഷ്യനായ ഡെമോക്രിറ്റസിലൂടെ (Democritus, ഏകദേശം ക്രി.മു. 460–370) ആണ്.
ഡെമോക്രിറ്റസ് (Democritus) ആറ്റങ്ങളും (atoms) ശൂന്യതയും (void) മാത്രമാണ് യാഥാർത്ഥ്യമെന്ന് വാദിച്ച ആറ്റമിസം (atomism) എന്ന സിദ്ധാന്തം സമഗ്രമായി വികസിപ്പിച്ചു. അണുക്കളുടെ ചലനം നിയമബദ്ധമാണെന്നും, അവ അനിയന്ത്രിതമായി സഞ്ചരിക്കുന്നില്ലെന്നും, അതിനാൽ പ്രപഞ്ചത്തിലെ എല്ലാ സംഭവങ്ങളും ഒരു മുൻനിർണയിക്കപ്പെട്ട കാരണശൃംഖലയിലൂടെ മാത്രമാണ് സംഭവിക്കുന്നതെന്നും അദ്ദേഹം വ്യക്തമാക്കി.
ല്യൂസിപ്പസ് (Leucippus) ഒരു അടിസ്ഥാനപ്രസ്താവന നൽകിയിടത്ത്, ഡെമോക്രിറ്റസ് (Democritus) അതിനെ സമ്പൂർണമായൊരു ഭൗതിക-ദാർശനിക ലോകദർശനമായി രൂപപ്പെടുത്തി.

ഈ നിർണയാത്മക ചിന്ത ഹെല്ലനിസ്റ്റിക് കാലഘട്ടത്തിൽ സ്റ്റോയിക് പാരമ്പര്യത്തിലൂടെ (Stoics, പ്രധാനകാലഘട്ടം ക്രി.മു. മൂന്നാം നൂറ്റാണ്ട്) കൂടുതൽ വ്യക്തതയും ദാർശനിക ആഴവും നേടി. പ്രത്യേകിച്ച് ക്രിസിപ്പസ് (Chrysippus, ഏകദേശം ക്രി.മു. 279–206) ഉൾപ്പെടെയുള്ള സ്റ്റോയിക് ചിന്തകർ, പ്രപഞ്ചത്തെ കാരണങ്ങളുടെ ശൃംഖല (chain of causes) അഥവാ ഹെർമോസ് ഐറ്റോൺ (heirmos aitōn) എന്ന നിലയിൽ വിശേഷിപ്പിച്ചു. വിധി (fate) അല്ലെങ്കിൽ ഹൈമാർമേനെ (heimarmenē) എന്നത് ദൈവിക വിവേകമായ ലോഗോസ് (logos) മുഖേന പ്രവർത്തിക്കുന്ന ഒരു അനിവാര്യക്രമമാണെന്ന് അവർ വാദിച്ചു. ഇവിടെ നിർണയവാദം (determinism) ശുദ്ധമായ ഭൗതിക സിദ്ധാന്തമെന്ന നിലയിൽ മാത്രമല്ല, ധാർമ്മികവും അസ്തിത്വപരവുമായ ജീവിതനിലപാടായും വികസിച്ചു. മനുഷ്യൻ നിയന്ത്രിക്കാൻ കഴിയാത്തതിനെ സ്വീകരിക്കുകയും, നിയന്ത്രിക്കാൻ കഴിയുന്നതിൽ ബോധപൂർവ്വം ജീവിക്കുകയും വേണം എന്ന സ്റ്റോയിക് നിലപാട്, നിർണയാത്മകതയെ ഒരു ദൈനംദിന ജീവിത ദർശനമായി മാറ്റി.

ആധുനികകാലത്ത് ഈ ആശയം ഏറ്റവും കർശനവും സമഗ്രവുമായ ദാർശനിക ഘടന കൈവരിച്ചത് ബാരൂക് സ്പിനോസയിലൂടെ (Baruch Spinoza, 1632–1677) ആണ്. എത്തിക്സ് (Ethics, 1677) എന്ന കൃതിയിൽ ജ്യാമിതീയ രീതിയിൽ (geometric method) അദ്ദേഹം വ്യക്തമാക്കിയത്, ഒന്നും ആകസ്മികമല്ലെന്നും (contingent), എല്ലാം അനിവാര്യതയുടെ (necessity) അനിവാര്യ പ്രകടനങ്ങളാണെന്നും ആയിരുന്നു. ദൈവം അല്ലെങ്കിൽ പ്രകൃതി (God or Nature, Deus sive Natura) എന്ന ഒരേയൊരു സബ്സ്റ്റാൻസിന്റെ (substance) ഗുണങ്ങളുടെയും (attributes) രൂപങ്ങളുടെയും (modes) വിരിയലാണ് പ്രപഞ്ചം എന്ന അദ്ദേഹത്തിന്റെ വാദം, നിർണയവാദത്തെ (determinism) ഒരു സമ്പൂർണ മേറ്റാഫിസിക്കൽ സംവിധാനമായി (metaphysical system) മാറ്റി. സ്വതന്ത്ര ഇച്ഛ (free will) ഒരു ഭ്രമം

(illusion) മാത്രമാണെന്നും, അനിവാര്യതയെ ബോധ്യമായാൽ ബൗദ്ധിക സ്നേഹം (intellectual love, amor intellectualis Dei) ഉദിക്കുന്നുവെന്നും സ്പിനോസ (Spinoza) വിശദീകരിച്ചു.

ഈ ദാർശനിക പാരമ്പര്യത്തിന് ശാസ്ത്ര ലോകത്ത് ഏറ്റവും പ്രശസ്തമായ രൂപം നൽകിയത് പിയർ–സിമോൺ ലാപ്ലാസ് (Pierre-Simon Laplace, 1749–1827) ആണ്. 1814-ൽ പ്രസിദ്ധീകരിച്ച എ ഫിലോസഫിക്കൽ എസ്സേ ഓൺ പ്രോബബിലിറ്റീസ് (A Philosophical Essay on Probabilities, 1814) എന്ന കൃതിയിൽ അദ്ദേഹം അവതരിപ്പിച്ച ലാപ്ലാസിന്റെ ഡീമൺ (Laplace's Demon) എന്ന ആശയം, ആധുനിക ശാസ്ത്രീയ നിർണയവാദത്തിന്റെ (modern scientific determinism) ക്ലാസിക് പ്രസ്താവനയായി മാറി. ഒരു മഹാബുദ്ധി (super-intelligence) പ്രപഞ്ചത്തിലെ എല്ലാ കണങ്ങളുടെയും സ്ഥാനവും (position)യും വേഗതയും (velocity) കൃത്യമായി അറിഞ്ഞാൽ, ഭൂതവും ഭാവിയും ഒരുപോലെ കണക്കാക്കാൻ കഴിയുമെന്ന് ലാപ്ലാസ് (Laplace) വ്യക്തമാക്കി. ന്യൂട്ടോണിയൻ ഭൗതിക ശാസ്ത്രത്തിന്റെ (Newtonian physics) പശ്ചാത്തലത്തിൽ നിർണയവാദത്തെ ഗണിതപരമായ കൃത്യതയോടെ അവതരിപ്പിച്ച ഈ ആശയം, ശാസ്ത്രത്തിന്റെയും ദാർശനികതയുടെയും സംഗമബിന്ദുവായി മാറി.

ഇങ്ങനെ, ല്യൂസിപ്പസ് (Leucippus, ക്രി.മു. അഞ്ചാം നൂറ്റാണ്ട്) നൽകിയ ആദ്യ വ്യക്തമായ പ്രഖ്യാപനത്തിൽ നിന്ന് ആരംഭിച്ച്, ഡെമോക്രിറ്റസ് (Democritus, ക്രി.മു. 460–370) വഴി, സ്റ്റോയിക്കർ (Stoics, ക്രി.മു. മൂന്നാം നൂറ്റാണ്ട്) മുഖേന, സ്പിനോസ (Spinoza, 1632–1677) യുടെ സമഗ്ര ദാർശനിക സംവിധാനത്തിലേക്കും, ലാപ്ലാസ്ന്റെ (Laplace, 1749–1827) ശാസ്ത്രീയ കണക്കുകൂട്ടലിലേക്കുമാണ് നിർണയാത്മകതയുടെ ആശയം ചരിത്രത്തിൽ വികസിച്ചത്.

ഈ ഗ്രന്ഥം ആ ദീർഘചരിത്രത്തിന്റെ ഒരു തുടർച്ച മാത്രമാണ്. ആയിരക്കണക്കിന് വർഷങ്ങളായി മനുഷ്യബോധം സ്പർശിച്ചുകൊണ്ടിരിക്കുന്ന ഒരു സത്യത്തെ മറ്റൊരു കോണിൽ നിന്ന് വീണ്ടും നോക്കുകയാണ്. എല്ലാം ഇങ്ങനെ തന്നെ സംഭവിക്കുന്നു എന്ന തിരിച്ചറിവ് മനുഷ്യനെ ശൂന്യതയിലേക്കല്ല നയിക്കുന്നത്. അത് യാഥാർത്ഥ്യത്തോടുള്ള ഏറ്റവും സുതാര്യമായ സമാധാനത്തിലേക്കാണ് നയിക്കുന്നത്. ഈ ആമുഖം, ആ സമാധാനത്തിലേക്കുള്ള ചരിത്രപരമായ യാത്രയുടെ വാതിൽ മാത്രമാണ്.

പ്രാചീനവും ആധുനികവും ആയ ദാർശനിക പരമ്പരകളിലൂടെ നിർണയവാദം (determinism) വികസിച്ചുവന്നതിന് ശേഷം, ആധുനികകാലത്ത് ഈ ആശയം പുതിയ ഭാഷയും പുതിയ പ്രശ്നാവലികളും കൈവരിച്ചു. ദൈവികക്രമമോ (divine order) ശുദ്ധമായ യാന്ത്രികതയോ എന്ന ദ്വന്ദ്വത്തിൽ നിന്ന് മാറി, മനുഷ്യബോധം, മനഃശാസ്ത്രം, സാമൂഹിക ശാസ്ത്രം, നൈതികത എന്നിവയുടെ കേന്ദ്രത്തിലേക്കാണ് നിർണയവാദം പ്രവേശിച്ചത്. ഇവിടെ നിന്ന് ഈ ഗ്രന്ഥത്തിന്റെ ചിന്താപഥം പ്രത്യേകമായി ആശ്രയിക്കുന്ന ചില ആധുനിക എഴുത്തുകാരെ (modern writers) ക്രമാനുഗതമായി പരിഗണിക്കേണ്ടതുണ്ട്.

പത്തൊൻപതാം നൂറ്റാണ്ടിന്റെ അവസാനത്തിലും ഇരുപതാം നൂറ്റാണ്ടിന്റെ തുടക്കത്തിലും, നിർണയവാദം ഒരു ശാസ്ത്രീയ സിദ്ധാന്തം മാത്രമല്ല, മനുഷ്യജീവിതത്തിന്റെ അർത്ഥത്തെ നേരിട്ട് ചോദ്യം ചെയ്യുന്ന നിലപാടായി മാറിയത് ഫ്രിഡ്രിക്ക് നീഷെ (Friedrich Nietzsche, 1844–1900) മുഖേനയാണ്. നീഷെയുടെ ചിന്തയിൽ നിർണയവാദം ഒരു തണുത്ത യാന്ത്രികതയല്ല. അവിടെ അനിവാര്യത (necessity) ജീവിതത്തോടുള്ള വൈരാഗ്യത്തിന്റെ (resentment) വിരുദ്ധധ്രുവമായി പ്രത്യക്ഷപ്പെടുന്നു. എല്ലാം ഇങ്ങനെ തന്നെ സംഭവിക്കേണ്ടതായിരുന്നു എന്ന തിരിച്ചറിവിനെ

ജീവിതത്തോടുള്ള സ്നേഹമായി മാറ്റുന്ന അമോർ ഫാറ്റി (amor fati) എന്ന ആശയം, നിർണയവാദത്തിന്റെ അസ്തിത്വപരമായ (existential) രൂപാന്തരമാണ്. ഇവിടെ Determinism മനുഷ്യനെ നിഷ്ക്രിയനാക്കുന്നില്ല; മറിച്ച്, illusion-കളിൽ നിന്നു മോചിപ്പിച്ച് ജീവിതത്തെ പൂർണ്ണമായി അംഗീകരിക്കാൻ പഠിപ്പിക്കുന്നു.

ഇരുപതാം നൂറ്റാണ്ടിൽ ശാസ്ത്രത്തിന്റെ ഭാഷയിൽ നിർണയവാദത്തിന് പുതിയ രൂപം നൽകിയത് ആൽബർട്ട് ഐൻസ്റ്റൈൻ (Albert Einstein, 1879–1955) ആണ്. ഐൻസ്റ്റൈൻ quantum mechanics-ന്റെ അനിശ്ചിതത്വവാദത്തോട് (indeterminism) ശക്തമായ സംശയം പ്രകടിപ്പിച്ചു. "ദൈവം പകിട കളിക്കുന്നില്ല" (God does not play dice) എന്ന അദ്ദേഹത്തിന്റെ പ്രസ്താവന, പ്രകൃതിയിൽ ആഴത്തിലുള്ള ക്രമവും അനിവാര്യതയും നിലനിൽക്കുന്നു എന്ന വിശ്വാസത്തിന്റെ പ്രതീകമായി മാറി. ഐൻസ്റ്റൈന്റെ കാഴ്ചയിൽ, അനിശ്ചിതത്വം (randomness) പ്രകൃതിയുടെ സ്വഭാവമല്ല; മറിച്ച്, മനുഷ്യ അറിവിന്റെ പരിമിതിയാണ്. ഈ നിലപാട് ലാപ്ലാസിന്റെ (Laplace) ശാസ്ത്രീയ നിർണയവാദത്തിന്റെ ആത്മാവിനെ ഇരുപതാം നൂറ്റാണ്ടിലേക്കും നീട്ടി.

അതേ കാലഘട്ടത്തിൽ, മനഃശാസ്ത്രത്തിൽ നിർണയവാദത്തിന്റെ ശക്തമായ അവതരണം നടന്നത് ബി. എഫ്. സ്കിന്നർ (B. F. Skinner, 1904–1990) മുഖേനയാണ്. സ്കിന്നറുടെ ബിഹേവിയറിസം (behaviorism) മനുഷ്യന്റെ പെരുമാറ്റം (behavior) സ്വതന്ത്രമായ ഇച്ഛയുടെ ഫലമല്ലെന്നും, മറിച്ച് പൂർവ്വ അനുഭവങ്ങളും പരിസ്ഥിതിക ശക്തികളും (environmental contingencies) നിർണയിക്കുന്ന താണെന്നും വാദിച്ചു. സ്വാതന്ത്ര്യം (freedom) എന്ന ആശയം, സ്കിന്നറുടെ കാഴ്ചയിൽ, കാരണങ്ങളെ അറിയാത്തതിന്റെ ഫലമായ ഒരു ഭാഷാ പിശകാണ്. ഇവിടെ Determinism ദാർശനികതയിൽ നിന്ന് മനഃശാസ്ത്രത്തിലേക്ക് പൂർണ്ണമായി മാറുന്നു. മനുഷ്യൻ

എന്ത് ചെയ്യുന്നു എന്നതല്ല പ്രധാനപ്പെട്ടത്; അവൻ അങ്ങനെ ചെയ്യേണ്ടിവന്നത് എന്തുകൊണ്ടാണ് എന്നതാണ്.
ഇരുപതാം നൂറ്റാണ്ടിന്റെ അവസാനത്തിലും ഇരുപത്തിയൊന്നാം നൂറ്റാണ്ടിന്റെ തുടക്കത്തിലും, നിർണയവാദം നേരിട്ട് ബോധത്തിന്റെയും സ്വതന്ത്ര ഇച്ഛയുടെയും (free will) പ്രശ്നത്തിലേക്ക് തിരിഞ്ഞത് ഡാനിയൽ വെഗ്നർ (Daniel Wegner, 1948–2013) പോലുള്ള ഗവേഷകരിലൂടെയാണ്. Conscious Will-ന്റെ ഭ്രമം (illusion of conscious will) എന്ന അദ്ദേഹത്തിന്റെ വാദം, "ഞാൻ തീരുമാനിച്ചു" എന്ന അനുഭവം ഒരു post-hoc narrative മാത്രമാണെന്നും, തീരുമാനത്തിന്റെ യഥാർത്ഥ കാരണമല്ലെന്നും വ്യക്തമാക്കി. ഇവിടെ determinism, meta-physical വാദമല്ല; അത് പരീക്ഷണാത്മക മനഃശാസ്ത്രത്തിന്റെ (experimental psychology) കണ്ടെത്തലായി മാറുന്നു.
ഈ പാതയെ പൊതുജനചർച്ചകളിലേക്ക് തുറന്നത് സാം ഹാരിസ് (Sam Harris, 1967–) പോലുള്ള ആധുനിക എഴുത്തുകാരാണ്. സ്വതന്ത്ര ഇച്ഛ (free will) ഒരു മിഥ്യയാണെന്നും, മനുഷ്യചിന്തകളും തീരുമാനങ്ങളും മുൻകൂട്ടി നിശ്ചയിക്കപ്പെട്ട ന്യൂറൽ–പരിസ്ഥിതിക ഘടകങ്ങളുടെ (neural and environmental factors) ഫലങ്ങളാണെന്നും അദ്ദേഹം വ്യക്തമാക്കി. ഹാരിസിന്റെ പ്രത്യേകത, നിർണയവാദത്തെ നൈതികതയുടെയും (morality) കരുണയുടെയും (compassion) അടിസ്ഥാനം ആക്കുന്നതിലാണ്. മനുഷ്യർ അവരുടെ പ്രവൃത്തികളുടെ "അവസാനകാരണം" അല്ലെന്ന് തിരിച്ചറിയുമ്പോൾ, കുറ്റപ്പെടുത്തലും അഹങ്കാരവും കുറയുകയും, ഉത്തരവാദിത്വം ഫലങ്ങളുടെ ഭാഷയിലേക്ക് മാറുകയും ചെയ്യുന്നു.
ഇങ്ങനെ, ല്യൂസിപ്പസ് (Leucippus) മുതൽ ലാപ്ലാസ് (Laplace) വരെ വികസിച്ച നിർണയവാദം, നീഷെ (Nietzsche) മുഖേന അസ്തിത്വപരമായ ആഴവും, ഐൻസ്റ്റൈൻ (Einstein) മുഖേന ശാസ്ത്രീയ ആത്മവിശ്വാസവും, സ്കിന്നർ (Skinner) മുഖേന

മനഃശാസ്ത്രപരമായ വിശദീകരണവും, വെഗ്നർ (Wegner)യും ഹാരിസും (Harris) മുഖേന ബോധത്തിന്റെയും നൈതികതയുടെയും നേരിട്ടുള്ള വിമർശനവും കൈവരിച്ചു.

ഈ ഗ്രന്ഥം ഈ ആധുനിക ചിന്താപരമ്പരയുടെ അവസാന ബിന്ദുവല്ല. മറിച്ച്, അവയെ സംയോജിപ്പിക്കുന്ന ഒരു തത്ത്വിക നിലപാടാണ്. നിർണയവാദം ഇവിടെ ഒരു ഭീഷണിയല്ല, ഒരു മോചനമാണ്. എല്ലാം ഇങ്ങനെ തന്നെ സംഭവിക്കേണ്ടതായിരുന്നു എന്ന തിരിച്ചറിവ് മനുഷ്യനെ അർത്ഥശൂന്യതയിലേക്കല്ല നയിക്കുന്നത്; മറിച്ച്, യാഥാർത്ഥ്യത്തോടുള്ള ആഴമുള്ള സമാധാനത്തിലേക്കാണ് നയിക്കുന്നത്. ഈ തുടർച്ച, അതിലേക്കുള്ള ചരിത്രപരമായ ചുവടുകളെ മാത്രമാണ് ഇവിടെ രേഖപ്പെടുത്തുന്നത്.ഇന്നത്തെ ബൗദ്ധിക ലോകത്ത് നിർണയവാദം (determinism) ഒരു പ്രത്യേക ദാർശനിക പക്ഷമെന്ന നിലയിൽ നിലനിൽക്കുന്നില്ല. അത് മൗനമായ ഒരു പശ്ചാത്തല സത്യമെന്ന പോലെ, വിവിധ ശാഖകളിലൂടെ വ്യാപിച്ചുകിടക്കുന്ന ഒരു അടിത്തറയായി മാറിയിരിക്കുന്നു. മസ്തിഷ്കത്തെ ക്കുറിച്ചുള്ള പഠനങ്ങളിലും, മനുഷ്യ പെരുമാറ്റത്തെ ക്കുറിച്ചുള്ള വിശകലനങ്ങളിലും, കൃത്രിമ സംവിധാനങ്ങളുടെ പ്രവർത്തന രീതികളിലും, സാമൂഹിക–നിയമപരമായ ചർച്ചകളിലും, നിർണയവാദം തുറന്നോ മറഞ്ഞോ സാന്നിധ്യ മറിയിക്കുന്നു. ഈ ഘട്ടത്തിൽ, സമകാലിക എഴുത്തുകാരുടെ നിലപാടുകൾ നിർണയവാദത്തെ നിഷേധിക്കുന്നതല്ല; മറിച്ച്, അതിനെ ഏത് ഭാഷയി ലൂടെ സംസാരിക്കണം എന്നതാണ് അവരുടെ പ്രധാന വ്യത്യാസം.

മസ്തിഷ്കശാസ്ത്രത്തിന്റെ (neuroscience) മേഖലയിലുള്ള സമകാലിക എഴുത്തുകാർ പൊതുവേ ഒരു കാര്യത്തിൽ ഏകാഭിപ്രായത്തിലാണ്. “ഞാൻ തീരുമാനിച്ചു” എന്ന അനുഭവം (experience of deciding) തീരുമാനത്തിന്റെ ഉറവിടമല്ല; അത് തീരുമാനത്തിന് ശേഷം രൂപപ്പെടുന്ന ഒരു

ബോധ വിവരണം മാത്രമാണ്. ബോധം (consciousness) ഇവിടെ ഒരു നിയന്ത്രണ കേന്ദ്രമല്ല, മറിച്ച് നടക്കുന്നതിനെ നിരീക്ഷിച്ച് അതിന് അർത്ഥം നൽകുന്ന ഒരു വൈകിയ സാക്ഷിയാണ്. സമകാലിക ന്യൂറോസയന്റിഫിക് എഴുത്തുകളിൽ, സ്വതന്ത്ര ഇച്ഛ (free will) ഒരു ശാസ്ത്രീയ പ്രശ്നമായി അല്ല, മറിച്ച് ഒരു അനുഭവപരമായ ഭ്രമമായി (phenomenological illusion) കൈകാര്യം ചെയ്യപ്പെടുന്നു. ചോദ്യമിപ്പോൾ "സ്വതന്ത്ര ഇച്ഛ ഉണ്ടോ?" എന്നതല്ല; "സ്വതന്ത്ര ഇച്ഛയുണ്ടെന്ന അനുഭവം എന്തുകൊണ്ട് ഇത്ര ശക്തമാണ്?" എന്നതാണ്.മനഃശാസ്ത്രത്തിലെ (psychology) സമകാലിക നിലപാടുകളും ഇതേ ദിശയിലാണ്. പെരുമാറ്റം (behavior) വ്യക്തിയുടെ അകത്തുനിന്ന് പൊട്ടിപ്പുറപ്പെടുന്ന ഒരു സ്വതന്ത്ര ശക്തിയല്ല, മറിച്ച് മുൻ അനുഭവങ്ങൾ, സാമൂഹിക സാഹചര്യങ്ങൾ, ജൈവ ഘടകങ്ങൾ എന്നിവയുടെ സംയുക്തഫലമാണ് എന്ന ബോധ്യം വ്യാപകമായി അംഗീകരിക്കപ്പെടുന്നു. ഇവിടെ determinism ഒരു ദാർശനിക വാദമായി അവതരിപ്പിക്കപ്പെടുന്നില്ല. അത് വിശദീകരണത്തിന്റെ (explanation) സ്വാഭാവിക ഭാഷയായി മാറിയിരിക്കുന്നു. മനുഷ്യൻ എന്ത് ചെയ്യുന്നു എന്നതിനെക്കാൾ, അവൻ അങ്ങനെ ചെയ്യേണ്ടിവന്നത് എന്തുകൊണ്ടാണ് എന്ന ചോദ്യമാണ് ഇപ്പോൾ കേന്ദ്രത്തിലേക്ക് വരുന്നത്.കൃത്രിമ ബുദ്ധിയെയും (artificial intelligence) ആൽഗോരിതമിക സംവിധാനങ്ങളെയും കുറിച്ചുള്ള സമകാലിക എഴുത്തുകൾ നിർണയവാദത്തിന് ഒരു പുതിയ ദൃശ്യത നൽകുന്നു. പ്രവചന മാതൃകകൾ (predictive models) മനുഷ്യന്റെ തിരഞ്ഞെടുപ്പുകളെ മുൻകൂട്ടി കണക്കാക്കുമ്പോൾ, "സ്വതന്ത്രമായി തിരഞ്ഞെടുക്കുന്നു" എന്ന വിശ്വാസം അനുഭവപരമായി തന്നെ ചോദ്യവിധേയമാകുന്നു. ഇവിടെ determinism ഒരു metaphysical സിദ്ധാന്തമല്ല; അത് പ്രവർത്തിക്കുന്ന യന്ത്രങ്ങളിൽ പ്രകടമാകുന്ന യാഥാർത്ഥ്യമാണ്. മനുഷ്യന്റെ തീരുമാനങ്ങൾ പ്രവചനയോഗ്യമാകുമ്പോൾ, സ്വാതന്ത്ര്യം

എന്ന ആശയം ഒരു ആന്തരിക അനുഭവമായി മാത്രം ചുരുങ്ങുന്നു. സമകാലിക എഴുത്തുകാർ ഇതിനെ മനുഷ്യന്റെ അപമാനമായി കാണുന്നില്ല. മറിച്ച്, മനുഷ്യൻ ഒരു വിശാലമായ കാരണ വലയത്തിന്റെ (network of causes) ഭാഗമാണെന്ന സത്യത്തിന്റെ സാങ്കേതിക പ്രതിഫലനമായാണ് അവർ കാണുന്നത്. സാമൂഹികവും നിയമപരവുമായ ചിന്തകളിൽ (social and legal thought) നിർണയവാദത്തിന്റെ സ്വാധീനം കൂടുതൽ സൂക്ഷ്മമാണ്, എന്നാൽ അത്ര തന്നെ ഗൗരവമുള്ളതുമാണ്. ശിക്ഷയെ (punishment) പ്രതികാരത്തിന്റെ (retribution) ഭാഷയിൽ വിശദീകരിക്കാൻ ഇനി കൂടുതൽ പ്രയാസമുണ്ട്. കുറ്റകൃത്യം ഒരു "ദുഷ്ട ഇച്ഛയുടെ" പ്രകടനമല്ല, മറിച്ച് വ്യക്തിയെ രൂപപ്പെടുത്തിയ സാഹചര്യങ്ങളുടെ അനിവാര്യ ഫലമാണ് എന്ന നിലപാട് സമകാലിക എഴുത്തുകളിൽ ശക്തമാകുന്നു. ഇതിന്റെ ഫലമായി, ഉത്തരവാദിത്വം (responsibility) പൂർണ്ണമായും ഇല്ലാതാകുന്നില്ല; പക്ഷേ അതിന്റെ സ്വഭാവം മാറുന്നു. അത് കുറ്റപ്പെടുത്തലിന്റെ ഭാഷയിൽ നിന്ന്, ഫല ബോധത്തിന്റെയും (consequences), പ്രതിരോധത്തിന്റെയും, പുനരധിവാസത്തിന്റെയും ഭാഷയിലേക്ക് മാറുന്നു. നിർണ്ണയവാദം (determinism) ഇവിടെ കരുണയെ (compassion) ദുർബലമാക്കുന്നില്ല; മറിച്ച്, അതിനെ കൂടുതൽ ബുദ്ധിപൂർവ്വവും സ്ഥിരവുമാക്കുന്നു.അതേസമയം, സമകാലിക എഴുത്തുകാർ നിർണയവാദത്തെ ഒരു ലളിതമായ യാന്ത്രികതയായി (mechanism) ചുരുക്കുന്നില്ല. സങ്കീർണ്ണത (complexity), കെയോസ് (chaos), അനിശ്ചിതത്വം (indeterminacy) തുടങ്ങിയ ആശയങ്ങൾ മനുഷ്യ പ്രവർത്തനത്തിന്റെ പ്രവചനത്തിൽ ഉള്ള പ്രായോഗിക പരിധികളെ അവർ തുറന്നുകാട്ടുന്നു. എന്നാൽ ഈ പരിധികൾ നിർണ്ണയവാദത്തെ നിഷേധിക്കുന്നില്ല. അവ അറിവിന്റെ (knowledge) പരിമിതിയെ മാത്രമാണ് സൂചിപ്പിക്കുന്നത്. പ്രവചനക്കുറവ് (unpredictability)

സ്വാതന്ത്ര്യത്തിന്റെ തെളിവല്ല, മറിച്ച് കാരണ വലയങ്ങളുടെ അതിസങ്കീർണ്ണതയുടെ അടയാളമാണ് എന്ന നിലപാട് സമകാലിക എഴുത്തുകളിൽ വ്യാപകമായി അംഗീകരിക്കപ്പെടുന്നു.ഇങ്ങനെ, ഇന്നത്തെ നിർണയവാദം ഒരു യുദ്ധഘോഷമല്ല. അത് ഒരു നിശ്ശബ്ദ ബോധാവസ്ഥയാണ്. ദൈവത്തെ നിഷേധിക്കാനോ മനുഷ്യ മൂല്യങ്ങളെ തകർക്കാനോ ഉള്ള ആയുധമല്ല അത്. മറിച്ച്, മനുഷ്യനെ തന്റെ ഭ്രമങ്ങളിൽ നിന്ന് (illusions) ക്രമേണ വിടുതൽ നൽകുന്ന ഒരു ബോധ പരിവർത്തനമാണ്. സ്വതന്ത്ര ഇച്ഛയുടെ നഷ്ടം ഇവിടെ ശൂന്യതയിലേക്കുള്ള വീഴ്ചയായി കാണപ്പെടുന്നില്ല. അത് അഹങ്കാരത്തിന്റെ (ego) ഭാരത്തിൽ നിന്ന് മോചിതമായ ഒരു ലഘുത്വമായി അവതരിപ്പിക്കപ്പെടുന്നു.
ഈ ഗ്രന്ഥം ഈ സമകാലിക നിലപാടിനുള്ളിലാണ് നിലകൊള്ളുന്നത്. ല്യൂസിപ്പസ് (Leucippus) മുതൽ ലാപ്ലാസ് (Laplace) വരെയും, നീഷെ (Nietzsche) മുതൽ സമകാലിക ചിന്തകരിലേക്കും നീളുന്ന നിർണയവാദത്തിന്റെ പ്രവാഹം ഇവിടെ അവസാനിക്കുന്നില്ല. എന്നാൽ അത് ഒരു വ്യക്തതയിലെത്തുന്നു. മനുഷ്യൻ കാരണങ്ങളുടെ പുറത്തുനിന്നുള്ള ഒരു വിധികർത്താവല്ല. അവൻ തന്നെ കാരണങ്ങളുടെ ശൃംഖലയുടെ (chain of causes) ഒരു ബോധമുള്ള നിമിഷമാണ്. ഈ തിരിച്ചറിവ് ഭയം ഉണർത്തേണ്ടതില്ല. അതിന്റെ സ്വരം ഭീഷണിയുടേതല്ല. അത് സമാധാനത്തിന്റേതാണ്. എല്ലാം ഇങ്ങനെ തന്നെ സംഭവിക്കുന്നു എന്ന ബോധ്യം, ഇനി ഒരു ദാർശനിക നിഗമനമായി മാത്രം നിലനിൽക്കുന്നില്ല. അത് മനുഷ്യ ബോധത്തിന്റെ വളർച്ചയിൽ സ്വാഭാവികമായി ഉദിക്കുന്ന ഒരു നിശ്ശബ്ദ നിലയായി മാറിയിരിക്കുന്നു.

BOLDRIN MICHAEL
05/03/2026

നിർണ്ണയവാദത്തിന്റെ സത്താമീമാംസാത്മക അടിസ്ഥാനം (Ontological Foundation of Determinism)

അധ്യായം 1: നിർണയവാദത്തിന്റെ അടിസ്ഥാന ആശയം

നിർണ്ണയവാദത്തിന്റെ കൃത്യ നിർവ്വചനം (Precise Definition of Determinism)

ഈ ഗ്രന്ഥത്തിന്റെ അടിസ്ഥാനപ്രശ്നം (Fundamental Problem) "നിർണ്ണയവാദം" (Determinism) എന്നത് യാഥാർത്ഥ്യത്തെക്കുറിച്ചുള്ള (Reality) ഏത് തരത്തിലുള്ള അവകാശവാദമാണ് (Claim) എന്നതാണ് ഇവിടെ നിർണ്ണായകമായ ചോദ്യം. അത് വെറും കാരണക്രമത്തെക്കുറിച്ചുള്ള (Causal Order) ശാസ്ത്രീയ സിദ്ധാന്തമാണോ (Scientific Theory), അതോ ഒരു സത്താമീമാംസാത്മക നിലപാടാണോ (Ontological Position)? ഈ വ്യത്യാസം വ്യക്തമാക്കാതെയാണ് നിർണ്ണയവാദത്തെ വിമർശിക്കുകയോ സംരക്ഷിക്കുകയോ ചെയ്യുന്നത് എന്നതിനാൽ, അതിന്റെ തർക്കപരിധി (Dialectical Scope) തെറ്റായി നിർവ്വചിക്കപ്പെടുന്നതാകുന്നു. അതിനാൽ, ഈ സെഷന്റെ ലക്ഷ്യം നിർണ്ണയവാദത്തിന്റെ വ്യത്യസ്ത രൂപങ്ങളെ കൃത്യമായി വേർതിരിക്കുകയും, അവയിൽ നിന്ന് സംരക്ഷിക്കപ്പെടുന്ന നിലപാട് വ്യക്തമാക്കുകയും ചെയ്യുന്നതാണ്.

1. കാര്യകാരണ നിർണ്ണയവാദം (Causal Determinism)

കാര്യകാരണ നിർണ്ണയവാദം (Causal Determinism) ഏറ്റവും പരിചിതമായ രൂപമാണ്. ഇതിന്റെ കേന്ദ്രവാദം (Central Thesis) ഇപ്രകാരമാണ്: ഓരോ സംഭവവും അതിന് മുൻപുള്ള സംഭവങ്ങളുടെ കാര്യകാരണബന്ധത്തിലൂടെ (Causality) നിർണ്ണയിക്കപ്പെടുന്നു.[1] ഒരു നിശ്ചിത സമയത്ത്

ലോകത്തിന്റെ അവസ്ഥയും പ്രകൃതിനിയമങ്ങളും (Laws of Nature) നിശ്ചിതമാണെങ്കിൽ, അതിനുശേഷമുള്ള സംഭവവികാസം (Evolution of Events) വ്യത്യസ്തമായി സംഭവിക്കുക എന്നത് അസാധ്യമാണ്.[2]
ഈ രൂപം പ്രധാനമായും പ്രകൃതിശാസ്ത്രപരമായ വിവരണങ്ങളിലാണ് (Natural Scientific Descriptions) വളർന്നത്. ശാസ്ത്രീയ യാന്ത്രികതയുടെ (Scientific Mechanism) കാലഘട്ടത്തിൽ, പ്രത്യേകിച്ച് ന്യൂട്ടോണിയൻ ഭൗതികശാസ്ത്രത്തിന്റെ (Newtonian Physics) പശ്ചാത്തലത്തിൽ, ലോകം രേഖീയ കാരണക്രമങ്ങളാൽ (Linear Causal Chains) നിയന്ത്രിക്കപ്പെടുന്നു എന്ന ധാരണ ശക്തമായി ഉയർന്നു.[3] കാരണബന്ധം ഇവിടെ സംഭവങ്ങളുടെ അനുക്രമപരമായ ആശ്രിതത്വമായി (Sequential Dependency) മനസ്സിലാക്കപ്പെടുന്നു.
എന്നാൽ ഈ രൂപത്തിന് രണ്ടു പരിമിതികളുണ്ട് (Limitations). ഒന്നാമതായി, ഇത് കാരണബന്ധത്തെ സംഭവങ്ങളിലെ ക്രമബദ്ധതയിലേക്ക് (Regularity) മാത്രമായി ചുരുക്കാനുള്ള അപകടം ഉണ്ടാക്കുന്നു. രണ്ടാമതായി, ഇത് നിർണ്ണയവാദത്തെ നിയമങ്ങളോടും പ്രവചനങ്ങളോടും (Predictions) മാത്രം ബന്ധിപ്പിക്കുന്നതിനാൽ, അതിന്റെ സത്താപരമായ അടിസ്ഥാനത്തെ (Ontological Foundation) വ്യക്തമായി പ്രതിപാദിക്കാതെ പോകുന്നു.

2. നിയമാധിഷ്ഠിത നിർണ്ണയവാദം (Nomological Determinism)
നിയമാധിഷ്ഠിത നിർണ്ണയവാദം (Nomological Determinism) കാര്യകാരണ നിർണ്ണയവാദത്തോട് അടുത്ത ബന്ധമുള്ളതാണെങ്കിലും, അതിന്റെ കേന്ദ്രവാദം വ്യത്യസ്തമാണ്. ഇവിടെ പ്രധാന ഘടകം "പ്രകൃതിനിയമങ്ങൾ" (Laws of Nature) ആണ്. ഒരു നിശ്ചിത സമയത്ത് ലോകത്തിന്റെ പൂർണ്ണാവസ്ഥയും (Complete State) പ്രകൃതിനിയമങ്ങളും നൽകിയിരിക്കുമ്പോൾ, ഭാവി അവസ്ഥ നിർണ്ണയിക്കപ്പെട്ടിരിക്കുന്നു എന്നതാണ് ഇതിന്റെ അവകാശവാദം.[4]

ഈ നിലപാട് "നോമോളജിക്കൽ" നിർണ്ണയവാദം (Nomological Determinism) എന്നും വിളിക്കപ്പെടുന്നു. ഇതിൽ അനിവാര്യത (Necessity) നിയമപരമായ ഘടനയിൽ (Legal/Nomic Structure) നിന്നാണ് ഉദിക്കുന്നത്.
ലോകത്തിന്റെ നിലവിലെ അവസ്ഥ ഒരു സ്വതന്ത്ര ഘടകമല്ല; മറിച്ച് അത് നിയമങ്ങളാൽ നിയന്ത്രിതമായ ഒരു വിന്യാസമാണ് (Configuration).
എന്നാൽ ഇവിടെ ഒരു നിർണ്ണായകമായ ചോദ്യം ഉയരുന്നു: പ്രകൃതിനിയമങ്ങൾ സ്വതന്ത്ര സത്താപര ഘടകങ്ങളാണോ (Independent Ontological Entities), അതോ അവ യാഥാർത്ഥ്യഘടനയുടെ വിവരണരൂപങ്ങൾ (Descriptive Forms) മാത്രമാണോ? നിയമാധിഷ്ഠിത നിർണ്ണയവാദം പലപ്പോഴും നിയമങ്ങളെ സത്താപരമായി പ്രാഥമികമായവയായി (Ontologically Primary) കാണാതെ, അവയെ യാഥാർത്ഥ്യഘടനയുടെ സ്ഥിരമായ ക്രമബദ്ധതകളുടെ വിവരണങ്ങളായി മാത്രം കാണുന്നു.. അങ്ങനെ വന്നാൽ നിർണ്ണയവാദത്തിന്റെ അടിസ്ഥാനം സത്താപരമല്ല (Not Ontological), മറിച്ച് വിവരണപരമാകുന്നു (Descriptive).

3. ഘടനാപര സത്താമീമാംസാത്മക നിർണ്ണയവാദം (Ontological Structural Determinism)
ഇപ്പോൾ സംരക്ഷിക്കപ്പെടുന്ന നിലപാട് ഇതാണ്: നിർണ്ണയവാദം പ്രധാനമായും ഒരു സത്താമീമാംസാത്മക പ്രബന്ധമാണ് (Ontological Thesis). അത് കാരണക്രമങ്ങളെക്കുറിച്ചോ നിയമങ്ങളെക്കുറിച്ചോ ഉള്ള വെറും ഉപന്യാസമല്ല; മറിച്ച് യാഥാർത്ഥ്യഘടനയുടെ സ്വഭാവത്തെക്കുറിച്ചുള്ള (Nature of Reality's Structure) അവകാശവാദമാണ്.
ഘടനാപര നിർണ്ണയവാദം (Structural Determinism) പറയുന്നത് ഇപ്രകാരമാണ്: യാഥാർത്ഥ്യം എന്നത് ഒരു സാകല്യഘടനയാണ് (Holistic Structure). ഒരു നിശ്ചിത സമയത്തിലെ പൂർണ്ണാവസ്ഥ (Complete State) അതിന്റെ

ഉള്ളിലുള്ള ഘടനാപരബന്ധങ്ങളാൽ (Structural Relations) നിർണ്ണയിക്കപ്പെട്ടതാണ്, കൂടാതെ അതിൽ നിന്ന് ഉദിക്കുന്ന തുടർച്ചയും അതേ ഘടനാപര സാംഗത്യമനുസരിച്ചാണ് (Structural Consistency) സംഭവിക്കുന്നത്.[5]

ഇവിടെ "നിർണ്ണയം" (Determination) എന്നത് സംഭവങ്ങളുടെ രേഖീയ ബന്ധമല്ല; മറിച്ച് അത് സാകല്യഘടനയുടെ ആന്തരിക അനിവാര്യതയാണ് (Internal Necessity of the Holistic Structure). ഒരു ഘടന സ്വയംസുസ്ഥിരവും സമ്പൂർണ്ണവു(Self-contained),മാണെങ്കിൽ, അതിൽ നിന്ന് സത്താപരമായി അസംഗതമായ ഒരു തുടക്കം ഉണ്ടായിരിക്കുക സാധ്യമല്ല..[6]

ഈ നിലപാട് രണ്ടു കാര്യങ്ങളിൽ വ്യക്തമാണ്:

- ഇത് ഒരു പ്രവചനപരമായ അവകാശവാദമല്ല (Not a Predictive Claim).
- ഇത് ജ്ഞാനപര സമ്പൂർണ്ണതയുമായി (Epistemic Completeness) ബന്ധമുള്ളതുമല്ല.

ജ്ഞാനപരമായ അനിശ്ചിതത്വം (Epistemic Uncertainty) എന്നത് സത്താപരമായ അനിശ്ചിതത്വമായി (Ontological Indeterminacy) മാറുന്നില്ല.[7] നമ്മുടെ അറിവിന്റെ പരിധി (Limit of Knowledge) എന്നത് യാഥാർത്ഥ്യഘടനയുടെ വിച്ഛേദമായി (Ontological Rupture) വായിക്കാനാകില്ല.

ഘടനാജാലത്തിന്റെ ഔപചാരിക നിർവ്വചനം

(Formal Definition of the Structural Mesh)

ഘടനാപര നിർണ്ണയവാദത്തിൽ "ഘടനാജാലം" (Structural Mesh) എന്ന ആശയം യാഥാർത്ഥ്യത്തിന്റെ അടിസ്ഥാനഘടനയെ സൂചിപ്പിക്കുന്നതിനായാണ് ഉപയോഗിക്കുന്നത്. ഈ പദം ഒരു രൂപകമാത്രമല്ല; അത് യാഥാർത്ഥ്യത്തിന്റെ സത്താപര വിന്യാസത്തെ സൂചിപ്പിക്കുന്ന ഒരു ഔപചാരിക നിർവ്വചനമാണ്.

ഒരു ഘടനാജാലം താഴെ പറയുന്ന ഘടകങ്ങളാൽ നിർവ്വചിക്കപ്പെടുന്നു:

1. ഘടകസമൂഹം (Set of Nodes)
യാഥാർത്ഥ്യത്തിൽ നിലവിലുള്ള എല്ലാ ഘടകങ്ങളുടെയും സമാഹാരം N എന്നാണ് കരുതുന്നത്. ഇവയെ "നോഡുകൾ" (Nodes) എന്ന് വിളിക്കുന്നു.

2. ബന്ധസമൂഹം (Set of Relations)
ഈ ഘടകങ്ങൾ തമ്മിലുള്ള സാപേക്ഷബന്ധങ്ങളുടെ സമാഹാരം R എന്നാണ് നിർവ്വചിക്കുന്നത്. ഓരോ ബന്ധവും നോഡുകൾ തമ്മിലുള്ള ഘടനാപര ആശ്രിതത്വത്തെ (Structural Dependence) പ്രതിനിധീകരിക്കുന്നു.

3. നിയന്ത്രണസമൂഹം (Constraint Structure)
ഘടനാജാലത്തിൽ എല്ലാ ബന്ധങ്ങളും സ്വതന്ത്രമല്ല; അവയ്ക്ക് ചില സ്ഥിരമായ ഘടനാപര നിയന്ത്രണങ്ങൾ (Constraints) ബാധകമാണ്. ഇവയെ C എന്നാണ് സൂചിപ്പിക്കുന്നത്.
ഈ മൂന്നു ഘടകങ്ങളും ചേർന്നതാണ് ഘടനാജാലം:
M=(N,R,C)M = (N, R, C)M=(N,R,C)
ഇവിടെ
N = ഘടകങ്ങൾ (Nodes)
R = ബന്ധങ്ങൾ (Relations)
C = ഘടനാപര നിയന്ത്രണങ്ങൾ (Constraints)
ഒരു നിശ്ചിത സമയത്ത് t യാഥാർത്ഥ്യത്തിന്റെ പൂർണ്ണാവസ്ഥ S_t ഈ ഘടനാജാലത്തിന്റെ ഒരു വിന്യാസമായിരിക്കും:
$S_t = M_t$
അഥവാ, സമയം t-ൽ നിലവിലുള്ള യാഥാർത്ഥ്യം ഘടകങ്ങൾ, ബന്ധങ്ങൾ, നിയന്ത്രണങ്ങൾ എന്നിവയുടെ ഏകീകരിച്ച ഘടനാപര വിന്യാസമാണ്.

ഈ നിർവ്വചനത്തിൽ ഒരു നിർണ്ണായകമായ ദാർശനിക ആശയം ഉൾക്കൊള്ളുന്നു: യാഥാർത്ഥ്യം ഒറ്റപ്പെട്ട

ഘടകങ്ങളുടെ കൂട്ടായ്മയല്ല; ബന്ധങ്ങളാലും നിയന്ത്രണങ്ങളാലും ഏകീകരിക്കപ്പെട്ട ഒരു ഘടനാപര വ്യവസ്ഥയാണ്. അതിനാൽ സംഭവങ്ങൾ ഒരൊറ്റ കാരണത്തിൽ നിന്ന് രേഖീയമായി ഉദിക്കുന്നവയല്ല; മറിച്ച് ഘടനാജാലത്തിലെ ബഹുസ്ഥര ബന്ധങ്ങളുടെയും നിയന്ത്രണങ്ങളുടെയും സംയോജിത ഫലങ്ങളാണ്. ഇതിന്റെ അടിസ്ഥാനത്തിൽ ഘടനാപര നിർണ്ണയവാദം യാഥാർത്ഥ്യത്തെ ഒരു രേഖീയ കാര്യകാരണ ശൃംഖലയായി കാണുന്നില്ല. മറിച്ച് അത് പരസ്പരബന്ധങ്ങളാൽ ഏകീകരിക്കപ്പെട്ട ഒരു ഘടനാജാലമായി മനസ്സിലാക്കുന്നു.

4. സംരക്ഷിക്കപ്പെടുന്ന നിലപാട് (The Defended Position)
ഈ ഗ്രന്ഥത്തിൽ സംരക്ഷിക്കപ്പെടുന്ന നിലപാട് ഘടനാപര നിർണ്ണയവാദമാണ് (Ontological Structural Determinism). അത് പറയുന്നത് ഇപ്രകാരമാണ്:

• യാഥാർത്ഥ്യം ഒരു സാകല്യഘടനയാണ് (Holistic Structure).
• ഓരോ സമയത്തും ഒരു പൂർണ്ണാവസ്ഥ (Complete State) നിലനിൽക്കുന്നു.
• ആ പൂർണ്ണാവസ്ഥയുടെ ഉള്ളിലുള്ള ഘടനാപരബന്ധങ്ങൾ അതിന്റെ തുടർച്ചയെ സോപാധികമായ അനിവാര്യതയാൽ (Conditional Necessity) നിർണ്ണയിക്കുന്നു.[8]
• യാഥാർത്ഥ്യത്തിൽ ആധാരരഹിതമായ വിച്ഛേദം (Brute Discontinuity) ഇല്ല.[9]

ഈ നിലപാട് കാര്യകാരണ നിർണ്ണയവാദത്തെയും നിയമാധിഷ്ഠിത നിർണ്ണയവാദത്തെയും ഉൾക്കൊള്ളാം; പക്ഷേ അവയെ അതിജീവിക്കുന്നു (Transcends). കാരണം, ഇതിന്റെ അടിസ്ഥാനപ്രശ്നം "എന്താണ് സംഭവിക്കുന്നത്?" എന്നതല്ല; മറിച്ച് "യാഥാർത്ഥ്യം എങ്ങനെയാണ് സത്താപരമായി ക്രമീകരിക്കപ്പെട്ടിരിക്കുന്നത്?" (How is Reality Ontologically Ordered?) എന്നതാണ്.

അതിനാല്, നിർണ്ണയവാദം ഇവിടെ ഒരു ശാസ്ത്രീയ സിദ്ധാന്തമല്ല (Scientific Theory); അത് ഒരു സത്താമീമാംസാത്മക പ്രബന്ധമാണ് (Ontological Thesis).

പൂർണ്ണാവസ്ഥയുടെ മാതൃകാപര നിർവ്വചനം (Modal Definition of the Complete State)

ഈ പ്രബന്ധത്തിന്റെ തർക്കാത്മക കേന്ദ്രം (Dialectical Core) നിലകൊള്ളുന്നത് പൂർണ്ണാവസ്ഥ (Complete State) എന്ന ആശയത്തിന്മേലാണ്. പൂർണ്ണാവസ്ഥയെ കൃത്യമായി നിർവ്വചിക്കാതെ നിർണ്ണയവാദം (Determinism) എന്നത് ഒരു ശക്തമായ സത്താമീമാംസാത്മക (Ontological) നിലപാടായി നിലനിൽക്കുകയില്ല. അതിനാൽ, ഈ സെഷനിൽ പൂർണ്ണാവസ്ഥയുടെ സങ്കല്പത്തെ സമയപരവും മാതൃകാപരവുമായ ഘടനയിൽ (Temporal and Modal Structure) വിശദീകരിക്കുന്നു.[10]

5. സമയ സൂചികയുള്ള പൂർണ്ണാവസ്ഥ (Temporally Indexed Complete State)

പൂർണ്ണാവസ്ഥ (Complete State) എന്നത് സമയം t എന്ന ഒരു നിർദ്ദിഷ്ട നിമിഷത്തിൽ നിലവിലുള്ള യാഥാർത്ഥ്യത്തിന്റെ സമഗ്ര വിന്യാസമാണ് (Total Configuration). ഇത് പ്രധാനമായും മൂന്ന് ഘടകങ്ങളെ ഉൾക്കൊള്ളുന്നു:

- നിലവിലുള്ള എല്ലാ ഘടകങ്ങളും.
    - അവയുടെ പരസ്പര സാപേക്ഷബന്ധങ്ങൾ (Interrelations).
- സാകല്യഘടനയിൽ (Holistic Structure) അവയ്ക്കുള്ള ഘടനാപരമായ സ്ഥാനം.

ഇവിടെ "പൂർണ്ണ" എന്നത് കേവലമായ ഒരു വിവരണപര സമ്പൂർണ്ണതയല്ല, മറിച്ച് അത് സത്താപര സമഗ്രതയെ (Ontological Totality) ആണ് സൂചിപ്പിക്കുന്നത്. ഒരു നിശ്ചിത സമയത്ത് യാഥാർത്ഥ്യത്തിൽ നിലവിലുള്ള യാതൊന്നും തന്നെ ഈ വിന്യാസത്തിന് പുറത്തായി നിലനിൽക്കുന്നില്ല എന്നതാണ് ഇതിന്റെ പൊരുൾ. സമയം t എന്ന സൂചിക (Index) ഇവിടെ അതീവ നിർണ്ണായകമാണ്; കാരണം,

നിർണ്ണയവാദം അവകാശപ്പെടുന്നത് ഒരു നിർദ്ദിഷ്ട ഘടനയിൽ നിന്നാണ് അതിന്റെ തുടർച്ച ഉദിക്കുന്നത് എന്നാണ്. അതിനാൽ, ഒരു സമയസൂചിക (Temporal Index) ഇല്ലാതെ പൂർണ്ണാവസ്ഥയെ നിർവ്വചിക്കാൻ സാധ്യമല്ല. എന്നാൽ, ഇത് കേവലം ഒരു "ക്ഷണചിത്രം" (Snapshot) മാത്രമാണോ, അതോ മുഴുവൻ കാലഘടനയുടെയും ഭാഗമാണോ എന്ന ചോദ്യം ഇവിടെ പ്രസക്തമാകുന്നു.

6. Snapshot vs Block: അന്തർവിരോധത്തിന്റെ പരിഹാരം
(Resolving the Internal Conflict)

പൂർണ്ണാവസ്ഥയെ ദാർശനികമായി രണ്ട് രീതികളിൽ ചിന്തിക്കാവുന്നതാണ്. ഒന്നാമതായി, "Snapshot" മാതൃക; ഇതിൽ ഒരു നിർദ്ദിഷ്ട നിമിഷത്തിലെ യാഥാർത്ഥ്യവിന്യാസം ഒരു സ്വതന്ത്ര ഘടനയായി പരിഗണിക്കപ്പെടുന്നു. രണ്ടാമതായി, "Block" മാതൃക; ഇവിടെ കാലം മുഴുവനും ഒരുമിച്ച് നിലനിൽക്കുന്ന ഒരു സാകല്യഘടനയായാണ് ലോകം കണക്കാക്കപ്പെടുന്നത്, സമയം എന്നത് ഈ ഘടനയുടെ ആന്തരികമായ ഒരു ഭാഗം മാത്രമാണ്.

ഈ രണ്ട് കാഴ്ചപ്പാടുകൾക്കും ഇടയിൽ ഒരു പ്രത്യക്ഷമായ സംഘർഷമുണ്ട്. Snapshot മാതൃക സ്വീകരിച്ചാൽ, ഓരോ നിമിഷവും സ്വതന്ത്രമായ ഘടകങ്ങളായി നമുക്ക് അനുഭവപ്പെടാം. നേരെമറിച്ച്, Block മാതൃകയിൽ ഓരോ നിമിഷവും മുഴുവൻ ഘടനയുടെ അവിഭാജ്യ ഘടകമത്രേ. ഘടനാപരമായ സത്താമീമാംസാത്മക നിർണ്ണയവാദം (Ontological Structural Determinism) ഈ സംഘർഷത്തെ ഇപ്രകാരം പരിഹരിക്കുന്നു: സമയം t എന്ന സൂചികയുള്ള പൂർണ്ണാവസ്ഥ എന്നത് സാകല്യഘടനയുടെ ഒരു ഘടനാപരമായ നിലയാണ്. അത് സ്വതന്ത്രമായ ഒരു സത്താപരമായ അണു (Ontological Atom) അല്ല, മറിച്ച് സാകല്യത്തിന്റെ ഒരു വിന്യാസം (Configuration) മാത്രമാണ്. അതായത്, Snapshot എന്നത് ഒരു സത്താപരമായ ഒറ്റപ്പെടലല്ല (Ontological Isolation), മറിച്ച് Block-ന്റെ

ഘടനാപരമായ ഒരു വിഭാഗമാണ്. ഈ വ്യാഖ്യാനം രണ്ട് കാര്യങ്ങളെ സംരക്ഷിക്കുന്നു:

• ഓരോ നിമിഷവും നിർണ്ണായകമായ ഒരു ഘടനാപരമായ അവസ്ഥയാണ്.

• എന്നാൽ അത് സാകല്യഘടനയിൽ നിന്ന് വേർപെട്ട സ്വതന്ത്രമായ ഒരു സത്തയല്ല.

7. സാധ്യതാലോക പശ്ചാത്തലം (Possible Worlds Context)

പൂർണ്ണാവസ്ഥയെ മാതൃകാപരമായി (Modally) വ്യക്തമാക്കാൻ സാധ്യമായ ലോകങ്ങളുടെ (Possible Worlds) അർത്ഥവിജ്ഞാനം നമുക്ക് ഉപയോഗിക്കാം. ഒരു സാധ്യമായ ലോകം എന്നത് ഒരു സമഗ്രമായ യാഥാർത്ഥ്യവിന്യാസമാണ്. ഒരു ലോകത്തിൽ സമയം t-ൽ നിലനിൽക്കുന്ന പൂർണ്ണാവസ്ഥയെ S_t എന്ന് കരുതുക. ഇവിടെ ഉയരുന്ന ചോദ്യം ഇതാണ്: S_t അതേപടി നിലനിൽക്കുന്ന മറ്റൊരു ലോകത്തിൽ വ്യത്യസ്തമായ ഒരു തുടർച്ച (Succession) ഉണ്ടായിരിക്കാൻ സാധ്യതയുണ്ടോ? ഘടനാപര നിർണ്ണയവാദം പറയുന്നത് ഇപ്രകാരമാണ്: ഒരു സാധ്യമായ ലോകത്തിൽ S_t എന്ന പൂർണ്ണാവസ്ഥ ബന്ധപരമായി താദാത്മ്യമുള്ളതാണെങ്കിൽ (Relationally Identical), അതിന്റെ തുടർച്ചയും ബന്ധപരമായി മാറ്റമില്ലാത്തതായിരിക്കും (Relationally Invariant). ഇവിടെ നിലനിൽക്കുന്ന അനിവാര്യത എന്നത് കേവലം തർക്കശാസ്ത്രപരമായ അനിവാര്യത (Logical Necessity) അല്ല. $S_t \rightarrow O_{t+1}$ എന്നത് ഒരു ഭാഷാപരമായ നിർബന്ധിതത്വമല്ല; മറിച്ച് അത് സത്താപരമായ ഘടനാപരബന്ധത്തിന്റെ (Ontological Structural Relation) രൂപമാണ്. അതായത്, പൂർണ്ണാവസ്ഥ S_t നിലനിൽക്കുമ്പോൾ, അതിൽ നിന്ന് ഉദിക്കുന്ന തുടർച്ച O_{t+1} ഘടനാപരമായ സാംഗത്യം (Structural Consistency) അനുസരിച്ചായിരിക്കും സംഭവിക്കുക.

8. ജ്ഞാനപര സമഗ്രതയും സത്താപര സമഗ്രതയും (Epistemic vs Ontological Totality)

പൂർണ്ണാവസ്ഥയെക്കുറിച്ചുള്ള ഏറ്റവും സാധാരണമായ തെറ്റിദ്ധാരണ അത് ജ്ഞാനപര സമ്പൂർണ്ണതയെ (Epistemic Completeness) കുറിച്ചുള്ള അവകാശവാദമാണോ എന്നതാണ്. എന്നാൽ അങ്ങനെയല്ല. ജ്ഞാനപര സമഗ്രത എന്നത് അറിവിന്റെ സമ്പൂർണ്ണതയെയാണ് സൂചിപ്പിക്കുന്നത്; അതായത് മനുഷ്യബോധത്തിന് എല്ലാ ഘടകങ്ങളെയും ബന്ധങ്ങളെയും അറിയാൻ കഴിയുമോ എന്നതാണ് അവിടുത്തെ ചോദ്യം.

എന്നാൽ സത്താപര സമഗ്രത (Ontological Completeness) എന്നത് യാഥാർത്ഥ്യഘടനയിൽ വിശദീകരിക്കപ്പെടാത്ത അവശിഷ്ടങ്ങൾ (Residue) ഒന്നുമില്ല എന്ന സത്താമീമാംസാത്മക അവകാശവാദമാണ്.

നിർണ്ണയവാദം ഈ രണ്ടാമത്തെ നിലപാടാണ് സംരക്ഷിക്കുന്നത്. ഇവിടെ ജ്ഞാനപരമായ അനിശ്ചിതത്വം (Epistemic Uncertainty) എന്നത് സത്താപരമായ അനിശ്ചിതത്വമായി (Ontological Indeterminacy) മാറുന്നില്ല. നമ്മുടെ വിവരണപരമായ അപൂർണ്ണതയെ യാഥാർത്ഥ്യത്തിന്റെ ഘടനാപരമായ വിച്ഛേദമായി (Ontological Rupture) വായിക്കാൻ സാധിക്കില്ല.

9. പൂർണ്ണാവസ്ഥയുടെ സംക്ഷിപ്ത നിർവ്വചനം (Concise Definition of the Complete State)

മുകളിൽ സൂചിപ്പിച്ച വിശദീകരണങ്ങളുടെ അടിസ്ഥാനത്തിൽ, പൂർണ്ണാവസ്ഥയെ ഇപ്രകാരം നിർവ്വചിക്കാം: സമയം t-ൽ നിലവിലുള്ള യാഥാർത്ഥ്യത്തിന്റെ സാകല്യഘടനാപരമായ വിന്യാസം, അതിന്റെ എല്ലാ ഘടകങ്ങളുടെയും സാപേക്ഷബന്ധങ്ങളുടെയും സമഗ്രവും ഏകീകൃതവുമായ നിലയാണ് പൂർണ്ണാവസ്ഥ.

ഇത് താഴെ പറയുന്നവയെ ഉറപ്പാക്കുന്നു:

• Snapshot-ന്റെ സമയപരമായ കൃത്യത (Temporal Precision) സംരക്ഷിക്കുന്നു.
• Block-ന്റെ സാകല്യഘടനയെ (Holistic Structure) അംഗീകരിക്കുന്നു.
• സാധ്യമായ ലോകങ്ങളുടെ പശ്ചാത്തലത്തിൽ ബന്ധപരമായ മാറ്റമില്ലായ്മ (Relational Invariance) സംരക്ഷിക്കുന്നു.
• ജ്ഞാനപരവും സത്താപരവുമായ സമഗ്രതയെ കൃത്യമായി വേർതിരിക്കുന്നു.

അനിവാര്യതയുടെ വ്യത്യാസങ്ങൾ (Distinctions of Necessity)
പൂർണ്ണാവസ്ഥ (Complete State) എന്ന ആശയം സത്താമീമാംസാത്മകമായ (Ontological) കൃത്യതയോടെ മുൻപ് സ്ഥാപിക്കപ്പെട്ടു. ഇനി ഉയരുന്ന നിർണ്ണായകമായ ചോദ്യം ഇതാണ്: ആ പൂർണ്ണാവസ്ഥയിൽ നിന്ന് അതിന്റെ തുടർച്ച എങ്ങനെയാണ് അനിവാര്യമായി ഉരുത്തിരിയുന്നത്? ഇത് വിശകലനം ചെയ്യുന്നതിന് മുമ്പായി "അനിവാര്യത" (Necessity) എന്ന പദത്തിന്റെ വ്യത്യസ്ത അർത്ഥതലങ്ങളെ കൃത്യമായി വേർതിരിക്കേണ്ടതുണ്ട്. താഴെ പറയുന്ന തരംതിരിക്കൽ നിർണ്ണയവാദത്തെ (Determinism) തർക്കപരമായ അസ്പഷ്ടതകളിൽ നിന്ന് സംരക്ഷിക്കുന്നതിനാണ്.

10. തർക്കശാസ്ത്രപരമായ അനിവാര്യത (Logical Necessity)

തർക്കശാസ്ത്രപരമായ അനിവാര്യത (Logical Necessity) എന്നത് വാക്യഘടനയിലൂടെ (Syntactic Structure) നിർബന്ധിതമാകുന്ന സത്യപ്രസ്താവനകളെയാണ് സൂചിപ്പിക്കുന്നത്. ഉദാഹരണത്തിന്, "A അല്ലെങ്കിൽ A അല്ല" (A ∨ ¬A) എന്ന വാക്യം എല്ലാ സാഹചര്യങ്ങളിലും സത്യമാണ്; അത് തർക്കഘടനയുടെ രൂപപരമായ അനിവാര്യതയാണ്. ഇത് ലോകത്തിന്റെ സത്താപരമായ ഘടനയെക്കുറിച്ചുള്ള (Ontological Structure) ഒരു അവകാശവാദമല്ല, മറിച്ച് ചിന്തയുടെ നിയമങ്ങളുമായി

(Laws of Thought) മാത്രം ബന്ധപ്പെട്ടതാണ്. അതുകൊണ്ട് തന്നെ, നിർണ്ണയവാദം കേവലമായ ഒരു തർക്കശാസ്ത്രപരമായ അനിവാര്യതയെ അവകാശപ്പെടുന്നില്ല; ലോകം ഒരു ഗണിതസൂത്രം പോലെ തർക്കപരമായി നിർബന്ധിതമാണെന്ന് ഇത് വാദിക്കുന്നില്ല.

11. സത്താപരമായ അനിവാര്യത (Ontological Necessity)

സത്താപരമായ അനിവാര്യത (Ontological Necessity) എന്നത് യാഥാർത്ഥ്യഘടനയുടെ സഹജമായ സ്വഭാവത്തിൽ നിന്നുള്ള നിർബന്ധിതത്വമാണ്. ഒരു പൂർണ്ണാവസ്ഥ എന്നത് സാകല്യഘടനയുടെ (Holistic Structure) സമഗ്ര വിന്യാസമാണെങ്കിൽ, അതിൽ നിന്ന് ഉദിക്കുന്ന തുടർച്ചയ്ക്ക് ആ ഘടനയുടെ ആന്തരിക സുസ്ഥിരതയെ (Internal Consistency) ലംഘിച്ചുകൊണ്ട് വേറിട്ടുനിൽക്കാൻ സാധ്യമല്ല. ഇത് തർക്കശാസ്ത്രപരമായ അനിവാര്യതയുമായി തുല്യമല്ല. ഇവിടെ അനിവാര്യത ഉദിക്കുന്നത് വാക്യഘടനയിൽ നിന്നല്ല, മറിച്ച് സത്താപരമായ സാകല്യഘടനയിൽ നിന്നാണ്. ഈ ഗ്രന്ഥത്തിൽ നാം സംരക്ഷിക്കുന്ന അനിവാര്യതയുടെ രൂപം ഇതുതന്നെയാണ്.

12. നിയമാധിഷ്ഠിത അനിവാര്യത (Nomological Necessity)

നിയമാധിഷ്ഠിത അനിവാര്യത (Nomological Necessity) നിലനിൽക്കുന്നത് പ്രകൃതിനിയമങ്ങളുടെ അടിസ്ഥാനത്തിലാണ്. ഒരു നിശ്ചിത സമയത്ത് ലോകത്തിന്റെ അവസ്ഥയും ആ നിമിഷത്തിലെ നിയമങ്ങളും നൽകപ്പെട്ടിരിക്കുമ്പോൾ, അതിന്റെ തുടർച്ച നിർണ്ണയിക്കപ്പെടുന്നു എന്നതാണ് ഇതിന്റെ കേന്ദ്രവാദം. എന്നാൽ, നിയമങ്ങൾ എന്നത് സ്വതന്ത്രമായ സത്താപരമായ ഘടകങ്ങളാണോ (Independent Ontological Entities), അതോ സാകല്യഘടനയുടെ വിവരണരൂപങ്ങൾ മാത്രമാണോ എന്ന ചോദ്യം ഇവിടെ നിർണ്ണായകമാണ്.

ഘടനാപരമായ സത്താമീമാംസാത്മക നിർണ്ണയവാദം (Ontological Structural Determinism) നിയമങ്ങളെ പ്രാഥമികമായ സത്താപര അടിസ്ഥാനമായി കാണുന്നില്ല; മറിച്ച് അവ സാകല്യഘടനയുടെ സ്ഥിരമായ ക്രമബദ്ധതയുടെ വിവരണങ്ങൾ മാത്രമാണെന്ന് കണക്കാക്കുന്നു. അതിനാൽ, നിയമാധിഷ്ഠിത അനിവാര്യത എന്നത് സത്താപരമായ അനിവാര്യതയുടെ ഉപരിതലരൂപം മാത്രമാണ്.

13. സാധ്യതയും ആകസ്മികതയും: ജ്ഞാനമീമാംസയും സത്താമീമാംസയും (Possibility and Contingency: Epistemology and Ontology)

സാധ്യത (Possibility) എന്ന പദം രണ്ട് വ്യത്യസ്ത തലങ്ങളിൽ ഉപയോഗിക്കപ്പെടുന്നു. ജ്ഞാനപരമായ സാധ്യത (Epistemic Possibility) എന്നത് നമ്മുടെ അറിവിന്റെ പരിധികളുമായി ബന്ധപ്പെട്ടതാണ്; ഒരു സംഭവത്തെക്കുറിച്ച് നമുക്ക് വ്യക്തമായ ബോധ്യമില്ലെങ്കിൽ നാം അതിനെ “സാധ്യം” എന്ന് വിശേഷിപ്പിക്കുന്നു. എന്നാൽ സത്താപരമായ സാധ്യത (Ontological Possibility) എന്നത് യാഥാർത്ഥ്യഘടനയിൽ വ്യത്യസ്തമായ ഒരു വിന്യാസം സത്താപരമായി നിലനിൽക്കാൻ പ്രാപ്തമാണോ എന്നതാണ്. നാം മുൻപ് സൂചിപ്പിച്ചത് പോലെ, ജ്ഞാനപരമായ അപൂർണ്ണത (Epistemic Incompleteness) എന്നത് ഒരിക്കലും സത്താപരമായ അപൂർണ്ണത (Ontological Incompleteness) ആകുന്നില്ല. ഈ വ്യത്യാസം സംരക്ഷിക്കപ്പെടാത്തതിനാലാണ് നിർണ്ണയവാദം പലപ്പോഴും തെറ്റായി വിമർശിക്കപ്പെടുന്നത്. മിക്കപ്പോഴും, മനുഷ്യന്റെ പ്രവചനപരമായ അനിശ്ചിതത്വത്തെ (Predictive Uncertainty) സത്താപരമായ ആകസ്മികതയായി (Contingency) തെറ്റായി വായിക്കപ്പെടുന്നു. ഘടനാപര നിർണ്ണയവാദം വ്യക്തമാക്കുന്നത് ഇതാണ്: ജ്ഞാനപരമായ അനിശ്ചിതത്വം എന്നത് യാഥാർത്ഥ്യഘടനയുടെ സത്താപരമായ വിച്ഛേദം (Ontological Rupture) അല്ല.

14.□(S → O) എന്ന പ്രതീകത്തിന്റെ വിശദീകരണം
(Explanation of the Symbol)

പൂർണ്ണാവസ്ഥയെ S എന്നും അതിന്റെ തുടർച്ചയെ O എന്നും പരിഗണിച്ചാൽ, "□(S → O)" എന്ന പ്രതീകത്തെ ഇപ്രകാരം വായിക്കാം: പൂർണ്ണാവസ്ഥ S നിലവിലുണ്ടെങ്കിൽ, അതിൽ നിന്ന് O എന്ന തുടർച്ച സോപാധികമായ അനിവാര്യതയാൽ (Conditional Necessity) ഉദിക്കുന്നു. ഇവിടെ □ എന്നത് തർക്കശാസ്ത്രപരമായ അനിവാര്യതയല്ല, മറിച്ച് സത്താപരമായ അനിവാര്യതയാണ്.

ഇതൊരിക്കലും "□O" എന്ന അവകാശവാദമല്ല. അതായത്, O എന്ന ഫലം എല്ലാ സാഹചര്യങ്ങളിലും കേവലമായി അനിവാര്യമാണെന്ന് ഇത് പറയുന്നില്ല. മറിച്ച്, S എന്ന പൂർണ്ണാവസ്ഥ നൽകപ്പെട്ടിരിക്കുമ്പോൾ, അതിൽ നിന്ന് വ്യത്യസ്തമായ ഒരു തുടർച്ച ഉണ്ടാകുന്നത് സത്താപരമായ സുസ്ഥിരതയെ ലംഘിക്കും എന്നതുമാത്രമാണ് ഇവിടുത്തെ വാദം. ഇത് സാധ്യതകളുടെ പൂർണ്ണമായ തകർച്ചയായ മോഡൽ കൊളാപ്സ് (Modal Collapse) ഉണ്ടാക്കുന്നില്ല; കാരണം ഇവിടെ കേവലമായ അനിവാര്യതയല്ല, മറിച്ച് സോപാധികമായ സത്താപര അനിവാര്യത മാത്രമാണ് സംരക്ഷിക്കപ്പെടുന്നത്.

സംക്ഷിപ്ത നിർണ്ണയം (Brief Determination)

10 മുതൽ 14 വരെ വിശദീകരിച്ച കാര്യങ്ങൾ നിർണ്ണയവാദത്തിന്റെ തർക്കപരമായ പരിധി കൃത്യമായി നിശ്ചയിക്കുന്നു:

• നിർണ്ണയവാദം തർക്കശാസ്ത്രപരമായ അനിവാര്യതയല്ല.
• അത് നിയമാധിഷ്ഠിത അനിവാര്യതയിലേക്ക് മാത്രമായി ചുരുങ്ങുന്നില്ല.
• അത് സത്താപരമായ അനിവാര്യതയെ സോപാധികമായ രൂപത്തിൽ സംരക്ഷിക്കുന്നു.

• ജ്ഞാനപരമായ അപൂർണ്ണത സത്താപരമായ ആകസ്മികതയെ സൂചിപ്പിക്കുന്നില്ല.

അനിവാര്യതയുടെ ഈ വൈവിധ്യങ്ങൾ വ്യക്തമാക്കപ്പെട്ട സാഹചര്യത്തിൽ, അടുത്ത ഘട്ടമായി പര്യാപ്ത കാരണത്തിന്റെ തത്വം (Principle of Sufficient Reason - PSR) എങ്ങനെയാണ് ഈ ഘടനാപര നിർണ്ണയവാദത്തിന് സത്താപരമായ അടിത്തറയാകുന്നത് എന്ന് പരിശോധിക്കേണ്ടതുണ്ട്.

പര്യാപ്ത കാരണത്തിന്റെ തത്വം: സത്താപര സാംഗത്യത്തിന്റെ ആവശ്യകത (Principle of Sufficient Reason: The Necessity of Ontological Consistency)

ഘടനാപരമായ സത്താമീമാംസാത്മക നിർണ്ണയവാദം (Ontological Structural Determinism) യാഥാർത്ഥ്യം എന്നത് ഒരു സാകല്യഘടന (Holistic Structure) ആണെന്ന് അവകാശപ്പെടുന്നു. എന്നാൽ ഈ അവകാശവാദം ഒരു നിർണ്ണായകമായ തത്വചിന്താപരമായ അടിസ്ഥാനത്തിലാണ് നിലകൊള്ളുന്നത്: പര്യാപ്ത കാരണത്തിന്റെ തത്വം (Principle of Sufficient Reason – PSR). ഈ തത്വം സരളമായി വ്യക്തമാക്കുന്നത്, ഓരോ സത്യത്തിനും ഓരോ സത്താപരമായ വിന്യാസത്തിനും, എന്തുകൊണ്ടാണ് അത് അപ്രകാരം നിലനിൽക്കുന്നത് എന്നതിന് ഒരു പര്യാപ്ത വിശദീകരണം (Sufficient Explanation) ഉണ്ടായിരിക്കണം എന്നതാണ്.

ലൈബ്നിറ്റ്സും പര്യാപ്ത കാരണത്തിന്റെ തത്വവും (Leibniz and the PSR)

ഗോട്ട്ഫ്രീഡ് വിൽഹെം ലൈബ്നിറ്റ്സ് (Gottfried Wilhelm Leibniz) പര്യാപ്ത കാരണത്തിന്റെ തത്വത്തെ സത്താമീമാംസയുടെ (Metaphysics) കേന്ദ്രതത്വമായി ഉയർത്തിക്കാട്ടി. ലോകം എന്നത് അപ്രതീക്ഷിതമായ ആകസ്മികതകളുടെ (Contingencies) ഒരു കൂട്ടായ്മയല്ല; മറിച്ച് അത് സാംഗത്യമുള്ള ഒരു ക്രമീകരണമാണെന്ന് അദ്ദേഹം വാദിച്ചു.[59] "ഇത് എന്തുകൊണ്ട് ഇങ്ങനെ?" എന്ന ചോദ്യം യാഥാർത്ഥ്യത്തെക്കുറിച്ചുള്ള യുക്തിസഹമായ

അന്വേഷണത്തിന്റെ അടിസ്ഥാനം തന്നെയാണെന്ന് ലൈബ്നിറ്റ്സ് കരുതിയിരുന്നു.
ലൈബ്നിറ്റ്സിന്റെ നിലപാടിൽ, ഒരു വസ്തുവോ ഒരു സംഭവമോ നിലനിൽക്കുന്നത് വെറും യാദൃശ്ചികതയാൽ (Contingency) അല്ല; അതിന് ഒരു പര്യാപ്ത കാരണം ഉണ്ടായിരിക്കണം. ഈ തത്വം ഇല്ലാതാകുന്നിടത്ത് സത്താമീമാംസാത്മക അന്വേഷണത്തിന്റെ ദിശ തന്നെ നഷ്ടമാകുന്നു. കാരണം, ഒരു ഘട്ടത്തിൽ "ഇവിടെ വിശദീകരണം അവസാനിക്കുന്നു" എന്ന് നാം പറയുകയാണെങ്കിൽ, അത് സത്താപരമായ സാംഗത്യത്തിന്റെ വിച്ഛേദനത്തിന് കാരണമാകുന്നു.
സമകാലീന പ്രതിരോധങ്ങൾ (Contemporary Defenses)
പര്യാപ്ത കാരണത്തിന്റെ തത്വം ശാസ്ത്രീയ-തർക്കപര അന്വേഷണത്തിന്റെ അടിസ്ഥാനം തന്നെയാണെന്ന് പല സമകാലീന തത്വചിന്തകരും വാദിക്കുന്നു.
ലോകത്തെക്കുറിച്ചുള്ള ഒരു ഏകീകൃത ദർശനം നിലനിർത്തുന്നതിന് സത്താപരമായ ആന്തരിക സുസ്ഥിരത (Internal Consistency) അത്യന്താപേക്ഷിതമാണ്.[60]
അതിനാൽ, PSR എന്നത് ഒരു അധിക അവകാശവാദമല്ല; മറിച്ച് അത് സത്താപരമായ സുസ്ഥിരതയുടെ പ്രാഥമിക നിബന്ധനയാണ്.

ഇവരുടെ വാദപ്രകാരം, PSR ഒരു ഡോഗ്മാറ്റിക് സിദ്ധാന്തമല്ല; മറിച്ച് വിശദീകരണാത്മക യുക്തിചിന്തയുടെ അടിസ്ഥാന മുൻകൂർ ധാരണയാണ്. മറിച്ച് നാം എന്തിനെയും വിശദീകരിക്കാൻ ശ്രമിക്കുന്നിടത്ത് അതിന് കാരണമുണ്ടെന്ന് മുൻകൂട്ടി കരുതുന്നു. ഈ മുൻകൂർ ധാരണയില്ലാതെ ശാസ്ത്രവും സത്താമീമാംസയും മുന്നോട്ട് പോകുകയില്ല.[61]
ആധാരരഹിതമായ വസ്തുത (Brute Fact) എന്ന വെല്ലുവിളി
ഇവിടെ ഏറ്റവും ശക്തമായ വെല്ലുവിളി ഉയരുന്നത് ആധാരരഹിതമായ വസ്തുത (Brute Fact) എന്ന ആശയത്തിലൂടെയാണ്. ആധാരരഹിതമായ വസ്തുത

എന്നത് ഏതെങ്കിലും സത്യം യാതൊരു വിശദീകരണവുമില്ലാതെ നിലനിൽക്കുന്നു എന്ന അവകാശവാദമാണ്. അത് അപ്രകാരം തന്നെയാണെന്നും അതിന് പിന്നിൽ കൂടുതൽ കാരണങ്ങൾ അന്വേഷിക്കേണ്ടതില്ലെന്നും പറയുന്ന നിലപാടാണത്. ഈ ആശയം പര്യാപ്ത കാരണത്തിന്റെ തത്വത്തെ നേരിട്ട് ചോദ്യം ചെയ്യുന്നു. ലോകം ഒരു ഘട്ടത്തിൽ വിശദീകരണം നിർത്തിവെക്കേണ്ടി വരുമോ? വിശദീകരണത്തിന്റെ ശൃംഖല അനന്തമായ പിൻവാങ്ങലിലേക്ക് (Infinite Regress) പോകാതെ, ഒരു ആധാരരഹിതമായ ഘട്ടത്തിൽ അവസാനിക്കാമോ?[62] PSR സംരക്ഷിക്കുന്നവർക്ക് ഇത് നേരിട്ടുള്ള ഒരു സത്താപരമായ വെല്ലുവിളിയാണ്.

റസ്സൽ–ഹ്യൂം പാരമ്പര്യം (The Russell-Hume Tradition)

ഈ വെല്ലുവിളിയുടെ പശ്ചാത്തലത്തിൽ റസ്സൽ–ഹ്യൂം പാരമ്പര്യം ശ്രദ്ധേയമാണ്. ഡേവിഡ് ഹ്യൂം (David Hume) കാരണബന്ധത്തെക്കുറിച്ചുള്ള തന്റെ സംശയാത്മക സമീപനം അവതരിപ്പിച്ചപ്പോൾ, അനിവാര്യമായ ബന്ധം അനുഭവത്തിൽ പ്രത്യക്ഷപ്പെടുന്നില്ലെന്ന് വാദിച്ചു.[63] ബർട്രാൻഡ് റസ്സൽ (Bertrand Russell) പിന്നീട് ലോകത്തെ "അത് അങ്ങനെ തന്നെയാണ്" എന്ന രീതിയിൽ സ്വീകരിക്കാമെന്ന് വാദിച്ചു. ലോകത്തിന് പുറത്തൊരു വിശദീകരണം ആവശ്യപ്പെടേണ്ടതില്ലെന്നും അത് സ്വയം ഒരു വസ്തുതയായി നിലനിൽക്കാം എന്നുമുള്ള നിലപാട് ഇവിടെ ഉയരുന്നു.[64] ഈ നിലപാട് PSR-നെ നിരാകരിക്കുകയും ലോകം ഒരു ആധാരരഹിതമായ വസ്തുതയായിരിക്കാമെന്ന് സമ്മതിക്കുകയും ചെയ്യുന്നു.

ശക്തമായ രൂപത്തിലുള്ള ആക്ഷേപം (Steelman)

PSR-നെതിരായ ശക്തമായ ആക്ഷേപം ഇപ്രകാരം രൂപപ്പെടുത്താം:

1. ഓരോ വിശദീകരണത്തിനും കൂടുതൽ വിശദീകരണം ആവശ്യമെങ്കിൽ, അനന്തമായ പിൻവാങ്ങൽ ഉണ്ടാകും.

2. അനന്തമായ പിൻവാങ്ങൽ ഒരു യഥാർത്ഥ വിശദീകരണമായി പ്രവർത്തിക്കില്ല.
3. അതിനാൽ, ഏതെങ്കിലും ഘട്ടത്തിൽ വിശദീകരണം നിർത്തിവെക്കേണ്ടി വരും.
4. തൽഫലമായി, ആധാരരഹിതമായ വസ്തുത സത്താപരമായി അംഗീകരിക്കാവുന്നതാണ്.

ഈ വാദം വിശദീകരണത്തിന്റെ സ്വഭാവത്തെക്കുറിച്ചുള്ള ആഴത്തിലുള്ള ചോദ്യങ്ങൾ ഉയർത്തുന്നതിനാൽ ഇതിനെ ലഘുവായി തള്ളിക്കളയാനാവില്ല.[65]
മറുപടി: സാംഗത്യവും സാകല്യഘടനയും (Consistency and Holistic Structure)
ഘടനാപരമായ സത്താമീമാംസാത്മക നിർണ്ണയവാദത്തിന്റെ മറുപടി വിശദീകരണത്തിന്റെ ശൃംഖലയെക്കുറിച്ചല്ല, മറിച്ച് സാകല്യഘടനയുടെ സുസ്ഥിരതയെക്കുറിച്ചാണ്. ആധാരരഹിതമായ വസ്തുതയെ അംഗീകരിക്കുന്നതോടെ യാഥാർത്ഥ്യഘടനയിൽ ഒരു സത്താപരമായ വിച്ഛേദം (Ontological Rupture) സംഭവിക്കുന്നു. ഒരു ഘടനയിൽ ചില ഘടകങ്ങൾ വിശദീകരണാതീതമായി നിലനിൽക്കുന്നുവെങ്കിൽ, ആ ഘടനയുടെ ആന്തരിക സുസ്ഥിരത നഷ്ടപ്പെടും.

PSR ഇവിടെ ഒരു കേവലമായ നിർബന്ധിതതത്വമല്ല, മറിച്ച് സാകല്യഘടനയുടെ സാംഗത്യത്തിനുള്ള നിബന്ധനയാണ്. യാഥാർത്ഥ്യം ഒരു സാകല്യഘടന (Holistic Structure) ആണെങ്കിൽ, അതിൽ വിശദീകരണമില്ലാത്ത ഒരു ഘടകവും ഉണ്ടാകാൻ പാടില്ല. വിശദീകരണമില്ലാത്ത ഘടകം സാകല്യഘടനയെ തകർക്കും. അതിനാൽ, പര്യാപ്ത കാരണത്തിന്റെ തത്വം അനന്തമായ പിൻവാങ്ങലിനെ നിർബന്ധിക്കുന്നില്ല; മറിച്ച് സാകല്യഘടനയെ

സ്വയംസുസ്ഥിരമായ ഒരു വിന്യാസമായി കാണാൻ അനുവദിക്കുന്നു.[66]

പര്യാപ്ത കാരണത്തിന്റെ തത്വം ഘടനാപര നിർണ്ണയവാദത്തിന് ഒരു ബാഹ്യമായ കൂട്ടിച്ചേർക്കലല്ല, മറിച്ച് അതിന്റെ സത്താപരമായ പ്രതിബദ്ധത (Ontological Commitment) ആണ്. ലൈബ്നിറ്റ്സിൽ ഇത് ദൈവിക പശ്ചാത്തലത്തിലായിരുന്നുവെങ്കിൽ, ഇവിടെ അത് സാകല്യഘടനയുടെ ആന്തരിക സുസ്ഥിരതയായി പുനർവായിക്കപ്പെടുന്നു. ആധാരരഹിതമായ വസ്തുതയെ അംഗീകരിക്കുന്നത് സത്താപരമായ വിച്ഛേദം സൃഷ്ടിക്കുന്നു എന്നതിനാൽ, നിർണ്ണയവാദം സംരക്ഷിക്കുന്ന സത്താപരമായ അനിവാര്യത (Ontological Necessity) പര്യാപ്ത കാരണത്തിന്റെ തത്വം വഴി സുസ്ഥിരമായി നിലകൊള്ളുന്നു. ഇത് വിശദീകരണത്തിന്റെ അന്ത്യമല്ല, മറിച്ച് സത്താപരമായ സാംഗത്യത്തിന്റെ ആരംഭമാണ്.

മോഡൽ കൊളാപ്സ്: അനിവാര്യതയും ആകസ്മികതയും തമ്മിലുള്ള സംഘർഷം (Modal Collapse: The Conflict Between Necessity and Contingency)

പര്യാപ്ത കാരണത്തിന്റെ തത്വം (Principle of Sufficient Reason - PSR) സത്താപരമായി സ്ഥാപിക്കപ്പെട്ടതിനുശേഷം, നിർണ്ണയവാദത്തിനെതിരെ (Determinism) ഉയരുന്ന ഏറ്റവും ഗൗരവമുള്ള ആക്ഷേപം മോഡൽ കൊളാപ്സ് (Modal Collapse) എന്നതാണ്. സത്താപരമായ അനിവാര്യതയെ (Ontological Necessity) ശക്തമായി സംരക്ഷിക്കുമ്പോൾ, പ്രപഞ്ചത്തിലെ എല്ലാ സത്യങ്ങളും അനിവാര്യമായി മാറുകയും, യാഥാർത്ഥ്യത്തിൽ ആകസ്മികതയ്ക്ക് (Contingency) സ്ഥാനം ഇല്ലാതാകുകയും ചെയ്യുമോ എന്നതാണ് ഈ ആശങ്കയുടെ കേന്ദ്രബിന്ദു. നിർണ്ണയവാദം അതിന്റെ തീവ്രരൂപത്തിൽ അനിവാര്യതാവാദമായി (Necessitarianism) പരിണമിക്കുകയും, "എല്ലാം അനിവാര്യമാണ്" എന്ന

സമഗ്രമായ അവകാശവാദത്തിലേക്ക് വഴുതിവീഴുകയും ചെയ്യുന്നുണ്ടോ എന്ന് ഇവിടെ പരിശോധിക്കേണ്ടതുണ്ട്.[67]
ഈ പ്രതിസന്ധി വിശകലനം ചെയ്യുന്നതിന് ആദ്യം കേവലമായ അനിവാര്യതയും (Absolute Necessity) സോപാധികമായ അനിവാര്യതയും (Conditional Necessity) തമ്മിലുള്ള വ്യത്യാസം വ്യക്തമാക്കേണ്ടതുണ്ട്.
കേവലമായ അനിവാര്യത എന്നത് ഒരു സത്യവാക്യം എല്ലാ സാഹചര്യങ്ങളിലും അനിവാര്യമായി സത്യമാണ് എന്ന അവകാശവാദമാണ്. അത്തരം ഒരു നിലപാട് സത്താപര സാകല്യത്തെ മുഴുവൻ മുൻകൂട്ടി നിർണ്ണയിക്കപ്പെട്ട ഒന്നായി അവതരിപ്പിക്കുന്നു. ഇത് സ്വീകരിക്കുകയാണെങ്കിൽ, യാഥാർത്ഥ്യത്തിന്റെ ഓരോ ഘടകവും അതിന്റെ എല്ലാ സാധ്യതാപര വിന്യാസങ്ങളിലും അനിവാര്യമായി നിലനിൽക്കേണ്ടി വരും; അവിടെ ആകസ്മികതയ്ക്ക് ഒട്ടും സ്ഥാനമുണ്ടാവില്ല.
എന്നാൽ ഘടനാപരമായ സത്താമീമാംസാത്മക നിർണ്ണയവാദം (Ontological Structural Determinism) കേവലമായ അനിവാര്യതയെ സംരക്ഷിക്കുന്നില്ല. മറിച്ച്, അത് സോപാധികമായ അനിവാര്യത (Conditional Necessity) മാത്രമാണ് അവകാശപ്പെടുന്നത്. ഈ വിവേചനം അതീവ നിർണ്ണായകമാണ്.
"□(S → O)" എന്ന പ്രതീകം ഇതിനെ ദ്യോതിപ്പിക്കുന്നു. ഇവിടെ S എന്നത് പൂർണ്ണാവസ്ഥ (Complete State) ആയും, O അതിന്റെ തുടർച്ചയായും പരിഗണിക്കപ്പെടുന്നു. ഈ സമവാക്യം വ്യക്തമാക്കുന്നത്, S നിലവിലുണ്ടെങ്കിൽ O അനിവാര്യമാണ് എന്നതാണ്. എന്നാൽ ഇതിൽ നിന്ന് "□O" എന്നത് നിഗമനം ചെയ്യാൻ സാധ്യമല്ല. അതായത്, O എന്ന ഫലം എല്ലാ സാധ്യമായ ലോകങ്ങളിലും അനിവാര്യമാണ് എന്ന അവകാശവാദം ഇവിടെ ഉന്നയിക്കുന്നില്ല.

ഈ വ്യത്യാസം സൂക്ഷ്മമാണെങ്കിലും സത്താമീമാംസയിൽ ഇത് വലിയ സ്വാധീനം ചെലുത്തുന്നു. കാരണം അനിവാര്യതയുടെ തരംതിരിവ് വ്യക്തമാക്കാതെ

നിർണ്ണയവാദം എളുപ്പത്തിൽ അനിവാര്യതാവാദമായി തെറ്റായി വായിക്കപ്പെടാം. ഒരു നിശ്ചിത പൂർണ്ണാവസ്ഥ നൽകപ്പെട്ടിരിക്കുമ്പോൾ അതിന്റെ തുടർച്ച സോപാധികമായ അനിവാര്യതയാൽ നിർണ്ണയിക്കപ്പെടുന്നു എന്നത് ആന്തരിക സുസ്ഥിരതയുടെ (Internal Consistency) ഭാഗമാണ്. എന്നാൽ ആ പൂർണ്ണാവസ്ഥ (S) തന്നെ അനിവാര്യമാണെന്ന് ഇവിടെ വാദിക്കുന്നില്ല. അതിനാൽ, നിർണ്ണയവാദം ഇവിടെ സത്താപരമായ ആകസ്മികതയെ പൂർണ്ണമായി നിരസിക്കുന്നില്ല; മറിച്ച് ആകസ്മികതയുടെ സ്ഥാനം പൂർണ്ണാവസ്ഥയുടെ നിലയിലേക്കാണ് (Level of Initial State) മാറ്റുന്നത്.

ഇവിടെ പ്രസക്തമായ ചോദ്യം ഇതാണ്: പൂർണ്ണാവസ്ഥ തന്നെ ആകസ്മികമാണോ, അതോ അനിവാര്യമാണോ? ഘടനാപര നിർണ്ണയവാദം ഈ ചോദ്യത്തെ സവിശേഷമായ രീതിയിൽ മറികടക്കുന്നു. അത് പറയുന്നത്, പൂർണ്ണാവസ്ഥ എന്നത് സാകല്യഘടനയുടെ (Holistic Structure) ഒരു പ്രത്യേക വിന്യാസമാണെന്നാണ്. ആ വിന്യാസം എന്തുകൊണ്ട് അപ്രകാരം നിലനിൽക്കുന്നു എന്നത് പര്യാപ്ത കാരണത്തിന്റെ തത്വത്തിലൂടെ (PSR) വിശദീകരിക്കപ്പെടേണ്ടതുണ്ട്. എന്നാൽ, ആ വിന്യാസം ഒരിക്കൽ നിലനിൽക്കുന്നു എന്ന് ഉറപ്പായാൽ, അതിന്റെ തുടർച്ച സോപാധികമായ അനിവാര്യതയാൽ നിർണ്ണയിക്കപ്പെടുന്നു.

മോഡൽ കൊളാപ്സ് സംഭവിക്കുന്നത് സോപാധികമായ അനിവാര്യതയെ കേവലമായ അനിവാര്യതയായി തെറ്റായി വായിക്കുമ്പോഴാണ്. □(S → O)" എന്നത് "□O" എന്ന അവകാശവാദമല്ല എന്ന നിലയിൽ ചുരുക്കപ്പെടുമ്പോഴാണ് യഥാർത്ഥത്തിൽ യുക്തിപരമായ പ്രശ്നങ്ങൾ ഉണ്ടാകുന്നത്. എന്നാൽ ഈ ചുരുക്കം തർക്കശാസ്ത്രപരമായി (Logically) അസാധുവാണ്. S എന്ന നിബന്ധനയില്ലാതെ O അനിവാര്യമാണെന്ന് നാം

പറയുന്നില്ല; മറിച്ച് S നൽകപ്പെട്ടിരിക്കുമ്പോൾ O അനിവാര്യമാണ് എന്നാണ് നമ്മുടെ വാദം. ഇതിലൂടെ സത്താപരമായ ആകസ്മികത സംരക്ഷിക്കപ്പെടുന്നു. ലോകത്തിന്റെ പൂർണ്ണാവസ്ഥ വ്യത്യസ്തമായിരുന്നുവെങ്കിൽ, അതിന്റെ തുടർച്ചയും വ്യത്യസ്തമാകുമായിരുന്നു എന്ന സാധ്യത ഇവിടെ നിഷേധിക്കപ്പെടുന്നില്ല. അതായത്, ആകസ്മികത പ്രപഞ്ചത്തിൽ നിന്ന് പൂർണ്ണമായി തുടച്ചുനീക്കപ്പെടുന്നില്ല, മറിച്ച് അത് പ്രാരംഭ പൂർണ്ണാവസ്ഥയുടെ തലത്തിലേക്ക് കേന്ദ്രീകരിക്കപ്പെടുന്നു.

ചുരുക്കത്തിൽ, ഘടനാപരമായ സത്താമീമാംസാത്മക നിർണ്ണയവാദം കേവലമായ അനിവാര്യതാവാദത്തിലേക്ക് വഴുതിപ്പോകുന്നില്ല. അത് സോപാധികമായ അനിവാര്യതയെയാണ് ഉയർത്തിപ്പിടിക്കുന്നത്. യാഥാർത്ഥ്യം ഒരു സാകല്യഘടനയായതിനാൽ, ആ ഘടനയിലെ ആന്തരിക സുസ്ഥിരത അനുസരിച്ച് തുടർച്ച നിർണ്ണയിക്കപ്പെടുന്നു. എന്നാൽ, ഇതു കൊണ്ട് ലോകത്തിലെ എല്ലാ സത്യങ്ങളും കേവലമായി അനിവാര്യമാണെന്ന് അർത്ഥമാക്കുന്നില്ല. മോഡൽ കൊളാപ്സ് എന്ന ആക്ഷേപം നിർണ്ണയവാദത്തെ സംബന്ധിച്ച് ഗൗരവമുള്ളതാണെങ്കിലും, സോപാധികമായ അനിവാര്യതയുടെ കൃത്യമായ വ്യാഖ്യാനം വഴി അത് പരിഹരിക്കപ്പെടുന്നു. ഇതിലൂടെ സത്താപരമായ ആകസ്മികതയും ഘടനാപരമായ സുസ്ഥിരതയും ഒരേസമയം സംരക്ഷിക്കാൻ സാധിക്കുന്നു.

ഘടനാപര നിർണ്ണയവാദത്തിന്റെ കേന്ദ്രസിദ്ധാന്തം

(Structural Determinism Thesis)

ഈ ഗ്രന്ഥത്തിന്റെ കേന്ദ്രവാദം ഒരു ലളിതമായ കാരണക്രമ സിദ്ധാന്തമല്ല; അത് യാഥാർത്ഥ്യത്തിന്റെ ഘടനയെക്കുറിച്ചുള്ള ഒരു സത്താമീമാംസാത്മക പ്രസ്താവനയാണ്. യാഥാർത്ഥ്യം ഒറ്റപ്പെട്ട സംഭവങ്ങളുടെ അനുക്രമമായി നിലനിൽക്കുന്ന ഒന്നല്ല; മറിച്ച്

പരസ്പരബന്ധങ്ങളാൽ നിയന്ത്രിക്കപ്പെടുന്ന ഒരു സാകല്യഘടനയാണ്. ഈ ഘടനയെ ഇവിടെ "ഘടനാജാലം" (Structural Mesh) എന്ന ആശയത്തിലൂടെയാണ് മനസ്സിലാക്കുന്നത്.
അതിനാൽ ഘടനാപര നിർണ്ണയവാദത്തിന്റെ അടിസ്ഥാനപ്രസ്താവന ഇപ്രകാരമാണ്:

യാഥാർത്ഥ്യം
= പരസ്പരബന്ധങ്ങളാൽ നിയന്ത്രിക്കപ്പെടുന്ന ഒരു സാകല്യ ഘടനാജാലം
(Relationally constrained structural mesh)

സ്വയം / വ്യക്തി
= ഈ ഘടനാജാലത്തിനുള്ളിൽ രൂപപ്പെടുന്ന ഒരു വിവരാത്മക വിന്യാസം
(Informational configuration within the mesh)

സ്വാതന്ത്ര്യം
= സത്താമീമാംസാത്മക സ്വയംഭരണം അല്ല; മറിച്ച് ഘടനാപരമായ അനിവാര്യതയ്ക്കുള്ളിൽ സംഭവിക്കുന്ന പ്രവർത്തനപര പങ്കാളിത്തം
(Participation within causal necessity)

ഈ നിർവ്വചനം ഒരു നിർണ്ണായകമായ ദാർശനിക മാറ്റം നിർദ്ദേശിക്കുന്നു. നിർണ്ണയവാദം ഇവിടെ രേഖീയമായ കാര്യകാരണ ശൃംഖലയായി കാണപ്പെടുന്നില്ല; മറിച്ച് സാകല്യഘടനയുടെ ആന്തരിക സാംഗത്യം സംരക്ഷിക്കുന്ന ഒരു പരിണാമക്രമമായി മനസ്സിലാക്കപ്പെടുന്നു. ഒരു ഘടനയുടെ പൂർണ്ണാവസ്ഥ നൽകിയാൽ, അതിന്റെ തുടർച്ചയും അതേ ഘടനാപര നിയന്ത്രണങ്ങളോടൊപ്പം സുസ്ഥിരമായി വികസിക്കും.
ഇതിലൂടെ വ്യക്തമായി കാണുന്നത് ഇതാണ്:
നിർണ്ണയം എന്നത് സംഭവങ്ങളുടെ അനുക്രമപരമായ ബന്ധം മാത്രമല്ല; അത് യാഥാർത്ഥ്യഘടനയുടെ ആന്തരിക അനിവാര്യതയാണ്.
ഈ സിദ്ധാന്തമാണ് ഈ ഗ്രന്ഥത്തിന്റെ ശേഷിക്കുന്ന എല്ലാ അധ്യായങ്ങളുടെയും ദാർശനിക അടിത്തറ.

ഘടനാപര നിർണ്ണയവാദത്തിന്റെ ആക്സിയോമാറ്റിക് രൂപം

(Axiomatic Formulation of Structural Determinism)

ഈ ഗ്രന്ഥത്തിൽ അവതരിപ്പിക്കുന്ന ഘടനാപര നിർണ്ണയവാദം താഴെ പറയുന്ന അടിസ്ഥാന ആക്സിയോമുകളിലൂടെ സംക്ഷിപ്തമായി വ്യക്തമാക്കാം.

ആക്സിയം 1 – യാഥാർത്ഥ്യഘടന

യാഥാർത്ഥ്യം ഒറ്റപ്പെട്ട വസ്തുക്കളുടെ സമാഹാരമല്ല; പരസ്പരബന്ധങ്ങളാൽ ഏകീകരിക്കപ്പെട്ട ഒരു സാകല്യ ഘടനാജാലമാണ്.

ആക്സിയം 2 – സമ്പൂർണ്ണാവസ്ഥ

ഏത് സമയത്തും യാഥാർത്ഥ്യത്തിന് ഒരു സമ്പൂർണ്ണ ഘടനാപര അവസ്ഥ (Complete structural state) നിലനിൽക്കുന്നു. ഈ അവസ്ഥയിൽ എല്ലാ ഘടകങ്ങളും അവയുടെ ബന്ധങ്ങളും ഉൾപ്പെടുന്നു.

ആക്സിയം 3 – ഘടനാപര നിയന്ത്രണം

യാഥാർത്ഥ്യത്തിന്റെ പരിണാമം സ്വതന്ത്ര ചാടലുകളിലൂടെ സംഭവിക്കുന്നില്ല; അത് നിലവിലുള്ള ഘടനാപര നിയന്ത്രണങ്ങളോടൊപ്പം സുസ്ഥിരമായി വികസിക്കുന്നതാണ്.

ആക്സിയം 4 – വ്യക്തിയുടെ സത്ത

വ്യക്തി എന്നത് ഘടനാജാലത്തിൽ നിന്ന് വേർതിരിക്കപ്പെട്ട ഒരു സ്വതന്ത്ര സത്തയല്ല; മറിച്ച് അതിനുള്ളിൽ രൂപപ്പെടുന്ന ഒരു വിവരാത്മക വിന്യാസമാണ്.

ആക്സിയം 5 – പ്രവർത്തനപര സ്വാതന്ത്ര്യം

സ്വാതന്ത്ര്യം സത്താമീമാംസാത്മക സ്വയംഭരണം അല്ല; ഘടനാപര നിയന്ത്രണങ്ങളാൽ നിർണ്ണയിക്കപ്പെട്ട സാഹചര്യത്തിനുള്ളിൽ നടക്കുന്ന പ്രവർത്തനപര പങ്കാളിത്തമാണ്.

സംക്ഷിപ്ത സമവാക്യരൂപം

ഈ മുഴുവൻ സിദ്ധാന്തം താഴെ പറയുന്ന രീതിയിൽ സംഗ്രഹിക്കാം:

Reality = Relational Structural Mesh

Self = Informational Configuration within the Mesh

Freedom = Functional Participation within Structural Necessity

ഈ സമവാക്യരൂപം ഗ്രന്ഥത്തിന്റെ കേന്ദ്രദിശ വ്യക്തമാക്കുന്നു:

യാഥാർത്ഥ്യം ഘടനയാണ്, വ്യക്തി അതിലെ വിന്യാസമാണ്, സ്വാതന്ത്ര്യം അതിനുള്ളിലെ പ്രവർത്തനപര പങ്കാളിത്തമാണ്.

അന്തിമ ഘടനാപര സമാപനം

(Final Structural Conclusion)

മുൻപരിശോധനകളിൽ നിന്ന് വ്യക്തമായി ഉയരുന്ന അടിസ്ഥാന തിരിച്ചറിവ് ഇതാണ്. നിർണ്ണയവാദം വെറും സംഭവങ്ങളുടെ അനുക്രമപരമായ കാരണബന്ധത്തെക്കുറിച്ചുള്ള ശാസ്ത്രീയ സിദ്ധാന്തമല്ല; അത് യാഥാർത്ഥ്യത്തിന്റെ ഘടനയെക്കുറിച്ചുള്ള ഒരു സത്താമീമാംസാത്മക അവകാശവാദമാണ്. ലോകം ഒറ്റപ്പെട്ട സംഭവങ്ങളുടെ ചിതറിച്ച സമാഹാരമല്ല; പരസ്പര ആശ്രിതബന്ധങ്ങളാൽ ഏകീകരിക്കപ്പെട്ട ഒരു സാകല്യ ഘടനയാണ്. അതിനാൽ നിർണ്ണയം എന്നത് ഒരൊറ്റ കാരണത്തിൽ നിന്ന് മറ്റൊരു ഫലത്തിലേക്ക് നീങ്ങുന്ന രേഖീയ പ്രവാഹമല്ല, മറിച്ച് സാകല്യ ഘടനയുടെ ആന്തരിക സാംഗത്യം സംരക്ഷിക്കുന്ന പരിണാമക്രമമാണ്.

ഈ പശ്ചാത്തലത്തിൽ വ്യക്തിയും ലോകവും തമ്മിലുള്ള ബന്ധം പുതുവായി മനസ്സിലാക്കപ്പെടുന്നു. വ്യക്തി യാഥാർത്ഥ്യഘടനയ്ക്ക് പുറത്തുള്ള ഒരു സ്വയംഭരണ കേന്ദ്രമല്ല; മറിച്ച് ഘടനാജാലത്തിനുള്ളിൽ രൂപപ്പെടുന്ന ഒരു വിവരാത്മക വിന്യാസമാണ്. മനുഷ്യപ്രവർത്തനം അതിനാൽ കാര്യകാരണ ക്രമത്തിൽ നിന്നുള്ള ഒരു അപവാദമല്ല, മറിച്ച് അതിന്റെ ഉള്ളിൽ നടക്കുന്ന ഒരു

പ്രവർത്തനപര പ്രക്രിയയാണ്. അനുഭവപരമായ സ്വാതന്ത്ര്യം ഒരു സത്താമീമാംസാത്മക വിള്ളലിന്റെ തെളിവല്ല; അത് സങ്കീർണ്ണമായ ഘടനാപര പ്രക്രിയകളുടെ പ്രവർത്തനപര അനുഭവരൂപമാണ്.

ഈ തിരിച്ചറിവ് ഗ്രന്ഥത്തിന്റെ ശേഷിക്കുന്ന മുഴുവൻ അന്വേഷണത്തിനും അടിത്തറ ഒരുക്കുന്നു. അടുത്ത അധ്യായങ്ങളിൽ രേഖീയ കാരണക്രമത്തിന്റെ ചരിത്രപര രൂപീകരണവും അതിന്റെ സത്താപര പരിധികളും പരിശോധിക്കപ്പെടും. അതിനുശേഷം ഘടനാജാല അധിഷ്ഠിതമായ കാര്യകാരണബോധം, മനസ്സിന്റെ പ്രവർത്തനം, അർത്ഥത്തിന്റെ സാമൂഹിക ഘടന, ധാർമ്മിക ഉത്തരവാദിത്തം, ബോധത്തിന്റെ സ്വഭാവം എന്നിവ ഈ കേന്ദ്രസിദ്ധാന്തത്തിന്റെ വെളിച്ചത്തിൽ ക്രമമായി വികസിപ്പിക്കപ്പെടും.

അങ്ങനെ, ഘടനാപര നിർണ്ണയവാദം ഒരു ഒറ്റപ്പെട്ട വാദമല്ല; യാഥാർത്ഥ്യം, മനസ്സ്, സമൂഹം, ധാർമ്മികത എന്നിവയെ ഏകീകരിച്ച് മനസ്സിലാക്കാനുള്ള ഒരു സമഗ്ര ദാർശനിക ചട്ടക്കൂടാണ്.

References

1. David Hume, *An Enquiry Concerning Human Understanding* (Oxford: Oxford University Press, 2007).
2. David Lewis, *Philosophical Papers, Volume II* (Oxford: Oxford University Press, 1986).
3. Isaac Newton, *Philosophiæ Naturalis Principia Mathematica*, trans. I. Bernard Cohen and Anne Whitman (Berkeley: University of California Press, 1999).
4. D. M. Armstrong, *What Is a Law of Nature?* (Cambridge: Cambridge University Press, 1983).
5. Saul Kripke, *Naming and Necessity* (Cambridge, MA: Harvard University Press, 1980).
6. James Ladyman and Don Ross, *Every Thing Must Go: Metaphysics Naturalized* (Oxford: Oxford University Press, 2007).
7. Kit Fine, "Essence and Modality," *Philosophical Perspectives* 8 (1994): 1–16.
8. G. W. Leibniz, *Philosophical Essays*, trans. Roger Ariew and Daniel Garber (Indianapolis: Hackett, 1989).
9. Bertrand Russell, "The Philosophy of Logical Atomism," in *Logic and Knowledge*, ed. Robert C. Marsh (London: George Allen & Unwin, 1956).
10. Saul Kripke, *Naming and Necessity*.
11. David Lewis, *On the Plurality of Worlds* (Oxford: Blackwell, 1986).
12. Saul Kripke, *Naming and Necessity* (Cambridge, MA: Harvard University Press, 1980).
13. Kit Fine, "Essence and Modality," *Philosophical Perspectives* 8 (1994): 1–16.
14. Jonathan Schaffer, "The Priority of the Whole," *Philosophical Review* 119, no. 1 (2010): 31–76.
15. G. W. Leibniz, *Philosophical Essays*, trans. Roger Ariew and Daniel Garber (Indianapolis: Hackett, 1989).

16. Alexander R. Pruss, *The Principle of Sufficient Reason: A Reassessment* (Cambridge: Cambridge University Press, 2006).
17. D. M. Armstrong, *What Is a Law of Nature?* (Cambridge: Cambridge University Press, 1983).
18. Brian Ellis, *Scientific Essentialism* (Cambridge: Cambridge University Press, 2001).
19. Timothy Williamson, *Modal Logic as Metaphysics* (Oxford: Oxford University Press, 2013).
20. E. J. Lowe, *The Possibility of Metaphysics* (Oxford: Oxford University Press, 1998).
21. Alexander R. Pruss, *The Principle of Sufficient Reason: A Reassessment* (Cambridge: Cambridge University Press, 2006).
22. Michael Della Rocca, *PSR* (Oxford: Oxford University Press, 2021).
23. David Hume, *An Enquiry Concerning Human Understanding* (Oxford: Oxford University Press, 2007).
24. Bertrand Russell, *The Problems of Philosophy* (Oxford: Oxford University Press, 1912).
25. Graham Oppy, *Arguing About Gods* (Cambridge: Cambridge University Press, 2006).
26. Timothy Williamson, *Modal Logic as Metaphysics* (Oxford: Oxford University Press, 2013).
27. Kit Fine, "Essence and Modality," *Philosophical Perspectives* 8 (1994): 1–16.
28. Jonathan Schaffer, "The Priority of the Whole," *Philosophical Review* 119, no. 1 (2010): 31–76.
29. Brian Leftow, "Modal Collapse and the Trinity," *Faith and Philosophy* 31, no. 2 (2014): 135–152.
30. E. J. Lowe, *The Possibility of Metaphysics* (Oxford: Oxford University Press, 1998).

CHAPTER–2

രേഖീയ കാര്യകാരണബന്ധത്തിന്റെ ചരിത്രം
(History of Linear Causation)

കാര്യകാരണബന്ധം (Causality) രേഖീയമാണോ (Linear) അതോ ഘടനാപരമാണോ (Structural) എന്ന കേന്ദ്രപ്രശ്നത്തിന് മറുപടി കണ്ടെത്താൻ, ആദ്യം രേഖീയമായ കാര്യകാരണബോധത്തിന്റെ ചരിത്രപരമായ രൂപീകരണം മനസ്സിലാക്കേണ്ടതുണ്ട്. പാശ്ചാത്യ തത്വചിന്തയിൽ കാര്യകാരണബന്ധത്തെക്കുറിച്ചുള്ള രണ്ട് നിർണ്ണായക ഘട്ടങ്ങൾ അരിസ്റ്റോട്ടിലിന്റെ സമഗ്ര കാരണസിദ്ധാന്തവും ന്യൂട്ടോണിയൻ ഭൗതികശാസ്ത്രത്തിന്റെ യാന്ത്രിക മാതൃകയുമാണ്.[12] ഇവ രണ്ടും വ്യത്യസ്തമായ പശ്ചാത്തലങ്ങൾ പുലർത്തുന്നുണ്ടെങ്കിലും, പിൽക്കാലത്ത് രൂപപ്പെട്ട രേഖീയമായ കാര്യകാരണബോധത്തിന് ഇവ നൽകിയ സ്വാധീനം വളരെ വലുതാണ്.

1.1 അരിസ്റ്റോട്ടിലിന്റെ കാര്യകാരണ സിദ്ധാന്തം
(Aristotelian Causal Theory)

അരിസ്റ്റോട്ടിൽ കാരണത്തെ (Cause) വെറുമൊരു ഒറ്റപ്പെട്ട ഘടകമായി ചുരുക്കിയില്ല. അദ്ദേഹത്തിന്റെ നാല് കാരണങ്ങളുടെ സിദ്ധാന്തം—മെറ്റീരിയൽ (Material), ഫോർമൽ (Formal), എഫിഷ്യന്റ് (Efficient), ഫൈനൽ (Final)—കാര്യകാരണബന്ധത്തെ സമഗ്രമായ ഒരു വ്യവസ്ഥയായാണ് അവതരിപ്പിച്ചത്.[3]

മെറ്റീരിയൽ കോസ് (Material Cause): വസ്തുവിന്റെ ഘടകപദാർത്ഥം.

ഫോർമൽ കോസ് (Formal Cause): അതിന്റെ രൂപഘടന.

എഫിഷ്യന്റ് കോസ് (Efficient Cause): മാറ്റം ആരംഭിക്കുന്ന പ്രേരക ഘടകം.
ഫൈനൽ കോസ് (Final Cause): അതിന്റെ ലക്ഷ്യം അഥവാ ഉദ്ദേശ്യം.

ഇവയിൽ എഫിഷ്യന്റ് കോസ് ആണ് പിൽക്കാലത്ത് രേഖീയ കാര്യകാരണബന്ധത്തിന്റെ അടിസ്ഥാനമായി മാറിയത്; കാരണം, സംഭവങ്ങളുടെ അനുക്രമപരമായ തുടർച്ചയായി (കാര്യകാരണപരമായ അനുക്രമം - Causal Succession) ഇതിനെ മനസ്സിലാക്കാൻ എളുപ്പമാണ്.[4] എന്നാൽ അരിസ്റ്റോട്ടിലിന്റെ ദർശനത്തിൽ കാര്യകാരണബന്ധം വെറുമൊരു അനുക്രമമല്ല, മറിച്ച് അതൊരു ഘടനാപരമായ വിന്യാസമാണ്.[5] അദ്ദേഹത്തിന്റെ വീക്ഷണത്തിൽ കാര്യകാരണക്രമം ഉദ്ദേശ്യവാദാത്മക (Teleological) സ്വഭാവമുള്ളതാണ്.[6] ഫൈനൽ കോസ് എന്ന ആശയം പ്രകാരം, ഒരു വസ്തുവിന്റെ മാറ്റം എന്നത് ഒരു ലക്ഷ്യസാധന പ്രക്രിയയാണ്.
ഫോർമൽ കോസ് എന്ന സങ്കല്പം പ്രത്യേക ശ്രദ്ധ അർഹിക്കുന്നു. ഒരു വസ്തുവിന്റെ രൂപഘടന തന്നെയാണ് അതിന്റെ നിലനിൽപ്പിന്റെ നിർണ്ണായക ഘടകം. ഇതിലൂടെ കാര്യകാരണ വിശദീകരണം ഒരു ഘടനാപരമായ വിശദീകരണമായി മാറുന്നു.[7] അരിസ്റ്റോട്ടിലിന്റെ ഫോർമൽ കോസ് എന്നത് പിൽക്കാലത്ത് വികസിച്ച ഘടനാപരമായ കാര്യകാരണബോധത്തിന്റെ ഒരു മുൻസൂചനയായിരുന്നു എന്ന് കരുതാം.

1.2 ന്യൂട്ടോണിയൻ ഭൗതികശാസ്ത്രം (Newtonian Physics)

രേഖീയമായ കാര്യകാരണബോധത്തിന്റെ ശക്തമായ രൂപീകരണം സംഭവിച്ചത് ന്യൂട്ടോണിയൻ ഭൗതികശാസ്ത്രത്തിലൂടെയാണ്.[8] ഇവിടെ കാര്യകാരണ വിശദീകരണം ഒരു ഗണിത രൂപത്തിൽ (Mathematical

Formulation) പ്രത്യക്ഷപ്പെട്ടു. ന്യൂട്ടന്റെ രണ്ടാം നിയമം ബലം (Force) ചലനത്തെ (Motion) നിർണ്ണയിക്കുന്നു എന്ന് വ്യക്തമാക്കുന്നു:

F → a

ഈ ബന്ധം കാര്യകാരണ നിർണ്ണയവാദത്തിന്റെ (Causal Determinism) യാന്ത്രിക മാതൃകയായി മാറി.[9] ഡിഫറൻഷ്യൽ ഇക്വേഷനുകൾ (Differential Equations) മുഖേന, ഒരു വ്യവസ്ഥയുടെ പ്രാരംഭ അവസ്ഥ (Initial Conditions) നൽകിയാൽ, അതിന്റെ ഭാവി അവസ്ഥ അനിവാര്യമായി നിർണ്ണയിക്കപ്പെടുന്നു.[10] ഫേസ് സ്പേസിലെ (Phase space) നിർണ്ണയാത്മക പരിണാമം (Deterministic Evolution) എന്ന ആശയം, ഓരോ സമയത്തും ഒരു ഏക വഴി (Single Trajectory) മാത്രമേ സാധ്യമാകൂ എന്ന ധാരണ ശക്തിപ്പെടുത്തി.[11]

1.3 രേഖീയ മാതൃകയുടെ സത്താപര പരിമിതികൾ (Ontological Limitations)

രേഖീയ കാര്യകാരണ മാതൃകയ്ക്ക് (Linear Causal Model) മൂന്ന് പ്രധാന സത്താപരമായ പരിമിതികളുണ്ട്:

1. അനുക്രമത്തിലേക്കുള്ള ചുരുക്കൽ
2. പ്രാദേശികതയുടെ അതിപ്രസരം (Localism)
3. ഖണ്ഡീകരണം (Fragmentation)

സങ്കീർണ്ണ വ്യവസ്ഥകളുടെ (Complex systems) പഠനം ഈ പരിമിതികളെ കൂടുതൽ വ്യക്തമാക്കുന്നു.[12]

ഇടക്കാല നിർണ്ണയം (Intermediate Conclusion)

അരിസ്റ്റോട്ടിലിൽ കാര്യകാരണ വിശദീകരണം സമഗ്രമായിരുന്നുവെങ്കിൽ, ന്യൂട്ടോണിയൻ ഭൗതികശാസ്ത്രത്തിൽ അത് രേഖീയവും യാന്ത്രികവുമായി മാറി. എന്നാൽ ഇത്തരമൊരു രേഖീയമായ കാര്യകാരണ അനുക്രമം ലോകത്തിന്റെ സാകല്യഘടനയെ വിശദീകരിക്കാൻ പര്യാപ്തമാണോ?

മെഷ് കോസേഷൻ പ്രബന്ധം (Mesh Causation Thesis)

2.1 രേഖീയ "ചെയിൻ ഓന്റോളജി"യുടെ നിരാകരണം (Rejection of Linear "Chain Ontology")

ഈ ഗ്രന്ഥത്തിലെ കേന്ദ്രസിദ്ധാന്തം എന്നത് കാര്യകാരണ ചങ്ങല (Causal Chain) മാതൃകയിൽ വരുത്തുന്ന ഒരു ചെറിയ പരിഷ്കാരമല്ല; മറിച്ച് അത് ആ മാതൃകയുടെ സത്താപരമായ നിരാകരണമാണ് (Ontological Rejection).[13]

"A → B → C" എന്ന രേഖീയ മാതൃക കാര്യകാരണബന്ധത്തിന്റെ യാഥാർത്ഥ്യഘടനയെ (Reality Structure) യഥാർത്ഥത്തിൽ പ്രതിനിധീകരിക്കുന്നില്ല. അത് കേവലം ഒരു വിവരണപരമായ സൗകര്യം (Descriptive Convenience) മാത്രമാണ്; സത്താമീമാംസാത്മകമായി (Ontologically) അത് തികച്ചും അപര്യാപ്തവുമാണ്.

പരമ്പരാഗതമായ കാര്യകാരണ ധാരണയിൽ, കാരണബന്ധം എന്നത് സംഭവങ്ങളുടെ സമയക്രമപരമായ അനുക്രമമായി (കാര്യകാരണപരമായ അനുക്രമം - Causal Succession) മനസ്സിലാക്കപ്പെടുന്നു.[14] A എന്ന സംഭവം മുൻപ് സംഭവിച്ചു, അതിനാൽ B സംഭവിച്ചു, തുടർന്ന് C എന്ന രീതിയിലാണ് ഇതിന്റെ ക്രമം. ഇവിടെ കാര്യകാരണബന്ധം എന്നത് സമയപരമായ മുൻഗണനയുടെയും (Temporal Priority), കാര്യക്ഷമമായ കൈമാറ്റത്തിന്റെയും (Efficient Transmission) ഒരു സംക്ഷിപ്ത രൂപമാണ്.[15] എന്നാൽ ഈ രൂപീകരണം യാഥാർത്ഥ്യത്തെ ഒരു ഏകദിശാ സമയരേഖയിലേക്ക് (One-dimensional Time-line) ചുരുക്കുന്നു; ഘടനാപരമായ സമകാലിക സാപേക്ഷബന്ധങ്ങളെ (Structural Simultaneous Interrelations) അത് പരിഗണിക്കുന്നില്ല.[16]

ഒരു സംഭവം യഥാർത്ഥത്തിൽ സംഭവിക്കുന്നത് ഒരു മുൻ സംഭവത്തിന്റെ വെറുമൊരു യാന്ത്രിക ഉല്പന്നമായി (Mechanical Output) അല്ല. അത് ഒരേസമയം പ്രവർത്തിക്കുന്ന അനേകം ഘടനാപരമായ നിയന്ത്രണങ്ങളുടെ (Structural Constraints) സമന്വയഫലമാണ്.[17] അതിനാൽ കാര്യകാരണബന്ധം എന്നത് വെറുമൊരു അനുക്രമം (Succession) അല്ല; അത് ഒരു വിന്യാസമാണ് (Configuration).[18]

അനുക്രമം എന്നത് ഒരു ഉപരിതല പ്രത്യക്ഷത (Surface Appearance) മാത്രമാണ്; പ്രപഞ്ചത്തിന്റെ ആന്തരിക സത്താപര ഘടന ഒരു മെഷ് (Mesh) അഥവാ വലക്കണ്ണി സ്വഭാവമുള്ളതാണ്.[19]

A → B → C എന്ന മാതൃക ഒരു സത്താപരമായ സങ്കോചം (Ontological Compression) മാത്രമാണ്. അത് സംഭവങ്ങളുടെ സങ്കീർണ്ണമായ ഘടനാപരമായ ആശ്രിതത്വങ്ങളെ (Structural Dependencies) ലഘൂകരിക്കുന്നു.[20] ഈ മാതൃകയിൽ ഓരോ സംഭവത്തിനും ഒരു പ്രാഥമിക നിമിത്തകാരണം (Primary Efficient Cause) ഉണ്ടെന്ന് കരുതപ്പെടുന്നു. കാര്യകാരണ സ്വാധീനം ഏകദിശയിലാണെന്ന് (Unidirectional) ഇത് മുൻകൂട്ടി നിശ്ചയിക്കുന്നു; വ്യവസ്ഥാ തലത്തിലുള്ള നിയന്ത്രണങ്ങൾ (System-level Constraints) ഇവിടെ രണ്ടാം സ്ഥാനത്തേക്ക് തള്ളപ്പെടുന്നു.[21] എന്നാൽ യാഥാർത്ഥ്യത്തിൽ A എന്ന ഘടകം തന്നെ നിരവധി ബന്ധപരമായ സാഹചര്യങ്ങളാൽ (സാപേക്ഷബന്ധങ്ങൾ - Relational Contexts) നിർണ്ണയിക്കപ്പെട്ടതാണ്. B എന്നത് ഒരൊറ്റ ഇൻപുട്ടിൽ (Input) നിന്ന് ഉത്ഭവിക്കുന്നില്ല, മറിച്ച് നിരവധി ഘടകങ്ങളുടെ സംഗമത്തിൽ (Convergence) നിന്നാണ് അത് ഉദിക്കുന്നത്.[22] C പലപ്പോഴും മുൻപ് നിലനിന്ന ഘടനകളെ സുസ്ഥിരമാക്കുന്ന ഒരു ഫീഡ്ബാക്ക് (Feedback) ഘടകമാകാം.[23] ഇതിൽ കാര്യകാരണബന്ധം എന്നത് ഒരു പ്രവാഹമല്ല (Flow), മറിച്ച് അതൊരു കെട്ടുപിണഞ്ഞ അവസ്ഥയാണ് (എന്റാംഗിൾമെന്റ് - Entanglement).[24] എഫിഷ്യന്റ് ട്രിഗർ (Efficient Trigger) മോഡലും ഇതേ പരിമിതിയിൽ തന്നെയാണ് അകപ്പെടുന്നത്.[25] ഒരു പ്രത്യേക ട്രിഗർ →ഒരു പ്രത്യേക ഫലം എന്ന മാതൃക കാര്യകാരണപരമായ പര്യാപ്തതയെ (Causal Sufficiency) തെറ്റായി ലഘൂകരിക്കുന്നു. ട്രിഗർ എന്നത് ഒരു സ്വതന്ത്ര കാര്യകാരണ യൂണിറ്റല്ല; അത് ഒരു മെഷിന്റെ (Mesh) ഭാഗം മാത്രമാണ്.[26] ഉദാഹരണമായി, ഒരു വിത്ത് മുളയ്ക്കുന്നത് വിത്ത് എന്ന ഘടകത്തിന്റെ പ്രവർത്തനം കൊണ്ട് മാത്രം സംഭവിക്കുന്ന ഒന്നല്ല. മണ്ണിന്റെ ഘടന, ഈർപ്പം, താപനില,

ജീവപരിസരബന്ധങ്ങൾ എന്നിവ ചേർന്ന ഒരു നിയന്ത്രണ മണ്ഡലത്തിൽ (Constraint-field) മാത്രമേ അത് സാധ്യമാകൂ.[27] ഇവിടെ "വിത്ത്" എന്നത് ഒരു എഫിഷ്യന്റ് കോസ് (Efficient Cause) അല്ല, മറിച്ച് വിതരണം ചെയ്യപ്പെട്ട ഘടനാപരമായ അവസ്ഥയുടെ (Distributed Structural Condition) ഒരു നോഡ് (Node) മാത്രമാണ്.

ആഘാതത്തിലധിഷ്ഠിതമായ കാര്യകാരണബോധം (Impact-based Causation), പ്രത്യേകിച്ച് ബില്യാർഡ് ബോൾ (Billiard-ball) മാതൃക, കാര്യകാരണബന്ധത്തെ കേവലം ബലത്തിന്റെ കൈമാറ്റമായി (Force Transfer) കാണുന്നു.[28] ഒരു വസ്തു മറ്റൊന്നിനെ തട്ടുന്നു, ചലനം കൈമാറുന്നു—ഈ പ്രതീകം നമുക്ക് പെട്ടെന്ന് മനസ്സിലാക്കാൻ എളുപ്പമാണെങ്കിലും (Intuitive), സത്താപരമായി ഇത് തെറ്റിദ്ധരിപ്പിക്കുന്നതാണ്.[29] ഇത് വേറിട്ടുനിൽക്കുന്ന വസ്തുക്കൾ (Discrete Objects), വ്യക്തമായ അതിരുകൾ, കൈമാറ്റം ചെയ്യാവുന്ന ബലം എന്നീ ധാരണകളെ മുൻകൂട്ടി അനുമാനിക്കുന്നു. എന്നാൽ ഘടനാപരമായ സത്താമീമാംസയിൽ (Structural Ontology) വസ്തുക്കൾ ബന്ധപരമായി രൂപപ്പെട്ടവയാണ് (Relationally Constituted).[30] അതിരുകൾ സുഷിരങ്ങളുള്ളവയാണ് (Porous). ബലത്തിന്റെ കൈമാറ്റം എന്നത് വിവരണപരമായ ഒരു ചുരുക്കെഴുത്ത് (Descriptive Shorthand) മാത്രമാണ്; അത് സത്താപരമായ അടിത്തറയല്ല (Ontological Ground).[31] കാര്യകാരണബന്ധം ഒരു ആഘാതമല്ല (Impact), മറിച്ച് അത് ബന്ധപരമായ മണ്ഡലത്തിലുള്ള (Relational Field) നിയന്ത്രണങ്ങളുടെ പുനർവിന്യാസം (Constraint Reconfiguration) ആണ്.

യാന്ത്രികമായ (Mechanistic) വിശദീകരണങ്ങൾ പ്രവചനപരമായ ഉപയോഗക്ഷമത (Predictive Utility) നൽകുന്നുണ്ട്.[32] അവ മോഡലിംഗിനും കണക്കുകൂട്ടലിനും സഹായിക്കുന്നു. പക്ഷേ, ഉപയോഗക്ഷമത (Utility) എന്നത് ഒരിക്കലും സത്താമീമാംസ (Ontology) ആകുന്നില്ല.[33]

യാന്ത്രികത (Mechanism) എന്നത് ഒരു ജ്ഞാനപരമായ തന്ത്രം (Epistemic Strategy) മാത്രമാണ്. യാഥാർത്ഥ്യഘടന എന്നത് വിതരണം ചെയ്യപ്പെട്ടതും (Distributed), പരസ്പരം തുളച്ചുകയറുന്നതും (Interpenetrated), സ്വയംഭരണാധികാരമില്ലാത്തതുമാണ് (Non-autonomous).[34] നോഡുകൾ സ്വതന്ത്രമായ കാര്യകാരണ യൂണിറ്റുകളല്ല. കാര്യകാരണ ശേഷികൾ (Causal Powers) മെഷിലുടനീളം വിതരണം ചെയ്യപ്പെട്ടിരിക്കുന്നു.[35]

ചെയിൻ ഓന്റോളജി (Chain Ontology) സ്വീകരിച്ചാൽ ആറ്റമിസ്റ്റിക് ഖണ്ഡീകരണം (Atomistic Fragmentation) അനിവാര്യമായിത്തീരും.[36] ലോകം സ്വതന്ത്രമായ കാര്യകാരണ യൂണിറ്റുകളുടെ കൂട്ടായ്മയായി പ്രത്യക്ഷപ്പെടും. ഓരോ ഘടകവും പ്രാദേശികമായ സ്വയംഭരണാധികാരം (Local Autonomy) കൈവശം വെച്ചിരിക്കുന്നതായി തോന്നും; പ്രവചനപരമായ കേവലവാദം (Predictive Absolutism) എന്ന ഭ്രമം ഇതിലൂടെ ഉരുത്തിരിയും.[37] എന്നാൽ മെഷ് ഓന്റോളജി (Mesh Ontology) സ്വീകരിച്ചാൽ, വിതരണം ചെയ്യപ്പെട്ട നിർണ്ണയവും (Distributed Determination), ഘടനാപരമായ പരസ്പരാശ്രിതത്വവും (Structural Interdependence), നിയന്ത്രണങ്ങളുടെ സംഗമവുമാണ് (Constraint Convergence) അടിസ്ഥാനരൂപമായി മാറുന്നത്.[38] ഇവിടെ ജ്ഞാനപരമായ വിനയം (Epistemic Humility) അനിവാര്യമാണ്; കാരണം പ്രാദേശികമായ നിരീക്ഷണം (Local Observation) ഒരിക്കലും ഘടനാപരമായ സാകല്യത്തെ (Structural Totality) പൂർണ്ണമായി പിടികൂടുന്നില്ല.[39]

അതിനാൽ, ഒരു സംഭവം E-നെ "E = f(A)" എന്ന രീതിയിൽ, ഒരു മുൻ സംഭവത്തിന്റെ ഫലമായി മാത്രം വ്യാഖ്യാനിക്കുന്നത് സത്താപരമായി അപൂർണ്ണമാണ് (Ontologically Incomplete). കൂടുതൽ കൃത്യമായി പറഞ്ഞാൽ, "E = f(H)" എന്നാണ്; ഇവിടെ H എന്നത് സാകല്യഘടനാപരമായ മെഷ് (Holistic Structural Mesh) ആണ്.[40] ഒരു നോഡ് സ്വതന്ത്രമായി പര്യാപ്തമല്ല.

കാര്യകാരണപരമായ പര്യാപ്തത (Causal Sufficiency) നിലനിൽക്കുന്നത് മെഷിലാണ്.
ഇതിലൂടെ രേഖീയമായ കാര്യകാരണ ചങ്ങല മാതൃക സത്താമീമാംസാത്മകമായി പരാജയപ്പെടുന്നു.[41] അത് സമകാലികതയെ (Simultaneity) അനുക്രമമായി (Succession) തെറ്റായി വായിക്കുന്നു; ബന്ധപരമായ രൂപീകരണത്തെ (Relational Constitution) ഒറ്റപ്പെടലായി (Isolation) ചുരുക്കുന്നു. അമൂർത്തമായ ചിന്തകളെ (Abstraction) സത്താമീമാംസയായി സ്വീകരിക്കുന്നു. കാര്യകാരണപരമായ പര്യാപ്തതയെ ഒരൊറ്റ ഉറവിടത്തിൽ (Single-source) തെറ്റായി സ്ഥാപിക്കുന്നു.
അതിനാൽ കാര്യകാരണബന്ധത്തെ പുനർവ്യാഖ്യാനിക്കേണ്ടത് അനിവാര്യമാണ്. അത് കേവലമായ ഒരു യാന്ത്രിക അനുക്രമമല്ല; മറിച്ച് ബഹുതലങ്ങളിലുള്ള ഘടനാപരമായ മെഷിൽ (Multi-layered Structural Mesh) നിന്നുള്ള വിതരണം ചെയ്യപ്പെട്ട നിയന്ത്രണങ്ങളുടെ ഉദയമാണ് (Distributed Constraint Emergence).[42]
ഇതാണ് മെഷ് കോസേഷൻ പ്രബന്ധത്തിന്റെ നിഷേധാത്മക അടിത്തറ. ഇതിന്റെ ക്രിയാത്മകമായ ആവിഷ്കാരം (Positive Articulation) അടുത്ത ഘട്ടത്തിൽ വികസിപ്പിക്കപ്പെടുന്നു.

2.2 മെഷ് ഓന്റോളജി പ്രഖ്യാപനം (Declaration of Mesh Ontology)

ചെയിൻ ഓന്റോളജി (Chain Ontology) നിരാകരിച്ചതിനുശേഷം, ഇവിടെ ഈ പ്രബന്ധത്തിന്റെ ക്രിയാത്മകമായ സിദ്ധാന്തം (Positive Thesis) വ്യക്തമായി പ്രഖ്യാപിക്കുന്നു. കാര്യകാരണബന്ധം എന്നത് ഒരു രേഖീയമായ അനുക്രമമല്ല; മറിച്ച് അത് ബന്ധപരമായ ഒരു വലക്കണ്ണി പ്രതിഭാസമാണ് (Relational Mesh Phenomenon).[43] യാഥാർത്ഥ്യത്തിൽ സംഭവിക്കുന്ന ഓരോ വസ്തുതയും ബഹുതലങ്ങളിലുള്ള (Multi-layered) ഘടനാപരമായ

ബന്ധജാലത്തിനുള്ളിൽ നിന്നാണ് ഉത്ഭവിക്കുന്നത്. അതിനാൽ, കാര്യകാരണബന്ധത്തെ (Causation) വെറുമൊരു അനുക്രമമായി (Succession) കാണുന്നതിനു പകരം, അതിനെ നിയന്ത്രണ മണ്ഡലങ്ങളുടെ സജീവമാകലായി (Constraint-field Activation) വേണം കണക്കാക്കാൻ.[44]

കാര്യകാരണബന്ധം എന്നത് ഒരു ബന്ധപരമായ വലക്കണ്ണി പ്രതിഭാസമാണെന്ന വാദം മുന്നോട്ടുവെക്കുന്നത്, കാര്യകാരണ ശേഷി (Causal Power) ഒരിടത്തും ഒരു ഒറ്റപ്പെട്ട യൂണിറ്റിൽ (Isolated Unit) നിക്ഷിപ്തമല്ല എന്നതാണ്. അത് വിതരണം ചെയ്യപ്പെട്ട ബന്ധപരമായ വിന്യാസങ്ങളിലാണ് (Distributed Relational Configuration) നിലനിൽക്കുന്നത്.[45] ഒരു സംഭവം ഉണ്ടാകുന്നത് ഒരൊറ്റ നോഡിന്റെ (Node) പ്രവർത്തനം കൊണ്ട് മാത്രമല്ല; മറിച്ച് നോഡുകൾ തമ്മിലുള്ള പരസ്പരാശ്രിതത്വവും അവയുടെ ഘടനാപരമായ സ്ഥാനവുമാണ് അത് നിർണ്ണയിക്കുന്നത്.[46] ഇവിടെ കാര്യകാരണബന്ധം എന്നത് ഒരു ഏകദിശാ പ്രവാഹമല്ല (Single-direction Flow); മറിച്ച് അതൊരു ബന്ധപരമായ സുസ്ഥിരത കൈവരിക്കലാണ് (Relational Stabilization).[47]

ഈ മെഷ് ഓന്റോളജിയിൽ (Mesh Ontology), ലംബമായ നിയന്ത്രണ പ്രതിപ്രവർത്തനങ്ങൾ (Vertical Constraint Interaction) നിർണ്ണായകമാണ്.[48] മാക്രോ-മൈക്രോ (Macro ↔ Micro) തലങ്ങളിലുള്ള നിയന്ത്രണങ്ങൾ ഇവിടെ പരസ്പരം പ്രവർത്തിക്കുന്നു.[49]

ഒരു സംഭവം ഉണ്ടാകുമ്പോൾ, അതിനെ നിർണ്ണയിക്കുന്ന ഘടകങ്ങൾ ഒരേ തലത്തിലല്ല നിലനിൽക്കുന്നത്. ഭൗതിക തലത്തിൽ ചില നിയന്ത്രണങ്ങൾ പ്രവർത്തിക്കുന്നു; ജൈവ തലത്തിൽ മറ്റു ചിലത്; സാമൂഹിക തലത്തിൽ വേറെ ചിലത്. ഇവ ഓരോന്നും സംഭവത്തിന്റെ സാധ്യതാപരമായ വിന്യാസത്തെ സ്വാധീനിക്കുന്നു. അതിനാൽ, ഒരു സംഭവം എന്നത് ഒരു ഏകദിശാ രേഖീയ കാരണത്തിന്റെ ഉല്പന്നമല്ല (Output of a single linear cause);

അത് ബഹുതലങ്ങളിലുള്ള ഘടനാപരമായ നിർണ്ണായകങ്ങളുടെ സംഗമമാണ് (Convergence). പരസ്പരം അതിവ്യാപനം ചെയ്യുന്ന കാര്യകാരണ പാളികൾ (Overlapping causal layers) എന്ന ആശയം കാര്യകാരണപരമായ തരംതിരിക്കലിനെ (Causal Stratification) വ്യക്തമാക്കുന്നു. ഒരു കാര്യകാരണ പാളി മറ്റൊന്നിൽ നിന്ന് പൂർണ്ണമായി വേർപെട്ടതല്ല; അവ പരസ്പരം ഉള്ളിലേക്ക് തുളച്ചുകയറുന്നു (Interpenetrate). ഉദാഹരണമായി, ഒരു മാനസിക സംഭവത്തിന് നാഡീസംബന്ധമായ (Neurological) ഘടകങ്ങളും, പരിസ്ഥിതി ഘടകങ്ങളും, സാമൂഹിക സാഹചര്യങ്ങളും ഒരുമിച്ച് പ്രവർത്തിക്കുന്നു. ഇവിടെ കാര്യകാരണ പാളികൾ അനുക്രമമായവയല്ല (Sequential); അവ പരസ്പരം അതിവ്യാപനം ചെയ്യുന്നവയാണ്. ഈ അതിവ്യാപനം (Overlap) തന്നെയാണ് സംഭവത്തിന്റെ യഥാർത്ഥ നിർണ്ണയമായി മാറുന്നത്.

സംഗമിക്കുന്ന നിയന്ത്രണങ്ങളുടെ പ്രതിപ്രവർത്തനം (Convergent constraint interaction) എന്നത് ബഹുതല നിർണ്ണയത്തിന്റെ പ്രക്രിയാത്മക രൂപമാണ്. പല നിയന്ത്രണങ്ങളും ഒരേ ദിശയിൽ പ്രവർത്തിക്കുമ്പോൾ ഘടനാപരമായ സംഗമം (Structural Convergence) ഉണ്ടാകുന്നു. ഈ സംഗമത്തിൽ നിന്നാണ് സംഭവം സാക്ഷാത്കരിക്കപ്പെടുന്നത്. ഒരു നിയന്ത്രണം മാത്രം സംഭവത്തെ നിർണ്ണയിക്കുന്നില്ല; സംഗമമാണ് ഇവിടെ നിർണ്ണായകം. ഇത് കാര്യകാരണ ചങ്ങല യുക്തിയെ (Chain Logic) മറികടക്കുന്ന ബന്ധപരമായ യുക്തിയാണ് (Relational Logic).

ബന്ധപരമായ ശൃംഖലകളിലുടനീളമുള്ള ആവർത്തനക്ഷമത (Redundancy across relational networks) കാര്യകാരണപരമായ കരുത്തിനെ (Causal Robustness) വ്യക്തമാക്കുന്നു. മെഷിൽ (Mesh) പലപ്പോഴും ഒരേ ഘടനാപരമായ ഫലം (Structural Effect) പല വഴികളിലൂടെ ഉറപ്പിക്കപ്പെടുന്നു. ഒരു നോഡ് (Node) തകരുമ്പോഴും

മറ്റൊരു ബന്ധപരമായ പാത അതേ മാതൃക നിലനിർത്താൻ സഹായിക്കാം. ഈ ആവർത്തനക്ഷമത സംഭവത്തിന്റെ സംഭവനത്തെ (Occurrence) കൂടുതൽ സ്ഥിരപ്പെടുത്തുന്നു. അതായത്, കാര്യകാരണ മെഷിൽ ഒരു അതിജീവനശേഷി (Resilience) അടങ്ങിയിരിക്കുന്നു. ഇത് യാന്ത്രികമായ ഏകപാത മാതൃകകളിൽ (Mechanical Single-path Model) കാണാനാവാത്ത ഘടനാപരമായ ഗുണമാണ്.

അതിനിർണ്ണയം എന്നത് ഒരു ഘടനാപരമായ മാനദണ്ഡമാണ് (Overdetermination as structural norm) എന്നത് ഈ ഭാഗത്തിന്റെ നിർണ്ണായകമായ പ്രഖ്യാപനമാണ്. പരമ്പരാഗത കാര്യകാരണ സിദ്ധാന്തങ്ങളിൽ അതിനിർണ്ണയം (Overdetermination) ഒരു പ്രശ്നമായാണ് കാണപ്പെടുന്നത്. ഒരു സംഭവം ഒരേ സമയം പല കാരണങ്ങളാൽ സംഭവിക്കുന്നത് അസ്വാഭാവികമായി (Anomalous) കണക്കാക്കപ്പെടുന്നു. എന്നാൽ മെഷ് ഓന്റോളജിയിൽ അതിനിർണ്ണയം എന്നത് ഒരു അസ്വാഭാവികതയല്ല; അത് ഘടനാപരമായ മാനദണ്ഡമാണ് (Structural Norm). കാരണം, വിതരണം ചെയ്യപ്പെട്ട നിയന്ത്രണ മണ്ഡലത്തിൽ കാര്യകാരണബന്ധം സ്വതസിദ്ധമായിത്തന്നെ ബഹുതലങ്ങളാൽ നിർണ്ണയിക്കപ്പെട്ടതാണ്. ഒരു ഏക പര്യാപ്ത കാരണം (Single Sufficient Cause) എന്നത് അപൂർവ്വമായ ഒരു അമൂർത്ത ചിന്ത (Abstraction) മാത്രമാണ്.

ഇതിലൂടെ ബഹുതല നിർണ്ണയ പ്രമാണം (Multiple Determination Principle) കാര്യകാരണ സത്താമീമാംസയെ കൂടുതൽ ആഴത്തിലാക്കുന്നു. ഒരു സംഭവം ഒരൊറ്റ കാരണം കൊണ്ട് സംഭവിക്കുന്നില്ല. അത് അതിവ്യാപനം ചെയ്യുന്ന പാളികളുടെ സംഗമമാണ്. ആവർത്തനക്ഷമതയിലൂടെ അത് സ്ഥിരത കൈവരിക്കുന്നു. അതിനിർണ്ണയം എന്നത് മെഷിന്റെ സ്വാഭാവിക ഘടനാപരമായ സവിശേഷതയാണ്. അതിനാൽ, കാര്യകാരണബന്ധത്തെ ഇനി ഒരൊറ്റ നിമിത്ത കാരണം (Single Efficient Cause) കൊണ്ട്

ചുരുക്കാൻ കഴിയില്ല. അത് ഘടനാപരമായ സംഗമത്തിന്റെ ഫലമാണ്. ഇതാണ് മെഷ് നിർണ്ണയവാദത്തിന്റെ (Mesh Determinism) കേന്ദ്ര സവിശേഷത.

2.3 പ്രവചന മിനിമലിറ്റി പ്രമാണം (Prediction Minimality Principle)

മെഷ് ഓന്റോളജി (Mesh Ontology) എന്ന ആശയത്തിന്റെ ജ്ഞാനമീമാംസാപരമായ (Epistemic) പരിണാമമാണ് പ്രവചന മിനിമലിറ്റി പ്രമാണം (Prediction Minimality Principle). നിർണ്ണയവാദത്തെ (Determinism) പ്രവചനപരമായ സർവ്വജ്ഞതയായി (Predictive Omniscience) തെറ്റായി തിരിച്ചറിയുന്ന പ്രവണതയെ ഇത് നേരിട്ട് ചോദ്യം ചെയ്യുന്നു. കാര്യകാരണ മെഷ് വിതരണം ചെയ്യപ്പെട്ട ഒന്നായതിനാൽ (Distributed Causal Mesh), ഒരു പ്രാദേശിക നിരീക്ഷണം (Local Observation) ഒരിക്കലും ഘടനാപരമായ സാകല്യത്തെ (Structural Totality) പ്രതിനിധീകരിക്കുന്നില്ല. അതിനാൽ, പ്രവചനത്തിലുണ്ടാകുന്ന പരാജയം ഒരിക്കലും നിർണ്ണയവാദത്തിന്റെ പരാജയമല്ല.
പ്രാദേശികമായ സാമീപ്യം എന്നത് ഘടനാപരമായ സാകല്യമല്ല (Local immediacy ≠ structural totality-പ്രാദേശിക അനുഭവതൽക്ഷണത സാകല്യഘടനാപര സമഗ്രതയല്ല.) എന്നതാണ് ഈ സിദ്ധാന്തത്തിന്റെ പ്രഥമ പ്രസ്താവന. ഒരു പ്രത്യേക നിമിഷത്തിൽ ലഭ്യമായ വിവരങ്ങൾ കാര്യകാരണ മെഷിന്റെ മുഴുവൻ ഘടനയെയും ഉൾക്കൊള്ളുന്നില്ല. പെട്ടെന്ന് ലഭ്യമാകുന്ന ദത്തങ്ങൾ (Immediate Data) ഒരു നോഡിന്റെ നിലയെ മാത്രമേ കാണിക്കുന്നുള്ളൂ; അതിന്റെ ബന്ധപരമായ ഉൾച്ചേരലുകളെ (Relational Embedding) മുഴുവനായും അത് വെളിപ്പെടുത്തുന്നില്ല. അതിനാൽ, “ഇപ്പോൾ കാണുന്നത്” എന്നത് കാര്യകാരണപരമായ പര്യാപ്തതയുടെ (Causal Sufficiency) പൂർണ്ണരൂപമല്ല. പ്രാദേശികമായ ദൃശ്യത (Local

Appearance) ഒരിക്കലും ഘടനാപരമായ സാകല്യത്തെ സമഗ്രമായി പ്രതിഫലിപ്പിക്കില്ല.
നോഡുകളെക്കുറിച്ചുള്ള ഭാഗികമായ അറിവ് അപര്യാപ്തമാണ് (Partial node knowledge insufficient) എന്ന വാദം പ്രവചനപരമായ ജ്ഞാനമീമാംസയെ (Predictive Epistemology) കൂടുതൽ കൃത്യമായി നിർവ്വചിക്കുന്നു. മെഷിൽ ഓരോ നോഡും ബന്ധപരമായി ഉൾച്ചേർക്കപ്പെട്ടിരിക്കുന്നു. ഒരു നോഡിനെ മാത്രം വേർതിരിച്ച് പഠിക്കുന്നത് അതിന്റെ കാര്യകാരണപരമായ ഉൾച്ചേരലുകളെ നഷ്ടപ്പെടുത്തുന്നു. അതിനാൽ ഭാഗികമായ അറിവ് ഒരിക്കലും പ്രവചനപരമായ പര്യാപ്തത (Predictive Adequacy) ഉറപ്പാക്കുന്നില്ല. പ്രവചനം എന്നത് ഘടനാപരമായ സമ്പൂർണ്ണതയെയാണ് ആശ്രയിക്കുന്നത്; അല്ലാതെ ഖണ്ഡിക്കപ്പെട്ട നിരീക്ഷണങ്ങളെയല്ല (Fragmentary Observation).
മെഷിന്റെ അതാര്യത പ്രവചന പരിധികളെ നിശ്ചയിക്കുന്നു (Predictive scope limited by mesh opacity) എന്ന ആശയം കാര്യകാരണ സങ്കീർണ്ണതയുടെ ജ്ഞാനപരമായ ഫലമാണ്. മെഷ് വിതരണം ചെയ്യപ്പെട്ടതായതിനാൽ, ബന്ധപരമായ പല പാതകളും അദൃശ്യമാണ്. ഫീഡ്ബാക്ക് ലൂപ്പുകൾ, ബഹുതല നിയന്ത്രണങ്ങൾ, ഉദിച്ചുയരുന്ന സുസ്ഥിരതകൾ (Emergent Stabilizations) എന്നിവയൊന്നും പെട്ടെന്നുള്ള നിരീക്ഷണത്തിൽ പിടികൂടാൻ സാധിക്കില്ല. ഈ ഘടനാപരമായ അതാര്യത (Structural Opacity) പ്രവചനത്തിന്റെ ചക്രവാളത്തെ (Predictive Horizon) പരിമിതപ്പെടുത്തുന്നു. പ്രവചനപരമായ ഈ പരിമിതി മെഷിന്റെ സങ്കീർണ്ണതയിൽ നിന്നാണ് ഉണ്ടാകുന്നത്; അല്ലാതെ യാദൃശ്ചികതയിൽ (Randomness) നിന്നല്ല.

ജ്ഞാനപരമായ പരിമിതി എന്നത് സത്താപരമായ അനിശ്ചിതത്വമല്ല (Epistemic limitation ≠ ontological indeterminacyഅർത്ഥം:ജ്ഞാനപരമായ പരിമിതി സത്താപരമായ അനിശ്ചിതത്വമല്ല.) എന്ന വിവേചനം ഇവിടെ നിർണ്ണായകമാണ്. നമുക്ക് പ്രവചിക്കാൻ കഴിയാത്തത്

സത്താപരമായ അനിശ്ചിതത്വമാണെന്ന് (Ontological Indeterminacy) നിഗമനം ചെയ്യുന്നത് ഒരു 'കാറ്റഗറി മിസ്റ്റേക്ക്' (Category Mistake) ആണ്. അറിവിന്റെ പരിമിതിയെ യാഥാർത്ഥ്യത്തിന്റെ ഖണ്ഡീകരണമായി (Reality Fragmentation) വായിക്കുന്നത് തർക്കപരമായ തെറ്റാണ്. മെഷ് നിർണ്ണയാത്മകമായിരിക്കാം; എന്നാൽ നമ്മുടെ ജ്ഞാനപരമായ പ്രവേശനം (Epistemic Access) പരിമിതമായിരിക്കാം. നിർണ്ണയവാദത്തിന് പ്രവചനപരമായ സുതാര്യത (Predictive Transparency) അത്യാവശ്യമല്ല.

പ്രവചന പരിമിതികൾക്കിടയിലും നിർണ്ണയവാദം സംരക്ഷിക്കപ്പെടുന്നു (Determinism preserved despite predictive limits) എന്നതാണ് ഈ ഭാഗത്തിന്റെ അന്തിമ പ്രസ്താവന. മെഷ്-സാംഗത്യ പ്രമാണം (Mesh-consistency Principle) നിലനിൽക്കുന്നിടത്തോളം കാലം ഘടനാപരമായ നിർണ്ണയവാദം (Structural Determinism) സംരക്ഷിക്കപ്പെടുന്നു. പ്രവചനത്തിന്റെ പരിമിതികൾ നിർണ്ണയവാദത്തിന്റെ നിരാകരണമല്ല; മറിച്ച് അവ ജ്ഞാനപരമായ വിനയത്തിന്റെ (Epistemic Humility) ഓർമ്മപ്പെടുത്തലുകളാണ്. കാര്യകാരണബന്ധം വിതരണം ചെയ്യപ്പെട്ടതായതിനാൽ പ്രവചനം പരിമിതമാകുന്നു; പക്ഷേ സത്താപരമായ അനിവാര്യത (Ontological Necessity) അവിടെത്തന്നെ നിലനിൽക്കുന്നു. ഇതിലൂടെ പ്രവചന മിനിമലിറ്റി പ്രമാണം (Prediction Minimality Principle) നിർണ്ണയവാദത്തെ പ്രവചനപരമായ കേവലവാദത്തിൽ (Predictive Absolutism) നിന്ന് വേർതിരിക്കുന്നു. നിർണ്ണയവാദം എന്നത് സർവ്വജ്ഞതയല്ല. അത് ഘടനാപരമായ സാംഗത്യമാണ് (Structural Coherence). പ്രവചനപരമായ പരിമിതികൾ എന്നത് മെഷ് ഓന്റോളജിയുടെ സ്വാഭാവികമായ ജ്ഞാനമീമാംസാ പ്രതിഫലനം മാത്രമാണ്.

2.4 കേന്ദ്ര പ്രബന്ധ പ്രസ്താവന: എന്റെ സത്താമീമാംസാത്മക നിലപാട് (Core Thesis Statement: My Ontological Position)

ഇവിടെ നിർണ്ണായകമായി പ്രഖ്യാപിക്കുന്നത് ഇതാണ്: നിർണ്ണയവാദം (Determinism) എന്ന ആശയം സത്താപരമായി പുനർവ്യാഖ്യാനിക്കപ്പെടേണ്ടതുണ്ട്. അതിന് ഇനിമുതൽ കേവലമായ ഒരു കാര്യകാരണ ചങ്ങല (Causal Chain) സിദ്ധാന്തമായി തുടരാൻ കഴിയില്ല. ഈ പ്രബന്ധത്തിലൂടെ സംരക്ഷിക്കുന്ന നിർണ്ണയവാദം രേഖീയമായ അനുക്രമത്തിന്റെ (Linear Succession) തത്വമല്ല; മറിച്ച് അത് **ഘടനാപരമായ മെഷ് നിർണ്ണയവാദം (Structural Mesh Determinism)** ആണ്.

എന്റെ നിലപാടിൽ, യാഥാർത്ഥ്യം ഒരു സാകല്യഘടനാപരമായ ബന്ധജാലമാണ് (Holistic Structural Relational Mesh). സംഭവങ്ങൾ ഒരിക്കലും ഒരു മുൻ സംഭവത്തിന്റെ വെറുമൊരു യാന്ത്രിക ഉല്പന്നമായി (Mechanical Output) ഉരുത്തിരിയുന്നില്ല. അവ വിതരണം ചെയ്യപ്പെട്ട ബന്ധപരമായ മെഷിന്റെ (Distributed Relational Mesh) ഉള്ളിൽ പ്രവർത്തിക്കുന്ന നിയന്ത്രണഘടകങ്ങളുടെ (Constraints) സുസ്ഥിരമായ വിന്യാസങ്ങളായി (Stabilized Configurations) പ്രത്യക്ഷപ്പെടുന്നു. ഒരു സംഭവം സംഭവിക്കുമ്പോൾ, അത് ഒരൊറ്റ കാരണത്തിന്റെ (Single Cause) ഫലമല്ല; മറിച്ച് അത് അനേകം ഘടനാപരമായ നിർണ്ണായകങ്ങളുടെ സംഗമത്തിൽ (Convergence) നിന്നുള്ള ഒരു വിന്യാസം (Configuration) മാത്രമാണ്.

എന്നെ സംബന്ധിച്ചിടത്തോളം, നിർണ്ണയവാദം എന്നത് പ്രവചനമല്ല (Prediction). അത് വെറുമൊരു അനുക്രമമല്ല (Succession). അത് ആഘാതവുമല്ല (Impact). നിർണ്ണയവാദം എന്നത് ബന്ധപരമായ മെഷിന്റെ ആന്തരിക സുസ്ഥിരതയാണ് (Internal Consistency). ഒരു പൂർണ്ണാവസ്ഥ (Complete State) നിലവിലുണ്ടെങ്കിൽ, അതിൽ നിന്ന് ഉദിക്കുന്ന തുടർച്ച മെഷിന്റെ ഘടനാപരമായ സാംഗത്യം

(Structural Consistency) പാലിച്ചുകൊണ്ടാണ് സംഭവിക്കുന്നത്. എന്നാൽ ഈ സാംഗത്യത്തെ ഒരു ഏകദിശാ ബലകൈമാറ്റമായി (Single-direction Force Transfer) കാണുന്നില്ല; മറിച്ച് അതിനെ നിയന്ത്രണങ്ങളുമായി യോജിച്ചുപോകുന്ന ഒരു പരിവർത്തനമായി (Constraint-consistent Transformation) മനസ്സിലാക്കുന്നു.
കാര്യകാരണബന്ധത്തെ (Causation) വിതരണം ചെയ്യപ്പെട്ട ബന്ധപരമായ മണ്ഡലത്തിന്റെ സുസ്ഥിരമാക്കലായി (Stabilization of a Distributed Relational Field) നിർവ്വചിക്കുന്നു. നോഡുകൾ (Nodes) സ്വതന്ത്രമായ കാര്യകാരണ ഏജന്റുകളല്ല; അവ മെഷിൽ ആഴത്തിൽ ഉൾച്ചേർക്കപ്പെട്ടിട്ടുള്ള സ്ഥാനങ്ങൾ (Positions) മാത്രമാണ്. കാര്യകാരണ ശേഷി (Causal Power) ഒരൊറ്റ നോഡിൽ മാത്രം കേന്ദ്രീകൃതമല്ല; അത് മെഷിലുടനീളം വിതരണം ചെയ്യപ്പെട്ടിരിക്കുന്നു. അതിനാൽ, ഒരു സംഭവം എന്നത് മെഷിൽ നിലനിൽക്കുന്ന ഘടനാപരമായ സംഘർഷങ്ങളുടെ പരിഹാരമാണ് (Structural Resolution of Tension).
ഘടനാപരമായ മെഷ് നിർണ്ണയവാദം (Structural Mesh Determinism) എന്നത് എന്റെ ഭാഷയിൽ, നിർണ്ണയവാദത്തെ സത്താപരമായ ഖണ്ഡീകരണത്തിൽ (Ontological Fragmentation) നിന്ന് രക്ഷിക്കുന്ന ഒരു സിദ്ധാന്തമാണ്. ഇത് യാന്ത്രികമായ ലഘൂകരണവാദത്തെ (Mechanistic Reductionism) നിരാകരിക്കുമ്പോൾ തന്നെ യാദൃശ്ചികതയെ (Randomness) അംഗീകരിക്കുന്നില്ല. ഇത് പ്രവചനത്തിന്റെ പരിമിതികളെ സമ്മതിക്കുന്നു; എന്നാൽ സത്താപരമായ അനിശ്ചിതത്വത്തെ (Ontological Indeterminacy) ഒരു കാരണവശാലും അംഗീകരിക്കുന്നില്ല.
എന്റെ ദൃഷ്ടിയിൽ, യാഥാർത്ഥ്യം എന്നത് വിതരണം ചെയ്യപ്പെട്ട ഒരു ബന്ധപരമായ മെഷ് (Distributed Relational Mesh) ആണ്. സംഭവങ്ങൾ ആ മെഷിന്റെ സുസ്ഥിരമായ വിന്യാസങ്ങളാണ്. നിർണ്ണയവാദം എന്നത് ആ മെഷിന്റെ സാംഗത്യ പ്രമാണം (Consistency Principle) മാത്രമാണ്.

അതുകൊണ്ട്, നിർണ്ണയവാദം കാര്യകാരണ ചങ്ങലകളുടെ വെറുമൊരു പുനരാവർത്തനമല്ല; മറിച്ച് അത് ബന്ധപരമായ മെഷിന്റെ സത്താമീമാംസാത്മകമായ പ്രഖ്യാപനമാണ്.

ശാസ്ത്രീയമായ ബലപ്പെടുത്തൽ (Scientific Reinforcement)
(നെറ്റ്‌വർക്ക് & സിസ്റ്റംസ് തിയറി മുഖേന മെഷ് പ്രബന്ധത്തിന്റെ ശാസ്ത്രീയ വിപുലീകരണം)

മെഷ് കോസേഷൻ പ്രബന്ധം (Mesh Causation Thesis) എന്നത് വെറുമൊരു ഉപമയല്ല. അത് കൃത്യമായ ഒരു സത്താമീമാംസാത്മക നിലപാടാണ് (Ontological Position). എന്നാൽ അതിന്റെ ആശയരൂപം സമകാലിക നെറ്റ്‌വർക്ക് സയൻസ് (Network Science), സിസ്റ്റംസ് തിയറി (Systems Theory) എന്നിവയിലൂടെ കൂടുതൽ വ്യക്തത നേടുന്നു. ഇവിടെ നെറ്റ്‌വർക്ക് കോസേഷനെ (Network Causation) എന്റെ മെഷ് ഓന്റോളജിയുടെ ശാസ്ത്രീയ പ്രതിധ്വനിയായി ഉപയോഗിക്കുന്നു. അത് എന്റെ സിദ്ധാന്തത്തിന്റെ ഉറവിടമല്ല; മറിച്ച് അതിന്റെ വിവരണാത്മകമായ അനുരൂപത (Explanatory Resonance) മാത്രമാണ്.

3.1 നെറ്റ്‌വർക്ക് കോസേഷൻ (Network Causation)

നെറ്റ്‌വർക്ക് കോസേഷനിൽ, ഘടകങ്ങളെ ഒരിക്കലും ഒറ്റപ്പെട്ട വസ്തുക്കളായി (Isolated Objects) കാണുന്നില്ല. അവ നോഡുകൾ (Nodes) ആണ്; എന്നാൽ ആ നോഡ് എന്നത് ഒരു സ്വതന്ത്ര സത്തയല്ല, മറിച്ച് അതൊരു ബന്ധപരമായ സ്ഥാനമാണ് (Relational Position). ഒരു നോഡിന്റെ സ്വഭാവം നിർണ്ണയിക്കപ്പെടുന്നത് അതിന്റെ ആന്തരിക ഘടകങ്ങളിൽ നിന്നല്ല, മറിച്ച് ബന്ധജാലത്തിലുള്ള അതിന്റെ സ്ഥാനത്തിൽ നിന്നാണ്. ഇതിലൂടെ “ആദ്യം വസ്തു, പിന്നീട് ബന്ധം” എന്ന പരമ്പരാഗത മാതൃക തലകീഴായി മാറ്റപ്പെടുന്നു. ഇവിടെ ബന്ധമാണ് (Relation)

പ്രാഥമികം; നോഡ് എന്നത് ആ ബന്ധത്തിന്റെ സ്ഥാനരൂപം (Positional Form) മാത്രമാണ്.
എഡ്ജ്-വെയ്റ്റഡ് ഡിപെൻഡൻസികൾ (Edge-weighted Dependencies) കാര്യകാരണമായ പ്രതിപ്രവർത്തനത്തിന്റെ തീവ്രതയെയും ദിശയെയും സൂചിപ്പിക്കുന്നു. ഓരോ ബന്ധത്തിനും തുല്യപ്രാധാന്യമില്ല. ചില ബന്ധപരമായ കണ്ണികൾ (Relational Links) കൂടുതൽ ശക്തമാണ്; ചിലത് പരോക്ഷമാണ്. ഇവിടെ കാര്യകാരണ സ്വാധീനം എന്നത് ഒരൊറ്റ രേഖീയ തള്ളലല്ല (Single Linear Push); മറിച്ച് അതൊരു ഭാരം നൽകപ്പെട്ട ആശ്രിതത്വ ഘടനയാണ് (Weighted Dependency Structure). ഇതിലൂടെ കാര്യകാരണബന്ധം വിതരണം ചെയ്യപ്പെട്ട ഒരു ഗ്രേഡിയന്റ് ആയി (Distributed Gradient) പ്രത്യക്ഷപ്പെടുന്നു.
ഫീഡ്ബാക്ക് ലൂപ്പുകൾ (Feedback Loops) നെറ്റ്‌വർക്ക് കോസേഷന്റെ നിർണ്ണായക ഘടകമാണ്. ഒരു നോഡ് മറ്റൊന്നിനെ സ്വാധീനിക്കുന്നു; പിന്നീട് അതിന്റെ ഫലമായി ആദ്യ നോഡിലും മാറ്റം സംഭവിക്കുന്നു. ഇത് രേഖീയമായ അനുക്രമത്തെ (Linear Succession) തകർക്കുന്നു.
A to B to A എന്ന വൃത്താകൃതിയിലുള്ള സുസ്ഥിരതാ മാതൃക (Circular Stabilization Pattern) കാര്യകാരണ മെഷിന്റെ യാഥാർത്ഥ്യസ്വഭാവം വ്യക്തമാക്കുന്നു. ഇവിടെ കാര്യകാരണ ബന്ധം ആവർത്തനപരമായ (Recursive) സ്വഭാവമുള്ളതാണ്.
രേഖീയമല്ലാത്ത പ്രതിപ്രവർത്തനങ്ങൾ (Non-linear Interaction) നെറ്റ്‌വർക്ക് ഓന്റോളജിയുടെ കേന്ദ്രഗുണമാണ്. ചെറിയൊരു വ്യതിയാനം ചിലപ്പോൾ വലിയ ഘടനാപരമായ പുനർവിന്യാസം (Structural Reconfiguration) സൃഷ്ടിച്ചേക്കാം; ചിലപ്പോൾ വലിയൊരു ഇൻപുട്ട് പോലും ചെറിയൊരു ഔട്ട്പുട്ടിൽ അവസാനിച്ചേക്കാം. ഇത് ആനുപാതികമായ രേഖീയ കാര്യകാരണബോധത്തെ (Proportional Linear Causation) ചോദ്യം ചെയ്യുന്നു. ഇവിടെ കാര്യകാരണബന്ധം സ്കെയിൽ-സെൻസിറ്റീവ് (Scale-

sensitive) ആണ്; ബന്ധപരമായ വിന്യാസം അനുസരിച്ച് ഫലം മാറിക്കൊണ്ടിരിക്കുന്നു.
പാത്ത്-ഡിപെൻഡൻസ് (Path-dependence) എന്നത് ഒരു സംഭവത്തിന്റെ നിലവിലെ അവസ്ഥ അതിന്റെ ചരിത്രപരമായ ബന്ധപരമായ പരിണാമഗതിയെ (Relational Trajectory) ആശ്രയിച്ചിരിക്കുന്നു എന്നതിനെ സൂചിപ്പിക്കുന്നു. നെറ്റ്‌വർക്കിൽ മുൻപുണ്ടായിരുന്ന വിന്യാസങ്ങൾ പുതിയ വിന്യാസങ്ങളുടെ സാധ്യതയെ പരിമിതപ്പെടുത്തുകയും നിർണ്ണയിക്കുകയും ചെയ്യുന്നു.
കാര്യകാരണബന്ധം ഇവിടെ ഒരു നിശ്ചലമായ ട്രിഗർ (Static Trigger) അല്ല; അത് ചരിത്രപരമായി നിബന്ധനകൾക്ക് വിധേയമായ മെഷ് പരിണാമമാണ് (Historically Conditioned Mesh Evolution).
ഉദിച്ചുയരുന്ന നെറ്റ്‌വർക്ക് മാതൃകകൾ (Emergent Network Patterns) മെഷ് കോസേഷന്റെ ഏറ്റവും പ്രധാനപ്പെട്ട സൂചനയാണ്. നെറ്റ്‌വർക്കിൽ നിന്ന് ചില ഘടനാപരമായ ക്രമബദ്ധതകൾ (Structural Regularities) ഉദിക്കുന്നു. ഈ ക്രമബദ്ധതകൾ ഒരൊറ്റ നോഡിൽ കണ്ടെത്താനാവില്ല; അവ ബന്ധപരമായ സാകല്യത്തിൽ (Relational Totality) നിന്ന് മാത്രമേ രൂപപ്പെടൂ. ഇതിലൂടെ കാര്യകാരണബന്ധത്തിന്റെ കേന്ദ്രസ്ഥാനം (Locus) വ്യക്തിഗത യൂണിറ്റുകളിൽ നിന്ന് ഘടനാപരമായ മാതൃകകളിലേക്ക് മാറുന്നു.

ശാസ്ത്രീയ വിപുലീകരണത്തിന്റെ സത്താപര പ്രസക്തി (Ontological Relevance)

നെറ്റ്‌വർക്ക് കോസേഷന്റെ ഈ ഘടകങ്ങൾ എന്റെ മെഷ് നിർണ്ണയവാദത്തെ (Mesh Determinism) ബലപ്പെടുത്തുന്നു: കാര്യകാരണ ശേഷി (Causal Power) നോഡിൽ കേന്ദ്രീകൃതമല്ല; അത് ബന്ധപരമായ ഘടനയിൽ വിതരണം ചെയ്യപ്പെട്ടിരിക്കുന്നു.
കാര്യകാരണ വിശദീകരണം അനുക്രമത്തിൽ (Succession) നിന്ന് വിന്യാസത്തിലേക്ക് (Configuration) മാറുന്നു.

സുസ്ഥിരത ഫീഡ്ബാക്കിലൂടെ രൂപപ്പെടുന്നു.
ഉദയം (Emergence) എന്നത് വിതരണം ചെയ്യപ്പെട്ട നിയന്ത്രണങ്ങളുടെ (Distributed Constraints) ഫലമാണ്.
എന്നാൽ നെറ്റ്‌വർക്ക് സയൻസിനെ ഒരു സത്താമീമാംസാത്മക അടിത്തറയായി (Metaphysical Ground) കാണുന്നില്ല. അത് കേവലം ഒരു വിവരണാത്മക ചട്ടക്കൂട് (Descriptive Framework) മാത്രമാണ്. എന്റെ വാദം അതിനേക്കാൾ ആഴത്തിലുള്ളതാണ്: കാര്യകാരണബന്ധത്തിന്റെ സത്താപരമായ സ്വഭാവം തന്നെ മെഷ് ആണ് എന്നതാണ് എന്റെ പക്ഷം. നെറ്റ്‌വർക്ക് തിയറി അതിന്റെ അനുഭവപരമായ പ്രതിഫലനം (Empirical Reflection) മാത്രമാണ്.
ഇതിലൂടെ ശാസ്ത്രീയമായ ബലപ്പെടുത്തൽ (Scientific Reinforcement) എന്ന ഭാഗം മെഷ് പ്രബന്ധത്തിന് ഒരു സാദൃശ്യാത്മക പിന്തുണ (Analogical Support) നൽകുന്നുണ്ടെങ്കിലും അതിനെ പൂർണ്ണമായും നിർണ്ണയിക്കുന്നില്ല. നിർണ്ണയവാദം ഇവിടെ പ്രവചനപരമായ രേഖീയതയല്ല; മറിച്ച് ബന്ധപരമായ ശൃംഖലകളിലുടനീളമുള്ള ഘടനാപരമായ സാംഗത്യമാണ് (Structural Consistency Across Relational Networks).

3.2 ബഹുദിശാ കാര്യകാരണബന്ധം (Multi-Directional Causality)

മെഷ് ഓന്റോളജി (Mesh Ontology) എന്ന ആശയത്തിന്റെ ശാസ്ത്രീയമായ ബലപ്പെടുത്തലിൽ ഏറ്റവും നിർണ്ണായകമായ ഘടകമാണ് ബഹുദിശാ കാര്യകാരണബന്ധം (Multi-Directional Causality). രേഖീയമായ കാര്യകാരണ ചങ്ങലകളിൽ, കാര്യകാരണബന്ധം എന്നത് ഒരൊറ്റ ദിശയിലേക്കുള്ള ഗതിയായാണ് (Unidirectional) കണക്കാക്കപ്പെടുന്നത്. എന്നാൽ ബന്ധപരമായ മെഷിൽ കാര്യകാരണബന്ധം പല ദിശകളിലായി, ഒരേസമയം, ആവർത്തനപരമായ (Recursive) രൂപത്തിൽ പ്രവർത്തിക്കുന്നു. ഇത് അനുക്രമത്തെ (Succession)

കേന്ദ്രമാക്കിയുള്ള കാര്യകാരണബോധത്തെ അടിസ്ഥാനപരമായിത്തന്നെ മാറ്റുന്നു.

• **ദ്വിദിശയിലുള്ള സ്വാധീനം (Bidirectional Influence):** ഒരു ഘടകം മറ്റൊന്നിനെ സ്വാധീനിക്കുമ്പോൾ തന്നെ, രണ്ടാമത്തെ ഘടകം ആദ്യത്തേതിന്റെ നിലയെ പുനർക്രമീകരിക്കുന്നു. മാക്രോ-മൈക്രോ (Macro ↔ Micro മാക്രോ തലവും മൈക്രോ തലവും തമ്മിലുള്ള പരസ്പരബന്ധം / ദ്വിദിശ ബന്ധം) തലങ്ങളിൽ ഇത് വ്യക്തമാണ്. ഉയർന്ന തലത്തിലുള്ള ഘടനകൾ താഴ്ന്ന തലത്തിലെ പ്രവർത്തനങ്ങളെ നിയന്ത്രിക്കുമ്പോൾ തന്നെ, താഴെനിന്നുള്ള മാറ്റങ്ങൾ ഉയർന്ന ഘടനകളെ പുനർസംഘടിപ്പിക്കുന്നു. ഇവിടെ കാര്യകാരണബന്ധം വെറും താഴേക്കോ (Top-down) മുകളിലേക്കോ (Bottom-up) ഉള്ള ഒന്നല്ല; മറിച്ച് അതൊരു ദ്വിദിശയിലുള്ള നിയന്ത്രണ പ്രതിപ്രവർത്തനമാണ് (Bidirectional Constraint Interaction).

• **വൃത്താകൃതിയിലുള്ള കാര്യകാരണബന്ധം (Circular Causation):** രേഖീയമായ അനുക്രമത്തിന് പകരം A → B → C → A എന്ന വൃത്താകൃതിയിലുള്ള സുസ്ഥിരതാ മാതൃക ഇവിടെ പ്രവർത്തിക്കുന്നു. ഈ ലൂപ്പുകൾ വ്യവസ്ഥയുടെ ആന്തരിക സാംഗത്യം (Internal Coherence) നിലനിർത്തുന്നു.

• **ആവർത്തനപരമായ സുസ്ഥിരമാക്കൽ (Recursive Stabilization):** ഒരു വിന്യാസം (Configuration) രൂപപ്പെട്ടുകഴിഞ്ഞാൽ അത് ഫീഡ്ബാക്ക് വഴി സ്വയം സുസ്ഥിരമാകുന്നു. കാര്യകാരണ സംഭവനം എന്നത് ഇവിടെ ഒരു പെട്ടെന്നുള്ള ഊർജ്ജപ്രവാഹമല്ല (Instantaneous Impulse); മറിച്ച് അതൊരു ആവർത്തനപരമായ സംഗമമാണ് (Recursive Convergence).

• **തുടർച്ചക്ക് അപ്പുറമുള്ള സമകാലികത (Simultaneity beyond Succession):** കാര്യകാരണ പ്രതിപ്രവർത്തനങ്ങൾ എല്ലായ്പ്പോഴും 'മുൻപും പിൻപും' എന്ന ക്രമത്തിൽ മാത്രമല്ല സംഭവിക്കുന്നത്. ഘടനാപരമായ മണ്ഡലത്തിൽ

അനേകം നിയന്ത്രണങ്ങൾ ഒരേസമയം സജീവമാകുന്നു (Simultaneous Activation).
ഇതിലൂടെ ബഹുദിശാ കാര്യകാരണബന്ധം മെഷ് നിർണ്ണയവാദത്തിന്റെ അനിവാര്യ ഘടകമാകുന്നു. കാര്യകാരണബന്ധം ഇവിടെ ഒരു രേഖയല്ല, മറിച്ച് അതൊരു ലൂപ്പാണ്; അതൊരു തള്ളലല്ല (Push), മറിച്ച് ഫീഡ്ബാക്കാണ്. നിർണ്ണയവാദം എന്നത് രേഖീയമായ പ്രവചനക്ഷമതയല്ല, മറിച്ച് ആവർത്തനപരമായ ഘടനാപരമായ സാംഗത്യമാണ് (Recursive Structural Consistency).

3.3 സിസ്റ്റംസ് തിയറിയുടെ സംയോജനം (Systems Theory Integration)
മെഷ് നിർണ്ണയവാദത്തെ ശാസ്ത്രീയ തലത്തിൽ കൂടുതൽ വ്യക്തമാക്കാൻ സിസ്റ്റംസ് തിയറി (Systems Theory) വലിയ പിന്തുണ നൽകുന്നു. കാര്യകാരണബന്ധത്തെ ഒറ്റപ്പെട്ട പ്രതിപ്രവർത്തനങ്ങളായി കാണാതെ, വ്യവസ്ഥാ തലത്തിലുള്ള നിയന്ത്രണ സാംഗത്യമായി (System-level Constraint Coherence) കാണാൻ ഇത് സഹായിക്കുന്നു.
1. **ഭാഗം-സാകല്യം പരസ്പരാശ്രിതത്വം (Whole–Part Interdependence):** ഒരു വ്യവസ്ഥയിലെ ഭാഗങ്ങൾ സ്വതന്ത്ര സത്തകളല്ല; അവ സാകല്യത്തിന്റെ (Whole) ഘടനാപരമായ വിന്യാസങ്ങളാണ്. ഭാഗങ്ങളുടെ പെരുമാറ്റം സാകല്യത്തിൽ നിന്ന് നിർണ്ണയിക്കപ്പെടുമ്പോൾ തന്നെ, ഭാഗങ്ങളിലെ മാറ്റങ്ങൾ സാകല്യത്തെയും സ്വാധീനിക്കുന്നു. ഇത് മെഷ് ഓന്റോളജിയിലെ ലംബ-തിരശ്ചീന കാര്യകാരണബന്ധത്തെ ശാസ്ത്രീയമായി ഉറപ്പിക്കുന്നു.
2. **ഉദിച്ചുയരുന്ന നിയന്ത്രണങ്ങൾ (Emergent Constraints):** വ്യക്തിഗത ഘടകങ്ങളിൽ കാണപ്പെടാത്ത പുതിയ നിയന്ത്രണങ്ങൾ വ്യവസ്ഥാ തലത്തിലുള്ള വിന്യാസങ്ങളിൽ നിന്ന് ഉദിക്കുന്നു. കാര്യകാരണബന്ധം ഇവിടെ കേവലമായ കീഴ്ത്തല ലഘൂകരണമല്ല (Bottom-up

Reduction), മറിച്ച് ഉദിച്ചുയരുന്ന ഘടനാപരമായ നിബന്ധനകളാണ് (Emergent Structural Conditioning).

3. **ചലനാത്മക സമതുലിതാവസ്ഥ (Dynamic Equilibrium):** വ്യവസ്ഥകൾ നിരന്തരമായ ക്രമീകരണത്തിലൂടെ സുസ്ഥിരത കൈവരിക്കുന്നു. നിയന്ത്രണ മണ്ഡലത്തിലെ വ്യതിയാനങ്ങൾ ആന്തരികമായ തിരുത്തലുകളിലൂടെ പുതിയ സമതുലിതാവസ്ഥ രൂപപ്പെടുത്തുന്നു. ഇത് യാദൃശ്ചികതയല്ല, മറിച്ച് ഘടനാപരമായ സുസ്ഥിരമാക്കലാണ് (Structural Stabilization).

4. **ഹോമിയോസ്റ്റാസിസ് (Homeostasis):** ബാഹ്യപ്രേരണകൾക്കിടയിലും ആന്തരികമായ ഘടനാപരമായ സുസ്ഥിരത നിലനിർത്താനുള്ള വ്യവസ്ഥയുടെ ശ്രമമാണിത്. ഇത് വിതരണം ചെയ്യപ്പെട്ട ഫീഡ്ബാക്ക് ശൃംഖലയുടെ ഫലമാണ്.

5. **സ്വയം-സംഘാടനം (Self-organization):** പുറത്തുനിന്നുള്ള ഒരു ഡിസൈനർ ഇല്ലാതെ തന്നെ ബന്ധപരമായ നിയന്ത്രണങ്ങളുടെ ആന്തരിക സംഗമത്തിലൂടെ സുഘടിതമായ ഘടനകൾ രൂപപ്പെടുന്നു. ഇത് മെഷ് ഓന്റോളജിയുടെ അന്തസ്സത്തയെ ബലപ്പെടുത്തുന്നു.

3.4 നിയന്ത്രണാധിഷ്ഠിത വിശദീകരണം (Constraint-Based Explanation)

ഇവിടെ കാര്യകാരണ വിശദീകരണത്തെ ട്രിഗർ-കേന്ദ്രിത മാതൃകയിൽ നിന്ന് ബൗണ്ടറി-കണ്ടീഷൻ (Boundary-condition) കേന്ദ്രിത മാതൃകയിലേക്ക് മാറ്റുന്നു.[50] സംഭവങ്ങൾ ബലത്തിന്റെ കൈമാറ്റം (Force-transfer) മൂലമല്ല, മറിച്ച് നിയന്ത്രണങ്ങളുടെ ഘടനാപരമായ വിന്യാസം മൂലമാണ് സംഭവിക്കുന്നത്.[51]

- **വ്യവസ്ഥാ തലത്തിലുള്ള പരിധി നിബന്ധനകൾ (System-level Boundary Conditions):** ഇവ സംഭവങ്ങളുടെ സാധ്യതാപരമായ പരിധികളെ നിർണ്ണയിക്കുന്നു. കാര്യകാരണബന്ധം ഇവിടെ ഒരു തള്ളലല്ല, മറിച്ച്

അനുവദനീയമായ മാതൃകകളുടെ സാക്ഷാത്കാരമാണ് (Realization of Allowable Patterns).[52]

• **ആഗോള ഘടനാപരമായ സാംഗത്യം (Global Structural Coherence):** ഓരോ സംഭവവും വ്യവസ്ഥയുടെ ആന്തരിക സാംഗത്യത്തോട് പൊരുത്തപ്പെടുന്ന വിന്യാസമായിരിക്കണം. മെഷ് ഓന്റോളജിയിൽ നിർണ്ണയവാദം എന്നത് ഈ ആഗോള സാംഗത്യ പ്രമാണമാണ് (Global Coherence Principle).[53]

• **അട്രാക്ടർ അവസ്ഥകൾ (Attractor States):** ചില വിന്യാസങ്ങൾ വ്യവസ്ഥയെ സുസ്ഥിരതയിലേക്ക് ആകർഷിക്കുന്നു. ഈ അട്രാക്ടറുകൾ ബലത്തിന്റെ ഫലമല്ല, മറിച്ച് ബന്ധപരമായ നിയന്ത്രണങ്ങളുടെ ജ്യാമിതിയാണ് (Geometry of Relational Constraints).[54]

• **വിന്യാസവും സംഭവവും തമ്മിലുള്ള വ്യത്യാസം (Configuration vs Event Distinction):** സംഭവം എന്നത് വിന്യാസത്തിന്റെ സമയപരമായ ആവിഷ്കാരം (Temporal Expression) മാത്രമാണ്. മെഷ് ഓന്റോളജിയിൽ വിന്യാസത്തിനാണ് പ്രാഥമികമായ സ്ഥാനം; സംഭവം അതിന്റെ പ്രത്യക്ഷരൂപം മാത്രമാണ്.[55]

നിർണ്ണായകമായ വ്യക്തീകരണം: നെറ്റ്‌വർക്ക് തിയറി, സിസ്റ്റംസ് തിയറി, അട്രാക്ടർ മാതൃകകൾ എന്നിവയൊന്നും എന്റെ മെഷ് നിർണ്ണയവാദത്തിന്റെ സത്താമീമാംസാത്മക അടിത്തറയല്ല; അവ അതിന്റെ വിവരണാത്മകമായ അനുരൂപത (Descriptive Resonance) മാത്രമാണ്. ഞാൻ സംരക്ഷിക്കുന്നത് സത്താപരമായ മെഷ് പ്രബന്ധത്തെയാണ് (Ontological Mesh Thesis); ശാസ്ത്രീയ മാതൃകകൾ അതിനെ ബലപ്പെടുത്തുന്ന ഉദാഹരണങ്ങൾ മാത്രമാണ്. നിർണ്ണയവാദം ഇവിടെ പ്രവചനപരമായ യാന്ത്രികതയല്ല (Predictive Mechanics), മറിച്ച് നിയന്ത്രണ മണ്ഡലങ്ങളിലുടനീളമുള്ള ഘടനാപരമായ സാംഗത്യമാണ് (Structural Coherence across Constraint-fields).

4.2 ബന്ധപരമായ സത്താമീമാംസ (Relational Ontology)
സത്താപരമായ സാകല്യവാദം (Ontological Holism) സാകല്യത്തെ (Whole) പ്രാഥമികമായി സ്ഥാപിച്ചുവെങ്കിൽ, ബന്ധപരമായ സത്താമീമാംസ (Relational Ontology) വസ്തുക്കളുടെ (Objects) സ്വഭാവത്തെ മൗലികമായി പുനർനിർവ്വചിക്കുന്നു. മെഷ് നിർണ്ണയവാദത്തിൽ (Mesh Determinism) വസ്തുക്കൾ എന്നത് സ്വതന്ത്രമായ സത്താപര ഘടകങ്ങളല്ല; മറിച്ച് അവ ബന്ധപരമായ മെഷിൽ (Relational Mesh) ഉൾച്ചേർക്കപ്പെട്ടിരിക്കുന്ന നോഡുകൾ (Nodes) മാത്രമാണ്.[56]

• **വസ്തുക്കൾ ബന്ധപരമായ നോഡുകളായി (Objects as Relational Nodes):** ഇതൊരു സത്താപരമായ പുനർക്രമീകരണമാണ് (Ontological Reorientation). ഒരു വസ്തു എന്നത് സ്വതസിദ്ധമായ അന്തസ്സത്തയുള്ള (Intrinsic Core), സ്വയം ഉൾക്കൊള്ളുന്ന (Self-contained) ഒരു സത്തയല്ല. അത് കേവലം ഒരു ബന്ധപരമായ സ്ഥാനമാണ് (Relational Position).[57] അതിന്റെ സത്ത നിർണ്ണയിക്കപ്പെടുന്നത് അത് ഉൾപ്പെട്ടിരിക്കുന്ന ബന്ധങ്ങളാലാണ്. ബന്ധപരമായ ഉൾച്ചേരലുകൾ (Relational Embedding) ഇല്ലാതെ ഒരു വസ്തുവിനെക്കുറിച്ച് ചിന്തിക്കുന്നത് കേവലം ഒരു സത്താമീമാംസാത്മകമായ അമൂർത്തീകരണം (Metaphysical Abstraction) മാത്രമാണ്. മെഷിൽ നിന്ന് വേർതിരിക്കപ്പെട്ട ഒരു വസ്തു സത്താപരമായി അപൂർണ്ണമാണ്.[58]

• **ബന്ധങ്ങളിലൂടെയുള്ള വ്യക്തിത്വം (Identity through Relations):** ഇത് വസ്തുവിന്റെ വ്യക്തിത്വത്തെ (Identity) ബന്ധപരമായ പദങ്ങളിൽ നിർവ്വചിക്കുന്നു. പരമ്പരാഗത സത്താമീമാംസയിൽ വ്യക്തിത്വം എന്നത് വസ്തുവിന്റെ ആന്തരിക ഗുണങ്ങളിലാണ് (Intrinsic Properties) സ്ഥാപിക്കപ്പെടുന്നത്. എന്നാൽ ബന്ധപരമായ സത്താമീമാംസയിൽ വ്യക്തിത്വം ഉദിച്ചുയരുന്നത് ബന്ധപരമായ വിന്യാസങ്ങളിൽ (Relational Configuration) നിന്നാണ്.[59] ഒരു നോഡിന്റെ ബന്ധപരമായ മാട്രിക്സ് (Relational Matrix) മാറുമ്പോൾ അതിന്റെ വ്യക്തിത്വവും

പുനർക്രമീകരിക്കപ്പെടുന്നു. വസ്തുവിന്റെ സ്ഥിരത നിലനിൽക്കുന്നത് ബന്ധപരമായ സുസ്ഥിരതയിലാണ് (Relational Stability); അല്ലാതെ ആന്തരികമായ ഒറ്റപ്പെടലിലല്ല.

• **ആന്തരിക-ബാഹ്യ ഗുണങ്ങളുടെ പുനർമൂല്യനിർണ്ണയം (Intrinsic vs Extrinsic Re-evaluation):** ആന്തരിക ഗുണങ്ങൾ വസ്തുവിന്റെ സ്വതന്ത്ര ഗുണങ്ങളാണെന്നും ബാഹ്യ ഗുണങ്ങൾ (Extrinsic Properties) അതിന്റെ ബന്ധങ്ങളിൽ നിന്ന് ഉണ്ടാകുന്നവയാണെന്നുമാണ് പൊതുവെ കരുതപ്പെടുന്നത്. എന്നാൽ മെഷ് ഓന്റോളജിയിൽ, ആന്തരികമെന്ന് വിളിക്കപ്പെടുന്ന ഗുണങ്ങൾ പോലും ബന്ധപരമായ ഉൾച്ചേരലിന്റെ ഫലമാണ്.[60] ഘടനാപരമായ സന്ദർഭം (Structural Context) ഇല്ലാതെ അവയ്ക്ക് നിലനിൽപ്പില്ല. അതിനാൽ, ആന്തരികമെന്നും ബാഹ്യക്കമെന്നുമുള്ള വിഭജനം ഒരു സത്താപരമായ ശ്രേണിയായി (Ontological Hierarchy) നിലനിൽക്കാൻ കഴിയില്ല. ബന്ധപരമായ രൂപീകരണമാണ് (Relational Constitution) ഇവിടെ അടിസ്ഥാനതലം.[61]

• **ബന്ധപരമായ ആവിഷ്കാരമെന്ന നിലയിലുള്ള കൗണ്ടർഫാക്ച്വൽ ആശ്രിതത്വം (Counterfactual Dependence as Relational Expression):** "A ഇല്ലായിരുന്നുവെങ്കിൽ B ഉണ്ടാകുമായിരുന്നില്ല" എന്ന കൗണ്ടർഫാക്ച്വൽ (Counterfactual) പ്രസ്താവന, ഇവിടെ ഒരു ഒറ്റപ്പെട്ട ട്രിഗറിനെയല്ല സൂചിപ്പിക്കുന്നത്. അത് ബന്ധപരമായ വിന്യാസത്തിന്റെ ആശ്രിതത്വത്തെയാണ് വ്യക്തമാക്കുന്നത്.[62] കൗണ്ടർഫാക്ച്വൽ യുക്തി എന്നത് മെഷിന്റെ ഘടനാപരമായ സംവേദനക്ഷമതയെ (Structural Sensitivity) വെളിപ്പെടുത്തുന്നു. ബന്ധപരമായ മണ്ഡലത്തിൽ മാറ്റമുണ്ടായാൽ വിന്യാസവും മാറും. അതിനാൽ കൗണ്ടർഫാക്ച്വൽ ആശ്രിതത്വം എന്നത് കാര്യകാരണ മെഷിന്റെ ബന്ധപരമായ യുക്തി (Relational Logic) തന്നെയാണ്.[63]

ബന്ധപരമായ സത്താമീമാംസയുടെ അന്തിമ പ്രതിഫലം ഇതാണ്: വസ്തുക്കൾ സത്താപരമായി സ്വയംഭരണാധികാരമുള്ളവയല്ല (Ontologically Autonomous). അവ ബന്ധപരമായ ഉൾച്ചേരലുകളുടെ വിന്യാസങ്ങൾ മാത്രമാണ്. വ്യക്തിത്വം എന്നത് ബന്ധപരമായ സുസ്ഥിരതയാണ്. ആന്തരിക-ബാഹ്യ വ്യത്യാസങ്ങൾ ബന്ധപരമായ അടിത്തറയിൽ പുനർവായിക്കപ്പെടണം. കാര്യകാരണബന്ധം എന്നത് ബന്ധപരമായ ആശ്രിതത്വമാണ് (Relational Dependence).[64]
ഇതിലൂടെ മെഷ് നിർണ്ണയവാദത്തിന്റെ (Mesh Determinism) സത്താപരമായ അടിത്തറ കൂടുതൽ ശക്തമാകുന്നു. കാര്യകാരണബന്ധം വിതരണം ചെയ്യപ്പെട്ട ബന്ധപരമായ മെഷ് ആണെങ്കിൽ, വസ്തുക്കൾ ബന്ധപരമായ നോഡുകളായിരിക്കണം. നിർണ്ണയവാദം എന്നത് ആന്തരികമായ ഒറ്റപ്പെടലിലെ നിർബന്ധിതത്വമല്ല; മറിച്ച് ബന്ധപരമായ സാംഗത്യത്തിന്റെ (Relational Coherence) സുസ്ഥിരതയാണ്.[65]

4.3 വിഭജനവിരുദ്ധത (Anti-Atomism)
ബന്ധപരമായ സത്താമീമാംസ (Relational Ontology) സ്വീകരിക്കുന്നതോടെ അണുവാദി സത്താമീമാംസയ്ക്ക് (Atomistic Metaphysics) നിലനിൽപ്പില്ലാതാകുന്നു. വിഭജനവിരുദ്ധത (Anti-Atomism) എന്നത് കേവലമൊരു ശാസ്ത്രീയ വിമർശനമല്ല; മറിച്ച് അത് സത്താമീമാംസാത്മകമായ ഒരു നിരാകരണമാണ്.[66]
• **സത്താപരമായ ഒറ്റപ്പെടലുകളുടെ നിരാകരണം (No Ontological Isolation):** യാഥാർത്ഥ്യത്തിൽ ഒരു ഘടകവും സ്വതന്ത്രമായ, ബന്ധരഹിതമായ സത്തയായി നിലനിൽക്കുന്നില്ല എന്നതാണ് ഇതിന്റെ പ്രഥമ പ്രസ്താവന. ഒറ്റപ്പെടൽ എന്നത് ഒരു ജ്ഞാനപരമായ അമൂർത്തീകരണം (Conceptual Abstraction) മാത്രമായിരിക്കാം; അതൊരിക്കലും സത്താപരമായ യാഥാർത്ഥ്യമല്ല (Ontological Reality).[67] മെഷിൽ ഉൾച്ചേർക്കപ്പെട്ടിരിക്കുന്ന ബന്ധപരമായ

സാഹചര്യങ്ങൾ (Relational Conditions) ഇല്ലാതെ ഒരു സത്തയെക്കുറിച്ച് ചിന്തിക്കുന്നത് വിവരണാത്മകമായ സൗകര്യത്തിന് (Explanatory Convenience) വേണ്ടിയുള്ള ലഘൂകരണം മാത്രമാണ്. യാഥാർത്ഥ്യത്തിൽ ഓരോ ഘടകവും ബന്ധപരമായ മണ്ഡലത്തിന്റെ (Relational Field) ഭാഗമായി മാത്രമേ നിലനിൽക്കൂ.

- **സ്വയംഭരണാധികാരമുള്ള കാര്യകാരണ യൂണിറ്റുകളുടെ അഭാവം (No Autonomous Causal Units):** ഈ വാദം കാര്യകാരണ അണുവാദത്തെ (Causal Atomism) നേരിട്ട് നിരാകരിക്കുന്നു.[68] കാര്യകാരണ ശേഷി (Causal Power) ഒറ്റപ്പെട്ട യൂണിറ്റുകളിൽ കേന്ദ്രീകൃതമല്ല. ഒരു നോഡും സ്വതന്ത്രമായി പര്യാപ്തമല്ല (Sufficient). കാര്യകാരണ സ്വയംഭരണാധികാരം (Causal Autonomy) എന്ന ആശയം ചെയിൻ ഓന്റോളജിയുടെ അവശിഷ്ടമാണ്. മെഷ് ഓന്റോളജിയിൽ കാര്യകാരണബന്ധം എന്നത് വിതരണം ചെയ്യപ്പെട്ട ബന്ധപരമായ നിബന്ധനകളാണ് (Distributed Relational Conditioning).[69] അതിനാൽ സ്വയംഭരണാധികാരമുള്ള കാര്യകാരണ യൂണിറ്റ് എന്ന സങ്കല്പം ഒരു സത്താമീമാംസാത്മക വ്യാമോഹം (Metaphysical Illusion) മാത്രമാണ്.
- **അസ്തിത്വത്തിന്റെ നിബന്ധനയായ ഘടനാപരമായ ഉൾച്ചേരൽ (Structural Embedding as Condition of Existence):** വിഭജനവിരുദ്ധതയുടെ ഏറ്റവും ആഴത്തിലുള്ള പ്രസ്താവനയാണിത്. ഒരു സത്ത നിലനിൽക്കുന്നതിന് അതിന്റെ ബന്ധപരമായ ഉൾച്ചേരൽ (Relational Embedding) അനിവാര്യമാണ്.[70] ഉൾച്ചേരലില്ലാതെ വ്യക്തിത്വം (Identity) ഇല്ല; വ്യക്തിത്വമില്ലാതെ അസ്തിത്വം (Existence) ഇല്ല. ഘടനാപരമായ സന്ദർഭം (Structural Context) ഇല്ലാതെ ഒരു വസ്തുവിനെ സത്താപരമായി നിർവ്വചിക്കാൻ സാധ്യമല്ല. അതിനാൽ, ഉൾച്ചേരൽ എന്നത് അസ്തിത്വത്തോടൊപ്പം കൂട്ടിച്ചേർക്കപ്പെട്ട ഒന്നല്ല; മറിച്ച് അത് അസ്തിത്വത്തിന്റെ തന്നെ നിബന്ധനയാണ്.[71]

വിഭജനവിരുദ്ധത (Anti-atomism) ഇതോടെ മെഷിനെ ഒരു വിവരണാത്മക ഉപമയിൽ (Descriptive Metaphor) നിന്ന് സത്താമീമാംസാത്മകമായ പ്രതിബദ്ധതയിലേക്ക് (Metaphysical Commitment) ഉയർത്തുന്നു. യാഥാർത്ഥ്യം എന്നത് വേറിട്ടുനിൽക്കുന്ന കട്ടകളുടെ (Discrete Blocks) കൂട്ടായ്മയല്ല; അത് ബന്ധപരമായി രൂപപ്പെട്ട ഘടനാപരമായ ഏകത്വമാണ് (Relationally Constituted Structural Unity).[72]

4.4 സാകല്യവാദപരമായ നിർണ്ണയവാദം (Holistic Determinism)

വിഭജനവിരുദ്ധത സ്ഥാപിച്ചതിന് ശേഷം നിർണ്ണയവാദത്തിന്റെ (Determinism) പുനർവ്യാഖ്യാനം അനിവാര്യമാണ്. സാകല്യവാദപരമായ നിർണ്ണയവാദം (Holistic Determinism) നിർണ്ണയവാദത്തെ കാര്യകാരണ ചങ്ങലയിൽ നിന്നും ഘടനാപരമായ ഏകത്വത്തിലേക്ക് മാറ്റുന്നു.[73]

- **ഘടനാപരമായ ഏകത്വമെന്ന നിലയിലുള്ള പൂർണ്ണാവസ്ഥ (Complete State as Structural Unity):** നിർണ്ണയവാദത്തിന്റെ അടിസ്ഥാന നിർവ്വചനമാണിത്. ഒരു നിശ്ചിത സമയത്തെ പൂർണ്ണാവസ്ഥ (Complete State) എന്നത് ഒറ്റപ്പെട്ട സംഭവങ്ങളുടെ കൂട്ടായ്മയല്ല; മറിച്ച് അത് ബന്ധപരമായ മെഷിന്റെ സമഗ്ര വിന്യാസമാണ് (Total Configuration).[74] നിർണ്ണയവാദം എന്നത് ഈ വിന്യാസത്തിന്റെ ആന്തരിക സാംഗത്യമാണ് (Internal Consistency). അനുക്രമം (Succession) എന്നത് വിന്യാസത്തിന്റെ സുഘടിതത്വത്തോട് (Coherence) പൊരുത്തപ്പെടുന്നതായിരിക്കണം.
- **ഘടനാപരമായ തലത്തിലുള്ള കാര്യകാരണ വിമുക്തത (Causal Closure at Structural Level):** കാര്യകാരണ വിമുക്തത (Causal Closure) എന്ന ആശയത്തെ ഇത് പുനർനിർവ്വചിക്കുന്നു. വിമുക്തത നിലനിൽക്കുന്നത് ഒറ്റപ്പെട്ട മണ്ഡലങ്ങളിലല്ല, മറിച്ച് ഘടനാപരമായ തലത്തിലാണ്.[75] മെഷിന് പുറത്തുനിന്നുള്ള കാര്യകാരണ കടന്നുകയറ്റങ്ങൾ (Causal Intrusions) ഇവിടെ സാധ്യമല്ല. എല്ലാ

കാര്യകാരണ പരിവർത്തനങ്ങളും (Causal Transformations) ഘടനാപരമായ മണ്ഡലത്തിന്റെ ഉള്ളിൽ നിന്ന് തന്നെ ഉദിക്കുന്നു.

• **സത്താപരമായ വിള്ളലുകളുടെ അഭാവം (No Ontological Rupture):** ഇത് ഖണ്ഡീകരണത്തെ (Fragmentation) പൂർണ്ണമായി നിരാകരിക്കുന്നു. മെഷിൽ വിശദീകരിക്കാനാകാത്ത വിടവുകളില്ല.[76] കാര്യകാരണപരമായ തുടർച്ചയില്ലായ്മ (Causal Discontinuity) എന്ന ആശയം ബന്ധപരമായ സുഘടിതത്വത്തെ (Relational Coherence) തകർക്കുന്നു. നിർണ്ണയവാദം എന്നത് ഘടനാപരമായ നൈരന്തര്യമാണ് (Structural Continuity).[77]

• **മെഷിലുടനീളമുള്ള ബന്ധപരമായ മാറ്റമില്ലായ്മ (Relational Invariance Across Mesh):** ഇതാണ് നിർണ്ണയവാദത്തിന്റെ സാംഗത്യ പ്രമാണം (Consistency Principle). ബന്ധപരമായ ഘടന മാറിയാൽ ഫലം മാറും; എന്നാൽ ഘടനയുടെ നിയമാനുസൃതമായ സുഘടിതത്വം നിലനിൽക്കും.[78] മാറ്റമില്ലായ്മ (Invariance) എന്നത് പ്രവചനക്ഷമതയല്ല, മറിച്ച് സാംഗത്യമാണ്.

ഈ ഭാഗം മെഷിനെ ഒരു മാതൃകയിൽ (Model) നിന്ന് സത്താമീമാംസയിലേക്ക് (Metaphysics) ഉയർത്തുന്നു:

1. വിഭജനവിരുദ്ധത (Anti-Atomism) ഒറ്റപ്പെട്ട സത്തകളെ നിരാകരിക്കുന്നു.
2. സാകല്യവാദപരമായ നിർണ്ണയവാദം (Holistic Determinism) ബന്ധപരമായ ഘടനാപരമായ ഏകത്വത്തെ നിർണ്ണയവാദത്തിന്റെ അടിസ്ഥാനമാക്കുന്നു.

ഇതോടെ കാര്യകാരണബന്ധം എന്നത് കേവലമൊരു വിവരണാത്മക നെറ്റ്വർക്ക് സിദ്ധാന്തമല്ല; മറിച്ച് അത് സത്താപരമായ ഘടനാപരമായ അനിവാര്യതയാണ് (Ontological Structural Necessity).[79] മെഷ് എന്നത് ഇനി ഒരു സാദൃശ്യം (Analogy) അല്ല; അത് സത്താമീമാംസാത്മകമായ ഒരു പ്രതിബദ്ധതയാണ്.

5. ദാർശനിക സംവാദം (Philosophical Dialogue)

5.1 വൈറ്റ്ഹെഡ് പങ്കാളിത്തം (Whiteheadian Engagement)

അൽഫ്രഡ് നോർത്ത് വൈറ്റ്ഹെഡിന്റെ പ്രക്രിയാത്മക സത്താമീമാംസ (Process Metaphysics) ആധുനിക ദാർശനിക ചിന്തയിൽ സബ്സ്റ്റൻസ് അധിഷ്ഠിത ലോകദർശനത്തെ അടിസ്ഥാനപരമായി മാറ്റിമറിച്ച ഒരു നിർണ്ണായക ഘട്ടമാണ്.[80] പരമ്പരാഗത സത്താവാദം (Substance Ontology) ലോകത്തെ സ്ഥിരവസ്തുക്കളുടെ സമാഹാരമായി കണ്ടപ്പോൾ, വൈറ്റ്ഹെഡ് ലോകത്തെ പ്രക്രിയകളുടെ സജീവ ജാലമായി അവതരിപ്പിച്ചു. ഇവിടെ സബ്സ്റ്റൻസ് എന്നത് പ്രാഥമികമല്ല; പ്രക്രിയയാണ് പ്രാഥമികം. "ഇരിക്കൽ" എന്നത് ഒരു അടിസ്ഥാന സത്താവസ്ഥയല്ല; അത് "ആവുന്ന" (Becoming) പ്രക്രിയയുടെ താൽക്കാലിക സുസ്ഥിരതയാണ്.

പ്രക്രിയ സബ്സ്റ്റൻസിനുമുകളിൽ (Process over Substance):

വൈറ്റ്ഹെഡിന്റെ നിർണ്ണായക നീക്കം സബ്സ്റ്റൻസിനെ സത്താമീമാംസാത്മക (Ontological) അടിസ്ഥാനത്തിൽ നിന്ന് നീക്കുന്നതാണ്. ഒരു വസ്തു ആദ്യം പൂർണ്ണമായി നിലനിൽക്കുകയും പിന്നീടത് പ്രവർത്തിക്കുകയും ചെയ്യുന്നു എന്ന ആശയം അദ്ദേഹം നിരാകരിക്കുന്നു. അതിന് പകരം, ഓരോ സത്തയും ഒരു ഘടനാപരമായ പ്രക്രിയയാണ്.[81] പ്രക്രിയ എന്നത് മാറ്റത്തിന്റെ ശൃംഖലമല്ല; മറിച്ച് ബന്ധപരമായ ഘടനകളുടെ സജീവ ഏകീകരണമാണ്. ഈ നിലപാട് സത്തയെ സ്ഥിരമായ ആണുവാദ ഘടകങ്ങളിൽ (Atomistic Elements) നിന്ന് ബന്ധപരമായ രൂപീകരണങ്ങളിലേക്ക് മാറ്റുന്നു.

യാഥാർത്ഥ ഘട്ടങ്ങൾ (Actual Occasions):

വൈറ്റ്ഹെഡിന്റെ സിസ്റ്റത്തിൽ അടിസ്ഥാന ഘടകങ്ങൾ "Actual Occasions" ആണ്. ഇവ സ്ഥിരസബ്സ്റ്റൻസുകൾ അല്ല; അവ അനുഭവഘട്ടങ്ങളാണ്. ഓരോ ഘട്ടവും മുൻ ഘട്ടങ്ങളെ ഉൾക്കൊണ്ട്, അവയുടെ സ്വാധീനങ്ങളെ സംയോജിപ്പിച്ച്, ഒരു പുതിയ സുസ്ഥിര വിന്യാസമായി

രൂപപ്പെടുന്നു. ഈ കൺക്രസൻസ് (Concrescence) പ്രക്രിയയിൽ, ഓരോ ഘട്ടവും സ്വതന്ത്രമല്ല; അത് മുൻഘട്ടങ്ങളുമായി ആന്തരികമായി ബന്ധപ്പെട്ടിരിക്കുന്നു.[82] അതിനാൽ ലോകം വേർതിരിക്കപ്പെട്ട ഘടകങ്ങളുടെ കൂട്ടായ്മയല്ല; അത് പരസ്പരം ആശ്രിതമായ സംഭവങ്ങളുടെ സജീവ മെഷ് (Active Mesh) ആണ്.

ബന്ധപരമായ രൂപീകരണം (Relational Constitution):
വൈറ്റ്ഹെഡിന്റെ ദർശനത്തിൽ ബന്ധങ്ങൾ ബാഹ്യമായ ചേർക്കലുകൾ അല്ല. ഒരു ഘടകം ആദ്യം നിലനിൽക്കുകയും പിന്നീട് ബന്ധങ്ങൾ ചേർക്കപ്പെടുകയും ചെയ്യുന്നു എന്ന ക്ലാസിക്കൽ (Classical) ധാരണ അദ്ദേഹം നിരാകരിക്കുന്നു. ഒരു Actual Occasion എന്നത് അതിന്റെ ബന്ധങ്ങളാലാണ് നിർവ്വചിക്കപ്പെടുന്നത്.[83] ബന്ധങ്ങളിലൂടെയുള്ള വ്യക്തിത്വം (Identity through relations) എന്ന ആശയം ഇവിടെ കേന്ദ്രസ്ഥാനം കൈവരിക്കുന്നു. ഒരു ഘടകത്തിന്റെ സ്വഭാവം അതിന്റെ ബന്ധപരമായ പൈതൃകത്തിൽ (Relational inheritance) നിന്നാണ് രൂപപ്പെടുന്നത്.

ആന്തരിക ബന്ധിതത്വം (Internal Relatedness):
ആന്തരിക ബന്ധിതത്വം (Internal relatedness) എന്ന ആശയം വൈറ്റ്ഹെഡിന്റെ സിസ്റ്റത്തിന്റെ കേന്ദ്രമാണ്. ബന്ധങ്ങൾ ബാഹ്യമായി ചേരുന്നതല്ല; അവ സത്തയുടെ ആന്തരിക ഘടനയുടെ ഭാഗമാണ്.[84] ഒരു ഘട്ടത്തിന്റെ വ്യക്തിത്വം അതിന്റെ ബന്ധപരമായ ഭൂതകാലത്തെ (Relational past) ഉൾക്കൊള്ളുന്നു. അതിനാൽ സത്താപരമായ ഒറ്റപ്പെടൽ (Ontological isolation) അസാധ്യമാണ്. ഈ നിലപാട് ആണുവാദപരമായ ഖണ്ഡീകരണത്തെ (Atomistic fragmentation) നിരാകരിക്കുന്നു.

വിമർശനാത്മക കേന്ദ്രബിന്ദു (Critical Pivot):
വൈറ്റ്ഹെഡ് ബന്ധപരമായ സത്താമീമാംസയെ (Relational Ontology) അതിശയകരമായ ആഴത്തിൽ മുൻകൂട്ടി

കണ്ടവനാണ്. അദ്ദേഹം സബ്സ്റ്റൻസ് മെറ്റാഫിസിക്സിനെ വിഘടിപ്പിച്ചു; ബന്ധങ്ങളെ ആന്തരികമാക്കി; ആവുന്നതിനെ (Becoming) ആയിരിക്കുന്നതിനേക്കാൾ (Being) പ്രാഥമികമാക്കി.

എന്നാൽ ഇവിടെ നിർണ്ണായകമായ ഒരു പരിമിതി നിലനിൽക്കുന്നു. വൈറ്റ്ഹെഡിന്റെ സിസ്റ്റത്തിൽ "സർഗ്ഗാത്മകത" (Creativity) എന്നത് പരമസിദ്ധാന്തമാണ്. ഓരോ Actual Occasion-നും സ്വയംനിർണ്ണയപരമായ ഘടനാപര ഏകീകരണ ഘട്ടമുണ്ട്. ഇത് യാന്ത്രിക നിർണ്ണയവാദത്തെ (Mechanical determinism) ഒഴിവാക്കുന്നു. പക്ഷേ, ആഗോള ഘടനാപരമായ അനിവാര്യതയെ (Global structural necessity) വ്യക്തമായി ഉറപ്പിക്കുന്നില്ല.[85]

പ്രശ്നം ഇവിടെ ഉദിക്കുന്നു: പ്രക്രിയ ബന്ധപരമാണെങ്കിലും, അതിന്റെ നിർണ്ണയഘടന പൂർണ്ണമായും നിബന്ധന-അധിഷ്ഠിതമാണോ (Constraint-consistent)?

വൈറ്റ്ഹെഡിന്റെ സിസ്റ്റത്തിൽ അനിശ്ചിതത്വം (Indeterminacy) സത്താപരമായ തലത്തിൽ നിലനിൽക്കാനുള്ള സാധ്യത തുറന്നിരിക്കുന്നു. ബന്ധപരമായ രൂപീകരണം (Relational constitution) സ്ഥാപിക്കപ്പെട്ടെങ്കിലും, ഘടനാപരമായ സമഗ്രതയുടെ (Structural totality) അനിവാര്യത വ്യക്തമാക്കിയിട്ടില്ല.[86]

ഘടനാപര മെഷ് നിർണ്ണയവാദത്തിന്റെ (Structural Mesh Determinism) നിലപാട് ഇവിടെ വ്യത്യസ്തമാണ്. ബന്ധപരമായ സത്താമീമാംസയെ അത് സ്വീകരിക്കുന്നു; ആന്തരിക ബന്ധിതത്വത്തെ അംഗീകരിക്കുന്നു. എന്നാൽ അനിശ്ചിതത്വത്തെ ജ്ഞാനപരമായ പരിമിതിയായി (Epistemic limitation) പുനർവ്യാഖ്യാനിക്കുന്നു.

അതിനാൽ വിലയിരുത്തൽ ഇങ്ങനെ:

- വൈറ്റ്ഹെഡ് ചെയിൻ ഓന്റോളജിയെ (Chain Ontology) തകർത്തു.

• അദ്ദേഹം ബന്ധപരമായ രൂപീകരണത്തെ (Relational Constitution) സ്ഥാപിച്ചു.
• ആന്തരിക ബന്ധിതത്വത്തെ സത്താപരമായ അടിസ്ഥാനമാക്കി.

എന്നാൽ അനിശ്ചിതത്വത്തിന്റെ പ്രശ്നം ഘടനാപരമായ സമഗ്രതയുടെ അടിസ്ഥാനത്തിൽ അദ്ദേഹം പൂർണ്ണമായി പരിഹരിച്ചില്ല. മെഷ് നിർണ്ണയവാദം (Mesh Determinism) ബന്ധപരമായ സത്താമീമാംസയെ സ്വീകരിക്കുന്നു, പക്ഷേ അതിനെ ആഗോള നിബന്ധന-സാംഗത്യം (Global constraint-consistency) എന്ന നിലയിൽ സ്ഥിരപ്പെടുത്തുന്നു. ഇവിടെ 'ആവുന്നത്' (Becoming) അനിശ്ചിതമല്ല; അത് വിതരണം ചെയ്യപ്പെട്ട ഘടനാപരമായ അനിവാര്യതയുടെ (Distributed structural necessity) സുസ്ഥിര വിന്യാസമാണ്. ഇതാണ് വൈറ്റ്ഹെഡിനോടുള്ള തത്ത്വചിന്താപര സംവാദത്തിന്റെ നിർണ്ണായക സമാപനം.

5.2 പ്രക്രിയാത്മക സത്താമീമാംസയുടെ പരിമിതികൾ (Limitations of Process Metaphysics)

വൈറ്റ്ഹെഡിന്റെ പ്രക്രിയാത്മക സത്താമീമാംസ (Process Metaphysics) സബ്സ്റ്റൻസിനെ (Substance) മറികടന്ന് ബന്ധപരമായ ആവുന്നതിനെ (Relational Becoming) സത്താമീമാംസാത്മക (Ontological) അടിസ്ഥാനമായി സ്ഥാപിച്ചുവെങ്കിലും, അതിന്റെ അന്തർഘടനയിൽ ചില നിർണ്ണായകമായ സംഘർഷങ്ങൾ നിലനിൽക്കുന്നു. ഈ വിഭാഗം ആ സംഘർഷങ്ങളെ കൃത്യമായി നിർവ്വചിക്കുകയും, അവ ഘടനാപരമായ മെഷ് നിർണ്ണയവാദം (Structural Mesh Determinism) എന്ന പ്രബന്ധത്തിന്റെ ദൃഷ്ടികോണത്തിൽ നിന്ന് വിലയിരുത്തുകയും ചെയ്യുന്നു.

സർഗ്ഗാത്മകതയും അനിവാര്യതയും തമ്മിലുള്ള സംഘർഷം (Conflict between Creativity and Necessity)

വൈറ്റ്ഹെഡിന്റെ സിസ്റ്റത്തിൽ “സർഗ്ഗാത്മകത” (Creativity) എന്നത് പരമസിദ്ധാന്തമാണ്. ഓരോ യാഥാർത്ഥ ഘട്ടവും

(Actual Occasion) മുൻഘട്ടങ്ങളെ ഉൾക്കൊണ്ട് പുതിയൊരു വിന്യാസം സൃഷ്ടിക്കുന്ന സ്വയംഘടനാപര സ്വഭാവമുണ്ട്.[87] ഇവിടെ 'ആവുന്നത്' (Becoming) എന്നത് പൂർണ്ണമായി മുൻനിർണ്ണയിക്കപ്പെട്ടതല്ല. ഓരോ ഘട്ടവും മുൻഘടനകളിൽ നിന്ന് നിർബന്ധിതമായി ഉരുത്തിരിയുന്നില്ല; അത് സൃഷ്ടിപരമായ ഏകീകരണത്തിലൂടെ പുതിയതൊന്നിനെ അവതരിപ്പിക്കുന്നു.[88]
ഇവിടെ തന്നെ സംഘർഷം തുടങ്ങുന്നു. ബന്ധപരമായ രൂപീകരണം (Relational Constitution) സ്ഥാപിക്കപ്പെട്ടിരിക്കുമ്പോഴും, സർഗ്ഗാത്മകത ഒരു സത്താപരമായ തുറന്ന അവസ്ഥ (Ontological Openness) നിലനിർത്തുന്നു. ഈ തുറന്ന അവസ്ഥ ഘടനാപരമായ അനിവാര്യതയുമായി (Structural Necessity) എങ്ങനെ പൊരുത്തപ്പെടുന്നു എന്നത് വ്യക്തമായിട്ടില്ല. ഓരോ ഘട്ടവും മുൻഘടനകളിൽ നിന്ന് നിർണ്ണയിക്കപ്പെടുന്നുവെങ്കിൽ സർഗ്ഗാത്മകത എന്താണ്? നിർണ്ണയിക്കപ്പെടുന്നില്ലെങ്കിൽ ആഗോള സാംഗത്യം (Global Consistency) എങ്ങനെ ഉറപ്പാക്കപ്പെടുന്നു?
ഇത് സർഗ്ഗാത്മകതയും (Creativity) അനിവാര്യതയും (Necessity) തമ്മിലുള്ള അടിസ്ഥാനപരമായ തർക്കമാണ്. വൈറ്റ്ഹെഡ് നിർണ്ണയാത്മകമായ വിമുക്തതയെ (Deterministic Closure) ഒഴിവാക്കാൻ ശ്രമിക്കുമ്പോൾ, ഘടനാപരമായ സുഘടിതത്വത്തെ (Structural Coherence) ഭാഗികമായി അസ്പഷ്ടമാക്കുന്നു.[89]

ഘടനാപര സുസ്ഥിരതയുടെ ആവശ്യം (Need for Structural Stability)

പ്രക്രിയ ബന്ധപരമാണ് (Relational) എന്നത് മാത്രം മതിയല്ല. ആഗോള ഘടനാപരമായ സ്ഥിരത (Global Structural Stabilization) ഇല്ലാതെ ബന്ധപരമായ രൂപീകരണം സത്താപരമായ ഏകത്വം (Ontological Unity) ഉറപ്പാക്കുന്നില്ല. ഓരോ ഘട്ടവും സ്വതന്ത്രമായ സൃഷ്ടിപര ഏകീകരണമായി കാണുമ്പോൾ,

ആകെ ഘടനയുടെ (Total Structure) സാംഗത്യം എങ്ങനെ നിലനിർത്തപ്പെടുന്നു എന്ന ചോദ്യം ഉയരുന്നു.

മെഷ് നിർണ്ണയവാദം (Mesh Determinism) ഇവിടെ ഒരു നിർണ്ണായക വ്യത്യാസം സ്ഥാപിക്കുന്നു. ബന്ധപരമായ മെഷിൽ സംഭവങ്ങൾ സർഗ്ഗാത്മകത മുഖേനയല്ല, മറിച്ച് നിബന്ധനകളുടെ സംഗമം (Constraint Convergence) മുഖേനയാണ് ഉരുത്തിരിയുന്നത്.[90] സൃഷ്ടിപരമായ തുറന്ന അവസ്ഥയല്ല, ഘടനാപരമായ സുസ്ഥിരതയാണ് (Structural Stabilization) ഇവിടെ സത്താപരമായ അടിസ്ഥാനമായി കണക്കാക്കപ്പെടുന്നത്.

ഒരു സംഭവം എന്നത് പുതിയതിന്റെ സൃഷ്ടിയല്ല; അത് വിതരണം ചെയ്യപ്പെട്ട നിബന്ധന മണ്ഡലത്തിൽ (Distributed Constraint Field) നിലവിലുണ്ടായിരുന്ന സംഘർഷങ്ങളുടെ സുസ്ഥിര പരിഹാരമാണ്. ഇവിടെ പുതുമ (Novelty) പോലും ഘടനാപരമായ സാംഗത്യത്തിന്റെ പരിധിക്കുള്ളിലാണ്.[91]

നിർണ്ണയാത്മക സുസ്ഥിരതയുടെ അപൂർണ്ണത (Incompleteness of Deterministic Stability)

വൈറ്റ്ഹെഡിന്റെ പ്രക്രിയാത്മക സിസ്റ്റത്തിൽ നിർണ്ണയാത്മകമായ സാംഗത്യം (Deterministic Consistency) പൂർണ്ണമായി ഉറപ്പിക്കപ്പെട്ടിട്ടില്ല. ഓരോ യാഥാർത്ഥ ഘട്ടത്തിനും സ്വയംഘടനാപര നിർണ്ണയം അനുവദിക്കുമ്പോൾ, പൂർണ്ണാവസ്ഥയുടെ (Complete State) ആഗോള അനിവാര്യത സിദ്ധാന്തപരമായി അനിശ്ചിതമാകുന്നു.[92]

ബന്ധപരമായ സത്താമീമാംസ (Relational Ontology) അംഗീകരിക്കപ്പെട്ടിട്ടും, കാര്യകാരണ മെഷിന്റെ (Causal Mesh) സമഗ്ര സുഘടിതത്വം (Total Coherence) വ്യക്തമായി രൂപവത്കരിച്ചിട്ടില്ല (Formalized). ഇതിലൂടെ സത്താപരമായ അനിശ്ചിതത്വത്തിന്റെ (Ontological Indeterminacy) സാധ്യത തുറന്നുകിടക്കുന്നു. മെഷ് നിർണ്ണയവാദത്തിൽ (Mesh Determinism) ഇതാണ് പരിഹരിക്കപ്പെടുന്നത്:

• **സർഗ്ഗാത്മകത (Creativity)** സത്താപരമായ സ്വതസ്സിദ്ധതയായി (Ontological Spontaneity) അംഗീകരിക്കപ്പെടുന്നില്ല.
• **പുതുമ (Novelty)** ജ്ഞാനപരമായ ഒരു തോന്നൽ (Epistemic Appearance) മാത്രമായി വായിക്കപ്പെടുന്നു.
• **നിർണ്ണയവാദം (Determinism)** ഘടനാപരമായ സാംഗത്യമായി (Structural Consistency) നിർവ്വചിക്കപ്പെടുന്നു.
• **പൂർണ്ണാവസ്ഥ (Complete State)** സാകല്യവാദപരമായ നിബന്ധനകളെ സംരക്ഷിക്കുന്ന വിന്യാസമായി (Holistic Constraint-preserving Configuration) കണക്കാക്കപ്പെടുന്നു.[93]

അതിനാൽ പ്രക്രിയാത്മക സത്താമീമാംസ ബന്ധപരമായ ഒരു മാറ്റത്തിന് (Relational Turn) ആരംഭം കുറിച്ചെങ്കിലും, അത് ഘടനാപരമായ സമഗ്രതയുടെ നിർണ്ണയാത്മക സുസ്ഥിരതയെ സമ്പൂർണ്ണമായി ഉറപ്പിച്ചിട്ടില്ല.

സംഗ്രഹ നിർണ്ണയം (Summary Determination)

- പ്രക്രിയ സബ്സ്റ്റൻസിനെ മറികടക്കുന്നു.
- ബന്ധപരമായ രൂപീകരണം ആണുവാദത്തെ (Atomism) തകർക്കുന്നു.
- ആന്തരിക ബന്ധിതത്വം (Internal Relatedness) സത്താപരമായ ഒറ്റപ്പെടലിനെ നിരാകരിക്കുന്നു.

എന്നാൽ സർഗ്ഗാത്മകതയുടെ പേരിൽ സത്താപരമായ തുറന്ന അവസ്ഥ നിലനിൽക്കുമ്പോൾ, ആഗോള ഘടനാപരമായ അനിവാര്യത പൂർണ്ണമായി സുരക്ഷിതമല്ല. ഘടനാപരമായ മെഷ് നിർണ്ണയവാദം ബന്ധപരമായ സത്താമീമാംസയെ സ്വീകരിക്കുന്നു, എന്നാൽ സർഗ്ഗാത്മകതയെ നിബന്ധനകൾക്ക് അനുസൃതമായ സുസ്ഥിരതയായി (Constraint-consistent Stabilization) പുനർവ്യാഖ്യാനിക്കുന്നു. ഇതിലൂടെ പ്രക്രിയാ സത്താമീമാംസയുടെ കരുത്തിനെ സംരക്ഷിച്ചുകൊണ്ട് അതിന്റെ നിർണ്ണായക പരിമിതിയെ പരിഹരിക്കുന്നു.

5.3 ഒന്റിക് ഘടനാപര യാഥാർത്ഥ്യവാദം: ലേഡിമാൻ (Ontic Structural Realism: Ladyman)

ഇരുപതാം നൂറ്റാണ്ടിന്റെ അവസാനം മുതൽ ശാസ്ത്രദർശനത്തിൽ ശക്തമായി ഉയർന്നുവന്ന ഒരു നിലപാടാണ് ഒന്റിക് ഘടനാപര യാഥാർത്ഥ്യവാദം (Ontic Structural Realism - OSR). ജെയിംസ് ലേഡിമാനും സഹരചനകളിലും അവതരിപ്പിക്കുന്ന ഈ ദർശനം, യാഥാർത്ഥ്യത്തിന്റെ അടിസ്ഥാനഘടകം "വസ്തുക്കൾ" (Objects) അല്ല, മറിച്ച് "ഘടന" (Structure) തന്നെയാണെന്ന് വാദിക്കുന്നു.[94]

• **ഘടനയാണ് അടിസ്ഥാനപരമായത് (Structure is Fundamental):** ഈ നിലപാടിന്റെ മുഖ്യാവകാശം വ്യക്തമാണ്: ഘടനയാണ് സത്താപരമായി മൗലികം (Ontologically Fundamental). വസ്തുക്കൾ എന്നത് ബന്ധങ്ങളുടെ നിഗമനഫലമാണ്; അവ ഘടനയിൽ നിന്ന് വ്യുത്പന്നങ്ങളാണ് (Derivatives). ലോകത്തെ സ്വതന്ത്ര ഘടകങ്ങളുടെ കൂട്ടായ്മയായി കാണുന്നതിനു പകരം, ബന്ധപരമായ മാതൃകകളുടെ ജാലമായി കാണേണ്ടതാണെന്ന് ഈ സിദ്ധാന്തം ഉറപ്പിക്കുന്നു. ഇത് ആണുവാദപരമായ സത്താമീമാംസയെ (Atomistic Ontology) നേരിട്ട് ചോദ്യം ചെയ്യുന്നു. ഒരു വസ്തുവിന് സ്വതസിദ്ധമായ അന്തസ്സത്ത (Intrinsic Core) ഉണ്ടെന്ന ക്ലാസിക്കൽ ധാരണ ഇവിടെ ദുർബലമാക്കപ്പെടുന്നു. വ്യക്തിത്വം (Identity) എന്നത് ഘടനാപരമായ പങ്ക് (Structural Role) മുഖേന നിർവ്വചിക്കപ്പെടുന്നു.[95]

• **വസ്തുക്കൾ വ്യുത്പന്നങ്ങൾ (Objects as Derivatives):** ഒന്റിക് ഘടനാപര യാഥാർത്ഥ്യവാദത്തിൽ വസ്തുക്കൾ എന്നത് സ്വയം നിലനിൽക്കുന്ന സത്തകളല്ല (Self-subsisting Entities). അവ ബന്ധപരമായ ശൃംഖലയിലെ (Relational Network) സ്ഥാനങ്ങളാണ്. ഒരു നോഡിന്റെ സ്വഭാവം അതിന്റെ ബന്ധങ്ങളുടെ രൂപത്തിലൂടെയാണ് നിർണ്ണയിക്കപ്പെടുന്നത്. അതിനാൽ ബന്ധിതങ്ങളായ വസ്തുക്കൾ (Relata) ബന്ധങ്ങളേക്കാൾ (Relations)

പ്രാഥമികമല്ല. പലപ്പോഴും ബന്ധങ്ങൾ തന്നെയാണ് സത്താമീമാംസാപരമായി അടിസ്ഥാനപരം (Metaphysically Basic) എന്ന് വാദിക്കുന്നു.[96]

• **ഗണിതാത്മക ഘടനാപര ഐക്യം (Mathematical Structural Unity):** ഈ നിലപാട് ശാസ്ത്രത്തിലെ ഗണിതഘടനകളെ സത്താമീമാംസാത്മകമായ പ്രതിബദ്ധതയായി (Metaphysical Commitment) വായിക്കുന്നു. ശാസ്ത്രീയ സിദ്ധാന്തങ്ങൾ ലോകത്തെ ഗണിതാത്മക ഘടനകളായി അവതരിപ്പിക്കുമ്പോൾ, ആ ഘടനകളാണ് യാഥാർത്ഥ്യത്തിന്റെ ആന്തരിക രൂപമെന്ന് വാദിക്കുന്നു. ഘടനാപരമായ വ്യക്തിത്വം (Structural Identity) എന്നത് ഗണിതാത്മകമായ മാറ്റമില്ലായ്മ (Mathematical Invariance) മുഖേന മനസ്സിലാക്കപ്പെടുന്നു.[97]

• **Relata vs Relations വാദം:** വസ്തുക്കൾ (Relata) ആദ്യം, ബന്ധങ്ങൾ (Relations) പിന്നീട് എന്ന ക്ലാസിക്കൽ നിലപാടിനെ ലേഡിമാൻ ചോദ്യം ചെയ്യുന്നു. ബന്ധങ്ങൾ സത്താപരമായി മുൻഗണനയുള്ളതാണോ (Ontologically Prior), അല്ലെങ്കിൽ വസ്തുക്കളില്ലാതെ ബന്ധങ്ങൾ അർത്ഥവത്താകുമോ എന്ന പ്രശ്നം ഇവിടെ ഉയരുന്നു. ഒന്റിക് ഘടനാപര യാഥാർത്ഥ്യവാദം ബന്ധങ്ങളെ അടിസ്ഥാനപരമാക്കാൻ ശ്രമിക്കുന്നു.[98]

വിമർശനാത്മക തിരിമറി (Critical Pivot): ഒന്റിക് ഘടനാപര യാഥാർത്ഥ്യവാദം മെഷ് നിർണ്ണയവാദത്തിന് (Mesh Determinism) ശക്തമായ സത്താമീമാംസാത്മക പിന്തുണ നൽകുന്നു. ഘടന അടിസ്ഥാനപരമാണെന്ന അവകാശവാദം മെഷ് സത്താമീമാംസയുമായി വ്യക്തമായി പൊരുത്തപ്പെടുന്നു. വസ്തുക്കൾ വ്യുത്പന്നമാണെന്ന ആശയം ബഹു-നോഡ് ബന്ധപരമായ ചട്ടക്കൂടിനെ (Multi-node Relational Framework) ശക്തിപ്പെടുത്തുന്നു. എന്നാൽ ഇവിടെ ഒരു നിർണ്ണായകമായ അഭാവം നിലനിൽക്കുന്നു. ലേഡിമാന്റെ ദർശനം ഘടനയെ സത്താമീമാംസാപരമായി ഉയർത്തിപ്പിടിച്ചിട്ടുണ്ടെങ്കിലും,

കാര്യകാരണ മെഷിന്റെ (Causal Mesh) വ്യക്തമായ ആവിഷ്കാരം (Explicit Articulation) അവിടെ കാണുന്നില്ല. ബന്ധപരമായ ഘടന അംഗീകരിക്കപ്പെട്ടിട്ടുണ്ടെങ്കിലും, വിതരണം ചെയ്യപ്പെട്ട നിബന്ധനകളുടെ സംഗമം (Distributed Constraint Convergence), വിവിധ തലങ്ങളിലുള്ള ഉൾച്ചേരൽ (Multi-level Embedding), ഘടനാപരമായ സുസ്ഥിരത (Structural Stabilization) എന്നിവ കാര്യകാരണ പദങ്ങളിൽ വ്യക്തമായി രൂപവത്കരിച്ചിട്ടില്ല. അതായത്, സ്ട്രക്ചറൽ റിയലിസം സത്താപരമായ അടിത്തറ നൽകുന്നു, പക്ഷേ കാര്യകാരണ മെഷിന്റെ സജീവ ഘടനയെ വിശദമായി നിർവ്വചിക്കുന്നില്ല.

5.4 മെഷ് നിർണ്ണയവാദത്തിന്റെ പ്രത്യേകത (Distinction of Mesh Determinism)

മെഷ് നിർണ്ണയവാദം (Mesh Determinism) സ്ട്രക്ചറൽ റിയലിസത്തെ ആവർത്തിക്കുകയല്ല ചെയ്യുന്നത്. അതുപോലെ അത് പ്രക്രിയാ ദർശനത്തിന്റെ (Process Philosophy) മറ്റൊരു രൂപമോ, യാന്ത്രികമായ ലഘൂകരണവാദത്തിന്റെ (Mechanistic Reductionism) പുതുക്കിയ പതിപ്പോ അല്ല.

- **സ്ട്രക്ചറൽ റിയലിസം മാത്രമല്ല:** സ്ട്രക്ചറൽ റിയലിസം ഘടന മൗലികമാണെന്ന് പറയുന്നു. മെഷ് നിർണ്ണയവാദം അതിനെ അംഗീകരിക്കുന്നു. എന്നാൽ അത് അതിൽ മാത്രം നിൽക്കുന്നതല്ല. ഘടന എന്നത് കേവലം നിശ്ചലമായ ഗണിതാത്മക മാതൃകയല്ല (Static Mathematical Pattern); അത് നിബന്ധനകളാൽ നിയന്ത്രിക്കപ്പെടുന്ന കാര്യകാരണ മെഷ് (Constraint-governed Causal Mesh) ആണ്. ഘടന ഇവിടെ ഒരു വിവരണാത്മക ചട്ടക്കൂടല്ല (Descriptive Framework); അത് വിതരണം ചെയ്യപ്പെട്ട നിബന്ധനകളുടെ സത്താമീമാംസയാണ് (Distributed Constraint Ontology).
- **പ്രക്രിയാ ദർശനം മാത്രമല്ല:** പ്രക്രിയാ ദർശനം 'ആവുന്നതിനെ' (Becoming) സത്താപരമായി ഉയർത്തുന്നു.

മെഷ് നിർണ്ണയവാദം ബന്ധപരമായ ആവുന്നതിനെ അംഗീകരിച്ചിട്ടും, അത് സർഗ്ഗാത്മകത (Creativity) മുഖേനയല്ല, മറിച്ച് നിബന്ധനകൾക്ക് അനുസൃതമായ സുസ്ഥിരത (Constraint-consistent Stabilization) മുഖേനയാണ് വിശദീകരിക്കുന്നത്. പുതുമ (Novelty) സത്താപരമായ സ്വതസ്സിദ്ധതയല്ല (Ontological Spontaneity); അത് ഘടനാപരമായ സംഘർഷങ്ങളുടെ പരിഹാരമാണ് (Structural Tension Resolution).[99]

• **യാന്ത്രിക ലഘൂകരണമല്ല (Not Mechanistic Reduction):** മെഷ് നിർണ്ണയവാദം ബലത്തിന്റെ കൈമാറ്റ മാതൃകകളെ (Force-transfer Models) നിരാകരിക്കുന്നു. കാര്യകാരണ ചങ്ങലകളെ (Chain Causation) ഉപേക്ഷിക്കുന്നു. പ്രാദേശികമായ ട്രിഗർ വിശദീകരണങ്ങളെ സത്താപരമായ അടിസ്ഥാനമാക്കുന്നില്ല. യാന്ത്രിക മാതൃകകൾ ജ്ഞാനപരമായ ഉപകരണങ്ങൾ (Epistemic Tools) മാത്രമാണെന്ന് ഇത് കരുതുന്നു.

വ്യക്തമായ ബഹു-നോഡ് നിബന്ധന സത്താമീമാംസ (Explicit Multi-node Constraint Ontology):

മെഷ് നിർണ്ണയവാദത്തിന്റെ കേന്ദ്രവാദം വ്യക്തമാണ്:

1. യാഥാർത്ഥ്യം ഒരു സാകല്യവാദപരമായ ഘടനാപരമായ മെഷ് (Holistic Structural Mesh) ആണ്.
2. ഓരോ സംഭവവും ബഹു-നോഡ് നിബന്ധനകളുടെ സംഗമത്തിൽ (Multi-node Constraint Convergence) നിന്നാണ് ഉദിക്കുന്നത്.
3. കാര്യകാരണ പര്യാപ്തത (Causal Sufficiency) ഒരു ഒറ്റപ്പെട്ട നോഡിലില്ല.
4. നിർണ്ണയവാദം ഘടനാപരമായ സാംഗത്യമായി (Structural Consistency) നിർവ്വചിക്കപ്പെടുന്നു.
5. അനിശ്ചിതത്വം ജ്ഞാനപരമായ പരിമിതിയായി (Epistemic Limitation) വായിക്കപ്പെടുന്നു.

ഇത് ഘടനയെ സത്താപരമായി ഉയർത്തുകയും, പ്രക്രിയയെ ബന്ധപരമായ ചലനാത്മകതയായി ഉൾക്കൊള്ളുകയും, എന്നാൽ വ്യക്തമായ കാര്യകാരണ

ആവിഷ്കാരം മുഖേന അവയെ ഏകീകരിക്കുകയും ചെയ്യുന്നു.

സംഗ്രഹ നിർണ്ണയം (Summary Determination):

• സ്ട്രക്ചറൽ റിയലിസം സത്താപരമായ അടിത്തറ (Ontological Foundation) നൽകുന്നു.

• പ്രക്രിയാ സത്താമീമാംസ ബന്ധപരമായ ചലനം (Relational Movement) വ്യക്തമാക്കുന്നു.

• യാന്ത്രികവാദം ജ്ഞാനപരമായ മാതൃകകൾ (Epistemic Modeling) നൽകുന്നു.

• മെഷ് നിർണ്ണയവാദം ഇവയെ ഉൾക്കൊണ്ട്, ബഹു-നോഡ് നിബന്ധന സത്താമീമാംസയിലേക്ക് ഏകീകരിക്കുന്നു. ഇതാണ് ഇതിന്റെ പ്രത്യേകത.

6– ഔപചാരിക നിർമാണം (Formal Construction)

ഈ ഘട്ടത്തിൽ സിദ്ധാന്തം വിവരണാത്മകതയിൽ നിന്ന് ഔപചാരിക സത്താമീമാംസയിലേക്ക് പ്രവേശിക്കുന്നു. കാരണത്വത്തെ ശൃംഖലാപരമായി മനസ്സിലാക്കുന്ന മാതൃകയെ വിമർശിച്ചതിന് ശേഷം, മെഷ്-ഘടനാപര നിർണ്ണയവാദം (Mesh-Structural Determinism) ഇപ്പോൾ വ്യക്തമായ പ്രതിപാദ്യരൂപം സ്വീകരിക്കുന്നു.[100] ലക്ഷ്യം സരളമായ ഉപമയല്ല, മറിച്ച് സാകല്യഘടനയുടെ അനിവാര്യതയെ തർക്കശാസ്ത്രപരമായി നിർവ്വചിക്കുന്നതാണ്.

6.1 ഔപചാരിക പ്രതിപാദ്യം (Formal Proposition)

യാഥാർത്ഥ്യം ബഹുസ്ഥര ഘടനാപര മെഷ് (Multi-level Structural Mesh) ആണ്. അതിലെ നോഡുകൾക്ക് സ്വതന്ത്ര കാരണസ്വയംഭരണം (Autonomous Causal Self-governance) ഇല്ല.[101]

ഈ പ്രതിപാദ്യത്തിൽ രണ്ട് അവകാശവാദങ്ങൾ സംയുക്തമായി നിലനിൽക്കുന്നു. ഒന്നാമത്, യാഥാർത്ഥ്യം ബഹുസ്ഥര വിന്യാസമാണ്. രണ്ടാമത്, അതിലെ ഘടകങ്ങൾ സത്താപരമായി സ്വയംഭരണാധികാരമുള്ള

കാര്യകാരണ യൂണിറ്റുകൾ (Ontologically Autonomous Causal Units) അല്ല.
ഇത് യാന്ത്രിക നിർണ്ണയവാദത്തിന്റെ ആവർത്തനം അല്ല. ഇവിടെ നിരാകരിക്കുന്നത് സ്വതന്ത്ര കാരണബിന്ദുവിനെയാണ്, നിർണ്ണയസമഗ്രതയെയല്ല.[102]

6.2 അവിഭാജ്യത്വ വാദം (Indivisibility Argument)

1. സംഭവങ്ങൾ ബഹു-നോഡ് ഘടനാപര നിയന്ത്രണങ്ങളിൽ (Multi-node Structural Constraints) നിന്ന് ഉദ്ഭവിക്കുന്നു.
2. ബഹു-നോഡ് നിയന്ത്രണങ്ങളെ രേഖീയ അനുക്രമത്തിലേക്ക് (Linear Sequence) ചുരുക്കാനാകില്ല.
3. രേഖീയ അനുക്രമത്തിലേക്ക് ചുരുക്കാനാകാത്തത് രേഖീയമല്ലാത്ത ഘടനയാണ് (Non-linear Structure).
4. അതിനാൽ കാരണഘടന അവിഭാജ്യമാണ് (Indivisible).[103]

ഈ വാദത്തിന്റെ കേന്ദ്രം ലഘൂകരണ വിമർശനമാണ് (Reduction Critique). ഒരു സംഭവത്തെ

$n_1 \rightarrow n_2 \rightarrow n_3$

എന്ന അനുക്രമത്തിലേക്ക് ചുരുക്കുന്ന മാതൃക അപൂർണ്ണമാണ്, കാരണം യഥാർത്ഥ നിയന്ത്രണവലയം സമകാലികമായി വിതരണം ചെയ്തതാണ്.
നോൺ-ലീനിയാരിറ്റി (Non-linearity) ഇവിടെ ഗണിതപര ആശയം മാത്രമല്ല. അത് സത്താപരമായ അവിഭാജ്യത്വത്തിന്റെ (Ontological Indivisibility) സൂചകമാണ്. കാരണബന്ധം ശൃംഖല അല്ല; അത് പരസ്പരനിയന്ത്രണത്തിന്റെ സമഗ്ര വിന്യാസമാണ്.

6.3 ഘടനാപര സ്കീമ (Structural Schema)

Let

H = Holistic Structural Mesh (സാകല്യ ഘടനാപര മെഷ്)

N = Nodes (നോഡുകൾ)

R = Relational Matrix (ബന്ധപരമായ മാട്രിക്സ്)

C = Constraint Field (നിയന്ത്രണ മണ്ഡലം)

Event E occurs iff

$E \in f(H, R, C)$

$\forall n \in N,$

$n \neq$ sufficient cause of E independently.

ഇവിടെ f എന്നത് കാര്യകാരണ മാപ്പിംഗ് (Causal Mapping) അല്ല, നിയന്ത്രണ-സംഗമ മാപ്പിംഗ് (Constraint-convergence Mapping) ആണ്.[104]

ഒരു നോഡിന്റെ നിലവാരം മാത്രം ഒരു സംഭവത്തിന് മതിയായ കാരണമല്ല. സംഭവം സാകല്യഘടനയുടെ ബന്ധപരമായ വിന്യാസത്തിലാണ് (Relational Configuration) നിർവ്വചിക്കപ്പെടുന്നത്.

ഇത് സത്താപരമായ അണുവാദത്തെ (Ontological Atomism) ഔപചാരികമായി നിരാകരിക്കുന്നു.

6.4 പ്രവചന അനുബന്ധം (Prediction Corollary)

$L \subset H$ (L is a subset of H) ആയാൽ,

Predict(E | L) ≪ Predict(E | H)

ഇതിൽ നിന്ന് ഒരു നിർണ്ണായക വ്യത്യാസം ഉയരുന്നു.

Determinism ≠ Predictive Omniscience

Determinism = Structural Consistency

പ്രാദേശിക അറിവിന്റെ അപൂർണ്ണത ആഗോള അനിശ്ചിതത്വത്തിന്റെ തെളിവല്ല.[105] പ്രവചനപരമായ പരിമിതി (Predictive Limitation) ജ്ഞാനപരമാണ് (Epistemic). ഘടനാപരമായ അനിവാര്യത (Structural Necessity) സത്താപരമാണ് (Ontological).

ഇത് നിർണ്ണയവാദത്തെ പ്രവചനപര സർവജ്ഞതയിൽ നിന്ന് വേർതിരിക്കുന്നു.

6.5 മെഷ്-സുസ്ഥിരത സിദ്ധാന്തം (Mesh-Stability Theorem)

ഏത് വിന്യാസം S(t) ആയാലും,

S(t + 1) must preserve structural coherence of H.

Succession = Constraint-consistent transformation.

അനുക്രമം കാര്യകാരണ തള്ളൽ (Causal Push) അല്ല; അത് നിയന്ത്രണസമന്വയത്തിന്റെ തുടർച്ചയാണ്.[106]

S(t + 1) എന്നത് S(t)-ന്റെ യാദൃശ്ചിക വിക്ഷേപം (Random Projection) അല്ല. അത് സാകല്യഘടനയുടെ സുസ്ഥിരത സംരക്ഷിക്കുന്ന വിന്യാസപരമായ മാറ്റമാണ്.

സംയോജിത സിദ്ധാന്തസാരാംശം (Integrated Synthesis) ചരിത്രപരമായി കാര്യകാരണ ചങ്ങല (Causal Chain) മാതൃക വിമർശിക്കപ്പെട്ടു. നവീകരണമായി മെഷ് കാര്യകാരണ പ്രബന്ധം (Mesh Causation Thesis) രൂപപ്പെട്ടു. നെറ്റ്വർക്ക്, സിസ്റ്റം ചിന്തകൾ അത് ശക്തിപ്പെടുത്തി. സത്താമീമാംസാപരമായ അടിസ്ഥാനത്തിൽ ഇത് ഉറപ്പിക്കപ്പെട്ടു. വൈറ്റ്ഹെഡുമായി സംവാദത്തിലൂടെ ബന്ധപരമായ സത്താമീമാംസ (Relational Ontology) ഉൾക്കൊള്ളപ്പെട്ടു. ഇപ്പോൾ അത് ഔപചാരിക ഘടനയായി പ്രത്യക്ഷപ്പെടുന്നു.[107]

അധ്യായം 2 ഇതോടെ വിവരണാത്മകതയിൽ നിന്ന് മാറുന്നു. ഇത് ഉപമാത്മകമല്ല. ഇത് രൂപകാത്മകമല്ല. ഇത് നോൺ-ലീനിയർ സ്ട്രക്ചറൽ ഡിറ്റെർമിനിസം (Non-linear Structural Determinism) എന്ന കൃത്യമായ സത്താമീമാംസയാണ്.

ഇവിടെ നിർണ്ണയം ശൃംഖലാപര നിർബന്ധമല്ല. അത് സാകല്യഘടനാപര സുസ്ഥിരതയാണ്.

യാഥാർത്ഥ്യം വിഭജിക്കപ്പെട്ട കാരണബിന്ദുക്കളുടെ കൂട്ടായ്മയല്ല. അത് വിതരണം ചെയ്യപ്പെട്ട നിയന്ത്രണ മണ്ഡലത്തിൽ (Distributed Constraint Field) ഏകീകരിക്കപ്പെട്ട സമ്പൂർണ്ണാവസ്ഥയാണ്.

ഇതോടെ മെഷ് നിർണ്ണയവാദം ഉപമാത്മക നിർദ്ദേശത്തിൽ നിന്ന് ഔപചാരിക സത്താമീമാംസയിലേക്ക് പരിപൂർണ്ണമായി പരിവർത്തിതമാകുന്നു.

REFERENCE LIST

1. Aristotle. *Physics*. Translated by Robin Waterfield. Oxford World's Classics. 1999.

2. Newton, Isaac. *The Principia: Mathematical Principles of Natural Philosophy*. Translated by I. Bernard Cohen and Anne Whitman. University of California Press. 1999.

3. Falcon, Andrea. "Aristotle on Causality", *The Stanford Encyclopedia of Philosophy*. Winter 2022 Edition.

4. Hume, David. *An Enquiry Concerning Human Understanding*. Edited by Tom L. Beauchamp. Oxford University Press. 1999.

5. Heidegger, Martin. "The Question Concerning Technology", in *The Question Concerning Technology and Other Essays*. Translated by William Lovitt. Harper & Row. 1977.

6. Gotthelf, Allan. "Aristotle's Conception of Final Causality", *Review of Metaphysics* 30 (2). 1976.

7. Fine, Kit. "Essence and Modality", *Philosophical Perspectives* 8. 1994.

8. Westfall, Richard S. *The Construction of Modern Science: Mechanisms and Mechanics*. Cambridge University Press. 1971.

9. Earman, John. *A Primer on Determinism*. D. Reidel Publishing Company. 1986.

10. Laplace, Pierre-Simon. *A Philosophical Essay on Probabilities*. Translated by Andrew I. Dale. Springer-Verlag. 1995.

11. Gleick, James. *Chaos: Making a New Science*. Viking Penguin. 1987.

12. Prigogine, Ilya & Stengers, Isabelle. *Order out of Chaos: Man's New Dialogue with Nature*. Bantam Books. 1984.

13. Ladyman, James & Ross, Don. *Every Thing Must Go: Metaphysics Naturalized*. Oxford University Press. 2007.

14. Lewis, David. "Causation", *Journal of Philosophy* 70. 1973.

15. Mackie, J. L. *The Cement of the Universe: A Study of Causation*. Oxford University Press. 1974.

16. Barad, Karen. *Meeting the Universe Halfway: Quantum Physics and the Entanglement of Matter and Meaning*. Duke University Press. 2007.

17. Juarrero, Alicia. *Dynamics in Action: Intentional Behavior as a Complex System.* MIT Press. 1999.
18. Bohm, David. *Wholeness and the Implicate Order.* Routledge. 1980.
19. Morton, Timothy. *The Ecological Thought.* Harvard University Press. 2010.
20. Cartwright, Nancy. *How the Laws of Physics Lie.* Oxford University Press. 1983.
21. Ellis, George F. R. *How Can Physics Underlie Mind? Top-Down Causation in Context.* Springer. 2016.
22. Wimsatt, William C. *Re-Engineering Philosophy for Limited Beings.* Harvard University Press. 2007.
23. Wiener, Norbert. *Cybernetics: Or Control and Communication in the Animal and the Machine.* MIT Press. 1948.
24. Schrödinger, Erwin. "The Present Status of Quantum Mechanics", *Proceedings of the American Philosophical Society.* 1935.
25. Pearl, Judea. *Causality: Models, Reasoning, and Inference.* Cambridge University Press. 2000.
26. Latour, Bruno. *Reassembling the Social: An Introduction to Actor-Network-Theory.* Oxford University Press. 2005.
27. Noble, Denis. *The Music of Life: Biology Beyond Genes.* Oxford University Press. 2006.
28. Spinoza, Benedict de. *Ethics.* Translated by Edwin Curley. Penguin Classics. 1996.
29. Leibniz, G. W. *Monadology and Other Philosophical Essays.* Translated by Paul Schrecker and Anne Martin Schrecker. Bobbs-Merrill. 1965.
30. Ellis, Brian. *Scientific Essentialism.* Cambridge University Press. 2001.
31. Fine, Kit. *The Varieties of Metaphysical Necessity.* Oxford University Press. 2002.
32. Dennett, Daniel C. *Freedom Evolves.* Viking. 2003.
33. Mele, Alfred R. *Free Will and Luck.* Oxford University Press. 2006.

34. DeLanda, Manuel. *A New Philosophy of Society: Assemblage Theory and Social Complexity.* Continuum. 2006.
35. Mumford, Stephen & Anjum, Rani Lill. *Getting Causes from Powers.* Oxford University Press. 2011.
36. Whitehead, Alfred North. *Process and Reality.* Free Press. 1978.
37. Popper, Karl. *The Open Universe: An Argument for Indeterminism.* Routledge. 1982.
38. Bunge, Mario. *Causality: The Place of the Causal Principle in Modern Science.* Harvard University Press. 1959.
39. Eagle, Antony. "Determinism and Predictability", *The British Journal for the Philosophy of Science* 56. 2005.
40. Strogatz, Steven. *Sync: The Emerging Science of Spontaneous Order.* Hyperion. 2003.
41. Salmon, Wesley C. *Scientific Explanation and the Causal Structure of the World.* Princeton University Press. 1984.
42. Andersen, Holly. "A Contextualist Approach to Overdetermination", *Philosophy of Science* 81. 2014.
43. Bertalanffy, Ludwig von. *General System Theory.* George Braziller. 1968.
44. Meadows, Donella H. *Thinking in Systems: A Primer.* Chelsea Green Publishing. 2008.
45. Barabási, Albert-László. *Linked: The New Science of Networks.* Perseus Publishing. 2002.
46. Newman, Mark. *Networks: An Introduction.* Oxford University Press. 2010.
47. Maturana, Humberto R. & Varela, Francisco J. *Autopoiesis and Cognition: The Realization of the Living.* D. Reidel. 1980.
48. Kim, Jaegwon. *Physicalism, or Something Near Enough.* Princeton University Press. 2005.
49. Simon, Herbert A. *The Sciences of the Artificial.* MIT Press. 1996.
50. Pattee, Howard H. "Hierarchy Theory: The Challenge of Complex Systems". *George Braziller.* 1973.

51. Polanyi, Michael. "Life's Irreducible Structure". *Science* 160 (3834). 1968.
52. Salthe, Stanley N. *Evolving Hierarchical Systems: Their Structure and Dynamics*. Columbia University Press. 1985.
53. Rescher, Nicholas. *The Coherence Theory of Truth*. Oxford University Press. 1973.
54. Thom, René. *Structural Stability and Morphogenesis*. W. A. Benjamin. 1975.
55. McTaggart, J. M. E. "The Unreality of Time". *Mind* 17. 1908.
56. Ladyman, James. "Structural Realism". *The Stanford Encyclopedia of Philosophy*. 2020.
57. Cassirer, Ernst. *Substance and Function*. Open Court. 1923.
58. French, Steven. *The Structure of the World: Metaphysics and Representation*. Oxford University Press. 2014.
59. Dipert, Randall R. "The Mathematical Structure of the World: The World as Graph". *Journal of Philosophy* 94. 1997.
60. Esfeld, Michael. "Holism and Propensity in Quantum Mechanics". *Studies in History and Philosophy of Modern Physics* 30. 1999.
61. Chakravartty, Anjan. *A Metaphysics for Scientific Realism*. Cambridge University Press. 2007.
62. Stalnaker, Robert. "A Theory of Conditionals". *Studies in Logical Theory*. 1968.
63. Lewis, David. *Counterfactuals*. Harvard University Press. 1973.
64. Schaffer, Jonathan. "On What Grounds What". *Metametaphysics*. Oxford University Press. 2009.
65. Kripke, Saul. *Naming and Necessity*. Harvard University Press. 1980.
66. Mach, Ernst. *The Analysis of Sensations*. Open Court. 1914.
67. Bradley, F. H. *Appearance and Reality*. Oxford University Press. 1893.
68. Ellis, Brian. *The Philosophy of Nature: A Guide to the New Essentialism*. McGill-Queen's Press. 2002.
69. Heil, John. *From an Ontological Point of View*. Oxford University Press. 2003.

70. Wittgenstein, Ludwig. *Tractatus Logico-Philosophicus.* Routledge. 1922.
71. Armstrong, D. M. *A World of States of Affairs.* Cambridge University Press. 1997.
72. Spinoza, Benedict de. *The Collected Works of Spinoza.* Vol. 1. Princeton University Press. 1985.
73. Leibniz, G. W. *Theodicy.* Translated by E.M. Huggard. Yale University Press. 1952.
74. Blanshard, Brand. *The Nature of Thought.* Allen & Unwin. 1939.
75. Vicenzotti, Vera. "The Landscape of Contemporary Metaphysics". *Journal of Philosophical Research.* 2015.
76. Parmenides. *On Nature.* Translated by John Burnet. 1892.
77. Anaxagoras. *Fragments and Testimonia.* Translated by Patricia Curd. 2007.
78. Nozick, Robert. *Philosophical Explanations.* Harvard University Press. 1981.
79. Fine, Kit. "The Question of Realism". *Philosopher's Imprint* 1. 2001.
80. Whitehead, Alfred North. *Process and Reality.* Free Press. 1978 (Corrected Edition).
81. Whitehead, Alfred North. *Science and the Modern World.* Cambridge University Press. 1925.
82. Kraus, Elizabeth M. *The Metaphysics of Experience: A Companion to Whitehead's Process and Reality.* Fordham University Press. 1979.
83. Rescher, Nicholas. *Process Metaphysics: An Introduction to Process Philosophy.* SUNY Press. 1996.
84. Bradley, James. "Whitehead, Alfred North". *The Routledge Encyclopedia of Philosophy.* 1998.
85. Sherburne, Donald W. *A Key to Whitehead's Process and Reality.* Macmillan. 1966.
86. Griffin, David Ray. *Whitehead's Radically Different Postmodern Philosophy.* SUNY Press. 2007.
87. Whitehead, Alfred North. *Process and Reality.* Free Press. 1978.

88. Nobo, Jorge Luis. *Whitehead's Metaphysics of Extension and Solidarity.* State University of New York Press. 1986.
89. Felt, James W. "Coming to Be: Toward a New Metaphysics of Creation". *State University of New York Press.* 2001.
90. Ellis, Brian. *The Philosophy of Nature: A Guide to the New Essentialism.* McGill-Queen's Press. 2002.
91. Ladyman, James & Ross, Don. *Every Thing Must Go: Metaphysics Naturalized.* Oxford University Press. 2007.
92. Cobb, John B. *A Christian Natural Theology: Based on the Thought of Alfred North Whitehead.* Westminster John Knox Press. 2007.
93. Bunge, Mario. *Causality and Modern Science.* Dover Publications. 1979.
94. Ladyman, James. "Structural Realism". *The Stanford Encyclopedia of Philosophy.* 2020.
95. Ladyman, James & Ross, Don. *Every Thing Must Go: Metaphysics Naturalized.* Oxford University Press. 2007.
96. French, Steven & Ladyman, James. "Remapping the Quantum Mindscape". *Analysis* 63. 2003.
97. Worrall, John. "Structural Realism: The Best of Both Worlds?". *Dialectica* 43. 1989.
98. French, Steven. *The Structure of the World: Metaphysics and Representation.* Oxford University Press. 2014.
99. Bunge, Mario. *Finding Philosophy in Social Science.* Yale University Press. 1996.
100. Bunge, Mario. Treatise on Basic Philosophy: Ontology I: The Furniture of the World. Reidel. 1977.
101. Ladyman, James & Ross, Don. Every Thing Must Go: Metaphysics Naturalized. Oxford University Press. 2007.
102. Mumford, Stephen & Anjum, Rani Lill. Getting Causes from Powers. Oxford University Press. 2011.
103. Silberstein, Michael & McGeever, John. "The Search for Ontological Emergence". The Philosophical Quarterly 49. 1999.

104. Sider, Theodore. Writing the Book of the World. Oxford University Press. 2011.
105. Earman, John. A Primer on Determinism. Reidel. 1986.

106. Thom, René. Structural Stability and Morphogenesis. W. A. Benjamin. 1975.

107. Lowe, E. J. The Possibility of Metaphysics: Substance, Identity, and Time. Oxford University Press. 1998.

CHAPTER 3: സ്വതന്ത്ര ഇച്ഛയുടെ നിരാകരണം (The Negation of Free Will)

ഈ അധ്യായത്തിന്റെ കേന്ദ്രലക്ഷ്യം ഒരു സാധാരണ വാദം ആവർത്തിക്കുകയല്ല. ഇവിടെ ചെയ്യുന്നത് കൂടുതൽ കൃത്യമായ കാര്യമാണ്. സ്വതന്ത്ര ഇച്ഛ (Free Will) എന്ന ആശയം സങ്കൽപ്പപരമായി വിശകലനം ചെയ്യപ്പെടും, സത്താമീമാംസാത്മകമായി പരിശോധിക്കപ്പെടും, ഘടനാപര നിർണ്ണയവാദത്തിന്റെ (Structural Mesh Determinism) വെളിച്ചത്തിൽ പുനർമൂല്യനിർണ്ണയം ചെയ്യപ്പെടും.[1] സ്വതന്ത്ര ഇച്ഛയെ സംബന്ധിച്ച വിവാദങ്ങൾ സാധാരണയായി മാനസികാനുഭവം, നൈതിക ഉത്തരവാദിത്വം, സത്താപര സ്വയംഭരണം എന്നിവയെ ഒറ്റ സംയുക്ത ആശയമായി കാണുന്നതിൽ നിന്നാണ് ഉദിക്കുന്നത്. ഈ അധ്യായം ആദ്യം ഈ ഘടകങ്ങളെ വേർതിരിക്കും. തുടർന്ന്, അവ സാകല്യഘടനയുടെ

നിയന്ത്രണവലയത്തിൽ എങ്ങനെ പുനർസ്ഥാപിക്കപ്പെടണം എന്ന് തെളിയിക്കും.[2]

1 – സ്വാതന്ത്ര്യത്തിന്റെ വർഗ്ഗീകരണം (Taxonomy of Freedom)

സ്വതന്ത്ര ഇച്ഛയെക്കുറിച്ചുള്ള ഭൂരിഭാഗം തർക്കങ്ങളും ആശയക്കുഴപ്പങ്ങളിൽ നിന്നാണ് ഉദിക്കുന്നത്. "Freedom" എന്ന പദം ഒരേ അർത്ഥത്തിൽ ഉപയോഗിക്കപ്പെടുന്നില്ല. അതിനാൽ ആദ്യം ആശയപരമായ വിഭജനം നിർണ്ണായകമാണ്.

1.1 സ്രോതസ്സുതത്വം (Sourcehood):

സ്രോതസ്സുതത്വം (Sourcehood) എന്നത് ഒരു വ്യക്തി തന്റെ പ്രവർത്തികളുടെ അന്തിമ ഉറവിടമാണ് എന്ന അവകാശവാദമാണ്.[3] ഇവിടെ പ്രധാന ചോദ്യങ്ങൾ ഉയരുന്നു: എന്റെ തീരുമാനങ്ങൾ എവിടെ നിന്നാണ് ഉദിക്കുന്നത്? ആ തീരുമാനം നിർണ്ണയിക്കുന്ന കാരണങ്ങളെക്കാൾ ഞാൻ മേലാണോ? ഞാൻ എന്റെ സ്വഭാവത്തിന്റെ സ്രഷ്ടാവാണോ?

സ്രോതസ്സുതത്വത്തിന്റെ ശക്തമായ പതിപ്പ് പറയുന്നത് ഇങ്ങനെയാണ്: ഒരു പ്രവൃത്തിക്ക് ഞാൻ ഉത്തരവാദിയാകണമെങ്കിൽ, ആ പ്രവൃത്തിയുടെ അന്തിമ സ്രോതസ്സ് (Ultimate Source) ഞാൻ തന്നെയായിരിക്കണം.[4] ഇത് ഒരു സാധാരണ കാരണഘടകമാകുന്നത് കൊണ്ട് മതിയാകുന്നില്ല. വ്യക്തി കാര്യകാരണ ശൃംഖലയിലെ (Causal Network) ഒരു നോഡ് (Node) മാത്രമല്ല, മറിച്ച് കാര്യകാരണ ഉൽപത്തി (Causal Origin) ആയിരിക്കണം എന്നതാണ് അവകാശവാദം.

ഇത് സത്താമീമാംസാത്മകമായ സ്വയം-ഉൽപത്തിയെ (Metaphysical Self-origination) ആവശ്യപ്പെടുന്നു. അതായത്, വ്യക്തി തന്റെ സ്വഭാവം, പ്രവണതകൾ, മൂല്യങ്ങൾ, തീരുമാനം കൈക്കൊള്ളുന്ന മാനസിക ഘടന എന്നിവയുടെ അന്തിമ സ്രഷ്ടാവായിരിക്കണം.[5] എന്നാൽ ഈ ആവശ്യം സാകല്യഘടനയുടെ (Holistic Structure) പശ്ചാത്തലത്തിൽ പരിശോധിക്കുമ്പോൾ ഒരു അടിസ്ഥാനപ്രശ്നം ഉയരുന്നു. ഒരു ഘടകം തന്റെ തന്നെ

രൂപീകരണത്തിന്റെ കാരണമാകണമെങ്കിൽ, അത് മുൻസ്ഥിതികളിൽ നിന്ന് സ്വതന്ത്രമായിരിക്കണം. എന്നാൽ അത്തരം സ്വാതന്ത്ര്യം സത്താപരമായ ഒറ്റപ്പെടലിനെ (Ontological Isolation) ആവശ്യപ്പെടുന്നു. ഘടനാപര മെഷ് നിർണ്ണയവാദത്തിന്റെ (Structural Mesh Determinism) നിലപാട് ഇതുമായി വിരുദ്ധമാണ്. വ്യക്തി സാകല്യഘടനയിൽ നിന്ന് വേർതിരിക്കപ്പെട്ട സ്വയംഭരണ കേന്ദ്രമല്ല. വ്യക്തിയുടെ മനസ്സ്, തീരുമാനങ്ങൾ, പ്രവൃത്തികൾ എന്നിവ വിതരണം ചെയ്യപ്പെട്ട നിബന്ധന മണ്ഡലത്തിന്റെ (Distributed Constraint Field) സമന്വയഫലങ്ങളാണ്.[6] അതിനാൽ സ്വയം-ഉൽപത്തി (Self-origination) എന്ന ആശയം സത്താപരമായി അസാധുവാണ്.

1.2 സാധ്യതാരീതി (Leeway):

സാധ്യതാരീതി (Leeway Freedom) എന്നത് ബദൽ സാധ്യതകളെ (Alternative Possibilities) കുറിച്ചുള്ള ആശയമാണ്. ഒരു വ്യക്തിക്ക് ഒരു സാഹചര്യത്തിൽ വേറൊരു രീതിയിൽ പ്രവർത്തിക്കാമായിരുന്നോ എന്നതാണ് ഇതിന്റെ കേന്ദ്രചോദ്യം. “മറ്റൊരു തരത്തിൽ ചെയ്യാമായിരുന്നു” (Could have done otherwise) എന്ന നിബന്ധനയാണ് ഇതിന്റെ ഹൃദയം.[7]

ഇവിടെ രണ്ട് വ്യത്യസ്ത രൂപങ്ങൾ കാണാം.

സത്താമീമാംസാത്മക സാധ്യതാരീതി (Metaphysical Leeway) എന്നത് യാഥാർത്ഥ്യത്തിൽ വേറൊരു ഭാവി സാധ്യമായിരുന്നോ എന്ന ചോദ്യമാണ്. ഒരേ സമ്പൂർണ്ണാവസ്ഥയിൽ നിന്ന് രണ്ട് വ്യത്യസ്ത ഫലങ്ങൾ സത്താപരമായി സാധ്യമാണോ (Ontologically Possible) എന്നതാണ് ഇതിന്റെ ഉള്ളടക്കം. ജ്ഞാനപരമായ സാധ്യതാരീതി (Epistemic Leeway) എന്നത് നമുക്ക് അത് തുറന്നതുപോലെ തോന്നുന്നുവോ എന്നതാണ്. അനുഭവലോകത്തിൽ ഭാവി നിശ്ചിതമല്ലെന്ന് തോന്നുന്നു. ഘടനാപര മെഷ് നിർണ്ണയവാദത്തിന്റെ പശ്ചാത്തലത്തിൽ സത്താമീമാംസാത്മക സാധ്യതാരീതി ചോദ്യം ചെയ്യപ്പെടുന്നു. സമ്പൂർണ്ണാവസ്ഥ (Complete State)

സാകല്യഘടനാപരമായി ഏകീകരിക്കപ്പെട്ടിരിക്കുകയാണെങ്കിൽ, അതിൽ നിന്ന് ഉദ്ഭവിക്കുന്ന സംഭവം നിബന്ധന-അധിഷ്ഠിതം (Constraint-consistent) ആയിരിക്കണം.[8] അതിനാൽ ഒരേ H, R, C വിന്യാസത്തിൽ നിന്ന് പരസ്പരവിരുദ്ധമായ രണ്ട് ഫലങ്ങൾ സത്താപരമായി സാധ്യമല്ല.

എന്നാൽ ജ്ഞാനപരമായ സാധ്യതാരീതി (Epistemic Leeway) അംഗീകരിക്കപ്പെടുന്നു. കാരണം, ഒരു പ്രാദേശിക നിരീക്ഷകന്റെ അറിവ് H-ന്റെ പൂർണ്ണ വിന്യാസത്തെ ഉൾക്കൊള്ളുന്നില്ല. $L \subset H$

അഥവാ പ്രാദേശിക അറിവ് സാകല്യഘടനയുടെ ഭാഗം മാത്രമാണ്. ആ സാഹചര്യത്തിൽ, ഭാവി തുറന്നതുപോലെ അനുഭവപ്പെടുന്നത് സ്വാഭാവികമാണ്.

അനുഭവസ്വാതന്ത്ര്യം ഇവിടെ ജ്ഞാനപരമായ പരിമിതിയുടെ (Epistemic Limitation) ഫലമാണ്, സത്താപരമായ അനിശ്ചിതത്വത്തിന്റെ (Ontological Indeterminacy) തെളിവല്ല.[9]

ഈ വ്യത്യാസം നിർണ്ണായകമാണ്. സ്വതന്ത്ര ഇച്ഛയെക്കുറിച്ചുള്ള പല തർക്കങ്ങളും സത്താമീമാംസാത്മകമായ സാധ്യതാരീതിയെ അനുഭവപരമായ തുറന്നത്വവുമായി കലർത്തുന്നതിൽ നിന്നാണ് ഉദിക്കുന്നത്. ഘടനാപര നിർണ്ണയവാദം ഈ കലർത്തൽ നീക്കം ചെയ്യുന്നു. സ്രോതസ്സുതത്വത്തിനും സത്താമീമാംസാത്മകമായ സാധ്യതാരീതിക്കും സത്താപരമായി നിലനിൽക്കാനാവില്ല.[10] എന്നാൽ അനുഭവസ്വാതന്ത്ര്യത്തിന്റെ വിവരണം ഇപ്പോഴും ആവശ്യമാണ്. അടുത്ത സെഷനുകളിൽ ഈ പ്രശ്നം കൂടുതൽ കൃത്യമായി വിശകലനം ചെയ്യപ്പെടും.

2 സ്വയം-ഉൽപത്തിയുടെ ലഘൂകരണാഭാസം (Self-Origination Reductio)

2.1 അന്തിമ സ്രോതസ്സ് പ്രശ്നം (Ultimate Source Problem)

സ്വയം-ഉൽപത്തി (Self-origination) എന്നത് ഒരു വ്യക്തി തന്റെ സ്വഭാവം, ആഗ്രഹങ്ങൾ, മൂല്യങ്ങൾ എന്നിവയുടെ

അന്തിമ സ്രഷ്ടാവാണ് എന്ന അവകാശവാദമാണ്. ഇത് സ്രോതസ്സുതത്വത്തിന്റെ (Sourcehood) ഏറ്റവും ശക്തമായ രൂപമാണ്. ഇവിടെ വ്യക്തി കാര്യകാരണ ശൃംഖലയിലെ (Causal Chain) ഒരു ഘടകമല്ല, മറിച്ച് കാര്യകാരണ ഉൽപത്തിയുടെ (Causal Genesis) പരമകേന്ദ്രമാണെന്ന് കരുതപ്പെടുന്നു.[11]

എന്നാൽ ഈ അവകാശവാദം സങ്കൽപ്പപരമായി പരിശോധിക്കുമ്പോൾ ഉടൻ തന്നെ ഒരു ഗൗരവമായ പ്രശ്നം ഉയരുന്നു. ഞാൻ എന്റെ സ്വഭാവം നിർണ്ണയിക്കുന്നതിനു മുൻപ് ഞാൻ എന്തായിരുന്നു? ഒരു വ്യക്തി തന്റെ സ്വഭാവം സൃഷ്ടിക്കണമെങ്കിൽ, ആ സൃഷ്ടിയുടെ മുൻപുള്ള അവസ്ഥയിൽ അവൻ ഏത് സ്വഭാവത്തോടെ പ്രവർത്തിച്ചു?[12]

സ്വഭാവം, ആഗ്രഹം, മൂല്യഘടന എന്നിവയെല്ലാം തീരുമാനമെടുക്കലിനെ നിർണ്ണയിക്കുന്ന ഘടകങ്ങളാണ്. അതിനാൽ ഞാൻ ഒരു നിർദ്ദിഷ്ട സ്വഭാവം തിരഞ്ഞെടുക്കണമെങ്കിൽ, ആ തിരഞ്ഞെടുപ്പ് ഏതെങ്കിലും പ്രേരണയോ മൂല്യബോധമോ അടിസ്ഥാനമാക്കിയിരിക്കണം. എന്നാൽ ആ പ്രേരണയും മൂല്യബോധവും തന്നെയാണ് സ്വഭാവത്തിന്റെ ഭാഗങ്ങൾ. ഇവിടെ തർക്കഘടന ഇങ്ങനെ വികസിക്കുന്നു:

1. ഞാൻ എന്റെ പ്രവൃത്തി തിരഞ്ഞെടുക്കുന്നു.
2. ഞാൻ ആ തിരഞ്ഞെടുപ്പ് എന്റെ സ്വഭാവത്തെ ആശ്രയിച്ച് ചെയ്യുന്നു.
3. ഞാൻ ആ സ്വഭാവം തിരഞ്ഞെടുക്കുന്നുവെങ്കിൽ, അതിന് മുമ്പുള്ള ഒരു സ്വഭാവം വേണം.

ഇത് ഒരു അനന്തമായ പിൻവാങ്ങലിലേക്ക് (Infinite Regress) നയിക്കുന്നു.[13] ഓരോ സ്വഭാവത്തിനും മുൻപായി ഒരു സ്വഭാവം ആവശ്യമാണ്. ഓരോ നിർണ്ണയത്തിനും മുൻപായി ഒരു നിർണ്ണയഘടന ആവശ്യമാണ്. ഈ ശൃംഖലയിൽ ഒരു തർക്കപരമായ ആദ്യം (Logical First) കണ്ടെത്താനാവില്ല.

ഇതിനാൽ സ്വയം-നിർമ്മാണം (Self-creation) തർക്കശാസ്ത്രപരമായി അസാധ്യമാണ്. ഒരാൾ തന്റെ സ്വഭാവത്തിന്റെ സ്രഷ്ടാവാകണമെങ്കിൽ, അവൻ ഇതിനകം തന്നെ ഏതെങ്കിലും നിർണ്ണയഘടനയോടെ നിലകൊള്ളേണ്ടിവരും. എന്നാൽ അങ്ങനെ നിലകൊള്ളുന്നുവെങ്കിൽ, അവൻ പൂർണ്ണമായി സ്വയം-ഉൽഭൂതനല്ല (Self-originating).[14]

ഇതൊരു ലഘൂകരണാഭാസമാണ് (Reductio ad absurdum). സ്വയം-ഉൽപത്തി (Self-origination) സങ്കൽപ്പപരമായി താങ്ങാനാവില്ല; കാരണം അത് ഒരേസമയം രണ്ട് വ്യത്യസ്ത അവസ്ഥകൾ ആവശ്യപ്പെടുന്നു. ഒരാൾ നിർണ്ണയത്തിനുമുമ്പ് നിർണ്ണയഘടനയില്ലാത്തവനാകണം; എന്നാൽ നിർണ്ണയിക്കാൻ ഒരു നിർണ്ണയഘടന വേണം. ഈ ദ്വന്ദ്വാവസ്ഥ തർക്കപരമായി ഏകീകരിക്കാനാവില്ല.[15]

ഘടനാപര മെഷ് നിർണ്ണയവാദത്തിന്റെ (Structural Mesh Determinism) പശ്ചാത്തലത്തിൽ ഈ പ്രശ്നം കൂടുതൽ വ്യക്തമാണ്. വ്യക്തിയുടെ സ്വഭാവം H എന്ന സാകല്യഘടന, R എന്ന ബന്ധമാട്രിക്സ്, C എന്ന വിതരണം ചെയ്യപ്പെട്ട നിയന്ത്രണവലയം എന്നിവയുടെ സമന്വയഫലമാണ്. വ്യക്തി തന്റെ സ്വഭാവത്തിന്റെ കാര്യകാരണ നോഡ് (Causal Node) ആകാം, പക്ഷേ അന്തിമ സ്രോതസ്സ് (Ultimate Source) അല്ല.

അതിനാൽ അന്തിമ സ്രോതസ്സ് പ്രശ്നം (Ultimate Source Problem) ഒരു മനഃശാസ്ത്രപരമായ സംശയമല്ല; അത് സത്താമീമാംസാത്മകമായ അസാധ്യതയാണ് (Ontological Impossibility). സ്വയം-ഉൽപത്തി എന്ന ആശയം തർക്കപരമായി നിലനിൽക്കാനാവാത്തതുകൊണ്ട്, സ്രോതസ്സുതത്വത്തിന്റെ ശക്തമായ രൂപം ഇവിടെ തന്നെ തകർന്നുപോകുന്നു.[16]

3 ഗാലൻ സ്ട്രോസൺ വിശകലനം (Galen Strawson Analysis)

3.1 അടിസ്ഥാന പ്രബന്ധം (Basic Argument)

ഗാലൻ സ്ട്രോസൺ (Galen Strawson) അവതരിപ്പിച്ച അടിസ്ഥാന പ്രബന്ധം (Basic Argument) സ്വതന്ത്ര ഇച്ഛയുടെ

പ്രശ്നത്തെ അത്യന്തം കൃത്യമായി രൂപപ്പെടുത്തുന്നു.[17] ഈ വാദം സാധാരണ നിർണ്ണയവാദ-വിരുദ്ധ ചർച്ചകളെ മറികടക്കുന്നു. ഇവിടെ പ്രധാനമായും ചോദിക്കുന്നത് നൈതിക ഉത്തരവാദിത്വത്തിന്റെ (Moral Responsibility) അന്തിമ അടിസ്ഥാനത്തെക്കുറിച്ചാണ്.

അദ്ദേഹത്തിന്റെ വാദത്തിന്റെ ലളിതമായ രൂപം ഇപ്രകാരമാണ്:

1. ഒരു വ്യക്തി തന്റെ പ്രവൃത്തികൾക്ക് ഉത്തരവാദിയാകണമെങ്കിൽ, അവന്റെ സ്വഭാവത്തിന് അവൻ ഉത്തരവാദിയായിരിക്കണം. കാരണം പ്രവൃത്തി എന്നത് സ്വഭാവത്തിന്റെ പ്രകടനമാണ്.[18] ഒരു പ്രവൃത്തി വ്യക്തിയുടെ മൂല്യങ്ങൾ, ആഗ്രഹങ്ങൾ, തീരുമാനരീതികൾ എന്നിവയിൽ നിന്നാണ് ഉദ്ഭവിക്കുന്നത്. അതിനാൽ പ്രവർത്തനത്തിനുള്ള ഉത്തരവാദിത്വം സ്വഭാവത്തിനുള്ള ഉത്തരവാദിത്വത്തെ മുൻകൂട്ടി ധരിക്കുന്നു (Pre-supposes).
2. ഒരു വ്യക്തി തന്റെ സ്വഭാവത്തിന് ഉത്തരവാദിയാകണമെങ്കിൽ, അവൻ തന്നെ തന്റെ സ്വഭാവം നിർണ്ണയിച്ചിരിക്കണം. സ്വഭാവം സ്വയം തിരഞ്ഞെടുക്കപ്പെട്ടതല്ലെങ്കിൽ, അതിന്റെ ഫലങ്ങൾക്കുള്ള അന്തിമ ഉത്തരവാദിത്വം വ്യക്തിക്ക് നൽകാനാവില്ല.[19]
3. എന്നാൽ ഒരു വ്യക്തിക്ക് തന്റെ സ്വഭാവം നിർണ്ണയിക്കാൻ അതിനു മുൻപേ ഒരു സ്വഭാവം ആവശ്യമാണ്. കാരണം നിർണ്ണയം നടത്താൻ ഏതെങ്കിലും മാനദണ്ഡം, ആഗ്രഹം, മൂല്യഘടന എന്നിവ ആവശ്യമാണ്. അവയെല്ലാം തന്നെ സ്വഭാവത്തിന്റെ ഘടകങ്ങളാണ്. ഇവിടെ വീണ്ടും സ്വയം-ഉൽപത്തി (Self-origination) പ്രശ്നം ഉയരുന്നു. സ്വഭാവം നിർണ്ണയിക്കാൻ മുൻപേ ഒരു സ്വഭാവം വേണം. അതിനാൽ വ്യക്തി തന്റെ സ്വഭാവത്തിന്റെ അന്തിമ ഉറവിടമാകാൻ കഴിയില്ല. ഇതിൽ നിന്നുള്ള നിഗമനം വ്യക്തമാണ്: അന്തിമ നൈതിക ഉത്തരവാദിത്വം (Ultimate Moral Responsibility) അസാധ്യമാണ്.[20] വ്യക്തി തന്റെ

പ്രവൃത്തികളുടെ കാര്യകാരണ നോഡ് (Causal Node) ആകാം; എന്നാൽ തന്റെ സ്വഭാവത്തിന്റെ സത്താമീമാംസാത്മക ഉൽപത്തിസ്ഥാനം (Metaphysical Origin) ആകാൻ കഴിയില്ല.
സ്ട്രോസന്റെ വാദം നിർണ്ണയവാദത്തെ (Determinism) മാത്രം ആശ്രയിക്കുന്നില്ല. നിർണ്ണയവാദം സത്യമാണെങ്കിലും അസത്യമാണെങ്കിലും ഈ പ്രശ്നം നിലനിൽക്കും. അനിശ്ചിതത്വം (Indeterminacy) ഉണ്ടായാലും സ്വയം-ഉൽപത്തി സാധ്യമാകില്ല; കാരണം യാദൃശ്ചികത (Randomness) കർതൃത്വത്തെ (Agency) സൃഷ്ടിക്കില്ല.[21] യാദൃശ്ചികത സ്വാതന്ത്ര്യം സൃഷ്ടിക്കില്ല. ഒരു പ്രവൃത്തി പൂർണ്ണമായും നിർണ്ണയിക്കപ്പെട്ടതല്ലെങ്കിൽ, അത് വ്യക്തിയുടെ നിയന്ത്രണത്തിൽ (Control) വരില്ല. അതിനാൽ അത് ഉത്തരവാദിത്വത്തിന്റെ അടിസ്ഥാനമാകാനാവില്ല. നിർണ്ണയവാദം സ്വാതന്ത്ര്യം സൃഷ്ടിക്കില്ല എന്ന വാദം സാധാരണമാണ്; എന്നാൽ സ്ട്രോസന്റെ നിർണ്ണായക നീക്കം ഇതാണ്: അനിശ്ചിതത്വം പോലും സ്വാതന്ത്ര്യം സൃഷ്ടിക്കില്ല.[22] അതിനാൽ സ്വയം-ഉൽഭൂതനാകുന്ന കർത്താവ് (Self-originating agent) തർക്കശാസ്ത്രപരമായി അസാധ്യമാണ്. വ്യക്തി കാര്യകാരണ ചരിത്രത്തിൽ (Causal History) നിന്ന് സ്വതന്ത്രമായ ഒരു സത്താമീമാംസാത്മക ഉൽപത്തിസ്ഥാനം (Metaphysical Origin) ആകാൻ കഴിയില്ല.
ഘടനാപര മെഷ് നിർണ്ണയവാദത്തിന്റെ (Structural Mesh Determinism) പശ്ചാത്തലത്തിൽ ഈ വാദം ശക്തമായി നിലനിൽക്കുന്നു. വ്യക്തി H എന്ന സാകല്യഘടനയുടെ ഭാഗമാണ്. അവന്റെ സ്വഭാവം R എന്ന ബന്ധമാട്രിക്സിന്റെയും C എന്ന നിയന്ത്രണവലയത്തിന്റെയും സമന്വയഫലമാണ്. സ്വയം-ഉൽപത്തി കേന്ദ്രം (Self-originating center) എന്ന ആശയം ഈ ഘടനയിൽ ഇടംപിടിക്കുന്നില്ല. ഇതിലൂടെ സ്വതന്ത്ര ഇച്ഛയുടെ ശക്തമായ രൂപം, പ്രത്യേകിച്ച് അന്തിമ നൈതിക ഉത്തരവാദിത്വത്തെ ആശ്രയിക്കുന്ന രൂപം,

സങ്കൽപ്പപരമായി താങ്ങാനാവാത്തതാണെന്ന് തെളിയിക്കുന്നു.[23]

4 ലിബർട്ടേറിയനിസം: കരുത്തുറ്റ പ്രതിവാദം (Libertarianism Steelman)

ലിബർട്ടേറിയൻ സ്വതന്ത്ര ഇച്ഛയെ (Libertarian Free Will) ദുർബല രൂപത്തിൽ വിമർശിക്കുന്നത് എളുപ്പമാണ്. എന്നാൽ ഇവിടെ അതിന്റെ ശക്തമായ പതിപ്പ് അവതരിപ്പിച്ചശേഷം മറുപടി നൽകണം. കാരണം സ്വതന്ത്ര ഇച്ഛയെക്കുറിച്ചുള്ള ഗൗരവമായ പ്രതിരോധം അനിശ്ചിതത്വത്തെ (Indeterminism) ഒരു തന്ത്രപരമായ ഇടമായി ഉപയോഗിക്കുന്നു. ഈ നിലപാട് സൂക്ഷ്മമായി പരിശോധിക്കാതെ നിരാകരിക്കുന്നത് തത്ത്വചിന്താപരമായ അപാകതയായിരിക്കും.[24]

4.1 റോബർട്ട് കെയ്ൻ (Robert Kane)

റോബർട്ട് കെയ്ൻ ലിബർട്ടേറിയൻ നിലപാടിന്റെ ഏറ്റവും സുസംഘടിതമായ അവതാരകരിൽ ഒരാളാണ്. അദ്ദേഹത്തിന്റെ കേന്ദ്ര ആശയം സ്വയം രൂപപ്പെടുത്തുന്ന പ്രവൃത്തികൾ (Self-forming Actions - SFA) എന്നതാണ്. സാധാരണ പ്രവൃത്തികൾ മുൻസ്വഭാവത്തിന്റെ പ്രകടനങ്ങളാണ്; എന്നാൽ ചില നിർണ്ണായക നിമിഷങ്ങളിൽ വ്യക്തി സ്വന്തം സ്വഭാവത്തെത്തന്നെ രൂപപ്പെടുത്തുന്നു എന്നാണ് അവകാശവാദം.[25] ഇവിടെ മൂന്ന് ഘടകങ്ങൾ നിർണ്ണായകമാണ്:

1. സ്വയം രൂപപ്പെടുത്തുന്ന പ്രവൃത്തികൾ (SFA): വ്യക്തിയുടെ സ്വഭാവത്തെ നിർണ്ണയിക്കുന്ന പ്രാഥമിക തീരുമാനങ്ങൾ.
2. അനിശ്ചിതത്വ നിമിഷങ്ങൾ (Indeterministic Moments): കാര്യകാരണ ചരിത്രം (Causal History) പൂർണ്ണമായി നിർണ്ണയിച്ചിട്ടില്ലാത്ത തുറന്ന നിമിഷങ്ങൾ.
3. സംഘർഷ സാഹചര്യങ്ങൾ (Conflict Situations): വ്യക്തിയുടെ മൂല്യങ്ങളിലോ ആഗ്രഹങ്ങളിലോ ഉള്ള യഥാർത്ഥ സംഘർഷാവസ്ഥകൾ.[26]

കെയ്ൻ പറയുന്നത് ഇങ്ങനെയാണ്: ഒരു വ്യക്തി ഗൗരവമായ മൂല്യസംഘർഷത്തിൽ നിൽക്കുമ്പോൾ, കാര്യകാരണ നിർണ്ണയം (Causal Determination) പൂർണ്ണമല്ല. അനിശ്ചിതത്വം (Indeterminacy) ഒരു തുറന്ന സ്ഥലം സൃഷ്ടിക്കുന്നു. ആ നിമിഷത്തിൽ വ്യക്തി ഏത് ദിശയിൽ നിർണ്ണയിക്കുന്നു എന്നത് ഭാവിയിലെ സ്വഭാവത്തെ രൂപപ്പെടുത്തുന്നു.[27] ഇവിടെ അനിശ്ചിതത്വം സ്വാതന്ത്ര്യത്തിന്റെ ഇടം തുറക്കുന്നു എന്നും കാര്യകാരണപരമായ തുറന്നത്വം (Causal Openness) ഒരു യഥാർത്ഥ കർത്തൃത്വത്തിന് (Genuine Authorship) അവസരം നൽകുന്നു എന്നും കരുതപ്പെടുന്നു.

വിമർശനം: എന്നാൽ ഘടനാപരമായി പരിശോധിക്കുമ്പോൾ ഒരു പ്രശ്നം ഉയരുന്നു. അനിശ്ചിതത്വം ഉണ്ടെങ്കിൽ, ഫലം ഭാഗികമായി യാദൃശ്ചികം (Partially Random) ആയിരിക്കാം. യാദൃശ്ചികമായ ഘടകം കർത്തൃത്വത്തെ ശക്തിപ്പെടുത്തുന്നില്ല.[28] സംഘർഷം മാത്രം അന്തിമ സ്രോതസ്സിനെ (Ultimate Source) സൃഷ്ടിക്കുന്നില്ല. ഒരു വ്യക്തി രണ്ട് മൂല്യങ്ങൾക്കിടയിൽ സംഘർഷം അനുഭവിക്കുന്നു എന്നത്, അവൻ കാര്യകാരണ മെഷിൽ (Causal Mesh) നിന്ന് വേർപെട്ടതായി തെളിയിക്കുന്നില്ല. സംഘർഷം തന്നെ ബഹുതല നിബന്ധന വിന്യാസത്തിന്റെ (Multi-level Constraint Configuration) ഫലമാണ്. അനിശ്ചിതത്വ നിമിഷം ഉണ്ടായാലും, ആ നിമിഷത്തിൽ പ്രവർത്തിക്കുന്ന വ്യക്തി മുൻഘടനകളിൽ നിന്നുള്ള സ്വഭാവത്തോടെയാണ് പ്രവർത്തിക്കുന്നത്. അതിനാൽ സ്വയം രൂപപ്പെടുത്തുന്ന പ്രവൃത്തി പോലും ഘടനാപരമായി ഉൾച്ചേർക്കപ്പെട്ടതാണ് (Structurally Embedded).[29]

4.2 ഫ്രാങ്ക്ഫർട്ട് കേസുകൾ (Frankfurt Cases)

ഹാരി ഫ്രാങ്ക്ഫർട്ട് (Harry Frankfurt) അവതരിപ്പിച്ച ഫ്രാങ്ക്ഫർട്ട് മാതൃകകൾ (Frankfurt-style examples) ബദൽ സാധ്യതകളെ (Alternative Possibilities) നേരിട്ട് ചോദ്യം

ചെയ്യുന്നു. ഇവയുടെ കേന്ദ്രവാദം ഇതാണ്: ഒരു വ്യക്തിക്ക് വേറൊരു വഴിയില്ലെങ്കിലും, അവൻ ഉത്തരവാദിയാകാം.[30] ഫ്രാങ്ക്ഫർട്ട് ഉദാഹരണങ്ങളിൽ, ഒരു വ്യക്തി ഒരു നിർദ്ദിഷ്ട തീരുമാനം എടുക്കുകയാണെങ്കിൽ, പുറംഘടകമായ ഒരു ഇടപെടൽ ആവശ്യമില്ല. എന്നാൽ അവൻ വേറൊരു തീരുമാനം എടുക്കാൻ ശ്രമിച്ചിരുന്നുവെങ്കിൽ, ഒരു നിയന്ത്രണസംവിധാനം ഇടപെട്ടേനേ. യാഥാർത്ഥ്യത്തിൽ ഇടപെടൽ നടന്നിട്ടില്ല; വ്യക്തി തന്റെ തന്നെ പ്രേരണയാൽ പ്രവർത്തിച്ചു. എന്നാൽ ബദൽ സാധ്യത (Alternative Possibility) യാഥാർത്ഥ്യത്തിൽ ഉണ്ടായിരുന്നില്ല.[31] ഇത് 'സാധ്യതാരീതിയെ' (Leeway) ദുർബലമാക്കുന്നു. "മറ്റൊരു തരത്തിൽ ചെയ്യാമായിരുന്നു" എന്ന നിബന്ധന ഉത്തരവാദിത്വത്തിന് അനിവാര്യമല്ലെന്ന് കാണിക്കാൻ ഇത് ശ്രമിക്കുന്നു. അതേസമയം, സ്രോതസ്സുതത്വത്തെ (Sourcehood) ശക്തിപ്പെടുത്താൻ ശ്രമിക്കുന്നു. വ്യക്തി തന്റെ ആന്തരിക പ്രേരണകളുടെ അടിസ്ഥാനത്തിൽ പ്രവർത്തിച്ചതിനാൽ അവൻ ഉത്തരവാദിയാണ് എന്ന് അവകാശപ്പെടുന്നു.

വിമർശനം: എന്നാൽ ഘടനാപര വിശകലനം വീണ്ടും പ്രശ്നം തുറന്നുകാട്ടുന്നു. ബദൽ സാധ്യത ഇല്ലെങ്കിലും, വ്യക്തിയുടെ ആന്തരിക പ്രേരണകൾ തന്നെ ബഹു-നോഡ് ഘടനാപരമായ വിന്യാസത്തിന്റെ (Multi-node Structural Configuration) ഫലമാണ്. ആന്തരികത എന്നത് സ്വയംഭരണമല്ല. ബന്ധപരമായ രൂപീകരണം (Relational Constitution) ഉള്ളിടത്ത്, "ആന്തരിക പ്രേരണ" (Internal motive) എന്നത് ഒറ്റപ്പെട്ട ഉൽപത്തിസ്ഥാനമല്ല (Isolated Origin). ഫ്രാങ്ക്ഫർട്ട് മാതൃക സാധ്യതാരീതിയെ നിരാകരിച്ചാലും, സ്രോതസ്സുതത്വത്തെ സത്താപരമായി സ്ഥാപിക്കുന്നില്ല. അത് കേവലം മനഃശാസ്ത്രപരമായ പൊരുത്തം (Psychological Alignment) മാത്രമാണ് കാണിക്കുന്നത്.[32]

വിമർശന സംഗ്രഹം (Critical Summary)

• അനിശ്ചിതത്വം സ്വാതന്ത്ര്യത്തെ ഉറപ്പിക്കുന്നില്ല. കാര്യകാരണപരമായ തുറന്നത്വം കർത്തൃത്വത്തിന്റെ

ഉറവിടമല്ല. യാദൃശ്ചികത കർത്തൃത്വത്തിന്റെ പകരക്കാരനാകുന്നില്ല.

• സംഘർഷം മാത്രം അന്തിമ സ്രോതസ്സിനെ സൃഷ്ടിക്കുന്നില്ല. സംഘർഷം തന്നെ നിബന്ധനകളുടെ സംഗമഫലമാണ് (Constraint Convergence).

• ഘടനാപരമായ മെഷിൽ (Structural Mesh) ഒരു കർത്താവ് (Agent) ബഹു-നോഡ് നിബന്ധന സംഗമത്തിന്റെ ഭാഗമാണ്; സ്വതന്ത്രമായ ഉൽപത്തി ബിന്ദുവല്ല (Autonomous Origin-point).

കർത്താവ് എന്നത് H എന്ന സാകല്യഘടനയുടെ പ്രത്യേക ബന്ധപരമായ വിന്യാസം (Relational Configuration) മാത്രമാണ്. അവന്റെ തീരുമാനങ്ങൾ R എന്ന ബന്ധമാട്രിക്സിന്റെയും C എന്ന വിതരണം ചെയ്ത നിയന്ത്രണവലയത്തിന്റെയും സമന്വയത്തിൽ നിന്നാണ് ഉദ്ഭവിക്കുന്നത്.

ലിബർട്ടേറിയനിസം കർത്തൃത്വത്തെ സംരക്ഷിക്കാൻ ശ്രമിക്കുന്നു; എന്നാൽ സ്വയം-ഉൽപത്തി കേന്ദ്രം എന്ന ആശയം നിലനിർത്താൻ അത് യാദൃശ്ചികതയെയും സംഘർഷത്തെയും ആശ്രയിക്കുന്നു. ഇവയൊന്നും സാകല്യഘടനാപരമായ സമഗ്രതയിൽ (Structural Totality) നിന്ന് വേർതിരിച്ച സത്താമീമാംസാത്മക കർത്തൃത്വം (Metaphysical Authorship) സ്ഥാപിക്കുന്നില്ല. ഇതോടെ ലിബർട്ടേറിയൻ സ്വാതന്ത്ര്യത്തിന്റെ ശക്തമായ രൂപവും ഘടനാപര നിർണ്ണയവാദത്തിന്റെ വെളിച്ചത്തിൽ സത്താപരമായി അസാധുവാണെന്ന് വ്യക്തമാകുന്നു.

5 – സത്താമീമാംസയും പ്രതിഭാസശാസ്ത്രവും (Ontology vs Phenomenology)

സ്വതന്ത്ര ഇച്ഛയെക്കുറിച്ചുള്ള ചർച്ചയിൽ ഏറ്റവും നിർണ്ണായകമായ ഭേദം ഇവിടെ തെളിയിക്കുന്നു. മനുഷ്യർ അനുഭവിക്കുന്ന സ്വാതന്ത്ര്യവും സത്താപരമായി സാധ്യമാകുന്ന സ്വാതന്ത്ര്യവും ഒരേ ആശയമല്ല. അനുഭവലോകത്തിലെ തുറന്നത്വവും സാകല്യഘടനയിലെ നിർണ്ണായക സുസ്ഥിരതയും വ്യത്യസ്ത തലങ്ങളിലാണ് പ്രവർത്തിക്കുന്നത്.[33]

5.1 അനുഭവസ്വാതന്ത്ര്യം (Experiential Freedom)
മനുഷ്യർ സ്വതന്ത്രരാണെന്ന് അനുഭവിക്കുന്നു. തീരുമാനം കൈക്കൊള്ളുന്ന നിമിഷത്തിൽ പല വഴികളും തുറന്നതുപോലെ തോന്നുന്നു. ഭാവി നിർണ്ണയിക്കപ്പെട്ടതല്ലെന്ന അനുഭവം വ്യക്തമാണ്. ഭാവി തുറന്നതായി (Open) പ്രത്യക്ഷപ്പെടുന്നു. ഈ അനുഭവം നിഷേധിക്കപ്പെടുന്നില്ല; അത് ഒരു യാഥാർത്ഥ്യപരമായ മാനസിക ഘടനയാണ്.
വ്യക്തി ആലോചന (Deliberation) നടത്തുമ്പോൾ, വിവിധ സാധ്യതകളെ ചിന്തിക്കുന്നു. അവയിൽ ഒന്നിനെ തിരഞ്ഞെടുക്കുന്നു. ഈ പ്രക്രിയയിൽ "ഞാൻ തന്നെ തീരുമാനിച്ചു" എന്ന ബോധം ഉദ്ഭവിക്കുന്നു.[34] എന്നാൽ ഈ തുറന്ന അവസ്ഥ (Openness) അനുഭവപരമാണ്. ഇത് ജ്ഞാനപരമായ ഒരു സ്ഥിതിയാണ് (Epistemic state). $L \subset H$ എന്ന നിലയിൽ, പ്രാദേശിക ബോധം സാകല്യഘടനയുടെ പൂർണ്ണ വിന്യാസത്തെ ഉൾക്കൊള്ളുന്നില്ല. അതിനാൽ ഭാവി നിശ്ചിതമല്ലെന്ന അനുഭവം സ്വാഭാവികമാണ്.
അനുഭവസ്വാതന്ത്ര്യം മനുഷ്യചൈതന്യത്തിന്റെ പ്രവർത്തനരീതിയുമായി ബന്ധപ്പെട്ടതാണ്. ഇത് ആലോചനാപരമായ വാസ്തുവിദ്യയുടെ (Deliberative architecture) ഘടകമാണ്. അത് ഒരു പ്രാമാണിക മാനസികാവസ്ഥയാണ്, പക്ഷേ അത് സത്താപരമായ സ്വയംഭരണത്തിന്റെ തെളിവല്ല.[35]
5.2 സത്താപര അസാധ്യത (Ontological Impossibility)
സത്താമീമാംസാത്മക (Metaphysical) തലത്തിൽ സ്ഥിതി വ്യത്യസ്തമാണ്. കർത്താവ് (Agent) മെഷിൽ ഉൾച്ചേർക്കപ്പെട്ടിരിക്കുന്നു (Embedded). വ്യക്തി H എന്ന സാകല്യഘടനയുടെയും പൂർണ്ണാവസ്ഥയുടെയും (Complete State) ഭാഗമാണ്. ബഹുതല നിബന്ധന മണ്ഡലത്തിൽ (Multi-level constraint field) ആണ് അവൻ പ്രവർത്തിക്കുന്നത്. കർത്താവ് എന്നത് ഒരു ബന്ധപരമായ വിന്യാസം (Relational configuration) മാത്രമാണ്; സ്വതന്ത്രമായ ഉൽപത്തി ബിന്ദുവല്ല (Origin-point). അവന്റെ മാനസികാവസ്ഥകളും

ആലോചനകളും തന്നെ R എന്ന ബന്ധമാട്രിക്സിന്റെയും C എന്ന വിതരണം ചെയ്ത നിയന്ത്രണവലയത്തിന്റെയും സമന്വയത്തിൽ നിന്നാണ് ഉദ്ഭവിക്കുന്നത്.[36]
അതുകൊണ്ട് സത്താമീമാംസാത്മകമായ സാധ്യതാരീതി (Ontological Leeway) നിലനിൽക്കുന്നില്ല. ഒരേ പൂർണ്ണാവസ്ഥയിൽ നിന്ന് രണ്ട് പരസ്പര വിരുദ്ധമായ ഫലങ്ങൾ സത്താപരമായി സാധ്യമല്ല. ഘടനാപരമായ സാംഗത്യം (Structural consistency) ലംഘിക്കപ്പെടാതെ ബദൽ ഭാവികൾ (Alternative futures) നിലനിൽക്കാനാവില്ല.[37] ഇവിടെ വ്യത്യാസം നിർണ്ണായകമാണ്:
• പ്രതിഭാസശാസ്ത്രപരമായ സ്വാതന്ത്ര്യം (Phenomenological freedom) ≠ സത്താപരമായ സ്വയം-ഉൽപത്തി (Ontological self-origination).
• അനുഭവം (Experience) തുറന്ന അവസ്ഥയെ കാണിക്കുന്നു.
• സത്താമീമാംസ (Ontology) ഘടനാപരമായ സാംഗത്യത്തെ കാണിക്കുന്നു.
ഈ ഭേദം വ്യക്തമായി മനസ്സിലാക്കാതെ സ്വതന്ത്ര ഇച്ഛയെക്കുറിച്ചുള്ള ചർച്ചകൾ മുന്നോട്ടുപോകില്ല.
അനുഭവലോകത്തിലെ തുറന്നത്വം സത്താപരമായ അനിശ്ചിതത്വത്തിന്റെ തെളിവല്ല; അത് ജ്ഞാനപരമായ പരിമിതിയുടെ പ്രകടനമാണ്.[38] ഘടനാപര മെഷ് നിർണ്ണയവാദത്തിൽ കർതൃത്വം (Agency) അനുഭവപരമായി സത്യമാണ്, പക്ഷേ സത്താപരമായി സ്വയം-ഉൽഭൂതമല്ല (Self-originating). ഈ തിരിച്ചറിവാണ് അടുത്ത ഘട്ടത്തിൽ കർതൃത്വത്തിന്റെ ഘടനാപരമായ മാതൃക രൂപപ്പെടുത്തുന്നതിനുള്ള അടിസ്ഥാനമായി പ്രവർത്തിക്കുന്നത്.

6 – ഘടനാപര കർതൃത്വ മാതൃക (Structural Agency Model)

സ്വാതന്ത്ര്യം (Freedom) ഇല്ലെങ്കിൽ കർതൃത്വം (Agency) ഇല്ലേ? ഇതാണ് തെറ്റായ നിർണ്ണയം. സ്വതന്ത്ര ഇച്ഛയുടെ പരമ്പരാഗത സങ്കൽപ്പം തള്ളിക്കളയുമ്പോൾ, മനുഷ്യപ്രവർത്തനം തന്നെ അപ്രസക്തമാകുന്നു എന്ന് കരുതുന്നത് ഒരു തെറ്റായ ദ്വന്ദ്വചിന്തയാണ്. കർതൃത്വത്തെ

സ്വയംഭരണാധികാരമുള്ള കാര്യകാരണ ഉൽപത്തിസ്ഥാനമായി (Autonomous Causal Origin) മാത്രം നിർവ്വചിച്ചാൽ, നിർണ്ണയവാദം (Determinism) അതിനെ ഇല്ലാതാക്കും. എന്നാൽ കർതൃത്വത്തെ ഒരു ഘടനാപരമായ പങ്ക് (Structural Role) എന്ന നിലയിൽ പുനർനിർവ്വചിച്ചാൽ, നിർണ്ണയവാദം അതിനെ ഇല്ലാതാക്കുന്നില്ല; മറിച്ച് വിശദീകരിക്കുന്നു.[39]

6.1 നിർണ്ണയവാദത്തിനുള്ളിലെ കർതൃത്വം (Agency within Determinism)

മെഷ് നിർണ്ണയവാദത്തിൽ (Mesh Determinism) കർതൃത്വം എന്നത് ഒരു സത്താമീമാംസാത്മകമായ അപവാദമല്ല (Metaphysical Exception). അത് സാകല്യഘടനയുടെ പ്രത്യേക വിന്യാസമാണ്. കർതൃത്വം ഇവിടെ താഴെപ്പറയുന്ന ഘടകങ്ങളാൽ നിർവ്വചിക്കപ്പെടുന്നു:

• നോഡ്-തല ഘടനാപരമായ പ്രോസസ്സിംഗ് (Node-level structural processing).

• ആന്തരിക നിബന്ധനകളുടെ ഏകീകരണം (Internal constraint integration).

• സിസ്റ്റത്തിനുള്ളിലെ പ്രവചനാത്മക മാതൃകകൾ (Predictive modeling within system).

കർത്താവ് ഒരു ഒറ്റപ്പെട്ട കാരണമല്ല (Isolated Cause). കർത്താവ് എന്നത് ഒരു പ്രാദേശിക വിന്യാസമാണ് (Localized Configuration). H എന്ന സാകല്യഘടനയിൽ, N എന്ന നോഡുകളുടെ പ്രത്യേക വിന്യാസമായി, R എന്ന ബന്ധമാട്രിക്സിൽ സ്ഥിതി ചെയ്യുന്ന, C എന്ന നിയന്ത്രണവലയത്തെ പ്രക്രിയാത്മകമായി ഏകീകരിക്കുന്ന ഘടനയാണ് കർത്താവ്.[40]

കർത്താവിന്റെ ആലോചന (Deliberation) ഒരു കാര്യകാരണ വിള്ളലല്ല (Causal Break). അത് നിബന്ധനകളോട് സംവേദനക്ഷമമായ ഗണനപ്രക്രിയയാണ് (Constraint-sensitive Computation). മുൻവിന്യാസങ്ങൾ, മൂല്യഘടനകൾ, വിവരപ്രവാഹങ്ങൾ എന്നിവയുടെ സമന്വയത്തിൽ നിന്നാണ് തീരുമാനം ഉദ്ഭവിക്കുന്നത്. ഇവിടെ

നിർണ്ണയവാദം വിധിവാദമല്ല (Fatalism); കാരണം കർത്താവിന്റെ പ്രക്രിയകൾ തന്നെ H-ന്റെ പ്രവർത്തനരീതിയുടെ ഭാഗമാണ്.[41]

6.2 ധർമ്മപരമായ കർതൃത്വം (Functional Agency)

കർതൃത്വം എന്നത് സത്താമീമാംസാത്മകമായ സ്വയംഭരണമല്ല (Metaphysical Autonomy). അത് ധർമ്മപരമായ ശേഷിയാണ് (Functional Capacity). കർതൃത്വം എന്നത്:

1. വിവരങ്ങളുടെ ഏകീകരണം (Information integration).
2. ലക്ഷ്യങ്ങളുടെ പ്രതിനിധാനം (Goal-representation).
3. നിബന്ധനകളോട് സംവേദനക്ഷമമായ പ്രതികരണം (Constraint-sensitive response).

ഒരു സിസ്റ്റത്തിൽ വിവിധ ഇൻപുട്ടുകൾ ഏകീകരിച്ച്, ലക്ഷ്യരൂപീകരണം നടത്തി, സാഹചര്യസൂക്ഷ്മമായി പ്രതികരിക്കുന്ന ഘടനാപരമായ ശേഷിയാണ് കർതൃത്വം.[42] ഇത് കാര്യകാരണ സ്വയംഭരണമല്ല (Causal Autonomy); ഇത് ഘടനാപരമായ പങ്കാണ് (Structural Role).

കർത്താവ് തന്റെ ലക്ഷ്യങ്ങൾ സ്വയം സൃഷ്ടിക്കുന്ന ഒരു ഉൽപത്തി ബിന്ദുവല്ല (Origin-point). ലക്ഷ്യങ്ങളും മൂല്യങ്ങളും സാകല്യഘടനയുടെ ഭാഗങ്ങളാണ്. എന്നാൽ കർത്താവിന്റെ പ്രത്യേക ഘടനാപരമായ വിന്യാസം അവയെ പ്രാദേശികമായി പ്രോസസ്സ് ചെയ്യുന്നു. അതിനാൽ കർതൃത്വം നിർണ്ണയവാദത്തെ ലംഘിക്കുന്നില്ല; അത് നിർണ്ണയവാദത്തിന്റെ ഒരു ഉയർന്നതല പ്രവർത്തനരൂപമാണ്.[43]

6.3 ഉത്തരവാദിത്വത്തിന്റെ പുനർനിർവ്വചനം (Responsibility Reframed)

അന്തിമമായ കുറ്റാരോപണം (Ultimate Blame) അസാധ്യമാണ്. സ്വയം-ഉൽഭൂതനാകുന്ന കർത്താവില്ലെങ്കിൽ (Self-originating agent), അന്തിമ അർഹത (Ultimate Desert) എന്ന ആശയം നിലനിൽക്കില്ല. ഒരു വ്യക്തി തന്റെ സ്വഭാവത്തിന്റെ സത്താമീമാംസാത്മക രചയിതാവ് (Metaphysical Author) അല്ലെങ്കിൽ, അവൻ തന്റെ പ്രവൃത്തികളുടെ അന്തിമ ഉറവിടമല്ല.

പക്ഷേ ക്രമീകരണം (Regulation), പരിഷ്കരണം (Modification), തിരുത്തൽ (Correction) എന്നിവ സാധ്യമാണ്.
ഉത്തരവാദിത്വം ഇവിടെ പുനർനിർവ്വചിക്കപ്പെടുന്നു. അത് പ്രതികാരപരമായ അർഹതയല്ല (Retributive Desert). അത് ഘടനാപരമായ ഫീഡ്ബാക്ക് മെക്കാനിസമാണ് (Structural Feedback Mechanism).[44]
കർത്താവ് മെഷിന്റെ (Mesh) ഭാഗമാണ്; എന്നാൽ മെഷിൽ തന്നെ അർത്ഥവത്തായ പങ്ക് (Meaningful Role) വഹിക്കുന്നു. സാമൂഹിക-നിയമപര-നൈതിക സംവിധാനങ്ങൾ കർത്താക്കളെ അഭിസംബോധന ചെയ്യുന്നത് കാര്യകാരണപരമായ ഒറ്റപ്പെടലിന്റെ (Causal Isolation) അടിസ്ഥാനത്തിലല്ല; മറിച്ച് ഘടനാപരമായ പ്രതികരണശേഷിയുടെ (Structural Responsiveness) അടിസ്ഥാനത്തിലാണ്. ശിക്ഷ, പ്രതിഫലം, തിരുത്തൽ എന്നിവ മെഷിൽ നിബന്ധനകളുടെ പുനർവിന്യാസത്തിനുള്ള (Constraint Reconfiguration) ഉപാധികളാണ്. അവ നിർണ്ണയാത്മക ഘടനയിൽ അർത്ഥശൂന്യമല്ല; അവ തന്നെ ഘടനാപരമായ ഗതികോർജ്ജത്തിന്റെ (Structural Dynamics) ഭാഗമാണ്.[45]

അധ്യായ സംഗ്രഹം (Chapter Summary)
ഈ അധ്യായം തെളിയിക്കുന്നത്:
- സ്രോതസ്സുതത്വം (Sourcehood) തർക്കശാസ്ത്രപരമായി അസാധ്യമാണ്.
- സാധ്യതാരീതി (Leeway) സത്താമീമാംസാത്മകമായി നിലനിൽക്കുന്നില്ല.
- സ്വയം-ഉൽപത്തി (Self-origination) അസംഗതമാണ് (Incoherent).
- അനിശ്ചിതത്വം (Indeterminism) സ്വാതന്ത്ര്യം സൃഷ്ടിക്കുന്നില്ല.

എന്നാൽ:
- കർതൃത്വം ഘടനാപരമായ വിന്യാസമായി (Structural Configuration) നിലനിൽക്കുന്നു.

• ഉത്തരവാദിത്വം അന്തിമ അർഹതയല്ല, മറിച്ച് ഘടനാപരമായ ധർമ്മമാണ് (Structural Function).

ഇതിലൂടെ സ്വതന്ത്ര ഇച്ഛയുടെ പരമ്പരാഗത ധാരണ തകരുന്നു; പക്ഷേ മനുഷ്യപ്രവർത്തനത്തിന്റെ അർത്ഥം ഇല്ലാതാകുന്നില്ല. അധ്യായം 3 ഇപ്രകാരം സംവാദത്തെ പരിവർത്തിപ്പിക്കുന്നു: സ്വതന്ത്ര ഇച്ഛ നിരാകരിക്കപ്പെടുന്നു; കർതൃത്വം പുനർനിർമ്മിക്കപ്പെടുന്നു; നിർണ്ണയവാദം വിധിവാദപരമല്ലാതെ ഘടനാപരമായി മാറുന്നു. ഇവിടെ നിർണ്ണയം ശൃംഖലാപര നിർബന്ധമല്ല; അത് സാകല്യഘടനാപര സുസ്ഥിരതയാണ്. മനുഷ്യൻ കാര്യകാരണ അപവാദമല്ല (Causal Exception); എന്നാൽ കാര്യകാരണ മെഷിന്റെ ഒരു നിർണ്ണായക വിന്യാസമാണ്. ഈ തിരിച്ചറിവാണ് കർതൃത്വം, മനസ്സ്, അർത്ഥം എന്നീ വിഷയങ്ങളെ അടുത്ത ഘട്ടത്തിൽ കൂടുതൽ ആഴത്തിൽ വികസിപ്പിക്കാൻ അടിത്തറ ഒരുക്കുന്നത്.

REFERENCE LIST

1. Pereboom, Derk. *Living Without Free Will.* Cambridge University Press. 2001.
2. Kane, Robert. *The Significance of Free Will.* Oxford University Press. 1996.
3. Steward, Helen. *A Metaphysics for Freedom.* Oxford University Press. 2012.
4. O'Connor, Timothy. *Persons and Causes: The Metaphysics of Free Will.* Oxford University Press. 2000.
5. Strawson, Galen. *Freedom and Belief.* Oxford University Press. 1986.
6. Ladyman, James & Ross, Don. *Every Thing Must Go: Metaphysics Naturalized.* Oxford University Press. 2007.

7. Frankfurt, Harry G. "Alternate Possibilities and Moral Responsibility". *Journal of Philosophy* 66. 1969.
8. Earman, John. *A Primer on Determinism.* Reidel. 1986.
9. Spinoza, Benedict de. *Ethics.* Translated by Edwin Curley. Penguin Classics. 1996.
10. Honderich, Ted. *A Theory of Determinism: The Mind, Neuroscience, and Life-Hopes.* Oxford University Press. 1988.
11. Mele, Alfred R. *Autonomous Agents: From Self-Control to Autonomy.* Oxford University Press. 1995.
12. Strawson, Galen. "The Impossibility of Moral Responsibility". *Philosophical Studies* 75. 1994.
13. Russell, Paul. *Freedom and Moral Sentiment.* Oxford University Press. 1995.
14. Kane, Robert. *The Significance of Free Will.* Oxford University Press. 1996.
15. Nagel, Thomas. *The View from Nowhere.* Oxford University Press. 1986.
16. Pereboom, Derk. *Free Will, Agency, and Meaning in Life.* Oxford University Press. 2014.
17. Strawson, Galen. *Freedom and Belief.* Oxford University Press. 1986.
18. Strawson, Galen. "The Impossibility of Moral Responsibility". *Philosophical Studies* 75. 1994.
19. Russell, Paul. *Freedom and Moral Sentiment.* Oxford University Press. 1995.
20. Pereboom, Derk. *Living Without Free Will.* Cambridge University Press. 2001.
21. Nagel, Thomas. *The View from Nowhere.* Oxford University Press. 1986.
22. Waller, Bruce N. *Against Moral Responsibility.* MIT Press. 2011.
23. Honderich, Ted. *How Free Are You? The Determinism Problem.* Oxford University Press. 2002.

24. Kane, Robert. *The Oxford Handbook of Free Will.* Oxford University Press. 2011.

25. Kane, Robert. *The Significance of Free Will.* Oxford University Press. 1996.

26. Clarke, Randolph. *Libertarian Accounts of Free Will.* Oxford University Press. 2003.

27. Ginet, Carl. *On Action.* Cambridge University Press. 1990.

28. Mele, Alfred R. *Free Will and Luck.* Oxford University Press. 2006.

29. Dennett, Daniel C. *Freedom Evolves.* Viking. 2003.

30. Frankfurt, Harry G. "Alternate Possibilities and Moral Responsibility". *Journal of Philosophy* 66. 1969.

31. Fischer, John Martin. *The Metaphysics of Free Will: An Essay on Control.* Blackwell. 1994.

32. Widerker, David & McKenna, Michael. *Moral Responsibility and Alternative Possibilities.* Ashgate. 2003.

33. Spinoza, Benedict de. *Ethics.* Translated by Edwin Curley. Penguin Classics. 1996.

34. Searle, John. *Freedom and Neurobiology: Reflections on Free Will, Language, and Political Power.* Columbia University Press. 2007.

35. Dennett, Daniel C. *Elbow Room: The Varieties of Free Will Worth Wanting.* MIT Press. 1984.

36. Ladyman, James & Ross, Don. *Every Thing Must Go: Metaphysics Naturalized.* Oxford University Press. 2007.

37. Earman, John. *A Primer on Determinism.* Reidel. 1986.

38. Wegner, Daniel M. *The Illusion of Conscious Will.* MIT Press. 2002.

39. Dennett, Daniel C. *Freedom Evolves.* Viking. 2003.

40. Ladyman, James & Ross, Don. *Every Thing Must Go: Metaphysics Naturalized.* Oxford University Press. 2007.

41. Bunge, Mario. *The Mind-Body Problem: A Psychobiological Approach.* Pergamon Press. 1980.

42. Floridi, Luciano. *The Philosophy of Information.* Oxford University Press. 2011.

43. List, Christian. *Why Free Will Is Real.* Harvard University Press. 2019.

44. Waller, Bruce N. *Against Moral Responsibility*. MIT Press. 2011.
45. Pereboom, Derk. *Free Will, Agency, and Meaning in Life*. Oxford University Press. 2014.

CHAPTER 4: ന്യൂറൽ–പാരിസ്ഥിതിക നിർണ്ണയവാദം

(Neural-Ecological Determinism)

1 – പ്രവചനാത്മക സംസ്കരണം (Predictive Processing)

ഈ അധ്യായത്തിന്റെ ആദ്യ ലക്ഷ്യം വളരെ വ്യക്തമാണ്. നിർണ്ണയവാദം വെറും സത്താമീമാംസാത്മക വാദമല്ലെന്ന് തെളിയിക്കണം. അത് മസ്തിഷ്കത്തിന്റെ യഥാർത്ഥ പ്രവർത്തനരീതിയുമായി പൊരുത്തപ്പെടുന്ന ശാസ്ത്രീയ സത്യമാണ് എന്ന് കാണിക്കണം. മനസ്സ്, ശരീരം, പരിസരം എന്നിവ ചേർന്ന് പ്രവർത്തിക്കുന്ന സജീവ ഘടനാപര മെഷ് (Active Structural Mesh) എന്ന നിലയിൽ നിർണ്ണയവാദത്തെ സ്ഥാപിക്കുകയാണ് ഇവിടെ ചെയ്യുന്നത്.[1]

മസ്തിഷ്കം: പ്രതികരണയന്ത്രമല്ല, പ്രവചനയന്ത്രം

പ്രവചനാത്മക സംസ്കരണം (Predictive Processing) എന്ന മാതൃകയുടെ കേന്ദ്രചിന്ത വളരെ നേരിട്ട് പറയാം: മസ്തിഷ്കം ലോകത്തെ നേരിട്ട് സ്വീകരിക്കുന്നില്ല; അത് ലോകത്തെക്കുറിച്ചുള്ള സംവേദന ഇൻപുട്ടുകളെ പ്രവചിക്കുന്ന ഒരു മാതൃക നിർമ്മിക്കുന്നു. ഈ ആശയം ശാസ്ത്രീയമായി വികസിപ്പിച്ച പ്രധാന ഗവേഷകരിൽ ഒരാളാണ് കാൾ ഫ്രിസ്റ്റൺ (Karl Friston). അദ്ദേഹത്തിന്റെ മാതൃകയിൽ സംവേദനം (Perception) എന്നത് വിവരങ്ങൾ സ്വീകരിക്കൽ അല്ല, മറിച്ച് പ്രവചനവും തിരുത്തലുമാണ്.[2]
പരമ്പരാഗത ചിന്തയിൽ നാം കരുതുന്നത് ഇങ്ങനെയാണ്: ലോകം ആദ്യം ഉണ്ട്; അത് ഇന്ദ്രിയങ്ങളിലൂടെ അകത്ത് കടക്കുന്നു; മസ്തിഷ്കം അതിനെ പ്രോസസ്സ് ചെയ്യുന്നു;

തുടർന്ന് പ്രതികരണം ഉണ്ടാകുന്നു. എന്നാൽ പ്രവചനാത്മക സംസ്കരണം ഇതിനെ മറിച്ചിടുന്നു:

1. മസ്തിഷ്കം ആദ്യം ഒരു മാതൃക (Model) സൃഷ്ടിക്കുന്നു.
2. ആ മാതൃകയുടെ അടിസ്ഥാനത്തിൽ അത് ലോകത്തെക്കുറിച്ച് പ്രവചിക്കുന്നു (Top-down prediction).
3. ഇന്ദ്രിയവിവരങ്ങൾ (Sensory data) പിന്നീട് ആ പ്രവചനത്തെ പരിശോധിക്കുന്ന പിഴവ് സിഗ്നലുകളായി (Prediction error signals) പ്രവർത്തിക്കുന്നു.[3]

ഇവ ബയേഷ്യൻ പുതുക്കൽ (Bayesian updating) എന്ന സാധ്യതാരീതിയിലൂടെ ക്രമീകരിക്കപ്പെടുന്നു. അതിനാൽ സംവേദനം എന്നത് പ്രവചന പിഴവ് കുറയ്ക്കൽ (Prediction error minimization) ആണ്. മസ്തിഷ്കം ലോകത്തെ പകർത്തി വെക്കുകയല്ല, മറിച്ച് ലോകത്തെക്കുറിച്ച് തന്റെ ഏറ്റവും സ്ഥിരതയുള്ള മാതൃക നിലനിർത്താൻ ശ്രമിക്കുകയാണ് ചെയ്യുന്നത്.[4]

നിയന്ത്രിത ഭ്രമം എന്ന നിലയിലെ അനുഭവം (Experience as Controlled Hallucination)

പ്രവചനാത്മക സംസ്കരണത്തിന്റെ ശക്തമായ പ്രസ്താവന ഇതാണ്: നാം നേരിട്ട് “ലോകത്തെ” കാണുന്നില്ല; നാം കാണുന്നത് നമ്മുടെ പ്രവചന മാതൃകയുടെ സ്ഥിരതയുള്ള പതിപ്പാണ്. ഇന്ദ്രിയവിവരങ്ങൾ പ്രവചനവുമായി താരതമ്യം ചെയ്യപ്പെടുന്നു. വ്യത്യാസമുണ്ടെങ്കിൽ പ്രവചന പിഴവ് (Prediction error) ഉൽപ്പാദിപ്പിക്കുന്നു. ആ പിഴവിന്റെ അടിസ്ഥാനത്തിൽ മാതൃക തിരുത്തപ്പെടുന്നു.[5]

ഈ പ്രക്രിയയെ ചിലർ “നിയന്ത്രിത ഭ്രമം” (Controlled hallucination) എന്ന് വിളിക്കുന്നു. ഭ്രമം (Hallucination) എന്നത് ബാഹ്യ നിയന്ത്രണമില്ലാത്ത പ്രവചനമാണ്; സംവേദനം (Perception) എന്നത് ഇന്ദ്രിയങ്ങളുടെ ഫീഡ്ബാക്ക് കൊണ്ട് നിയന്ത്രിക്കപ്പെട്ട പ്രവചനമാണ്.[6] ഇവിടെ ഒരു സ്വതന്ത്രമോ സ്വയം-ഉദ്ഭവിക്കുന്നതോ ആയ തീരുമാനം കാണാനില്ല.

നാഡീതലങ്ങളിലെ മാറ്റങ്ങൾ (Neural state changes) സ്വതന്ത്രമായ ചാടലുകളല്ല; അവ നിബന്ധനകളുടെ സംയോജന പ്രക്രിയകളാണ് (Constraint integration processes). ഓരോ നാഡീതലവും മുകളിൽ നിന്നുള്ള മാതൃക-നിയന്ത്രണത്തിനും താഴെയുള്ള ഇന്ദ്രിയ-നിയന്ത്രണത്തിനും വിധേയമാണ്. അതായത് മസ്തിഷ്കം ഒരു കാര്യകാരണ ശൂന്യതയിൽ (Causal vacuum) പ്രവർത്തിക്കുന്നില്ല; അത് ബന്ധപരമായ, ബഹുതല ഘടനാപര നിയന്ത്രണങ്ങളിൽ ഉൾക്കൊള്ളപ്പെട്ടതാണ്.[7]

പ്രവചനനിയന്ത്രണമായി കർതൃത്വം (Agency as Prediction Regulation)

ഇപ്പോൾ ചോദ്യം ഉയരും: ഇത്തരം ഒരു സംവിധാനത്തിൽ "കർത്താവ്" (Agent) എവിടെയാണ്? പ്രവചനാത്മക സംസ്കരണത്തിൽ കർത്താവ് എന്നത് സത്താമീമാംസാത്മകമായ ഒരു ഉൽപത്തി ബിന്ദുവല്ല (Metaphysical origin-point). കർത്താവ് എന്നത് പ്രവചന പിഴവ് കുറയ്ക്കുന്ന സ്ഥിരതാപരമായ ഒരു ക്രമീകരണമാണ്.[8] സ്വയം-മാതൃക (Self-model) എന്നത് ഒരു പ്രത്യേക നാഡീവിന്യാസമാണ് (Neural configuration). അത് ആന്തരിക തലങ്ങളെ നിരീക്ഷിക്കുന്നു, ബാഹ്യ ഇടപെടലുകളെ സിമുലേറ്റ് (Simulation) ചെയ്യുന്നു, സാധ്യതയുള്ള ഭാവികളെ മുൻകൂട്ടി കണക്കാക്കുന്നു. പ്രവൃത്തി തിരഞ്ഞെടുക്കൽ (Action selection) ഇവിടെ യാദൃശ്ചികമല്ല; അത് മാതൃകയുടെ സാംഗത്യം (Model-consistency) നിലനിർത്താനുള്ള ശ്രമമാണ്.[9]

അപ്പോൾ സ്വാതന്ത്ര്യം (Freedom) എന്ന അനുഭവം എങ്ങനെ ഉണ്ടാകുന്നു? അത് മാതൃകാതലത്തിലുള്ള തുറന്ന അവസ്ഥ (Model-level openness) മൂലമാണ്. മസ്തിഷ്കം വിവിധ പ്രവൃത്തിപഥങ്ങളെ സിമുലേറ്റ് ചെയ്യുന്നു; ആ സിമുലേഷൻ അനുഭവതലത്തിൽ തുറന്ന അവസ്ഥയായി തോന്നിക്കുന്നു. പക്ഷേ സത്താമീമാംസാത്മക (Ontological) തലത്തിൽ, ഒരു നിർദ്ദിഷ്ട നാഡീ-പാരിസ്ഥിതിക അവസ്ഥ നൽകിയാൽ അടുത്ത അവസ്ഥ നിബന്ധനകളാൽ

നിയന്ത്രിക്കപ്പെട്ടതായിരിക്കും (Constraint-governed). പരീക്ഷണാത്മകമായ തുറന്ന അവസ്ഥ സിമുലേഷനിലുണ്ട്, പക്ഷേ അത് കാര്യകാരണമായ വിള്ളലല്ല (Causal rupture).[10]

സംഗ്രഹം: ഘടനാപര നിർണ്ണയം ശക്തിപ്പെടുന്നു

പ്രവചനാത്മക സംസ്കരണം നമ്മെ മൂന്ന് കാര്യങ്ങൾ പഠിപ്പിക്കുന്നു:

- മസ്തിഷ്കം നിഷ്ക്രിയമായ സ്വീകരണമല്ല, സജീവമായ പ്രവചനസംവിധാനമാണ്.
- സംവേദനം എന്നത് ഘടനാപരമായ നിഗമനമാണ് (Structural inference).
- കർതൃത്വം എന്നത് പ്രവചനങ്ങളെ ക്രമീകരിക്കലാണ് (Prediction regulation).

ഇവയൊക്കെയും ചേർന്ന് ഒരു കാര്യത്തെ ഉറപ്പിക്കുന്നു: മനസ്സ് ഒരു കാര്യകാരണ അപവാദമല്ല (Causal exception). പ്രവർത്തനം എന്നത് സ്വതസ്സിദ്ധമായ സൃഷ്ടിയല്ല (Spontaneous creation). ഇത് മുഴുവൻ നാഡീ-പാരിസ്ഥിതിക മെഷിന്റെ (Neural-ecological mesh) ഉള്ളിൽ നടക്കുന്ന ഘടനാപരമായ സുസ്ഥിരത (Structural stabilization) മാത്രമാണ്. ഇവിടെ നിർണ്ണയവാദം യാന്ത്രികമായ ലളിതീകരണമല്ല, മറിച്ച് ബഹുതല നിയന്ത്രണങ്ങളുടെ ഏകീകരണമാണ്.

മനസ്സ് പ്രവചനമാണ്; പ്രവചനം നിയന്ത്രിത പുതുക്കലാണ്; നിയന്ത്രിത പുതുക്കൽ ഘടനാപര നിർണ്ണയമാണ്. ഇതാണ് ന്യൂറൽ–പാരിസ്ഥിതിക നിർണ്ണയവാദത്തിന്റെ ആദ്യ ഉറച്ച അടിത്തറ.

2 – ന്യൂറൽ–പാരിസ്ഥിതിക നിർണ്ണയവാദത്തിന്റെ ഗഹന ഘടന (Deep Structure of Neural-Ecological Determinism)

നാഡീവ്യൂഹം ഒരു ശൂന്യതയിൽ (Vacuum) പ്രവർത്തിക്കുന്ന ഒന്നല്ല. മെഷ് നിർണ്ണയവാദത്തിന്റെ (Mesh Determinism) കാഴ്ചപ്പാടിൽ, മസ്തിഷ്കം എന്നത് ചുറ്റുപാടുകളിൽ നിന്ന്

വേർപെട്ട ഒരു ഇൻസുലേറ്റഡ് പ്രോസസ്സറല്ല, മറിച്ച് അതിന്റെ പരിസ്ഥിതിയുമായി നിരന്തരമായ നിബന്ധന സംഗമത്തിൽ (Constraint Convergence) ഏർപ്പെട്ടിരിക്കുന്ന ഒരു നോഡ് (Node) മാത്രമാണ്.[11] പ്രവചനാത്മക സംസ്കരണം (Predictive Processing) മസ്തിഷ്കത്തെ പ്രവചനയന്ത്രമായി അവതരിപ്പിച്ചുവെങ്കിൽ, സ്വതന്ത്ര ഊർജ്ജ തത്വം (Free Energy Principle - FEP) അതിനെ കൂടുതൽ ആഴത്തിൽ ജൈവ-ഗണിതശാസ്ത്ര അടിത്തറയിൽ സ്ഥാപിക്കുന്നു. ഇവിടെ വിഷയം കേവലം സംവേദനം (Perception) മാത്രമല്ല; ജീവന്റെ തന്നെ നിലനിൽപ്പ് എങ്ങനെ സാധ്യമാകുന്നു എന്നതാണ് ചോദ്യം. കാൾ ഫ്രിസ്റ്റൺ (Karl Friston) അവതരിപ്പിച്ച ഈ തത്വം ഒരു ധീരമായ അവകാശവാദം ഉന്നയിക്കുന്നു: ജീവിക്കുന്ന എല്ലാ സിസ്റ്റങ്ങളും അവരുടെ ഘടനാപരമായ ഏകീകരണം (Structural Integration) നിലനിർത്താൻ ഗണിതശാസ്ത്രപരമായി നിർബന്ധിതരാണ്. ഇത് ഒരു ഉപമയല്ല, മറിച്ച് ഒരു ഔപചാരികമായ അവകാശവാദമാണ് (Formal claim).[12]

2.1 ബാഹ്യനിബന്ധനകളുടെ ആന്തരികവൽക്കരണവും എൻട്രോപ്പി പോരാട്ടവും:

മസ്തിഷ്കത്തിന്റെ ഓരോ നാഡീവിന്യാസവും പരിസ്ഥിതിയിലെ ഭൗതിക നിയമങ്ങൾക്കും സാമൂഹിക ഘടനകൾക്കും അനുസൃതമായാണ് രൂപപ്പെടുന്നത്. ലോകത്തിന്റെ ഘടനാപരമായ നിബന്ധനകളെ (Structural Constraints) ന്യൂറൽ സിഗ്നലുകളായി വിവർത്തനം ചെയ്യുന്ന പ്രക്രിയയാണിത്.[13] ഭൗതികശാസ്ത്രത്തിലെ രണ്ടാം നിയമം എൻട്രോപ്പി (Entropy) വർദ്ധനവിനെ നിർദ്ദേശിക്കുന്നുണ്ടെങ്കിലും ജീവികൾ നിബന്ധനകളെ സംരക്ഷിക്കുന്ന സംഘാടനത്തിലൂടെ (Constraint-preserving organization) അതിനെ പ്രതിരോധിക്കുന്നു.[14] ഇവിടെ 'സ്വതന്ത്ര ഊർജ്ജം' (Free energy) എന്നത് താപഗതിക ഊർജ്ജമല്ല (Thermodynamic energy), മറിച്ച് ഒരു ഗണിതശാസ്ത്ര പരിധിയാണ് (Variational bound). അത്ഭുതം അഥവാ സർപ്രൈസ് (Surprise) എന്നത് ഒരു അവസ്ഥയുടെ

നെഗറ്റീവ് ലോഗ് പ്രോബബിലിറ്റി (Negative log probability) ആയി നിർവ്വചിക്കാം. സ്വതന്ത്ര ഊർജ്ജം കുറയ്ക്കൽ (Free Energy Minimization) രണ്ട് വഴികളിലൂടെ സംഭവിക്കുന്നു:

1. ആന്തരിക മാതൃക പുതുക്കൽ (Perceptual inference).
2. പ്രവൃത്തിയിലൂടെ പരിസ്ഥിതിയെ പുനർക്രമീകരിച്ച് സംവേദന ഇൻപുട്ടുകളെ മാറ്റൽ (Active inference/Environmental reconfiguration).[15]

ഇവിടെ ലക്ഷ്യവാദത്തിന് (Teleology) സ്ഥാനമില്ല. "ജീവിക്കാൻ ശ്രമിക്കുന്നു" എന്ന ഭാഷ ഒരു താൽക്കാലിക വിശദീകരണം മാത്രമാണ്; യാഥാർത്ഥത്തിൽ സംഭവിക്കുന്നത് പ്രോബബിലിറ്റി ഡെൻസിറ്റി സ്റ്റെബിലൈസേഷൻ (Probability density stabilization) ആണ്. ഇത് നിർണ്ണയവാദത്തിന്റെ ജൈവ രൂപമാണ്.

2.2 വിപുലീകരിക്കപ്പെട്ട മനസ്സ് – മാർക്കോവ് ബ്ലാങ്കറ്റിന്റെ സത്താമീമാംസ:

മനസ്സ് തലയോട്ടിക്ക് ഉള്ളിൽ അവസാനിക്കുന്നില്ല എന്ന വാദം ഇവിടെ പ്രസക്തമാകുന്നു. ബാഹ്യ ഉപകരണങ്ങൾ, ഭാഷ, സാമൂഹിക നിയമങ്ങൾ എന്നിവ മസ്തിഷ്കത്തിന്റെ ഗണനപ്രക്രിയയുടെ (Computation) ഭാഗമായി മാറുന്നു (Extended Mind).[16] ഘടനാപരമായ മെഷ് (Structural Mesh) മസ്തിഷ്കത്തിന്റെ സിനാപ്സുകളെ (Synapses) സാമൂഹികവും ഭൗതികവുമായ തന്തുക്കളുമായി ബന്ധിപ്പിക്കുന്നു. ഈ വിനിമയത്തെ ഗണിതശാസ്ത്രപരമായി നിർവ്വചിക്കുന്നതാണ് മാർക്കോവ് ബ്ലാങ്കറ്റ് (Markov Blanket). ഒരു ജീവി പൂർണ്ണമായും തുറന്ന സിസ്റ്റമല്ല, മറിച്ച് അതിരുകളുള്ള (Boundary condition) ഒരു സിസ്റ്റമാണ്. ആന്തരിക അവസ്ഥകൾ (Internal states) നേരിട്ട് ബാഹ്യ അവസ്ഥകളെ (External states) സ്പർശിക്കുന്നില്ല; അവ സംവേദന അവസ്ഥകൾക്കും (Sensory states) പ്രവൃത്തി അവസ്ഥകൾക്കും (Active states) വഴിയാണ് ബന്ധപ്പെടുന്നത്.[17] മാർക്കോവ് ബ്ലാങ്കറ്റ് ഈ വിഭജനത്തെ നിർവ്വചിക്കുന്നു. ഇവിടെ 'സ്വയം' (Self) എന്നത് ഒരു ആത്മാവോ ദ്രവ്യമോ അല്ല, മറിച്ച് ഗതികോർജ്ജത്താൽ

സുസ്ഥിരമാക്കപ്പെട്ട ഒരു അതിരാണ് (Dynamically stabilized boundary). ഇത് മെഷ് നിർണ്ണയവാദവുമായി നേരിട്ട് പൊരുത്തപ്പെടുന്നു; നോഡ് എന്നത് അതിരുകളാൽ നിർവ്വചിക്കപ്പെട്ട ഒരു പ്രക്രിയയാണ്.

2.3 നിർണ്ണയവാദം പുനർനിർവ്വചിക്കപ്പെടുന്നു – ഘടനാപരമായ അനിവാര്യതയായി പ്രവൃത്തി:

സ്വതന്ത്ര ഊർജ്ജ തത്വം നിർണ്ണയവാദത്തെ യാന്ത്രികമായ രേഖീയ കാരണതത്വമായി (Linear causation) കാണുന്നില്ല; പകരം അതിനെ പ്രോബബിലിസ്റ്റിക് നിബന്ധനകളുടെ ഗതികോർജ്ജമായി (Probabilistic constraint dynamics) അവതരിപ്പിക്കുന്നു. പെരുമാറ്റം എന്നത് യാദൃശ്ചികതയല്ല (Randomness); യാദൃശ്ചികമായ പ്രവൃത്തികൾ സ്വതന്ത്ര ഊർജ്ജം വർദ്ധിപ്പിക്കുകയും അസ്ഥിരത സൃഷ്ടിക്കുകയും ചെയ്യും. ഒരു തീരുമാനം എന്നത് മസ്തിഷ്കത്തിന്റെ "സ്വതന്ത്ര ചാട്ടം" അല്ല, മറിച്ച് ഈ വിശാലമായ മെഷിലെ നിബന്ധനകൾ ഒത്തുചേരുന്ന ഒരു പ്രത്യേക ബിന്ദുവാണ് (Convergence point).[18] പ്രവൃത്തി തിരഞ്ഞെടുക്കൽ (Action selection) എന്നത് ആന്തരിക മാതൃകയുടെയും മുൻധാരണകളുടെയും (Prior expectations) തെളിവുകളുടെയും സംയോജനമാണ്. ഒരു ജീവി "തിരഞ്ഞെടുക്കുന്നു" എന്നത് അനുഭവപരമായ (Phenomenological) ഭാഷയാണ്; സത്താപരമായി (Ontologically) സംഭവിക്കുന്നത് മാതൃകകളാൽ നിയന്ത്രിക്കപ്പെട്ട പാത തിരഞ്ഞെടുക്കലാണ് (Model-constrained trajectory selection). ഇവിടെ നിർണ്ണയവാദം പുതിയ രൂപത്തിൽ പ്രത്യക്ഷപ്പെടുന്നു:

- **നിർണ്ണയവാദം** = അതിരുകളുള്ള ഒരു സിസ്റ്റത്തിനുള്ളിലെ നിബന്ധനകൾക്ക് അനുസൃതമായ പരിണാമം.
- **പ്രവൃത്തി** = ഘടനാപരമായ സാംഗത്യം (Structural coherence) നിലനിർത്തൽ.
- **സ്വയം** = എൻട്രോപ്പിയെ പ്രതിരോധിക്കുന്ന വിന്യാസം.

• **കർതൃത്വം (Agency)** = നാഡീവ്യൂഹവും പരിസ്ഥിതിയും തമ്മിലുള്ള ഘടനാപരമായ സന്തുലിതാവസ്ഥ (Structural Equilibrium).

ന്യൂറോ-ഇക്കോളജിക്കൽ മെഷിൽ ഒരു പൂർണ്ണാവസ്ഥ (Complete state) നൽകിയാൽ, അടുത്ത അവസ്ഥ നിബന്ധനകൾക്ക് വിധേയമായിരിക്കും. ഇത് വിധിവാദമല്ല (Fatalism), കാരണം സിസ്റ്റം ചലനാത്മകമാണ്; പക്ഷേ അത് സത്താമീമാംസാത്മകമായ സ്വയംഭരണമല്ല (Metaphysical autonomy).[19]

2 – സ്വതന്ത്ര ഊർജ്ജ തത്വം (Free Energy Principle)
ന്യൂറൽ–പാരിസ്ഥിതിക നിർണ്ണയവാദത്തിന്റെ ഗഹന ഘടന

പ്രവചനാത്മക സംസ്കരണം (Predictive Processing) മസ്തിഷ്കത്തെ പ്രവചനയന്ത്രമായി അവതരിപ്പിച്ചുവെങ്കിൽ, സ്വതന്ത്ര ഊർജ്ജ തത്വം (Free Energy Principle - FEP) അതിനെ കൂടുതൽ ആഴത്തിൽ ജൈവ-ഗണിതശാസ്ത്ര അടിത്തറയിൽ സ്ഥാപിക്കുന്നു. ഇവിടെ വിഷയം കേവലം സംവേദനം (Perception) മാത്രമല്ല; ജീവന്റെ തന്നെ നിലനിൽപ്പ് എങ്ങനെ സാധ്യമാകുന്നു എന്നതാണ് ചോദ്യം. കാൾ ഫ്രിസ്റ്റൺ (Karl Friston) അവതരിപ്പിച്ച ഈ തത്വം ഒരു ധീരമായ അവകാശവാദം ഉന്നയിക്കുന്നു: ജീവിക്കുന്ന എല്ലാ സിസ്റ്റങ്ങളും അവരുടെ ഘടനാപരമായ ഏകീകരണം (Structural Integration) നിലനിർത്താൻ ഗണിതശാസ്ത്രപരമായി നിർബന്ധിതരാണ്. ഇത് ഒരു ഉപമയല്ല, മറിച്ച് ഒരു ഔപചാരികമായ അവകാശവാദമാണ് (Formal claim).[20]

2.1 സ്വതന്ത്ര ഊർജ്ജം കുറയ്ക്കൽ – എൻട്രോപ്പിക്കെതിരായ ഘടനാപര പോരാട്ടം:

ഭൗതികശാസ്ത്രത്തിലെ രണ്ടാം നിയമം എൻട്രോപ്പി (Entropy) വർദ്ധനവിനെ നിർദ്ദേശിക്കുന്നു. ഏത് അടഞ്ഞ സിസ്റ്റവും ക്രമേണ അവ്യവസ്ഥയിലേക്കാണ് നീങ്ങുന്നത്. എന്നാൽ ജീവികൾ ഈ പ്രവണതയ്ക്കെതിരെ നിലനിൽക്കുന്നു. ഇത് പ്രകൃതിവിരുദ്ധമായ അത്ഭുതമല്ല,

മറിച്ച് നിബന്ധനകളെ സംരക്ഷിക്കുന്ന സംഘാടനമാണ് (Constraint-preserving organization).[21] ഇവിടെ 'സ്വതന്ത്ര ഊർജ്ജം' (Free energy) എന്നത് താപഗതിക ഊർജ്ജമല്ല (Thermodynamic energy), മറിച്ച് ഒരു ഗണിതശാസ്ത്ര പരിധിയാണ് (Variational bound). അത്ഭുതം അഥവാ സർപ്രൈസ് (Surprise) എന്നത് ഒരു അവസ്ഥയുടെ നെഗറ്റീവ് ലോഗ് പ്രോബബിലിറ്റി (Negative log probability) ആയി ഗണിതപരമായി നിർവ്വചിക്കാം. ഒരു ജീവിക്ക് തന്റെ സംവേദന അവസ്ഥകളെ (Sensory states) നേരിട്ട് നിയന്ത്രിക്കാനാവില്ല, പക്ഷേ അതിന് ആന്തരിക മാതൃകകൾ (Internal models) നിർമ്മിക്കാൻ കഴിയും. സ്വതന്ത്ര ഊർജ്ജം കുറയ്ക്കൽ (Free Energy Minimization) രണ്ട് വഴികളിലൂടെ സംഭവിക്കുന്നു:

1. ആന്തരിക മാതൃക പുതുക്കൽ (Internal model update).
2. പ്രവൃത്തിയിലൂടെ സംവേദന ഇൻപുട്ടുകളെ മാറ്റൽ (Action via active inference).[22]

ഇവിടെ ലക്ഷ്യവാദത്തിന് (Teleology) സ്ഥാനമില്ല. "ജീവിക്കാൻ ശ്രമിക്കുന്നു" എന്ന ഭാഷ ഒരു താൽക്കാലിക വിശദീകരണം മാത്രമാണ്; യാഥാർത്ഥത്തിൽ സംഭവിക്കുന്നത് പ്രോബബിലിറ്റി ഡെൻസിറ്റി സ്റ്റെബിലൈസേഷൻ (Probability density stabilization) ആണ്. ഒരു ജീവി സർപ്രൈസ് ഉയരുന്ന സാഹചര്യങ്ങളിൽ നിലനിൽക്കില്ല; അതിനാൽ സ്വതന്ത്ര ഊർജ്ജം കുറയ്ക്കുന്ന പാതകൾ (Trajectories) മാത്രമാണ് പരിണാമപരമായ ഇടത്തിൽ (Evolutionary space) നിലനിൽക്കുന്നത്. ഇത് നിർണ്ണയവാദത്തിന്റെ ജൈവ രൂപമാണ്.

2.2 സ്വയം-സംഘാടന സിസ്റ്റങ്ങൾ – മാർക്കോവ് ബ്ലാങ്കറ്റിന്റെ സത്താമീമാംസാത്മക പ്രസക്തി:

FEP-യുടെ ഏറ്റവും ഗൗരവമായ ഘടകമാണ് മാർക്കോവ് ബ്ലാങ്കറ്റ് (Markov Blanket) എന്ന ആശയം. ഇത് ഗണിതശാസ്ത്രപരമായി ഒരു നിബന്ധനാപരമായ സ്വതന്ത്ര ഘടനയാണ് (Conditional independence structure).[23]

ഒരു ജീവി പൂർണ്ണമായും തുറന്ന സിസ്റ്റമല്ല, അതുപോലെ പൂർണ്ണമായി അടഞ്ഞ സിസ്റ്റവുമല്ല; അത് അതിരുകളുള്ള (Boundary condition) ഒരു സിസ്റ്റമാണ്. ആന്തരിക അവസ്ഥകൾ (Internal states) നേരിട്ട് ബാഹ്യ അവസ്ഥകളെ (External states) സ്പർശിക്കുന്നില്ല; അവ സംവേദന അവസ്ഥകൾക്കും (Sensory states) പ്രവൃത്തി അവസ്ഥകൾക്കും (Active states) വഴിയാണ് ബന്ധപ്പെടുന്നത്. മാർക്കോവ് ബ്ലാങ്കറ്റ് ഈ വിഭജനത്തെ നിർവ്വചിക്കുന്നു. ഇവിടെ 'സ്വയം' (Self) എന്നത് ഒരു ആത്മാവോ ദ്രവ്യമോ അല്ല, മറിച്ച് ഗതികോർജ്ജത്താൽ സുസ്ഥിരമാക്കപ്പെട്ട ഒരു അതിരാണ് (Dynamically stabilized boundary). ഇത് മെഷ് നിർണ്ണയവാദവുമായി (Mesh Determinism) നേരിട്ട് പൊരുത്തപ്പെടുന്നു; നോഡ് (Node) എന്നത് അതിരുകളാൽ നിർവ്വചിക്കപ്പെട്ട ഒരു പ്രക്രിയയാണ്. ഒറ്റപ്പെടൽ (Isolation) എന്നത് ഒരു സത്താമീമാംസാത്മകമായ മിഥ്യ (Metaphysical illusion) മാത്രമാണ്.[24]

2.3 നിർണ്ണയവാദം പുനർനിർവ്വചിക്കപ്പെടുന്നു – ഘടനാപരമായ അനിവാര്യതയായി പ്രവൃത്തി:

സ്വതന്ത്ര ഊർജ്ജ തത്വം നിർണ്ണയവാദത്തെ യാന്ത്രികമായ രേഖീയ കാരണത്വമായി (Linear causation) കാണുന്നില്ല; പകരം അതിനെ പ്രോബബിലിസ്റ്റിക് നിബന്ധനകളുടെ ഗതികോർജ്ജമായി (Probabilistic constraint dynamics) അവതരിപ്പിക്കുന്നു. പെരുമാറ്റം എന്നത് യാദൃശ്ചികതയല്ല (Randomness); യാദൃശ്ചികമായ പ്രവൃത്തികൾ സ്വതന്ത്ര ഊർജ്ജം വർദ്ധിപ്പിക്കുകയും അസ്ഥിരത സൃഷ്ടിക്കുകയും ചെയ്യും. പ്രവൃത്തി തിരഞ്ഞെടുക്കൽ (Action selection) എന്നത് ആന്തരിക മാതൃകയുടെയും മുൻധാരണകളുടെയും (Prior expectations) തെളിവുകളുടെയും സംയോജനമാണ്. ഒരു ജീവി "തിരഞ്ഞെടുക്കുന്നു" എന്നത് അനുഭവപരമായ (Phenomenological) ഭാഷയാണ്; സത്താപരമായി (Ontologically) സംഭവിക്കുന്നത് മാതൃകകളാൽ നിയന്ത്രിക്കപ്പെട്ട പാത തിരഞ്ഞെടുക്കലാണ് (Model-constrained trajectory selection).

സജീവമായ നിഗമനം (Active inference) വഴി ജീവി തന്റെ സംവേദന പരിസരത്തെ മാറ്റുകയും പ്രതീക്ഷിക്കുന്ന സർപ്രൈസ് കുറയ്ക്കുകയും ചെയ്യുന്നു.[25]
ഇവിടെ നിർണ്ണയവാദം പുതിയ രൂപത്തിൽ പ്രത്യക്ഷപ്പെടുന്നു:

• **നിർണ്ണയവാദം** = അതിരുകളുള്ള ഒരു സിസ്റ്റത്തിനുള്ളിലെ നിബന്ധനകൾക്ക് അനുസൃതമായ പരിണാമം.

• **പ്രവൃത്തി** = ഘടനാപരമായ സാംഗത്യം നിലനിർത്തൽ (Structural coherence maintenance).

• **സ്വയം** = എൻട്രോപ്പിയെ പ്രതിരോധിക്കുന്ന വിന്യാസം (Entropy-resistant configuration).

ന്യൂറോ-ഇക്കോളജിക്കൽ മെഷിൽ ഒരു പൂർണ്ണാവസ്ഥ (Complete state) നൽകിയാൽ, അടുത്ത അവസ്ഥ പ്രോബബിലിറ്റി-സ്ട്രക്ചർ നിബന്ധനകൾക്ക് അനുസൃതമായിരിക്കും. ഇത് വിധിവാദമല്ല (Fatalism), കാരണം സിസ്റ്റം ചലനാത്മകമാണ്; പക്ഷേ അത് സത്താമീമാംസാത്മകമായ സ്വയംഭരണമല്ല (Metaphysical autonomy).[26]

സാരാംശ ഘടന (Summary):

സ്വതന്ത്ര ഊർജ്ജ തത്വം മൂന്ന് നിർണ്ണായക നിർവ്വചനങ്ങൾ നൽകുന്നു: ജീവിതം എൻട്രോപ്പി നിയന്ത്രിത സ്ഥിരതയാണ്; സ്വയം എന്നത് ഒരു അതിർത്തി നിബന്ധനയാണ് (Boundary condition); പ്രവൃത്തി എന്നത് മാതൃകകളാൽ നിയന്ത്രിക്കപ്പെട്ട സുസ്ഥിരമാകലാണ്. ഇവയെല്ലാം ചേർന്ന് ന്യൂറോ–ഇക്കോളജിക്കൽ ഘടനാപരമായ നിർണ്ണയവാദത്തെ ശാസ്ത്രീയമായി ശക്തിപ്പെടുത്തുന്നു. മനസ്സ് ഒരു കാര്യകാരണ അപവാദമല്ല (Causal exception), ജീവി ഒരു സത്താമീമാംസാത്മക അത്ഭുതമല്ല (Metaphysical miracle), കർതൃത്വം ഒരു വിള്ളലല്ല (Rupture). ഇതെല്ലാം നിബന്ധനകളെ സംരക്ഷിക്കുന്ന ഗതികോർജ്ജം (Constraint-preserving dynamics) മാത്രമാണ്.

ഇവിടെ നിർണ്ണയവാദം യാന്ത്രികമായ നിർബന്ധമല്ല; അത് ഗഹനമായ ഘടനാപരമായ അനിവാര്യതയാണ്.

3 – നാഡീവ്യൂഹത്തിന്റെ പ്ലാസ്റ്റിറ്റി തെളിവുകൾ (Neuroplasticity Evidence)

സ്വയംമാറ്റത്തിന്റെ ശാസ്ത്രീയ വായനയും ഘടനാപര നിർണ്ണയവും

സ്വതന്ത്ര ഇച്ഛയെ സംരക്ഷിക്കാൻ ശ്രമിക്കുന്ന വാദങ്ങളിൽ ഏറ്റവും സാധാരണമായി ഉപയോഗിക്കപ്പെടുന്ന ശാസ്ത്രീയ ഉദാഹരണമാണ് നാഡീവ്യൂഹത്തിന്റെ പ്ലാസ്റ്റിറ്റി (Neuroplasticity). നാഡീവ്യൂഹത്തിന്റെ പ്ലാസ്റ്റിറ്റി എന്നത് മസ്തിഷ്കത്തിന്റെ ഘടനയും പ്രവർത്തനബന്ധങ്ങളും മാറാനുള്ള കഴിവാണ്. സിനാപ്റ്റിക് ഭാരങ്ങൾ (Synaptic weights) പുതുക്കപ്പെടുന്നു; നാഡീവ്യൂഹ പരിപഥങ്ങൾ (Neural circuits) പുനഃസംഘടിതമാകുന്നു; പുതിയ ബന്ധങ്ങൾ രൂപപ്പെടുകയും ചില ബന്ധങ്ങൾ ദുർബലമാകുകയും ചെയ്യുന്നു.[27]

ഇത് യാദൃശ്ചികമായ മാറ്റമല്ല (Random firing pattern). പ്ലാസ്റ്റിറ്റി എന്നത് അനുഭവ-ആശ്രിതമാണ് (Experience-dependent). അതായത് സംവേദന ഇൻപുട്ട് (Sensory input), പെരുമാറ്റ ആവർത്തനം (Behavioral repetition), വൈകാരിക പ്രാധാന്യം (Emotional salience), ഉപാപചയ അവസ്ഥകൾ (Metabolic conditions) എന്നിവയുടെ അടിസ്ഥാനത്തിലാണ് മാറ്റം സംഭവിക്കുന്നത്.[28] ഒരു വ്യക്തി പിയാനോ അഭ്യസിക്കുമ്പോൾ മോട്ടോർ കോർട്ടക്സിൽ (Motor cortex) മാറ്റം സംഭവിക്കുന്നു; ഒരു വ്യക്തി ആഘാതം (Trauma) അനുഭവിക്കുമ്പോൾ അമിഗ്ഡല–പ്രീഫ്രോണ്ടൽ പരിപഥങ്ങൾ പുനഃക്രമീകരിക്കപ്പെടുന്നു. ഇവയിലൊന്നും “സ്വയം-ഉദ്ഭൂതമായ ചാട്ടം” (Self-caused leap) സംഭവിക്കുന്നില്ല. ഇവയെല്ലാം സിനാപ്റ്റിക് പരിഷ്കരണ നിയമങ്ങൾക്കു (Synaptic modification laws) വിധേയമാണ്. ഹെബ്ബിയൻ ലേണിംഗ് (Hebbian learning) പോലുള്ള

സിദ്ധാന്തങ്ങൾ ഇത് വ്യക്തമാക്കുന്നു: "Neurons that fire together wire together."[29]

അതിനാൽ, പ്ലാസ്റ്റിറ്റി എന്നത് നിബന്ധനകളോടുള്ള പൊരുത്തപ്പെടലാണ് (Constraint adaptation). നാഡീവ്യൂഹ സിസ്റ്റം ലഭിക്കുന്ന ഇൻപുട്ടുകളോട് പൊരുത്തപ്പെടുന്നു. ഘടനാപരമായ മെഷിൽ (Structural mesh) ലഭിക്കുന്ന സമ്മർദ്ദങ്ങൾക്ക് പ്രതികരിച്ച് അതിന്റെ വിന്യാസം (Configuration) മാറുന്നു. മാറ്റം ഉണ്ടാകുന്നു എന്നത് അനിശ്ചിതത്വമല്ല (Indeterminacy); മാറ്റം നിയമബദ്ധമായ പുനർവിന്യാസമാണ് (Law-governed reconfiguration).

3.2 മെഷ് ഇടപെടലായുള്ള അനുഭവം (Experience as Mesh Interaction):

നാഡീവ്യൂഹ പ്ലാസ്റ്റിറ്റി വ്യക്തിപരമായ ഒറ്റമാറ്റമല്ല; അത് വിതരണം ചെയ്യപ്പെട്ട ഇടപെടലാണ് (Distributed interaction). പരിസ്ഥിതി -നാഡീവ്യൂഹ പ്രവർത്തനം -ശാരീരിക ഫീഡ്ബാക്ക് എന്നിങ്ങനെ ഇത് പ്രവർത്തിക്കുന്നു.[30] ഒരു കുട്ടി ഭാഷ പഠിക്കുമ്പോൾ, പരിസരത്തിലെ ശബ്ദങ്ങൾ ഓഡിറ്ററി കോർട്ടക്സിനെ സ്വാധീനിക്കുന്നു; അവയുടെ അടിസ്ഥാനത്തിൽ നാഡീവ്യൂഹ പരിപഥങ്ങൾ രൂപപ്പെടുന്നു. സാമൂഹികമായ ബലപ്പെടുത്തലുകൾ (Social reinforcement) പെരുമാറ്റത്തെ സ്ഥിരപ്പെടുത്തുന്നു. ഇത് മെഷ്-തല ഇടപെടലാണ് (Mesh-level interaction).[31] പ്ലാസ്റ്റിറ്റി എന്നത് മസ്തിഷ്കത്തിനുള്ളിലെ ഒറ്റപ്രക്രിയയല്ല; അത് ജീവി-പരിസ്ഥിതി സംയോജനമാണ് (Organism–environment coupling). സ്വയം-രൂപീകരണം എന്നത് വിതരണം ചെയ്യപ്പെട്ട നിർണ്ണയമാണ് (Distributed determination). 'സ്വയം' തന്റെ പുറത്തുള്ള ഘടകങ്ങളുമായുള്ള ഇടപെടലിലൂടെ മാത്രമേ രൂപപ്പെടുന്നുള്ളൂ. അതിനാൽ "ഞാൻ എന്നെ രൂപപ്പെടുത്തുന്നു" എന്ന പ്രസ്താവന സത്താപരമായി (Ontologically) തെറ്റിദ്ധാരണയാണ്; മെഷിലെ അനവധി ഘടകങ്ങൾ ചേർന്നാണ് വിന്യാസം മാറ്റുന്നത്.

3.3 സ്വയംഭരണാധികാരമുള്ള സ്വയം-രൂപീകരണത്തിന്റെ അഭാവം:

ലിബർട്ടേറിയൻ നിലപാടുകൾ പ്ലാസ്റ്റിറ്റിയെ സ്വയംഭരണത്തിന്റെ (Autonomy) തെളിവായി അവതരിപ്പിക്കാറുണ്ട്. എന്നാൽ ഇതിൽ കാര്യകാരണ തലങ്ങൾ (Causal layers) മറയ്ക്കപ്പെടുന്നു.[32] ഒരു വ്യക്തി തന്റെ ശീലങ്ങൾ മാറ്റാൻ തീരുമാനിക്കുമ്പോൾ, ആ തീരുമാനം മുൻപുണ്ടായ അനുഭവങ്ങൾ, സാമൂഹിക സ്വാധീനങ്ങൾ, ജനിതക പ്രവണതകൾ (Genetic predispositions), ഹോർമോൺ അവസ്ഥകൾ, നിലവിലെ നാഡീവ്യൂഹ വിന്യാസം എന്നിവയുടെ സംയോജനമാണ്. തുടർന്ന് ആവർത്തിച്ചുള്ള അഭ്യാസം സിനാപ്റ്റിക് പാതകളെ മാറ്റുന്നു. ഈ മുഴുവൻ പ്രക്രിയയിലും ഒരു സ്വതന്ത്ര ഉൽപത്തി ബിന്ദു (Autonomous origin-point) കാണാനില്ല.[33] "ഞാൻ എന്നെത്തന്നെ പുനർനിർമ്മിക്കുന്നു" എന്ന ഭാഷ പ്രതിഭാസശാസ്ത്രപരമാണ് (Phenomenological). സത്താപരമായി അത് മെഷ് ഗതികോർജ്ജമാണ് (Mesh dynamics). നാഡീവ്യൂഹ പ്ലാസ്റ്റിറ്റി നിർണ്ണയവാദത്തെ ദുർബലമാക്കുന്നില്ല; മറിച്ച് അതിന്റെ ഗഹനതയെ തെളിയിക്കുന്നു. മസ്തിഷ്കം ചലനാത്മകമാണ് (Dynamic), പക്ഷേ ചലനാത്മകത എന്നത് അനിശ്ചിതത്വമല്ല. അത് നിയമബദ്ധമായ ഘടനാപരമായ പരിണാമമാണ് (Law-governed structural evolution).[34]

ഘടനാപര പ്രതിഫലം (Summary):

നാഡീവ്യൂഹ പ്ലാസ്റ്റിറ്റി മൂന്ന് കാര്യങ്ങൾ ഉറപ്പിക്കുന്നു: ഒന്ന്, മസ്തിഷ്കം മാറ്റത്തിന് വിധേയമാണ് (Malleable); രണ്ട്, ഈ മാറ്റം അനുഭവ-ആശ്രിതമാണ്; മൂന്ന്, അനുഭവം എന്നത് ബന്ധപരമായ മെഷിൽ ഉൾച്ചേർക്കപ്പെട്ടതാണ് (Embedded). ഇത് സ്വാതന്ത്ര്യത്തിന്റെ തെളിവല്ല, മറിച്ച് വിതരണം ചെയ്യപ്പെട്ട നിബന്ധനകളുടെ പുനർവിന്യാസമാണ് (Distributed constraint reconfiguration). കർത്തൃത്വം (Agency) എന്നത് ഒരു വിള്ളലല്ല, മറിച്ച് മെഷ്-തലത്തിലുള്ള ക്രമീകരണമാണ് (Mesh-level regulation). പ്ലാസ്റ്റിറ്റി എന്നത് സ്വയംഭരണമല്ല, മറിച്ച് ഘടനാപരമായ ഉൾച്ചേർക്കലിന്റെ (Structural embedding) ആഴത്തിലുള്ള രൂപമാണ്. മനുഷ്യൻ

മാറുന്നു, പക്ഷേ അവൻ കാര്യകാരണ ബന്ധത്തിന് പുറത്തല്ല മാറുന്നത്. അവൻ മെഷിന്റെ ഉള്ളിൽ നിബന്ധനകൾക്ക് അനുസൃതമായി (Constraint-consistent) മാറുന്നു.

4 – ഭൗതിക കാരണതത്വത്തിന്റെ പൂർണ്ണത (Physical Causal Closure)

കാരണബന്ധത്തിന്റെ പൂർണ്ണതയും മനസ്സിന്റെ സ്ഥാനവും

ന്യൂറോ-ഇക്കോളജിക്കൽ ഘടനാപരമായ നിർണ്ണയവാദം (Neuro–Ecological Structural Determinism) ശാസ്ത്രീയമായി സ്ഥിരത നേടണമെങ്കിൽ, ഒരു അടിസ്ഥാന സിദ്ധാന്തം വ്യക്തമാക്കണം. ഭൗതിക ലോകം കാര്യകാരണപരമായ പൂർണ്ണത (Causal Closure) ഉള്ളതാണോ എന്ന ചോദ്യം ഇവിടെ നിർണ്ണായകമാണ്. ഈ പൂർണ്ണതയുടെ തത്വം (Closure principle) സ്വീകരിക്കാതെ നിർണ്ണയവാദം ഉറപ്പിക്കാനാവില്ല; എന്നാൽ ഇത് സ്വീകരിച്ചാൽ ലിബർട്ടേറിയൻ സ്വയംഭരണം (Libertarian autonomy) നിലനിൽക്കാനും കഴിയില്ല.[35]

4.1 പൂർണ്ണതയുടെ തത്വം (Closure Principle):

ഭൗതിക മണ്ഡലം കാര്യകാരണപരമായി പൂർണ്ണമാണ് (Physically causally closed) എന്നത് കൊണ്ട് അർത്ഥമാക്കുന്നത്, ഓരോ ഭൗതിക സംഭവത്തിനും (Physical event) മതിയായ ഒരു ഭൗതിക കാരണം ഉണ്ടായിരിക്കണം എന്നതാണ്. ഭൗതിക ഫലങ്ങളെ വിശദീകരിക്കാൻ ഭൗതികേതരമായ സത്തകൾ (Non-physical entities) ആവശ്യമില്ല. ന്യൂറോണുകളുടെ ഫയറിംഗ് പാറ്റേൺ, സിനാപ്റ്റിക് പ്രസരണം (Synaptic transmission), ഹോർമോൺ വ്യതിയാനങ്ങൾ, വൈദ്യുത പൊട്ടൻഷ്യലുകൾ എന്നിവയെ വിശദീകരിക്കാൻ അധികമായി ആത്മീയ ഘടകങ്ങൾ ചേർക്കേണ്ടതില്ല.[36]

ഒരു നാഡീവ്യൂഹ സംഭവം (Neural event) ഉണ്ടാകുമ്പോൾ:

1. അത് മുൻപുള്ള നാഡീവ്യൂഹ നിലകളുടെ (Neural states) ഫലമാണ്.
2. ആ നിലകൾ തന്മാത്രാതലത്തിലുള്ള ഇടപെടലുകളിൽ (Molecular interactions) നിന്ന് ഉത്ഭവിക്കുന്നു.
3. അവ ആറ്റോമിക് തലത്തിലുള്ള ഗതികോർജ്ജത്തിൽ (Atomic-level dynamics) നിന്ന് വരുന്നു.

ഈ കാര്യകാരണ ശൃംഖലയിൽ (Causal chain) സത്താമീമാംസാത്മകമായ വിള്ളലുകൾ (Metaphysical rupture) ഇല്ല. മാനസിക സംഭവങ്ങൾക്ക് (Mental events) സ്വതന്ത്രമായ കാര്യകാരണ ശക്തിയുണ്ടെങ്കിൽ, അത് ഭൗതിക ശൃംഖലയെ തകർക്കുകയും ഭൗതിക നിയമങ്ങളിൽ ഇടപെടുകയും ഊർജ്ജ സംരക്ഷണ നിയമത്തെ (Energy conservation) ലംഘിക്കുകയും ചെയ്യേണ്ടി വരും. ഇത് അനുഭവസിദ്ധമായ ശാസ്ത്രത്തോട് (Empirical science) പൊരുത്തപ്പെടുന്നില്ല.[37]

4.2 സ്വതന്ത്ര ഇച്ഛയ്ക്കുള്ള ആഘാതങ്ങൾ:

കാര്യകാരണ പൂർണ്ണത അംഗീകരിച്ചാൽ, സ്വതന്ത്ര ഇച്ഛയുടെ ക്ലാസിക്കൽ രൂപം നിലനിൽക്കില്ല. ഭൗതികേതരമായ ഇടപെടലുകൾ ഇല്ലെങ്കിൽ, കർത്താവിന്റെ സ്വയംഭരണം (Agent autonomy) സത്താമീമാംസാത്മകമായി പിന്തുണയ്ക്കപ്പെടാത്ത ഒന്നായി മാറുന്നു. ഇവിടെ രണ്ട് സാധ്യതകൾ മാത്രമാണുള്ളത്: ഒന്നുകിൽ മാനസിക വ്യാപാരങ്ങൾ ഭൗതിക പ്രക്രിയകളിലേക്ക് ലഘൂകരിക്കാവുന്നതാണ് (Reducible to physical); അല്ലെങ്കിൽ അവ ഭൗതിക പ്രക്രിയകളെ ആശ്രയിച്ചു നിൽക്കുന്നതാണ് (Supervenes on physical).[38]

രണ്ടു സാഹചര്യങ്ങളിലും കാര്യകാരണപരമായ സ്വാതന്ത്ര്യമില്ല. ഒരു വ്യക്തി ഒരു തീരുമാനം എടുക്കുന്നു എന്ന് പറയുമ്പോൾ, അത് നാഡീവ്യൂഹ വിന്യാസത്തിലുണ്ടാകുന്ന മാറ്റമാണ്. "ഞാൻ തീരുമാനിച്ചു" എന്ന ഭാഷ ഒരു പ്രതിഭാസശാസ്ത്രപരമായ വിവരണം

(Phenomenological description) മാത്രമാണ്; അതിന് ഭൗതിക ശൃംഖലയ്ക്ക് പുറത്തുള്ള മറ്റൊരു കാര്യകാരണ തലം (Causal layer) ഇല്ല. അതിനാൽ ഭൗതിക കാരണത്വത്തെ മറികടക്കുന്ന സ്വയംഭരണം ഈ തത്വവുമായി പൊരുത്തപ്പെടുന്നില്ല.[39]

4.3 ഘടനാപരമായ വ്യാഖ്യാനം (Structural Interpretation):
കാര്യകാരണ പൂർണ്ണത സ്വീകരിക്കുന്നത് ലഘൂകരണവാദത്തെ (Reductionism) സ്വീകരിക്കുന്നതിന് തുല്യമല്ല. ലഘൂകരണവാദം പറയുന്നത് ഉയർന്ന തലത്തിലുള്ള വിശദീകരണങ്ങൾ ആവശ്യമില്ല എന്നാണ്. എന്നാൽ പൂർണ്ണതയുടെ തത്വം പറയുന്നത് സത്താപരമായ വിള്ളലുകൾ ഇല്ല എന്ന് മാത്രമാണ്. മനസ്സ് ഭൗതികശാസ്ത്ര നിയമങ്ങളിൽ അലിഞ്ഞുപോകുന്നില്ല (Dissolve), പക്ഷേ അത് ഭൗതികശാസ്ത്രത്തിന് വിരുദ്ധമായ സ്വതന്ത്രമായ കാര്യകാരണ ദ്രവ്യമല്ല (Causal substance).[40]
മനസ്സ് എന്നത് അടഞ്ഞ ഭൗതിക മണ്ഡലത്തിനുള്ളിലെ (Closed physical field) ഉയർന്ന തലത്തിലുള്ള ഘടനാപരമായ വിന്യാസമാണ് (Higher-level structural configuration).

- **ചിന്ത (Thought)** = നാഡീവ്യൂഹ ശൃംഖലയുടെ ഒരു പ്രത്യേക ഡൈനാമിക് പാറ്റേൺ.
- **വികാരം (Emotion)** = സങ്കീർണ്ണമായ ഫീഡ്ബാക്ക് ലൂപ്പുകൾ.
- **സ്വയം (Self)** = പ്രവചനാത്മകമായ സ്വയം-മാതൃക (Predictive self-model).

ഇവയ്ക്ക് കാര്യകാരണ ശക്തിയില്ല എന്ന് പറയുന്നത് തെറ്റാണ്; അവയ്ക്ക് കാര്യകാരണപരമായ സ്വാതന്ത്ര്യമില്ല (Causal independence) എന്നതാണ് ശരി. ഉയർന്ന തലത്തിലുള്ള പാറ്റേണുകൾ താഴ്ന്ന തലത്തിലുള്ള ഗതികോർജ്ജത്തെ മറികടക്കുന്നില്ല; പകരം ലംബമായ നിബന്ധന ഇടപെടലിലൂടെ (Vertical constraint interaction) സൂക്ഷ്മ സാധ്യതകളെ നിയന്ത്രിക്കുന്നു. ഇവിടെ പൂർണ്ണതയുടെ തത്വം മെഷ് സത്താമീമാംസയുമായി (Mesh ontology) ഏകീകരിക്കപ്പെടുന്നു.

സാരാംശം (Summary):
ഭൗതിക കാരണത്വത്തിന്റെ പൂർണ്ണത സ്വീകരിക്കുമ്പോൾ, ഭൗതിക സംഭവങ്ങൾക്ക് ഭൗതിക കാരണങ്ങൾ മതിയാകും. ഭൗതികേതരമായ ഇടപെടലുകൾ ആവശ്യമില്ലാത്തതിനാൽ മാനസികമായ സ്വയംഭരണം സത്താമീമാംസാത്മകമായി അസാധ്യമാണ്. പക്ഷേ ഇതിലൂടെ മനസ്സ് ഇല്ലാതാകുന്നില്ല; അത് ഒരു ഘടനാപരമായ വിന്യാസമായി (Structural configuration) നിലനിൽക്കുന്നു. ന്യൂറോ-ഇക്കോളജിക്കൽ ഘടനാപരമായ നിർണ്ണയവാദത്തിൽ ഈ പൂർണ്ണത ഒരു നിർണ്ണായക സ്തംഭമാണ്. 'സ്വയം' മെഷിന് പുറത്തല്ല, തീരുമാനങ്ങൾ ഭൗതിക മണ്ഡലത്തിന് പുറത്തല്ല. കർതൃത്വം കാര്യകാരണ ശൃംഖലയെ തകർക്കുന്നില്ല; അത് അടഞ്ഞ ഭൗതിക മെഷിനുള്ളിലെ നിബന്ധനകൾക്ക് അനുസൃതമായ പരിണാമം (Constraint-consistent evolution) മാത്രമാണ്.

5 – താഴോട്ടുള്ള കാരണബന്ധമെന്ന ആക്ഷേപം (Downward Causation Objection)

മുകളിൽ നിന്ന് താഴേക്ക് കാരണബന്ധമുണ്ടോ?

ഭൗതിക കാരണത്വത്തിന്റെ പൂർണ്ണത (Physical Causal Closure) അംഗീകരിച്ചാൽ, ഒരു സ്വാഭാവിക ആക്ഷേപം ഉയരും. നാം അനുഭവിക്കുന്നത് ഇതാണ്: ചിന്തകൾ ശരീരത്തെ സ്വാധീനിക്കുന്നു, തീരുമാനങ്ങൾ കൈകാലുകളെ ചലിപ്പിക്കുന്നു, ലക്ഷ്യങ്ങൾ പ്രവർത്തനങ്ങളെ നിയന്ത്രിക്കുന്നു. അതിനാൽ ഉയർന്ന തലത്തിലുള്ള മാനസികാവസ്ഥകൾ (Higher-level mental states) താഴ്ന്ന തലത്തിലുള്ള നാഡീവ്യൂഹ സംഭവങ്ങളെ (Lower-level neural events) കാരണപരമായി സ്വാധീനിക്കുന്നു എന്ന് പലരും വാദിക്കുന്നു. ഈ വാദം "താഴോട്ടുള്ള കാരണബന്ധം" (Downward causation) എന്നറിയപ്പെടുന്നു. ഇതിനെ രണ്ട് വ്യത്യസ്ത രൂപങ്ങളിൽ വേർതിരിച്ച് കാണേണ്ടത് അനിവാര്യമാണ്.[41]

5.1 ശക്തമായ താഴോട്ടുള്ള കാരണബന്ധം (Strong Downward Causation) – അസംഗതമായ രൂപം:

ശക്തമായ താഴോട്ടുള്ള കാരണബന്ധം വാദിക്കുന്നത് മാനസികാവസ്ഥകൾ നാഡീവ്യൂഹ നിലകളെ അതിലംഘിക്കുന്നു (Override) എന്നാണ്. അതായത്, ഉയർന്ന തലത്തിലുള്ള ഒരു സത്ത ഭൗതിക പ്രക്രിയകളെ സ്വതന്ത്രമായി നിയന്ത്രിക്കുന്നു. ഇത് സത്യമായാൽ ഭൗതിക കാരണത്വത്തിന്റെ പൂർണ്ണത തകരും; കാരണം നാഡീവ്യൂഹ ഫയറിംഗ് പാറ്റേണുകളുടെ വിശദീകരണം കേവലം ഭൗതിക കാരണങ്ങളിൽ നിന്ന് മാത്രമായി ലഭിക്കില്ല. അതിലേക്ക് ഭൗതികേതരമായ ഇടപെടലുകൾ (Non-physical intervention) ചേർക്കേണ്ടി വരും.[42] ഇത് ഊർജ്ജ സംരക്ഷണ നിയമത്തെ ലംഘിക്കുകയും ഭൗതിക നിയമങ്ങളുടെ സമഗ്രതയെ തകർക്കുകയും ചെയ്യുന്നു. ഈ മാതൃക സത്താമീമാംസാത്മകമായ ദ്വൈതവാദത്തിലേക്ക് (Metaphysical dualism) നയിക്കുന്നു. എന്നാൽ അനുഭവസിദ്ധമായ നാഡീശാസ്ത്രത്തിൽ (Empirical neuro-science) ഇത്തരമൊരു കാര്യകാരണ വിള്ളലിന് (Causal rup-ture) തെളിവില്ല. ഓരോ നാഡീവ്യൂഹ സംഭവത്തിനും മുൻപുള്ള ഭൗതിക വിന്യാസം മതിയായ വിശദീകരണം നൽകുന്നുണ്ട്. അതിനാൽ ഈ രൂപം യുക്തിരഹിതമാണ് (Incoherent).[43]

5.2 ദുർബലമായ താഴോട്ടുള്ള കാരണബന്ധം (Weak Downward Causation):

ഇവിടെ മാനസികാവസ്ഥകൾ നാഡീവ്യൂഹ ഗതികോർജ്ജത്തെ അതിലംഘിക്കുന്നില്ല, പകരം ഉയർന്ന തലത്തിലുള്ള പാറ്റേണുകൾ താഴ്ന്ന തലത്തിലുള്ള പ്രക്രിയകളെ നിബന്ധനകൾക്ക് വിധേയമാക്കുന്നു (Constrain) എന്ന് പറയുന്നു. മെഷ് നിർണ്ണയവാദം (Mesh Deter-minism) ഇതിനെ ഒരു ലംബമായ നിബന്ധന ഇടപെടലായി (Vertical constraint interaction) പുനർവായിക്കുന്നു.[44] ഉയർന്ന തലത്തിലുള്ള പാറ്റേണുകൾ കാര്യകാരണ വിള്ളലുകൾ

സൃഷ്ടിക്കുന്നില്ല, പകരം സൂക്ഷ്മ സാധ്യതകളുടെ ഇടത്തെ (Space of micro-possibilities) പരിമിതപ്പെടുത്തുന്നു. മാക്രോ ഘടന (Macro structure) ഇല്ലെങ്കിൽ സൂക്ഷ്മ ഗതികോർജ്ജം അരാജകത്വമായി (Chaos) മാറാം; എന്നാൽ മാക്രോ ഘടനയുള്ളപ്പോൾ സൂക്ഷ്മ പ്രക്രിയകൾ ഒരു നിർദ്ദിഷ്ട ഏകീകരണം (Coherence) പാലിക്കുന്നു. ഇവിടെ പുതിയ കാര്യകാരണ തലങ്ങളോ സ്വതന്ത്ര ശക്തികളോ ഇല്ല; ഭൗതിക പൂർണ്ണത ലംഘിക്കപ്പെടുന്നില്ല.[45]

5.3 നിബന്ധനകളുടെ വ്യാഖ്യാനവും ഘടനാപര ഏകീകരണവും:

ഉയർന്ന തലത്തിലുള്ള പാറ്റേണുകൾ സൂക്ഷ്മ സാധ്യതകളെ നിയന്ത്രിക്കുന്നത് ഒരു ചെസ്സ് കളിയിലെ നിയമങ്ങൾ ഓരോ നീക്കത്തെയും നിയന്ത്രിക്കുന്നതിന് സമാനമാണ്. നിയമങ്ങൾ നീക്കങ്ങളെ "മുന്നോട്ട് തള്ളുന്നില്ല", പകരം അനുവദനീയമായ പരിധി നിർണ്ണയിക്കുന്നു. അതുപോലെ, നാഡീവ്യൂഹ ശൃംഖലയിലെ ഉയർന്ന തലത്തിലുള്ള ജ്ഞാനപരമായ പാറ്റേണുകൾ (Cognitive patterns) നാഡീവ്യൂഹ ഫയറിംഗിനെ അതിലംഘിക്കുന്നില്ല, പകരം ശൃംഖലയുടെ ടോപ്പോളജി (Network topology) സൂക്ഷ്മ ഗതികോർജ്ജത്തിന്റെ പാതയെ നിയന്ത്രിക്കുന്നു.[46] ഇത് ഘടനാപരമായ സാംഗത്യം ഉറപ്പാക്കലാണ് (Structural consistency enforcement). സൂക്ഷ്മതലത്തിലുള്ള അയോൺ ചാനലുകൾ രസതന്ത്ര നിയമങ്ങളും സിനാപ്റ്റിക് പ്രസരണം വൈദ്യുത-രാസ നിയമങ്ങളും പാലിക്കുമ്പോൾ തന്നെ, മാക്രോ-തലത്തിലുള്ള സംഘാടനം ഈ ചലനങ്ങളുടെ വ്യാപ്തിയെ പരിമിതപ്പെടുത്തുന്നു. ഇവിടെ സത്താമീമാംസാത്മകമായ പിളർപ്പില്ല. താഴോട്ടുള്ള കാരണബന്ധം എന്നത് ഒരു പുതിയ കാരണ ദ്രവ്യമല്ല, മറിച്ച് മെഷിനുള്ളിലെ ബഹുതല നിബന്ധനകളുടെ ഏകീകരണമാണ് (Multi-level constraint coherence).[47]

നിർണ്ണായക വ്യക്തീകരണം (Summary):

ശക്തമായ താഴോട്ടുള്ള കാരണബന്ധം സ്വീകരിച്ചാൽ ഭൗതിക പൂർണ്ണത തകരും; ദുർബലമായ രൂപത്തെ

ശരിയായി വായിച്ചില്ലെങ്കിൽ അത് ദ്വൈതവാദത്തിലേക്ക് വഴുതിവീഴും. മെഷ് നിർണ്ണയവാദം നൽകുന്ന നിർവ്വചനം വ്യക്തമാണ്: താഴോട്ടുള്ള കാരണബന്ധം ഒരു വിള്ളലല്ല (Rupture), അത് ലംബമായ നിബന്ധനകളുടെ സുസ്ഥിരമാകലാണ് (Vertical constraint stabilization). മനസ്സ് ഭൗതിക നിയമങ്ങളെ ലംഘിക്കുന്നില്ല; അത് ഉയർന്ന തലത്തിലുള്ള ഘടനാപരമായ വിന്യാസമായി സൂക്ഷ്മ സാധ്യതകളെ പരിമിതപ്പെടുത്തുന്നു. ഭൗതിക കാരണതത്വത്തിന്റെ പൂർണ്ണത നിലനിൽക്കുമ്പോൾ തന്നെ മാക്രോ പാറ്റേണുകൾ യാഥാർത്ഥ്യമായി തുടരുന്നു. ന്യൂറോ-ഇക്കോളജിക്കൽ ഘടനാപരമായ നിർണ്ണയവാദത്തിൽ ഇത് മെഷിന്റെ ഏകീകൃത ഗതിശാസ്ത്രമാണ്.

6 അലഘൂകൃത ജൈവ നിർണ്ണയവാദം (Non-Reductionist Biological Determinism)

ജൈവ നിർണ്ണയവാദത്തിന്റെ പുനർവ്യാഖ്യാനം

"ജൈവ നിർണ്ണയവാദം" (Biological determinism) എന്ന പദം പലപ്പോഴും ജനിതക വിധിവാദം (Genetic fatalism) എന്ന നിലയിൽ തെറ്റായി മനസ്സിലാക്കപ്പെടുന്നു. ജീനുകൾ എല്ലാം മുൻകൂട്ടി നിശ്ചയിച്ചിരിക്കുന്നുവെന്നും വ്യക്തിക്ക് മാറ്റം അസാധ്യമാണെന്നും ജീവിതം ഒരു ജൈവവിധിയാണെന്നുമുള്ള വായന ശാസ്ത്രീയമായും തത്ത്വചിന്താപരമായും അപര്യാപ്തമാണ്. ശരിയായ ജൈവ നിർണ്ണയവാദം എന്നത് ജനിതക കാഠിന്യമല്ല (Genetic rigidity), മറിച്ച് ബഹുതല നിബന്ധനകളുടെ ഗതികോർജ്ജമാണ് (Multi-level constraint dynamics). അതിന്റെ യഥാർത്ഥ രൂപം അലഘൂകൃതമാണ് (Non-reductionist).[48]

6.1 ബഹുതല ജൈവ മെഷ് – ജൈവ ഘടനയുടെ ഏകീകരണം:

ജീവിതം എന്നത് ജീനുകളിൽ തുടങ്ങി പെരുമാറ്റത്തിൽ അവസാനിക്കുന്ന ഒരു രേഖീയ ശൃംഖലയല്ല. മറിച്ച് അത് ജീനുകൾ - കോശ പ്രക്രിയകൾ - നാഡീവ്യൂഹ ശൃംഖലകൾ - പെരുമാറ്റം - സാമൂഹിക പ്രതികരണങ്ങൾ

എന്നിവ ചേർന്ന ഒരു മെഷ് (Mesh) ആണ്. ജീനുകൾ പ്രോട്ടീൻ സംശ്ലേഷണത്തെ സ്വാധീനിക്കുന്നു; നാഡീവ്യൂഹ ശൃംഖലകൾ ബോധത്തെയും തീരുമാനങ്ങളെയും സൃഷ്ടിക്കുന്നു; സാമൂഹിക പ്രതികരണങ്ങൾ ഹോർമോൺ നിലകളെയും എപിജെനെറ്റിക് (Epigenetic) പ്രക്രിയകളെയും സ്വാധീനിച്ച് ജീൻ എക്സ്പ്രഷനെ മാറ്റുന്നു.[49] ഇവിടെ ഒരിടത്തും കാര്യകാരണപരമായ ഒറ്റപ്പെടലില്ല (Causal isolation). ഒരു മനുഷ്യന്റെ പെരുമാറ്റം ജനിതക കോഡിൽ മാത്രം എഴുതപ്പെട്ടതല്ല; അത് രാസപരമായ പശ്ചാത്തലം, വികാസ ചരിത്രം (Developmental history), കുടുംബഘടന, സാംസ്കാരിക പാഠങ്ങൾ, പാരിസ്ഥിതിക നിബന്ധനകൾ എന്നിവയുടെ സംഗമമാണ് (Convergence). ജീവശാസ്ത്രം എന്നത് ഒരു ബഹുതല നിബന്ധന വാസ്തുവിദ്യയാണ് (Multi-layer constraint architecture).[50]

6.2 ലളിതീകരണമില്ലാത്ത നിർണ്ണയം (Determinism without Simplification):

ലഘൂകരണവാദം (Reductionism) പലപ്പോഴും "ജീൻ - പെരുമാറ്റം" എന്ന തെറ്റായ ചിത്രം നൽകുന്നു. എന്നാൽ യാഥാർത്ഥ്യം ബഹു-നോഡുകളുടെ നിബന്ധന സംഗമമാണ് (Multi-node constraint convergence). ഒരു സ്വഭാവവിശേഷം പ്രകടമാകുമ്പോൾ അത് സിംഗിൾ ജീനിന്റെ ഫലമല്ല, മറിച്ച് ജീൻ ശൃംഖലകൾ, റെഗുലേറ്ററി പാതകൾ, പാരിസ്ഥിതിക പ്രേരണകൾ (Environmental triggers) എന്നിവയുടെ കൂട്ടിച്ചേരലാണ്.[51] ജീവശാസ്ത്രം രേഖീയമല്ലാത്തതാണ് (Non-linear); ചെറിയ മാറ്റങ്ങൾ വലിയ ഫലങ്ങളുണ്ടാക്കാം. എങ്കിലും ഈ സങ്കീർണ്ണത അനിശ്ചിതത്വമല്ല (Indeterminacy). രേഖീയമല്ലാത്ത ഒരു വ്യൂഹവും നിയമബദ്ധമാണ്; അതിന്റെ പ്രാരംഭ അവസ്ഥകളും (Initial conditions) അതിർത്തി നിബന്ധനകളും (Boundary constraints) നൽകിയാൽ പാത (Trajectory) നിർണ്ണയിക്കപ്പെടും. അതിനാൽ ജീവശാസ്ത്രം പ്രവചനാതീതമായിരിക്കാം (Unpredictable), പക്ഷേ അത്

അനിർണ്ണിതമല്ല (Undetermined). ഇവിടെ നിർണ്ണയവാദം യാന്ത്രികമായ കാഠിന്യമല്ല, മറിച്ച് ഘടനാപരമായ അനിവാര്യതയാണ് (Structured necessity).[52]

6.3 ജീവി-പരിസര സംയോജനം (Organism–Environment Coupling):

ഒരു ജീവി പരിസരത്തിൽ നിന്ന് വേർപെട്ട ഘടകമല്ല, അത് പാരിസ്ഥിതികമായ നിഷിന്റെ (Ecological niche) ഭാഗമാണ്. ജീവിയും പരിസരവും പരസ്പരം നിർണ്ണയിക്കുന്നു (Co-determine). പരിസ്ഥിതി ബോധത്തെ രൂപപ്പെടുത്തുന്നു; ബോധം പ്രവൃത്തിയെ രൂപപ്പെടുത്തുന്നു; പ്രവൃത്തി പരിസ്ഥിതിയെ പുനർരൂപപ്പെടുത്തുന്നു.[53] ഒരു സമൂഹത്തിൽ വളരുന്ന കുട്ടിയുടെ നാഡീവിന്യാസം ആ സംസ്കാരത്തിന്റെ ഭാഷയ്ക്കും മൂല്യങ്ങൾക്കും അനുസരിച്ചായിരിക്കും. ഈ ചക്രം ലക്ഷ്യവാദപരമല്ല (Teleology), മറിച്ച് ഫീഡ്ബാക്ക് അടിസ്ഥാനമാക്കിയുള്ള ഘടനാപരമായ ഏകീകരണമാണ് (Feedback-driven structural coherence). ഇവിടെ സ്വയംഭരണമില്ല (Autonomy), മറിച്ച് ബന്ധപരമായ ഉൾച്ചേർക്കൽ (Relational embedding) മാത്രമാണുള്ളത്.

ഈ അധ്യായത്തിന്റെ സമഗ്രരൂപം താഴെ പറയുന്നവയുടെ സംയോജനമാണ്:

1. നാഡീവ്യൂഹ നിർണ്ണയവാദം (Neural determinism).
2. പാരിസ്ഥിതിക ഉൾച്ചേർക്കൽ (Ecological embedding).
3. ഭൗതിക കാരണതത്വത്തിന്റെ പൂർണ്ണത (Physical closure).
4. നിബന്ധനകളുടെ ഗതികോർജ്ജം (Constraint dynamics).

ഇവിടെ സ്വാതന്ത്ര്യം എന്നത് സത്താമീമാംസാത്മകമായ സ്വയംഭരണമായി നിലനിൽക്കില്ല. ഭൗതിക പൂർണ്ണത അതിനെ തടയുന്നു; ബഹുതല ഉൾച്ചേർക്കൽ അതിനെ അലിയിച്ചു കളയുന്നു. പക്ഷേ കർത്തൃത്വം (Agency) ഇല്ലാതാകുന്നില്ല; അത് ചലനാത്മകമായ ക്രമീകരണമായി (Dynamic regulation) തുടരുന്നു.[54] ജീവി തന്റെ ആന്തരിക മാതൃക ഉപയോഗിച്ച് പരിസ്ഥിതിയോട് പൊരുത്തപ്പെടുകയും ഘടനാപരമായ ഏകീകരണം

നിലനിർത്തുകയും ചെയ്യുന്നു. സ്വയംഭരണം ഇല്ലാതാകുമ്പോഴും പങ്കാളിത്തം (Participation) തുടരുന്നു.

അധ്യായ സംഗ്രഹം – സത്താപര വ്യക്തത

ഈ അധ്യായം തെളിയിച്ചത് ഇതാണ്: മസ്തിഷ്കം ഒരു പ്രവചന വ്യൂഹമാണ്; പെരുമാറ്റം സ്വതന്ത്ര ഊർജ്ജം കുറയ്ക്കലാണ്; പ്ലാസ്റ്റിറ്റി ഘടനാപരമായ പൊരുത്തപ്പെടലാണ്. ഭൗതിക പൂർണ്ണത അഖണ്ഡമാണ്, താഴോട്ടുള്ള കാരണബന്ധത്തിന് ദ്വൈതവാദം ആവശ്യമില്ല. ജീവശാസ്ത്രം സങ്കീർണ്ണമാണെങ്കിലും നിർണ്ണയിക്കപ്പെട്ടതാണ്. ഇതിന്റെ സമഗ്ര ഫലം: മനസ്സ് മെഷിന് പുറത്തല്ല, 'സ്വയം' കാര്യകാരണ ബന്ധത്തിന് പുറത്തല്ല. കർത്തൃത്വം സത്താമീമാംസാത്മകമായ വിള്ളലല്ല, മറിച്ച് മെഷിനുള്ളിലെ ഘടനാപരമായ സുസ്ഥിരമാകലാണ്. നിർണ്ണയവാദം ഇവിടെ ലളിതമായ ഒരു ശൃംഖലയല്ല, മറിച്ച് ബന്ധപരമായ ഉൾച്ചേർക്കപ്പെട്ട ഗതികോർജ്ജമാണ് (Relationally embedded dynamics).

REFERENCE LIST

1. Friston, Karl. "The Free-Energy Principle: A Rough Guide to the Brain?". *Trends in Cognitive Sciences* 13. 2009.
2. Clark, Andy. *Surfing Uncertainty: Prediction, Action, and the Embodied Mind*. Oxford University Press. 2016.
3. Hohwy, Jakob. *The Predictive Mind*. Oxford University Press. 2013.
4. Friston, Karl. "A Theory of Cortical Responses". *Philosophical Transactions of the Royal Society B* 360. 2005.
5. Seth, Anil K. *Being You: A New Science of Consciousness*. Dutton. 2021.
6. Clark, Andy. "Whatever Next? Predictive Brains, Situated Agents, and the Future of Cognitive Science". *Behavioral and Brain Sciences* 36. 2013.
7. Thompson, Evan. *Mind in Life: Biology, Phenomenology, and the Sciences of Mind*. Harvard University Press. 2007.

8. Metzinger, Thomas. *The Ego Tunnel: The Science of the Mind and the Myth of the Self.* Basic Books. 2009.
9. Friston, Karl et al. "Active Inference, Curiosity and Insight". *Neural Computation* 29. 2017.
10. Dennett, Daniel C. *Freedom Evolves.* Viking. 2003.

11. Clark, Andy. *Surfing Uncertainty: Prediction, Action, and the Embodied Mind.* Oxford University Press. 2016.
12. Friston, Karl. "The Free-Energy Principle: A Rough Guide to the Brain?". *Trends in Cognitive Sciences* 13. 2009.
13. Thompson, Evan. *Mind in Life: Biology, Phenomenology, and the Sciences of Mind.* Harvard University Press. 2007.
14. Schrödinger, Erwin. *What is Life?.* Cambridge University Press. 1944.
15. Friston, Karl et al. "Active Inference, Curiosity and Insight". *Neural Computation* 29. 2017.
16. Clark, Andy & Chalmers, David J. "The Extended Mind". *Analysis* 58. 1998.
17. Kirchhoff, Michael et al. "The Markov Blanket Trick: On the Ontological Status of Externalist Cognition". *Synthese* 195. 2018.
18. Seth, Anil K. *Being You: A New Science of Consciousness.* Dutton. 2021.
19. Noë, Alva. *Out of Our Heads: Why You Are Not Your Brain, and Other Lessons from the Biology of Consciousness.* Hill and Wang. 2009.
20. Friston, Karl. "The Free-Energy Principle: A Rough Guide to the Brain?". *Trends in Cognitive Sciences* 13. 2009.
21. Schrödinger, Erwin. *What is Life?.* Cambridge University Press. 1944.
22. Friston, Karl et al. "Active Inference, Curiosity and Insight". *Neural Computation* 29. 2017.
23. Pearl, Judea. *Probabilistic Reasoning in Intelligent Systems.* Morgan Kaufmann. 1988.

24. Kirchhoff, Michael et al. "The Markov Blanket Trick: On the Ontological Status of Externalist Cognition". *Synthese* 195. 2018.
25. Clark, Andy. *Surfing Uncertainty: Prediction, Action, and the Embodied Mind.* Oxford University Press. 2016.
26. Seth, Anil K. *Being You: A New Science of Consciousness.* Dutton. 2021.
27. Malabou, Catherine. *What Should We Do with Our Brain?.* Fordham University Press. 2008.
28. Doidge, Norman. *The Brain That Changes Itself.* Viking Press. 2007.
29. Hebb, Donald O. *The Organization of Behavior: A Neuropsychological Theory.* Wiley. 1949.
30. Thompson, Evan. *Mind in Life: Biology, Phenomenology, and the Sciences of Mind.* Harvard University Press. 2007.
31. Clark, Andy. *Surfing Uncertainty: Prediction, Action, and the Embodied Mind.* Oxford University Press. 2016.
32. Dennett, Daniel C. *Freedom Evolves.* Viking. 2003.
33. Wegner, Daniel M. *The Illusion of Conscious Will.* MIT Press. 2002.
34. Churchland, Patricia S. *Neurophilosophy: Toward a Unified Science of the Mind-Brain.* MIT Press. 1986.
35. Kim, Jaegwon. *Physicalism, or Something Near Enough.* Princeton University Press. 2005.
36. Papineau, David. *Thinking about Consciousness.* Oxford University Press. 2002.
37. Vicens, Leigh & Kittle, Simon. *Free Will and Epistemology.* Bloomsbury Academic. 2019.
38. Davidson, Donald. *Essays on Actions and Events.* Oxford University Press. 1980.
39. Pereboom, Derk. *Free Will, Agency, and Meaning in Life.* Oxford University Press. 2014.
40. Ladyman, James & Ross, Don. *Every Thing Must Go: Metaphysics Naturalized.* Oxford University Press. 2007.

41. Campbell, Donald T. "'Downward Causation' in Hierarchically Organised Biological Systems". *Studies in the Philosophy of Biology.* 1974.

42. Kim, Jaegwon. *Supervenience and Mind: Selected Philosophical Essays.* Cambridge University Press. 1993.

43. Papineau, David. *Thinking about Consciousness.* Oxford University Press. 2002.

44. Juarrero, Alicia. *Dynamics in Action: Intentional Behavior as a Complex System.* MIT Press. 1999.

45. Bedau, Mark A. "Weak Emergence". *Philosophical Perspectives* 11. 1997.

46. Thompson, Evan. *Mind in Life: Biology, Phenomenology, and the Sciences of Mind.* Harvard University Press. 2007.

47. Ellis, George F. R. *How Can Physics Underlie Mind? Top-Down Causation in Context.* Springer. 2016.

48. Rose, Steven. *Lifelines: Biology, Freedom, Determinism.* Penguin Books. 1997.

49. Jablonka, Eva & Lamb, Marion J. *Evolution in Four Dimensions: Genetic, Epigenetic, Behavioral, and Symbolic Variation in the History of Life.* MIT Press. 2005.

50. Noble, Denis. *The Music of Life: Biology Beyond Genes.* Oxford University Press. 2006.

51. Oyama, Susan. *The Ontogeny of Information: Developmental Systems and Evolution.* Duke University Press. 2000.

52. Strogatz, Steven. *Nonlinear Dynamics and Chaos.* Westview Press. 1994.

53. Odling-Smee, F. John, Laland, Kevin N. & Feldman, Marcus W. *Niche Construction: The Neglected Process in Evolution.* Princeton University Press. 2003.

54. Friston, Karl. "The Free-Energy Principle: A Rough Guide to the Brain?". *Trends in Cognitive Sciences* 13. 2009.

CHAPTER 5

സ്വാതന്ത്ര്യവാദങ്ങളുടെ വിമർശനം (Critique of Libertarianisms)

ഘടനാപര നിർണ്ണയവാദത്തിന്റെ പ്രതിരോധ ഘട്ടം (The Defensive Phase of Structural Determinism)

ഈ അധ്യായം ഈ ഗ്രന്ഥത്തിന്റെ ആന്തരിക പ്രതിരോധഘട്ടമാണ്. മുൻ അധ്യായങ്ങളിൽ നിർണ്ണയവാദം (Determinism) സത്താമീമാംസാത്മകമായി നിർവ്വചിക്കപ്പെട്ടു. ശാസ്ത്രീയമായി പ്രവചനാത്മക സംസ്കരണം (Predictive Processing), സ്വതന്ത്ര ഊർജ്ജ തത്വം (Free Energy Principle), നാഡീവ്യൂഹ പ്ലാസ്റ്റിറ്റി (Neuroplasticity), ഭൗതിക കാരണതത്വത്തിന്റെ പൂർണ്ണത (Physical Causal Closure) എന്നിവയുടെ അടിസ്ഥാനത്തിൽ അത് ദൃഢീകരിക്കപ്പെട്ടു.

ഇപ്പോൾ നമ്മുടെ ദൗത്യം വ്യത്യസ്തമാണ്. സ്വാതന്ത്ര്യവാദങ്ങളുടെ (Libertarianisms) ശക്തമായ രൂപങ്ങളെ നീതിപൂർവ്വം അവതരിപ്പിച്ച്, അവയുടെ ദാർശനികമായ ഗൗരവം അംഗീകരിച്ചുകൊണ്ട്, ഘടനാപരമായ നിർണ്ണയവാദത്തിന്റെ (Structural Determinism) വെളിച്ചത്തിൽ അവയെ വിശകലനം ചെയ്യുക എന്നതാണ് ഈ ഘട്ടം ലക്ഷ്യമിടുന്നത്.

1 – ലിബർട്ടേറിയനിസം വിശകലനം (Analysis of Libertarianism)

ലിബർട്ടേറിയൻ സ്വതന്ത്ര ഇച്ഛ (Libertarian free will) എന്നത് കേവലമായ ഒരു സങ്കൽപ്പമല്ല; മറിച്ച് അത് സശക്തമായ സത്താമീമാംസാത്മക പ്രതിബദ്ധതകളുള്ള (Metaphysical commitments) ഒരു ദാർശനിക നിലപാടാണ്. അതിന്റെ അടിത്തറ പ്രധാനമായും രണ്ട് അവകാശവാദങ്ങളിൽ

ഊന്നിയതാണ്: ഉറവിടം (Sourcehood), മാറ്റത്തിനുള്ള സാധ്യത (Leeway). 1

1. സ്വാതന്ത്ര്യവാദത്തിന്റെ അടിസ്ഥാന നിർവ്വചനം

• **ഉറവിട സ്വാതന്ത്ര്യം (Sourcehood Freedom):** വ്യക്തി തന്റെ പ്രവൃത്തികളുടെ അന്തിമ ഉറവിടമാണ് (Ultimate source) എന്ന അവകാശവാദമാണിത്. ഒരു പ്രവൃത്തിക്ക് ഞാൻ ഉത്തരവാദിയാകണമെങ്കിൽ, ആ പ്രവൃത്തിയുടെ അന്തിമ കർത്തൃത്വം (Ultimate authorship) എന്റേതായിരിക്കണം എന്ന് ഈ നിലപാട് വാദിക്കുന്നു.

• **മാറ്റത്തിനുള്ള സാധ്യത (Leeway Freedom):** ഇത് "മറ്റൊരു തരത്തിൽ ചെയ്യാമായിരുന്നു" (Could have done otherwise) എന്ന വ്യവസ്ഥയെ സൂചിപ്പിക്കുന്നു. കൃത്യമായി അതേ സാഹചര്യത്തിൽ മറ്റൊരു പ്രവൃത്തി സത്താപരമായി സാധ്യമായിരിക്കണം.

ഇവിടെ സംഭവ-കാരണത്വം (Event-causation), കർത്തൃ-കാരണത്വം (Agent-causation) എന്നിവ തമ്മിലുള്ള വേർതിരിവ് നിർണ്ണായകമാണ്. സംഭവ-കാരണത്വത്തിൽ ഒരു ഭൗതിക സംഭവം മറ്റൊരു സംഭവത്തിന്റെ ഫലമാണ്. എന്നാൽ കർത്തൃ-കാരണത്വത്തിൽ വ്യക്തി എന്ന സത്ത (Entity) തന്നെ ഒരു കാരണ ഉറവിടമായി (Causal source) മാറുന്നു. ഇത് സാധാരണ കാര്യകാരണ ശൃംഖലയ്ക്ക് (Causal chain) പുറത്തുള്ള ഒരു ഉത്ഭവ ബിന്ദുവിനെ (Origin-point) ആവശ്യപ്പെടുന്നു. 2

2. പ്രധാന ചിന്തകർ

• **റോബർട്ട് കെയ്ൻ (Robert Kane):** ലിബർട്ടേറിയൻ നിലപാടിന്റെ ശക്തമായ വക്താവ്.
അനിശ്ചിതത്വത്തിന്റെ നിമിഷങ്ങളിൽ (Indeterministic moments) സ്വയം-രൂപീകരണ പ്രവൃത്തികളിലൂടെ (Self-forming actions) വ്യക്തി തന്റെ സ്വഭാവം രൂപപ്പെടുത്തുന്നു എന്ന് അദ്ദേഹം വാദിക്കുന്നു. 3

• **റോഡ്രിക് ചിഷോം (Roderick Chisholm):** കർത്തൃ-കാരണത്വത്തിന്റെ (Agent-causation) തീവ്ര രൂപം അവതരിപ്പിച്ചു. വ്യക്തി ഒരു ദ്രവ്യം (Substance) എന്ന നിലയിൽ കാര്യകാരണ ശൃംഖലയ്ക്ക് തുടക്കം കുറിക്കുന്നു എന്ന് അദ്ദേഹം വിശ്വസിച്ചു. 4
• **തിമോത്തി ഒകോണർ (Timothy O'Connor):** ദ്രവ്യാധിഷ്ഠിത സ്വയംഭരണം (Substance-based autonomy) സംരക്ഷിക്കാൻ ശ്രമിച്ചു.
• **പീറ്റർ വാൻ ഇൻവാഗൻ (Peter van Inwagen):** തന്റെ 'പരിണതവാദ' (Consequence argument) പ്രകാരം നിർണ്ണയവാദവും സ്വാതന്ത്ര്യവും തമ്മിൽ പൊരുത്തപ്പെടില്ല എന്ന് വാദിച്ചു.
ഈ ചിന്തകരെല്ലാം തന്നെ സ്വയംഭരണത്തെ (Autonomy) സത്താമീമാംസാത്മകമായി സംരക്ഷിക്കാനുള്ള പരിശ്രമത്തിലാണ്.

3. സ്വയം-രൂപീകരണ പ്രവൃത്തികൾ (Self-Forming Actions - SFAs)

ലിബർട്ടേറിയൻ മാതൃകയിൽ നിർണ്ണായകമായ ഒന്നാണ് സ്വയം-രൂപീകരണ പ്രവൃത്തികൾ. ഒരു സംഘർഷാവസ്ഥയിൽ (Conflict situation), അനിശ്ചിതത്വത്തിന്റെ നിമിഷത്തിൽ (Indeterministic moment), വ്യക്തി ഒരു നിർണ്ണായക തീരുമാനം എടുക്കുന്നു. ആ തീരുമാനം അവന്റെ സ്വഭാവത്തെ (Character) രൂപപ്പെടുത്തുന്നു. ഇവിടെ അനിശ്ചിതത്വം (Indeterminacy) സ്വാതന്ത്ര്യത്തിന് ഇടം നൽകുന്നു എന്ന് കരുതപ്പെടുന്നു. നിർണ്ണയവാദം ഇല്ലാത്ത നിമിഷം നിയന്ത്രണത്തിന് (Control) അവസരം നൽകുന്നു എന്നതാണ് വാദം. 5
എന്നാൽ ഇവിടെ ഒരു പ്രശ്നം ഉദിക്കുന്നു: അനിശ്ചിതത്വമുള്ള ഒരു സംഭവത്തിൽ പരിണതഫലം പ്രോബബിലിറ്റിയാൽ (Probability) മാത്രമാണ് നിർണ്ണയിക്കപ്പെടുന്നതെങ്കിൽ, അതിനെ നിയന്ത്രണം എന്ന് വിളിക്കാനാവുമോ? യാദൃശ്ചികമായ വ്യതിയാനം (Random fluctuation) യഥാർത്ഥ സ്വാതന്ത്ര്യം സൃഷ്ടിക്കുമോ?

4. കർത്തൃ-കാരണത്വ സിദ്ധാന്തം (Agent-Causation Theory)

ഈ വാദം കൂടുതൽ ശക്തമായ ഒന്നാണ്. വ്യക്തി കാര്യകാരണ ശൃംഖലയുടെ ഭാഗമല്ല, മറിച്ച് അതിന്റെ തുടക്കം തന്നെയാണ്. വ്യക്തിപരമായ കാരണത്വത്തെ (Personal causation) സംഭവ-കാരണത്വത്തിലേക്ക് (Event-causation) ലഘൂകരിക്കാനാവില്ല. ഇത് സത്താപരമായ ദ്വൈതവാദത്തോട് (Metaphysical substance dualism) അടുത്തുനിൽക്കുന്നു; കാരണം 'കർത്താവ്' (Agent) എന്നത് ഭൗതിക സംഭവങ്ങളിൽ നിന്ന് വ്യത്യസ്തമായ ഒരു കാരണ സത്തയായി (Causal entity) ഇവിടെ അവതരിപ്പിക്കപ്പെടുന്നു. 6

5. മുഖ്യ ആക്ഷേപങ്ങൾ

- **യാദൃശ്ചികതയുടെ പ്രശ്നം (Randomness Problem):** ഒരു പ്രവൃത്തി അനിശ്ചിതത്വമുള്ളതാണെങ്കിൽ (Indeterministic), അത് നിയന്ത്രണത്തിലല്ല; അത് കേവലം ഭാഗ്യത്തിന്റെ (Luck) ഫലമായി മാറുന്നു.
- **ഭാഗ്യത്തിന്റെ ആക്ഷേപം (Luck Objection):** പരിണതഫലം പ്രോബബിലിറ്റിയെ ആശ്രയിച്ചിരുന്നാൽ ധാർമ്മിക ഉത്തരവാദിത്തം (Moral responsibility) ദുർബലമാകും.
- **സ്വയം-സൃഷ്ടിയുടെ തടസ്സം (Self-creation Regress):** മുൻ അധ്യായങ്ങളിൽ കണ്ടതുപോലെ, ഞാൻ എന്റെ സ്വഭാവം നിർണ്ണയിക്കണമെങ്കിൽ അതിന് മുൻപേ എനിക്കൊരു സ്വഭാവം ഉണ്ടായിരിക്കണം.
- **കാര്യകാരണ പൂർണ്ണതയുമായുള്ള സംഘർഷം (Causal Closure Conflict):** കർത്തൃ-കാരണത്വം ഭൗതിക മണ്ഡലത്തെ ലംഘിക്കേണ്ടി വരും. ഇത് ആധുനിക നാഡീശാസ്ത്രത്തോട് (Neuroscience) പൊരുത്തപ്പെടുന്നില്ല. 7

6. ഘടനാപരമായ മെഷ് (Structural Mesh) പ്രതികരണം

ഘടനാപരമായ മെഷ് നിർണ്ണയവാദം (Structural Mesh Determinism) വ്യക്തമായി പ്രഖ്യാപിക്കുന്നു: ഒരു സംഭവവും

ഒറ്റപ്പെട്ട ഒരു ഉത്ഭവ ബിന്ദുവിൽ (Isolated origin-point) നിന്ന് ഉദിക്കില്ല. അത് ബഹു-നോഡ് നിബന്ധനകളുടെ സംഗമമാണ് (Multi-node constraint convergence). ഒരു തീരുമാനം എന്നത് നാഡീവ്യൂഹ നിലകൾ (Neural states), ഹോർമോൺ വ്യതിയാനങ്ങൾ, വികാസ ചരിത്രം (Developmental history), സാമൂഹിക പശ്ചാത്തലം, പാരിസ്ഥിതിക ഉൾച്ചേർക്കൽ (Ecological embedding) എന്നിവയുടെ സംഗമമാണ്.

അനിശ്ചിതത്വം (Indeterminacy) എന്നത് നിയന്ത്രണമല്ല; യാദൃശ്ചികത (Randomness) എന്നത് കർത്തൃത്വവുമല്ല. സ്വയംഭരണം (Autonomy) ഒരു സത്താമീമാംസാത്മക വിള്ളലായി (Metaphysical rupture) നിലനിൽക്കുക അസാധ്യമാണ്. എന്നാൽ ഇതിലൂടെ കർത്തൃത്വം (Agency) ഇല്ലാതാകുന്നില്ല; കർത്താവ് മെഷിനുള്ളിലെ ഒരു പ്രാദേശിക വിന്യാസമായി (Localized configuration) പ്രവർത്തിക്കുന്നു.

ലിബർട്ടേറിയനിസത്തിന്റെ ലക്ഷ്യം സ്വയംഭരണം (Autonomy) സംരക്ഷിക്കലാണ്; ഘടനാപരമായ മെഷിന്റെ ലക്ഷ്യം ഏകീകരണം (Coherence) സംരക്ഷിക്കലാണ്. സ്വയംഭരണം ഇല്ലാതാകുമ്പോഴും ഏകീകരണം നിലനിൽക്കുന്നു; യാദൃശ്ചികമായ വിടവുകൾക്ക് പകരം ഘടനാപരമായ ക്രമീകരണം (Structured regulation) നിലനിൽക്കുന്നു.

2 – കോംപാറ്റിബിലിസം വിമർശനം (Critique of Compatibilism)

നിർണ്ണയവാദത്തോടൊപ്പമുള്ള സ്വാതന്ത്ര്യത്തിന്റെ പുനർനിർവ്വചനം

ലിബർട്ടേറിയനിസം നിർണ്ണയവാദത്തെ നേരിട്ട് നിഷേധിച്ചപ്പോൾ, കോംപാറ്റിബിലിസം അതിനെ നിഷേധിക്കുന്നില്ല. മറിച്ച്, നിർണ്ണയവാദം സത്യമായാലും സ്വാതന്ത്ര്യം നിലനിൽക്കാം എന്ന് ഇത് വാദിക്കുന്നു. ഇവിടെ സംഘർഷം സത്താമീമാംസാത്മക തലത്തിൽ

നിന്ന് ഭാഷാപരമായ അർത്ഥതലത്തിലേക്ക് മാറ്റപ്പെടുകയാണ് ചെയ്യുന്നത്. "സ്വാതന്ത്ര്യം" എന്ന പദം ഇവിടെ പുനർനിർവ്വചിക്കപ്പെടുന്നു. 8

1. കോംപാറ്റിബിലിസം നിർവ്വചനം

കോംപാറ്റിബിലിസം പറയുന്നത് ലളിതമാണ്: സ്വാതന്ത്ര്യം നിർണ്ണയവാദത്തോട് വിരുദ്ധമല്ല. "മറ്റൊരു തരത്തിൽ ചെയ്യാമായിരുന്നു" എന്ന പ്രസ്താവനയ്ക്ക് കേവലമായ സത്താമീമാംസാത്മക തുറവി എന്നതിലുപരി ഒരു നിബന്ധനാപരമായ വായന നൽകാം.

"വ്യക്തി ആഗ്രഹിച്ചിരുന്നുവെങ്കിൽ, അവൻ മറ്റൊരു തരത്തിൽ പ്രവർത്തിക്കുമായിരുന്നു." (If the agent had wanted otherwise, he would have acted otherwise.)

അതുകൊണ്ട് സ്വാതന്ത്ര്യം എന്നത് കാര്യകാരണ വിടവല്ല, മറിച്ച് നിർബന്ധിതാവസ്ഥയുടെ (Coercion) അഭാവമാണ്. ഇവിടെ സത്താമീമാംസാത്മകമായ വിള്ളൽ ആവശ്യമില്ല, മനഃശാസ്ത്രപരമായ അവസ്ഥ മതിയാകും. 9

2. ക്ലാസിക്കൽ കോംപാറ്റിബിലിസം (Classical Compatibilism)

തോമസ് ഹോബ്സ് സ്വാതന്ത്ര്യത്തെ ബാഹ്യമായ തടസ്സങ്ങളുടെ അഭാവമായി നിർവ്വചിച്ചു. ഒരു മനുഷ്യൻ തന്റെ ഇച്ഛപ്രകാരം പ്രവർത്തിക്കുമ്പോൾ അവൻ സ്വതന്ത്രനാണ്. ഡേവിഡ് ഹ്യൂം കാരണത്വത്തെ വെറും ക്രമമായ തുടർച്ചയായി കണ്ടു. സ്വാതന്ത്ര്യം എന്നത് അനിവാര്യതയോടല്ല, മറിച്ച് നിർബന്ധത്തോടാണ് വിരുദ്ധമെന്ന് അദ്ദേഹം വ്യക്തമാക്കി. ഈ മാതൃകയിൽ സ്വാതന്ത്ര്യം എന്നത് മനഃശാസ്ത്രപരമായ സ്വമേധയാ ഉള്ള പ്രവൃത്തിയാണ്. 10

3. ആധുനിക കോംപാറ്റിബിലിസം (Modern Compatibilism)

ആധുനിക കോംപാറ്റിബിലിസം കൂടുതൽ സൂക്ഷ്മമാണ്:

ഹാരി ഫ്രാങ്ക്ഫർട്ട് (Harry Frankfurt): അദ്ദേഹം ഹൈരാർക്കിക്കൽ ഡിസയർ തിയറി അവതരിപ്പിച്ചു. ഒരു വ്യക്തിക്ക് ഒന്നാം നിര ആഗ്രഹങ്ങൾ ഉണ്ട്. എന്നാൽ

അവനെ നിർവ്വചിക്കുന്നത് രണ്ടാം നിര ഇച്ഛകളാണ്. അവൻ തന്റെ ആഗ്രഹങ്ങളെ സ്വയം അംഗീകരിക്കുമ്പോൾ (Endorse) അവൻ സ്വതന്ത്രനാകുന്നു. 11

ഫിഷർ & റാവിസ (Fischer & Ravizza): ഇവർ കാരണങ്ങളോട് പ്രതികരിക്കാനുള്ള ശേഷി എന്ന മാതൃക വികസിപ്പിച്ചു. ഒരു കർത്താവ് തന്റെ പ്രവൃത്തിയെ യുക്തിസഹമായ കാരണ-പ്രതികരണ രീതിയിൽ ക്രമീകരിക്കാൻ കഴിവുള്ളവനാകുമ്പോൾ അവൻ ഉത്തരവാദിയാകുന്നു. 12

4. ഫ്രാങ്ക്ഫർട്ട് കേസുകൾ (Frankfurt Cases)

ഫ്രാങ്ക്ഫർട്ട് രീതിയിലുള്ള ഉദാഹരണങ്ങൾ കോംപാറ്റിബിലിസത്തിന്റെ ശക്തമായ ആയുധമാണ്. ഒരു വ്യക്തിക്ക് മറ്റൊരു വഴിയില്ലെങ്കിലും, അവൻ തന്റെ ആഗ്രഹപ്രകാരം തന്നെയാണ് പ്രവർത്തിക്കുന്നതെങ്കിൽ, ബദൽ സാധ്യതകൾ ഇല്ലെങ്കിലും അവൻ ഉത്തരവാദിയാകാം എന്ന് ഇത് വാദിക്കുന്നു. ഇത് ലിവേ ഫ്രീഡം എന്ന സങ്കൽപ്പത്തെ ദുർബലമാക്കുന്നു. ഉത്തരവാദിത്തത്തിന് ബദൽ സാധ്യത അനിവാര്യമല്ലെന്ന് ഇത് സ്ഥാപിക്കുന്നു. 13

5. പ്രശ്നങ്ങൾ

കോംപാറ്റിബിലിസം ഒരു വലിയ ചോദ്യം ഉയർത്തുന്നു: സ്വാതന്ത്ര്യം എന്നത് കേവലം ഒരു ഭാഷാപരമായ ലഘൂകരണം മാത്രമാണോ? സ്വാതന്ത്ര്യം മുൻപ് സത്താമീമാംസാത്മക സ്വയംഭരണമായിരുന്നുവെങ്കിൽ, ഇപ്പോൾ അത് വെറും സ്വമേധയാ ഉള്ള അവസ്ഥ മാത്രമായി ചുരുങ്ങുന്നുവോ?

നിർബന്ധിതാവസ്ഥയുടെ അഭാവം മാത്രം മതിയോ? നമ്മുടെ ആന്തരിക ആഗ്രഹങ്ങൾ പോലും ഘടനാപരമായ നിർണ്ണയത്തിന്റെ ഫലമാണെങ്കിൽ, കർത്താവിന്റെ സ്വയംഭരണം എവിടെയാണ്? ഒരാളുടെ സ്വഭാവം, ആഗ്രഹങ്ങൾ, കാരണങ്ങൾ എന്നിവയെല്ലാം മുൻകാല കാരണങ്ങളാൽ നിർണ്ണയിക്കപ്പെട്ടതാണെങ്കിൽ, "സ്വന്തം

കാരണങ്ങളാൽ പ്രവർത്തിക്കുക" എന്നത് കേവലം കാര്യകാരണ അനിവാര്യതയുടെ മിനുക്കിയ വിവരണം മാത്രമായി മാറുന്നു. 14

6. മെഷ് നിർണ്ണയവാദം (Mesh Determinism) പ്രതികരണം

ഘടനാപരമായ മെഷ് നിർണ്ണയവാദം കോംപാറ്റിബിലിസത്തെ പൂർണ്ണമായി നിരാകരിക്കുന്നില്ല, അതിന്റെ ശക്തമായ വശങ്ങളെ അംഗീകരിക്കുന്നു. പ്രവർത്തനപരമായ കർത്തൃത്വം (Functional agency) യാഥാർത്ഥ്യമാണ്. കർത്താവ് എന്നത് കാരണങ്ങളോട് പ്രതികരിക്കുന്ന ഒരു വിന്യാസമാണ്. നിബന്ധനകളെ തിരിച്ചറിയുന്ന പ്രോസസ്സിംഗ് നടക്കുന്നു.
പക്ഷേ, അന്തിമമായ സ്വയംഭരണം നിരാകരിക്കപ്പെടുന്നു. കർത്താവ് തന്റെ ആഗ്രഹങ്ങളുടെ സത്താമീമാംസാത്മക ഉറവിടമല്ല, മറിച്ച് മെഷിലെ ഒരു പ്രാദേശിക നോഡ് മാത്രമാണ്. ഇവിടെ ഉത്തരവാദിത്തം എന്നത് അർഹതയുടെ അടിസ്ഥാനത്തിലല്ല, മറിച്ച് ക്രമീകരണത്തിന്റെ അടിസ്ഥാനത്തിലാണ്. 15
കോംപാറ്റിബിലിസം സ്വാതന്ത്ര്യത്തെ ഭാഷാപരമായി സംരക്ഷിക്കാൻ ശ്രമിക്കുമ്പോൾ, മെഷ് നിർണ്ണയവാദം കർത്തൃത്വത്തെ സത്താപരമായി പുനർനിർവ്വചിക്കുന്നു.

2 സാരാംശം:

കോംപാറ്റിബിലിസം ലിബർട്ടേറിയൻ വിള്ളലുകളെ ഒഴിവാക്കുന്നുണ്ടെങ്കിലും, അത് സ്വയംഭരണത്തെ ഒരു ഭാഷാപരമായ രൂപത്തിൽ മാത്രമാണ് നിലനിർത്തുന്നത്. മെഷ് നിർണ്ണയവാദത്തിന് അത്തരം ഭാഷാപരമായ രക്ഷപ്പെടുത്തലുകൾ ആവശ്യമില്ല. സ്വയംഭരണം ഇല്ലെങ്കിലും പ്രവർത്തനക്ഷമതയുണ്ട്; അന്തിമ അർഹതയില്ലെങ്കിലും ഘടനാപരമായ ഉത്തരവാദിത്തം നിലനിൽക്കുന്നു.

ഉദ്ഭവവാദത്തിന്റെ പ്രശ്നം (The Problem of Emergentism)
ഉദ്ഭവവാദത്തിന്റെ പരിധികളും ഘടനാപര നിർണ്ണയത്തിന്റെ മറുപടിയും

ലിബർട്ടേറിയനിസം (Libertarianism) സ്വയംഭരണം സംരക്ഷിക്കാൻ ശ്രമിച്ചു. കോംപാറ്റിബിലിസം (Compatibilism) സ്വാതന്ത്ര്യത്തെ പുനർനിർവ്വചിച്ചു. എന്നാൽ ഉദ്ഭവവാദം (Emergentism) മറ്റൊരു പാതയാണ് സ്വീകരിക്കുന്നത്. മനസ്സ് ഭൗതികാവസ്ഥകളിൽ നിന്ന് ഉദിക്കുന്നു (Emerges), പക്ഷേ അതിനെ പൂർണ്ണമായും ഭൗതികത്തിലേക്ക് ലഘൂകരിക്കാനാവില്ല (Non-reducible) എന്നതാണ് ഇതിന്റെ കാതൽ. ഇവിടെ സ്വയംഭരണം നേരിട്ട് പ്രഖ്യാപിക്കപ്പെടുന്നില്ലെങ്കിലും, ഉയർന്ന തലത്തിലുള്ള ഗുണധർമ്മങ്ങൾക്ക് (Higher-level properties) പുതിയ കാര്യകാരണ ശക്തികൾ (New causal powers) ഉണ്ടാകാമെന്ന് ഇത് സൂചിപ്പിക്കുന്നു. 16

1. ഉദ്ഭവവാദം നിർവ്വചനം (Definition of Emergentism)

ഉദ്ഭവവാദം പ്രധാനമായും രണ്ടുതരത്തിൽ അവതരിപ്പിക്കപ്പെടുന്നു:

ദുർബലമായ ഉദ്ഭവം (Weak Emergence): ഉയർന്ന തലത്തിലുള്ള ഗുണധർമ്മങ്ങൾ താഴ്ന്ന തലത്തിലുള്ള പ്രക്രിയകളിൽ നിന്ന് പൂർണ്ണമായും ഉത്ഭവിക്കുന്നു. അവ പ്രവചിക്കാൻ ഗണിതപരമായി പ്രയാസമായിരിക്കാം, പക്ഷേ സത്താപരമായി (Ontologically) പുതിയതൊന്നും അവിടെ സംഭവിക്കുന്നില്ല. ഇത് നിർണ്ണയവാദത്തോട് പൊരുത്തപ്പെടുന്നു. 17

ശക്തമായ ഉദ്ഭവം (Strong Emergence): ഉയർന്ന തലത്തിലുള്ള ഗുണധർമ്മങ്ങളെ താഴ്ന്ന തലത്തിലുള്ള വസ്തുതകൾ കൊണ്ട് മാത്രം വിശദീകരിക്കാനാവില്ല. അവയ്ക്ക് ഭൗതിക നിയമങ്ങളിൽ നിന്ന് സ്വതന്ത്രമായ പുതിയ കാര്യകാരണ ശക്തികൾ ഉണ്ടാകാം. ഇത് സത്താമീമാംസാത്മകമായ വിള്ളലിന്റെ (Ontological rupture) സാധ്യത തുറക്കുന്നു.18

2. അലഘൂകൃത ഭൗതികവാദം (Non-reductive Physicalism)

ഉദ്ഭവവാദം പലപ്പോഴും അലഘൂകൃത ഭൗതികവാദവുമായി ബന്ധപ്പെട്ടിരിക്കുന്നു. ഇതിൽ **സൂപ്പർവീനിയൻസ്** (Supervenience) എന്ന ആശയം നിർണ്ണായകമാണ്. മാനസിക ഗുണധർമ്മങ്ങൾ ഭൗതിക ഗുണധർമ്മങ്ങളെ ആശ്രയിച്ചു നിൽക്കുന്നു; ഭൗതികാവസ്ഥ മാറാതെ മാനസികാവസ്ഥ മാറില്ല. 19 എങ്കിലും, **മൾട്ടിപ്പിൾ റിയലൈസബിലിറ്റി** (Multiple realizability) എന്ന വാദം പറയുന്നത് ഒരേ മാനസികാവസ്ഥ തന്നെ വ്യത്യസ്ത ഭൗതിക തലങ്ങളിൽ പ്രകടമാകാം എന്നാണ്. ഈ വായന ഉയർന്ന തലത്തിലുള്ള വിശദീകരണങ്ങളുടെ പ്രാധാന്യം സംരക്ഷിക്കുന്നുണ്ടെങ്കിലും കാര്യകാരണപരമായ സ്വാതന്ത്ര്യം (Causal independence) ഉറപ്പിക്കുന്നില്ല.

3. ശക്തമായ ഉദ്ഭവത്തിന്റെ പ്രശ്നം (The Problem of Strong Emergence)

ശക്തമായ ഉദ്ഭവം അംഗീകരിച്ചാൽ, ഉയർന്ന തലത്തിലുള്ള അവസ്ഥകൾക്ക് പുതിയ കാര്യകാരണ ശക്തികൾ ഉണ്ടാകണം. ഒരു ചിന്ത നാഡീവ്യൂഹത്തിന്റെ ഫയറിംഗിനെ അതിലംഘിക്കുന്നു (Override) എന്ന് കരുതുക; ഇത് ഭൗതിക കാരണത്വത്തിന്റെ പൂർണ്ണതയെ (Physical closure) ലംഘിക്കും.20 ഉയർന്ന തലത്തിലുള്ള ഒരു കാരണം താഴ്ന്ന തലത്തിലുള്ള കാരണത്തെ പകരം വയ്ക്കുകയാണെങ്കിൽ, ഭൗതിക വിശദീകരണം അപൂർണ്ണമാകും. ഇത് വീണ്ടും ദ്വൈതവാദത്തിലേക്ക് (Dualism) വഴുതിവീഴാനുള്ള സാധ്യത സൃഷ്ടിക്കുന്നു. ഇത്തരം പുതിയ കാര്യകാരണ ശക്തികൾ എവിടെ നിന്നാണ് വരുന്നത് എന്നതിനും അവ ഭൗതിക നിയമങ്ങളോട് എങ്ങനെ പൊരുത്തപ്പെടുന്നു എന്നതിനും കൃത്യമായ വിശദീകരണം നൽകാൻ ഈ വാദത്തിന് പ്രയാസമാണ്.

4. കിമ്മിന്റെ എക്സ്ക്ലൂഷൻ ആർഗ്യുമെന്റ് (Kim's Causal Exclusion Argument)
ജേഗ്വോൺ കിം (Jaegwon Kim) തന്റെ 'കാര്യകാരണ ഒഴിവാക്കൽ' വാദത്തിലൂടെ അലഘൂകൃത ഭൗതികവാദത്തെ ശക്തമായി വിമർശിച്ചു.
1. ഒരു ഭൗതിക സംഭവത്തിന് മതിയായ ഒരു ഭൗതിക കാരണം (Sufficient physical cause) ഉണ്ടെങ്കിൽ, മാനസിക കാരണം അധികപ്പറ്റാണ് (Redundant).
2. മാനസിക കാരണം ഫലപ്രദമാണെങ്കിൽ, ഭൗതിക കാരണം അപൂർണ്ണമാകുന്നു.21
ഇത് **അതിനിർണ്ണയ പ്രശ്നം** (Overdetermination problem) സൃഷ്ടിക്കുന്നു. ഭൗതിക മണ്ഡലം പൂർണ്ണമാണെങ്കിൽ (Closed physical domain), മാനസിക കാരണങ്ങൾക്ക് സ്വതന്ത്രമായ പങ്കില്ല. സ്വതന്ത്രമായ പങ്കുണ്ടെങ്കിൽ ഭൗതിക പൂർണ്ണത തകരും. ഉദ്ഭവവാദം ഈ ധർമ്മസങ്കടത്തിൽ കുടുങ്ങിക്കിടക്കുന്നു.

5. താഴോട്ടുള്ള കാരണബന്ധം (Downward Causation Debate)
ഉദ്ഭവവാദികൾ താഴോട്ടുള്ള കാരണബന്ധത്തെ (Downward causation) ആശ്രയിക്കുന്നു. ഉയർന്ന തലത്തിലുള്ള പാറ്റേണുകൾ താഴ്ന്ന തലത്തിലുള്ള പ്രക്രിയകളെ നിയന്ത്രിക്കുന്നു എന്നാണ് ഇവരുടെ വാദം. എന്നാൽ ഇത് 'ശക്തമായ' രൂപത്തിലാണെങ്കിൽ അത് ഭൗതിക പൂർണ്ണതയെ ലംഘിക്കും; 'ദുർബലമായ' രൂപത്തിലാണെങ്കിൽ അതിനെ നിബന്ധനകളുടെ (Constraint) ഭാഷയിൽ പുനർവ്യാഖ്യാനം ചെയ്യേണ്ടി വരും.22 പലപ്പോഴും ഉദ്ഭവം എന്നത് വിവരണാത്മകമായ പുതുമ (Descriptive novelty) മാത്രമാണ്; അത് സത്താപരമായ പുതുമയല്ല (Ontological novelty).
6. ഘടനാപരമായ മെഷ് (Structural Mesh) പ്രതികരണം

ഘടനാപരമായ മെഷ് നിർണ്ണയവാദം (Structural Mesh Determinism) ഉദ്ഭവത്തെ നിരാകരിക്കുന്നില്ല, പക്ഷേ അതിനെ ഒരു സത്താപരമായ പാളിയായി (Ontological layer) അംഗീകരിക്കുന്നില്ല.

• **ഉദ്ഭവം = പാറ്റേൺ തലത്തിലുള്ള വിവരണം** (Pattern-level description).

• ഒരു ചുഴലിക്കാറ്റ് അന്തരീക്ഷത്തിൽ നിന്ന് "ഉദിക്കുന്നു", പക്ഷേ ചുഴലിക്കാറ്റ് എന്നത് പുതിയൊരു ഭൗതിക ശക്തിയല്ല; അത് അന്തരീക്ഷത്തിലെ ഗതികോർജ്ജത്തിന്റെ ഒരു മാക്രോ-വിന്യാസം (Macro-configuration) മാത്രമാണ്.

അതുപോലെ, മനസ്സ് എന്നത് നാഡീവ്യൂഹ മെഷിന്റെ മാക്രോ-പാറ്റേണാണ്. ലംബമായ നിബന്ധന ഇടപെടൽ (Vertical constraint interaction) ഉയർന്ന തലത്തിലുള്ള ക്രമീകരണത്തെ അനുവദിക്കുന്നു; പക്ഷേ അത് സ്വതന്ത്രമായ കാര്യകാരണ പാളിയല്ല.23 മെഷ് സത്താമീമാംസയിൽ ഉയർന്ന തലത്തിലുള്ള അവസ്ഥകൾ ബന്ധപരമായ വിന്യാസങ്ങൾ (Relational configurations) മാത്രമാണ്; അവ സൂക്ഷ്മതലത്തിലുള്ള ഭൗതിക നിയമങ്ങളെ ലംഘിക്കുന്നില്ല.

നിർണ്ണായക വ്യക്തത (Critical Clarity)

ഉദ്ഭവവാദം (Emergentism) സ്വയംഭരണം സംരക്ഷിക്കാൻ ശ്രമിക്കുന്ന പരിഷ്കരിച്ച ഒരു മാർഗ്ഗമാണ്.

• ദുർബലമായ ഉദ്ഭവം നിർണ്ണയവാദത്തോട് പൊരുത്തപ്പെടുന്നു.

• ശക്തമായ ഉദ്ഭവം ഭൗതിക പൂർണ്ണതയോട് (Closure) പൊരുത്തപ്പെടുന്നില്ല.

എക്സ്ക്ലൂഷൻ ആർഗ്യുമെന്റ് അലഘൂകൃത ഭൗതികവാദത്തെ സമ്മർദ്ദത്തിലാക്കുന്നു. ഘടനാപരമായ മെഷ് നിർണ്ണയവാദം നൽകുന്ന മറുപടി ഇതാണ്: ഉയർന്ന തലത്തിലുള്ള യാഥാർത്ഥ്യം സത്യമാണ്, പക്ഷേ അത് പുതിയൊരു ദ്രവ്യമോ (Substance) പുതിയൊരു

കാര്യകാരണ ശക്തിയോ അല്ല. അത് ഭൗതികശാസ്ത്രത്തിന്റെ മാക്രോ-സംഘാടനമാണ് (Macro-organization). ഇവിടെ സ്വയംഭരണമില്ല, ഏകീകരണം (Coherence) മാത്രമേയുള്ളൂ.

4 ക്വാണ്ടം അനിശ്ചിതത്വ വാദങ്ങൾ (Quantum Indeterminacy Arguments)

ക്വാണ്ടം അനിശ്ചിതത്വവും സ്വാതന്ത്ര്യവാദത്തിന്റെ അവസാന ആശ്രയവും

ക്ലാസിക്കൽ ഭൗതികശാസ്ത്രം (Classical physics) നിർണ്ണയവാദത്തെ ദൃഢീകരിച്ചപ്പോൾ ലിബർട്ടേറിയൻ സ്വാതന്ത്ര്യവാദം ദുർബലമായി. എന്നാൽ ഇരുപതാം നൂറ്റാണ്ടിൽ ക്വാണ്ടം മെക്കാനിക്സ് (Quantum mechanics) ഉദിച്ചുയർന്നപ്പോൾ ഒരു പുതിയ പ്രതീക്ഷ ജന്മമെടുത്തു. പ്രകൃതിയുടെ ആഴങ്ങളിൽ അനിശ്ചിതത്വം (Indeterminacy) നിലനിൽക്കുന്നുണ്ടെങ്കിൽ, കാര്യകാരണ ശൃംഖലയിൽ ഒരു വിടവ് (Gap) ഉണ്ടായേക്കാം എന്നും ആ വിടവിലൂടെ സ്വാതന്ത്ര്യം പ്രവേശിക്കാം എന്നുമുള്ള വാദമായിരുന്നു ഇതിന്റെ കാതൽ.24

1. ക്വാണ്ടം യാദൃശ്ചികതാ വാദം (Quantum Randomness Argument)

ക്വാണ്ടം മെക്കാനിക്സിൽ ചില പ്രതിഭാസങ്ങൾ പ്രോബബിലിറ്റി (Probability) ഉപയോഗിച്ച് മാത്രമേ വിവരിക്കാനാവൂ. റേഡിയോ ആക്ടീവ് ശയം (Radioactive decay), വേവ് ഫംഗ്ഷൻ കൊളാപ്സ് (Wave function collapse) എന്നിവ മുൻകൂട്ടി നിർണ്ണയിക്കപ്പെട്ടതല്ലെന്ന് സാധാരണ വ്യാഖ്യാനങ്ങൾ പറയുന്നു. ഇവിടെ നിന്ന് സ്വാതന്ത്ര്യവാദികൾ ഒരു കുതിച്ചുചാട്ടം നടത്തുന്നു: അനിശ്ചിതത്വം -കാര്യകാരണപരമായ തുറവി (Causal openness) -സ്വതന്ത്ര ഇച്ഛ.

പക്ഷേ, ഇവിടെ ഒരു യുക്തിപരമായ വിള്ളലുണ്ട്. യാദൃശ്ചികത (Randomness) എന്നത് കാര്യകാരണപരമായ അനിവാര്യതയുടെ (Causal necessity) അഭാവമായിരിക്കാം,

പക്ഷേ അത് നിയന്ത്രണത്തെ (Control) സൂചിപ്പിക്കുന്നില്ല. ഒരു നാഡീവ്യൂഹ തീരുമാനം ക്വാണ്ടം വ്യതിയാനങ്ങളെ (Quantum fluctuation) ആശ്രയിച്ചാണെങ്കിൽ, അത് സ്വയംഭരണമാണോ (Autonomy) അതോ വെറും ഭാഗ്യമാണോ (Luck)? അനിശ്ചിതത്വം ഒരിക്കലും നിയന്ത്രണത്തിന് തുല്യമല്ല.25

2. ഹൈസൻബെർഗ് അനിശ്ചിതത്വ തത്വം (Heisenberg Uncertainty Principle)

വെർണർ ഹൈസൻബെർഗ് അവതരിപ്പിച്ച അനിശ്ചിതത്വ തത്വം പറയുന്നത് ഒരു കണികയുടെ സ്ഥാനവും (Position) വേഗതയും (Momentum) ഒരേസമയം കൃത്യമായി അളക്കാനാവില്ല എന്നാണ്. ഇത് യഥാർത്ഥത്തിൽ ഒരു അളക്കൽ പരിധിയാണ് (Measurement limit); അതായത് ഒരു ജ്ഞാനപരമായ അതിർത്തി (Epistemic boundary).26 ഇത് സത്താപരമായ അരാജകത്വത്തെ (Ontological chaos) പ്രഖ്യാപിക്കുന്നില്ല. അനിശ്ചിതത്വ തത്വം നിർണ്ണയവാദത്തെ തകർക്കുന്നു എന്ന് പറയുന്നത് ഒരു അതിവായനയാണ്; അത് ക്ലാസിക്കൽ പ്രവചനക്ഷമതയെ (Predictability) പരിമിതപ്പെടുത്തുന്നു എന്ന് മാത്രമേയുള്ളൂ.

3. ബെൽസ് തിയറവും ലോക്കാലിറ്റി സംവാദവും (Bell's Theorem)

ജോൺ ബെൽ അവതരിപ്പിച്ച ബെൽസ് തിയറം പ്രാദേശികമായ അനുമാനങ്ങളെ (Locality assumptions) ചോദ്യം ചെയ്തു. ഇത് അനിശ്ചിതത്വം അനിവാര്യമാണെന്ന ധാരണയുണ്ടാക്കി. എന്നാൽ ബെൽസ് തിയറം നിർണ്ണയവാദത്തെ നേരിട്ട് നിരാകരിക്കുന്നില്ല; അത് പ്രാദേശിക യാഥാർത്ഥ്യവാദത്തിന്റെ (Local realism) പ്രത്യേക രൂപങ്ങളെ മാത്രമേ ചോദ്യം ചെയ്യുന്നുള്ളൂ. നോൺ-ലോക്കൽ നിർണ്ണയവാദ മാതൃകകൾ (Non-local deterministic models) സിദ്ധാന്തപരമായി ഇന്നും സാധ്യമാണ്. ക്വാണ്ടം കോറിലേഷനുകൾ കാര്യകാരണപരമായ വിള്ളലുകളല്ല, മറിച്ച് ഘടനാപരമായ സഹബന്ധങ്ങളാണ് (Structural correlation).27

4. ക്വാണ്ടം മസ്തിഷ്ക സിദ്ധാന്തങ്ങൾ (Quantum Brain Hypotheses)

റോജർ പെൻറോസും സ്റ്റുവർട്ട് ഹാമെറോഫും ചേർന്ന് അവതരിപ്പിച്ച Orch-OR (Orchestrated Objective Reduction) സിദ്ധാന്തം ബോധം എന്നത് മൈക്രോട്യൂബ്യൂളുകളിൽ (Microtubules) നടക്കുന്ന ക്വാണ്ടം കൊളാപ്സുകളുമായി ബന്ധപ്പെട്ടിരിക്കുന്നു എന്ന് വാദിച്ചു.28 എന്നാൽ മസ്തിഷ്കം പോലെ ചൂടുള്ളതും ശബ്ദായമാനവുമായ (Warm and noisy) ഒരു പരിസ്ഥിതിയിൽ ക്വാണ്ടം കോഹിറൻസ് (Quantum coherence) നിലനിർത്തുക എന്നത് പ്രായോഗികമായി അസാധ്യമാണെന്ന് വിമർശകർ ചൂണ്ടിക്കാട്ടുന്നു. കൂടാതെ, കൊളാപ്സ് അനിശ്ചിതത്വമുള്ളതാണെങ്കിൽ പോലും അത് കർത്തൃത്വത്തെ (Agency) ഉറപ്പിക്കില്ല; യാദൃശ്ചികമായ ഒരു തകർച്ച നിയന്ത്രണമായി മാറുന്നില്ല.

5. യാദൃശ്ചികതയും നിയന്ത്രണവും തമ്മിലുള്ള പ്രശ്നം (Randomness vs Control)

ഇതാണ് ഏറ്റവും നിർണ്ണായകമായ ബിന്ദു: **യാദൃശ്ചികത കർത്തൃത്വത്തിന് തുല്യമല്ല.**

ഒരു തീരുമാനം നിർണ്ണയിക്കപ്പെട്ടതാണെങ്കിൽ (Deterministic), ലിബർട്ടേറിയൻ സ്വയംഭരണമില്ലെന്ന് വാദിക്കാം. എന്നാൽ ഒരു തീരുമാനം യാദൃശ്ചികമാണെങ്കിൽ (Random), അത് എന്റെ നിയന്ത്രണത്തിലുമല്ല. സ്വാതന്ത്ര്യത്തിന് നിയന്ത്രണം ആവശ്യമാണ്, നിയന്ത്രണത്തിന് ഘടനാപരമായ സ്ഥിരത (Structured consistency) ആവശ്യമാണ്. യാദൃശ്ചികമായ വ്യതിയാനങ്ങൾ ഘടനാപരമായ കർത്തൃത്വം (Structured authorship) സൃഷ്ടിക്കുന്നില്ല.29

6. ഘടനാപരമായ മെഷ് (Structural Mesh) പ്രതികരണം

ഘടനാപരമായ മെഷ് നിർണ്ണയവാദം (Structural Mesh Determinism) ക്വാണ്ടം അനിശ്ചിതത്വത്തെ നിഷേധിക്കുന്നില്ല, പക്ഷേ അതിന്റെ സത്താപരമായ അർത്ഥം വ്യക്തമാക്കുന്നു:

ജ്ഞാനപരമായ അനിശ്ചിതത്വം ≠സത്താപരമായ വിള്ളൽ.
സൂക്ഷ്മതല പ്രോബബിലിറ്റി ≠ മാക്രോതല സ്വാതന്ത്ര്യം.
നാഡീവ്യൂഹ തീരുമാനങ്ങൾ ക്വാണ്ടം തലത്തിലുള്ള വ്യതിയാനങ്ങളോട് സെൻസിറ്റീവ് ആയിരിക്കാം, പക്ഷേ മാക്രോതല പെരുമാറ്റം എന്നത് ബഹുതല നിബന്ധനകളുടെ സംഗമമാണ് (Convergence of multi-level constraints). മെഷ് സത്താമീമാംസയിൽ നിർണ്ണയവാദം എന്നത് ലളിതമായ പ്രവചനക്ഷമതയല്ല, മറിച്ച് നിബന്ധനകളോട് പൊരുത്തപ്പെടുന്ന പരിണാമമാണ് (Constraint-consistent evolution). ക്വാണ്ടം സിദ്ധാന്തം പ്രവചനക്ഷമതയെ പരിമിതപ്പെടുത്താം, പക്ഷേ അത് ഘടനാപരമായ ഏകീകരണത്തെ (Structural coherence) തകർക്കുന്നില്ല.30

നിർണ്ണായക നിഗമനം

ക്വാണ്ടം അനിശ്ചിതത്വം ലിബർട്ടേറിയൻ സ്വാതന്ത്ര്യത്തിന് സത്താമീമാംസാത്മകമായ ഇടം നൽകുന്നില്ല.
• യാദൃശ്ചികത കർത്തൃത്വമല്ല.
• അനിശ്ചിതത്വം സ്വയംഭരണമല്ല.
• നോൺ-ലോക്കൽ സഹബന്ധം കാര്യകാരണ വിള്ളലല്ല.
സ്വാതന്ത്ര്യം ക്വാണ്ടം വിടവുകളിൽ നിന്ന് ഉദിക്കുന്നില്ല. യാഥാർത്ഥ്യം പ്രോബബിലിസ്റ്റിക് ആയിരിക്കാം, പക്ഷേ അത് ഘടനാരഹിതമല്ല (Structure-less). മാക്രോതല കർത്തൃത്വം ക്വാണ്ടം യാദൃശ്ചികതയുടെ ഫലമല്ല, മറിച്ച് ബഹുതല നിബന്ധനകളുടെ സുസ്ഥിരമാകലാണ് (Multi-level constraint stabilization). സ്വയംഭരണം ഇവിടെയും കണ്ടെത്താനാവില്ല.

5 – Steelman → Refutation സമഗ്രരൂപം

സ്വാതന്ത്ര്യവാദങ്ങളുടെ ശക്തമായ അവതരണവും ഏകീകൃത പ്രതിവാദവും

ഈ ഘട്ടത്തിൽ വിമർശനം ലഘൂകരിക്കപ്പെടുന്നില്ല. ഇവിടെ വൈക്കോൽമനുഷ്യ (Strawman) വാദങ്ങളില്ല. ഓരോ സ്വാതന്ത്ര്യവാദ പാഠശാലയും അതിന്റെ ഏറ്റവും ശക്തമായ രൂപത്തിൽ (Steelman) തന്നെ അവതരിപ്പിക്കപ്പെടണം. അവയുടെ ബൗദ്ധിക ഗൗരവം അംഗീകരിച്ചശേഷം മാത്രമേ സമഗ്രമായ പ്രതിവാദം സാധ്യമാകൂ. ഈ സെഷൻ അതിനായുള്ള നിർണ്ണായക ഏകീകരണഘട്ടമാണ്.

1. സ്വാതന്ത്ര്യവാദങ്ങളുടെ ശക്തമായ രൂപം (Steelman Positions)

- **ലിബർട്ടേറിയനിസം (Libertarianism):** ഇത് കേവലമായ ഒരു അനിശ്ചിതത്വ വാദമല്ല. മറിച്ച്, ധാർമ്മിക ഉത്തരവാദിത്തത്തെ (Moral responsibility) അതിന്റെ പൂർണ്ണതയിൽ സംരക്ഷിക്കാനുള്ള ശ്രമമാണ്. അന്തിമ ഉറവിടം (Ultimate source) ഇല്ലെങ്കിൽ യഥാർത്ഥ ഉത്തരവാദിത്തമില്ല എന്ന് ഇവർ വാദിക്കുന്നു. കർത്തൃ-കാരണത്വം (Agent-causation) ഒരു സത്താമീമാംസാത്മക ആഡംബരമല്ല, മറിച്ച് ധാർമ്മികമായ അനിവാര്യതയാണ്.31
- **കോംപാറ്റിബിലിസം (Compatibilism):** ഇതൊരു ഭാഷാപരമായ കൗശലമല്ല. മനുഷ്യാനുഭവങ്ങളെ സംരക്ഷിക്കാൻ ശ്രമിക്കുന്ന പരിഷ്കരിച്ച ഒരു വിവരണമാണിത്. കാരണങ്ങളോടുള്ള പ്രതികരണം (Reason-responsiveness), ആഗ്രഹങ്ങളുടെ ശ്രേണി എന്നിവയിലൂടെ ധാർമ്മിക വ്യവഹാരങ്ങളെ സംരക്ഷിക്കാൻ ഇത് ശ്രമിക്കുന്നു.32
- **ഉദ്ഭവവാദം (Emergentism):** ഇത് ബോധത്തിന്റെ നവീനതയെ (Novelty) സംരക്ഷിക്കുന്നു. മനസ്സ് എന്നത് വെറും ഭൗതിക കണങ്ങളുടെ കൂട്ടമല്ല, മറിച്ച് ഉയർന്ന തലത്തിലുള്ള സംഘാടനത്തിന് കാര്യകാരണ പ്രസക്തിയുണ്ടെന്ന് (Causal relevance) ഇത് വാദിക്കുന്നു.33

• **ക്വാണ്ടം സ്വാതന്ത്ര്യം (Quantum Freedom):** ഇവർ യാദൃശ്ചികതയെ നേരിട്ട് നിയന്ത്രണമായി കാണുന്നില്ല. മറിച്ച്, ഭൗതിക പൂർണ്ണതയിലെ (Causal closure) ചെറിയൊരു അയവ് പോലും സ്വയംഭരണത്തിന് (Autonomy) ഇടം നൽകിയേക്കാം എന്ന് ഇവർ കരുതുന്നു.

2. പൊതുവായ സത്താമീമാംസാധിഷ്ഠിത അനുമാനങ്ങൾ (Shared Core Assumptions)

ഈ പാഠശാലകളെല്ലാം താഴെ പറയുന്ന മൂന്ന് ഘടകങ്ങളെ സ്വയംഭരണത്തിന്റെ (Autonomy) അടിസ്ഥാനമായി കാണുന്നു:

1. **അന്തിമ ഉറവിടത്തിന്റെ ആവശ്യം:** വ്യക്തി തന്റെ പ്രവൃത്തികളുടെ അന്തിമ ഉത്ഭവസ്ഥാനമായിരിക്കണം.
2. **കാര്യകാരണ വിടവിന്റെ ആവശ്യം (Causal Gap):** കാര്യകാരണ ശൃംഖലയിൽ എവിടെയെങ്കിലും ഒരു വിടവുണ്ടാകണം. നിർണ്ണയവാദം സർവ്വവ്യാപിയാണെങ്കിൽ സ്വാതന്ത്ര്യം നഷ്ടപ്പെടുമെന്ന് ഇവർ ഭയപ്പെടുന്നു.
3. **ബദൽ സാധ്യതകളുടെ ആവശ്യം:** അതേ സാഹചര്യത്തിൽ മറ്റൊരു പ്രവൃത്തി സത്താപരമായി സാധ്യമായിരിക്കണം.

3. ഏകീകൃത പ്രതിവാദ ചട്ടക്കൂട് (Unified Refutation Framework)

ഘടനാപരമായ മെഷ് നിർണ്ണയവാദം (Structural Mesh Determinism) ഈ അനുമാനങ്ങളെ തകർക്കുന്നു:

• **ഭൗതിക പൂർണ്ണത (Causal Closure):** ഭൗതിക മണ്ഡലം സ്വയംപൂർണ്ണമാണ്. സ്വതന്ത്രമായ കാര്യകാരണ പാളികൾക്ക് അവിടെ സ്ഥാനമില്ല.

• **നിബന്ധനാ മെഷ് സത്താമീമാംസ (Constraint Mesh Ontology):** ഒരു സംഭവവും ഒറ്റപ്പെട്ട ഉത്ഭവ ബിന്ദുവിൽ നിന്ന് ഉദിക്കുന്നില്ല; അത് ബഹു-നോഡുകളുടെ സംഗമമാണ്.34

• **അന്യതാ വിരുദ്ധ തത്വം (Anti-isolation Principle):** കർത്താവ് എന്നത് സത്താപരമായി ഒറ്റപ്പെട്ട ഒരു അസ്തിത്വമല്ല, മറിച്ച് ബന്ധങ്ങളാൽ ഉൾച്ചേർക്കപ്പെട്ട ഒന്നാണ്.
• **സ്വയം-ഉത്ഭവത്തിന്റെ വൈരുദ്ധ്യം (Self-origination Reductio):** ഒരാൾ സ്വന്തം പ്രവൃത്തിയുടെ അന്തിമ ഉറവിടമാകണമെങ്കിൽ അയാൾ തന്റെ സ്വഭാവം സ്വയം സൃഷ്ടിക്കണം. ഇത് അവസാനമില്ലാത്ത പിന്നോട്ടുപോക്കിലേക്ക് (Infinite regress) നയിക്കുന്നു.35

4. താരതമ്യ ഘടനാപരമായ ഭൂപടം (Comparative Structural Map)

നിലപാട്	**സ്വയംഭരണത്തെ (Autonomy) കാണുന്നത്**	**മെഷ് നിർണ്ണയവാദത്തിന്റെ മറുപടി**
ലിബർട്ടേറിയനിസം	സത്താമീമാംസാത്മക വിള്ളലായി	വിള്ളലുകൾ യാദൃശ്ചികത മാത്രമാണ്, കർത്തൃത്വമല്ല.
കോംപാറ്റിബിലിസം	മനഃശാസ്ത്രപരമായ ഏകീകരണമായി	അത് സ്വയംഭരണമല്ല, വെറും പ്രവർത്തനക്ഷമതയാണ്.
ഉദ്ഭവവാദം	ഉയർന്ന തലത്തിലുള്ള	അത് വിവരണാത്മക

നിലപാട്	**സ്വയംഭരണത്തെ (Autonomy) കാണുന്നത്**	**മെഷ് നിർണ്ണയവാദത്തിന്റെ മറുപടി**
	നവീനതയായി	മാണ്, സത്താപരമല്ല.
ക്വാണ്ടം സ്വാതന്ത്ര്യം	അനിശ്ചിതത്വത്തിലെ വിടവായി	അനിശ്ചിതത്വം ഉത്തരവാദിത്തത്തെ ഇല്ലാതാക്കുന്നു.

5 – ഏകീകൃത നിഗമനം

സ്വാതന്ത്ര്യവാദങ്ങളുടെ എല്ലാ ശക്തമായ രൂപങ്ങളും സ്വയംഭരണത്തെ രക്ഷിക്കാൻ ശ്രമിക്കുന്നു. പക്ഷേ അവയ്ക്കാവശ്യമായ മൂന്ന് ഘടകങ്ങളും സുസ്ഥിരമല്ല: **അന്തിമ ഉറവിടം** യുക്തിപരമായി അസാധ്യമാണ്, **കാര്യകാരണ വിടവ്** ശാസ്ത്രീയമായി അസംബന്ധമാണ്, **ബദൽ സാധ്യതകൾ** സത്താപരമായി അനാവശ്യമാണ്.

ഘടനാപരമായ മെഷ് നിർണ്ണയവാദം സ്വയംഭരണത്തെ നിരാകരിക്കുന്നുണ്ടെങ്കിലും കർത്തൃത്വത്തെ (Agency) ഇല്ലാതാക്കുന്നില്ല. ഇവിടെ വിള്ളലുകളില്ല (Rupture), ഏകീകരണം (Coherence) മാത്രമേയുള്ളൂ. നാം 'സ്റ്റീൽമാൻ' ചെയ്ത ഓരോ സ്വാതന്ത്ര്യ മാതൃകയും ഒടുവിൽ ഘടനയ്ക്കുള്ളിൽ അലിഞ്ഞുചേരുന്നു.

6 – Determinism Secured

പ്രതിരോധത്തിന്റെ സമാപനം, ഘടനയുടെ ഉറപ്പിക്കൽ

ഈ സെഷൻ അഞ്ചാം അധ്യായത്തിന്റെ സമാപനം മാത്രമല്ല, മുഴുവൻ ഗ്രന്ഥത്തിന്റെയും പ്രതിരോധഘട്ടത്തിന്റെ നിർണ്ണായകമായ സ്ഥിരപ്പെടുത്തലാണ്. ലിബർട്ടേറിയനിസം (Libertarianism), കോംപാറ്റിബിലിസം (Compatibilism), ഉദ്ഭവവാദം (Emergentism), ക്വാണ്ടം അനിശ്ചിതത്വം (Quantum indeterminacy) എന്നീ ദാർശനിക മാർഗ്ഗങ്ങളെല്ലാം സൂക്ഷ്മമായി പരിശോധിച്ച ശേഷം നാം ഇപ്പോൾ എത്തിച്ചേരുന്ന ചോദ്യം ഇതാണ്: നിർണ്ണയവാദം (Determinism) തർക്കപരമായും ശാസ്ത്രീയമായും സത്താപരമായും ഉറച്ചുനിൽക്കുന്നുണ്ടോ?

ഈ സെഷൻ ആ സമാപന ഉറപ്പിക്കൽ നടത്തുന്നു.

1. തർക്കപരമായ ഉറപ്പ് (Logical Security)

ആദ്യമായി തർക്കപരമായ നിലപാട് പരിശോധിക്കാം. സ്വയം-സൃഷ്ടിയുടെ അസാധ്യത (Self-creation impossibility) ഇതിനകം വ്യക്തമാക്കപ്പെട്ടതാണ്. ഒരു കർത്താവ് (Agent) തന്റെ സ്വഭാവത്തിന്റെ അന്തിമ ഉറവിടമാകണമെങ്കിൽ (Ultimate source), അവൻ തന്റെ സ്വഭാവം സ്വയം സൃഷ്ടിക്കണം. എന്നാൽ ആ സൃഷ്ടിക്ക് മുൻപേ അവൻ ഒരു നിർദ്ദിഷ്ട സ്വഭാവത്തോടെ പ്രവർത്തിക്കേണ്ടി വരും എന്നത് യുക്തിപരമായ അനന്തപിന്തുടർച്ചയിലേക്ക് (Infinite regress) നയിക്കുന്നു. അതിനാൽ സ്വയം-ഉത്ഭവം (Self-origination) തർക്കപരമായി അസാധ്യമാണ്.

കൂടാതെ, മൊഡൽ കൊളാപ്സ് (Modal collapse) എന്ന ആക്ഷേപം ആദ്യ അധ്യായത്തിൽ തന്നെ കൈകാര്യം ചെയ്തു. നിർണ്ണയവാദം എന്നത് എല്ലാ സംഭവങ്ങളും കേവലമായ അനിവാര്യതയാൽ (Absolute necessity) സംഭവിക്കുന്നു എന്നതല്ല.

"ഒരു നിർദ്ദിഷ്ട സമ്പൂർണ്ണാവസ്ഥ ഉണ്ടെങ്കിൽ അതിനൊത്ത് ഫലം ഉണ്ടാകും" എന്ന വാദം "ഫലം സ്വതവേ അനിവാര്യമാണ്" എന്ന വാദവുമായി തുല്യമല്ല. വ്യവസ്ഥാപിതമായ അനിവാര്യത (Conditional necessity) എന്നത് കേവലമായ അനിവാര്യതയല്ല. ഘടനാപരമായ

ഏകീകരണം സത്താപരമായ തകർച്ചയല്ല. അതിനാൽ നിർണ്ണയവാദം തർക്കപരമായി സ്വയം-വിരുദ്ധതകളില്ലാതെ നിലനിൽക്കുന്നു.

2. ശാസ്ത്രീയ ഉറപ്പ് (Scientific Security)

നിർണ്ണയവാദത്തിന്റെ ശാസ്ത്രീയ അടിത്തറ പല തലങ്ങളിൽ ദൃഢീകരിക്കപ്പെട്ടു.

പ്രവചനാത്മക സംസ്കരണം (Predictive processing) സംവേദനത്തെ വെറും നിഷ്ക്രിയമായ സ്വീകരണമെന്നല്ല കാണിക്കുന്നത്. അത് നിബന്ധനകളാൽ ക്രമീകരിക്കപ്പെട്ട മോഡൽ-അപ്ഡേറ്റിംഗ് പ്രക്രിയയാണ്.

സ്വതന്ത്ര ഊർജ്ജ തത്വം (Free Energy Principle) ജീവിയെ എൻട്രോപ്പിക്കെതിരെ നിലനിൽക്കുന്ന നിബന്ധന-സംരക്ഷണ വ്യൂഹമായി കാണിക്കുന്നു.

നാഡീവ്യൂഹ പ്ലാസ്റ്റിറ്റി (Neuroplasticity) സ്വയംഭരണത്തിന്റെ തെളിവല്ല; അത് അനുഭവങ്ങളെ ആശ്രയിച്ചുള്ള ഘടനാപരമായ പുനർവിന്യാസമാണ്.

ഭൗതിക പൂർണ്ണത (Physical closure) ഭൗതിക മണ്ഡലത്തിൽ സ്വതന്ത്രമായ ഭൗതികേതര ഇടപെടലുകൾ ഇല്ലെന്ന് ഉറപ്പാക്കുന്നു.

ഈ ശാസ്ത്രീയ ഘടകങ്ങൾ ചേർന്നാൽ നിർണ്ണയവാദം ലളിതമായ യാന്ത്രിക സിദ്ധാന്തമല്ല, മറിച്ച് ബഹുതല ഘടനാപര ഏകീകരണമാണ് എന്ന് വ്യക്തമാണ്.

3. സത്താപരമായ ഉറപ്പ് (Ontological Security)

സത്താമീമാംസാത്മകമായ വിള്ളലുകൾ എവിടെയും കണ്ടെത്താനാവില്ല. സ്വതന്ത്രമായ കാര്യകാരണ പാളികൾ നിലനിൽക്കുന്നില്ല. മനസ്സ് ഭൗതികശാസ്ത്രത്തിന് പുറത്തുള്ള ദ്രവ്യമല്ല; അത് നാഡീവ്യൂഹ മെഷിന്റെ മാക്രോ-വിന്യാസമാണ്.

യാഥാർത്ഥ്യം ബന്ധിതമായ ഒരു മെഷാണ്. അവിടെ കാരണത്വം വിതരണം ചെയ്യപ്പെട്ടതാണ്. സംഭവങ്ങൾ ബഹു-നോഡുകളുടെ സംഗമമാണ്.

ഇവിടെ കാരണബന്ധം രേഖീയ പരമ്പരയല്ല; അത് ഘടനാപര ഏകീകരണമാണ്.

4. അർത്ഥപൂർണ്ണ കർത്തൃത്വത്തിന്റെ സംരക്ഷണം (Agency Preserved)

നിർണ്ണയവാദം ഉറപ്പിക്കപ്പെട്ടു എന്നത് കർത്തൃത്വം നിഷേധിക്കപ്പെട്ടു എന്നല്ല. കർത്തൃത്വം പ്രവർത്തനപരമായ ക്രമീകരണമാണ്. കർത്താവ് വിവരങ്ങൾ ഏകീകരിക്കുകയും നിബന്ധനകളോട് പൊരുത്തപ്പെടുന്ന പ്രതികരണങ്ങൾ നൽകുകയും ചെയ്യുന്നു.

കർത്താവ് ഒരു സത്താമീമാംസാത്മക ഉത്ഭവബിന്ദുവല്ല. അവൻ മെഷിനുള്ളിലെ ഒരു പ്രാദേശിക വിന്യാസമാണ്. സ്വയംഭരണം ഇല്ലാതാകുമ്പോഴും ക്രമീകരണത്തിലുള്ള പങ്കാളിത്തം തുടരുന്നു. പ്രവർത്തനം അർത്ഥശൂന്യമാകുന്നില്ല. വിധിവാദത്തിലേക്ക് തകരുന്നില്ല.

5. ധാർമ്മികമായ പ്രതിഫലനങ്ങൾ (Ethical Implications)

അന്തിമമായ പഴിചാരൽ സത്താപരമായി അസംബന്ധമാണ്. എന്നാൽ ക്രമീകരണാധിഷ്ഠിതമായ ഉത്തരവാദിത്തം യുക്തിസഹമാണ്. സാമൂഹിക വ്യൂഹങ്ങൾക്ക് തിരുത്തൽ നൽകുന്ന പ്രതികരണങ്ങൾ നൽകാം. ഇത് പെരുമാറ്റത്തെ പരിഷ്കരിക്കാനും ദോഷങ്ങൾ തടയാനും സഹായിക്കുന്നു.

ഉത്തരവാദിത്തം ഇവിടെ മുൻകാല അർഹതയിൽ അധിഷ്ഠിതമല്ല. അത് ഭാവികാലപരമായ പരിഷ്കരണത്തിൽ അധിഷ്ഠിതമാണ്.

FINAL THESIS OF CHAPTER 5

നിർണ്ണയവാദം എല്ലാ പ്രധാന സ്വാതന്ത്ര്യവാദ ആക്ഷേപങ്ങളെയും അതിജീവിക്കുന്നു.അത് വിധിവാദത്തിലേക്ക് തകരുന്നില്ല. അത് അർത്ഥ പൂർണ്ണമായ കർത്തൃത്വത്തെ നിഷേധിക്കുന്നില്ല.സത്താമീമാംസാത്മക വിള്ളലായുള്ള

സ്വയംഭരണം അസാധ്യമാണ്. എന്നാൽ ഘടനാപരമായ ക്രമീകരണമായുള്ള കർത്തൃത്വം സുസ്ഥിരമാണ്. ഇതോടെ സംവാദത്തിന്റെ നിഷേധഘട്ടം അവസാനിക്കുന്നു.
സ്വാതന്ത്ര്യം വിഘടിപ്പിക്കപ്പെട്ടു.നിർണ്ണയവാദം സുരക്ഷിതമായി.കർത്തൃത്വം പുനർനിർമ്മിക്കപ്പെട്ടു.

REFERENCE LIST

1. Kane, Robert. *The Significance of Free Will.* Oxford University Press. 1996.
2. O'Connor, Timothy. *Persons and Causes: The Metaphysics of Free Will.* Oxford University Press. 2000.
3. Kane, Robert. *A Contemporary Introduction to Free Will.* Oxford University Press. 2005.
4. Chisholm, Roderick. "Human Freedom and the Self". *The Lindley Lecture.* 1964.
5. Ginet, Carl. *On Action.* Cambridge University Press. 1990.
6. Clarke, Randolph. *Libertarian Accounts of Free Will.* Oxford University Press. 2003.
7. Mele, Alfred R. *Free Will and Luck.* Oxford University Press. 2006.
8. Berofsky, Bernard. *Determinism.* Princeton University Press. 1971.
9. Ayer, A. J. "Freedom and Necessity". *Philosophical Essays.* Macmillan. 1954.
10. Hume, David. *An Enquiry Concerning Human Understanding.* London. 1748.
11. Frankfurt, Harry G. "Freedom of the Will and the Concept of a Person". *Journal of Philosophy* 68. 1971.
12. Fischer, John Martin & Ravizza, Mark. *Responsibility and Control: A Theory of Moral Responsibility.* Cambridge University Press. 1998.
13. Frankfurt, Harry G. "Alternate Possibilities and Moral Responsibility". *Journal of Philosophy* 66. 1969.
14. Pereboom, Derk. *Living Without Free Will.* Cambridge University Press. 2001.

15. Dennett, Daniel C. *Elbow Room: The Varieties of Free Will Worth Wanting*. MIT Press. 1984.
16. Broad, C. D. *The Mind and Its Place in Nature*. Kegan Paul. 1925.
17. Bedau, Mark A. "Weak Emergence". *Philosophical Perspectives* 11. 1997.
18. O'Connor, Timothy & Wong, Hong Yu. "The Metaphysics of Emergence". *Noûs* 39. 2005.
19. Davidson, Donald. "Mental Events". *Experience and Theory*. University of Massachusetts Press. 1970.
20. Papineau, David. *Thinking about Consciousness*. Oxford University Press. 2002.
21. Kim, Jaegwon. *Physicalism, or Something Near Enough*. Princeton University Press. 2005.
22. Stephan, Achim. "Emergence — A Systematic View with Historical Remarks". *Emergence*. Walter de Gruyter. 1992.
23. Ladyman, James & Ross, Don. *Every Thing Must Go: Metaphysics Naturalized*. Oxford University Press. 2007.
24. Kane, Robert. *The Significance of Free Will*. Oxford University Press. 1996.
25. Mele, Alfred R. *Free Will and Luck*. Oxford University Press. 2006.
26. Heisenberg, Werner. *Physics and Philosophy: The Revolution in Modern Science*. Harper & Brothers. 1958.
27. Bell, John S. *Speakable and Unspeakable in Quantum Mechanics*. Cambridge University Press. 1987.
28. Penrose, Roger. *Shadows of the Mind: A Search for the Missing Science of Consciousness*. Oxford University Press. 1994.
29. Pereboom, Derk. *Free Will, Agency, and Meaning in Life*. Oxford University Press. 2014.
30. Ladyman, James & Ross, Don. *Every Thing Must Go: Metaphysics Naturalized*. Oxford University Press. 2007.
31. Chisholm, Roderick. "Human Freedom and the Self". *The Lindley Lecture*. 1964.
32. Fischer, John Martin. *The Metaphysics of Free Will*. Blackwell. 1994.

33. O'Connor, Timothy. *Persons and Causes*. Oxford University Press. 2000.
34. Ladyman, James & Ross, Don. *Every Thing Must Go*. Oxford University Press. 2007.
35. Strawson, Galen. *Freedom and Belief*. Oxford University Press. 1986.

CHAPTER 6 – ഘടനാജാല(Mesh)ത്തിനുള്ളിലെ നിരീക്ഷകൻ

1 – ഹസ്സർൾ വിമർശനം (Critique of Husserl) ഫിനോമെനോളജിയും നിരീക്ഷകന്റെ പ്രശ്നവും (Phenomenology and the Problem of the Observer)

ഘടനാപരമായ നിർണ്ണയവാദത്തിന്റെ (Structural Determinism) പശ്ചാത്തലത്തിൽ "നിരീക്ഷകൻ" (Observer) എന്ന സങ്കൽപ്പത്തെ വിശകലനം ചെയ്യുമ്പോൾ, ഫിനോമെനോളജി (Phenomenology) ഒഴിവാക്കാനാവാത്ത ഒരു ദാർശനിക പാരമ്പര്യമാണ്. അനുഭവത്തിന്റെ സ്വഭാവത്തെ കേന്ദ്രവിഷയമാക്കിയ എഡ്മണ്ട് ഹസ്സർൾ (Edmund Husserl), ലോകത്തെക്കുറിച്ചുള്ള സിദ്ധാന്തങ്ങൾ നിർമ്മിക്കുന്നതിന് മുമ്പ് മനുഷ്യൻ ലോകത്തെ എങ്ങനെ അനുഭവിക്കുന്നു എന്നത് വ്യക്തമാക്കണമെന്ന് വാദിച്ചു. 1

1. ഇൻറെൻഷണാലിറ്റി (Intentionality)

ഹസ്സർളിന്റെ ചിന്തയിൽ ഫിനോമെനോളജി എന്നത് ഒരു വിവരണാത്മക ദാർശനിക ശാസ്ത്രമാണ് (Descriptive philosophical science). ലോകം മനുഷ്യബോധത്തിൽ എങ്ങനെ പ്രത്യക്ഷപ്പെടുന്നു എന്നതാണ് ഇതിന്റെ പ്രാഥമിക അന്വേഷണവിഷയം. ബോധം (Consciousness) ഒരിക്കലും ശൂന്യമല്ല; അത് എല്ലായ്പ്പോഴും എന്തെങ്കിലും ഒന്നിലേക്കാണ് തിരിഞ്ഞിരിക്കുന്നത്. ഈ സ്വഭാവത്തെയാണ് അദ്ദേഹം **ഇൻറെൻഷണാലിറ്റി** (Intentionality) എന്ന് വിളിക്കുന്നത്.

ബോധം സ്വയം അടഞ്ഞ ഒരു ഉള്ളടക്കമല്ല, മറിച്ച് ഒരു ബന്ധപരമായ പ്രവൃത്തിയാണ് (Relational act). ഒരു വസ്തുവിനെ കാണുമ്പോഴോ ഒരു ആശയം ചിന്തിക്കുമ്പോഴോ ബോധം ഒരു ലക്ഷ്യത്തിലേക്ക് നയിക്കപ്പെടുന്നു (Directed relation). ഇത് കാർട്ടീഷ്യൻ ആത്മാവിന്റെ (Cartesian soul) ഒറ്റപ്പെട്ട സങ്കൽപ്പത്തെ മാറ്റിമറിക്കുന്നു. 2

2. ഫിനോമെനോളജിക്കൽ റിഡക്ഷൻ (Phenomenological Reduction)

ഹസ്സർൾ **ഫിനോമെനോളജിക്കൽ റിഡക്ഷൻ** (Phenomenological reduction) എന്ന രീതിശാസ്ത്രം നിർദ്ദേശിച്ചു. സാധാരണ ജീവിതത്തിൽ നാം ലോകത്തെ യാഥാർത്ഥ്യമെന്ന് സ്വാഭാവികമായി കരുതുന്ന സ്വാഭാവിക മനോഭാവത്തെ (Natural attitude) താൽക്കാലികമായി മാറ്റിവയ്ക്കാൻ (Bracket) അദ്ദേഹം ആവശ്യപ്പെട്ടു. **എപ്പോക്കെ** (Epoché) എന്നറിയപ്പെടുന്ന ഈ പ്രക്രിയയിലൂടെ ലോകത്തിന്റെ സത്താപരമായ നിലനിൽപ്പിനെ നിഷേധിക്കാതെ തന്നെ, ബോധം എങ്ങനെ അനുഭവങ്ങളെ നിർമ്മിക്കുന്നു (Constitutes) എന്ന് പരിശോധിക്കാൻ സാധിക്കുന്നു. 3

3. ട്രാൻസെൻഡെന്റൽ ഈഗോ (Transcendental Ego)

അനുഭവങ്ങളുടെ പ്രവാഹത്തെ ഏകോപിപ്പിക്കുന്ന ഒരു കേന്ദ്രത്തെ ഹസ്സർൾ കണ്ടെത്തുന്നു; ഇതാണ് **ട്രാൻസെൻഡെന്റൽ ഈഗോ** (Transcendental ego). ഇത് ലോകത്തിലെ ഒരു വസ്തുവല്ല, മറിച്ച് അനുഭവത്തിന്റെ അടിസ്ഥാനപരമായ ഉപാധിയാണ് (Transcendental condition). ഇവിടെ നിരീക്ഷകൻ (Observer) ലോകത്തിന്റെ ഭാഗമല്ല, മറിച്ച് ലോകത്തെ അനുഭവിക്കാൻ കഴിയുന്ന ശുദ്ധമായ ഒരു ബോധകേന്ദ്രമാണ്. 4

4. ഘടനാപരമായ മെഷ് (Structural Mesh) വിശകലനം

ഹസ്സർളിന്റെ നിലപാട് അനുഭവങ്ങളുടെ ഘടനയെ വ്യക്തമാക്കുന്നുണ്ടെങ്കിലും, സത്താമീമാംസാത്മകമായി

അത് **ട്രാൻസെൻഡെന്റൽ ഐസൊലേഷൻ** (Transcendental isolation) എന്ന പ്രശ്നത്തെ അഭിമുഖീകരിക്കുന്നു. നിരീക്ഷകൻ കാര്യകാരണ ഘടനയ്ക്ക് (Causal structure) പുറത്തുള്ള ഒരു സത്തയായി മാറുമ്പോൾ, അത് വീണ്ടും ഒരു മെറ്റാഫിസിക്കൽ സവിശേഷതയായി (Metaphysical exception) മാറുന്നു.

ഘടനാപരമായ മെഷ് സത്താമീമാംസ (Structural Mesh Ontology) നിരീക്ഷകനെ കാര്യകാരണ മെഷിന് പുറത്തുള്ള ഒരു സ്വതന്ത്ര സത്തയായി കാണുന്നില്ല.

നിരീക്ഷകൻ എന്നത് ഒരു റിലേഷനൽ നോഡ് ആണ് (Relational node).

- നാഡീവ്യൂഹ പ്രക്രിയകൾ (Neural processes), ശാരീരിക അവസ്ഥകൾ (Bodily states), പാരിസ്ഥിതിക ഇടപെടലുകൾ (Environmental interactions) എന്നിവയുടെ സംഗമത്തിലൂടെ രൂപപ്പെടുന്ന ഒരു ഘടനാപരമായ വിന്യാസമാണ് നിരീക്ഷകൻ. 5

ഇൻറെൻഷണാലിറ്റി എന്നത് ഒരു ശുദ്ധ കർത്താവിൽ (Subject) നിന്ന് പുറപ്പെടുന്ന പ്രവൃത്തിയല്ല, മറിച്ച് കർത്താവ്-വസ്തു (Subject-Object) ബന്ധത്തിന്റെ ഘടനയാണ്. ബോധം എന്നത് ഒരു കേന്ദ്രത്തിൽ അടങ്ങിയിരിക്കുന്ന ദ്രവ്യമല്ല, അത് ബന്ധങ്ങളുടെ പ്രവാഹത്തിലാണ് നിലനിൽക്കുന്നത്.

സാരാംശം

ഹസ്സർളിന്റെ ഇൻറെൻഷണാലിറ്റി എന്ന ആശയം സുപ്രധാനമാണെങ്കിലും, അത് കർത്തൃ-കേന്ദ്രീകൃതമായി (Subject-centered) കാണേണ്ടതില്ല. ശുദ്ധമായ "ഈഗോ" എന്നത് ഒരു വിവരണാത്മകമായ അമൂർത്തീകരണം (Descriptive abstraction) മാത്രമാണ്; അത് ഒരു സത്താപരമായ അസ്തിത്വമല്ല (Not an ontological entity).

നിരീക്ഷകൻ കാര്യകാരണ മെഷിന് പുറത്തല്ല, മറിച്ച് അതിനുള്ളിൽ രൂപപ്പെടുന്ന ഒരു ഘടനാപരമായ പ്രവാഹമാണ്. നിരീക്ഷകന്റെ സത്ത എന്നത് ബന്ധങ്ങളുടെ വിന്യാസം മാത്രമാണ്.

2 – സാർത്ര് വ്യത്യാസം (The Sartre Divergence)
ബോധത്തിന്റെ സ്വാതന്ത്ര്യവും അതിന്റെ ദാർശനിക പരിധികളും

ഫിനോമെനോളജിയിൽ [Phenomenology] എഡ്മണ്ട് ഹസ്സർൾ അവതരിപ്പിച്ച ട്രാൻസെൻഡെന്റൽ ഈഗോ [Transcendental ego] എന്ന സങ്കല്പം നിരീക്ഷകനെ ലോകത്തിന്റെ കാര്യകാരണ പ്രവാഹത്തിൽ നിന്നും വേർപെട്ട ഒരു ശുദ്ധ കേന്ദ്രമായി പ്രതിഷ്ഠിക്കാൻ ശ്രമിച്ചപ്പോൾ, ഈ നിർവ്വചനത്തിന്റെ സത്താമീമാംസാത്മകമായ അപര്യാപ്തതകളെ വിശകലനം ചെയ്തുകൊണ്ടാണ് ഴാങ് പോൾ സാർത്ര് [Jean-Paul Sartre] തന്റെ ദാർശനിക നിലപാടുകൾ വികസിപ്പിക്കുന്നത്. ഹസ്സർളിന്റെ രീതിശാസ്ത്രത്തിൽ നിന്ന് തന്നെ തന്റെ അന്വേഷണം ആരംഭിച്ച സാർത്ര്, നിരീക്ഷകനെ ഉള്ളടക്കമുള്ള ഒരു ആത്മകേന്ദ്രമായി കാണുന്ന സമീപനത്തെ പൂർണ്ണമായും തിരസ്കരിക്കുകയും, ബോധത്തെ [Consciousness] ഒരു സ്ഥിരമായ ദ്രവ്യമെന്നതിലുപരി നിരന്തരമായ ഒരു സജീവ പ്രക്രിയയായി പുനർനിർവ്വചിക്കാൻ ശ്രമിക്കുകയും ചെയ്തു. 6

സാർത്രിന്റെ ഫിനോമെനോളജിക്കൽ [Phenomenological] വിശകലനത്തിലെ ഏറ്റവും പ്രധാനപ്പെട്ട അവകാശവാദം ബോധം എന്നത് സത്താലുപ്തമായ ഒരു ശൂന്യത [Nothingness] ആണ് എന്നതാണ്; അതായത്, ബോധം സ്വയം ഉള്ളടക്കമുള്ള ഒരു വസ്തുവല്ല, മറിച്ച് വസ്തുക്കളെ ബോധത്തിലേക്ക് തുറന്നുകാട്ടുന്ന ഒരു പശ്ചാത്തല അവസ്ഥ മാത്രമാണ്. ഈ സങ്കീർണ്ണതയെ വ്യക്തമാക്കുവാനായി അദ്ദേഹം വസ്തുക്കളുടെ ബോധരഹിതവും സ്വയം-സമ്പൂർണ്ണവുമായ അവസ്ഥയെ ബീയിങ്-ഇൻ-ഇറ്റ്സെൽഫ് [Being-in-itself] എന്നും, ബോധത്തിന്റെ സ്വയം തിരിച്ചറിയുന്നതും ലോകത്തെ വ്യാഖ്യാനിക്കുന്നതുമായ സജീവാവസ്ഥയെ ബീയിങ്-ഫോർ-ഇറ്റ്സെൽഫ് [Being-for-itself] എന്നും രണ്ടായി വിഭജിച്ചു. ബോധം എന്നത് ഒരിക്കലും ഒരു പൂർണ്ണതയിൽ

അവസാനിക്കുന്നില്ലെന്നും, അത് സ്വന്തം ഉള്ളടക്കത്തിൽ അടഞ്ഞുപോകാതെ എല്ലായ്പ്പോഴും സ്വയം അതിജീവിച്ച് [Self-transcendence] മുന്നോട്ട് പ്രവഹിക്കുന്ന ഒരു അവസ്ഥയാണെന്നും സാർത്ര് ഇതിലൂടെ സമർത്ഥിച്ചു. 7 ഈ ദാർശനിക നിലപാട് മനുഷ്യന്റെ അടിസ്ഥാനാവസ്ഥ അനിയന്ത്രിതമായ സ്വാതന്ത്ര്യമാണെന്ന [Radical freedom] വിപ്ലവകരമായ നിഗമനത്തിലേക്കാണ് സാർത്രിനെ നയിക്കുന്നത്. സ്വാതന്ത്ര്യം എന്നത് മനുഷ്യന് കൈവരിക്കാവുന്ന ഒരു കഴിവല്ല, മറിച്ച് അവൻ തന്റെ ഓരോ പ്രവൃത്തിയുടെയും അന്തിമ സ്രഷ്ടാവായതുകൊണ്ട് "സ്വാതന്ത്ര്യത്തിലേക്ക് ശിക്ഷിക്കപ്പെട്ടവനാണ്" [Condemned to be free] എന്ന് സാർത്ര് പ്രഖ്യാപിക്കുന്നു. ഓരോ വ്യക്തിയും തന്റെ നിലവിലെ ഭൗതിക സാഹചര്യങ്ങളിൽ തളച്ചിടപ്പെടാതെ, തന്റെ വരാനിരിക്കുന്ന സാധ്യതകളിലേക്ക് [Projections] നിരന്തരം സ്വയം പ്രക്ഷേപണം ചെയ്യുകൊണ്ടിരിക്കുന്ന ഒരു പ്രക്രിയയാണ് ജീവിതമെന്ന് അദ്ദേഹം വിശ്വസിച്ചു. 8 സ്വാതന്ത്ര്യത്തിന്റെ ഈ ഭാരമേറിയ ഉത്തരവാദിത്തത്തിൽ നിന്നും സ്വയം ഒഴിഞ്ഞുമാറാനായി മനുഷ്യൻ നടത്തുന്ന ആത്മവഞ്ചനയെയാണ് സാർത്ര് ബാഡ് ഫെയ്ത്ത് [Bad faith] എന്ന് വിശേഷിപ്പിക്കുന്നത്; ഇതിൽ വ്യക്തി തന്റെ തിരഞ്ഞെടുപ്പുകളുടെ [Choices] ഉത്തരവാദിത്തം ഏറ്റെടുക്കുന്നതിന് പകരം സാമൂഹിക വേഷങ്ങൾക്കോ സാഹചര്യങ്ങൾക്കോ പിന്നിൽ ഒളിക്കാൻ ശ്രമിക്കുന്നു. മനുഷ്യർ അവരുടെ ജീവിതത്തെ തിരഞ്ഞെടുപ്പുകളുടെ ഒരു നിരന്തര പ്രവാഹമായി അനുഭവിക്കുന്നുവെന്ന സാർത്രിന്റെ വിവരണം അനുഭവപരമായ തലത്തിൽ [Phenomenologically] അതീവ സത്യമാണെന്ന് തോന്നിപ്പിക്കുമെങ്കിലും, ഈ 'അതിവാദിത സ്വാതന്ത്ര്യം' സത്താമീമാംസാത്മകമായി [Metaphysically] എത്രത്തോളം നിലനിൽക്കുമെന്ന ചോദ്യം അവശേഷിക്കുന്നു. 9

ഘടനാപരമായ നിർണ്ണയവാദം [Structural Determinism] ഇവിടെ ഒരു നിർണ്ണായകമായ പുനർവായന നിർദ്ദേശിക്കുന്നു; സാർത്ര് വിവരിച്ച അനുഭവപരമായ തുറന്നാവസ്ഥയെ [Phenomenological openness] നാം അംഗീകരിക്കുമ്പോൾ തന്നെ, അതിനെ ഒരു സത്താപരമായ വിള്ളലായി [Ontological rupture] കാണുന്നതിനെ നാം നിരാകരിക്കുന്നു. മനുഷ്യബോധം ഭാവിയെക്കുറിച്ച് നിരന്തരമായി നിർമ്മിക്കുന്ന മാതൃകകളും [Predictive modeling], വിവിധ സാധ്യതകളെക്കുറിച്ച് നടത്തുന്ന സിമുലേഷനുകളും [Simulations] കോഗ്നിറ്റീവ് സിസ്റ്റത്തിനുള്ളിൽ [Cognitive system] ഒരു തുറന്നാവസ്ഥയുടെ അനുഭവം സൃഷ്ടിക്കുന്നുണ്ടെങ്കിലും, ഈ പ്രക്രിയ മുഴുവൻ കാര്യകാരണ മെഷിനുള്ളിലെ [Causal mesh] സങ്കീർണ്ണമായ നിബന്ധനകൾക്ക് വിധേയമായിട്ടാണ് സംഭവിക്കുന്നത്. ചുരുക്കത്തിൽ, സാർത്ര് വിവരിച്ച സ്വാതന്ത്ര്യം എന്നത് മെറ്റാഫിസിക്കൽ [Metaphysical] സ്വയംഭരണമല്ല, മറിച്ച് നിബന്ധനകളോടുള്ള സംവേദനക്ഷമതയുടെ [Constraint-sensitive openness] ഒരു ഫിനോമെനോളജിക്കൽ [Phenomenological] അനുഭവം മാത്രമാണ്. 10}

സാരാംശം

ഹസ്സർൾ നിരീക്ഷകനെ ഒരു അതിഭൗതിക കേന്ദ്രമായി [Transcendental center] കണ്ടപ്പോൾ, സാർത്ര് അതിനെ അതിവാദിത സ്വാതന്ത്ര്യമായി [Radical freedom] കണ്ടു. എന്നാൽ ഈ രണ്ടു നിലപാടുകളും കാര്യകാരണമായ ഉൾച്ചേർക്കലിനെ [Causal embedding] പൂർണ്ണമായി പരിഗണിക്കുന്നില്ല. നിരീക്ഷകൻ കാര്യകാരണ മെഷിന് [Causal mesh] പുറത്തുള്ള സ്വതന്ത്ര കർത്താവല്ല. മറിച്ച്, വിവിധ സാധ്യതകളെ പ്രോസസ്സ് ചെയ്യുന്ന, നിബന്ധനകളോട് പൊരുത്തപ്പെടുന്ന [Constraint-sensitive] ഒരു പ്രക്രിയയാണ്. ഇതിലൂടെ ഫിനോമെനോളജിക്കൽ [Phenomenological] അനുഭവങ്ങളെ നിഷേധിക്കാതെ തന്നെ

അവയുടെ സത്താപരമായ നിർണ്ണയത്വം [Ontological determination] നമുക്ക് ഉറപ്പിക്കാം.

3 – Self-Model Theory (Metzinger)

സ്വയം എന്ന ആശയത്തിന്റെ പ്രതിനിധാനപര പുനർവ്യാഖ്യാനം [Representational Reinterpretation of the Self]

ഫിനോമെനോളജിയിൽ [Phenomenology] എഡ്മണ്ട് ഹസ്സർൾ നിരീക്ഷകനെ ഒരു അതിഭൗതിക കേന്ദ്രമായി [Transcendental center] അവതരിപ്പിക്കുകയും, ഴാങ് പോൾ സാർത്ര് ബോധത്തെ അതിവാദിത സ്വാതന്ത്ര്യമായി [Radical freedom] വ്യാഖ്യാനിക്കുകയും ചെയ്തിരുന്നുവെങ്കിലും, ആധുനിക മനസ്സിന്റെ തത്വശാസ്ത്രം [Contemporary philosophy of mind] ഈ പ്രശ്നത്തെ തികച്ചും വ്യത്യസ്തമായ ഒരു ദിശയിൽ നിന്നാണ് സമീപിക്കുന്നത്. മനുഷ്യൻ "സ്വയം" [Self] എന്ന് അനുഭവിക്കുന്ന ഘടകം യഥാർത്ഥത്തിൽ എന്താണ് എന്ന ചോദ്യം ഇവിടെ ശാസ്ത്രീയവും സത്താമീമാംസാത്മകവുമായ കൃത്യതയോടെ പരിശോധിക്കപ്പെടുന്നു. ഈ അന്വേഷണത്തിൽ വിപ്ലവകരമായ നിർണ്ണായക സംഭാവനകൾ നൽകിയത് തോമസ് മെറ്റ്സിംഗർ [Thomas Metzinger] ആണ്. 11 മെറ്റ്സിംഗർ അവതരിപ്പിച്ച സെൽഫ്-മോഡൽ തിയറി [Self-Model Theory] അതീവ ധീരമായ ഒരു അവകാശവാദം മുന്നോട്ടുവയ്ക്കുന്നു; മനുഷ്യൻ അനുഭവിക്കുന്ന "സ്വയം" എന്നത് ഒരു യഥാർത്ഥ സത്തയല്ല [Real entity], മറിച്ച് മസ്തിഷ്കം നിർമ്മിക്കുന്ന ഒരു പ്രതിനിധാന ഘടന [Representational structure] മാത്രമാണ്. ഇതിനെ അദ്ദേഹം

"നോ-സെൽഫ് തീസിസ്" [No-self thesis] എന്ന രൂപത്തിൽ വ്യക്തമാക്കുന്നു. മനുഷ്യൻ തന്റെ ദൈനംദിന അനുഭവങ്ങളിൽ ഒരു സ്ഥിരമായ "ഞാൻ" ഉണ്ടെന്ന് ഉറച്ചു വിശ്വസിക്കുന്നുണ്ടെങ്കിലും, ആ "ഞാൻ" യാഥാർത്ഥ്യത്തിൽ ഒരു മെറ്റാഫിസിക്കൽ സത്തയല്ല [Metaphysical entity], മറിച്ച് മസ്തിഷ്കം രൂപപ്പെടുത്തുന്ന ഒരു സങ്കൽപ്പ നിർമ്മിതി [Representational construct] മാത്രമാണ്. 12
ലോകത്തെക്കുറിച്ചുള്ള വിവരങ്ങൾ പ്രോസസ്സ് ചെയ്യുന്നതിനായി മസ്തിഷ്കം നിരന്തരം മാതൃകകൾ [Models] നിർമ്മിക്കുന്നത് പോലെ തന്നെ, അത് സ്വന്തം ശരീരത്തെയും അതിന്റെ പ്രവർത്തനങ്ങളെയും കുറിച്ചുള്ള ഒരു ആന്തരിക മാതൃകയും നിർമ്മിക്കുന്നുണ്ട്. ഈ പ്രക്രിയയെ മെറ്റ്സിംഗർ ഫിനോമിനൽ സെൽഫ് മോഡൽ [Phenomenal Self Model - PSM] എന്ന് വിളിക്കുന്നു. മനുഷ്യൻ സ്വയം അനുഭവിക്കുന്നത് ഈ മോഡലിലൂടെയാണ്; അതിനാൽ "സ്വത്വം " -Self എന്നത് ഒരു വസ്തുവല്ല, മറിച്ച് അതൊരു വിവരസാങ്കേതിക മാതൃകയാണ്. 13
ഫിനോമിനൽ സെൽഫ് മോഡലിന്റെ [PSM] ഏറ്റവും പ്രധാനപ്പെട്ട സവിശേഷത അതിന്റെ സുതാര്യതയാണ് [Transparency]. മസ്തിഷ്കം നിർമ്മിച്ച ഈ പ്രതിനിധാനം വെറുമൊരു മോഡൽ ആണെന്ന് നാം തിരിച്ചറിയാത്ത അവസ്ഥയാണിത്. ഇതിനാൽ മനുഷ്യൻ തന്റെ അനുഭവങ്ങളെ നേരിട്ടുള്ള യാഥാർത്ഥ്യമായി അനുഭവിക്കുന്നു; മസ്തിഷ്കത്തിന്റെ ഈ മധ്യവർത്തിത്വം [Mediation] നമുക്ക് അനുഭവവേദ്യമാകാത്തതിനാലാണ് "സ്വയം" എന്നത് ഒരു യഥാർത്ഥ സത്തായി നമുക്ക് തോന്നുന്നത്. 14
ഈ മോഡൽ ആത്മനിഷ്ഠമായ അനുഭവങ്ങൾ [Subjective experiences] രൂപപ്പെടുന്നതിൽ നിർണ്ണായക പങ്കുവഹിക്കുന്നുണ്ട്. ഉദാഹരണത്തിന്, ശാരീരിക ഉടമസ്ഥാവകാശം [Body ownership] എന്ന അനുഭവം ശ്രദ്ധിക്കുക. മനുഷ്യൻ തന്റെ ശരീരത്തെ "എന്റേത്"

എന്ന് അനുഭവിക്കുന്നത് മസ്തിഷ്കം കാഴ്ച [Vision], സ്പർശനം [Touch], പ്രൊപ്രിയോസെപ്ഷൻ [Proprioception] എന്നിവയെ ഏകോപിപ്പിച്ച് ഒരു ബോഡി സ്കീമ [Body schema] നിർമ്മിക്കുന്നത് കൊണ്ടാണ്. അതുപോലെ തന്നെ കർത്തൃത്വ ആരോപണം [Agency attribution] എന്ന അനുഭവവും ഈ സെൽഫ്-മോഡലിന്റെ ഭാഗമാണ്. പ്രവർത്തനങ്ങളുടെ പ്രവചനം [Action prediction], മോട്ടോർ സിഗ്നലുകൾ, sensory feedback എന്നിവ ഏകീകരിച്ച് മസ്തിഷ്കം ഒരു കർത്തൃത്വ പ്രതിനിധാനം [Agency representation] നിർമ്മിക്കുന്നു. ഇതിലൂടെ ഓരോ പ്രവർത്തനവും വ്യക്തിപരമായ കർത്തൃത്വമായി [Personal agency] അനുഭവപ്പെടുന്നു. 15

Cotard's Syndrome Alien Hand Syndrome (AHS).തുടങ്ങിയ ന്യൂറോളജിക്കൽ അസുഖങ്ങൾ മനുഷ്യന്റെ വ്യക്തിത്വവും ഞാൻ എന്ന ബോധവും മസ്തിഷ്ക നിർമ്മാണനന് എന്ന് ഏറ്റവും സാധാരണ ഭാഷയിൽ തന്നെ തെളിയിക്കുന്നുണ്ട്.Cotard's Syndrome ബാധിച്ചവർക്ക് തങ്ങൾ ജീവിച്ചിരിപ്പില്ല എന്ന അയഥാർത്ഥ്യ തോന്നലിൽ ജീവിക്കുന്നവർ ആണ്. അതുപോലെ AHS ബാധിച്ചവരുടെ കൈ, ഒരു foreign ബോഡി ആണ് എന്നാണ് അവരുടെ ചിന്ത.

ഈ സമീപനം "സ്വയം" എന്ന ദാർശനിക ആശയത്തെ അടിസ്ഥാനപരമായി മാറ്റുന്നു. സെൽഫ് [Self] എന്നത് ഒരു മെറ്റാഫിസിക്കൽ ദ്രവ്യമല്ല [Metaphysical substance]; അത് മസ്തിഷ്കത്തിന്റെ കമ്പ്യൂട്ടേഷണൽ ആർക്കിടെക്ചറിൽ [Computational architecture] രൂപപ്പെടുന്ന ഒരു വെർച്വൽ മോഡൽ [Virtual model] മാത്രമാണ്. മനുഷ്യൻ സ്വയം ഒരു കേന്ദ്രമായി അനുഭവിക്കുന്നുണ്ടെങ്കിലും, ആ കേന്ദ്രം യാഥാർത്ഥ്യത്തിൽ ഒരു ഇൻഫർമേഷൻ ഇന്റർഫേസ് [Informational interface] മാത്രമാണ്. 16

ഈ നിലപാട് നിരീക്ഷകനെ [Observer] കുറിച്ചുള്ള ദാർശനിക പ്രശ്നത്തിൽ വലിയ മാറ്റം വരുത്തുന്നു. നിരീക്ഷകൻ ഇനി മുതൽ ഒരു ട്രാൻസെൻഡെന്റൽ

ഈഗോയോ [Transcendental ego], അതിവാദിത സ്വാതന്ത്ര്യത്തിന്റെ [Radical freedom] ഉറവിടമോ അല്ല. നിരീക്ഷകൻ എന്നത് മസ്തിഷ്കം നിർമ്മിച്ച ഒരു സെൽഫ്-മോഡലിന്റെ പ്രവർത്തനപരമായ ഫലം [Functional outcome] മാത്രമാണ്. 17

ഈ വായന ഘടനാപരമായ നിർണ്ണയവാദവുമായി [Structural Determinism] ഗൗരവമായ സമന്വയം കൈവരിക്കുന്നു. മെഷ് ഡിറ്റർമിനിസത്തിന്റെ [Mesh Determinism] കാഴ്ചപ്പാടിൽ സെൽഫ് എന്നത് ഒറ്റപ്പെട്ട ഒരു അസ്തിത്വമല്ല [Isolated entity], മറിച്ച് അതൊരു ഇൻഫർമേഷൻ പ്രോസസ്സിംഗ് വിന്യാസമാണ് [Information-processing configuration]. നാഡീവ്യൂഹ പ്രക്രിയകൾ [Neural processes], ശാരീരിക ഫീഡ്ബാക്കുകൾ, പരിസ്ഥിതിയുമായുള്ള ഇടപെടലുകൾ എന്നിവയുടെ സംയോജനത്തിലൂടെയാണ് ഈ സെൽഫ്-മോഡൽ രൂപപ്പെടുന്നത്. അതിനാൽ നിരീക്ഷകൻ കാര്യകാരണ മെഷിന് [Causal mesh] പുറത്തുള്ള ഒരു അതിഭൗതിക കർത്താവല്ല; അത് കോഗ്നിറ്റീവ് സിസ്റ്റത്തിന്റെ പ്രവർത്തനപരമായ ഘടനയിൽ രൂപപ്പെടുന്ന ഒരു ഇൻഫർമേഷൻ കോൺഫിഗറേഷൻ [Informational configuration] മാത്രമാണ്. 18

എങ്കിലും മെറ്റ്സിംഗറുടെ സിദ്ധാന്തത്തിന് ചില പരിധികളുണ്ട്. അദ്ദേഹത്തിന്റെ വിശദീകരണം പ്രധാനമായും പ്രതിനിധാനങ്ങളെ [Representation] കേന്ദ്രീകരിച്ചുള്ളതാണ്. സെൽഫ് ഒരു പ്രതിനിധാന മാതൃകയാണെന്ന് അദ്ദേഹം വ്യക്തമാക്കുമ്പോഴും, ആ മാതൃക കാര്യകാരണ ഘടനയിൽ [Causal structure] എങ്ങനെയാണ് അന്തർലീനമായിരിക്കുന്നത് [Embedded] എന്നത് പൂർണ്ണമായി വിശദീകരിക്കപ്പെടുന്നില്ല. സെൽഫ്-മോഡൽ നാഡീവ്യൂഹ പ്രക്രിയകളുടെ ഭാഗമാണെന്ന് പറയുന്നത് ശരിയാണെങ്കിലും, ആ പ്രക്രിയകൾ തന്നെ ഒരു വിപുലമായ ബന്ധിത ഘടനയുടെ [Relational structure] ഭാഗമാണ്. മസ്തിഷ്കം, ശരീരം, പരിസ്ഥിതി എന്നിവ തമ്മിലുള്ള ഇടപെടലിലാണ് ഈ മോഡൽ രൂപപ്പെടുന്നത്.

ഈ സ്ട്രക്ചറൽ എംബഡിംഗ് [Structural embedding] മെറ്റ്സിംഗറുടെ സിദ്ധാന്തത്തിൽ പൂർണ്ണമായി വികസിപ്പിക്കപ്പെട്ടിട്ടില്ല. 19
ഇവിടെയാണ് ഘടനാപരമായ നിർണ്ണയവാദം ഒരു സമഗ്രമായ വ്യാഖ്യാനം നൽകുന്നത്. സെൽഫ്-മോഡൽ മസ്തിഷ്കത്തിന്റെ ഒരു പ്രതിനിധാനം മാത്രമല്ല; അത് കാര്യകാരണ മെഷിന്റെ [Causal mesh] ഒരു സവിശേഷ വിന്യാസമാണ്. നാഡീവ്യൂഹ ഡൈനാമിക്സ് [Neural dynamics], ശാരീരിക ക്രമീകരണം [Bodily regulation], പാരിസ്ഥിതിക ഇടപെടലുകൾ എന്നിവയുടെ സംഗമത്തിലാണ് [Convergence] നിരീക്ഷകൻ രൂപപ്പെടുന്നത്. ഇതിലൂടെ നിരീക്ഷകന്റെ പ്രശ്നം ഒരു പുതിയ ഘട്ടത്തിലേക്ക് നീങ്ങുന്നു. ഹസ്സർൾ നിരീക്ഷകനെ ട്രാൻസെൻഡെന്റൽ കേന്ദ്രമായും [Transcendental center], സാർത്ര് അതിനെ അതിവാദിത സ്വാതന്ത്ര്യമായും [Radical freedom], മെറ്റ്സിംഗർ അതിനെ ഒരു പ്രതിനിധാന മാതൃകയായും [Representational model] കണ്ടു. എന്നാൽ നിരീക്ഷകന്റെ പൂർണ്ണമായ ദാർശനിക വിശദീകരണം ഇതിൽ അവസാനിക്കുന്നില്ല. നിരീക്ഷകനെ കാര്യകാരണ മെഷിന്റെ ഉള്ളിലുള്ള ഘടനാപരമായ വിന്യാസമായി ഫോർമൽ [Formal] രീതിയിൽ നിർവ്വചിക്കേണ്ടതുണ്ട്. ആ ഫോർമൽ ആർട്ടിക്കുലേഷൻ [Formal articulation] അടുത്ത സെഷനിൽ അവതരിപ്പിക്കപ്പെടും. 20

4 – Higher-Order Thought Theories

ബോധത്തിന്റെ പ്രതിനിധാനഘടനയും സ്വയംബോധത്തിന്റെ രൂപീകരണവും

[Representational Structure of Consciousness and the Formation of Self-Awareness]

നിരീക്ഷകനെക്കുറിച്ചുള്ള ദാർശനിക അന്വേഷണത്തിൽ ഫിനോമെനോളജിയും [Phenomenology] സെൽഫ്-മോഡൽ

തിയറിയും [Self-model theory] നിർണ്ണായകമായ സംഭാവനകൾ നൽകിയിട്ടുണ്ട് എങ്കിലും, ബോധം [Consciousness] എന്ന അനുഭവം കൃത്യമായി എങ്ങനെ രൂപപ്പെടുന്നു എന്ന ചോദ്യം ഇപ്പോഴും ദാർശനിക മണ്ഡലത്തിൽ പൂർണ്ണമായി വ്യക്തമല്ല. മനുഷ്യൻ കേവലമായ അനുഭവങ്ങൾ മാത്രം സ്വീകരിക്കുന്ന ഒന്നല്ല; മറിച്ച് ആ അനുഭവങ്ങളെക്കുറിച്ച് അവൻ സദാ ബോധവാനുമാണ് എന്ന സങ്കീർണ്ണത ഇവിടെ നിലനിൽക്കുന്നു. ഒരു അനുഭവം സംഭവിക്കുന്നത് മാത്രം മതിയല്ല, മറിച്ച് അത് "എനിക്ക് അനുഭവപ്പെടുന്നു" എന്ന ബോധം കൂടി ഉണ്ടാകുമ്പോഴാണ് അത് പൂർണ്ണമാകുന്നത്; ഈ പ്രശ്നത്തെയാണ് ആധുനിക മനസ്സിന്റെ തത്വശാസ്ത്രം [Contemporary philosophy of mind] "കോൺഷ്യസ്നസ് പ്രോബ്ലം" [Consciousness problem] എന്ന നിലയിൽ ഗൗരവത്തോടെ പരിശോധിക്കുന്നത്. 21

ഈ സങ്കീർണ്ണതയെ വിശദീകരിക്കാൻ പല സിദ്ധാന്തങ്ങളും മുന്നോട്ടുവന്നിട്ടുണ്ടെങ്കിലും അവയിൽ ഏറ്റവും ശ്രദ്ധേയമായ ഒന്നാണ് ഹയർ-ഓർഡർ തോട്ട് തിയറി [Higher-Order Thought Theory]. ഈ സമീപനം ബോധത്തെ വിശദീകരിക്കാൻ പ്രതിനിധാനം [Representation] എന്ന ആശയത്തെ കൂടുതൽ ആഴത്തിൽ പ്രയോജനപ്പെടുത്തുന്നു. ഈ സിദ്ധാന്തത്തിന്റെ അടിസ്ഥാനപരമായ വ്യത്യാസം ഫസ്റ്റ്-ഓർഡർ മെന്റൽ സ്റ്റേറ്റുകളും [First-order mental states] ഹയർ-ഓർഡർ മെന്റൽ സ്റ്റേറ്റുകളും [Higher-order mental states] തമ്മിലുള്ള വിഭജനത്തിലാണ്. ഫസ്റ്റ്-ഓർഡർ സ്റ്റേറ്റ് എന്നത് ലോകത്തെ നേരിട്ട് പ്രതിനിധാനം ചെയ്യുന്ന ഒരു മാനസികാവസ്ഥയാണ്; ഉദാഹരണത്തിന് ഒരു വസ്തുവിനെ കാണുകയോ, ഒരു ശബ്ദം കേൾക്കുകയോ, അല്ലെങ്കിൽ ഒരു വേദന അനുഭവിക്കുകയോ ചെയ്യുന്നത് സെൻസറി പ്രോസസ്സിംഗിന്റെ [Sensory processing] ഭാഗമായ ഫസ്റ്റ്-ഓർഡർ സ്റ്റേറ്റുകളാണ്. 22

എന്നാൽ ഹയർ-ഓർഡർ തോട്ട് തിയറി അവകാശപ്പെടുന്നത് ഇത്തരത്തിലുള്ള സെൻസറി വിവരങ്ങൾ മാത്രം ഒരു ബോധപൂർവ്വമായ അനുഭവം സൃഷ്ടിക്കാൻ പര്യാപ്തമല്ല എന്നാണ്. ഒരു മാനസികാവസ്ഥ [Mental state] ബോധപൂർവ്വമാകാൻ [Conscious], അതിനെക്കുറിച്ച് മറ്റൊരു ചിന്ത കൂടി നിലനിൽക്കേണ്ടതുണ്ട്; അതായത് ഒരു ചിന്തയെക്കുറിച്ച് മറ്റൊരു ചിന്ത ഉണ്ടായിരിക്കണം എന്നർത്ഥം. ഈ മെറ്റാ-റെപ്രസന്റേഷണൽ അവബോധം [Meta-representational awareness] തന്നെയാണ് ബോധം രൂപപ്പെടുന്ന പ്രക്രിയയുടെ കാതൽ എന്നാണ് ഈ സിദ്ധാന്തം വാദിക്കുന്നത്. ഈ സമീപനം ഏറ്റവും ശക്തമായി വികസിപ്പിച്ചത് ഡേവിഡ് റോസെന്താൾ [David Rosenthal] ആണ്. റോസെന്താളിന്റെ കാഴ്ചപ്പാടിൽ ഒരു മാനസികാവസ്ഥ ബോധപൂർവ്വമാകുന്നത് അതിനെക്കുറിച്ച് ഒരു ഹയർ-ഓർഡർ ചിന്ത രൂപപ്പെടുമ്പോഴാണ്; ഉദാഹരണത്തിന് വേദന അനുഭവിക്കുന്നത് ഫസ്റ്റ്-ഓർഡർ സ്റ്റേറ്റ് ആണെങ്കിൽ, "എനിക്ക് വേദന അനുഭവപ്പെടുന്നു" എന്ന ബോധം ഉണ്ടാകുമ്പോൾ മാത്രമാണ് ആ അവസ്ഥ ഒരു ബോധപൂർവ്വമായ അനുഭവമായി മാറുന്നത്. 23

ഈ സിദ്ധാന്തത്തിന്റെ മറ്റൊരു പ്രധാന വികസനം പീറ്റർ കരുതേഴ്സ് [Peter Carruthers] ആണ് അവതരിപ്പിച്ചത്. മസ്തിഷ്കത്തിന്റെ കോഗ്നിറ്റീവ് ആർക്കിടെക്ചറിൽ [Cognitive architecture] മെറ്റാ-റെപ്രസന്റേഷണൽ മെക്കാനിസങ്ങൾ [Meta-representational mechanisms] എങ്ങനെ പ്രവർത്തിക്കുന്നു എന്നതിനെക്കുറിച്ച് അദ്ദേഹം വിശദീകരിക്കുന്നു. മനുഷ്യബോധം സ്വന്തം മാനസികാവസ്ഥകളെ നിരന്തരം നിരീക്ഷിക്കുന്ന ഒരു ആന്തരിക മോണിറ്ററിംഗ് സിസ്റ്റം [Internal monitoring system] ഉൾക്കൊള്ളുന്നുവെന്നാണ് അദ്ദേഹത്തിന്റെ നിലപാട്. ഈ വിശദീകരണത്തിൽ സ്വയംബോധം [Self-awareness] എന്നത് ഒരു പ്രത്യേക ആത്മാവിന്റെ സവിശേഷതയല്ല, മറിച്ച് പ്രതിനിധാന ശ്രേണിയുടെ [Representational hierarchy] സ്വാഭാവിക

ഫലമാണ്; മസ്തിഷ്കം ഒരു അവസ്ഥ നിർമ്മിക്കുകയും, പിന്നീട് ആ അവസ്ഥയെക്കുറിച്ച് മറ്റൊരു പ്രതിനിധാന അവസ്ഥ കൂടി നിർമ്മിക്കുകയും ചെയ്യുന്നു. ഈ ആവർത്തന പ്രതിനിധാനം [Recursive representation] തന്നെയാണ് ബോധപൂർവ്വമായ അവബോധം. 24
ഇത് നിരീക്ഷകന്റെ [Observer] പ്രശ്നത്തെ ഒരു പുതിയ രീതിയിൽ പുനർനിർവ്വചിക്കുന്നു. നിരീക്ഷകൻ ഇനി മുതൽ ഒരു ട്രാൻസെൻഡെന്റൽ സബ്ജക്റ്റ് [Transcendental subject] അല്ല; മറിച്ച് മാനസികാവസ്ഥകളെ നിരീക്ഷിക്കുന്ന ഒരു പ്രതിനിധാന വ്യൂഹം [Representational system] മാത്രമാണ്. ഇതിലൂടെ ബോധം എന്നത് പാളികളുള്ള ഒരു പ്രതിനിധാന ഘടനയായി [Layered representational structure] മനസ്സിലാക്കപ്പെടുന്നു. എങ്കിലും ഈ സിദ്ധാന്തത്തിന് ഇൻഫിനിറ്റ് റിഗ്രസ് [Infinite regress] പോലുള്ള ചില പ്രത്യാഘാതങ്ങളും നേരിടേണ്ടി വരുന്നുണ്ട്; അതായത് ഒരു ചിന്തയെ ബോധപൂർവ്വമാക്കാൻ മറ്റൊരു ഹയർ-ഓർഡർ ചിന്ത വേണമെങ്കിൽ, ആ രണ്ടാമത്തെ ചിന്തയെ ബോധപൂർവ്വമാക്കാൻ മൂന്നാമതൊന്ന് വേണ്ടിവരില്ലേ എന്ന യുക്തിപരമായ ചോദ്യം ഇവിടെ ഉയരുന്നു. കൂടാതെ, ഈ പ്രതിനിധാനങ്ങൾ ഭൗതികമായ കാര്യകാരണ പ്രക്രിയകളുമായി [Causal processes] എങ്ങനെ കൃത്യമായി ബന്ധപ്പെടുന്നു എന്നതും കൂടുതൽ വിശദീകരണം അർഹിക്കുന്ന കാര്യമാണ്. 25
ഘടനാപരമായ നിർണ്ണയവാദം [Structural Determinism] ഈ സിദ്ധാന്തത്തെ മസ്തിഷ്കത്തിലെ നെറ്റ്‌വർക്ക്-തലത്തിലുള്ള നിരീക്ഷണമായി [Network-level monitoring] പുനർവായിക്കുന്നു. ന്യൂറൽ സിസ്റ്റങ്ങൾ പല തലങ്ങളിലായി വിവരങ്ങൾ സംസ്കരിക്കുന്നു; ചില നെറ്റ്‌വർക്കുകൾ സെൻസറി വിവരങ്ങൾ പ്രോസസ്സ് ചെയ്യുമ്പോൾ, മറ്റു ചില നെറ്റ്‌വർക്കുകൾ ഈ പ്രോസസ്സിംഗിനെ തന്നെ നിരീക്ഷിക്കുന്നു. ഈ റിക്കർസീവ് മോണിറ്ററിംഗ് [Recursive monitoring] നെറ്റ്‌വർക്ക് ഡൈനാമിക്സിന്റെ [Network dynamics] ഭാഗമാണ്; അതിനാൽ

ബോധം എന്നത് ഒറ്റപ്പെട്ട ഒരു മാനസിക പാളിയല്ല, മറിച്ച് ന്യൂറൽ നെറ്റ്‌വർക്കിൽ നടക്കുന്ന വിവരങ്ങളുടെ ആവർത്തന ഏകീകരണമാണ് [Recursive informational integration]. ഈ സമീപനം സ്വയംബോധം ഒരു മെറ്റാ-ലെവൽ പ്രോസസ് ആണെന്ന തിരിച്ചറിവിനെ സംരക്ഷിക്കുമ്പോൾ തന്നെ, അതിനെ ഒരു സ്ട്രക്ചറൽ പ്രോസസ് ആയി [Structural process] പുനർനിർവ്വചിക്കുന്നു. 26

ഇതോടെ നിരീക്ഷകനെക്കുറിച്ചുള്ള ദാർശനിക അന്വേഷണം കൂടുതൽ വ്യക്തതയിലേക്ക് നീങ്ങുകയാണ് ചെയ്യുന്നത്. ഹസ്സർൾ നിരീക്ഷകനെ ട്രാൻസെൻഡെന്റൽ കേന്ദ്രമായും, സാർത്ര് അതിനെ അതിവാദിത സ്വാതന്ത്ര്യമായും, മെറ്റ്സിംഗർ അതിനെ സെൽഫ്-മോഡലായും അവതരിപ്പിച്ചപ്പോൾ, ഹയർ-ഓർഡർ തോട്ട് തിയറി അതിനെ മെറ്റാ-റെപ്രസന്റേഷണൽ അവബോധമായി വിശദീകരിക്കുന്നു. എന്നാൽ നിരീക്ഷകന്റെ പൂർണ്ണമായ വിശദീകരണം ഇവിടെ അവസാനിക്കുന്നില്ല; നിരീക്ഷകനെ കാര്യകാരണ മെഷിന്റെ [Causal mesh] ഉള്ളിലുള്ള ഘടനാപരമായ വിന്യാസമായി ഫോർമൽ [Formal] രീതിയിൽ നിർവ്വചിക്കേണ്ടതുണ്ട്. അതാണ് അടുത്ത സെഷന്റെ ലക്ഷ്യം. 27

5 – Observer = Structural Configuration (Formal)

നിരീക്ഷകന്റെ സത്താമീമാംസാത്മക വിന്യാസം: ഒരു ഫോർമൽ നിർവ്വചനം [Formal Definition of the Observer]

ദർശനശാസ്ത്ര ചരിത്രത്തിൽ നിരീക്ഷകൻ [Observer] എന്ന സങ്കല്പം എല്ലായ്പ്പോഴും സങ്കീർണ്ണമായ ഒരു കീറാമുട്ടിയായി നിലനിന്നിട്ടുണ്ട്. റെനെ ഡെക്കാർട്ട് [René Descartes] മുന്നോട്ടുവെച്ച കാർട്ടീഷ്യൻ സബ്ജക്റ്റ് ട്രഡീഷൻ [Cartesian subject tradition] പ്രകാരം, നിരീക്ഷകൻ എന്നത് ഭൗതികശരീരത്തിന് പുറത്ത് നിലകൊള്ളുന്ന, അനുഭവങ്ങളെ നിരീക്ഷിക്കുന്ന ഒരു സ്വതന്ത്ര സത്തയാണ്. ഈ 'ഇന്നർ സ്പെക്ടേറ്റർ' [Inner spectator]

മാതൃകയിൽ, മനസ്സിനുള്ളിൽ ഇരുന്നുകൊണ്ട് ലോകത്തെ നോക്കുന്ന ഒരു കൊച്ചു മനുഷ്യൻ അഥവാ ഹോമുൺകുലസ് [Homunculus] ഉണ്ടെന്ന മിഥ്യാധാരണ ദീർഘകാലം ദർശനശാസ്ത്രത്തെ ഭരിച്ചിരുന്നു. എന്നാൽ ആധുനിക സ്ട്രക്ചറൽ ഓന്റോളജി [Structural Ontology] ഈ കാർട്ടീഷ്യൻ വിള്ളലിനെ (Cartesian Divide/Split), പൂർണ്ണമായും നിരാകരിക്കുകയും, നിരീക്ഷകനെ കാര്യകാരണ മെഷിന്റെ ഭാഗമായ ഒരു സിസ്റ്റം-ലെവൽ കോൺഫിഗറേഷൻ [System-level configuration] ആയി പുനർനിർവ്വചിക്കുകയും ചെയ്യുന്നു. 28

ഈ ആന്റി-കാർട്ടീഷ്യൻ ഷിഫ്റ്റ് [Anti-Cartesian shift] നിരീക്ഷകനെ ഒരു സത്ത എന്ന നിലയിൽ നിന്നും ഒരു പ്രക്രിയ എന്ന നിലയിലേക്ക് മാറ്റുന്നു. ഇവിടെ മസ്തിഷ്കത്തിനുള്ളിൽ നിഗൂഢമായ ഒരു കാണിയോ നിരീക്ഷകനോ ഇല്ല; മറിച്ച്, നാഡീവ്യൂഹ ഏകീകരണവും [Neural integration] പ്രവചനാത്മകമായ സ്വയം-മാതൃകയും [Predictive self-model] ഒരേസമയം പ്രവർത്തിക്കുമ്പോൾ രൂപപ്പെടുന്ന ഒരു ഘടനാപരമായ ഫലമാണ് നിരീക്ഷകൻ. ഈ പ്രക്രിയയെ കൂടുതൽ കൃത്യതയോടെയും വ്യക്തതയോടെയും അവതരിപ്പിക്കാനായി നമുക്ക് ഒരു ഫോർമൽ പ്രതിനിധാനം [Formal representation] ഉപയോഗിക്കാം. 29

നമുക്ക് താഴെ പറയുന്ന ചരങ്ങൾ [Variables] പരിഗണിക്കാം:

- **H** = സ്ട്രക്ചറൽ മെഷ് [Structural mesh]
- **N** = ന്യൂറൽ നോഡുകൾ [Neural nodes]
- **I** = ഇൻഫർമേഷൻ ഇന്റഗ്രേഷൻ [Information integration]
- **S** = സ്വയം-മാതൃക [Self-model]

ഈ ഘടനയിൽ നിരീക്ഷകൻ [Observer] രൂപപ്പെടുന്നത് ഇപ്രകാരമാണ്:

S = f (N, I, H)

ഈ സമവാക്യം വ്യക്തമാക്കുന്നത് നിരീക്ഷകൻ എന്നത് ഒരു സ്വതന്ത്ര അസ്തിത്വമല്ല [Independent entity], മറിച്ച് ന്യൂറൽ നോഡുകളുടെയും, വിവര

ഏകീകരണത്തിന്റെയും, സ്ട്രക്ചറൽ മെഷിന്റെയും ഒരു ഫംഗ്ഷൻ [Function] ആണെന്നാണ്. നിരീക്ഷകൻ ഇവിടെ കാര്യകാരണ പ്രവാഹത്തിന് മുകളിൽ നിൽക്കുന്ന ഒന്നല്ല, മറിച്ച് ആ പ്രവാഹത്തിനുള്ളിലെ ഒരു സങ്കീർണ്ണ ഘടനാപരമായ പ്രക്രിയ [Structural process] മാത്രമാണ്. നിയന്ത്രണ ലൂപ്പുകൾക്കും [Control loops] സ്വയം-മാതൃക പുതുക്കലുകൾക്കും [Self-model updating] വിധേയമായ ഒരു ഇൻഫർമേഷൻ പ്രോസസ്സിംഗ് വിന്യാസമാണിത്. 30 ഇവിടെ നിരീക്ഷകനെക്കുറിച്ച് രണ്ട് തലത്തിലുള്ള വേർതിരിവ് അത്യാവശ്യമാണ്: എപ്പിസ്റ്റമിക് നിരീക്ഷകനും [Epistemic observer] ഒന്റോളജിക്കൽ നിരീക്ഷകനും [Ontological observer]. അറിവ് [Knowledge] നേടുന്നതിന് ഒരു നിരീക്ഷകന്റെ സാന്നിധ്യം ആവശ്യമാണ് എന്നത് ഒരു എപ്പിസ്റ്റമിക് സത്യമാണ്; എന്നാൽ സത്താമീമാംസാത്മകമായി [Ontologically] ഈ നിരീക്ഷകൻ പ്രപഞ്ചത്തിന്റെ ഭൗതിക ഘടനയിൽ നിന്നും സ്വതന്ത്രനല്ല. നിരീക്ഷകൻ എന്നത് ഭൗതിക നിയമങ്ങളാൽ നിർണ്ണയിക്കപ്പെട്ടതും, കാര്യകാരണ മെഷിനാൽ ബന്ധിക്കപ്പെട്ടതുമായ ഒരു സവിശേഷ ഘടനയാണ്. ഇതോടെ നിരീക്ഷകന്റെ 'ബാഹ്യത്വം' എന്ന മിഥ്യ അവസാനിക്കുകയും, അത് മെഷിനുള്ളിലെ ഒരു റിലേഷനൽ നോഡായി മാറുകയും ചെയ്യുന്നു. 31

6 – Anti-Dualist Synthesis

നിരീക്ഷകന്റെ ഘടനാപര പുനർനിർമ്മാണം

[Structural Reconstruction of the Observer]

നിരീക്ഷകനെക്കുറിച്ചുള്ള സത്താമീമാംസാത്മകമായ ഈ അന്വേഷണത്തിന്റെ അന്ത്യഘട്ടത്തിൽ എത്തുമ്പോൾ, മുൻപത്തെ സെഷനുകളിൽ നാം നടത്തിയ സങ്കീർണ്ണമായ ദാർശനിക വിശകലനങ്ങളെല്ലാം ഒരു സമഗ്രമായ ഏകീകരണത്തിലേക്ക് [Synthesis] എത്തിച്ചേരുകയാണ് ചെയ്യുന്നത്. എഡ്മണ്ട് ഹസ്സർൾ നിരീക്ഷകനെ അനുഭവങ്ങളുടെ ഉറവിടമായ ഒരു അതിഭൗതിക കേന്ദ്രമായി [Transcendental center] അവതരിപ്പിച്ചപ്പോൾ, ഴാങ്

പോൾ സാർത്ര് ബോധത്തെ ഭൗതിക നിബന്ധനകളിൽ നിന്നും വിമുക്തമായ ഒരു അതിവാദിത സ്വാതന്ത്ര്യമായി [Radical freedom] വിശദീകരിച്ചു. തുടർന്ന് തോമസ് മെറ്റ്സിംഗർ "സ്വയം" [Self] എന്ന അനുഭവത്തെ മസ്തിഷ്കം നിർമ്മിക്കുന്ന ഒരു പ്രതിനിധാന മാതൃകയായി [Representational model] പുനർവ്യാഖ്യാനം ചെയ്യുകയും, ഹയർ-ഓർഡർ തോട്ട് [Higher-Order Thought] സമീപനങ്ങൾ സ്വയംബോധത്തെ ഒരു മെറ്റാ-റെപ്രസന്റേഷണൽ മോണിറ്ററിംഗ് [Meta-representational monitoring] പ്രക്രിയയായി വിശകലനം ചെയ്യുകയും ചെയ്തു. 32
ഈ വൈവിധ്യമാർന്ന സമീപനങ്ങൾ ഓരോന്നും നിരീക്ഷകന്റെ സ്വഭാവത്തെക്കുറിച്ച് നിർണ്ണായകമായ പല തിരിച്ചറിവുകളും നൽകിയിട്ടുണ്ടെങ്കിലും, അവയെല്ലാം ഇപ്പോഴും അഭിമുഖീകരിക്കുന്ന ഏറ്റവും വലിയ ദാർശനിക വെല്ലുവിളി ദ്വൈതവാദം [Dualism] എന്ന പ്രശ്നമാണ്. ചരിത്രപരമായി പരിശോധിക്കുമ്പോൾ, നിരീക്ഷകനെക്കുറിച്ചുള്ള ഒട്ടുമിക്ക ചർച്ചകളും റെനെ ഡെക്കാർട്ട് [René Descartes] അവതരിപ്പിച്ച കാർട്ടീഷ്യൻ ദ്വൈതവാദത്തിന്റെ [Cartesian dualism] നിഴലിലാണ് നടന്നുകൊണ്ടിരിക്കുന്നത്. ഈ ദർശനം മനസ്സിനെയും [Mind] ദ്രവ്യത്തെയും [Matter] മൗലികമായ രണ്ട് വിഭിന്ന സത്തകളായി വേർതിരിക്കുന്നു; അവിടെ ശരീരം ഭൗതികലോകത്തിന്റെ നിയമങ്ങൾക്ക് വിധേയമായ ഒരു യന്ത്രമായിരിക്കുമ്പോൾ, മനസ്സ് അതിന് പുറത്ത് നിലകൊള്ളുന്ന അദൃശ്യവും സ്വതന്ത്രവുമായ ഒരു സത്തയായി പ്രതിഷ്ഠിക്കപ്പെടുന്നു. 33
ഈ കാർട്ടീഷ്യൻ സമീപനം നിരീക്ഷകനെ കാര്യകാരണ ഘടനയ്ക്ക് [Causal structure] പുറത്തുള്ള ഒരു ആന്തരിക സാക്ഷിയായി [Inner spectator] ചിത്രീകരിക്കുന്നു. നിരീക്ഷകൻ ലോകത്തെ കാണുന്നുണ്ടെങ്കിലും അവൻ ലോകത്തിന്റെ ഭാഗമല്ല എന്ന ഈ വിഭജനം, ഘടനാപരമായ നിർണ്ണയവാദം [Structural Determinism] വിഭാവനം ചെയ്യുന്ന ഏകീകൃത യാഥാർത്ഥ്യത്തിന്

വിരുദ്ധമാണ്. നിരീക്ഷകനെ ഒരു ഭൗതികേതര സത്തയായി നിലനിർത്തുന്നത് വഴി കാര്യകാരണ നിയമങ്ങളുടെ സർവ്വവ്യാപിത്വം [Universality of causal laws] ചോദ്യം ചെയ്യപ്പെടുകയും, നിഗൂഢമായ ഒരു മെറ്റാഫിസിക്കൽ വിടവ് സൃഷ്ടിക്കപ്പെടുകയും ചെയ്യുന്നു. ഈ വൈരുദ്ധ്യത്തെ പരിഹരിക്കുക എന്നതാണ് ആന്റി-ഡ്യൂവലിസ്റ്റ് സിന്തസിസിന്റെ [Anti-dualist synthesis] പ്രാഥമിക ലക്ഷ്യം. 34

ഘടനാപരമായ നിർണ്ണയവാദത്തിൽ നിരീക്ഷകൻ എന്നത് ലോകത്തിൽ നിന്നും വേറിട്ടുനിൽക്കുന്ന ഒരു കർത്താവല്ല. മറിച്ച്, കാര്യകാരണ മെഷിന്റെ [Causal mesh] ഉള്ളിൽ രൂപപ്പെടുന്ന ഒരു ഇൻഫർമേഷൻ കോൺഫിഗറേഷൻ [Informational configuration] ആണ്. ബോധം എന്നത് ഒരു പ്രത്യേക സത്തയല്ല, മറിച്ച് ന്യൂറൽ നെറ്റ്‌വർക്കുകളിൽ നടക്കുന്ന വിവരങ്ങളുടെ സങ്കീർണ്ണമായ ഏകീകരണമാണ്. ഇതിലൂടെ മനസ്സ്-ശരീര വിഭജനം ഇല്ലാതാവുകയും, നിരീക്ഷകൻ പൂർണ്ണമായും പ്രകൃതിയുടെ ഘടനാപരമായ നിയമങ്ങൾക്ക് വിധേയമായ ഒരു പ്രക്രിയയായി മാറുകയും ചെയ്യുന്നു. ഇതിലൂടെ മാത്രമേ ദർശനശാസ്ത്രത്തിലെ നിരീക്ഷകനെക്കുറിച്ചുള്ള പ്രശ്നം സത്താമീമാംസാത്മകമായി പരിഹരിക്കാൻ സാധിക്കുകയുള്ളൂ. 35

എന്നാൽ ഈ വിഭജനം ഗുരുതരമായ ദാർശനിക പ്രശ്നങ്ങൾ സൃഷ്ടിക്കുന്നു. ബോധം [Mind] ഭൗതിക ലോകത്തിൽ നിന്ന് വേർപെട്ട ഒരു സത്തയായാൽ, അത് ശരീരവുമായി എങ്ങനെ ബന്ധപ്പെടുന്നു എന്നത് യുക്തിഭദ്രമായി വിശദീകരിക്കാൻ കഴിയില്ല. ഇൻററാക്ഷൻ പ്രോബ്ലം [Interaction problem] എന്നറിയപ്പെടുന്ന ഈ പ്രതിസന്ധി കാർട്ടീഷ്യൻ ദ്വൈതവാദത്തിന്റെ [Cartesian dualism] ഏറ്റവും വലിയ ദൗർബല്യമാണ്; കാരണം, ഭൗതികേതരമായ ഒരു സത്തയ്ക്ക് ഭൗതികമായ ഒരു ശരീരത്തെ ചലിപ്പിക്കാനോ സ്വാധീനിക്കാനോ കഴിയില്ല

എന്ന ഭൗതികശാസ്ത്രപരമായ വൈരുദ്ധ്യം ഇത് ഉയർത്തുന്നു. 36

ഫിനോമെനോളജി [Phenomenology] ഈ ദ്വൈതവാദത്തെ മറികടക്കാൻ ആത്മാർത്ഥമായി ശ്രമിച്ചുവെങ്കിലും, അവിടെ മറ്റൊരു വിധത്തിലുള്ള വിഭജനം നിലനിന്നിരുന്നു. ഹസ്സർളിന്റെ ഫിനോമെനോളജിയിൽ കർത്താവ് [Subject] എന്നും വസ്തു [Object] എന്നും തമ്മിലുള്ള വ്യത്യാസം അതീവ ശക്തമായിത്തന്നെ നിലനിൽക്കുന്നുണ്ട്. ബോധം എന്നത് ലോകത്തെ ലക്ഷ്യമിടുന്ന ഒരു ഇൻറെൻഷണൽ പ്രവൃത്തി [Intentional act] ആണെങ്കിലും, നിരീക്ഷകൻ [Observer] ഇപ്പോഴും ലോകത്തിൽ നിന്നും വേറിട്ടുനിൽക്കുന്ന ഒരു പ്രത്യേക കേന്ദ്രമായി തുടരുന്നു എന്നതാണ് ഇതിലെ പരിമിതി. 37

ഘടനാപരമായ നിർണ്ണയവാദം [Structural Determinism] ഈ രണ്ടുതരത്തിലുള്ള ദ്വൈതവാദങ്ങളെയും അടിസ്ഥാനപരമായി ചോദ്യം ചെയ്യുന്നു. നിരീക്ഷകൻ കാര്യകാരണ മെഷിന് [Causal mesh] പുറത്തുള്ള ഒരു അതിഭൗതിക കർത്താവല്ല [Metaphysical subject]. അതുപോലെ തന്നെ, നിരീക്ഷകൻ ലോകത്തെ പുറത്തുനിന്ന് നോക്കിക്കാണുന്ന ഒരു ആന്തരിക സാക്ഷിയുമല്ല [Inner spectator]. മറിച്ച്, നിരീക്ഷകൻ പൂർണ്ണമായും കാര്യകാരണ മെഷിന്റെ ഉള്ളിൽ തന്നെ അന്തർലീനമായിരിക്കുന്ന ഒന്നാണ്. 38

ഇവിടെ അനുഭവം എന്നത് കേവലമായ ഒരു ആന്തരിക പ്രതിഭാസമല്ല, മറിച്ച് അത് ബന്ധിതമാണ് [Relational]. ബോധം എന്നത് കർത്താവിൽ നിന്ന് വസ്തുവിലേക്ക് പോകുന്ന ഒരു പ്രവൃത്തിയല്ല; മറിച്ച് അത് നാഡീവ്യൂഹ പ്രവർത്തനങ്ങൾ [Neural activity], ശാരീരിക പ്രക്രിയകൾ [Bodily processes], പാരിസ്ഥിതിക ഇടപെടലുകൾ [Environmental interaction] എന്നിവയുടെ ഘടനാപരമായ സംഗമമാണ് [Relational convergence]. നിരീക്ഷകൻ എന്നത് ലോകത്തിന് മുകളിൽ പ്രതിഷ്ഠിക്കപ്പെട്ട ഒരു കേന്ദ്രമല്ല;

അത് സങ്കീർണ്ണമായ ബന്ധങ്ങളുടെ ഘടനയിൽ മാത്രം നിലനിൽക്കുന്ന ഒരു സവിശേഷ വിന്യാസമാണ്. 39

ഈ സമീപനത്തിൽ ബോധം [Consciousness] എന്നത് ഒരു പ്രത്യേക ആത്മാവിന്റെയോ ആത്മീയ സത്തയുടെയോ സവിശേഷതയായി കാണപ്പെടുന്നില്ല; മറിച്ച് അത് ഒരു ഘടനാപരമായ ഏകീകരണമായി [Structural integration] മനസ്സിലാക്കപ്പെടുന്നു. മസ്തിഷ്കത്തിന്റെ വിവിധ തലങ്ങളിലുള്ള നാഡീവ്യൂഹ പ്രക്രിയകൾ [Neural processes] നിരന്തരം വിവരങ്ങളെ ഏകീകരിക്കുന്നു. ഇന്ദ്രിയ വ്യൂഹങ്ങൾ [Sensory systems] ലോകത്തെക്കുറിച്ചുള്ള അസംസ്കൃത വിവരങ്ങൾ നൽകുമ്പോൾ, പ്രവചനാത്മക തന്ത്രങ്ങൾ [Predictive mechanisms] ഭാവിയെക്കുറിച്ചുള്ള കൃത്യമായ മോഡലുകൾ നിർമ്മിക്കുകയും, ക്രമീകരണ വ്യൂഹങ്ങൾ [Regulatory systems] ശരീരത്തിന്റെ പ്രവർത്തനങ്ങളെ തത്സമയം നിയന്ത്രിക്കുകയും ചെയ്യുന്നു. 40

ഈ സങ്കീർണ്ണമായ പ്രക്രിയകളെല്ലാം ഒത്തുചേർന്നാണ് ബോധപൂർവ്വമായ അനുഭവം [Conscious experience] രൂപപ്പെടുന്നത്. ബോധം എന്നത് മസ്തിഷ്ക പ്രവർത്തനങ്ങൾക്ക് മുകളിൽ നിലനിൽക്കുന്ന ഒറ്റപ്പെട്ട ഒരു പാളിയല്ല [Not an isolated layer]; മറിച്ച് അത് ബഹുതല നാഡീവ്യൂഹ ഡൈനാമിക്സിന്റെ [Multi-level neural dynamics] അവിഭാജ്യമായ ഏകീകരണമാണ്. പ്രവചനാത്മകമായ ക്രമീകരണങ്ങൾ [Predictive regulation] ഈ പ്രക്രിയയിൽ അതീവ നിർണ്ണായകമായ പങ്കുവഹിക്കുന്നു. ഒരു ജീവി [Organism] ലോകവുമായി നിരന്തരം ഇടപെടുകയും, ആ ഇടപെടലുകളിലൂടെ തന്റെ ആന്തരിക മാതൃകകളെ [Internal models] പുതുക്കുകയും, സ്വന്തം പ്രവർത്തനങ്ങളെ നിയന്ത്രിക്കുകയും ചെയ്യുന്നു. 41

ഈ പശ്ചാത്തലത്തിൽ, നിരീക്ഷകനെക്കുറിച്ചുള്ള പഴയ ദാർശനിക ധാരണകൾ ക്രമേണ അപ്രസക്തമായിത്തീരുന്നു. നിരീക്ഷകൻ എന്നത് ഒരു മെറ്റാഫിസിക്കൽ കർത്താവല്ല [Not a metaphysical subject],

അത് ലോകത്തെ നോക്കിയിരിക്കുന്ന ഒരു ആന്തരിക സാക്ഷിയുമല്ല [Not an inner spectator]. മസ്തിഷ്കത്തിനുള്ളിൽ ലോകത്തെ കാണാനായി ഇരിക്കുന്ന ഒരു ചെറിയ മനുഷ്യൻ [Homunculus] അവിടെ നിലനിൽക്കുന്നില്ല. 42
നിരീക്ഷകൻ എന്നത് യഥാർത്ഥത്തിൽ ഒരു പ്രക്രിയയാണ്. അത് വിവരസാങ്കേതിക ക്രമീകരണത്തിന്റെ [Informational organization] ഒരു സവിശേഷ രൂപമാണ്. നാഡീവ്യൂഹങ്ങൾ വിവരങ്ങളെ ഏകീകരിക്കുകയും, പ്രവചനാത്മക മാതൃകകൾ നിർമ്മിക്കുകയും, ശാരീരിക ക്രമീകരണങ്ങളെ ഏകോപിപ്പിക്കുകയും ചെയ്യുമ്പോൾ നിരീക്ഷകൻ എന്ന ഘടന [Observer configuration] രൂപപ്പെടുന്നു. ഈ നിലപാട് നിരീക്ഷകനെ പൂർണ്ണമായും നിഗൂഢതകളിൽ നിന്ന് മോചിപ്പിക്കുന്നു [Demystify]. "ഞാൻ" എന്ന അനുഭവം ഒരു മെറ്റാഫിസിക്കൽ കേന്ദ്രത്തിന്റെ തെളിവല്ല; മറിച്ച് അത് കാര്യകാരണ മെഷിനുള്ളിൽ [Causal mesh] രൂപപ്പെടുന്ന ഒരു ഇൻഫർമേഷൻ പാറ്റേൺ [Informational pattern] മാത്രമാണ്. 43
ഈ അധ്യായത്തിന്റെ അന്തിമ നിഗമനം അതീവ വ്യക്തമാണ്:
നിരീക്ഷകൻ എന്നത് ഒരു ട്രാൻസെൻഡെന്റൽ ഈഗോയല്ല [Observer ≠ Transcendental ego].
നിരീക്ഷകൻ എന്നത് ഒരു മെറ്റാഫിസിക്കൽ കർത്താവല്ല [Observer ≠ Metaphysical subject].
നിരീക്ഷകൻ [Observer] = കാര്യകാരണ മെഷിനുള്ളിൽ [Causal mesh] സ്ഥിരത കൈവരിക്കുന്ന ഒരു ചലനാത്മക വിവരസാങ്കേതിക വിന്യാസമാണ് [Dynamic informational configuration]. 44

ഘടനാപര പങ്ക് [The Structural Role]

ഈ അധ്യായം മുഴുവൻ ഗ്രന്ഥത്തിന്റെ ഘടനയിൽ അതീവ നിർണ്ണായകമായ ഒരു ദാർശനിക ചോദ്യത്തിന് മറുപടി നൽകുന്നു. മുൻ അധ്യായങ്ങൾ പ്രധാനമായും ഒരു കേന്ദ്രപ്രശ്നത്തെയാണ് അന്വേഷിച്ചിരുന്നത്: മനുഷ്യന്റെ

പ്രവർത്തനങ്ങൾ [Actions] എങ്ങനെ രൂപപ്പെടുന്നു? വ്യക്തികളുടെ തീരുമാനങ്ങളും പെരുമാറ്റങ്ങളും കാര്യകാരണ ഘടനയുടെ [Causal structure] പശ്ചാത്തലത്തിൽ എങ്ങനെയാണ് ശാസ്ത്രീയമായും തത്വശാസ്ത്രപരമായും മനസ്സിലാക്കാൻ സാധിക്കുന്നത്? 45

എന്നാൽ മനുഷ്യാനുഭവത്തിൽ മറ്റൊരു അടിസ്ഥാനപ്രശ്നം കൂടി അവശേഷിക്കുന്നുണ്ട്. മനുഷ്യൻ വെറും പ്രവർത്തനങ്ങൾ യാന്ത്രികമായി ചെയ്യുന്ന ഒന്നല്ല; മറിച്ച് ആ പ്രവൃത്തികളെ അവൻ സ്വന്തം പ്രവർത്തനങ്ങളായി അനുഭവിക്കുകയും ചെയ്യുന്നു. ഒരു പ്രവർത്തനം ഭൗതികമായി സംഭവിക്കുന്നത് മാത്രം മതിയല്ല; മറിച്ച് "ഞാൻ ഈ പ്രവർത്തനം ചെയ്തു" എന്ന ആത്മനിഷ്ഠമായ അനുഭവം കൂടി അവിടെ ഉദയം ചെയ്യുന്നുണ്ട്. 46

ഈ അധ്യായം അന്വേഷിക്കുന്നത് കൃത്യമായും ആ പ്രശ്നത്തെയാണ്: ഒരു കാര്യകാരണ ലോകത്ത് [Causal world] നിരീക്ഷകൻ [Observer] എന്ന അനുഭവം എങ്ങനെയാണ് രൂപപ്പെടുന്നത്?

ഘടനാപരമായ നിർണ്ണയവാദം [Structural Determinism] നൽകുന്ന മറുപടി അതീവ വ്യക്തമാണ്. നിരീക്ഷകൻ എന്നത് കാര്യകാരണ മെഷിന് [Causal mesh] പുറത്തുള്ള ഒരു അതിഭൗതിക കർത്താവല്ല [Not a metaphysical subject outside the mesh]. മറിച്ച്, നിരീക്ഷകൻ എന്നത് മെഷിന്റെ ഉള്ളിൽ തന്നെ രൂപപ്പെടുന്ന ഒരു വിവരസാങ്കേതിക വിന്യാസമാണ് [Informational configuration]. 47

ഈ വിശദീകരണം മനസ്സ്-ശരീര ദ്വൈതവാദത്തിന്റെ [Mind-body dualism] പ്രശ്നത്തെ പൂർണ്ണമായും മാറ്റിമറിക്കുന്നു. നിരീക്ഷകൻ ഇനി മുതൽ ലോകത്തിന് പുറത്ത് നിലകൊള്ളുന്ന അദൃശ്യമായ ആത്മാവല്ല. മറിച്ച്, നിരീക്ഷകൻ എന്നത് ലോകത്തിന്റെ ഘടനാപരമായ പ്രവാഹത്തിനുള്ളിൽ രൂപപ്പെടുന്ന ഒരു ബന്ധിത പ്രക്രിയയാണ് [Relational process]. 48

ഇതിലൂടെ ദീർഘകാലമായി ദർശനശാസ്ത്രം നേരിട്ടുവരുന്ന ദ്വൈതവാദത്തിന്റെ വിശദീകരണശേഷി

(Explanatory force of dualism) നഷ്ടപ്പെടുകയും, നിരീക്ഷകൻ പൂർണ്ണമായും കാര്യകാരണ മെഷിനുള്ളിലെ ഒരു ഘടനാപര വിന്യാസമായി മനസ്സിലാക്കപ്പെടുകയും ചെയ്യുന്നു..

REFERENCE LIST

1. Husserl, Edmund. *Logical Investigations*. Routledge. 1900.
2. Husserl, Edmund. *Ideas Pertaining to a Pure Phenomenology and to a Phenomenological Philosophy*. Martinus Nijhoff. 1913.
3. Husserl, Edmund. *The Crisis of European Sciences and Transcendental Phenomenology*. Northwestern University Press. 1970.
4. Zahavi, Dan. *Husserl's Phenomenology*. Stanford University Press. 2003.
5. Ladyman, James & Ross, Don. *Every Thing Must Go: Metaphysics Naturalized*. Oxford University Press. 2007.
6. Sartre, Jean-Paul. *Being and Nothingness*. Philosophical Library. 1943.
7. Sartre, Jean-Paul. *The Transcendence of the Ego*. Noonday Press. 1937.
8. Sartre, Jean-Paul. *Existentialism is a Humanism*. Yale University Press. 1946.
9. Flynn, Thomas. *Sartre: A Philosophical Biography*. Cambridge University Press. 2014.
10. Clark, Andy. *Surfing Uncertainty: Prediction, Action, and the Embodied Mind*. Oxford University Press. 2016.
11. Metzinger, Thomas. *Being No One: The Self-Model Theory of Subjectivity*. MIT Press. 2003.
12. Metzinger, Thomas. *The Ego Tunnel: The Science of the Mind and the Myth of the Self*. Basic Books. 2009.
13. Metzinger, Thomas. "The Subjectivity of Subjective Experience: A Representationalist Analysis of the First-Person Perspective". *Networks*. 2004.

14. Revonsuo, Antti. *Inner Presence: Consciousness as a Biological Phenomenon.* MIT Press. 2006.
15. Blanke, Olaf & Metzinger, Thomas. "Full-body illusions and minimal phenomenal selfhood". *Trends in Cognitive Sciences.* 2009.
16. Clark, Andy. *Surfing Uncertainty: Prediction, Action, and the Embodied Mind.* Oxford University Press. 2016.
17. Northoff, Georg. *Unlocking the Brain: Vol. 2. Consciousness.* Oxford University Press. 2014.
18. Ladyman, James & Ross, Don. *Every Thing Must Go: Metaphysics Naturalized.* Oxford University Press. 2007.
19. Thompson, Evan. *Mind in Life: Biology, Phenomenology, and the Sciences of Mind.* Harvard University Press. 2007.
20. Hohwy, Jakob. *The Predictive Mind.* Oxford University Press. 2013.
21. Rosenthal, David M. *Consciousness and Mind.* Oxford University Press. 2005.
22. Carruthers, Peter. *Phenomenal Consciousness: A Naturalistic Theory.* Cambridge University Press. 2000.
23. Gennaro, Rocco J. *The Higher-Order Approach to Consciousness.* John Benjamins Publishing. 2004.
24. Lycan, William G. *Consciousness and Experience.* MIT Press. 1996.
25. Armstrong, David M. *A Materialist Theory of the Mind.* Routledge. 1968.
26. Ladyman, James & Ross, Don. *Every Thing Must Go: Metaphysics Naturalized.* Oxford University Press. 2007.
27. Northoff, Georg. *Unlocking the Brain: Vol. 2. Consciousness.* Oxford University Press. 2014.
28. Descartes, René. *Meditations on First Philosophy.* Cambridge University Press. 1996.
29. Dennett, Daniel C. *Consciousness Explained.* Little, Brown and Co. 1991.
30. Metzinger, Thomas. *Being No One: The Self-Model Theory of Subjectivity.* MIT Press. 2003.

31. Ladyman, James & Ross, Don. *Every Thing Must Go: Metaphysics Naturalized.* Oxford University Press. 2007.
32. Metzinger, Thomas. *The Ego Tunnel: The Science of the Mind and the Myth of the Self.* Basic Books. 2009.
33. Descartes, René. *Meditations on First Philosophy.* Cambridge University Press. 1996.
34. Dennett, Daniel C. *Consciousness Explained.* Little, Brown and Co. 1991.
35. Ladyman, James & Ross, Don. *Every Thing Must Go: Metaphysics Naturalized.* Oxford University Press. 2007.
36. Descartes, René. *Meditations on First Philosophy.* Cambridge University Press. 1996.
37. Husserl, Edmund. *Ideas Pertaining to a Pure Phenomenology.* Martinus Nijhoff. 1913.
38. Ladyman, James & Ross, Don. *Every Thing Must Go: Metaphysics Naturalized.* Oxford University Press. 2007.
39. Thompson, Evan. *Mind in Life: Biology, Phenomenology, and the Sciences of Mind.* Harvard University Press. 2007.
40. Tononi, Giulio. *Phi: A Voyage from the Brain to the Soul.* Pantheon. 2012.
41. Hohwy, Jakob. *The Predictive Mind.* Oxford University Press. 2013.
42. Dennett, Daniel C. *Consciousness Explained.* Little, Brown and Co. 1991.
43. Metzinger, Thomas. *The Ego Tunnel: The Science of the Mind and the Myth of the Self.* Basic Books. 2009.
44. Ladyman, James & Ross, Don. *Every Thing Must Go: Metaphysics Naturalized.* Oxford University Press. 2007.
45. Ladyman, James & Ross, Don. *Every Thing Must Go: Metaphysics Naturalized.* Oxford University Press. 2007.
46. Metzinger, Thomas. *The Ego Tunnel: The Science of the Mind and the Myth of the Self.* Basic Books. 2009.
47. Tononi, Giulio. *Phi: A Voyage from the Brain to the Soul.* Pantheon. 2012.

48. Clark, Andy. *Surfing Uncertainty: Prediction, Action, and the Embodied Mind*. Oxford University Press. 2016.

ബോധം, സാമൂഹിക ഘടന (Consciencesness, Social Structure)

അധ്യായം 7

ബോധത്തിന്റെ ഉദ്ഭവവും പ്രവർത്തനപരമായ സ്വയം-പ്രതിനിധാന ഘടനയും

(Consciousness Emergence and Functional Self-Model Architecture)

നിർണ്ണായകവാദം (Hard determinism) സ്വീകരിക്കുന്ന ഒരു ദാർശനിക സിസ്റ്റത്തിൽ ബോധത്തെക്കുറിച്ചുള്ള (consciousness) ചോദ്യം ഒഴിവാക്കാനാവില്ല. ഒരു വ്യക്തി തന്റെ പ്രവർത്തികളുടെ അന്തിമ ഉറവിടമല്ലെങ്കിൽ (ultimate source), "ഞാൻ അനുഭവിക്കുന്നു", "ഞാൻ തീരുമാനിക്കുന്നു" എന്നീ അനുഭവങ്ങൾ എങ്ങനെ ഉദ്ഭവിക്കുന്നു? ഒരു സമഗ്ര കാര്യകാരണ ഘടനയിൽ (global causal structure) പ്രവർത്തിക്കുന്ന പ്രപഞ്ചത്തിൽ വ്യക്തിപരമായ അനുഭവത്തിന് എന്ത് സ്ഥാനം നൽകാം? ഈ അധ്യായം അവതരിപ്പിക്കുന്ന നിലപാട് വ്യക്തമാണ്. ബോധം സത്താല്മകമായ ദ്വൈതവാദത്തിൽ (metaphysical dualism) പ്രതിപാദിക്കുന്നതുപോലെ ഒരു ആത്മസത്തയല്ല. അത് ഭൗതിക പ്രപഞ്ചത്തിന് പുറത്തുനിന്ന് പ്രവർത്തിക്കുന്ന ഒരു അധിക ഘടകവുമല്ല. ബോധം കാര്യകാരണ വാസ്തുവിദ്യയുടെ (causal architecture) ഉള്ളിൽ തന്നെ ഉദ്ഭവിക്കുന്ന ഒരു ഘടനാപര പ്രവർത്തനസംഘടനയാണ്.

ഈ മാതൃകയിൽ ബോധത്തെ മനസ്സിലാക്കാൻ നിർണ്ണായകമായ ആശയം സ്വയം-രൂപീകരണം (self-modeling) ആണ്. ഒരു വിവരസംവിധാനം (information system) സ്വന്തം പ്രവർത്തനങ്ങളെ പ്രതിനിധീകരിക്കുകയും ആ

പ്രതിനിധാനം (representation) തന്റെ പ്രവർത്തനവ്യവസ്ഥയിൽ ഉപയോഗിക്കുകയും ചെയ്യുന്ന ഘട്ടത്തിലാണ് ബോധത്തിന്റെ അടിസ്ഥാന ഘടന രൂപപ്പെടുന്നത്[1]. അതിനാൽ ബോധം ഒരു പ്രത്യേക പദാർത്ഥമല്ല; അത് ഒരു പ്രവർത്തനപരമായ സ്വയം-പ്രതിനിധാന സംവിധാനം (functional self-representation system) ആണ്.

1. മസ്തിഷ്കം ഒരു പ്രവർത്തനപര വിവരസംവിധാനമായി

മസ്തിഷ്കം ഒരു ജൈവ ഘടകമെന്നതിലുപരി, അതിവിശാലമായ ഒരു വിവരപ്രക്രിയാ സംവിധാനമാണ് (information processing system). ന്യൂറോണുകൾ, സിനാപ്സുകൾ, വൈദ്യുതസിഗ്നലുകൾ, രാസസന്ദേശങ്ങൾ എന്നിവ പരസ്പരം ഇടപെടുന്ന ഒരു സങ്കീർണ്ണ നെറ്റ്‌വർക്കാണത്. ഈ നെറ്റ്‌വർക്ക് നിരന്തരം പരിസ്ഥിതിയിൽ നിന്ന് വിവരങ്ങൾ സ്വീകരിക്കുകയും അവയെ മുൻസ്ഥിതികളുമായി സംയോജിപ്പിക്കുകയും പുതിയ പ്രവർത്തനരൂപങ്ങൾ സൃഷ്ടിക്കുകയും ചെയ്യുന്നു. സംവേദനം (perception), സ്മൃതി (memory), ഉദ്ദേശ്യം (intention), പ്രവർത്തി (action) എന്നീ പ്രവർത്തനങ്ങൾ ഈ വിവരപ്രക്രിയാ ഘടനയിൽ നിന്നാണ് ഉദ്ഭവിക്കുന്നത്[2].

എന്നാൽ ഈ പ്രവർത്തനങ്ങളിൽ ഒരു പ്രത്യേക ഘടകം കൂടി ഉണ്ട്: വ്യൂഹം (system) തന്റെ സ്വന്തം പ്രവർത്തനങ്ങളെ കുറിച്ചുള്ള വിവരവും നിർമ്മിക്കുന്നു. ഈ സ്വയം-പ്രതിനിധാനം (self-representation) ആണ് ബോധത്തിന്റെ കേന്ദ്രഘടകം.

2. സ്വയം-പ്രതിനിധാനം (Self-Model) എന്ന ആശയം

ഒരു വിവരസംവിധാനം പരിസ്ഥിതിയെ മാത്രം പ്രതിനിധീകരിക്കുന്നില്ല. അത് തന്റെ സ്ഥാനം, സാധ്യതാപര പ്രവർത്തനങ്ങൾ, പരിസ്ഥിതിയുമായുള്ള ബന്ധം എന്നിവയെ കുറിച്ചുള്ള ഒരു ആന്തരിക മാതൃക

നിർമ്മിക്കുന്നു. ഈ മാതൃകയാണ് സ്വയം-മാതൃക (self-model). ഇത് വ്യൂഹത്തിന്റെ ഒരു ആന്തരിക വിവരണമാണ്. വ്യൂഹത്തിന്റെ പ്രവർത്തനങ്ങൾ, ലക്ഷ്യങ്ങൾ, പരിസ്ഥിതിയുമായുള്ള ഇടപെടലുകൾ എന്നിവ ഈ മാതൃകയിൽ പ്രതിനിധീകരിക്കപ്പെടുന്നു[3].

എന്നാൽ ബോധം ഒരു ലളിതമായ സ്വയം-പ്രതിനിധാനത്തിൽ നിന്നു മാത്രം ഉദ്ഭവിക്കുന്നില്ല. ബോധത്തിന്റെ യഥാർത്ഥ ഘടന ആവർത്തന സ്വഭാവമുള്ളതാണ് (recursive). വ്യൂഹം ആദ്യം തന്റെ പ്രവർത്തനങ്ങളെ മാതൃകയാക്കുന്നു (model). പിന്നീട് ആ മാതൃകയെ തന്നെ വീണ്ടും മാതൃകയാക്കുന്നു. ഇതിലൂടെ ഒരു ആവർത്തന ശ്രേണി (recursive hierarchy) രൂപപ്പെടുന്നു:

പ്രവർത്തനം → പ്രതിനിധാനം → പ്രതിനിധാനത്തിന്റെ പ്രതിനിധാനം

ഈ ആവർത്തനപരമായ സ്ഥിരതയാണ് (recursive stabilization) പ്രതിഭാസപരമായ സ്വത്വത്തിന്റെ (phenomenological self) അടിസ്ഥാന ഘടന. "ഞാൻ" എന്ന അനുഭവം ഒരു സത്താല്മകമായ പദാർത്ഥമല്ല (metaphysical substance). അത് സ്വയം-പ്രതിനിധാനത്തിന്റെ സ്ഥിരമായ പ്രവർത്തനഘടനയാണ് (functional architecture of self-representation).

3. ബോധത്തിന്റെ പ്രവർത്തനപര സ്വഭാവം

(Functional Nature of Consciousness)

ബോധത്തെ പലപ്പോഴും ഒരു അത്ഭുതകരമായ സത്താല്മക പ്രതിഭാസമായി (metaphysical phenomenon) അവതരിപ്പിക്കാറുണ്ട്. എന്നാൽ പ്രവർത്തനപരമായി നോക്കുമ്പോൾ ബോധം ഒരു പ്രത്യേക വിവരസാങ്കേതിക ധർമ്മമാണ് (informational role) നിറവേറ്റുന്നത്. സ്വയം-മാതൃക (self-model) വ്യൂഹത്തിന്റെ പ്രവർത്തനങ്ങളിൽ മൂന്ന് പ്രധാന ലക്ഷ്യങ്ങൾ കൈവരിക്കുന്നു:

• പ്രവർത്തന ഏകോപനം (Coordination): വ്യത്യസ്ത ജ്ഞാനപരമായ (cognitive) പ്രക്രിയകളെ ഒരുമിപ്പിക്കുന്നു.

• ഭാവി പ്രവചനശേഷി (Predictive Control): വ്യൂഹത്തിന്റെ സാധ്യതാപര പ്രവർത്തനങ്ങളെ മുൻകൂട്ടി വിലയിരുത്തുന്നു.
• നടപ്പിലാക്കൽ നിയന്ത്രണം (Action Regulation): പ്രവർത്തനങ്ങളെ ഒരു ഏകീകൃത ലക്ഷ്യത്തിലേക്ക് നയിക്കുന്നു.

ഈ പ്രവർത്തനങ്ങൾ സാധ്യമാകുന്നത് വ്യൂഹം തന്റെ തന്നെ പ്രവർത്തനങ്ങളെ പ്രതിനിധീകരിക്കുന്നതിനാലാണ്. അതിനാൽ ബോധം ഒരു പ്രത്യേക സത്താത്മക ഘടകമല്ല; അത് ഒരു പ്രവർത്തനപരമായ നിയന്ത്രണ വാസ്തുവിദ്യ (functional control architecture) ആണ്.

4. അനുഭവത്തിന്റെ ഘടന (Phenomenal Structure)

ബോധത്തെക്കുറിച്ചുള്ള പ്രധാന ചോദ്യങ്ങളിൽ ഒന്നാണ്: ഒരു പ്രതിനിധാനം എന്തുകൊണ്ട് "അനുഭവം" (experience) ആയി തോന്നുന്നു? ഈ മാതൃകയിൽ പ്രതിഭാസപരമായ അവസ്ഥയെ (phenomenality) ഇങ്ങനെ മനസ്സിലാക്കാം: ഒരു വിവരപരമായ ഉള്ളടക്കം (informational content) വ്യൂഹത്തിന്റെ വിവിധ ജ്ഞാന പ്രക്രിയകൾക്ക് ഒരേസമയം ലഭ്യമായിരിക്കുമ്പോൾ അത് അനുഭവപരമായ സാന്നിധ്യമായി (experiential presence) പ്രത്യക്ഷപ്പെടുന്നു[4].

അതിനാൽ പ്രതിഭാസപരമായ അനുഭവത്തെ ഇങ്ങനെ നിർവചിക്കാം:

പ്രതിഭാസപരമായ അനുഭവം = ആഗോളതലത്തിൽ ലഭ്യമായ സ്വയം-പ്രതിനിധാനം (Globally available self-representation)

ഒരു അവസ്ഥ വ്യൂഹത്തിന്റെ വിവിധ പ്രവർത്തനഘടകങ്ങൾക്കിടയിൽ പങ്കിടപ്പെടുമ്പോൾ അതിന് പ്രതിഭാസപരമായ സ്വഭാവം (phenomenological character) ലഭിക്കുന്നു. ഇവിടെ "അനുഭവം" എന്നത് ഒരു അധിക പദാർത്ഥമല്ല; അത് പ്രാതിനിധ്യപരമായ ലഭ്യതയുടെ (representational accessibility) ഒരു പ്രത്യേക രീതി മാത്രമാണ്.

5. സ്വാതന്ത്ര ഇച്ഛയുടെ അനുഭവം (Experience of Free Will)
ബോധത്തെക്കുറിച്ചുള്ള വിവരണം സ്വാതന്ത്ര ഇച്ഛ (free will) എന്ന അനുഭവത്തെ വിശദീകരിക്കാതെ പൂർണ്ണമാകില്ല. ഒരു വ്യക്തി തീരുമാനമെടുക്കുമ്പോൾ, അത് സംവേദനം (perception), സ്മൃതി (memory), വൈകാരിക വിലയിരുത്തൽ (emotional evaluation), പ്രവചനം (prediction) എന്നീ നിരവധി ജ്ഞാന പ്രക്രിയകളുടെ സംയോജനമാണ്.
എന്നാൽ സ്വയം-മാതൃക (self-model) ഈ സങ്കീർണ്ണമായ കാര്യകാരണ ശൃംഖലയെ (causal network) ലളിതമായ ഒരു ആഖ്യാനമായി (narrative) പ്രതിനിധീകരിക്കുന്നു: "ഞാൻ ഈ തീരുമാനം എടുത്തു."
ഈ ആഖ്യാനം വ്യൂഹത്തിന്റെ കാര്യകാരണ ചരിത്രത്തിന്റെ (causal history) ഒരു സംക്ഷിപ്ത പ്രതിനിധാനം മാത്രമാണ്. കർതൃത്വം (agency) എന്നത് സത്താല്മകമായ സ്വാതന്ത്രതയല്ല (metaphysical independence); മറിച്ച് കാര്യകാരണ സങ്കീർണ്ണതയുടെ വിവരപരമായ ലഘൂകരണം (informational simplification of causal complexity) ആണ്.

6. സത്താല്മക തുടർച്ച (Ontological Continuity)
ഈ മാതൃകയിൽ ബോധത്തിനായി പുതിയ ഒരു സത്ത (substance) ആവശ്യമില്ല. ബോധം കാര്യകാരണ ശൃംഖലയ്ക്ക് (causal chain) പുറത്തുനിന്നുള്ള ഇടപെടലല്ല; അത് കാര്യകാരണ വാസ്തുവിദ്യയ്ക്കുള്ളിൽ തന്നെ ഉദ്ഭവിക്കുന്ന ഉയർന്ന ഘടനാപരമായ ഒരു സംഘടനയാണ്.
ഭൗതിക പ്രക്രിയകൾ → വിവരപ്രക്രിയകൾ → സ്വയം-രൂപീകരണ ഘടന (Self-modeling structure)
ഈ തുടർച്ചയിൽ എവിടെയും സത്താല്മകമായ വിച്ഛേദം (metaphysical discontinuity) സംഭവിക്കുന്നില്ല. ബോധം കാര്യകാരണ ബന്ധങ്ങളെ തകർക്കുന്നില്ല (not a causal break); മറിച്ച് അത് കാര്യകാരണ ഏകോപനത്തിന്റെ (causal integration) ഉന്നത രൂപമാണ്.

7. നൈതികതയിലേക്കുള്ള പാലം (Bridge to Ethics)
ബോധത്തെ ഒരു സ്വയം-രൂപീകരണ വാസ്തുവിദ്യയായി മനസ്സിലാക്കുമ്പോൾ, നൈതിക ഉത്തരവാദിത്വത്തിന്റെ (moral responsibility) സ്വഭാവവും പുതിയ രീതിയിൽ വിശകലനം ചെയ്യാം. ഒരു വ്യക്തി തന്റെ പ്രവർത്തികളുടെ അന്തിമ സത്താത്മക ഉറവിടമല്ലെങ്കിലും, ഇത്തരം സ്വയം-രൂപീകരണ വ്യൂഹങ്ങൾ സാമൂഹിക ഘടനയിൽ നിർണ്ണായക പങ്ക് വഹിക്കുന്നു. ഈ വ്യൂഹങ്ങൾ തമ്മിലുള്ള പരസ്പര ഇടപെടലുകളാണ് സമൂഹത്തെ നിർമ്മിക്കുന്നത്.
അതിനാൽ സാമൂഹിക നിയന്ത്രണങ്ങൾ, നിയമങ്ങൾ, നൈതിക മാനദണ്ഡങ്ങൾ എന്നിവ സത്താത്മകമായ അർഹതയിൽ (metaphysical desert) അധിഷ്ഠിതമല്ല. അവ സാമൂഹിക സ്ഥിരത ഉറപ്പാക്കുന്ന പ്രവർത്തനപരമായ സംവിധാനങ്ങളാണ് (functional mechanisms). ഈ അധ്യായത്തിൽ അവതരിപ്പിച്ച ബോധമാതൃക, പ്രവർത്തനക്ഷമമായ നൈതികതയുടെ (functional ethics) അടിസ്ഥാനശിലയായി പ്രവർത്തിക്കുന്നു[5].

സമാപനം
ഈ അധ്യായം ബോധത്തെ ഒരു സത്താത്മക രഹസ്യമായി കാണുന്ന സമീപനത്തെ നിരാകരിക്കുന്നു. ബോധം എന്നത്:
• ഒരു ആത്മസത്ത (soul/substance) അല്ല.
• കാര്യകാരണ ശൃംഖലയ്ക്ക് പുറത്തുള്ള ഘടകമല്ല.
• ഭൗതികശാസ്ത്രത്തെ (physics) മറികടക്കുന്ന പ്രതിഭാസമല്ല.
മറിച്ച്, ബോധം എന്നത് ഒരു ആവർത്തന സ്വഭാവമുള്ള സ്വയം-രൂപീകരണ വിവര വാസ്തുവിദ്യയാണ് (recursive self-modeling information architecture).
ഈ ഘടനയിൽ:

• ആത്മനിഷ്ഠ അനുഭവം (Subjective experience): ലഭ്യമായ സ്വയം-പ്രതിനിധാനം.
• കർതൃത്വം (Agency): ലഘൂകരിക്കപ്പെട്ട കാര്യകാരണ വിവരണം.
• സ്വത്വം (Self): സ്ഥിരതയാർന്ന വിവര മാതൃക.
ഈ മാതൃകയിലൂടെ ബോധത്തെ നിർണയവാദത്തോട് (determinism) പൂർണ്ണമായും പൊരുത്തപ്പെടുന്ന രീതിയിൽ വിശദീകരിക്കാൻ സാധിക്കുന്നു.

References

[1] Metzinger, T. (2003). *Being No One: The Self-Model Theory of Subjectivity.* MIT Press.
[2] Dehaene, S. (2014). *Consciousness and the Brain.* Viking.
[3] Graziano, M. (2019). *Rethinking Consciousness: A Scientific Theory of Subjective Experience.* Norton.
[4] Baars, B. (1988). *A Cognitive Theory of Consciousness.* Cambridge University Press.
[5] Pereboom, D. (2001). *Living Without Free Will.* Cambridge University Press.

ബോധം, സാമൂഹിക ഘടന (Consciencesness, Social Structure)

CHAPTER 8– സാമൂഹിക-ഘടനാപരമായ നിർണ്ണയവാദം [Social-Structural Determinism]

1. വിറ്റ്ഗെൻസ്റ്റൈൻ: അർത്ഥത്തിന്റെ സാമൂഹികവും ഘടനാപരവുമായ സ്വഭാവം

[Wittgenstein: The Social and Structural Nature of Meaning]

അർത്ഥത്തിന്റെ പ്രശ്നം [The problem of meaning] ഭാഷാദർശനത്തിലും [Philosophy of language] മനസ്സിന്റെ തത്വശാസ്ത്രത്തിലും [Philosophy of mind] ഏറ്റവും അടിസ്ഥാനപരമായ ചോദ്യങ്ങളിലൊന്നായി നിലകൊള്ളുന്നു. ഒരു വാക്കിനോ ഒരു വാക്യത്തിനോ അല്ലെങ്കിൽ ഒരു ചിന്തയ്ക്കോ അർത്ഥം കൈവരുന്നത് എങ്ങനെ എന്നതാണ് ഈ ദാർശനിക പ്രതിസന്ധിയുടെ കേന്ദ്രബിന്ദു. ഭാഷ എന്നത് ഭൗതിക ലോകത്തെ വസ്തുനിഷ്ഠമായി പ്രതിനിധീകരിക്കുന്ന ഒരു ലജിക്കൽ സംവിധാനമാണോ, അതോ മനുഷ്യരുടെ സങ്കീർണ്ണമായ സാമൂഹിക പ്രവർത്തനങ്ങളിൽ രൂപപ്പെടുന്ന ഒരു പ്രായോഗിക ഉപാധിയാണോ എന്ന ചോദ്യമാണ് ഇവിടെ ഗൗരവമായി ഉയരുന്നത്. 1

ഈ ദാർശനിക പ്രശ്നത്തെ മൗലികമായി മാറ്റിമറിച്ച ചിന്തകനാണ് ലുഡ്‌വിഗ് വിറ്റ്ഗെൻസ്റ്റൈൻ [Ludwig Wittgenstein]. അദ്ദേഹത്തിന്റെ ദാർശനിക ജീവിതത്തെ രണ്ട് വ്യത്യസ്ത ഘട്ടങ്ങളായി അടയാളപ്പെടുത്താൻ സാധിക്കും. തന്റെ ആദ്യഘട്ടത്തിൽ, ഭാഷയെ ലോകത്തിന്റെ യുക്തിഭദ്രമായ ഒരു പ്രതിഫലനമായി [Logical reflection] അദ്ദേഹം മനസ്സിലാക്കി. എന്നാൽ പിൽക്കാലത്ത് അദ്ദേഹം ഈ നിലപാട് പരിഷ്കരിക്കുകയും, ഭാഷയെ വെറുമൊരു പ്രതിനിധാനത്തിനപ്പുറം മനുഷ്യരുടെ സാമൂഹിക പ്രവർത്തനങ്ങളുടെയും ജീവിതരീതികളുടെയും അവിഭാജ്യമായ ഭാഗമായി കാണാൻ തുടങ്ങുകയും ചെയ്തു. വിറ്റ്ഗെൻസ്റ്റൈന്റെ ഈ പരിവർത്തനം ഭാഷാദർശനത്തിന്റെ ഗതി തന്നെ മാറ്റിമറിക്കുകയാണുണ്ടായത്. 2

ഭാഷാപ്രയോഗങ്ങൾ എന്നത് കേവലം വാക്കുകളുടെ വിനിമയമല്ല, മറിച്ച് അവ സാമൂഹികമായ നിയമങ്ങളാൽ

നിയന്ത്രിക്കപ്പെടുന്ന 'ലാംഗേജ് ഗെയിമുകൾ' [Language games] ആണെന്ന് അദ്ദേഹം സമർത്ഥിച്ചു. ഒരു വാക്കിന്റെ അർത്ഥം അത് പ്രതിനിധാനം ചെയ്യുന്ന വസ്തുവിലല്ല, മറിച്ച് ആ വാക്ക് സാമൂഹികമായ ഒരു പശ്ചാത്തലത്തിൽ എങ്ങനെ ഉപയോഗിക്കപ്പെടുന്നു എന്നതിലാണ് അടങ്ങിയിരിക്കുന്നത്. ഈ കണ്ടെത്തൽ വ്യക്തിയുടെ ബോധത്തിനപ്പുറം നിലനിൽക്കുന്ന സാമൂഹിക ഘടനകൾ അർത്ഥനിർമ്മാണത്തിൽ എത്രത്തോളം നിർണ്ണായകമാണെന്ന് വ്യക്തമാക്കുന്നു. 3

വിറ്റ്ഗെൻസ്റ്റൈന്റെ ആദ്യഘട്ട ചിന്തയിൽ അർത്ഥം [Meaning] എന്നത് പ്രധാനമായും റെഫറൻസിനോടാണ് [Reference] ബന്ധിപ്പിക്കപ്പെട്ടത്. ഒരു വാക്യത്തിന്റെ അർത്ഥം അതിന്റെ യുക്തിഭദ്രമായ ഘടനയിലൂടെയാണ് [Logical structure] നിർണ്ണയിക്കപ്പെടുന്നത് എന്ന് അദ്ദേഹം വാദിച്ചു. അദ്ദേഹത്തിന്റെ വിഖ്യാതമായ "പിക്ചർ തിയറി ഓഫ് മീനിംഗ്" [Picture theory of meaning] പ്രകാരം ഭാഷ ലോകത്തെ ചിത്രീകരിക്കുന്നു. ഒരു പ്രൊപ്പോസിഷൻ [Proposition] ലോകത്തിലെ സാധ്യതാപരമായ ഒരു അവസ്ഥയെ [State of affairs] പ്രതിനിധീകരിക്കുന്നു; അതിനാൽ ഭാഷ യാഥാർത്ഥ്യത്തെ പ്രതിഫലിപ്പിക്കുന്നു [Language mirrors reality] എന്ന ആശയമാണ് ഇവിടെ കേന്ദ്രസ്ഥാനത്ത് നിൽക്കുന്നത്. 4

ഈ സമീപനത്തിൽ, അർത്ഥം എന്നത് ലോജിക്കൽ സ്ട്രക്ചറുമായി [Logical structure] നേരിട്ട് ബന്ധപ്പെട്ടിരിക്കുന്നു. ഒരു വാക്യം ലോകത്തിലെ ഒരു സ്ഥിതിയെ കൃത്യമായി ചിത്രീകരിക്കുമ്പോൾ അത് അർത്ഥവത്താകുന്നു. ഈ ചിന്ത അനലിറ്റിക് ഫിലോസഫിയുടെ [Analytic philosophy] തുടക്കഘട്ടത്തിൽ വലിയ സ്വാധീനം ചെലുത്തുകയും ഭാഷയെ ഗണിതശാസ്ത്രപരമായ കൃത്യതയോടെ വിശകലനം ചെയ്യാൻ പ്രേരിപ്പിക്കുകയും ചെയ്തു. 5

എന്നാൽ പിന്നീട് വിറ്റ്ഗെൻസ്റ്റൈൻ ഈ സമീപനം മനുഷ്യഭാഷയുടെ സങ്കീർണ്ണതകൾ വിശദീകരിക്കാൻ

മതിയാകുന്നില്ലെന്ന് തിരിച്ചറിഞ്ഞു. മനുഷ്യഭാഷയുടെ യഥാർത്ഥ പ്രവർത്തനം ലോജിക്കൽ ഘടനയിൽ മാത്രം അടങ്ങിയിട്ടുള്ള ഒന്നല്ല. മറിച്ച്, ഭാഷ മനുഷ്യരുടെ സങ്കീർണ്ണമായ സാമൂഹിക പ്രവർത്തനങ്ങളുടെയും ജീവിതചര്യകളുടെയും ഭാഗമാണ്. ഈ സുപ്രധാനമായ തിരിച്ചറിവാണ് അദ്ദേഹത്തിന്റെ പിൽക്കാല ദർശനങ്ങളിൽ [Later philosophy] ആഴത്തിൽ പ്രത്യക്ഷപ്പെടുന്നത്. 6

വിറ്റ്ഗെൻസ്റ്റൈന്റെ പിൽക്കാല ദർശനത്തിൽ അർത്ഥം [Meaning] എന്നത് റെഫറൻസ് അല്ല, മറിച്ച് അത് ഉപയോഗമാണ് [Use]. ഒരു വാക്കിന് അർത്ഥം കൈവരുന്നത് അത് ഭാഷാപരമായ പ്രയോഗങ്ങളിൽ എങ്ങനെ ഉപയോഗിക്കപ്പെടുന്നു എന്നതിലാണ്. ഭാഷ എന്നത് നിശ്ചലമായ ഒരു ഘടനയല്ല; മറിച്ച് അത് മനുഷ്യരുടെ വൈവിധ്യമാർന്ന ജീവിതരീതികളിൽ [Forms of life] സജീവമായി പ്രവർത്തിക്കുന്ന വിവിധ ഭാഷാ കളികളുടെ [Language games] സമാഹാരമാണ്. 7

ലാംഗ്വേജ് ഗെയിംസ് [Language games] എന്ന ആശയം ഇവിടെ അതീവ നിർണ്ണായകമാണ്. ഓരോ സാമൂഹിക സാഹചര്യത്തിലും ഭാഷ വ്യത്യസ്ത രീതികളിലാണ് പ്രയോഗിക്കപ്പെടുന്നത്. ചോദ്യം ചോദിക്കൽ, ഉത്തരമിടൽ, നിർദ്ദേശം നൽകൽ, വാഗ്ദാനം ചെയ്യൽ, വിവരണം നൽകൽ തുടങ്ങിയവയെല്ലാം വ്യത്യസ്തമായ ഭാഷാ കളികളാണ്. ഈ പ്രയോഗരീതികളിൽ നിയമങ്ങൾ പിന്തുടരുന്ന പ്രക്രിയ [Rule-following practices] അത്യന്താപേക്ഷിതമാണ്. ഭാഷ ഉപയോഗിക്കുക എന്നത് സാമൂഹികമായ നിയമങ്ങൾ അനുസരിച്ചുള്ള ഒരു പ്രവൃത്തിയാണ്; എന്നാൽ ഈ നിയമങ്ങൾ ഒരു വ്യക്തിയുടെ സ്വകാര്യ മനസ്സിൽ മാത്രം നിലനിൽക്കുന്നവയല്ല, മറിച്ച് അവ സാമൂഹികമായി പങ്കിടപ്പെടുന്ന കീഴ്വഴക്കങ്ങളാണ്. 8

ഈ പശ്ചാത്തലത്തിലാണ് വിറ്റ്ഗെൻസ്റ്റൈന്റെ വിഖ്യാതമായ സ്വകാര്യ ഭാഷയ്ക്കെതിരെയുള്ള വാദം

[Private Language Argument] രൂപപ്പെടുന്നത്. അർത്ഥം എന്നത് പൂർണ്ണമായും ഒരു ആന്തരിക മാനസികാവസ്ഥ [Internal mental state] ആണെന്ന പരമ്പരാഗതമായ ധാരണയെ അദ്ദേഹം ശക്തമായി ചോദ്യം ചെയ്തു. ഒരു വ്യക്തിക്ക് മാത്രം മനസ്സിലാകുന്നതും ആ വ്യക്തിയുടെ ആന്തരിക സംവേദനങ്ങൾ മാത്രം അടയാളപ്പെടുത്തുന്നതുമായ ഒരു സ്വകാര്യ ഭാഷ സാധ്യമല്ല എന്നാണ് അദ്ദേഹത്തിന്റെ വാദം. ഭാഷയുടെ അർത്ഥം നിശ്ചയിക്കപ്പെടുന്നത് പൊതുവായ നിയമങ്ങളിലൂടെയും സാമൂഹികമായ പ്രയോഗങ്ങളിലൂടെയുമായതിനാൽ, വ്യക്തിയുടെ ബോധം പോലും സാമൂഹിക ഘടനകളാൽ നിർണ്ണയിക്കപ്പെട്ട ഒന്നായി മാറുന്നു. 9

കാരണം അർത്ഥം [Meaning] നിർണ്ണയിക്കാൻ പൊതുവായ മാനദണ്ഡങ്ങൾ [Public criteria] ആവശ്യമാണ്. ഒരു വാക്ക് ശരിയായി ഉപയോഗിച്ചിട്ടുണ്ടോ എന്നത് ഒരു വ്യക്തിയുടെ സ്വകാര്യ അനുഭവം മാത്രം ആശ്രയിച്ച് തീരുമാനിക്കാൻ കഴിയില്ല. അത് ഒരു സാമൂഹിക പ്രായോഗികതയുടെ [Social practice] ഭാഗമായിരിക്കണം. അതിനാൽ അർത്ഥം എന്നത് സാമൂഹിക പശ്ചാത്തലത്തിൽ മാത്രമേ നിലനിൽക്കൂ. 10

ഈ നിലപാട് നിയമങ്ങൾ പിന്തുടരുന്നതിലെ പ്രതിസന്ധി [Rule-following problem] എന്ന മറ്റൊരു ദാർശനിക പ്രശ്നത്തിലേക്കും നയിക്കുന്നു. ഒരു നിയമം എങ്ങനെയാണ് അർത്ഥത്തെ നിർണ്ണയിക്കുന്നത്? ഒരു നിയമം പിന്തുടരുന്നത് അതിന്റെ ശരിയായ വ്യാഖ്യാനത്തെ [Interpretation] ആശ്രയിക്കുന്നുവെങ്കിൽ, ഓരോ വ്യാഖ്യാനത്തെയും സാധൂകരിക്കാൻ മറ്റൊരു വ്യാഖ്യാനം ആവശ്യമായി വരികയും, അത് വ്യാഖ്യാനങ്ങളുടെ അനന്തമായ ശ്രേണി [Interpretation regress] എന്ന പ്രശ്നത്തിലേക്ക് നയിക്കുകയും ചെയ്യുന്നു. 11

ഈ സങ്കീർണ്ണതകൾ വിറ്റ്ഗെൻസ്റ്റൈനെ ഒരു പ്രധാന നിഗമനത്തിലേക്ക് നയിക്കുന്നു. അർത്ഥം എന്നത് സ്ഥിരമായ ഒരു മാനസിക സത്തയല്ല [Not a fixed mental

entity]. മറിച്ച്, അത് മനുഷ്യരുടെ പ്രവർത്തനങ്ങളിലൂടെയും സാമൂഹിക ഇടപെടലുകളിലൂടെയും രൂപപ്പെടുന്ന പ്രായോഗിക രീതികളിലാണ് [Practices] നിലനിൽക്കുന്നത്. 12
ഘടനാപരമായ നിർണ്ണയവാദം [Structural Determinism] ഈ കണ്ടെത്തലിനെ ഒരു പുതിയ ദിശയിൽ വികസിപ്പിക്കുന്നു. അർത്ഥം എന്നത് ഒറ്റപ്പെട്ട മാനസിക ഉള്ളടക്കമല്ല [Not isolated mental content]; മറിച്ച് അതൊരു ബന്ധിത പ്രായോഗികതയാണ് [Relational practice]. ഭാഷ വ്യക്തിയുടെ മനസ്സിനുള്ളിൽ മാത്രം നിലനിൽക്കുന്ന ഒന്നല്ല; അത് സാമൂഹിക ഘടനകളിലും ഇടപെടലുകളിലും വിതരണം ചെയ്യപ്പെട്ട നിലയിലാണ് നിലനിൽക്കുന്നത്. 13
ഈ കാഴ്ചപ്പാടിൽ ഭാഷയെ വിതരണം ചെയ്യപ്പെട്ട ഒരു സാമൂഹിക മെഷ് [Distributed social mesh] ആയി മനസ്സിലാക്കാം. വ്യക്തികൾ തമ്മിലുള്ള ആശയവിനിമയം, സാമൂഹിക നിയമങ്ങൾ, സാംസ്കാരിക രീതികൾ, ചരിത്രപരമായ ഉപയോഗങ്ങൾ എന്നിവയെല്ലാം പരസ്പരബന്ധിതമായി നിലനിൽക്കുന്ന ഒരു ഘടനയാണിത്. 14
അതുകൊണ്ട് തന്നെ അർത്ഥം [Meaning] എന്നത് ഒരു സ്വകാര്യ അനുഭവത്തിന്റെ മാത്രം ഫലമല്ല. അത് ഒരു ഘടനാപരമായ നെറ്റ്വർക്കിന്റെ [Structural network] ഭാഗമാണ്. വാക്കുകൾക്കും ആശയങ്ങൾക്കും അർത്ഥം ഉണ്ടാകുന്നത് അവ ഒരു റിലേഷനൽ സിസ്റ്റത്തിന്റെ [Relational system] ഭാഗമായതിനാലാണ്. 15
ഈ വായന വിറ്റ്ഗെൻസ്റ്റൈന്റെ പ്രധാന കണ്ടെത്തലുകളെ പൂർണ്ണമായും സംരക്ഷിക്കുന്നു. അർത്ഥം എന്നത് ഉപയോഗത്തിൽ [Use] നിന്നാണ് ഉദിക്കുന്നത് എന്ന തിരിച്ചറിവ് ഇവിടെ ദൃഢമായി നിലനിൽക്കുന്നു. എന്നാൽ ഘടനാപരമായ നിർണ്ണയവാദത്തിന്റെ പശ്ചാത്തലത്തിൽ, ഈ ഉപയോഗം എന്നത് സാമൂഹികവും ഭൗതികവുമായ ഒരു സ്ട്രക്ചറൽ മെഷിനുള്ളിൽ സംഭവിക്കുന്ന ഒന്നായി കൂടുതൽ വിപുലമായി വിശദീകരിക്കപ്പെടുന്നു. 16

ഇവിടെ അർത്ഥം എന്നത് ഒറ്റപ്പെട്ട മനസ്സിൽ [Isolated mind] നിന്നല്ല ഉദിക്കുന്നത്; മറിച്ച് അത് കാര്യകാരണപരവും [Causal], സാമൂഹികവും, ഭാഷാപരവുമായ ഘടനകളുടെ സങ്കീർണ്ണമായ പരസ്പര ഇടപെടലിൽ നിന്നാണ് രൂപപ്പെടുന്നത്. 17

ഈ തിരിച്ചറിവ് അർത്ഥത്തിന്റെ പ്രശ്നത്തെ അടുത്ത ഘട്ടത്തിലേക്ക് നയിക്കുന്നു. വിറ്റ്ഗെൻസ്റ്റൈൻ അർത്ഥത്തിന്റെ സാമൂഹിക ഘടനയെ വെളിപ്പെടുത്തിയെങ്കിലും, അറിവ് [Knowledge], യുക്തിചിന്ത [Reasoning], ആശയപരമായ ധാരണ [Conceptual understanding] എന്നിവയുടെ ആഴത്തിലുള്ള ഘടനയെ കൂടുതൽ വ്യക്തതയോടെ വിശകലനം ചെയ്യേണ്ടതുണ്ട്. വിൽഫ്രിഡ് സെല്ലേഴ്സിന്റെ [Wilfrid Sellars] ചിന്തകൾ അർത്ഥത്തിന്റെ ദാർശനിക അടിസ്ഥാനത്തെ ഈ ദിശയിൽ വിപുലമായി വ്യക്തമാക്കുന്നു. 18

2. സെല്ലേഴ്സ്: അറിവിന്റെ അടിസ്ഥാനവും അർത്ഥത്തിന്റെ ന്യായീകരണ ഘടനയും [Sellars: The Foundation of Knowledge and the Justificatory Structure of Meaning]

വിറ്റ്ഗെൻസ്റ്റൈൻ ഭാഷയുടെ സാമൂഹിക ഉപയോഗത്തെ മുൻനിരയിൽ കൊണ്ടുവന്നതോടെ അർത്ഥത്തിന്റെ പ്രശ്നം ഒരു പുതിയ ദിശയിലേക്ക് നീങ്ങി. അർത്ഥം [Meaning] എന്നത് വ്യക്തിയുടെ ഉള്ളിലുള്ള സ്വകാര്യ അവസ്ഥയല്ല, മറിച്ച് സാമൂഹിക പ്രവർത്തനങ്ങളിൽ രൂപപ്പെടുന്ന ഒന്നാണ് എന്ന തിരിച്ചറിവ് ഭാഷാദർശനത്തിന്റെ അടിസ്ഥാന ധാരണകളെ മാറ്റിമറിച്ചു. എന്നാൽ ഒരു പ്രധാന ചോദ്യം ഇപ്പോഴും നിലനിൽക്കുന്നു: മനുഷ്യരുടെ വിശ്വാസങ്ങൾക്കും ആശയങ്ങൾക്കും അറിവ് [Knowledge] എന്ന നിലയിൽ ന്യായീകരണം [Justification] ലഭിക്കുന്നത് എങ്ങനെ? 19

ഈ പ്രശ്നത്തെ വിശകലനം ചെയ്ത പ്രധാന ചിന്തകനാണ് വിൽഫ്രിഡ് സെല്ലേഴ്സ് [Wilfrid Sellars]. അനുഭവൈകവാദം അഥവാ എംപിരിസിസത്തിന്റെ [Empiricism]

അടിസ്ഥാനധാരണകളെ ചോദ്യം ചെയ്തുകൊണ്ടാണ് സെല്ലേഴ്സിന്റെ ദാർശനിക പദ്ധതി ആരംഭിക്കുന്നത്. പ്രത്യേകിച്ച് അറിവ് എന്നത് "നേരിട്ടുള്ള അനുഭവങ്ങളിൽ" [Direct experiences] നിന്നാണ് ഉദയം ചെയ്യുന്നത് എന്ന പരമ്പരാഗതമായ ആശയം അദ്ദേഹം ശക്തമായി വിമർശിച്ചു. 20

അനുഭവൈകവാദ പാരമ്പര്യത്തിൽ [Empiricist tradition] ഒരു പ്രധാന ധാരണ നിലനിന്നിരുന്നു; മനുഷ്യൻ ലോകത്തെ ആദ്യം സെൻസ്-ഡേറ്റ [Sense-data] എന്ന രൂപത്തിൽ അനുഭവിക്കുന്നുവെന്നും, പിന്നീട് ഈ അനുഭവങ്ങളിൽ നിന്ന് ആശയങ്ങളും വിശ്വാസങ്ങളും രൂപപ്പെടുന്നുവെന്നുമായിരുന്നു അത്. ഈ സമീപനത്തിൽ ഇന്ദ്രിയാനുഭവം [Sensory experience] അറിവിന്റെ അചഞ്ചലമായ അടിസ്ഥാനമായി കണക്കാക്കപ്പെടുന്നു. 21 സെല്ലേഴ്സ് ഈ സമീപനത്തെ ഗൗരവമായി ചോദ്യം ചെയ്തു. ഇന്ദ്രിയാനുഭവങ്ങൾ [Sensory data] മാത്രം ഒരു സ്വതന്ത്രമായ എപ്പിസ്റ്റമിക് ഫൗണ്ടേഷൻ [Epistemic foundation] ആയി പ്രവർത്തിക്കാൻ കഴിയില്ല എന്നാണ് അദ്ദേഹത്തിന്റെ വാദം. കാരണം ഒരു അനുഭവം "അറിവ്" ആയി മാറണമെങ്കിൽ അത് ഒരു ആശയപരമായ ചട്ടക്കൂടിന്റെ [Conceptual framework] ഭാഗമായിരിക്കണം. മനുഷ്യൻ വെറും അനുഭവങ്ങൾ സ്വീകരിക്കുകയല്ല ചെയ്യുന്നത്; മറിച്ച് അവൻ അനുഭവങ്ങളെ വ്യാഖ്യാനിക്കുകയും അവയെ ആശയങ്ങളിലൂടെ [Concepts] മനസ്സിലാക്കുകയും ചെയ്യുന്നു. 22

ഇതുകൊണ്ടാണ് സെല്ലേഴ്സ് എംപിരിസിസത്തിന്റെ [Empiricism] ഈ ധാരണയെ "മിത്ത് ഓഫ് ദി ഗിവൺ" [Myth of the Given] എന്ന് വിശേഷിപ്പിച്ചത്. അറിവ് എന്നത് യാതൊരു മുൻധാരണകളും കൂടാതെ നേരിട്ട് ലഭിക്കുന്ന ഒന്നാണ് (Given) എന്ന സങ്കല്പം വെറുമൊരു മിഥ്യയാണെന്ന് അദ്ദേഹം സമർത്ഥിച്ചു. കേവലമായ അനുഭവങ്ങൾ സ്വയം അറിവായി മാറുന്നില്ല; മറിച്ച് അവയെ ഒരു

ആശയപരമായ ഘടനയിൽ [Conceptual structure] ഉൾപ്പെടുത്തി വ്യാഖ്യാനിക്കുമ്പോൾ മാത്രമാണ് അവ അറിവായി പരിണമിക്കുന്നത്. 23
ഈ വിമർശനം സെല്ലേഴ്സിനെ "സ്പേസ് ഓഫ് റീസൺസ്" [Space of reasons] എന്ന നിർണ്ണായക ആശയത്തിലേക്ക് നയിച്ചു. മനുഷ്യരുടെ ചിന്തയും ഭാഷയും കേവലമായ ഒരു കാരണപര ശൃംഖലയുടെ [Causal network] ഭാഗം മാത്രമല്ല; അവ ന്യായീകരണങ്ങളുടെ ഒരു ശൃംഖലയുടെ [Network of justifications] കൂടി ഭാഗമാണ്. അതായത്, ഒരു വ്യക്തിക്ക് എന്തെങ്കിലും അറിവുണ്ടെന്ന് പറയണമെങ്കിൽ, ആ അറിവിനെ ന്യായീകരിക്കാനുള്ള കാരണങ്ങൾ നൽകാൻ അയാൾക്ക് കഴിയണം. 24
ഒരു വ്യക്തി ഒരു കാര്യം വിശ്വസിക്കുമ്പോൾ, ആ വിശ്വാസം മറ്റു പല വിശ്വാസങ്ങളുമായും അവിഭാജ്യമായി ബന്ധപ്പെട്ടു നിൽക്കുന്നു. ഒരു വിശ്വാസത്തെ ന്യായീകരിക്കുന്നത് അതിന്റെ ഇൻഫറൻഷ്യൽ റിലേഷൻസ് [Inferential relations] മുഖേനയാണ്. അതായത്, ഒരു ആശയം മറ്റു ആശയങ്ങളുമായി എങ്ങനെ യുക്തിഭദ്രമായി ബന്ധപ്പെടുന്നു എന്നതാണ് അതിന്റെ എപ്പിസ്റ്റമിക് [Epistemic] സ്ഥാനത്തെ നിർണ്ണയിക്കുന്നത്. ഇത് വിശ്വാസ വ്യൂഹങ്ങളുടെ പരസ്പരാശ്രിതത്വത്തെ [Interdependence of belief systems] വ്യക്തമാക്കുന്നു. 25
മനുഷ്യന്റെ അറിവ് എന്നത് ഒറ്റപ്പെട്ട പ്രൊപ്പോസിഷനുകളുടെ [Isolated propositions] സമാഹാരമല്ല; മറിച്ച് അത് പരസ്പരം ആശ്രയിക്കുന്ന വിശ്വാസങ്ങളുടെ ഒരു സങ്കീർണ്ണ ഘടനയാണ്.
യുക്തിചിന്ത [Reasoning] എന്നത് ഒരു രേഖീയ പ്രക്രിയ [Linear process] അല്ല, മറിച്ച് അതൊരു നെറ്റ്‌വർക്ക് ആണ്. ഈ ചിന്താഗതി കൺസെപ്ച്വൽ റോൾ സിമാന്റിക്സ് [Conceptual role semantics] എന്ന സമീപനത്തിലേക്കാണ് വിരൽ ചൂണ്ടുന്നത്. ഒരു ആശയത്തിന്റെ അർത്ഥം അത് സൂചിപ്പിക്കുന്ന വസ്തുവിൽ മാത്രം ഒതുങ്ങിനിൽക്കുന്നില്ല; മറിച്ച് ആ ആശയം നിഗമനങ്ങളിൽ [Inferences] വഹിക്കുന്ന

പങ്കിലാണ് അതിന്റെ യഥാർത്ഥ അർത്ഥം നിലനിൽക്കുന്നത്. 26
ഉദാഹരണത്തിന് "മഴ" എന്ന ആശയം ഉപയോഗിക്കുമ്പോൾ അതിനോട് ബന്ധപ്പെട്ടു വരുന്ന അനേകം ഇൻഫറൻസുകൾ [Inferences] ഒരേസമയം പ്രവർത്തിക്കുന്നുണ്ട്. ആകാശം മേഘാവൃതമാണ്, നിലം നനയും, ആളുകൾ കുട ഉപയോഗിക്കും തുടങ്ങിയ ബന്ധങ്ങൾ ഒരു കൺസെപ്ച്വൽ നെറ്റ്‌വർക്കിന്റെ [Conceptual network] ഭാഗമാണ്. അതിനാൽ അർത്ഥം [Meaning] എന്നത് ഒരു ഒറ്റപ്പെട്ട റെഫറൻസ് [Isolated reference] അല്ല; മറിച്ച് അത് ഇൻഫറൻഷ്യൽ റിലേഷൻസിൽ [Inferential relations] നിന്നാണ് ഉദിക്കുന്നത്. 27
ഈ സമീപനത്തിൽ ചിന്ത [Thought] എന്നത് തന്നെ നിയമങ്ങളാൽ നിയന്ത്രിക്കപ്പെടുന്ന ഒരു പ്രായോഗികതയായി [Rule-governed practice] മനസ്സിലാക്കപ്പെടുന്നു. മനുഷ്യർ ആശയങ്ങൾ ഉപയോഗിക്കുമ്പോൾ അവ സാമൂഹികവും തർക്കപരവുമായ [Social and discursive] നിയമങ്ങൾ പിന്തുടരുന്നു. യുക്തിചിന്ത [Reasoning] എന്നത് സാമൂഹികമായി പഠിക്കപ്പെട്ട ഒരു പ്രവർത്തനമാണ്. 28
എങ്കിലും സെല്ലേഴ്സിന്റെ ഈ സമീപനം ഗൗരവകരമായ ഒരു ദാർശ്ശനിക പ്രശ്നത്തിലേക്ക് വിരൽ ചൂണ്ടുന്നു. യുക്തിയുടെ ഈ മണ്ഡലം [Space of reasons] ഭൗതികമായ കാര്യകാരണ ലോകത്തോട് [Causal world] എങ്ങനെയാണ് ബന്ധപ്പെടുന്നത്? മനുഷ്യന്റെ ചിന്ത കേവലമായ കാര്യകാരണ പ്രക്രിയകളുടെ [Causal processes] ഭാഗമാണോ, അതോ അത് നിയമങ്ങളാൽ നയിക്കപ്പെടുന്ന ഒരു സ്വതന്ത്ര മേഖല [Independent realm of normativity] ആണോ? 29
നോർമാറ്റിവിറ്റിയും [Normativity] കാര്യകാരണത്വവും [Causality] തമ്മിലുള്ള ഈ സംഘർഷം മനസ്സിന്റെ ദർശനത്തിലും ഭാഷാദർശനത്തിലും വലിയ ചർച്ചകൾക്ക് കാരണമായി. യുക്തിചിന്ത കാര്യകാരണ വിശദീകരണങ്ങൾക്ക് [Causal explanation]

പുറത്താണെങ്കിൽ, അത് ഒരു നാച്ചുറലിസ്റ്റിക് ചട്ടക്കൂടിനോട് [Naturalistic framework] എങ്ങനെ പൊരുത്തപ്പെടും എന്നതാണ് പ്രധാന പ്രതിസന്ധി. 30 ഘടനാപരമായ മെഷ് നിർണ്ണയവാദം [Structural Mesh Determinism] ഈ പ്രശ്നത്തിന് ഒരു സമഗ്രമായ മറുപടി നൽകുന്നു. യുക്തിചിന്തയെ കാര്യകാരണ ലോകത്തിന് പുറത്തുള്ള ഒരു സ്വതന്ത്ര മേഖലയായി കാണേണ്ടതില്ല.
യുക്തിചിന്തയുടെ നെറ്റ്‌വർക്ക് [Reasoning network] തന്നെ ഒരു സ്ട്രക്ചറൽ സിസ്റ്റം [Structural system] ആണ്. 31 മനുഷ്യബുദ്ധി നാഡീവ്യൂഹ പ്രക്രിയകൾ [Neural processes], സാമൂഹിക ആശയവിനിമയം [Social communication], ഭാഷാപരമായ നിയമങ്ങൾ [Linguistic rules] എന്നിവയുടെ സമഗ്രമായ ഏകീകരണത്തിലാണ് പ്രവർത്തിക്കുന്നത്. നിഗമന ബന്ധങ്ങൾ [Inference relations] മസ്തിഷ്കത്തിന്റെ വിവര സംസ്കരണത്തിലും [Informational processing] സാമൂഹികമായ ഇടപെടലുകളിലും ഒരേസമയം രൂപപ്പെടുന്നു. 32
അതുകൊണ്ട് തന്നെ, അർത്ഥം [Meaning] എന്നത് "സ്പേസ് ഓഫ് റീസൺസ്" [Space of reasons] എന്ന വേർതിരിക്കപ്പെട്ട ഒരു മെറ്റാഫിസിക്കൽ മേഖലയിൽ നിലനിൽക്കുന്ന ഒന്നല്ല. മറിച്ച്, അത് ഇൻഫറൻഷ്യൽ മെഷിൽ [Inferential mesh] രൂപപ്പെടുന്ന ഒരു റിലേഷനൽ ഇൻഫർമേഷൻ പാറ്റേൺ [Relational informational pattern] ആണ്. 33
ഈ പുനർവായന സെല്ലേഴ്സിന്റെ പ്രധാന കണ്ടെത്തലുകളെ സംരക്ഷിക്കുന്നു. അർത്ഥം നിഗമന ബന്ധങ്ങളിൽ [Inferential relations] നിന്നാണ് ഉദിക്കുന്നത് എന്ന തിരിച്ചറിവ് ഇവിടെ നിലനിൽക്കുന്നുണ്ടെങ്കിലും, അത് കാര്യകാരണ ഘടനയിൽ [Causal structure] നിന്നും വേർതിരിക്കപ്പെട്ട ഒരു നോർമാറ്റിവിറ്റി മേഖലയായി [Realm of normativity] കാണപ്പെടുന്നില്ല. 34
ഇവിടെ യുക്തിചിന്ത [Reasoning] എന്നത് കാര്യകാരണ മെഷിന്റെ [Causal mesh] തന്നെ ഭാഗമാണ്. ന്യൂറൽ ഡൈനാമിക്സ്, സാമൂഹിക പ്രായോഗികതകൾ [Social

practices], ഭാഷാപരമായ ഘടനകൾ എന്നിവ ചേർന്നാണ് ആശയപരമായ നെറ്റ്വർക്ക് [Conceptual network] രൂപപ്പെടുന്നത്. 35

ഇതോടെ അർത്ഥത്തിന്റെ പ്രശ്നം കൂടുതൽ വ്യക്തതയിലേക്ക് നീങ്ങുന്നു. വിറ്റ്ഗെൻസ്റ്റൈൻ അർത്ഥത്തിന്റെ സാമൂഹിക ഉപയോഗത്തെ വിശദീകരിച്ചപ്പോൾ സെല്ലേഴ്സ് അതിന്റെ ഇൻഫറൻഷ്യൽ ഘടനയെ വെളിപ്പെടുത്തി. ഇനി ഉയരുന്ന ചോദ്യം ഭാഷ എങ്ങനെയാണ് ലോകവുമായി നേരിട്ട് ബന്ധപ്പെടുന്നത് എന്നതാണ്. ഒരു വാക്യത്തിന്റെ അർത്ഥം ലോകത്തിലെ അവസ്ഥകളുമായി എങ്ങനെ ബന്ധിപ്പിക്കപ്പെടുന്നു എന്ന പ്രശ്നത്തെ വിശദീകരിക്കാൻ ശ്രമിച്ച ചിന്തകനാണ് ഡൊണാൾഡ് ഡേവിഡ്സൺ [Donald Davidson]. 36

3. ഡേവിഡ്സൺ: ഭാഷ, സത്യം, വ്യാഖ്യാനം: അർത്ഥത്തിന്റെ സമഗ്ര ഘടന [Davidson: Language, Truth, and Interpretation: The Holistic Structure of Meaning]

വിറ്റ്ഗെൻസ്റ്റൈൻ ഭാഷയുടെ സാമൂഹിക ഉപയോഗത്തെ വ്യക്തമാക്കിയതോടെ അർത്ഥം [Meaning] വ്യക്തിയുടെ ഉള്ളിലുള്ള സ്വകാര്യ അവസ്ഥയല്ലെന്ന് തെളിഞ്ഞു. സെല്ലേഴ്സ് യുക്തിചിന്തയുടെ ഇൻഫറൻഷ്യൽ ഘടനയെ തുറന്നു കാണിച്ചപ്പോൾ വിശ്വാസപ്രമാണങ്ങൾ [Belief systems] പരസ്പരം ആശ്രയിക്കുന്ന നെറ്റ്വർക്കുകളാണെന്നും വ്യക്തമായി. എന്നാൽ ഇപ്പോഴും ഒരു അടിസ്ഥാനചോദ്യം അവശേഷിക്കുന്നു: ഭാഷയും ലോകവും തമ്മിലുള്ള ബന്ധം എങ്ങനെ മനസ്സിലാക്കണം? ഒരു വാക്യത്തിന്റെ അർത്ഥം ലോകത്തിലെ യാഥാർത്ഥ്യാവസ്ഥകളുമായി [State of affairs] എങ്ങനെയാണ് ബന്ധപ്പെടുന്നത്? മനുഷ്യർ പരസ്പരം ആശയവിനിമയം നടത്തുമ്പോൾ മറ്റൊരാളുടെ വാക്കുകൾക്ക് നാം അർത്ഥം നൽകുന്നത് എങ്ങനെയാണ്? 37

ഈ പ്രശ്നത്തെ ഗൗരവമായി വിശകലനം ചെയ്ത ചിന്തകനാണ് ഡൊണാൾഡ് ഡേവിഡ്സൺ [Donald

Davidson]. ഭാഷ [Language], ചിന്ത [Thought], വ്യാഖ്യാനം [Interpretation] എന്നീ മൂന്ന് മേഖലകളെ ഒരു സമഗ്ര ഘടനയിൽ മനസ്സിലാക്കാനാണ് ഡേവിഡ്സൺ ശ്രമിച്ചത്. അദ്ദേഹത്തിന്റെ ഈ അന്വേഷണം ആരംഭിക്കുന്നത് റാഡിക്കൽ ഇന്റർപ്രറ്റേഷൻ [Radical interpretation] എന്ന പ്രശ്നത്തിലൂടെയാണ്. ഒരു വ്യക്തിയുടെ ഭാഷയും ചിന്തയും നമുക്ക് പൂർണ്ണമായും അന്യമായ ഒരു സാഹചര്യത്തിൽ നിന്ന് അവയെ മനസ്സിലാക്കേണ്ടി വരുന്ന അവസ്ഥയാണിത്. ഒരാൾ സംസാരിക്കുന്ന ഭാഷ നമുക്ക് ഒട്ടും അറിയില്ലെങ്കിൽ, ആ വ്യക്തിയുടെ വാക്കുകൾക്ക് അർത്ഥം നാം എങ്ങനെ നിർണ്ണയിക്കും? 38

ഈ പ്രശ്നം അർത്ഥം എന്നത് പൂർണ്ണമായും ഒരു ആന്തരിക മാനസിക ഉള്ളടക്കം [Internal mental content] അല്ലെന്ന തിരിച്ചറിവിനെ ശക്തിപ്പെടുത്തുന്നു. കാരണം മറ്റൊരാളുടെ മനസ്സിലേക്ക് നമുക്ക് നേരിട്ടുള്ള പ്രവേശനമില്ല. അർത്ഥം മനസ്സിലാക്കാൻ നാം ആ വ്യക്തിയുടെ ബാഹ്യമായ പ്രവർത്തനങ്ങൾ, പ്രതികരണങ്ങൾ, ലോകവുമായുള്ള ബന്ധങ്ങൾ എന്നിവ നിരീക്ഷിക്കേണ്ടി വരുന്നു. ഇതിലൂടെ അർത്ഥം എന്നത് നിരീക്ഷകനും [Observer], ലോകവും [World], മറ്റൊരാളും [Speaker] തമ്മിലുള്ള ഒരു ത്രികോണ ബന്ധമാണെന്ന് [Triangulation] ഡേവിഡ്സൺ സമർത്ഥിക്കുന്നു. 39

ഈ പശ്ചാത്തലത്തിലാണ് ഡേവിഡ്സൺ ട്രൂത്ത്-തിയററ്റിക് സിമാന്റിക്സ് [Truth-theoretic semantics] എന്ന സമീപനം വികസിപ്പിച്ചത്. ഒരു വാക്യത്തിന്റെ അർത്ഥം അതിന്റെ സത്യസാഹചര്യങ്ങൾ [Truth conditions] മുഖേന മനസ്സിലാക്കാം എന്നാണ് അദ്ദേഹത്തിന്റെ നിലപാട്. അതായത്, ഒരു വാക്യം ഏത് പ്രത്യേക സാഹചര്യത്തിലാണ് സത്യമായിരിക്കുന്നത് എന്ന് വ്യക്തമാക്കുമ്പോൾ ആ വാക്യത്തിന്റെ അർത്ഥം വെളിപ്പെടുന്നു. 40

ഈ സമീപനത്തിൽ ഭാഷ ലോകവുമായി ഒരു സവിശേഷ ബന്ധം സ്ഥാപിക്കുന്നു. വാക്യങ്ങൾ എന്നത് ലോകത്തിലെ

അവസ്ഥകളെക്കുറിച്ചുള്ള അവകാശവാദങ്ങളാണ് [Claims]. ഒരു വാക്യം സത്യമാണോ തെറ്റാണോ എന്ന് തീരുമാനിക്കുന്നത് ലോകത്തിലെ ഭൗതിക സാഹചര്യങ്ങളെ ആശ്രയിച്ചാണ്. അതിനാൽ അർത്ഥം [Meaning] എന്നത് ഭാഷയ്ക്കും ലോകത്തിനും ഇടയിൽ രൂപപ്പെടുന്ന ഈ ബന്ധത്തിലാണ് നിലനിൽക്കുന്നത്. 41
എന്നാൽ റാഡിക്കൽ ഇന്റർപ്രറ്റേഷൻ [Radical interpretation] സാധ്യമാകണമെങ്കിൽ മറ്റൊരു നിർണ്ണായക തത്വം കൂടി ആവശ്യമാണ്. അതാണ് പ്രിൻസിപ്പിൾ ഓഫ് ചാരിറ്റി [Principle of charity]. മറ്റൊരാളുടെ വാക്കുകൾ നാം വ്യാഖ്യാനിക്കുമ്പോൾ, ആ വ്യക്തിയെ അടിസ്ഥാനപരമായി യുക്തിസഹനായ [Rational] ഒരാളായി നാം കണക്കാക്കണം എന്നാണ് ഡേവിഡ്സൺ വാദിക്കുന്നത്. 42
ഒരു വ്യക്തിയുടെ വിശ്വാസങ്ങൾ പൂർണ്ണമായും അയുക്തികമാണെന്ന് [Irrational] നാം കരുതിയാൽ ആ വ്യക്തിയുടെ ഭാഷ മനസ്സിലാക്കാൻ നമുക്ക് ഒരിക്കലും സാധിക്കില്ല. അതിനാൽ വ്യാഖ്യാനം [Interpretation] നടത്തുമ്പോൾ, സംസാരിക്കുന്ന ആളിന്റെ വിശ്വാസങ്ങൾ കൂടുതലായും സത്യത്തോടും യുക്തിയോടും ചേർന്നുനിൽക്കുന്നവയാണെന്ന് വ്യാഖ്യാതാവ് [Interpreter] മുൻകൂട്ടി അനുമാനിക്കേണ്ടതുണ്ട്. 43
ഈ പ്രിൻസിപ്പിൾ ഓഫ് ചാരിറ്റി ഭാഷാപരമായ ധാരണയുടെ [Language understanding] ഒരു അടിസ്ഥാന ഉപാധിയായി പ്രവർത്തിക്കുന്നു. മനുഷ്യർ തമ്മിലുള്ള ആശയവിനിമയം ഒരേപോലെ പങ്കിടപ്പെടുന്ന ഒരു യുക്തിഭദ്രമായ ഘടനയെ [Shared rational structure] ആശ്രയിച്ചാണ് നിലനിൽക്കുന്നത്. 44
ഡേവിഡ്സന്റെ മനസ്സിന്റെ ദർശനത്തിലെ [Philosophy of mind] അതീവ നിർണ്ണായകമായ ഒരു നിലപാടാണ് അനോമലസ് മോണിസം [Anomalous monism]. ഈ സിദ്ധാന്തപ്രകാരം മാനസിക പ്രതിഭാസങ്ങൾ [Mental events] യഥാർത്ഥത്തിൽ ഭൗതിക സംഭവങ്ങൾ [Physical events]

തന്നെയാണ്. അതായത്, നമ്മുടെ ചിന്തകളും വികാരങ്ങളും മസ്തിഷ്കത്തിലെ നാഡീവ്യൂഹ പ്രക്രിയകളുടെ [Neural processes] ഭാഗമാണ്. എന്നാൽ മാനസിക സംഭവങ്ങളെ കൃത്യമായ ഭൗതിക നിർണ്ണയ നിയമങ്ങളിൽ [Strict deterministic laws] പൂർണ്ണമായി ഉൾപ്പെടുത്താൻ കഴിയില്ല എന്ന സവിശേഷതയും ഇതിനുണ്ട്. 45

ഇവിടെ മാനസികമായ വിശദീകരണങ്ങളും [Mental explanation] ഭൗതികമായ വിശദീകരണങ്ങളും [Physical explanation] തമ്മിൽ ഒരു വിടവ് നിലനിൽക്കുന്നു. മാനസിക വിവരണങ്ങൾ നോർമാറ്റിവിറ്റി [Normativity] അഥവാ യുക്തിയുടെ നിയമങ്ങളെ ഉൾക്കൊള്ളുന്നു; എന്നാൽ ഭൗതിക നിയമങ്ങൾ കേവലമായ കാര്യകാരണ ബന്ധങ്ങളെ [Causal relations] മാത്രമാണ് വിവരിക്കുന്നത്. 46

ഈ സമീപനം ഇന്റർപ്രെറ്റേഷൻ ഹോളിസം [Interpretation holism] എന്ന ആശയത്തിലേക്ക് നമ്മെ നയിക്കുന്നു. ഒരു വ്യക്തിയുടെ ഒരു വിശ്വാസത്തെ മാത്രം അടർത്തിയെടുത്ത് വേർതിരിച്ച് മനസ്സിലാക്കാൻ സാധ്യമല്ല. ഏതൊരു വിശ്വാസവും ആ വ്യക്തിയുടെ സമഗ്രമായ വിശ്വാസ ശൃംഖലയുടെ [Belief network] ഭാഗമാണ്. ഒരു വാക്കിന്റെയോ വാക്യത്തിന്റെയോ അർത്ഥം എന്നത് ഒറ്റപ്പെട്ട ഒന്നല്ല; മറിച്ച് അത് വിശ്വാസങ്ങൾ, ആഗ്രഹങ്ങൾ [Desires], ഉദ്ദേശ്യങ്ങൾ [Intentions], പ്രവൃത്തികൾ [Actions] എന്നിവയുടെ പരസ്പര ബന്ധത്തിൽ നിന്നാണ് ഉദയം ചെയ്യുന്നത്. 47

ഘടനാപരമായ മെഷ് നിർണ്ണയവാദം [Structural Mesh Determinism] ഈ കണ്ടെത്തലുകളെ കൂടുതൽ സമഗ്രമായ ഒരു ദാർശനിക ഘടനയിൽ ഉൾപ്പെടുത്തുന്നു. ഡേവിഡ്സൺ മുന്നോട്ടുവെച്ച ഇന്റർപ്രെറ്റേഷൻ ഹോളിസം ഘടനാപരമായ സത്താമീമാംസയുമായി [Structural ontology] പൂർണ്ണമായി പൊരുത്തപ്പെടുന്നു. അർത്ഥം എന്നത് വിതരണം ചെയ്യപ്പെട്ട വിശ്വാസ ശൃംഖലകളിൽ [Distributed belief network] ആണ് നിലനിൽക്കുന്നത്. 48

മനുഷ്യന്റെ ചിന്ത എന്നത് നാഡീവ്യൂഹ പ്രക്രിയകൾ, ഭാഷാപരമായ ഇടപെടലുകൾ, സാമൂഹിക ആശയവിനിമയം എന്നിവയുടെ സംഗമസ്ഥാനത്താണ് [Convergence] രൂപപ്പെടുന്നത്. വിശ്വാസപ്രമാണങ്ങൾ ഒറ്റപ്പെട്ട മാനസിക ഘടനകളല്ല; അവ ബന്ധിത ശൃംഖലകൾ [Relational networks] ആണ്. ഈ പശ്ചാത്തലത്തിൽ, വ്യാഖ്യാനം [Interpretation] എന്നത് ഒരു ഘടനാപരമായ വിന്യാസമായി [Structural alignment] മനസ്സിലാക്കാം. അതായത്, ഒരു വ്യക്തിയുടെ വിശ്വാസങ്ങളെയും വാക്കുകളെയും മനസ്സിലാക്കുക എന്നത് ആ വ്യക്തിയുടെ വിശ്വാസ ശൃംഖലയും ലോകത്തിന്റെ കാര്യകാരണ ഘടനയും [Causal structure] തമ്മിലുള്ള പൊരുത്തം കണ്ടെത്തുന്ന പ്രക്രിയയാണ്. 49 ചുരുക്കത്തിൽ, അർത്ഥം [Meaning] എന്നത് ഒരു ഒറ്റപ്പെട്ട മാനസിക ഉള്ളടക്കമല്ല. അത് വിശ്വാസങ്ങൾ, ഭാഷാപരമായ ശീലങ്ങൾ, പരിസ്ഥിതിയുമായുള്ള ഇടപെടലുകൾ എന്നിവയുടെ സമന്വയത്തിലൂടെ രൂപപ്പെടുന്ന ഒരു വിതരിത ബന്ധിത ഘടനയാണ് [Distributed relational structure]. 50

വിറ്റ്ഗെൻസ്റ്റൈൻ, സെല്ലേഴ്സ്, ഡേവിഡ്സൺ എന്നീ ചിന്തകരിലൂടെ നാം കടന്നുപോകുമ്പോൾ അർത്ഥത്തെക്കുറിച്ചുള്ള [Meaning] ധാരണകൾ കൂടുതൽ വ്യക്തത കൈവരിക്കുന്നു. അർത്ഥം എന്നത് വ്യക്തിയുടെ ഉള്ളിൽ അടഞ്ഞുകിടക്കുന്ന ഒരു മാനസിക സത്തയല്ല [Isolated mental entity], മറിച്ച് അത് ബന്ധിത ശൃംഖലകളിൽ [Relational networks] രൂപപ്പെടുന്ന ഒരു ഘടനാപരമായ പാറ്റേൺ [Structural pattern] ആണെന്ന് ഈ വിശകലനങ്ങൾ ഉറപ്പിക്കുന്നു. വിറ്റ്ഗെൻസ്റ്റൈൻ ഭാഷയുടെ സാമൂഹിക ഉപയോഗത്തെയും, സെല്ലേഴ്സ് അതിന്റെ യുക്തിഭദ്രമായ ഘടനയെയും, ഡേവിഡ്സൺ സത്യവും വ്യാഖ്യാനവും തമ്മിലുള്ള ബന്ധത്തെയും വെളിപ്പെടുത്തിയതോടെ അർത്ഥം എന്നത് ഒരു വിതരിത പ്രതിഭാസമായി [Distributed phenomenon] മാറി.

ഇപ്പോൾ ഈ ചർച്ച മറ്റൊരു സുപ്രധാന ഘട്ടത്തിലേക്ക് പ്രവേശിക്കുകയാണ്. അർത്ഥത്തെയും ലക്ഷ്യബോധത്തെയും [Purpose] ബന്ധിപ്പിച്ചുകൊണ്ട് ടെലിയോളജിക്കൽ വിശദീകരണങ്ങൾ [Teleological explanations] വഴി അർത്ഥത്തെ മനസ്സിലാക്കാൻ പല ദാർശനികരും ശ്രമിച്ചിട്ടുണ്ട്. എന്നാൽ ഇത്തരത്തിലുള്ള ലക്ഷ്യാധിഷ്ഠിത വിശദീകരണങ്ങൾ അർത്ഥത്തിന്റെ ആഴത്തിലുള്ള ഘടനയെ വിശദീകരിക്കാൻ യഥാർത്ഥത്തിൽ പര്യാപ്തമാണോ എന്നതാണ് ഇനി വരാനിരിക്കുന്ന സെഷനിലെ പ്രധാന ചോദ്യം. ഇത് അർത്ഥത്തിന്റെ ഘടനാപരമായ നിർണ്ണയത്തെക്കുറിച്ചുള്ള നമ്മുടെ അന്വേഷണത്തിന് പുതിയൊരു മാനം നൽകുന്നു.

4. ടെലിയോളജി വിമർശനം: ലക്ഷ്യവിവരണങ്ങളിൽ നിന്ന് ഘടനാപര വിശദീകരണത്തിലേക്ക് [Critique of Teleology: From Purposive Explanations to Structural Explanations]

അർത്ഥത്തിന്റെ [Meaning] പ്രശ്നം വിശദീകരിക്കാൻ പല ദാർശനിക പാരമ്പര്യങ്ങളും ടെലിയോളജിക്കൽ വിശദീകരണം [Teleological explanation] എന്ന സമീപനം ഉപയോഗിച്ചിട്ടുണ്ട്. ടെലിയോളജി എന്നത് ഒരു പ്രക്രിയയെയോ ഘടനയെയോ അതിന്റെ ലക്ഷ്യത്തെയും [Goal] ഉദ്ദേശത്തെയും [Purpose] ആശ്രയിച്ച് വിശദീകരിക്കുന്ന രീതിയാണ്. ഒരു പ്രവർത്തനം എന്തിനാണ് സംഭവിക്കുന്നത് എന്ന ചോദ്യത്തിന് "അതിന്റെ ലക്ഷ്യം എന്താണ്" എന്ന മറുപടിയാണ് ടെലിയോളജിക്കൽ വിശദീകരണം നൽകുന്നത്. 51 മനസ്സിന്റെ ദർശനത്തിലും [Philosophy of mind] ഭാഷാദർശനത്തിലും [Philosophy of language] ഈ സമീപനം വളരെ സ്വാധീനമുള്ളതായിരുന്നു. മനുഷ്യന്റെ ചിന്തയും ഭാഷയും പലപ്പോഴും ലക്ഷ്യോന്മുഖമായ [Goal-directed] പ്രവർത്തനങ്ങളായി കാണപ്പെടുന്നു. ഒരു വ്യക്തി സംസാരിക്കുമ്പോൾ അവൻ എന്തെങ്കിലും ലക്ഷ്യത്തോടെ

സംസാരിക്കുന്നു; ഒരു വിശ്വാസം കൈവരിക്കുമ്പോൾ അത് ഒരു നിർദ്ദിഷ്ട ഉദ്ദേശ്യവുമായി ബന്ധപ്പെട്ടിരിക്കുന്നു. അതിനാൽ അർത്ഥം പലപ്പോഴും ഉദ്ദേശ്യത്തോടാണ് ബന്ധിപ്പിക്കപ്പെടുന്നത്. 52

ബയോളജിക്കൽ ടെലിയോളജി [Biological teleology] ഈ സമീപനത്തിന്റെ ഒരു പ്രധാന രൂപമാണ്. ജീവശാസ്ത്രത്തിൽ പല ഘടനകളുടെയും പ്രവർത്തനങ്ങൾ അവയുടെ "ഫംഗ്ഷൻ" [Function] മുഖേന വിശദീകരിക്കപ്പെടുന്നു. ഉദാഹരണത്തിന്, ഹൃദയത്തിന്റെ ഫംഗ്ഷൻ രക്തം പമ്പ് ചെയ്യുക എന്നതും കണ്ണിന്റേത് കാഴ്ച നൽകുക എന്നതുമാണ്. ഈ വിശദീകരണങ്ങളിൽ ജീവികളുടെ ഘടനകൾ ഒരു ലക്ഷ്യത്തിനായി രൂപപ്പെട്ടതുപോലെ തോന്നും. 53

എന്നാൽ ഇവിടെ ഫംഗ്ഷനും ഡിസൈനും [Design] തമ്മിലുള്ള വ്യത്യാസം നിർണ്ണായകമാണ്. ഒരു ഘടനയ്ക്ക് ഫംഗ്ഷൻ ഉണ്ടെന്ന് പറയുന്നത് അത് ഒരു ബോധപൂർവ്വമായ രൂപകൽപ്പനയുടെ [Conscious design] ഫലമാണെന്ന് അർത്ഥമാക്കുന്നില്ല. ജൈവിക വ്യൂഹങ്ങളിൽ [Biological systems] ഫംഗ്ഷൻ എന്നത് പരിണാമ പ്രക്രിയകളുടെ [Evolutionary processes] ഫലമാണ്. എന്നിരുന്നാലും ടെലിയോളജിക്കൽ ഭാഷ ഈ വ്യത്യാസം പലപ്പോഴും മങ്ങിയതാക്കുന്നു. 54

മനസ്സിന്റെ ദർശനത്തിൽ ഇൻറെൻഷണാലിറ്റി [Intentionality] പലപ്പോഴും ലക്ഷ്യോന്മുഖതയായിട്ടാണ് മനസ്സിലാക്കപ്പെടുന്നത്. മനുഷ്യബോധം ലോകത്തെക്കുറിച്ച് പ്രതിനിധാനങ്ങൾ [Representations] നിർമ്മിക്കുന്നത് അത് ചില ലക്ഷ്യങ്ങൾ പിന്തുടരുന്നതുകൊണ്ടാണെന്ന് കരുതപ്പെടുന്നു. ഈ സമീപനത്തിൽ അർത്ഥം എന്നത് ഒരു പ്രവർത്തനത്തിന്റെ ഉദ്ദേശ്യവുമായി ബന്ധിപ്പിക്കപ്പെടുന്നു. 55

എന്നാൽ ടെലിയോളജിക്കൽ വിശദീകരണങ്ങളുമായി ബന്ധപ്പെട്ട ചില ഗൗരവമായ പ്രശ്നങ്ങൾ ഇവിടെ ഉയരുന്നു.

ഒരു ഘടനയുടെ ഫംഗ്ഷൻ വ്യക്തമാക്കിയാൽ അതിന്റെ കാര്യകാരണ മെക്കാനിസം [Causal mechanism] യഥാർത്ഥത്തിൽ വിശദീകരിക്കപ്പെടുന്നുണ്ടോ? പല സാഹചര്യങ്ങളിലും ടെലിയോളജി എന്നത് വിശദീകരണത്തിനുള്ള ഒരു എളുപ്പവഴിയായി [Explanatory shortcut] മാറുന്നു. "ഇത് ഇങ്ങനെ സംഭവിക്കുന്നു കാരണം അതിന് ഈ ലക്ഷ്യം ഉണ്ട്" എന്ന മറുപടി യഥാർത്ഥത്തിൽ സങ്കീർണ്ണമായ കാര്യകാരണ പ്രക്രിയകളെ [Causal processes] പൂർണ്ണമായി വിശദീകരിക്കുന്നില്ല. 56

ഇതോടൊപ്പം ഫൈനൽ കോസ് [Final cause] എന്ന ആശയവും ഗൗരവകരമായ ഒരു പ്രശ്നം സൃഷ്ടിക്കുന്നുണ്ട്. അരിസ്റ്റോട്ടിൽ അവതരിപ്പിച്ച നാല് കാരണങ്ങളിൽ [Four Causes] ഫൈനൽ കോസിന് പ്രധാന സ്ഥാനമുണ്ടായിരുന്നു. എന്നാൽ ആധുനിക ശാസ്ത്രത്തിൽ വിശദീകരണങ്ങൾ പ്രധാനമായും എഫിഷ്യന്റ് കോസുകളെ [Efficient causes] അഥവാ കാര്യകാരണ ബന്ധങ്ങളെ ആശ്രയിച്ചാണ് നൽകപ്പെടുന്നത്. ഒരു സംഭവത്തിന്റെ ലക്ഷ്യം [Goal] പറയുന്നത് അതിന്റെ യഥാർത്ഥ കാരണപരമായ ചലനാത്മകത [Causal dynamics] വ്യക്തമാക്കുന്നില്ല. 57

ഇവിടെയാണ് ഘടനാപരമായ നിർണ്ണയവാദം [Structural determinism] ടെലിയോളജിക്കൽ വിശദീകരണങ്ങളെ പുനർവായിക്കുന്നത്. ഒരു ജൈവിക വ്യൂഹത്തിന്റെ [Biological system] ഫംഗ്ഷൻ എന്നത് അതിന്റെ ബാഹ്യമായ ലക്ഷ്യമല്ല; മറിച്ച് അത് ആ വ്യൂഹത്തിന്റെ ഘടനാപരമായ സ്ഥിരത [Structural stability] നിലനിർത്തുന്ന ഒരു പ്രവർത്തനമാണ്. ഇവിടെ ഫംഗ്ഷനെ കൺസ്ട്രെയിന്റ് സ്റ്റെബിലൈസേഷൻ [Constraint stabilization] എന്ന നിലയിൽ മനസ്സിലാക്കാം. 58

ഒരു ജീവിസിസ്റ്റം നിരവധി ഘടകങ്ങളുടെ പരസ്പര ഇടപെടലിലൂടെയാണ് പ്രവർത്തിക്കുന്നത്. ഈ ഘടകങ്ങൾ ആ വ്യൂഹത്തിന്റെ മൊത്തത്തിലുള്ള സ്ഥിരത നിലനിർത്തുന്നു. ഹൃദയം രക്തം പമ്പ് ചെയ്യുന്നത് ഒരു "ലക്ഷ്യം" നിറവേറ്റാനല്ല; മറിച്ച് അത് ആ ജീവിയുടെ

ശാരീരിക ഘടനയെ [Physiological structure] നിലനിർത്തുന്ന ഒരു കോസൽ പ്രോസസ് [Causal process] ആണ്. ഈ സമീപനം ടെലിയോളജിയെ പൂർണ്ണമായി നിരാകരിക്കുന്നില്ല, പകരം ടെലിയോളജിക്കൽ ഭാഷയെ സ്ട്രക്ചറൽ ഡൈനാമിക്സ് [Structural dynamics] മുഖേന പുനർവ്യാഖ്യാനം ചെയ്യുന്നു. ഒരു സിസ്റ്റം ലക്ഷ്യോന്മുഖമായി പ്രവർത്തിക്കുന്നതുപോലെ തോന്നുന്നത്, അത് ഫീഡ്ബാക്ക് ലൂപ്പുകൾ [Feedback loops] മുഖേന തന്റെ സ്ഥിരത നിലനിർത്തുന്നതിനാലാണ്. 59
മെഷ് ഒന്റോളജിയുടെ [Mesh ontology] പശ്ചാത്തലത്തിൽ, ഉദ്ദേശ്യം [Purpose] എന്നത് സിസ്റ്റം-ലെവലിലുള്ള ഒരു റെഗുലേറ്ററി റോൾ [Regulatory role] ആയി മനസ്സിലാക്കപ്പെടുന്നു. ഒരു ജീവിയുടെ വിവിധ ഘടകങ്ങൾ പരസ്പരം ആശ്രയിച്ചുള്ള ഒരു നെറ്റ്‌വർക്കിലാണ് പ്രവർത്തിക്കുന്നത്. ഈ നെറ്റ്‌വർക്കിൽ ചില പ്രവർത്തനങ്ങൾ സിസ്റ്റത്തിന്റെ സ്ഥിരതയും പ്രവർത്തനക്ഷമതയും നിലനിർത്തുന്നു. അതുകൊണ്ട് ഉദ്ദേശ്യം എന്നത് ഒരു മെറ്റാഫിസിക്കൽ ഫൈനൽ കോസ് അല്ല, മറിച്ച് അത് സിസ്റ്റത്തിന്റെ റെഗുലേറ്ററി ഡൈനാമിക്സ് [Regulatory dynamics] ആണ്. 60
ഈ പുനർവ്യാഖ്യാനം അർത്ഥത്തിന്റെ പ്രശ്നത്തിലും ബാധകമാണ്. അർത്ഥം [Meaning] എന്നത് ഒരു ആന്തരിക ലക്ഷ്യത്തിന്റെ ഫലമല്ല; അത് ഒരു അഡാപ്റ്റീവ് ഇൻഫർമേഷണൽ പാറ്റേൺ [Adaptive informational pattern] ആണ്. മനുഷ്യർ ലോകവുമായി ഇടപെടുമ്പോൾ അവരുടെ ന്യൂറൽ സിസ്റ്റങ്ങൾ വിവരങ്ങൾ സംസ്കരിക്കുകയും പ്രെഡിക്റ്റീവ് മോഡലുകൾ [Predictive models] നിർമ്മിക്കുകയും ചെയ്യുന്നു. ഈ പ്രക്രിയകളിൽ ചില പ്രതിനിധാന ഘടനകൾ [Representational structures] സ്ഥിരത നേടുന്നു. ഈ സ്ഥിരതയാണ് അർത്ഥത്തിന്റെ അടിസ്ഥാനം. 61
ഇതോടെ ടെലിയോളജിക്കൽ വിശദീകരണം ഘടനാപരമായ വിശദീകരണമായി [Structural explanation]

മാറുന്നു. അർത്ഥം ഉദ്ദേശ്യത്തിന്റെ ഫലമല്ല; മറിച്ച് അത് റിലേഷനൽ സിസ്റ്റത്തിൽ രൂപപ്പെടുന്ന ഇൻഫർമേഷണൽ സ്റ്റെബിലിറ്റി [Informational stability] ആണ്. അർത്ഥം എന്നത് കേവലം മാനസികമോ ലക്ഷ്യാധിഷ്ഠിതമോ അല്ല, മറിച്ച് അത് കോസൽ മെഷിനുള്ളിൽ രൂപപ്പെടുന്ന ഒരു അഡാപ്റ്റീവ് ഇൻഫർമേഷണൽ സ്ട്രക്ചർ ആണ്. ഈ തിരിച്ചറിവ് ഒരു പുതിയ ചോദ്യം ഉയർത്തുന്നു: അർത്ഥം ഒരു ഇൻഫർമേഷണൽ പാറ്റേൺ ആണെങ്കിൽ, അത് കാര്യകാരണ പ്രക്രിയകളിൽ യഥാർത്ഥ പങ്ക് വഹിക്കുന്നുണ്ടോ? അതോ അർത്ഥം വെറും അനുഭവപരമായ ഒരു പ്രതിഭാസം [Epiphenomenon] മാത്രമാണോ? ഈ ചോദ്യം എപ്പിഫെനോമിനലിസം [Epiphenomenalism] എന്ന പ്രശ്നത്തിലേക്കാണ് വിരൽ ചൂണ്ടുന്നത്. 62

5. എപ്പിഫെനോമിനലിസം മറുപടി: അർത്ഥം കാരണശക്തിയില്ലാത്ത പ്രതിഭാസമാണോ? [Response to Epiphenomenalism: Is Meaning a Causally Inert Phenomenon?]

അർത്ഥത്തിന്റെ [Meaning] സ്വഭാവത്തെക്കുറിച്ചുള്ള ദാർശനിക ചർച്ചകളിൽ ഉയരുന്ന ഏറ്റവും വലിയ വെല്ലുവിളിയാണ് എപ്പിഫെനോമിനലിസം [Epiphenomenalism]. ഈ നിലപാടനുസരിച്ച്, മാനസികാവസ്ഥകൾ [Mental states] യഥാർത്ഥത്തിൽ കാര്യകാരണശക്തിയില്ലാത്ത [Causally inert] പ്രതിഭാസങ്ങളാണ്. ഭൗതിക പ്രക്രിയകളാണ് ലോകത്തിലെ എല്ലാ സംഭവങ്ങളുടെയും യഥാർത്ഥ കാരണങ്ങൾ; മനസ്സ്, ബോധം, അർത്ഥം എന്നിവ ഭൗതിക പ്രക്രിയകളുടെ ഉപഫലങ്ങൾ [By-products] മാത്രമാണ്. 63 ഈ സമീപനത്തിൽ മാനസിക പ്രതിഭാസങ്ങൾ കാര്യകാരണ ശൃംഖലയുടെ [Causal chain] ഭാഗമല്ല. നാഡീവ്യൂഹ പ്രക്രിയകൾ [Neural processes] പൂർണ്ണമായും ഭൗതിക നിയമങ്ങളാൽ പ്രവർത്തിക്കുകയും അവ മനുഷ്യന്റെ പെരുമാറ്റങ്ങളെ നിർണ്ണയിക്കുകയും ചെയ്യുന്നു. എന്നാൽ ബോധപൂർവ്വമായ അനുഭവങ്ങൾക്കോ

[Conscious experiences] അർത്ഥത്തിനോ ഈ കാര്യകാരണ ചലനാത്മകതയെ സ്വാധീനിക്കാൻ കഴിയില്ല. അവ ഭൗതിക സംഭവങ്ങളുടെ ഒരു "നിഴൽ" [Shadow] പോലെ മാത്രമാണ് നിലനിൽക്കുന്നത്. 64

ഈ നിലപാട് സ്വീകരിച്ചാൽ ഉടൻതന്നെ ഒരു ഗൗരവമായ പ്രശ്നം ഉയരുന്നു: അർത്ഥത്തിന് യാതൊരു കാര്യകാരണശക്തിയും [Causal power] ഇല്ലെങ്കിൽ മനുഷ്യരുടെ ചിന്തയും ആശയവിനിമയവും എങ്ങനെയാണ് ഫലപ്രദമായി പ്രവർത്തിക്കുന്നത്? മനുഷ്യർ വാക്കുകൾ ഉപയോഗിച്ച് പരസ്പരം സ്വാധീനിക്കുന്നു, ആശയങ്ങൾ തീരുമാനങ്ങളെ മാറ്റുന്നു, യുക്തിചിന്ത [Reasoning] മനുഷ്യപ്രവർത്തനങ്ങളെ രൂപപ്പെടുത്തുന്നു. അതിനാൽ അർത്ഥം പൂർണ്ണമായും എപ്പിഫെനോമിനൽ ആണെന്ന് കരുതുന്നത് നമ്മുടെ അനുഭവപരമായ യാഥാർത്ഥ്യത്തോട് പൊരുത്തപ്പെടുന്നില്ല. 65

എപ്പിഫെനോമിനലിസത്തിന്റെ ശക്തമായ രൂപം മനസ്സിന്റെ ദർശനത്തിൽ [Philosophy of mind] ചില പ്രശസ്തമായ വാദങ്ങളിലൂടെ പ്രത്യക്ഷപ്പെട്ടിട്ടുണ്ട്. ഫ്രാങ്ക് ജാക്സൺ [Frank Jackson] അവതരിപ്പിച്ച 'നോളജ് ആർഗ്യുമെന്റ്' [Knowledge argument] ഇതിൽ ശ്രദ്ധേയമാണ്. 'മേരി' [Mary] എന്ന ചിന്താ പരീക്ഷണത്തിലൂടെ (Thought experiment) ജാക്സൺ വാദിക്കുന്നത്, ലോകത്തെക്കുറിച്ചുള്ള എല്ലാ ഭൗതിക വിവരങ്ങളും ഒരാൾക്ക് അറിയാമെങ്കിലും അനുഭവപരമായ ബോധത്തെക്കുറിച്ച് [Qualia] പുതിയ അറിവുകൾ ലഭിക്കാൻ സാധ്യതയുണ്ടെന്നാണ്. ഇത് ബോധം ഭൗതിക വിവരണങ്ങളിൽ [Physical descriptions] മാത്രം ഒതുങ്ങുന്നില്ലെന്ന് സൂചിപ്പിക്കുന്നു. 66

ഇതുമായി ബന്ധപ്പെട്ട മറ്റൊരു സങ്കീർണ്ണമായ പ്രശ്നമാണ് കോസൽ എക്സ്ക്ലൂഷൻ ഇഷ്യൂ [Causal exclusion issue]. ഭൗതിക ലോകം കാര്യകാരണപരമായി അടഞ്ഞ ഒന്നാണെങ്കിൽ [Physically causally closed], ഓരോ ഭൗതിക സംഭവത്തിനും മതിയായ ഭൗതിക കാരണങ്ങൾ തന്നെ ഉണ്ടാകും.

അങ്ങനെയെങ്കിൽ മാനസിക കാരണങ്ങൾക്ക് [Mental causes] എവിടെയാണ് സ്ഥാനമുള്ളത്? മാനസിക സംഭവങ്ങൾ കാര്യകാരണ സ്വാധീനം ചെലുത്തുന്നു എന്ന് വാദിച്ചാൽ ഭൗതിക ലോകത്തിന്റെ പൂർണ്ണത [Physical closure] തകരും; മറിച്ച് അവയ്ക്ക് സ്വാധീനമില്ലെന്ന് പറഞ്ഞാൽ അത് എപ്പിഫെനോമിനലിസത്തിലേക്ക് നയിക്കും. ഈ ധർമ്മസങ്കടം [Dilemma] ദീർഘകാലമായി ദാർശനികരെ കുഴക്കുന്ന ഒന്നാണ്. 67

ഘടനാപരമായ നിർണ്ണയവാദം [Structural determinism] ഈ പ്രശ്നത്തെ തികച്ചും വ്യത്യസ്തമായ ഒരു ദിശയിൽ നിന്നാണ് സമീപിക്കുന്നത്. എപ്പിഫെനോമിനലിസം [Epiphenomenalism] മാനസിക പ്രതിഭാസങ്ങളെ കാര്യകാരണ ശൃംഖലയിൽ [Causal network] നിന്ന് വേർതിരിച്ചു നിർത്തുന്നു; എന്നാൽ ഈ വേർതിരിവ് തന്നെയാണ് അടിസ്ഥാനപരമായ പ്രശ്നം. അർത്ഥം [Meaning] എന്നത് ഭൗതിക പ്രക്രിയകൾക്ക് മുകളിൽ നിൽക്കുന്ന ഒരു പ്രത്യേക കോസൽ ലെയർ [Separate causal layer] അല്ല. 68

അർത്ഥം ഭൗതിക പ്രക്രിയകളിൽ നിന്ന് വേർതിരിക്കപ്പെട്ട ഒരു മെറ്റാഫിസിക്കൽ സത്തയല്ല [Metaphysical entity], മറിച്ച് അതൊരു ഇൻഫർമേഷണൽ സ്ട്രക്ചർ [Informational structure] ആണ്. നാഡീവ്യൂഹങ്ങൾ വിവരങ്ങൾ സംസ്കരിക്കുമ്പോൾ അവ ചില പാറ്റേണുകൾ രൂപപ്പെടുത്തുന്നു. ഈ പാറ്റേണുകൾ പെരുമാറ്റ നിയന്ത്രണത്തിൽ [Behavior regulation] നിർണ്ണായക പങ്ക് വഹിക്കുന്നു. ഈ പശ്ചാത്തലത്തിൽ, അർത്ഥത്തെ ഒരു ഇൻഫർമേഷണൽ കൺസ്ട്രെയിന്റ് [Informational constraint] ആയി മനസ്സിലാക്കാം. ഒരു സിസ്റ്റത്തിൽ വിവരങ്ങൾ എങ്ങനെ സംസ്കരിക്കപ്പെടുന്നു എന്ന് നിർണ്ണയിക്കുന്ന ഘടനാപരമായ നിയന്ത്രണങ്ങളാണ് അർത്ഥം. 69

ഉദാഹരണത്തിന്, ഒരു സിഗ്നൽ ഒരു ജീവിക്ക് അപകടത്തെ സൂചിപ്പിക്കുന്നു എന്ന അർത്ഥം കൈവരിക്കുമ്പോൾ, ആ അർത്ഥം ജീവിയുടെ പെരുമാറ്റത്തെ നേരിട്ട് സ്വാധീനിക്കുന്നു. ഇവിടെ അർത്ഥം കാര്യകാരണ

ശൃംഖലയുടെ ഭാഗമാണ്. അത് പെരുമാറ്റ തിരഞ്ഞെടുപ്പിനെ [Behavior selection] നിയന്ത്രിക്കുന്ന ഇൻഫർമേഷണൽ പാറ്റേൺ ആണ്. മെഷ് ഒന്റോളജിയുടെ [Mesh ontology] പശ്ചാത്തലത്തിൽ, അർത്ഥം വിതരണം ചെയ്യപ്പെട്ട ഒരു കാര്യകാരണ വ്യൂഹത്തിന്റെ [Distributed causal system] ഘടകമാണ്. നാഡീവ്യൂഹ ചലനാത്മകത [Neural dynamics], ഭാഷാപരമായ ഇടപെടലുകൾ, സാമൂഹിക ആശയവിനിമയം എന്നിവ ചേർന്നാണ് ഈ ഇൻഫർമേഷണൽ കൺസ്ട്രെയിന്റുകൾ രൂപപ്പെടുന്നത്. 70

ഈ ഇൻഫർമേഷണൽ കൺസ്ട്രെയിന്റുകൾ കാര്യകാരണ പ്രക്രിയകളെ രൂപപ്പെടുത്തുന്നു [Shape causal processes]. അതിനാൽ അർത്ഥം എന്നത് എപ്പിഫെനോമിനൽ അല്ല. അത് കോസൽ നെറ്റ്വർക്കിനുള്ളിൽ പ്രവർത്തിക്കുന്ന ഒരു റിലേഷനൽ പാറ്റേൺ [Relational pattern] ആണ്. ഇവിടെ മാനസിക പ്രതിഭാസങ്ങൾ ഭൗതിക ലോകത്തോട് വിരുദ്ധമായി നിലനിൽക്കുന്നില്ല; അവ അതിന്റെ തന്നെ ഭാഗമാണ്. അർത്ഥം ഭൗതിക പ്രക്രിയകളിൽ നിന്ന് വേർതിരിക്കപ്പെട്ട ഒരു അധിക സത്തയല്ല, മറിച്ച് അത് ഭൗതിക പ്രക്രിയകളുടെ ഘടനാപരമായ സംഘടന [Informational organization of physical processes] ആണ്. 71

ഈ സമീപനം എപ്പിഫെനോമിനലിസത്തിന്റെ പ്രധാന പ്രശ്നങ്ങളെ ലഘൂകരിക്കുന്നു. മാനസിക പ്രതിഭാസങ്ങൾ കാര്യകാരണ ശൃംഖലയിൽ നിന്ന് പുറത്താക്കപ്പെടുന്നില്ല, അതേസമയം അവ ഭൗതിക സംഭവങ്ങളോട് മത്സരിക്കുന്ന സ്വതന്ത്ര കാരണങ്ങളായി [Independent causes] കാണപ്പെടുന്നുമില്ല. അർത്ഥം കോസൽ നെറ്റ്വർക്കിന്റെ ഘടനാപരമായ സ്വഭാവത്തിൽ നിന്നാണ് ഉദിക്കുന്നത്. അത് ഇൻഫർമേഷണൽ കൺസ്ട്രെയിന്റുകൾ മുഖേന പെരുമാറ്റ നിയന്ത്രണത്തിൽ പങ്കുചേരുന്നു. 72

ഇതോടെ അർത്ഥത്തിന്റെ പ്രശ്നം കൂടുതൽ വ്യക്തത കൈവരിക്കുന്നു. അർത്ഥം എന്നത് ഒരു മെറ്റാഫിസിക്കൽ

സത്തയോ [Metaphysical entity] അല്ലെങ്കിൽ വെറുമൊരു കാര്യകാരണ മിഥ്യയോ [Causal illusion] അല്ല. അത് കോസൽ മെഷിൽ രൂപപ്പെടുന്ന ഇൻഫർമേഷണൽ സ്ട്രക്ചർ ആണ്. ഈ തിരിച്ചറിവ് അടുത്ത സെഷനിൽ കൂടുതൽ സമഗ്രമായി വികസിപ്പിക്കപ്പെടും. അവിടെ അർത്ഥം ഭൗതികമായ കാര്യകാരണ സംവരണത്തോടും [Physical causal closure] എങ്ങനെ പൊരുത്തപ്പെടുന്നു എന്നത് വിശദമായി പരിശോധിക്കപ്പെടും. 73

6. ഭൗതിക കാര്യകാരണ സംവരണത്തിനുള്ളിലെ അർത്ഥം [Meaning within Causal Closure]

അർത്ഥം [Meaning] എങ്ങനെയാണ് ഭൗതിക നിയമങ്ങളാൽ നിയന്ത്രിക്കപ്പെടുന്ന ഒരു ലോകത്ത് നിലനിൽക്കുന്നത് എന്ന പ്രശ്നം വിശകലനം ചെയ്യുമ്പോൾ താഴെ പറയുന്ന ഘടകങ്ങൾ നിർണ്ണായകമാണ്.

ഭൗതിക കാര്യകാരണ സംവരണം [Physical causal closure principle]: ഭൗതികമായ ഓരോ സംഭവത്തിനും പൂർണ്ണമായ ഭൗതിക കാരണങ്ങൾ തന്നെയുണ്ട് (Physical events → physical causes). ഈ തത്വമനുസരിച്ച് ഭൗതിക ലോകത്തിന് പുറത്തുള്ള ഒന്നിനും ഭൗതിക പ്രതിഭാസങ്ങളെ സ്വാധീനിക്കാൻ കഴിയില്ല. 74

അർത്ഥത്തിന്റെ സ്ഥാനം [Meaning problem]: ഭൗതിക ലോകം കാര്യകാരണപരമായി അടഞ്ഞതാണെങ്കിൽ അർത്ഥം എവിടെയാണ് സ്ഥാനം നേടുന്നത്? അർത്ഥം ഭൗതിക പ്രക്രിയകൾക്ക് മുകളിൽ നിൽക്കുന്ന ഒന്നല്ല, മറിച്ച് ഭൗതിക പ്രക്രിയകളുടെ സങ്കീർണ്ണമായ വിന്യാസമാണ്.

റിഡക്ഷനിസം vs എലിമിനേറ്റിവിസം [Reductionism vs eliminationism]: അർത്ഥം വെറുമൊരു മിഥ്യയാണെന്ന് (Illusion) എലിമിനേറ്റിവിസം വാദിക്കുമ്പോൾ, അർത്ഥത്തെ കേവലമായ ന്യൂറോൺ പ്രവർത്തനങ്ങളിലേക്ക് ചുരുക്കാമെന്ന് റിഡക്ഷനിസം കരുതുന്നു. എന്നാൽ

ഘടനാപരമായ നിലപാടിൽ അർത്ഥം എന്നത് ഉയർന്ന തലത്തിലുള്ള ഒരു റിലേഷണൽ കോൺഫിഗറേഷൻ [Relational configuration] ആണ്. 75

വിവര ഏകീകരണം [Information integration]:

നാഡീവ്യൂഹ പ്രതിനിധാനങ്ങൾ [Neural representation], സാമൂഹിക ആശയവിനിമയം [Social communication], പരിസ്ഥിതിയുമായുള്ള ഇടപെടൽ [Environmental interaction] എന്നിവയുടെ ഏകീകരണത്തിലൂടെയാണ് അർത്ഥം രൂപപ്പെടുന്നത്.

ഈ അധ്യായത്തിന്റെ അന്തിമ നിഗമനം [Final thesis of Chapter 8] ഇതാണ്:

അർത്ഥം എന്നത് കേവലമായ ഒരു മാനസിക സത്തയല്ല [Meaning ≠purely mental entity]. മറിച്ച്, അത് ഒരു ഘടനാപരമായ കാര്യകാരണ മെഷിനുള്ളിൽ രൂപപ്പെടുന്ന ബന്ധിത ഇൻഫർമേഷണൽ പാറ്റേൺ ആണ് [Meaning = relational informational pattern within a structural causal mesh].

ഘടനാപരമായ പങ്ക് [STRUCTURAL ROLE]

ഈ അധ്യായം നിർണ്ണായകമായ ഒരു ദാർശനിക പ്രശ്നം പരിഹരിക്കുന്നു. മുൻ അധ്യായങ്ങൾ പ്രവർത്തനം എങ്ങനെ ഉണ്ടാകുന്നുവെന്നും നിരീക്ഷകൻ എങ്ങനെ രൂപപ്പെടുന്നുവെന്നുമാണ് അന്വേഷിച്ചത്. എന്നാൽ ഈ അധ്യായം **അർത്ഥം എങ്ങനെ രൂപപ്പെടുന്നു** എന്ന ചോദ്യത്തിന് ഉത്തരം നൽകുന്നു.

ഘടനാപരമായ മെഷ് നിർണ്ണയവാദം [Structural Mesh Determinism] നൽകുന്ന മറുപടി വ്യക്തമാണ്. അർത്ഥം എന്നത് മനസ്സിന്റെ ഉള്ളിലുള്ള സ്വകാര്യ ഘടകമല്ല. അത് കോസൽ മെഷിനുള്ളിൽ രൂപപ്പെടുന്ന ഒരു **റിലേഷണൽ ഇൻഫർമേഷണൽ സ്ട്രക്ചർ** [Relational informational structure] ആണ്. ഭാഷ, ചിന്ത, വിശ്വാസം, ആശയം എന്നിവയെല്ലാം നാഡീവ്യൂഹ പ്രക്രിയകൾ [Neural processes], സാമൂഹിക ഇടപെടലുകൾ [Social interaction], പരിസ്ഥിതി ഘടന [Environmental structure] എന്നിവയുടെ

സംഗമസ്ഥാനത്ത് [Convergence] രൂപപ്പെടുന്നു. ഇതോടെ അർത്ഥം എന്നത് ഒരു മെറ്റാഫിസിക്കൽ നിഗൂഢതയായി [Metaphysical mystery] തുടരുന്നില്ല; പകരം അത് വ്യക്തമായ ഒരു ഘടനാപരമായ പ്രതിഭാസമായി [Structural phenomenon] മാറുന്നു.

നോർമാറ്റിവിറ്റി എവിടെ നിന്ന് ഉദിക്കുന്നു?

അർത്ഥത്തെ ഘടനാപരമായ കാരണബന്ധങ്ങളുടെ മെഷിനുള്ളിൽ സ്ഥിതി ചെയ്യുന്ന ഒരു ഇൻഫർമേഷണൽ പാറ്റേണായി മനസ്സിലാക്കിയ ശേഷം സ്വാഭാവികമായി ഉയരുന്ന അടുത്ത ചോദ്യം നോർമാറ്റിവിറ്റിയുടേതാണ്. ഭാഷയിൽ "ശരി" എന്നും "തെറ്റ്" എന്നും പറയാനുള്ള മാനദണ്ഡങ്ങൾ എവിടെ നിന്നാണ് വരുന്നത്? ഒരു വാദം യുക്തിസഹമാണോ അല്ലയോ എന്ന് നമുക്ക് നിർണ്ണയിക്കാൻ കഴിയുന്നത് എന്തുകൊണ്ടാണ്? ഒരു വിശ്വാസം ന്യായീകരിക്കപ്പെട്ടതാണോ അല്ലയോ എന്ന വ്യത്യാസം എങ്ങനെയാണ് സാധ്യമാകുന്നത്? ഈ ചോദ്യങ്ങൾ നോർമാറ്റിവിറ്റിയുടെ പ്രശ്നത്തെ നേരിട്ട് മുന്നോട്ട് കൊണ്ടുവരുന്നു.

ഘടനാപരമായ മെഷ് നിർണ്ണയവാദത്തിന്റെ ദൃഷ്ടികോണത്തിൽ നിന്ന് നോക്കുമ്പോൾ, നോർമാറ്റിവിറ്റി ഒരു സ്വതന്ത്രമായ അതീത സത്തയായി മനസ്സിലാക്കേണ്ടതില്ല. അത് കാരണബന്ധങ്ങളുള്ള ലോകത്തിന് പുറത്തുള്ള ഒരു പ്രത്യേക മേഖലയായി നിലനിൽക്കുന്ന ഒന്നുമല്ല. മറിച്ച്, നോർമാറ്റിവിറ്റി സിസ്റ്റങ്ങൾ പ്രവർത്തിക്കുന്ന ഘടനാപരമായ ബന്ധങ്ങളിൽ നിന്നുതന്നെ ഉദിക്കുന്ന ഒരു പ്രതിഭാസമാണ്. ഈ പശ്ചാത്തലത്തിൽ നോർമാറ്റിവിറ്റിയെ മൂന്നു പരസ്പരം ബന്ധിപ്പിച്ച തലങ്ങളിൽ മനസ്സിലാക്കാം.

ആദ്യമായി, ഘടനാപര നിയന്ത്രണങ്ങളിൽ നിന്നുള്ള നോർമാറ്റിവിറ്റി പരിഗണിക്കാം. ഏത് ആശയപരമായ സിസ്റ്റത്തിലും ചില ബന്ധങ്ങൾ നിർബന്ധമായും പാലിക്കേണ്ട ഘടനാപര നിയമങ്ങൾ ഉണ്ടാകും.

ആശയങ്ങൾ തമ്മിലുള്ള ബന്ധങ്ങൾ യുക്തിഭദ്രമായ ഒരു നെറ്റ്‌വർക്കായി പ്രവർത്തിക്കുന്നു. ഒരു നിഗമനം ശരിയാണോ തെറ്റാണോ എന്ന് നിർണ്ണയിക്കുന്നത് ഈ നെറ്റ്‌വർക്കിന്റെ ഘടനാപര നിയന്ത്രണങ്ങളാണ്. ഉദാഹരണമായി, "എല്ലാ സസ്തനികളും ജീവികളാണ്", "നായ ഒരു സസ്തനിയാണ്", എന്ന രണ്ടു പ്രസ്താവനകളിൽ നിന്ന് "അതുകൊണ്ട് നായ ഒരു ജീവിയാണ്" എന്ന നിഗമനം വരുന്നു. ഈ നിഗമനം ശരിയാണ് എന്ന് പറയുന്നത് അത് ഒരു പ്രത്യേക ആശയപര നെറ്റ്‌വർക്കിന്റെ ഘടനാപര നിയമങ്ങളെ പാലിക്കുന്നതിനാലാണ്. അതിനാൽ ഇവിടെ നോർമാറ്റിവിറ്റി എന്നത് ഒരു ബാഹ്യ അധികാരത്തിൽ നിന്ന് വരുന്ന ഒന്നല്ല; മറിച്ച് ഒരു ആശയവ്യവസ്ഥയുടെ ഘടനാപര നിയന്ത്രണങ്ങളെ പാലിക്കുന്നതിലൂടെയാണ് അത് രൂപപ്പെടുന്നത്.

രണ്ടാമതായി, സാമൂഹിക ഘടനയിൽ നിന്നുള്ള നോർമാറ്റിവിറ്റി പരിഗണിക്കണം. ഭാഷയും യുക്തിചിന്തയും കേവലം വ്യക്തിഗത ന്യൂറൽ പ്രവർത്തനങ്ങൾ മാത്രമല്ല; അവ സാമൂഹിക പ്രായോഗികതകളിൽ ആഴത്തിൽ പതിഞ്ഞിരിക്കുന്നവയാണ്. മനുഷ്യർ ഭാഷ ഉപയോഗിക്കുന്നത് പങ്കിടപ്പെട്ട നിയമങ്ങളുടെയും പ്രയോഗരീതികളുടെയും അടിസ്ഥാനത്തിലാണ്. ഒരു വാക്ക് ശരിയായ രീതിയിൽ ഉപയോഗിച്ചിട്ടുണ്ടോ എന്ന് നിശ്ചയിക്കുന്നത് ഒരു വ്യക്തിയുടെ സ്വകാര്യ അനുഭവമല്ല; അത് ഒരു സാമൂഹിക മാനദണ്ഡമാണ്. ഭാഷയിലെ "ശരി ഉപയോഗം" എന്നും "തെറ്റായ ഉപയോഗം" എന്നും പറയുന്ന വ്യത്യാസം സാമൂഹികമായി രൂപപ്പെട്ട പ്രയോഗരീതികളിൽ നിന്നാണ് ഉദിക്കുന്നത്. വിറ്റ്ഗെൻസ്റ്റൈൻ വ്യക്തമാക്കിയതുപോലെ, അർത്ഥം എന്നത് ഉപയോഗത്തിൽ നിന്നാണ് ഉദിക്കുന്നത്. ഈ ഉപയോഗം സാമൂഹിക ജീവിതരീതികളിൽ പതിഞ്ഞിരിക്കുന്നതിനാൽ നോർമാറ്റിവിറ്റിയും അതേ സാമൂഹിക ഘടനകളിൽ നിന്നാണ് ഉയരുന്നത്.

മൂന്നാമതായി, പ്രവർത്തനപരമായ നോർമാറ്റിവിറ്റി പരിഗണിക്കാം. ഒരു ബുദ്ധിഗത സിസ്റ്റം (ബുദ്ധിഗത സിസ്റ്റം (Cognitive System) എന്നത് വിവരങ്ങളെ സ്വീകരിക്കുകയും സംസ്കരിക്കുകയും അതിന്റെ അടിസ്ഥാനത്തിൽ പ്രവചനങ്ങളും തീരുമാനങ്ങളും പ്രവർത്തനങ്ങളും സൃഷ്ടിക്കുകയും ചെയ്യുന്ന ഒരു സംഘടിത വ്യൂഹത്തെയാണ് സൂചിപ്പിക്കുന്നത്. ഇത് ഒരു ഏക ഘടകമല്ല; മറിച്ച് നിരവധി ഘടകങ്ങൾ പരസ്പരം ബന്ധപ്പെട്ടു പ്രവർത്തിക്കുന്ന ഒരു സമഗ്ര ഘടനയാണ്) തന്റെ പരിസ്ഥിതിയുമായി ഇടപഴകുമ്പോൾ അത് പ്രവചനങ്ങളും പ്രവർത്തനങ്ങളും പ്രതിനിധാനങ്ങളും രൂപപ്പെടുത്തുന്നു. ഈ പ്രക്രിയയിൽ ചില പ്രതിനിധാനങ്ങൾ സിസ്റ്റത്തിന്റെ സ്ഥിരതയും പ്രവർത്തനക്ഷമതയും വർധിപ്പിക്കുന്നു; മറ്റു ചിലത് അത് ദുർബലമാക്കുന്നു. ഒരു പ്രതിനിധാനം പരിസ്ഥിതിയോട് ഫലപ്രദമായി പൊരുത്തപ്പെടുമ്പോൾ അത് അനുകൂലമായ ഒരു വിവരപാറ്റേണായി മാറുന്നു. മറിച്ച്, സിസ്റ്റത്തിന്റെ പ്രവർത്തനത്തെ തെറ്റായ ദിശയിലേക്ക് നയിക്കുന്ന പ്രതിനിധാനങ്ങൾ അനനുകൂലങ്ങളായി മാറുന്നു. ഇവിടെ നോർമാറ്റിവിറ്റി എന്നത് “ശരി” എന്നും “തെറ്റ്” എന്നും പറയുന്ന ഒരു പ്രവർത്തനപര വ്യത്യാസമായി പ്രത്യക്ഷപ്പെടുന്നു. ഒരു സിസ്റ്റം തന്റെ പരിസ്ഥിതിയുമായി വിജയകരമായി ഇടപെടാൻ സഹായിക്കുന്ന വിവരഘടനകളാണ് ഇവിടെ മാനദണ്ഡം നിർണ്ണയിക്കുന്നത്.

ഈ മൂന്ന് തലങ്ങൾ ഒരുമിച്ച് പരിഗണിക്കുമ്പോൾ നോർമാറ്റിവിറ്റിയുടെ സ്വഭാവം കൂടുതൽ വ്യക്തമായി മനസ്സിലാക്കാം. നോർമാറ്റിവിറ്റി കാരണബന്ധങ്ങളുള്ള ലോകത്തിന് പുറത്തുള്ള ഒരു മെറ്റാഫിസിക്കൽ സത്തയല്ല. അത് ആശയപര നെറ്റ്‌വർക്കുകളുടെ ഘടനാപര നിയന്ത്രണങ്ങളിൽ നിന്നും, ബുദ്ധിഗത സിസ്റ്റങ്ങളുടെ പ്രവർത്തനപര റെഗുലേറ്ററി ഡൈനാമിക്സിൽ നിന്നും, മനുഷ്യരുടെ സാമൂഹിക ആശയവിനിമയ

പ്രായോഗികതകളിൽ നിന്നും ഒരുമിച്ച് ഉദിക്കുന്ന ഒരു പ്രതിഭാസമാണ്.
അതിനാൽ, നോർമാറ്റിവിറ്റിയെ അതീതമായ ഒരു നിയമമണ്ഡലമായി കാണേണ്ടതില്ല. അത് സിസ്റ്റങ്ങൾ തമ്മിലുള്ള ബന്ധങ്ങളിൽ രൂപപ്പെടുന്ന ഘടനാപര സ്ഥിരതയുടെ ഒരു പ്രകടനമാണ്. കാരണബന്ധങ്ങളാൽ നിർമ്മിതമായ ലോകത്തിനുള്ളിൽ തന്നെ നോർമാറ്റിവിറ്റിയുടെ ഉറവിടം കണ്ടെത്താനാകുന്നു.

REFERENCE LIST

1. Wittgenstein, Ludwig. *Philosophical Investigations*. Blackwell Publishing. 1953.

2. Wittgenstein, Ludwig. *Tractatus Logico-Philosophicus*. Routledge & Kegan Paul. 1921.

3. Kripke, Saul A. *Wittgenstein on Rules and Private Language*. Harvard University Press. 1982.

4. Wittgenstein, Ludwig. *Tractatus Logico-Philosophicus*. Routledge & Kegan Paul. 1921.

5. Grayling, A. C. *Wittgenstein: A Very Short Introduction*. Oxford University Press. 1988.

6. Monk, Ray. *Ludwig Wittgenstein: The Duty of Genius*. Penguin Books. 1990.

7. Wittgenstein, Ludwig. *Philosophical Investigations*. Blackwell Publishing. 1953.

8. Kripke, Saul A. *Wittgenstein on Rules and Private Language*. Harvard University Press. 1982.

9. Grayling, A. C. *Wittgenstein: A Very Short Introduction*. Oxford University Press. 1988.

10. Wittgenstein, Ludwig. *Philosophical Investigations*. Blackwell Publishing. 1953.

11. Kripke, Saul A. *Wittgenstein on Rules and Private Language.* Harvard University Press. 1982.
12. Bloor, David. *Wittgenstein, Rules and Institutions.* Routledge. 1997.
13. Ladyman, James & Ross, Don. *Every Thing Must Go: Metaphysics Naturalized.* Oxford University Press. 2007.
14. Wittgenstein, Ludwig. *Philosophical Investigations.* Blackwell Publishing. 1953.
15. Ladyman, James & Ross, Don. *Every Thing Must Go: Metaphysics Naturalized.* Oxford University Press. 2007.
16. Bloor, David. *Wittgenstein, Rules and Institutions.* Routledge. 1997.
17. Brandom, Robert. *Making It Explicit: Reasoning, Representing, and Discursive Commitment.* Harvard University Press. 1994.
18. Sellars, Wilfrid. *Empiricism and the Philosophy of Mind.* Harvard University Press. 1997.
19. Sellars, Wilfrid. *Empiricism and the Philosophy of Mind.* Harvard University Press. 1997.
20. Brandom, Robert. *Tales of the Mighty Dead: Historical Essays in the Metaphysics of Intentionality.* Harvard University Press. 2002.
21. deVries, Willem A. *Wilfrid Sellars.* Routledge. 2005.
22. O'Shea, James R. *Wilfrid Sellars: Naturalism with a Normative Turn.* Polity Press. 2007.
23. Sellars, Wilfrid. *Empiricism and the Philosophy of Mind.* Harvard University Press. 1997.
24. Brandom, Robert. *Making It Explicit: Reasoning, Representing, and Discursive Commitment.* Harvard University Press. 1994.
25. deVries, Willem A. *Wilfrid Sellars.* Routledge. 2005.
26. O'Shea, James R. *Wilfrid Sellars: Naturalism with a Normative Turn.* Polity Press. 2007.
27. Sellars, Wilfrid. *Empiricism and the Philosophy of Mind.* Harvard University Press. 1997.
28. Brandom, Robert. *Articulating Reasons: An Introduction to Inferentialism.* Harvard University Press. 2000.
29. deVries, Willem A. *Wilfrid Sellars.* Routledge. 2005.

30. O'Shea, James R. *Wilfrid Sellars: Naturalism with a Normative Turn.* Polity Press. 2007.
31. Ladyman, James & Ross, Don. *Every Thing Must Go: Metaphysics Naturalized.* Oxford University Press. 2007.
32. Sellars, Wilfrid. *Empiricism and the Philosophy of Mind.* Harvard University Press. 1997.
33. Brandom, Robert. *Making It Explicit: Reasoning, Representing, and Discursive Commitment.* Harvard University Press. 1994.
34. Ladyman, James & Ross, Don. *Every Thing Must Go: Metaphysics Naturalized.* Oxford University Press. 2007.
35. deVries, Willem A. *Wilfrid Sellars.* Routledge. 2005.
36. Davidson, Donald. *Inquiries into Truth and Interpretation.* Oxford University Press. 1984.
37. Davidson, Donald. *Inquiries into Truth and Interpretation.* Oxford University Press. 1984.
38. Davidson, Donald. *Subjective, Intersubjective, Objective.* Oxford University Press. 2001.
39. Malpas, Jeff. *Donald Davidson and the Mirror of Meaning.* Cambridge University Press. 1992.
40. Davidson, Donald. *Inquiries into Truth and Interpretation.* Oxford University Press. 1984.
41. Lepore, Ernest & Ludwig, Kirk. *Donald Davidson: Meaning, Truth, Language, and Reality.* Oxford University Press. 2005.
42. Davidson, Donald. *Subjective, Intersubjective, Objective.* Oxford University Press. 2001.
43. Evnine, Simon. *Donald Davidson.* Stanford University Press. 1991.
44. Malpas, Jeff. *Donald Davidson and the Mirror of Meaning.* Cambridge University Press. 1992.
45. Davidson, Donald. *Essays on Actions and Events.* Oxford University Press. 1980.
46. Davidson, Donald. *Subjective, Intersubjective, Objective.* Oxford University Press. 2001.

47. Malpas, Jeff. *Donald Davidson and the Mirror of Meaning.* Cambridge University Press. 1992.
48. Ladyman, James & Ross, Don. *Every Thing Must Go: Metaphysics Naturalized.* Oxford University Press. 2007.
49. Lepore, Ernest & Ludwig, Kirk. *Donald Davidson: Meaning, Truth, Language, and Reality.* Oxford University Press. 2005.
50. Evnine, Simon. *Donald Davidson.* Stanford University Press. 1991.
51. Woodfield, Andrew. *Teleology.* Cambridge University Press. 1976.
52. Wright, Larry. *Teleological Explanations: An Etiological Analysis of Goals and Functions.* University of California Press. 1976.
53. Millikan, Ruth Garrett. *Language, Thought, and Other Biological Categories: New Foundations for Realism.* MIT Press. 1984.
54. Cummins, Robert. *The Nature of Psychological Explanation.* MIT Press. 1983.
55. Dennett, Daniel C. *The Intentional Stance.* MIT Press. 1987.
56. Nagel, Ernest. *The Structure of Science: Problems in the Logic of Scientific Explanation.* Harcourt, Brace & World. 1961.
57. Nagel, Ernest. *The Structure of Science: Problems in the Logic of Scientific Explanation.* Harcourt, Brace & World. 1961.
58. Cummins, Robert. *The Nature of Psychological Explanation.* MIT Press. 1983.
59. Rosenblueth, A., Wiener, N., & Bigelow, J. *Behavior, Purpose and Teleology.* Philosophy of Science. 1943.
60. Ladyman, James & Ross, Don. *Every Thing Must Go: Metaphysics Naturalized.* Oxford University Press. 2007.
61. Millikan, Ruth Garrett. *Varieties of Meaning: The 2002 Jean Nicod Lectures.* MIT Press. 2004.
62. Dennett, Daniel C. *Darwin's Dangerous Idea: Evolution and the Meanings of Life.* Simon & Schuster. 1995.
63. Kim, Jaegwon. *Physicalism, or Something Near Enough.* Princeton University Press. 2005.
64. Jackson, Frank. *Epiphenomenal Qualia.* Philosophical Quarterly. 1982.

65. Davidson, Donald. *Essays on Actions and Events.* Oxford University Press. 1980.
66. Ludlow, Peter, Nagasawa, Yujin, and Stoljar, Daniel (eds). *There's Something About Mary: Essays on Phenomenal Consciousness and Frank Jackson's Knowledge Argument.* MIT Press. 2004.
67. Kim, Jaegwon. *Mind in a Physical World: An Essay on the Mind-Body Problem and Mental Causation.* MIT Press. 1998.
68. Ladyman, James & Ross, Don. *Every Thing Must Go: Metaphysics Naturalized.* Oxford University Press. 2007.
69. Juarrero, Alicia. *Dynamics in Action: Intentional Behavior as a Complex System.* MIT Press. 1999.
70. Deacon, Terrence W. *Incomplete Nature: How Mind Emerged from Matter.* W. W. Norton & Company. 2012.
71. Dennett, Daniel C. *Real Patterns.* The Journal of Philosophy. 1991.
72. Thompson, Evan. *Mind in Life: Biology, Phenomenology, and the Sciences of Mind.* Harvard University Press. 2007.
73. Kim, Jaegwon. *Physicalism, or Something Near Enough.* Princeton University Press. 2005.
74. Kim, Jaegwon. *Physicalism, or Something Near Enough.* Princeton University Press. 2005.
75. Ladyman, James & Ross, Don. *Every Thing Must Go: Metaphysics Naturalized.* Oxford University Press. 2007.
76. Dennett, Daniel C. *Real Patterns.* The Journal of Philosophy. 1991.
77. Juarrero, Alicia. *Dynamics in Action: Intentional Behavior as a Complex System.* MIT Press. 1999.
78. Deacon, Terrence W. *Incomplete Nature: How Mind Emerged from Matter.* W. W. Norton & Company. 2012.

ETHICS & EXISTENTIAL INTEGRATION

CHAPTER 9

കുറ്റപ്പെടുത്തൽ ഇല്ലാത്ത ഉത്തരവാദിത്വം

1. ഉത്തരവാദിത്തത്തിന്റെ ഘടനാപര വർഗ്ഗീകരണം [Responsibility Taxonomy]

ധാർമ്മിക ഉത്തരവാദിത്തത്തെക്കുറിച്ചുള്ള [Moral responsibility] ചർച്ചകൾ പലപ്പോഴും ഒരു അടിസ്ഥാന ധാരണയെ ആശ്രയിച്ചാണ് നിലനിന്നിട്ടുള്ളത്. ഒരു വ്യക്തി തന്റെ പ്രവൃത്തികളുടെ അന്തിമ ഉറവിടമാണെങ്കിൽ [Ultimate source] മാത്രമേ അവൻ പൂർണ്ണമായി ഉത്തരവാദിയാകൂ എന്നതാണ് ആ ധാരണ. ഈ സമീപനത്തിൽ ഉത്തരവാദിത്തം എന്നത് അതീന്ദ്രിയമായ സ്വാതന്ത്ര്യത്തോട് [Metaphysical freedom] അഭേദ്യമായി ബന്ധപ്പെട്ടിരിക്കുന്നു. മനുഷ്യന് തന്റെ പ്രവൃത്തികളിൽ മറ്റൊരു രീതിയിൽ പ്രവർത്തിക്കാമായിരുന്നു [Alternative possibilities] എന്ന സാധ്യതയാണ് അവനെ കുറ്റപ്പെടുത്തുന്നതിനോ പ്രശംസിക്കുന്നതിനോ ഉള്ള അടിസ്ഥാനമായി പലപ്പോഴും കരുതപ്പെടുന്നത്. 1
എന്നാൽ ഘടനാപരമായ നിർണ്ണയവാദത്തിന്റെ [Structural determinism] പശ്ചാത്തലത്തിൽ ഈ ധാരണ നിലനിൽക്കുക അസാധ്യമാണ്. മനുഷ്യപ്രവർത്തനങ്ങൾ കാര്യകാരണ മെഷിന്റെ [Causal mesh] അവിഭാജ്യ ഭാഗമാണ്. വ്യക്തിയുടെ സ്വഭാവം, തീരുമാനങ്ങൾ, പ്രവർത്തനങ്ങൾ എന്നിവ നാഡീവ്യൂഹ പ്രക്രിയകൾ [Neural processes], സാമൂഹിക സാഹചര്യങ്ങൾ, ചരിത്രപരമായ ഘടകങ്ങൾ, പരിസ്ഥിതി സ്വാധീനങ്ങൾ എന്നിവയുടെ സങ്കീർണ്ണമായ സംയോജനത്തിലാണ് രൂപപ്പെടുന്നത്. അതിനാൽ, ഒരു പ്രവർത്തനത്തിന്റെ 'അന്തിമ ഉറവിടം' വ്യക്തിയാണെന്ന സങ്കല്പം ഇവിടെ അപ്രസക്തമാകുന്നു. 2
എങ്കിലും, ഇതിൽ നിന്ന് ഉത്തരവാദിത്തം പൂർണ്ണമായി ഇല്ലാതാകുന്നു എന്ന നിഗമനത്തിലേക്ക് നാം എത്തുന്നില്ല. ഉത്തരവാദിത്തം എന്നത് ഏകശിലാത്മകമായ ഒന്നല്ല; അത് പല രൂപങ്ങളിലും തലങ്ങളിലും നിലനിൽക്കുന്നുണ്ട്.

അതിനാൽ ഉത്തരവാദിത്തത്തിന്റെ വ്യത്യസ്ത രൂപങ്ങളെ വ്യക്തമായി വേർതിരിച്ച് മനസ്സിലാക്കേണ്ടത് അത്യാവശ്യമാണ്. 3

ഉത്തരവാദിത്തത്തിന്റെ വിവിധ തലങ്ങൾ

• **ധാർമ്മിക ഉത്തരവാദിത്തം [Moral responsibility]:** ഇത് സാധാരണയായി വ്യക്തിയുടെ പ്രവൃത്തികൾ ധാർമ്മികമായി ശരിയാണോ തെറ്റാണോ എന്ന വിലയിരുത്തലുമായി ബന്ധപ്പെട്ടതാണ്. ഒരു വ്യക്തിയുടെ പ്രവൃത്തി മറ്റുള്ളവർക്ക് ദോഷം വരുത്തുമ്പോൾ നാം അവനെ ധാർമ്മികമായി ഉത്തരവാദിയാക്കുന്നു. ഇവിടെ ഉത്തരവാദിത്തം എന്നത് ആ വ്യക്തിയുടെ പ്രവർത്തനവും സാമൂഹിക ധർമ്മനീതിയോടുള്ള അതിന്റെ ബന്ധവുമാണ്. 4

• **നിയമപരമായ ഉത്തരവാദിത്തം [Legal responsibility]:** ഇത് നിയമവ്യവസ്ഥയുടെ ചട്ടക്കൂടിനുള്ളിൽ നിന്നുകൊണ്ട് വ്യക്തിയുടെ പ്രവൃത്തികളെ സാമൂഹിക നിയമങ്ങളോട് ബന്ധിപ്പിച്ച് വിലയിരുത്തുന്നതാണ്. നിയമപരമായ ഉത്തരവാദിത്തം അതീന്ദ്രിയ സ്വാതന്ത്ര്യത്തെ ആശ്രയിച്ചിരിക്കണമെന്നില്ല; മറിച്ച് അത് സാമൂഹിക ക്രമം നിലനിർത്തുന്നതിനുള്ള ഒരു സ്ഥാപനപരമായ സംവിധാനമാണ് [Institutional mechanism]. 5

• **സാമൂഹിക ഉത്തരവാദിത്തം [Social responsibility]:** ഇത് ഒരു വ്യക്തി സമൂഹത്തിലെ അംഗമായതിനാൽ നേരിടേണ്ടി വരുന്ന ബാധ്യതകളാണ്. കുടുംബം, സമൂഹം, തൊഴിലിടങ്ങൾ തുടങ്ങിയ വിവിധ വ്യവസ്ഥാപിത ബന്ധങ്ങളിലൂടെയാണ് ഈ ഉത്തരവാദിത്തം രൂപപ്പെടുന്നത്. 6

ഈ വ്യത്യസ്ത തലങ്ങൾ തമ്മിലുള്ള വ്യത്യാസം മനസ്സിലാക്കാത്തത് പലപ്പോഴും ധാർമ്മിക ഉത്തരവാദിത്തത്തെക്കുറിച്ചുള്ള [Moral responsibility] ചർച്ചകളിൽ വലിയ ആശയക്കുഴപ്പങ്ങൾക്ക് കാരണമാകുന്നു. ചരിത്രപരമായി, ധാർമ്മിക ഉത്തരവാദിത്തം എന്നത് 'ഡെസേർട്ട്-ബേസ്ഡ്' [Desert-based framework] അഥവാ അർഹതയെ അടിസ്ഥാനമാക്കിയുള്ള ചട്ടക്കൂടിലാണ് വിശദീകരിക്കപ്പെട്ടത്. ഈ സമീപനത്തിൽ ശിക്ഷ [Punishment] ന്യായീകരിക്കപ്പെടുന്നത് വ്യക്തി അത് അനുഭവിക്കാൻ "അർഹനാണ്" [Deserves it] എന്ന ധാരണയിലൂടെയാണ്. ഇത് അന്തിമമായ കുറ്റാരോപണം [Ultimate blame] എന്ന ആശയത്തോടു ചേർന്നുനിൽക്കുന്നു. 7

ജസ്റ്റ് പണിഷ്മെന്റ് തിയറി [Just punishment theory] പ്രകാരം ഒരു വ്യക്തി കുറ്റം ചെയ്താൽ അവൻ കഷ്ടപ്പാടുകൾ [Suffering] അനുഭവിക്കാൻ അർഹനാണ്; കാരണം അവൻ തന്റെ സ്വതന്ത്ര ഇച്ഛയാൽ [Free will] തെറ്റായ പ്രവൃത്തി തിരഞ്ഞെടുത്തു എന്ന് കരുതപ്പെടുന്നു. എന്നാൽ നിർണ്ണയവാദത്തിന്റെ [Determinism] പശ്ചാത്തലത്തിൽ ഈ ധാരണ പ്രശ്നകരമാണ്. വ്യക്തിയുടെ പ്രവർത്തനങ്ങൾ അവന്റെ നിയന്ത്രണത്തിന് പുറത്തുള്ള നിരവധി കാര്യകാരണ ഘടകങ്ങളുടെ ഫലമാണെങ്കിൽ, അന്തിമമായ അർഹത [Ultimate desert] എന്ന ആശയത്തെ ദാർശനികമായി ന്യായീകരിക്കാൻ കഴിയില്ല. 8

ഇവിടെയാണ് ഫോർവേഡ്-ലുക്കിംഗ് റെസ്പോൺസിബിലിറ്റി [Forward-looking responsibility] എന്ന ആശയം പ്രസക്തമാകുന്നത്. ഈ സമീപനത്തിൽ ഉത്തരവാദിത്തത്തിന്റെ ലക്ഷ്യം കേവലമായ ശിക്ഷയല്ല, മറിച്ച് നിയന്ത്രണമാണ് [Regulation]. ദോഷകരമായ പ്രവൃത്തികളെ നിയന്ത്രിക്കുകയും ഭാവിയിൽ അവ ആവർത്തിക്കാതിരിക്കാൻ ശ്രമിക്കുകയും ചെയ്യുക എന്നതാണ് ഇതിന്റെ കാതൽ. റെഗുലേഷൻ, പ്രിവൻഷൻ [Prevention], സാമൂഹിക ഏകോപനം [Social coordination] എന്നിവയാണ് ഇവിടെ പ്രധാന ലക്ഷ്യങ്ങൾ. നിയമങ്ങളും ധാർമ്മിക മാനദണ്ഡങ്ങളും വ്യക്തികളെ ശിക്ഷിക്കാൻ മാത്രമല്ല, സമൂഹത്തിന്റെ സ്ഥിരത നിലനിർത്താനും പ്രവർത്തിക്കുന്നു. 9

ഈ സമീപനത്തിൽ കുറ്റപ്പെടുത്തൽ [Blame] എന്നത് കേവലമായ വൈകാരിക പ്രതികരണമല്ല; അതിനെ റിയാക്റ്റീവ് ആറ്റിറ്റ്യൂഡ്സ് [Reactive attitudes] എന്ന നിലയിൽ മനസ്സിലാക്കാം. മനുഷ്യർ നീരസം [Resentment], രോഷം [Indignation], നന്ദി [Gratitude] തുടങ്ങിയ വികാരങ്ങളിലൂടെ മറ്റുള്ളവരുടെ പ്രവർത്തനങ്ങളെ വിലയിരുത്തുന്നു. എന്നാൽ സാമൂഹിക സ്ഥാപനങ്ങൾ കൂടുതൽ ഒബ്ജക്റ്റീവ് ആറ്റിറ്റ്യൂഡ്സ് [Objective attitudes] സ്വീകരിക്കുന്നു. നിയമവ്യവസ്ഥയും വിദ്യാഭ്യാസവുമെല്ലാം വ്യക്തികളെ അതീന്ദ്രിയമായ കുറ്റക്കാരായി [Metaphysical culprits] കാണാതെ, സാമൂഹിക ഘടനയുടെ ഭാഗമായി കൈകാര്യം ചെയ്യുന്നു. 10

ഇതിലൂടെ വ്യക്തമാകുന്ന പ്രധാന തിരിച്ചറിവ് ഇതാണ്: അതീന്ദ്രിയ സ്വാതന്ത്ര്യം [Metaphysical freedom] ഇല്ലാതിരുന്നാലും പ്രായോഗികമായ ഉത്തരവാദിത്തം [Practical accountability] നിലനിൽക്കുന്നു. മനുഷ്യർ സാമൂഹിക ഘടനകളുടെ ഭാഗമായതിനാൽ അവരുടെ പ്രവർത്തനങ്ങൾ സമൂഹത്തെ ബാധിക്കുന്നു; അതിനാൽ സമൂഹം അവയെ നിയന്ത്രിക്കേണ്ടതുണ്ട്. ഘടനാപരമായ നിർണ്ണയവാദം [Structural determinism] ഉത്തരവാദിത്തത്തെ ഒരു സോഷ്യൽ റെഗുലേഷൻ മെക്കാനിസം [Social regulation mechanism] ആയിട്ടാണ് കാണുന്നത്. 11

സമൂഹം പരസ്പരം ബന്ധിതമായ പ്രവർത്തനങ്ങളുടെയും മാനദണ്ഡങ്ങളുടെയും ഒരു ഘടനാപര നെറ്റ്‌വർക്കാണ്. , ധാർമ്മിക മാനദണ്ഡങ്ങൾ ഈ വ്യൂഹത്തെ നിലനിർത്താനുള്ള സംവിധാനങ്ങളായി പ്രവർത്തിക്കുന്നു. ഈ പശ്ചാത്തലത്തിൽ ഉത്തരവാദിത്തം എന്നത് സിസ്റ്റം റെഗുലേഷൻ [System regulation] ആണ്. വ്യക്തികളെ കുറ്റപ്പെടുത്തുന്നത് അവരെ മെറ്റാഫിസിക്കൽ കുറ്റക്കാരായി പ്രഖ്യാപിക്കാനല്ല, മറിച്ച് സാമൂഹിക ഘടനയിൽ അവരുടെ പെരുമാറ്റത്തെ ശരിയായ ദിശയിൽ നയിക്കാനാണ്. 12

ഈ വർഗ്ഗീകരണം എട്ടാം അധ്യായത്തിന്റെ തുടക്കത്തിൽ നിർണ്ണായകമാണ്; ഇത് ചർച്ചയെ മെറ്റാഫിസിക്കൽ ബ്ലെയിമിൽ നിന്ന് സോഷ്യൽ റെഗുലേഷനിലേക്ക് മാറ്റുന്നു. ഈ അടിസ്ഥാനത്തിലാണ് അടുത്ത സെഷനിൽ പി. എഫ്. സ്ട്രോസന്റെ [P. F. Strawson] ചിന്തകൾ വിശകലനം ചെയ്യുന്നത്. നിർണ്ണയവാദം ശരിയാണെങ്കിൽപ്പോലും മനുഷ്യരുടെ ധാർമ്മിക പ്രയോഗങ്ങൾ [Moral practices] എങ്ങനെ നിലനിൽക്കുന്നു എന്ന് സ്ട്രോസൻ വിശദീകരിക്കുന്നു. 13

2. പി. എഫ്. സ്ട്രോസൻ: ധാർമ്മിക പ്രതികരണങ്ങളും സാമൂഹിക ബന്ധങ്ങളും [P. F. Strawson: Moral Reactions and Social Relationships]

ധാർമ്മിക ഉത്തരവാദിത്തത്തെക്കുറിച്ചുള്ള [Moral responsibility] ആധുനിക ചർച്ചകളിൽ വിപ്ലവാത്മകമായ മാറ്റം കൊണ്ടുവന്ന ചിന്തകനാണ് പി. എഫ്. സ്ട്രോസൻ [P. F. Strawson]. അദ്ദേഹത്തിന്റെ സുപ്രധാനമായ 'ഫ്രീഡം ആൻഡ് റസന്റ്മെന്റ്' [Freedom and Resentment] എന്ന പ്രബന്ധം ഉത്തരവാദിത്തത്തെക്കുറിച്ചുള്ള മെറ്റാഫിസിക്കൽ തർക്കങ്ങളെ പ്രായോഗികവും സാമൂഹികവുമായ തലത്തിലേക്ക് മാറ്റിപ്രതിഷ്ഠിച്ചു. 14 നിർണ്ണയവാദം [Determinism] സത്യമാണോ അസത്യമാണോ എന്ന അതീന്ദ്രിയമായ ചോദ്യമല്ല മനുഷ്യരുടെ യഥാർത്ഥ ധാർമ്മിക ജീവിതത്തെ നയിക്കുന്നത് എന്നതാണ് സ്ട്രോസന്റെ പ്രധാന വാദം. മനുഷ്യരുടെ സാമൂഹിക ബന്ധങ്ങൾ ചില പ്രത്യേക വികാരപ്രതികരണങ്ങളിലാണ് [Emotional responses] വേരൂന്നിയിരിക്കുന്നത്. ഈ പ്രതികരണങ്ങളെ അദ്ദേഹം **റിയാക്ടീവ് ആറ്റിറ്റ്യൂഡ്സ്** [Reactive attitudes] എന്ന് വിളിച്ചു. 15

റിയാക്ടീവ് ആറ്റിറ്റ്യൂഡ്സ് എന്നത് മറ്റുള്ളവരുടെ പ്രവർത്തനങ്ങളോടുള്ള വ്യക്തിഗതവും സാമൂഹികവുമായ വൈകാരിക പ്രതികരണങ്ങളാണ്. മനുഷ്യർ പരസ്പരം ഇടപഴകുമ്പോൾ മറ്റുള്ളവരെ കേവലം ഭൗതികമായ കാരണ സംഭവങ്ങളായല്ല [Causal events]

കാണുന്നത്. മറിച്ച്, ഓരോ പ്രവൃത്തിയെയും വിലയിരുത്തുകയും അതിനോട് പ്രതികരിക്കുകയും ചെയ്യുന്ന ഒരു നൈതിക സമൂഹത്തിലെ അംഗങ്ങളായാണ് നാം പരസ്പരം വീക്ഷിക്കുന്നത്. ഈ സാഹചര്യത്തിലാണ് നീരസം [Resentment], നന്ദി [Gratitude], രോഷം [Indignation] തുടങ്ങിയ വികാരങ്ങൾ ഉദിക്കുന്നത്. 16

- **നീരസം [Resentment]:** മറ്റൊരാളുടെ പ്രവൃത്തി നമ്മെ ദോഷകരമായി ബാധിക്കുമ്പോൾ, അവർ നമ്മോട് കാണിക്കേണ്ട പരിഗണന കാണിച്ചില്ല എന്ന തിരിച്ചറിവിൽ നിന്ന് ഉണ്ടാകുന്ന വികാരമാണിത്.
- **നന്ദി [Gratitude]:** മറ്റൊരാൾ നമുക്ക് നന്മ ചെയ്യുമ്പോൾ അനുഭവപ്പെടുന്ന വൈകാരിക പ്രതികരണമാണിത്.
- **രോഷം [Indignation]:** അഥവാ ധാർമ്മിക പ്രതിഷേധം. മറ്റൊരാൾ ഒരു മൂന്നാം കക്ഷിയോട് അന്യായം ചെയ്യുമ്പോൾ നമുക്കുണ്ടാകുന്ന വികാരമാണിത്. 17

ഈ വികാരങ്ങൾ വെറും വ്യക്തിപരമായ തോന്നലുകളല്ല; അവ അന്തർവ്യക്തിപരമായ ധാർമ്മിക പ്രയോഗങ്ങളുടെ [Interpersonal moral practices] ഭാഗമാണ്. മനുഷ്യർ മറ്റുള്ളവരിൽ നിന്ന് ചില പ്രത്യേക രീതിയിലുള്ള പെരുമാറ്റങ്ങൾ പ്രതീക്ഷിക്കുന്നുണ്ട്. ഈ പ്രതീക്ഷകൾ ലംഘിക്കപ്പെടുമ്പോഴാണ് റിയാക്റ്റീവ് ആറ്റിറ്റ്യൂഡ്സ് പ്രകടമാകുന്നത്. സ്ട്രോസന്റെ പ്രധാന തിരിച്ചറിവ് ഇതാണ്: ധാർമ്മിക ഉത്തരവാദിത്തം എന്നത് അതീന്ദ്രിയ സ്വാതന്ത്ര്യത്തെ [Metaphysical freedom] ആശ്രയിച്ചുള്ള ഒരു സിദ്ധാന്തമല്ല, മറിച്ച് അത് മനുഷ്യരുടെ യാഥാർത്ഥ്യമായ സാമൂഹിക ജീവിതത്തിന്റെ അവിഭാജ്യ ഘടകമാണ്. 18

മനുഷ്യർ പരസ്പരം ബന്ധപ്പെടുമ്പോൾ അവർ മറ്റുള്ളവരെ കർത്താക്കളായി [Agents] കാണുന്നു. അവർ ഒരാളുടെ പ്രവൃത്തിയെ ഉദ്ദേശ്യപൂർവ്വമായ [Intentional] പ്രവർത്തനമായി വ്യാഖ്യാനിക്കുന്നു. ഈ വ്യാഖ്യാനവും അതിനോടുള്ള വൈകാരിക പ്രതികരണവുമാണ് ധാർമ്മിക ഉത്തരവാദിത്തത്തിന്റെ യഥാർത്ഥ അടിത്തറ. ഇതിന് വിരുദ്ധമായി ഒരു ബദൽ കാഴ്ചപ്പാട് കൂടി

സ്ട്രോസൻ അവതരിപ്പിച്ചു; അതാണ് **ഒബ്ജക്റ്റീവ് സ്റ്റാൻസ്** [Objective stance]. 19
ഒബ്ജക്റ്റീവ് സ്റ്റാൻസ് [Objective stance] സ്വീകരിക്കുമ്പോൾ നാം ഒരു വ്യക്തിയെ ഒരു ധാർമ്മിക കർത്താവായി [Moral agent] കാണുന്നില്ല; പകരം അവനെ കാര്യകാരണ വ്യൂഹത്തിന്റെ [Causal system] ഭാഗമായ ഒരു സത്തയായി (Entity) മാത്രമാണ് വീക്ഷിക്കുന്നത്. ഉദാഹരണത്തിന്, ഒരു രോഗിയെ ചികിത്സിക്കുന്ന ഡോക്ടർ ആ രോഗിയുടെ അസ്വാഭാവിക പെരുമാറ്റത്തെ ഒരു ധാർമ്മിക പരാജയമായി [Moral failure] കാണുന്നതിന് പകരം ഒരു മെഡിക്കൽ അവസ്ഥയായിട്ടാണ് [Medical condition] പരിഗണിക്കുന്നത്. 20
ഈ സമീപനത്തിൽ കുറ്റപ്പെടുത്തലുകൾക്ക് [Blame] സ്ഥാനമില്ല, മറിച്ച് ചികിത്സയ്ക്കോ [Treatment] അല്ലെങ്കിൽ കൈകാര്യം ചെയ്യാനോ [Management] ഉള്ള മാർഗ്ഗങ്ങൾ കണ്ടെത്തുകയാണ് ലക്ഷ്യം. എന്നാൽ സ്ട്രോസൻ വാദിക്കുന്നത്, മനുഷ്യസമൂഹത്തിൽ ഒബ്ജക്റ്റീവ് സ്റ്റാൻസ് പൂർണ്ണമായി പ്രയോഗിക്കാൻ കഴിയില്ല എന്നാണ്. മനുഷ്യബന്ധങ്ങളുടെ ഭൂരിഭാഗവും റിയാക്ടീവ് ആറ്റിറ്റ്യൂഡ്സിനെ [Reactive attitudes] ആശ്രയിച്ചാണ് നിലനിൽക്കുന്നത്. 21
ഇവിടെയാണ് അദ്ദേഹത്തിന്റെ കോംപാറ്റിബിലിസ്റ്റ് ഉൾക്കാഴ്ച [Compatibilist insight] പ്രാധാന്യം നേടുന്നത്. നിർണ്ണയവാദം [Determinism] സത്യമാണെങ്കിലും ധാർമ്മിക പ്രയോഗങ്ങൾ [Moral practices] തകരില്ലെന്ന് സ്ട്രോസൻ വാദിച്ചു. കാരണം ധാർമ്മിക ഉത്തരവാദിത്തം അതീന്ദ്രിയ സ്വാതന്ത്ര്യത്തിന്റെ [Metaphysical freedom] മേൽ പൂർണ്ണമായി ആശ്രയിച്ചിട്ടില്ല; മറിച്ച് അത് മനുഷ്യരുടെ സാമൂഹിക ജീവിതത്തിൽ സ്വാഭാവികമായി രൂപപ്പെടുന്ന വികാരപ്രതികരണങ്ങളിലാണ്
അധിഷ്ഠിതമായിരിക്കുന്നത്. 22
ഘടനാപരമായ നിർണ്ണയവാദം [Structural determinism] സ്ട്രോസന്റെ ഈ നിലപാടിനെ കൂടുതൽ

വികസിപ്പിക്കുന്നു. റിയാക്റ്റീവ് ആറ്റിറ്റ്യൂഡ്സ് സാമൂഹിക ജീവിതത്തിൽ പ്രധാന പങ്ക് വഹിക്കുന്നുവെന്ന് അംഗീകരിക്കാമെങ്കിലും അവ അതീന്ദ്രിയമായ കുറ്റപ്പെടുത്തലുകൾക്കുള്ള [Metaphysical blame] തെളിവല്ല. മറിച്ച് അവ സാമൂഹിക നിയന്ത്രണത്തിന്റെ [Social regulation] ഭാഗമാണ്. മനുഷ്യരുടെ പെരുമാറ്റം സാമൂഹിക നെറ്റ്‌വർക്കുകളിൽ പരസ്പരം സ്വാധീനിക്കുന്നു; ഈ റിയാക്റ്റീവ് ആറ്റിറ്റ്യൂഡ്സ് അന്തർവ്യക്തിപരമായ നിയന്ത്രണ നെറ്റ്‌വർക്കുകളിൽ (interpersonal regulatory networks) പ്രവർത്തിക്കുന്ന സാമൂഹിക ഫീഡ്ബാക്ക് സിഗ്നലുകളായി മനസ്സിലാക്കാം

ഇവിടെ നീരസം [Resentment], നന്ദി [Gratitude], രോഷം [Indignation] തുടങ്ങിയ വികാരങ്ങൾ ഈ നെറ്റ്‌വർക്കിലെ ഫീഡ്ബാക്ക് സിഗ്നലുകളായി [Feedback signals] പ്രവർത്തിക്കുന്നു. 23

ഒരു വ്യക്തി മറ്റൊരാളെ ദോഷകരമായി ബാധിക്കുമ്പോൾ നീരസം ഉയരുന്നത് ഒരു സാമൂഹിക സിഗ്നലാണ്. അത് ആ പെരുമാറ്റത്തിന്റെ അസ്വീകാര്യതയെ സൂചിപ്പിക്കുന്നു. നന്ദി നന്മയെ അംഗീകരിക്കുന്ന സിഗ്നലും, രോഷം സമൂഹത്തിന്റെ നൈതിക മാനദണ്ഡങ്ങളെ [Ethical standards] സംരക്ഷിക്കുന്ന പ്രതികരണവുമാണ്. ഈ രീതിയിൽ റിയാക്റ്റീവ് ആറ്റിറ്റ്യൂഡ്സ് കോസൽ മെഷിനുള്ളിൽ പ്രവർത്തിക്കുന്ന സാമൂഹിക ഫീഡ്ബാക്ക് മെക്കാനിസങ്ങളാണ് [Social feedback mechanisms]. 24

അതുകൊണ്ട് ധാർമ്മിക ഉത്തരവാദിത്തം എന്നത് അതീന്ദ്രിയമായ അർഹത [Metaphysical desert] എന്ന ആശയത്തിൽ നിന്ന് വേർതിരിക്കപ്പെടുന്നു. അത് മനുഷ്യരുടെ സാമൂഹിക ഘടനകളിൽ പ്രവർത്തിക്കുന്ന ഒരു നിയന്ത്രണ വ്യവസ്ഥയാണ് [Regulation system]. സ്ട്രോസൻ ഉത്തരവാദിത്തത്തിന്റെ സാമൂഹിക സ്വഭാവം വ്യക്തമാക്കിയെങ്കിലും അന്തിമമായ കുറ്റപ്പെടുത്തൽ [Ultimate blame] എന്ന ആശയത്തെ പൂർണ്ണമായി ഉപേക്ഷിച്ചില്ല. അടുത്ത സെഷൻ ഈ

വിഷയത്തെ കൂടുതൽ കർശനമായി പരിശോധിക്കുന്ന ഡെർക്ക് പെരബൂമിന്റെ [Derk Pereboom] 'ഹാർഡ് ഇൻകോംപാറ്റിബിലിസം' [Hard incompatibilism] പരിചയപ്പെടുത്തുന്നു. സ്വതന്ത്ര ഇച്ഛയുടെ അഭാവം ധാർമ്മിക അർഹതയെ [Moral desert] പൂർണ്ണമായി തകർക്കുന്നു എന്നാണ് അദ്ദേഹം വാദിക്കുന്നത്. 25

3. ഡെർക്ക് പെരബൂം: അന്തിമ കുറ്റപ്പെടുത്തലിന്റെ നിരാകരണവും ഉത്തരവാദിത്തത്തിന്റെ പുനർവ്യാഖ്യാനവും [Derk Pereboom: Rejection of Ultimate Blame and Reinterpretation of Responsibility]

മനുഷ്യരുടെ ധാർമ്മിക ഉത്തരവാദിത്തത്തെക്കുറിച്ചുള്ള ആധുനിക ചർച്ചകളിൽ അതിശക്തമായ വിമർശനാത്മക നിലപാട് അവതരിപ്പിച്ച ചിന്തകനാണ് ഡെർക്ക് പെരബൂം [Derk Pereboom]. അദ്ദേഹത്തിന്റെ നിലപാട് സാധാരണ ഇൻകോംപാറ്റിബിലിസത്തേക്കാൾ [Incompatibilism] കൂടുതൽ തീവ്രമായ ഒന്നാണ്. പെരബൂം അവതരിപ്പിച്ച ഈ സമീപനം **ഹാർഡ് ഇൻകോംപാറ്റിബിലിസം** [Hard incompatibilism] എന്ന പേരിലാണ് അറിയപ്പെടുന്നത്. 26

നിർണ്ണയവാദം [Determinism] സത്യമാണെങ്കിലും അല്ലെങ്കിലും (Indeterminism), മനുഷ്യർക്ക് അന്തിമമായ ധാർമ്മിക ഉത്തരവാദിത്തം [Ultimate moral responsibility] ഉണ്ടാകില്ല എന്നതാണ് ഹാർഡ് ഇൻകോംപാറ്റിബിലിസത്തിന്റെ അടിസ്ഥാന വാദം. കാരണം ധാർമ്മിക അർഹത [Moral desert] എന്ന ആശയം മനുഷ്യൻ തന്റെ പ്രവൃത്തികളുടെ അന്തിമ ഉറവിടമാണെന്ന [Ultimate source] ധാരണയെയാണ് ആശ്രയിച്ചിരിക്കുന്നത്. എന്നാൽ ഈ 'അന്തിമ ഉറവിടം' എന്ന സങ്കല്പം യുക്തിപരമായി നിലനിൽക്കില്ലെന്ന് അദ്ദേഹം വാദിക്കുന്നു. 27

ഇതിന്റെ അടിസ്ഥാനത്തിൽ പെരബൂം ഫ്രീ വിൽ സ്കെപ്റ്റിസിസം [Free will skepticism] എന്ന നിലപാട് സ്വീകരിക്കുന്നു. അതീന്ദ്രിയമായ അർത്ഥത്തിൽ [Metaphysical sense] മനുഷ്യർക്ക് സ്വതന്ത്ര ഇച്ഛയില്ല

എന്നതാണ് ഇതിന്റെ കാതൽ. മനുഷ്യന്റെ തീരുമാനങ്ങൾ ജനിതകമായ മുൻഗണനകൾ [Genetic predispositions], വളർത്തപ്പെട്ട സാഹചര്യം [Upbringing], സാമൂഹികമായ കണ്ടീഷനിംഗ് [Social conditioning], നാഡീവ്യൂഹ പ്രക്രിയകൾ [Neural processes], പാരിസ്ഥിതിക സ്വാധീനങ്ങൾ എന്നിവയുടെ സംയോജനത്തിലാണ് രൂപപ്പെടുന്നത്. 28

ഈ ആശയം വിശദീകരിക്കാൻ പെരബൂം **മാനിപുലേഷൻ ആർഗ്യുമെന്റ്** [Manipulation argument] എന്ന സുപ്രധാന ചിന്താപരീക്ഷ [Thought experiment] അവതരിപ്പിച്ചു. ധാർമ്മിക ഉത്തരവാദിത്തത്തിന്റെ അടിത്തറയായ അന്തിമമായ കർത്തൃത്വം [Ultimate authorship] എന്ന ആശയത്തെ ചോദ്യം ചെയ്യുകയാണ് ഇതിന്റെ ലക്ഷ്യം. 29

മാനിപുലേഷൻ ആർഗ്യുമെന്റ് പല ഘട്ടങ്ങളായാണ് അവതരിപ്പിക്കപ്പെടുന്നത്. ഒരു വ്യക്തിയുടെ സ്വഭാവവും തീരുമാനങ്ങളും മറ്റൊരാൾ പൂർണ്ണമായും നിയന്ത്രിക്കുന്ന [Manipulate] ഒരു സാഹചര്യം സങ്കൽപ്പിക്കുക. ഉദാഹരണത്തിന്, ഒരു ശാസ്ത്രജ്ഞൻ ഒരു വ്യക്തിയുടെ നാഡീവ്യൂഹ അവസ്ഥകളെ [Neural states] മുൻകൂട്ടി ക്രമീകരിച്ചുവെന്നും, അതിന്റെ ഫലമായി ആ വ്യക്തി ഒരു കുറ്റകൃത്യം ചെയ്തുവെന്നും കരുതുക. ഈ സാഹചര്യത്തിൽ ആ വ്യക്തിയെ പൂർണ്ണമായും കുറ്റപ്പെടുത്താൻ നമുക്ക് സാധിക്കില്ല; കാരണം അവന്റെ പ്രവൃത്തി മറ്റൊരാളുടെ നിയന്ത്രണത്തിന്റെയോ മാനിപുലേഷന്റെയോ ഫലമാണ്. 30

അടുത്ത ഘട്ടത്തിൽ, പെരബൂം മാനിപുലേഷന്റെ വ്യക്തമായ രൂപം ഒഴിവാക്കുകയും എന്നാൽ നിർണ്ണായകമായ കാര്യകാരണ ശൃംഖല [Deterministic causal chain] മാത്രം നിലനിർത്തുകയും ചെയ്യുന്നു. ഇവിടെയും വ്യക്തിയുടെ പ്രവൃത്തി അവന്റെ നിയന്ത്രണത്തിന് പുറത്തുള്ള ഘടകങ്ങളുടെ ഫലമായി തുടരുന്നു. പെരബൂമിന്റെ വാദം ഇതാണ്: നിർണ്ണായകമായ

കാര്യകാരണ ചരിത്രവും മാനിപുലേഷനും തമ്മിൽ അടിസ്ഥാനപരമായ വ്യത്യാസമില്ല. വ്യക്തിയുടെ പ്രവൃത്തി പൂർണ്ണമായും അവന്റെ നിയന്ത്രണത്തിന് പുറത്തുള്ള ഘടകങ്ങളുടെ പരിണതഫലമാണെങ്കിൽ, അന്തിമമായ ധാർമ്മിക ഉത്തരവാദിത്തം [Ultimate moral responsibility] ന്യായീകരിക്കാൻ കഴിയില്ല. 31

ഇതിലൂടെ പെരബൂം മോറൽ റെസ്പോൺസിബിലിറ്റി സ്കെപ്റ്റിസിസം [Moral responsibility skepticism] എന്ന നിലപാടിലേക്ക് എത്തുന്നു. ശിക്ഷയെ 'അർഹിച്ച കഷ്ടപ്പാട്' [Deserved suffering] എന്ന അർത്ഥത്തിൽ ന്യായീകരിക്കാൻ കഴിയില്ലെന്നും, അർഹതയെ അടിസ്ഥാനമാക്കിയുള്ള കുറ്റപ്പെടുത്തൽ [Desert-based blame] അതീന്ദ്രിയമായി അസാധുവാണെന്നും അദ്ദേഹം വാദിക്കുന്നു. എന്നാൽ പെരബൂം നീതിശാസ്ത്രത്തെ [Ethics] പൂർണ്ണമായി ഉപേക്ഷിക്കുന്നില്ല. ഇതിനായി അദ്ദേഹം അവതരിപ്പിക്കുന്ന ആശയമാണ് **ക്വാറന്റൈൻ മോഡൽ** [Quarantine model]. 32

ഈ സമീപനം പൊതുജനാരോഗ്യ സംരക്ഷണത്തിന്റെ [Public safety analogy] യുക്തിയെയാണ് ആശ്രയിക്കുന്നത്. ഒരാൾക്ക് അപകടകരമായ പകർച്ചവ്യാധി ഉണ്ടെങ്കിൽ സമൂഹം അയാളെ ക്വാറന്റൈൻ ചെയ്യുന്നു. ഇത് അയാളെ ശിക്ഷിക്കാനല്ല, മറിച്ച് മറ്റുള്ളവരെ സംരക്ഷിക്കാനാണ്. അതുപോലെ കുറ്റകരമായ പെരുമാറ്റമുള്ള വ്യക്തികളെ നിയന്ത്രിക്കുന്നത് പ്രതികാരത്തിനോ [Revenge] ശിക്ഷയ്ക്കോ [Retribution] വേണ്ടിയാകരുത്; പകരം സമൂഹത്തെ സംരക്ഷിക്കുന്ന ഒരു പ്രതിരോധ സംവിധാനമായി [Preventive mechanism] അതിനെ മനസ്സിലാക്കണം. ശിക്ഷ എന്നത് ഇവിടെ അർഹിച്ച ദുഃഖമല്ല, മറിച്ച് സാമൂഹിക സുരക്ഷയും പെരുമാറ്റ പരിഷ്കരണവും [Rehabilitation] ലക്ഷ്യമാക്കുന്ന സംവിധാനമാണ്. 33

എന്നാൽ ഈ നിലപാടിനോട് ചില വിമർശനങ്ങൾ ഉയരുന്നുണ്ട്. സ്ട്രോസൻ സൂചിപ്പിച്ചതുപോലെ റിയാക്ടീവ്

ആറ്റിറ്റ്യൂഡ്സ് [Reactive attitudes] പൂർണ്ണമായി ഉപേക്ഷിക്കാൻ മനുഷ്യർക്ക് സാധിക്കുമോ എന്നതും, ഇത് വ്യക്തിബന്ധങ്ങളെ ദുർബലമാക്കുമോ എന്നതുമാണ് പ്രധാന ആശങ്കകൾ. ഘടനാപരമായ നിർണ്ണയവാദം [Structural determinism] ഈ ചർച്ചയ്ക്ക് സമതുലിതമായ ഒരു പുനർവ്യാഖ്യാനം നൽകുന്നു. അന്തിമമായ കുറ്റപ്പെടുത്തൽ [Ultimate blame] അതീന്ദ്രിയമായി അസാധുവാണെന്ന് അംഗീകരിക്കുമ്പോൾ തന്നെ, ധാർമ്മിക പ്രയോഗങ്ങളെ ഘടനാപരമായി നിലനിർത്തേണ്ടതുണ്ടെന്ന് ഇത് ചൂണ്ടിക്കാട്ടുന്നു. 34
ഘടനാപരമായ പുനർവായനയിൽ ഉത്തരവാദിത്തം എന്നത് **അന്തിമ കുറ്റപ്പെടുത്തലില്ലാത്ത നിയന്ത്രണം** [Regulation without ultimate blame] ആണ്. സമൂഹത്തിന്റെ നിയമങ്ങൾ പ്രതികാരത്തിനുള്ള ഉപകരണങ്ങളല്ല, മറിച്ച് സാമൂഹിക സ്ഥിരത [Social stability] നിലനിർത്താനുള്ള ഘടനാപരമായ സംവിധാനങ്ങളാണ്. റിയാക്റ്റീവ് ആറ്റിറ്റ്യൂഡ്സിനെ സാമൂഹികമായ ഫീഡ്ബാക്ക് സിഗ്നലുകളായും നിയമവ്യവസ്ഥയെ പെരുമാറ്റത്തെ നിയന്ത്രിക്കുന്ന ഇൻസ്റ്റിറ്റ്യൂഷണൽ സ്ട്രക്ചറായും [Institutional structure] ഇവിടെ മനസ്സിലാക്കുന്നു. 35
ഈ സമീപനം പെരബൂം മുന്നോട്ടുവെച്ച അർഹതയുടെ നിരാകരണത്തെ [Desert rejection] സംരക്ഷിക്കുന്നു; എന്നാൽ നീതിശാസ്ത്രത്തെ പൂർണ്ണമായും ഒരു നെഗറ്റീവ് ചട്ടക്കൂടിലേക്ക് ചുരുക്കുന്നുമില്ല. അടുത്ത സെഷൻ ഈ ചർച്ചയെ കൂടുതൽ വിപുലീകരിക്കുന്നു. നീതിയെ പ്രതികാരത്തിൽ നിന്ന് നിയന്ത്രണത്തിലേക്കുള്ള [Retribution to regulation] ഒരു ധാർമ്മിക മാറ്റമായി ഘടനാപരമായ നിർണ്ണയവാദം എങ്ങനെ പുനർവ്യാഖ്യാനം ചെയ്യുന്നു എന്നതാണ് ഇനി പരിശോധിക്കുന്നത്. 36

4. ശിക്ഷയുടെ ആശയം: പ്രതികാരത്തിൽ നിന്ന് ഘടനാപര നിയന്ത്രണത്തിലേക്ക് [Retribution vs

Regulation: The Concept of Punishment: From Retribution to Structural Regulation]

മനുഷ്യസമൂഹങ്ങളിൽ ശിക്ഷയുടെ ആശയം ഏറെക്കാലം റിട്രിബ്യൂട്ടീവ് ജസ്റ്റിസ് [Retributive justice] എന്ന ദാർശനിക മാതൃകയെ ആശ്രയിച്ചാണ് മനസ്സിലാക്കപ്പെട്ടത്. ഈ സമീപനത്തിൽ ശിക്ഷ [Punishment] എന്നത് ഒരു വ്യക്തി ചെയ്ത കുറ്റത്തിന് ലഭിക്കേണ്ട പ്രതിഫലമാണ്. കുറ്റകൃത്യം ചെയ്തതിനാൽ ആ വ്യക്തി കഷ്ടപ്പാട് [Suffering] അനുഭവിക്കാൻ "അർഹനാണ്" [Deserves it] എന്ന ധാരണയാണ് റിട്രിബ്യൂട്ടീവ് ജസ്റ്റിസിന്റെ അടിത്തറ. 37

ഈ നിലപാടിൽ ശിക്ഷയുടെ പ്രധാന ലക്ഷ്യം കുറ്റവാളിയെ തിരുത്തുക എന്നതല്ല, മറിച്ച് അവൻ ചെയ്ത തെറ്റിന് സമാനമായ ദുഃഖം അനുഭവിപ്പിക്കുക എന്നതാണ്. ഈ സമീപനം ധാർമ്മിക അർഹത [Moral desert] എന്ന ആശയത്തെ ആശ്രയിച്ചാണ് പ്രവർത്തിക്കുന്നത്. ഒരു വ്യക്തി തന്റെ പ്രവൃത്തിയുടെ അന്തിമ ഉത്തരവാദിയാണ്, അതിനാൽ അതിന്റെ ഫലമായുണ്ടാകുന്ന ദുഃഖം അവൻ അനുഭവിക്കണം എന്നതാണ് ഈ ധാരണയുടെ കാതൽ. 38

ചരിത്രപരമായി റിട്രിബ്യൂട്ടീവ് ജസ്റ്റിസ് പല ദാർശനിക പാരമ്പര്യങ്ങളിലും ശക്തമായി പ്രത്യക്ഷപ്പെട്ടു. പ്രത്യേകിച്ച് ഇമ്മാനുവൽ കാന്റ് [Immanuel Kant] അവതരിപ്പിച്ച നൈതിക ദർശനത്തിൽ ശിക്ഷ എന്നത് അർഹത [Desert] എന്ന ആശയത്തോടു ചേർന്നുനിൽക്കുന്നു. കാന്റിന്റെ നിലപാടുപ്രകാരം ഒരു കുറ്റവാളിയെ ശിക്ഷിക്കുന്നത് സമൂഹത്തിന് ഉപകാരപ്രദമായതുകൊണ്ടല്ല, മറിച്ച് അവൻ അതിന് അർഹനാണെന്നതിനാലാണ്. 39

കാന്റിന്റെ ഈ സമീപനം ധാർമ്മിക സ്വയംഭരണാധികാരം [Moral autonomy] എന്ന ആശയത്തെ ആശ്രയിച്ചാണ് നിർമ്മിക്കപ്പെട്ടിരിക്കുന്നത്. മനുഷ്യൻ സ്വതന്ത്രവും യുക്തിപരവുമായ ഒരു കർത്താവാണ് [Moral

agent]. അവൻ തന്റെ പ്രവൃത്തികൾ സ്വയം തിരഞ്ഞെടുക്കുന്നതിനാൽ തെറ്റായ പ്രവൃത്തികൾക്ക് അവൻ പൂർണ്ണമായ ഉത്തരവാദിയാണ്. 40
എന്നാൽ നിർണ്ണയവാദത്തിന്റെ [Determinism] പശ്ചാത്തലത്തിൽ ഈ സമീപനം ഗൗരവമായ പ്രശ്നങ്ങൾ സൃഷ്ടിക്കുന്നു. ധാർമ്മിക അർഹത [Moral desert] എന്ന ആശയം അതീന്ദ്രിയ സ്വാതന്ത്ര്യത്തെ [Metaphysical freedom] ആശ്രയിച്ചിരിക്കുന്നു. ഒരു വ്യക്തിക്ക് മറ്റൊരു വിധത്തിൽ പ്രവർത്തിക്കാമായിരുന്നു [Could have acted otherwise] എന്ന ധാരണ ഇല്ലാതാകുമ്പോൾ "അർഹിച്ച ശിക്ഷ" എന്ന സങ്കല്പം തകരുന്നു. 41
ഘടനാപരമായ നിർണ്ണയവാദത്തിന്റെ [Structural determinism] പ്രകാരം മനുഷ്യപ്രവർത്തനങ്ങൾ കാര്യകാരണ മെഷിന്റെ [Causal mesh] ഭാഗമാണ്. വ്യക്തിയുടെ സ്വഭാവം, തീരുമാനങ്ങൾ, പ്രവർത്തനങ്ങൾ എന്നിവ ജനിതക ഘടന [Genetic dispositions], സാമൂഹിക സാഹചര്യങ്ങൾ, പരിസ്ഥിതി സ്വാധീനങ്ങൾ, നാഡീവ്യൂഹ ചലനാത്മകത [Neural dynamics] എന്നിവയുടെ സങ്കീർണ്ണമായ സംയോജനത്തിലാണ് രൂപപ്പെടുന്നത്. ഈ സാഹചര്യത്തിൽ ശിക്ഷയെ അർഹതയെ അടിസ്ഥാനമാക്കിയുള്ള കഷ്ടപ്പാടായി [Desert-based suffering] ന്യായീകരിക്കാൻ കഴിയില്ല. കുറ്റകൃത്യം ചെയ്ത വ്യക്തി തന്റെ പ്രവൃത്തിയുടെ അതീന്ദ്രിയ ഉറവിടമാണെന്നോ [Metaphysical source] അതുകൊണ്ട് അവൻ "അർഹിച്ച ദുഃഖം" അനുഭവിക്കണമെന്നോ ഉള്ള ആശയം യുക്തിപരമായി നിലനിൽക്കില്ല. 42
റിട്രിബ്യൂട്ടീവ് ജസ്റ്റിസുമായി [Retributive justice] ബന്ധപ്പെട്ട മറ്റൊരു പ്രധാന പ്രശ്നം അതിന് പ്രതികാരത്തോടുള്ള [Revenge] അടുത്ത ബന്ധമാണ്. ശിക്ഷയെ ധാർമ്മിക അർഹതയുടെ [Moral desert] അടിസ്ഥാനത്തിൽ ന്യായീകരിക്കുമ്പോൾ, അത് പലപ്പോഴും നിയമപരമായ പരിവേഷമുള്ള സാമൂഹിക പ്രതികാരമായി മാറുന്നു. ഈ

സമീപനം കുറ്റവാളിയെ ഒരു ധാർമ്മിക ശത്രുവായി [Moral enemy] കാണാൻ സമൂഹത്തെ പ്രേരിപ്പിക്കുന്നു. 43
ഇതിന് വിപരീതമായ സമീപനമാണ് റെഗുലേഷൻ മോഡൽ [Regulation model]. ഈ രീതിയിൽ ശിക്ഷയുടെ ലക്ഷ്യം പ്രതികാരമല്ല [Retaliation], മറിച്ച് പെരുമാറ്റ പരിഷ്കരണമാണ് [Behavior modification]. ദോഷകരമായ പ്രവൃത്തികൾ ആവർത്തിക്കാതിരിക്കാൻ വ്യക്തികളുടെ പെരുമാറ്റത്തെ നിയന്ത്രിക്കുകയാണ് സമൂഹം ഇവിടെ ചെയ്യുന്നത്. റെഗുലേഷൻ മോഡൽ രണ്ട് പ്രധാന ലക്ഷ്യങ്ങളെ മുൻനിർത്തുന്നു: 44

1. **സാമൂഹിക സംരക്ഷണം [Social protection]:** അപകടകരമായ പെരുമാറ്റങ്ങൾ സമൂഹത്തെ ബാധിക്കാതിരിക്കാൻ അവയെ നിയന്ത്രിക്കുന്നു.
2. **പെരുമാറ്റ പരിഷ്കരണം [Behavior modification]:** വ്യക്തിയുടെ പ്രവർത്തനരീതികളിൽ മാറ്റം വരുത്താൻ സാമൂഹിക സംവിധാനങ്ങൾ ശ്രമിക്കുന്നു. 45

ഈ സമീപനത്തിൽ ശിക്ഷ എന്നത് തിരുത്തലിനുള്ള [Correction] ഒരു ഉപകരണമായി മാറുന്നു. വിദ്യാഭ്യാസം, പുനരധിവാസം [Rehabilitation], സാമൂഹിക പിന്തുണ തുടങ്ങിയ മാർഗ്ഗങ്ങൾ വ്യക്തിയുടെ പെരുമാറ്റത്തെ ഗുണപരമായി മാറ്റാൻ ഉപയോഗിക്കുന്നു. ഇതിലൂടെ നീതിശാസ്ത്രത്തിൽ ഒരു സുപ്രധാന മാറ്റം സംഭവിക്കുന്നു: ശിക്ഷാകേന്ദ്രീകൃത നീതിയിൽ [Punishment-centered justice] നിന്ന് തിരുത്തൽ കേന്ദ്രീകൃത നീതിയിലേക്ക് [Correction-centered justice] അത് പരിവർത്തനം ചെയ്യപ്പെടുന്നു. 46
ഘടനാപരമായ നിർണ്ണയവാദം [Structural determinism] ഈ മാറ്റത്തെ കൂടുതൽ ആഴത്തിൽ വിശകലനം ചെയ്യുന്നു. സമൂഹം എന്നത് ഒരു ബന്ധിത മെഷ് [Relational mesh] ആണ്. വ്യക്തികളുടെ പ്രവർത്തനങ്ങൾ ഈ മെഷിന്റെ സ്ഥിരതയെ സ്വാധീനിക്കുന്നു. അതിനാൽ നീതിന്യായ വ്യവസ്ഥയുടെ [Justice system] ലക്ഷ്യം കുറ്റവാളിയെ കഷ്ടപ്പെടുത്തുക എന്നതല്ല, മറിച്ച് സാമൂഹിക ഘടനയുടെ സ്ഥിരത [Social stability] നിലനിർത്തുക എന്നതാണ്. ഈ

പശ്ചാത്തലത്തിൽ നീതി എന്നത് ഒരു സ്റ്റെബിലൈസേഷൻ [Stabilization] പ്രക്രിയയായി മാറുന്നു. 47

ഈ സമീപനം നീതിശാസ്ത്രത്തെ പ്രതികാരത്തിൽ നിന്ന് സംരക്ഷണത്തിലേക്കും തിരുത്തലിലേക്കും മാറ്റുന്നു. കുറ്റകൃത്യങ്ങളെ നേരിടുന്നത് പ്രതികാരം വഴിയല്ല, മറിച്ച് ഘടനാപരമായ നിയന്ത്രണം [Structural regulation] വഴിയാണ്. ഈ തിരിച്ചറിവ് റെസ്റ്റോറേറ്റീവ് ജസ്റ്റിസ് [Restorative justice] എന്ന ആശയത്തിലേക്ക് നമ്മെ നയിക്കുന്നു. ദ്രോഹങ്ങൾ പരിഹരിക്കുക [Harm repair], അനുരഞ്ജനം [Reconciliation], സാമൂഹികമായ ഉണർവ് [Community healing] എന്നിവയിലൂടെ നീതിയെ പുനർനിർവചിക്കാനാണ് ഇത് ശ്രമിക്കുന്നത്. 48

5. റെസ്റ്റോറേറ്റീവ് ജസ്റ്റിസ്: നീതിയുടെ പുനർസ്ഥാപനപര മാതൃക [Restorative Justice: The Restorative Model of Justice]

റിട്രിബ്യൂട്ടീവ് ജസ്റ്റിസിൽ [Retributive justice] നിന്ന് റെഗുലേഷൻ ഓറിയന്റഡ് ജസ്റ്റിസിലേക്ക് [Regulation-oriented justice] ഒരു നൈതിക മാറ്റം [Ethical shift] സംഭവിക്കുമ്പോൾ പ്രധാനപ്പെട്ട ഒരു ചോദ്യം ഉയരുന്നു: കുറ്റകൃത്യങ്ങൾ നടന്ന ശേഷം സമൂഹം എങ്ങനെ പ്രതികരിക്കണം? ശിക്ഷയെ പ്രതികാരമായി [Retaliation] കാണുന്നതിന് പകരം, അതിനെ സംഭവിച്ച ദ്രോഹങ്ങൾ പരിഹരിക്കലായി [Harm repair] കാണാൻ കഴിയുമോ? 49

ഈ ചോദ്യത്തിന് മറുപടിയായാണ് റെസ്റ്റോറേറ്റീവ് ജസ്റ്റിസ് [Restorative justice] എന്ന സമീപനം വികസിച്ചത്. നീതിയെ ശിക്ഷാകേന്ദ്രീകൃത ചട്ടക്കൂടിൽ [Punishment-centered framework] നിന്ന് ബന്ധാധിഷ്ഠിത ചട്ടക്കൂടിലേക്ക് [Relationship-centered framework] മാറ്റാനാണ് ഇത് ശ്രമിക്കുന്നത്.

റെസ്റ്റോറേറ്റീവ് ജസ്റ്റിസിന്റെ അടിസ്ഥാന ധാരണ ലളിതമാണ്: ഒരു കുറ്റകൃത്യം എന്നത് വെറുമൊരു നിയമലംഘനം മാത്രമല്ല, അത് മനുഷ്യബന്ധങ്ങളിൽ ഉണ്ടാകുന്ന ഒരു ഭംഗമാണ് [Rupture in human relationships]. ഒരു വ്യക്തിയുടെ പ്രവൃത്തി മറ്റൊരാളെയും സമൂഹത്തെയും

നേരിട്ട് ബാധിക്കുന്നു; അതിനാൽ നീതിയുടെ ലക്ഷ്യം കുറ്റവാളിയെ ശിക്ഷിക്കുക എന്നതിലുപരി, തകർന്ന ഈ ബന്ധങ്ങളെ പുനഃസ്ഥാപിക്കുക [Restoration] എന്നതാണ്. 50 ഈ സമീപനത്തിൽ ദ്രോഹങ്ങൾ പരിഹരിക്കുക [Repairing harm] എന്നതിനാണ് മുൻഗണന. ഒരു കുറ്റകൃത്യം സംഭവിക്കുമ്പോൾ മൂന്ന് ഘടകങ്ങൾ പ്രധാനമായും ബാധിക്കപ്പെടുന്നു: ഇര [Victim], കുറ്റവാളി [Offender], സമൂഹം [Community]. റെസ്റ്റോറേറ്റീവ് ജസ്റ്റിസ് ഈ മൂന്ന് ഘടകങ്ങളെയും ഉൾക്കൊള്ളുന്ന രീതിയിലാണ് പ്രവർത്തിക്കുന്നത്. 51

ഇര-കുറ്റവാളി മധ്യസ്ഥത [Victim–offender mediation]: ഈ സമീപനത്തിന്റെ പ്രധാന ഘടകമാണിത്. കുറ്റകൃത്യത്തിൽ ബാധിക്കപ്പെട്ട വ്യക്തിയും കുറ്റം ചെയ്ത വ്യക്തിയും തമ്മിൽ നേരിട്ടുള്ള സംവാദം നടക്കുന്നു. ഇത് വിദ്വേഷപരമായ ഏറ്റുമുട്ടലായല്ല [Confrontation], മറിച്ച് ഒരു ഡയലോഗ് പ്രോസസ് [Dialogue process] ആയിട്ടാണ് രൂപകൽപ്പന ചെയ്തിരിക്കുന്നത്. 52

ഉത്തരവാദിത്തം [Accountability]: ഇര തന്റെ അനുഭവം തുറന്നു പറയുന്നതിലൂടെ, കുറ്റവാളി തന്റെ പ്രവൃത്തിയുടെ ഫലങ്ങൾ നേരിട്ട് മനസ്സിലാക്കുന്നു. ഇവിടെ ഉത്തരവാദിത്തം എന്നത് ശിക്ഷയെക്കാൾ നേരിട്ടുള്ള രൂപത്തിൽ പ്രവർത്തിക്കുന്നു. കുറ്റം ചെയ്ത വ്യക്തി തന്റെ പ്രവൃത്തിയുടെ സാമൂഹികവും വ്യക്തിപരവുമായ ആഘാതം തിരിച്ചറിയുന്നു. 53

സാമൂഹിക ഉത്തരവാദിത്തം [Community responsibility]: കുറ്റകൃത്യം എന്നത് ഒരു വ്യക്തിയുടെ ഒറ്റപ്പെട്ട പരാജയമല്ല (Isolated failure), മറിച്ച് അത് പലപ്പോഴും സാമൂഹിക സാഹചര്യങ്ങളുമായി ബന്ധപ്പെട്ടു കിടക്കുന്ന ഒന്നാണ്. അതിനാൽ സാമൂഹിക പിന്തുണ, പുനരധിവാസ പദ്ധതികൾ [Rehabilitation programs], മധ്യസ്ഥ ശ്രമങ്ങൾ എന്നിവയിലൂടെ കൂട്ടായ പുനഃസ്ഥാപനം [Collective restoration] ഈ മാതൃക ലക്ഷ്യമാക്കുന്നു. 54

ഈ സമീപനത്തിന് സുപ്രധാനമായ മനഃശാസ്ത്രപരമായ ഫലങ്ങൾ [Psychological outcomes] ഉണ്ടെന്ന് അനുഭവൈവേദ്യമായ ഗവേഷണങ്ങൾ [Empirical research] സൂചിപ്പിക്കുന്നു. റെസ്റ്റോറേറ്റീവ് ജസ്റ്റിസ് പ്രക്രിയകളിൽ പങ്കെടുത്ത വ്യക്തികൾ വീണ്ടും കുറ്റകൃത്യങ്ങളിൽ ഏർപ്പെടാനുള്ള സാധ്യത [Recidivism rates] ഗണ്യമായി കുറയുന്നുവെന്ന് പല പഠനങ്ങളും വെളിപ്പെടുത്തുന്നു. 55

ഇതിന്റെ മറ്റൊരു പ്രധാന ഗുണം ഇരകളുടെ മനഃശാസ്ത്രപരമായ വീണ്ടെടുപ്പാണ് [Psychological healing of victims]. റിട്രിബ്യൂട്ടീവ് സിസ്റ്റത്തിൽ ഇരകൾ പലപ്പോഴും നിഷ്ക്രിയരായ നിരീക്ഷകർ [Passive observers] മാത്രമായി ഒതുങ്ങിപ്പോകുന്നു. എന്നാൽ റെസ്റ്റോറേറ്റീവ് പ്രക്രിയകൾ അവരെ സജീവ പങ്കാളികളാക്കി [Active participants] മാറ്റുന്നു. 56

നൈതികമായ തലത്തിൽ [Ethical level], റെസ്റ്റോറേറ്റീവ് ജസ്റ്റിസ് കരുണയെയും [Compassion] ഉത്തരവാദിത്തത്തെയും [Accountability] ഒരേസമയം നിലനിർത്താൻ ശ്രമിക്കുന്നു. കുറ്റം ചെയ്ത വ്യക്തിയെ ഒരു മനുഷ്യനായിത്തന്നെ പരിഗണിക്കുമ്പോൾത്തന്നെ, അവന്റെ പ്രവൃത്തിയുടെ ഉത്തരവാദിത്തം വ്യക്തമായി അംഗീകരിക്കപ്പെടുകയും ചെയ്യുന്നു. 57

ഈ സമീപനം ഘടനാപരമായ നിർണ്ണയവാദത്തിന്റെ [Structural determinism] നൈതിക ചട്ടക്കൂടുമായി [Ethical frame-work] ആഴത്തിൽ പൊരുത്തപ്പെടുന്നു. കാര്യകാരണ മെഷിന്റെ [Causal mesh] പശ്ചാത്തലത്തിൽ മനുഷ്യപ്രവർത്തനങ്ങൾ ഒറ്റപ്പെട്ട പ്രവൃത്തികളല്ല [Isolated actions]; അവ ബന്ധിത ശൃംഖലകളുടെ [Relational networks] ഭാഗമാണ്. ഒരു കുറ്റകൃത്യം സംഭവിക്കുമ്പോൾ ആ നെറ്റ്വർക്കിന്റെ സന്തുലിതാവസ്ഥ [Equilibrium] തകരുന്നു.

ഇര–കുറ്റവാളി–സമൂഹം എന്ന ത്രികോണ ബന്ധം അസന്തുലിതാവസ്ഥയിലേക്ക് [Imbalance] നീങ്ങുന്നു. 58

ഘടനാപരമായ പുനർവായനയിൽ [Structural reinterpretation], റെസ്റ്റോറേറ്റീവ് ജസ്റ്റിസിനെ വെറുമൊരു ദ്രോഹപരിഹാരമായിട്ടല്ല, മറിച്ച് നെറ്റ്വർക്ക് റീബാലൻസിംഗ് [Network rebalancing] ആയി മനസ്സിലാക്കാം. സാമൂഹിക നെറ്റ്വർക്കിലുണ്ടായ വിള്ളലുകൾ സംവാദം [Dialogue], ഉത്തരവാദിത്തം, നഷ്ടപരിഹാരം [Restitution] എന്നിവയിലൂടെ വീണ്ടും ക്രമീകരിക്കപ്പെടുന്നു. ഈ സമീപനം നീതിയെ ഒരു ശിക്ഷാ സംവിധാനമായി [Punishment mechanism] കാണാതെ ഒരു റിലേഷണൽ റിപ്പയർ പ്രോസസ് [Relational repair process] ആയി മനസ്സിലാക്കുന്നു. 59

ഇതോടെ എട്ടാം അധ്യായം ഒരു സമഗ്രമായ നൈതിക ചട്ടക്കൂടിലേക്ക് പ്രവേശിക്കുകയാണ്. ഉത്തരവാദിത്തം അതീന്ദ്രിയമായ കുറ്റപ്പെടുത്തലല്ല [Metaphysical blame], മറിച്ച് സാമൂഹികമായ നിയന്ത്രണമാണ് [Social regulation]. പ്രതികാരം തിരുത്തലായി മാറുന്നു. റെസ്റ്റോറേറ്റീവ് ജസ്റ്റിസ് സാമൂഹിക നെറ്റ്വർക്കുകളുടെ സന്തുലിതാവസ്ഥ പുനഃസ്ഥാപിക്കുന്ന രീതിയായി പ്രവർത്തിക്കുന്നു. അടുത്ത സെഷൻ ഈ ചർച്ചയുടെ സമഗ്രമായ സംയോജനമാണ് [Integration]; അവിടെ ഘടനാപരമായ നിർണ്ണയവാദം നീതിശാസ്ത്രത്തെ ഒരു സമഗ്ര ദാർശനിക ഘടനയായി രൂപപ്പെടുത്തുന്നു. 60

6. സ്ട്രക്ചറൽ എത്തിക്സ് സിന്തസിസ്: നിർണ്ണയവാദത്തിനുള്ളിലെ ധാർമ്മിക ഘടനയുടെ സമഗ്ര സംയോജനം [Structural Ethics Synthesis: Comprehensive Integration of Moral Framework within Determinism]

മുൻ സെഷനുകളിൽ ധാർമ്മിക ഉത്തരവാദിത്തത്തെക്കുറിച്ചുള്ള [Moral responsibility] വിവിധ സമീപനങ്ങൾ നാം വിശദമായി പരിശോധിച്ചു. സ്ട്രോസൻ [Strawson] അന്തർവ്യക്തിപരമായ ധാർമ്മിക പ്രയോഗങ്ങളുടെ [Interpersonal moral practices] പ്രാധാന്യം വ്യക്തമാക്കിയപ്പോൾ, പെരബൂം [Pereboom] അതീന്ദ്രിയമായ അർഹത [Metaphysical desert] എന്ന ആശയത്തെ കർശനമായി ചോദ്യം ചെയ്തു. ശിക്ഷാവിധി [Retribution], നിയന്ത്രണം [Regulation] എന്നിവ തമ്മിലുള്ള വ്യത്യാസം പരിശോധിച്ചപ്പോൾ നീതിയുടെ അടിസ്ഥാന ലക്ഷ്യം പ്രതികാരമല്ല, മറിച്ച് സാമൂഹിക സ്ഥിരതയാണെന്ന് വ്യക്തമായി. റെസ്റ്റോറേറ്റീവ് ജസ്റ്റിസ് [Restorative justice] ഈ ദിശയെ കൂടുതൽ ശക്തിപ്പെടുത്തുകയും നീതിയെ ഒരു റിലേഷണൽ റിപ്പയർ [Relational repair] ആയി മനസ്സിലാക്കണമെന്ന് കാണിച്ചുതരികയും ചെയ്തു. 61

ഈ ചർച്ചയുടെ സമാപനഘട്ടമാണ് സ്ട്രക്ചറൽ എത്തിക്സ് സിന്തസിസ്. ഇവിടെ ഒരു സുപ്രധാന ദാർശനിക ചോദ്യത്തിന് മറുപടി നൽകേണ്ടതുണ്ട്: സ്വതന്ത്ര ഇച്ഛ അതീന്ദ്രിയമായ അർത്ഥത്തിൽ [Metaphysical sense] നിലനിൽക്കാത്ത സാഹചര്യത്തിൽ നീതിശാസ്ത്രം [Ethics] എങ്ങനെ നിലനിൽക്കും? 62

ഘടനാപരമായ നിർണ്ണയവാദം [Structural determinism] നൽകുന്ന മറുപടി വ്യക്തമാണ്. അതീന്ദ്രിയ സ്വാതന്ത്ര്യം [Metaphysical freedom] ഇല്ലാതായാലും നീതിശാസ്ത്രം ഇല്ലാതാകുന്നില്ല. മനുഷ്യർ കാര്യകാരണ മെഷിന്റെ [Causal mesh] ഭാഗങ്ങളാണെങ്കിലും അവർ സാമൂഹിക ബന്ധങ്ങളുടെയും സ്ഥാപനങ്ങളുടെയും അവിഭാജ്യ ഘടകങ്ങളാണ്. അതിനാൽ ഉത്തരവാദിത്തം എന്നത് അതീന്ദ്രിയമായ സ്വയം-ഉത്ഭവത്തെയല്ല [Metaphysical self-origination], മറിച്ച് സാമൂഹിക ഘടനകളിൽ പ്രവർത്തിക്കുന്ന ഒരു പ്രായോഗിക സംവിധാനത്തെയാണ് [Practical mechanism] ആശ്രയിക്കുന്നത്. ഇത് **അതീന്ദ്രിയ**

സ്വാതന്ത്ര്യമില്ലാത്ത നീതിശാസ്ത്രം [Ethics without metaphysical freedom] എന്ന നിലപാടിലേക്ക് നമ്മെ നയിക്കുന്നു. 63

ഈ പശ്ചാത്തലത്തിൽ ധാർമ്മിക കർത്തൃത്വം [Moral agency] പുനർവ്യാഖ്യാനം ചെയ്യപ്പെടുന്നു. മനുഷ്യൻ അതീന്ദ്രിയമായ അർത്ഥത്തിൽ ഒരു സ്വതന്ത്ര ഉറവിടമല്ല (Autonomous origin point); മറിച്ച് അവൻ കോസൽ മെഷിനുള്ളിലെ ഒരു ഇൻഫർമേഷണൽ നോഡ് [Informational node] ആണ്. നാഡീവ്യൂഹ പ്രക്രിയകൾ [Neural processes], സാമൂഹിക ഇടപെടലുകൾ, പാരിസ്ഥിതിക ഫീഡ്ബാക്കുകൾ എന്നിവയുടെ സംഗമസ്ഥാനത്താണ് [Convergence] തീരുമാനങ്ങൾ രൂപപ്പെടുന്നത്. 64

അതുകൊണ്ട് ധാർമ്മിക കർത്തൃത്വത്തെ ഒരു നോഡ്-ലെവൽ ഡിസിഷൻ സിസ്റ്റം [Node-level decision system] ആയി മനസ്സിലാക്കാം. വ്യക്തി കാര്യകാരണ ശൃംഖലയുടെ ഭാഗമായി പ്രവർത്തിക്കുമ്പോൾത്തന്നെ വിവരങ്ങൾ സംയോജിപ്പിക്കുകയും സാഹചര്യങ്ങളെ വിലയിരുത്തുകയും പ്രതികരണങ്ങൾ സൃഷ്ടിക്കുകയും ചെയ്യുന്നു. ഈ ഘടനാപരമായ കർത്തൃത്വം സാമൂഹിക നിയന്ത്രണ സംവിധാനങ്ങളുടെ [Social regulation mechanisms] ഭാഗമായാണ് പ്രവർത്തിക്കുന്നത്. നിയമങ്ങൾ [Laws], മാനദണ്ഡങ്ങൾ [Norms], സ്ഥാപനങ്ങൾ [Institutions] എന്നിവയുടെ സഹായത്തോടെ സമൂഹം പെരുമാറ്റത്തെ ക്രമീകരിക്കുന്നു. 65

നിയമവ്യവസ്ഥ കുറ്റകൃത്യങ്ങളെ നിയന്ത്രിക്കുന്ന ഔദ്യോഗിക സംവിധാനമാകുമ്പോൾ, സാമൂഹിക മാനദണ്ഡങ്ങൾ മനുഷ്യരുടെ ദൈനംദിന പെരുമാറ്റത്തെ സ്വാധീനിക്കുന്നു. വിദ്യാഭ്യാസം, കുടുംബം, മറ്റ് സാമൂഹിക സ്ഥാപനങ്ങൾ എന്നിവ വ്യക്തികളുടെ പ്രവൃത്തികളെ നിരന്തരം രൂപപ്പെടുത്തിക്കൊണ്ടിരിക്കുന്നു. 66

ഈ സംവിധാനങ്ങൾ കുറ്റപ്പെടുത്തലിനെ [Blame] അതീന്ദ്രിയമായ അർഹതയായി [Metaphysical desert] കാണുന്നില്ല; മറിച്ച് അവ പെരുമാറ്റത്തെ സാമൂഹികമായി

ക്രമീകരിക്കുന്ന മെക്കാനിസങ്ങളായി പ്രവർത്തിക്കുന്നു. 67

സ്ട്രക്ചറൽ എത്തിക്സ് കരുണയ്ക്കും [Compassion] യാഥാർത്ഥ്യബോധത്തിനും [Realism] ഇടയിൽ ഒരു സമതുലിതാവസ്ഥ സ്ഥാപിക്കാൻ ശ്രമിക്കുന്നു. അതീന്ദ്രിയമായ കുറ്റപ്പെടുത്തലുകൾ കുറയുമ്പോൾ, മനുഷ്യർ മറ്റുള്ളവരുടെ സാഹചര്യങ്ങളെ കൂടുതൽ ആഴത്തിൽ മനസ്സിലാക്കാൻ തുടങ്ങുന്നു. ജനിതക സ്വാധീനങ്ങൾ [Genetic influences], സാമൂഹിക സാഹചര്യങ്ങൾ, ജീവിതാനുഭവങ്ങൾ എന്നിവ മനുഷ്യരുടെ പെരുമാറ്റത്തെ എങ്ങനെ രൂപപ്പെടുത്തുന്നു എന്നത് വ്യക്തമായി കാണാൻ ഇത് സഹായിക്കുന്നു. അതേസമയം, ഉത്തരവാദിത്തം പൂർണ്ണമായി ഇല്ലാതാകുന്നില്ല. വ്യക്തികൾ അവരുടെ പ്രവർത്തനങ്ങളുടെ ഫലങ്ങളുമായി ബന്ധപ്പെട്ടിരിക്കുന്നു; അവരുടെ പ്രവൃത്തികൾ സമൂഹത്തെ സ്വാധീനിക്കുന്നതിനാൽ പ്രായോഗികമായ ഉത്തരവാദിത്തം [Practical accountability] നിലനിൽക്കുന്നു. 68

ഇവിടെ കുറ്റപ്പെടുത്തലുകളുടെ കുറവും [Blame reduction] ഉത്തരവാദിത്തം നിലനിർത്തലും [Responsibility retention] ഒരേസമയം സാധ്യമാകുന്നു. കരുണ മനുഷ്യബന്ധങ്ങളെ ശക്തിപ്പെടുത്തുമ്പോൾ, ഉത്തരവാദിത്തം സാമൂഹിക ക്രമം നിലനിർത്തുന്നു. ഈ പശ്ചാത്തലത്തിൽ, നൈതിക പ്രയോഗങ്ങൾ എന്നത് ഒറ്റപ്പെട്ട ധാർമ്മിക വിധികൾ [Isolated moral judgments] അല്ല, മറിച്ച് സമൂഹത്തിന്റെ കാര്യകാരണ ശൃംഖലയിൽ പ്രവർത്തിക്കുന്ന നിയന്ത്രണ സംവിധാനങ്ങളാണ് [Regulation mechanisms]. 69

സമൂഹം പരസ്പരം ബന്ധിതമായ പ്രവർത്തനങ്ങളുടെയും മാനദണ്ഡങ്ങളുടെയും ഒരു ഘടനാപര നെറ്റ്‌വർക്കാണ്. വ്യക്തികളുടെ പ്രവർത്തനങ്ങൾ ഈ മെഷിന്റെ സ്ഥിരതയെ [Stability] സ്വാധീനിക്കുന്നതിനാൽ, നൈതിക വ്യവസ്ഥകൾ ആ സ്ഥിരത നിലനിർത്താനുള്ള സംവിധാനങ്ങളായി മാറുന്നു. 70

അന്തിമ നിഗമനം [Final Thesis of Chapter 9]
ഈ അധ്യായത്തിന്റെ സമാപന പ്രസ്താവന ഇപ്രകാരമാണ്: ഉത്തരവാദിത്തം എന്നത് അന്തിമമായ കുറ്റപ്പെടുത്തലല്ല [Responsibility ≠ ultimate blame]. മറിച്ച്, അത് ഒരു കാര്യകാരണ ഘടനാപരമായ മെഷിനുള്ളിലെ സാമൂഹികമായി ഉൾച്ചേർക്കപ്പെട്ട നിയന്ത്രണ പ്രയോഗമാണ് [Responsibility = socially embedded regulatory practice within a causal structural mesh].

ഘടനാപരമായ പങ്ക് [CHAPTER 9 STRUCTURAL ROLE]
ഈ അധ്യായം ഗ്രന്ഥത്തിന്റെ നിർണ്ണായകമായ ഒരു ദാർശനിക മാറ്റത്തെ അവതരിപ്പിക്കുന്നു. മുൻ അധ്യായങ്ങൾ അതീന്ദ്രിയമായ അർത്ഥത്തിൽ സ്വതന്ത്ര ഇച്ഛ നിലനിൽക്കുന്നില്ലെന്നും മനുഷ്യന്റെ തീരുമാനങ്ങളും പ്രവർത്തനങ്ങളും കോസൽ മെഷിന്റെ ഭാഗമാണെന്നും തെളിയിച്ചു. ഈ പശ്ചാത്തലത്തിൽ സ്വതന്ത്ര ഇച്ഛയില്ലാതെ ധാർമ്മിക ഉത്തരവാദിത്തം എങ്ങനെ നിലനിൽക്കും എന്നതായിരുന്നു ഈ അധ്യായത്തിലെ പ്രധാന ചോദ്യം.
ഘടനാപരമായ നിർണ്ണയവാദം [Structural determinism] നൽകുന്ന മറുപടി ഇതാണ്: കുറ്റപ്പെടുത്തൽ എന്നത് അതീന്ദ്രിയമായ അർഹതയല്ല, ശിക്ഷ എന്നത് പ്രതികാരവുമല്ല [Punishment is not revenge]. നീതിശാസ്ത്രം എന്നത് മനുഷ്യരുടെ സാമൂഹിക ഘടനകളിൽ പ്രവർത്തിക്കുന്ന ഒരു നിയന്ത്രണ വ്യവസ്ഥയാണ് [Regulation system]. നിയമങ്ങൾ, മാനദണ്ഡങ്ങൾ, സാമൂഹിക സ്ഥാപനങ്ങൾ എന്നിവ മനുഷ്യരുടെ പെരുമാറ്റത്തെ ക്രമീകരിക്കുന്നു.
ഈ സമീപനം നിർണ്ണയവാദത്തെ ധാർമ്മിക നിഹിലിസത്തിലേക്ക് [Moral nihilism] നയിക്കുന്നില്ല; മറിച്ച്

നീതിശാസ്ത്രത്തെ കൂടുതൽ യാഥാർത്ഥ്യബോധമുള്ളതും മനുഷ്യസൗഹൃദവുമായ രൂപത്തിൽ പുനർനിർമ്മിക്കുന്നു. മനുഷ്യരുടെ പ്രവർത്തനങ്ങളെ അതീന്ദ്രിയ കുറ്റമായി കാണുന്നതിന് പകരം ബന്ധിത ഉത്തരവാദിത്തമായി [Relational responsibility] മനസ്സിലാക്കുമ്പോൾ കരുണയ്ക്കും ഉത്തരവാദിത്തത്തിനും ഇടയിൽ ഒരു പുതിയ സമതുലിതാവസ്ഥ രൂപപ്പെടുന്നു. ഇതോടെ നീതിശാസ്ത്രം നിർണ്ണയവാദത്തോട് വിരുദ്ധമായ ഒന്നല്ല, മറിച്ച് അത് കാര്യകാരണ ഘടനാപരമായ മെഷിനുള്ളിൽ പ്രവർത്തിക്കുന്ന സാമൂഹിക ബുദ്ധിയായി [Social intelligence] മാറുന്നു.

Chapter-9-ൽ അവതരിപ്പിച്ച നൈതിക ചട്ടക്കൂട് ഘടനാപരമായ നിർണ്ണയവാദവുമായി നല്ല രീതിയിൽ സംയോജിക്കപ്പെടുന്നുണ്ടെങ്കിലും, അവിടെ ഒരു ചെറിയ ആശയപരമായ ചോദ്യം സ്വാഭാവികമായി ഉയരാം. അത് ഇങ്ങനെയാണ്: മനുഷ്യരുടെ പ്രവർത്തനങ്ങൾ എല്ലാം കാര്യകാരണ മെഷിന്റെ ഭാഗമാണെങ്കിൽ, "നിയന്ത്രണം" എന്നതും "ഉത്തരവാദിത്തം" എന്നതും എങ്ങനെയാണ് അർത്ഥവത്താകുന്നത്? എല്ലാം നിർണ്ണയിക്കപ്പെട്ടതാണെങ്കിൽ സാമൂഹിക നിയന്ത്രണത്തിന് എന്താണ് യഥാർത്ഥ പ്രാധാന്യം എന്നതാണ് ഈ സംശയത്തിന്റെ കേന്ദ്രീകരണം.

ഈ ആശയക്കുഴപ്പം ഒഴിവാക്കാൻ ഒരു അടിസ്ഥാന കാര്യത്തെ വ്യക്തമായി പറയേണ്ടതുണ്ട്. നിർണ്ണയവാദം എന്നത് സാമൂഹിക സ്വാധീനങ്ങൾ പ്രവർത്തനക്ഷമമല്ല എന്നാണ് പറയുന്നത് അല്ല. മറിച്ച് സാമൂഹിക സ്ഥാപനങ്ങൾ, നിയമങ്ങൾ, മാനദണ്ഡങ്ങൾ, വിദ്യാഭ്യാസം, സാമൂഹിക പ്രതികരണങ്ങൾ എന്നിവ എല്ലാം തന്നെ കാര്യകാരണ ഘടനയുടെ ഭാഗങ്ങളാണ്. അതായത് മനുഷ്യരുടെ പെരുമാറ്റത്തെ സ്വാധീനിക്കുന്ന ഘടകങ്ങളിലൊന്നാണ് സമൂഹം തന്നെ. ഒരു നിയമം, ഒരു സാമൂഹിക വിലയിരുത്തൽ, ഒരു വിമർശനം, ഒരു പ്രശംസ, ഒരു ശിക്ഷ, ഒരു പ്രോത്സാഹനം—ഇവയൊക്കെ

വ്യക്തികളുടെ ഭാവിയിലെ പ്രവർത്തനങ്ങളെ സ്വാധീനിക്കുന്ന കാര്യകാരണ ഘടകങ്ങളാണ്. ഈ പശ്ചാത്തലത്തിൽ ഉത്തരവാദിത്തത്തെ മനസ്സിലാക്കേണ്ടത് "അന്തിമ കുറ്റപ്പെടുത്തൽ" എന്ന നിലയിൽ അല്ല, മറിച്ച് "കാര്യകാരണ സ്വാധീനം ചെലുത്തുന്ന ഒരു സാമൂഹിക സംവിധാനം" എന്ന നിലയിലാണ്. സമൂഹം വ്യക്തികളെ ഉത്തരവാദികളാക്കുമ്പോൾ, അത് അതീന്ദ്രിയമായ അർഹത പ്രഖ്യാപിക്കുന്നില്ല; മറിച്ച് പെരുമാറ്റത്തെ സ്വാധീനിക്കുന്ന ഒരു ഘടനാപര ഇടപെടലാണ് നടത്തുന്നത്. ഒരു വ്യക്തിയുടെ പ്രവൃത്തിക്ക് പ്രതികരിക്കുന്നത്, ആ പ്രവൃത്തിയുടെ സാമൂഹിക അർത്ഥം വ്യക്തമാക്കുകയും ഭാവിയിലെ പെരുമാറ്റങ്ങൾക്ക് ദിശനൽകുകയും ചെയ്യുന്ന ഒരു നിയന്ത്രണപ്രക്രിയയായി പ്രവർത്തിക്കുന്നു. ഇതിലൂടെ നിർണ്ണയവാദവും ഉത്തരവാദിത്തവും തമ്മിലുള്ള ബന്ധം കൂടുതൽ വ്യക്തമാകുന്നു. നിർണ്ണയവാദം ഉത്തരവാദിത്തത്തെ ഇല്ലാതാക്കുന്നില്ല; മറിച്ച് അത് ഉത്തരവാദിത്തത്തെ ഒരു പുതിയ രീതിയിൽ പുനർവ്യാഖ്യാനം ചെയ്യുന്നു. മനുഷ്യരുടെ പ്രവർത്തനങ്ങൾ കാരണബന്ധങ്ങളുടെ ഭാഗമായതിനാൽ, സാമൂഹിക പ്രതികരണങ്ങളും അതേ കാരണബന്ധങ്ങളുടെ ഭാഗമാണ്. അതിനാൽ സമൂഹത്തിന്റെ നൈതിക പ്രതികരണങ്ങൾ വ്യക്തികളുടെ പെരുമാറ്റത്തെ രൂപപ്പെടുത്തുന്ന ഒരു ഘടനാപര സംവിധാനമായി പ്രവർത്തിക്കുന്നു. ഈ നിലപാട് ഒരു പ്രധാന തിരിച്ചറിവിലേക്ക് നയിക്കുന്നു. ഉത്തരവാദിത്തം എന്നത് ഒരു വ്യക്തിയെ metaphysical അർത്ഥത്തിൽ കുറ്റക്കാരനായി പ്രഖ്യാപിക്കുന്നതല്ല; മറിച്ച് സാമൂഹിക ബന്ധങ്ങളുടെ സ്ഥിരത നിലനിർത്തുന്നതിനായി പ്രവർത്തിക്കുന്ന ഒരു നിയന്ത്രണ പ്രക്രിയയാണ്. മനുഷ്യരുടെ പ്രവർത്തനങ്ങൾ പരസ്പരം ബന്ധിതമായ ഒരു സാമൂഹിക മെഷിനുള്ളിൽ

നടക്കുന്നതിനാൽ, ഓരോ പ്രവർത്തനവും ആ മെഷിന്റെ സന്തുലിതാവസ്ഥയെ സ്വാധീനിക്കുന്നു. അതിനാൽ സമൂഹം പ്രതികരിക്കുന്നത് പ്രതികാരത്തിനായി അല്ല, മറിച്ച് ഈ ബന്ധിത വ്യൂഹത്തിന്റെ സ്ഥിരത നിലനിർത്തുന്നതിനാണ്.

ഇങ്ങനെ കാണുമ്പോൾ ഉത്തരവാദിത്തത്തിന്റെ അർത്ഥം കൂടുതൽ വ്യക്തമായി മാറുന്നു. അത് സ്വതന്ത്ര ഇച്ഛയുടെ അതീതമായ തെളിവല്ല; മറിച്ച് മനുഷ്യസമൂഹം സ്വയം ക്രമീകരിക്കുന്ന ഒരു പ്രായോഗിക സംവിധാനമാണ്. നിയമങ്ങൾ, സാമൂഹിക മാനദണ്ഡങ്ങൾ, വിദ്യാഭ്യാസം, പൊതുവായ നൈതിക പ്രതീക്ഷകൾ എന്നിവ ഈ സംവിധാനത്തിന്റെ വിവിധ രൂപങ്ങളാണ്. ഇവ മനുഷ്യരുടെ പെരുമാറ്റത്തെ നിയന്ത്രിക്കുകയും സാമൂഹിക ബന്ധങ്ങളുടെ സ്ഥിരത സംരക്ഷിക്കുകയും ചെയ്യുന്നു.

അതുകൊണ്ട് നിർണ്ണയവാദത്തിന്റെ പശ്ചാത്തലത്തിൽ ഉത്തരവാദിത്തം അപ്രസക്തമാകുന്നില്ല. മറിച്ച് അത് കൂടുതൽ യാഥാർത്ഥ്യബോധമുള്ള ഒരു രൂപത്തിലേക്ക് മാറുന്നു. കുറ്റപ്പെടുത്തൽ കുറയുകയും സാമൂഹിക നിയന്ത്രണം കൂടുതൽ പ്രധാനമാകുകയും ചെയ്യുന്നു. ഈ രീതിയിൽ നൈതിക ജീവിതം അതീന്ദ്രിയ സ്വാതന്ത്ര്യത്തെ ആശ്രയിക്കാതെ തന്നെ നിലനിൽക്കാൻ കഴിയും. മനുഷ്യരുടെ ബന്ധിതമായ സാമൂഹിക ജീവിതം തന്നെയാണ് ഉത്തരവാദിത്തത്തിന്റെ യഥാർത്ഥ അടിത്തറ.

Reference:

1.Kane, Robert. The Significance of Free Will. Oxford University Press. 1996.

2.Pereboom, Derk. Living Without Free Will. Cambridge University Press. 2001.

3.Fischer, John Martin & Ravizza, Mark. Responsibility and Control: A Theory of Moral Responsibility. Cambridge University Press. 1998.

4.Strawson, P. F. Freedom and Resentment and Other Essays. Methuen. 1974.

5.Hart, H. L. A. Punishment and Responsibility: Essays in the Philosophy of Law. Oxford University Press. 1968.

6.Scanlon, T. M. What We Owe to Each Other. Harvard University Press. 1998.

7.Pereboom, Derk. Living Without Free Will. Cambridge University Press. 2001.

8.Levy, Neil. Hard Luck: How Luck Undermines Free Will and Moral Responsibility. Oxford University Press. 2011.

9.Dennett, Daniel C. Elbow Room: The Varieties of Free Will Worth Wanting. MIT Press. 1984.

10.Strawson, P. F. Freedom and Resentment and Other Essays. Methuen. 1974.

11.Fischer, John Martin. My Way: Essays on Moral Responsibility. Oxford University Press. 2006.

12.Waller, Bruce. Against Moral Responsibility. MIT Press. 2011.

13.McKenna, Michael & Russell, Paul (eds). Free Will and Reactive Attitudes: Perspectives on P.F. Strawson's "Freedom and Resentment". Ashgate. 2008.

14.Strawson, P. F. Freedom and Resentment and Other Essays. Methuen. 1974.

15.McKenna, Michael & Russell, Paul (eds). Free Will and Reactive Attitudes: Perspectives on P.F. Strawson's "Freedom and Resentment". Ashgate. 2008.

16.Watson, Gary. Agency and Answerability: Selected Essays. Oxford University Press. 2004.
17.Fischer, John Martin & Ravizza, Mark. Responsibility and Control: A Theory of Moral Responsibility. Cambridge University Press. 1998.
18.Wallace, R. Jay. Responsibility and the Moral Sentiments. Harvard University Press. 1994.
19.Shoemaker, David. Responsibility from the Margins. Oxford University Press. 2015.
20. Strawson, P. F. *Freedom and Resentment and Other Essays.* Methuen. 1974.
21. Watson, Gary. *Agency and Answerability: Selected Essays.* Oxford University Press. 2004.
22. McKenna, Michael & Russell, Paul (eds). *Free Will and Reactive Attitudes: Perspectives on P.F. Strawson's "Freedom and Resentment".* Ashgate. 2008.
23. Wallace, R. Jay. *Responsibility and the Moral Sentiments.* Harvard University Press. 1994.
24. Shoemaker, David. *Responsibility from the Margins.* Oxford University Press. 2015.
25. Pereboom, Derk. *Living Without Free Will.* Cambridge University Press. 2001.
26. Pereboom, Derk. *Living Without Free Will.* Cambridge University Press. 2001.
27. Pereboom, Derk. *Free Will, Agency, and Meaning in Life.* Oxford University Press. 2014.
28. Caruso, Gregg D. & Pereboom, Derk. *Free Will Skepticism.* Cambridge University Press. 2022.
29. Pereboom, Derk. *Determinism al Dente.* Nous. 1995.
30. Mele, Alfred R. *Free Will and Luck.* Oxford University Press. 2006.
31. Pereboom, Derk. *Living Without Free Will.* Cambridge University Press. 2001.
32. Pereboom, Derk. *Free Will, Agency, and Meaning in Life.* Oxford University Press. 2014.

33. Caruso, Gregg D. *Rejecting Retributivism: Free Will, Punishment, and Criminal Justice*. Cambridge University Press. 2021.
34. Waller, Bruce. *The Stubborn System of Moral Responsibility*. MIT Press. 2015.
35. Dennett, Daniel C. & Pereboom, Derk. *Free Will in Jogged Teeth*. Oxford University Press. 2013.
36. Levy, Neil. *Hard Luck: How Luck Undermines Free Will and Moral Responsibility*. Oxford University Press. 2011.
37. Kant, Immanuel. *The Metaphysics of Morals*. Cambridge University Press. 1996.
38. Pereboom, Derk. *Living Without Free Will*. Cambridge University Press. 2001.
39. Hart, H. L. A. *Punishment and Responsibility: Essays in the Philosophy of Law*. Oxford University Press. 1968.
40. Kant, Immanuel. *Critique of Practical Reason*. Cambridge University Press. 1997.
41. Pereboom, Derk. *Free Will, Agency, and Meaning in Life*. Oxford University Press. 2014.
42. Caruso, Gregg D. *Rejecting Retributivism: Free Will, Punishment, and Criminal Justice*. Cambridge University Press. 2021.
43. Pereboom, Derk. *Living Without Free Will*. Cambridge University Press. 2001.
44. Braithwaite, John. *Restorative Justice & Responsive Regulation*. Oxford University Press. 2002.
45. Caruso, Gregg D. *Rejecting Retributivism: Free Will, Punishment, and Criminal Justice*. Cambridge University Press. 2021.
46. Waller, Bruce. *Against Moral Responsibility*. MIT Press. 2011.
47. Ladyman, James & Ross, Don. *Every Thing Must Go: Metaphysics Naturalized*. Oxford University Press. 2007.
48. Zehr, Howard. *The Little Book of Restorative Justice*. Good Books. 2002.
49. Braithwaite, John. *Restorative Justice & Responsive Regulation*. Oxford University Press. 2002.

50. Zehr, Howard. *The Little Book of Restorative Justice*. Good Books. 2002.
51. Strang, Heather & Braithwaite, John (eds). *Restorative Justice: Philosophy to Practice*. Ashgate. 2000.
52. Umbreit, Mark S. *The Handbook of Victim Offender Mediation: An Essential Guide to Practice and Research*. Jossey-Bass. 2001.
53. Roche, Declan. *Accountability in Restorative Justice*. Oxford University Press. 2003.
54. Johnstone, Gerry. *Restorative Justice: Ideas, Values, Debates*. Routledge. 2011.
55. Sherman, Lawrence W. & Strang, Heather. Restorative Justice: The Evidence. Smith Institute. 2007.
56. Angel, Caroline M. Victim Responses to Restorative Justice Conferences: Evidence of Post-Traumatic Stress Symptoms. University of Pennsylvania. 2005.
57. Braithwaite, John. Restorative Justice & Responsive Regulation. Oxford University Press. 2002.
58. Ladyman, James & Ross, Don. Every Thing Must Go: Metaphysics Naturalized. Oxford University Press. 2007.
59. Zehr, Howard. Changing Lenses: A New Focus for Crime and Justice. Herald Press. 1990.
60. Pereboom, Derk. Free Will, Agency, and Meaning in Life. Oxford University Press. 2014.

61. McKenna, Michael & Russell, Paul (eds). *Free Will and Reactive Attitudes: Perspectives on P.F. Strawson's "Freedom and Resentment"*. Ashgate. 2008.
62. Pereboom, Derk. *Free Will, Agency, and Meaning in Life*. Oxford University Press. 2014.
63. Waller, Bruce. *Against Moral Responsibility*. MIT Press. 2011.
64. Ladyman, James & Ross, Don. *Every Thing Must Go: Metaphysics Naturalized*. Oxford University Press. 2007.

65. Juarrero, Alicia. *Dynamics in Action: Intentional Behavior as a Complex System*. MIT Press. 1999.
66. Dennett, Daniel C. *Freedom Evolves*. Viking. 2003.
67. Waller, Bruce. *The Stubborn System of Moral Responsibility*. MIT Press. 2015.
68. Pereboom, Derk. *Free Will, Agency, and Meaning in Life*. Oxford University Press. 2014.
69. Levy, Neil. *Hard Luck: How Luck Undermines Free Will and Moral Responsibility*. Oxford University Press. 2011.
70. Ladyman, James & Ross, Don. *Every Thing Must Go: Metaphysics Naturalized*. Oxford University Press. 2007.

അധ്യായം 10. സ്റ്റോയിസിസം: അനിവാര്യതയെ അംഗീകരിക്കുന്ന ബുദ്ധിപരമായ നിലപാട് [Stoicism: A Rational Stance on Necessity]

മനുഷ്യജീവിതവും അനിവാര്യതയും [Necessity] തമ്മിലുള്ള ബന്ധത്തെ ആഴത്തിൽ പരിശോധിച്ച ആദ്യ ദാർശനിക പാരമ്പര്യങ്ങളിൽ ഒന്നാണ് സ്റ്റോയിസിസം [Stoicism]. സ്റ്റോയിക് ചിന്തകർ ലോകത്തെ അനിയന്ത്രിതമായ ഒരു സംഭവപരമ്പരയായി കണ്ടില്ല; പകരം അവർ അതിനെ ക്രമബദ്ധമായ ഒരു യാഥാർത്ഥ്യമായിട്ടാണ് വീക്ഷിച്ചത്. പ്രപഞ്ചം [Universe] മുഴുവൻ ഒരു ബുദ്ധിപരമായ നിയമക്രമത്തിന്റെ കീഴിൽ പ്രവർത്തിക്കുന്നു എന്നതാണ് അവരുടെ അടിസ്ഥാന ധാരണ. 1
ഈ കോസ്മിക് ഓർഡറിനെ [Cosmic order] സ്റ്റോയിക് പാരമ്പര്യം 'ലോഗോസ്' [Logos] എന്ന ആശയത്തിലൂടെ വിശദീകരിച്ചു. ലോഗോസ് എന്നത് പ്രപഞ്ചത്തെ നിയന്ത്രിക്കുന്ന യുക്തിഭദ്രമായ സിദ്ധാന്തമാണ് [Rational principle]. ലോകത്ത് സംഭവിക്കുന്ന ഓരോ കാര്യവും ഈ

റേഷണൽ ഓർഡറിന്റെ ഭാഗമാണെന്ന് സ്റ്റോയിക് ദാർശനികർ വിശ്വസിച്ചിരുന്നു. 2
ഈ സമീപനത്തിൽ നിർണ്ണയവാദം [Determinism] ഒരു ഭീഷണിയല്ല, മറിച്ച് അത് യാഥാർത്ഥ്യത്തിന്റെ സഹജമായ സ്വഭാവമാണ്. പ്രകൃതിയിലെ ഓരോ സംഭവവും കാര്യകാരണ ക്രമത്തിന്റെ [Causal order] ഭാഗമാണ്; മനുഷ്യരും ഈ പ്രപഞ്ച ക്രമത്തിന്റെ ഭാഗമായിട്ടാണ് നിലനിൽക്കുന്നത്. 3
സ്റ്റോയിക് പാരമ്പര്യത്തിലെ പ്രധാന ചിന്തകരിൽ ശ്രദ്ധേയരായവർ എപ്പിക്റ്റീറ്റസ് [Epictetus], സെനെക [Seneca], മാർക്കസ് ഓറേലിയസ് [Marcus Aurelius] എന്നിവരാണ്. ഇവരുടെ ചിന്തകളിൽ പൊതുവായ ഒരു ആശയം വ്യക്തമായി കാണാം: മനുഷ്യന് ലോകത്തെ നിയന്ത്രിക്കാൻ കഴിയില്ല, എന്നാൽ അവൻ തന്റെ പ്രതി കരണങ്ങളെ [Responses] ക്രമീകരിക്കാൻ സാധിക്കും. 4
സ്റ്റോയിക് നീതിശാസ്ത്രത്തിലെ [Stoic ethics] കേന്ദ്രസിദ്ധാന്തങ്ങളിൽ ഒന്നാണ് കൺട്രോൾ ഡിക്കോട്ടമി [Control dichotomy]. മനുഷ്യജീവിതത്തിൽ ചില കാര്യങ്ങൾ നമ്മുടെ നിയന്ത്രണത്തിനുള്ളിലാണ്, ചിലത് നിയന്ത്രണത്തിന് പുറത്താണ്. നമ്മുടെ വിലയിരുത്തലുകളും പ്രതികരണങ്ങളും ഒരു പരിധിവരെ നമുക്ക് നിയന്ത്രിക്കാം; എന്നാൽ പ്രകൃതിയിലെ സംഭവങ്ങൾ, മറ്റുള്ളവരുടെ പ്രവർത്തനങ്ങൾ, ബാഹ്യ സാഹചര്യങ്ങൾ എന്നിവ നമ്മുടെ നിയന്ത്രണത്തിന് പുറത്താണ്. 5
സ്റ്റോയിക് ദാർശനികർ പറയുന്നത് ഇപ്രകാരമാണ്: നിയന്ത്രിക്കാൻ കഴിയാത്ത കാര്യങ്ങളെ നിയന്ത്രിക്കാൻ ശ്രമിക്കുമ്പോഴാണ് മനുഷ്യന് ദുഃഖവും നിരാശയും ഉണ്ടാകുന്നത്. അതിനാൽ യാഥാർത്ഥ്യത്തിന്റെ സ്വഭാവം മനസ്സിലാക്കി അതിനോട് പൊരുത്തപ്പെടുകയാണ് ബുദ്ധിപരമായ സമീപനം. 6

സെഷൻ 1 – സ്റ്റോയിസിസം: അനിവാര്യതയെ അംഗീകരിക്കുന്ന ബുദ്ധിപരമായ നിലപാട് [1 – Stoicism: A Rational Stance on Necessity]

മനുഷ്യജീവിതവും അനിവാര്യതയും [Necessity] തമ്മിലുള്ള ബന്ധത്തെ ആഴത്തിൽ പരിശോധിച്ച ആദ്യ ദാർശനിക പാരമ്പര്യങ്ങളിൽ ഒന്നാണ് സ്റ്റോയിസിസം [Stoicism]. സ്റ്റോയിക് ചിന്തകർ ലോകത്തെ ഒരു അനിയന്ത്രിത സംഭവപരമ്പരയായി കണ്ടില്ല; പകരം അവർ അതിനെ ഒരു ക്രമബദ്ധമായ യാഥാർത്ഥ്യമായിട്ടാണ് വീക്ഷിച്ചത്. പ്രപഞ്ചം [Universe] മുഴുവൻ ഒരു ബുദ്ധിപരമായ നിയമക്രമത്തിന്റെ കീഴിൽ പ്രവർത്തിക്കുന്നു എന്നതാണ് അവരുടെ അടിസ്ഥാന ധാരണ. 7

ഈ കോസ്മിക് ഓർഡറിനെ [Cosmic order] സ്റ്റോയിക് പാരമ്പര്യം 'ലോഗോസ്' [Logos] എന്ന ആശയത്തിലൂടെ വിശദീകരിച്ചു. 'ലോഗോസ്' എന്നത് പ്രപഞ്ചത്തെ നിയന്ത്രിക്കുന്ന യുക്തിഭദ്രമായ സിദ്ധാന്തമാണ് [Rational principle]. ലോകത്ത് സംഭവിക്കുന്ന എല്ലാ സംഭവങ്ങളും ഈ റേഷണൽ ഓർഡറിന്റെ ഭാഗമാണെന്ന് സ്റ്റോയിക് ദാർധികർ കരുതിയിരുന്നു. 8

ഈ സമീപനത്തിൽ നിർണ്ണയവാദം [Determinism] ഒരു ഭീഷണിയല്ല, മറിച്ച് അത് യാഥാർത്ഥ്യത്തിന്റെ സഹജമായ സ്വഭാവമാണ്. പ്രകൃതിയിലെ ഓരോ സംഭവവും കാര്യകാരണ ക്രമത്തിന്റെ [Causal order] ഭാഗമാണ്; മനുഷ്യരും ഈ കോസ്മിക് ഓർഡറിന്റെ ഭാഗമായിട്ടാണ് നിലനിൽക്കുന്നത്. 9

സ്റ്റോയിക് പാരമ്പര്യത്തിലെ പ്രധാന ചിന്തകരായ എപ്പിക്റ്റീറ്റസ് [Epictetus], സെനെക [Seneca], മാർക്കസ് ഓറേലിയസ് [Marcus Aurelius] എന്നിവരുടെ ചിന്തകളിൽ പൊതുവായ ഒരു ആശയം വ്യക്തമാണ്: മനുഷ്യന് ലോകത്തെ നിയന്ത്രിക്കാൻ കഴിയില്ല, എന്നാൽ അവൻ തന്റെ പ്രതികരണങ്ങളെ [Responses] ക്രമീകരിക്കാൻ സാധിക്കും. 10

സ്റ്റോയിക് നീതിശാസ്ത്രത്തിന്റെ [Stoic ethics] കേന്ദ്രസിദ്ധാന്തങ്ങളിൽ ഒന്നാണ് കൺട്രോൾ ഡിക്കോട്ടമി [Control dichotomy]. മനുഷ്യജീവിതത്തിൽ ചില കാര്യങ്ങൾ നമ്മുടെ നിയന്ത്രണത്തിനുള്ളിലാണ്, ചിലത് നിയന്ത്രണത്തിന് പുറത്താണ്. നമ്മുടെ തീരുമാനങ്ങൾ, വിലയിരുത്തലുകൾ [Judgments], പ്രതികരണങ്ങൾ എന്നിവ ഒരു പരിധിവരെ നമ്മുടെ നിയന്ത്രണത്തിൽ വരാം. എന്നാൽ പ്രകൃതിയിലെ സംഭവങ്ങൾ, മറ്റുള്ളവരുടെ പ്രവർത്തനങ്ങൾ, ബാഹ്യ സാഹചര്യങ്ങൾ എന്നിവ നമ്മുടെ നിയന്ത്രണത്തിന് പുറത്താണ്. 11

സ്റ്റോയിക് ദാർശനികർ വാദിക്കുന്നത് ഇപ്രകാരമാണ്: നിയന്ത്രിക്കാൻ കഴിയാത്ത കാര്യങ്ങളെ നിയന്ത്രിക്കാൻ ശ്രമിക്കുമ്പോഴാണ് മനുഷ്യന് ദുഃഖവും നിരാശയും ഉണ്ടാകുന്നത്. അതിനാൽ യാഥാർത്ഥ്യത്തിന്റെ സ്വഭാവം മനസ്സിലാക്കി അതിനോട് പൊരുത്തപ്പെടുകയാണ് ബുദ്ധിപരമായ സമീപനം. ഈ സമീപനം അനിവാര്യതയുടെ അംഗീകരണത്തിലേക്ക് [Acceptance of necessity] നയിക്കുന്നു. ലോകത്തിലെ സംഭവങ്ങൾ പലപ്പോഴും നമ്മുടെ ഇഷ്ടത്തിന് അനുസരിച്ചല്ല നടക്കുന്നത്; എങ്കിലും അവ യാഥാർത്ഥ്യത്തിന്റെ കാര്യകാരണ ക്രമത്തിന്റെ ഭാഗമാണ്. 12

ഈ സമീപനത്തിൽ ഒരു പ്രധാന മനഃശാസ്ത്രപരമായ ഉൾക്കാഴ്ച [Psychological insight] അടങ്ങിയിരിക്കുന്നു. മനുഷ്യർ യാഥാർത്ഥ്യത്തെ എതിർക്കുന്നതിനാലാണ് പലപ്പോഴും മാനസിക സംഘർഷങ്ങൾ അനുഭവിക്കുന്നത്. എന്നാൽ യാഥാർത്ഥ്യത്തിന്റെ ഘടനയെ അംഗീകരിക്കുകയും അതിനോട് പൊരുത്തപ്പെടുകയും ചെയ്താൽ മനസ്സിന് ശാന്തി ലഭിക്കുന്നു. സ്റ്റോയിക് ചിന്തയിൽ ഈ ശാന്തി എന്നത് നിസ്സംഗതയോ കീഴടങ്ങലോ [Resignation] അല്ല, മറിച്ച് യാഥാർത്ഥ്യത്തെക്കുറിച്ചുള്ള വ്യക്തതയിൽ [Clarity] നിന്നാണ് അത് ഉദിക്കുന്നത്. 13

ഈ സമീപനം പിന്നീട് നീച്ച [Nietzsche] അവതരിപ്പിച്ച 'അമോർ ഫാറ്റി' [Amor fati] അഥവാ വിധിയെ സ്നേഹിക്കുക എന്ന ആശയത്തിന് ഒരു മുൻസൂചനയായി കാണപ്പെടുന്നു. ജീവിതത്തിലെ സംഭവങ്ങളെ വെറുതെ സഹിക്കുകയല്ല, മറിച്ച് അവയെ അംഗീകരിക്കുകയും അതിനൊപ്പം ജീവിക്കുകയും ചെയ്യുക എന്നതാണ് സ്റ്റോയിക് രീതി. ഘടനാപരമായ നിർണ്ണയവാദത്തിന്റെ [Structural determinism] പശ്ചാത്തലത്തിൽ സ്റ്റോയിക് ഉൾക്കാഴ്ചയെ പുതിയ രീതിയിൽ വായിക്കാം. സ്റ്റോയിക് അംഗീകാരം എന്നത് യാഥാർത്ഥ്യത്തിന് മുന്നിലുള്ള നിഷ്ക്രിയമായ കീഴടങ്ങലല്ല [Passive submission]; മറിച്ച് അത് കാര്യകാരണ ഘടനയോടുള്ള ജ്ഞാനപരമായ പൊരുത്തപ്പെടലാണ് [Cognitive alignment with causal structure]. 14

ലോകം ഒരു കാര്യകാരണ മെഷ് [Causal mesh] ആയിട്ടാണ് പ്രവർത്തിക്കുന്നത്. മനുഷ്യജീവിതവും ഈ കാര്യകാരണ ശൃംഖലയുടെ [Causal network] ഭാഗമാണ്.

യാഥാർത്ഥ്യത്തിന്റെ ഈ ഘടന മനസ്സിലാക്കുമ്പോൾ മനുഷ്യൻ അനാവശ്യമായ പ്രതിരോധങ്ങളിൽ നിന്ന് മോചിതനാകുന്നു. അതുകൊണ്ട് സ്റ്റോയിക് അംഗീകാരം കേവലമായ ഒരു രാജിയല്ല; അത് എപ്പിസ്റ്റമിക് ക്ലാരിറ്റി [Epistemic clarity] ആണ്. 15

നിർണ്ണയവാദം മനുഷ്യനെ നിർജ്ജീവനാക്കുന്നില്ല, മറിച്ച് യാഥാർത്ഥ്യത്തെ കൂടുതൽ വ്യക്തമായി മനസ്സിലാക്കാൻ സഹായിക്കുന്നു. ഈ സ്റ്റോയിക് ഉൾക്കാഴ്ച പിന്നീട് കൂടുതൽ ആഴത്തിൽ വികസിപ്പിച്ചത് ബാറൂക്ക് സ്പിനോസ [Baruch Spinoza] ആണ്. അദ്ദേഹം അനിവാര്യതയെ വെറും അംഗീകരിക്കേണ്ട ഒന്നായി മാത്രമല്ല കണ്ടത്; മറിച്ച് അത് മനസ്സിലാക്കുന്നതിലൂടെ മനുഷ്യന് യഥാർത്ഥ സ്വാതന്ത്ര്യം അനുഭവിക്കാമെന്ന് അദ്ദേഹം വാദിച്ചു. അടുത്ത സെഷൻ സ്പിനോസയുടെ ഈ നിർണ്ണായക ആശയം പരിശോധിക്കുന്നു. 16

2. സ്പിനോസ: അനിവാര്യതയെ മനസ്സിലാക്കുന്നതിലൂടെ ലഭിക്കുന്ന സ്വാതന്ത്ര്യം
[Spinoza: Freedom through Understanding Necessity]

സ്റ്റോയിക് പാരമ്പര്യം മനുഷ്യനെ യാഥാർത്ഥ്യത്തിന്റെ അനിവാര്യതയെ അംഗീകരിക്കാൻ പഠിപ്പിച്ചു. എന്നാൽ അനിവാര്യതയെ [Necessity] വെറും അംഗീകരിക്കേണ്ടതായ ഒരു വസ്തുതയായി മാത്രം കാണാതെ, അതിനെ ആഴത്തിൽ മനസ്സിലാക്കുന്നതിലൂടെ മനുഷ്യന് ഒരു പുതിയ തരത്തിലുള്ള സ്വാതന്ത്ര്യം ലഭിക്കാമെന്ന് വാദിച്ച ദാർശനികനാണ് ബാറൂക്ക് സ്പിനോസ [Baruch Spinoza]. 17

സ്പിനോസയുടെ ദാർശനിക പദ്ധതി മെറ്റാഫിസിക്സ്, എത്തിക്സ്, സൈക്കോളജി എന്നിവയെ സമന്വയിപ്പിക്കുന്ന ഒരു സമഗ്ര വ്യൂഹമാണ്. അദ്ദേഹത്തിന്റെ ചിന്തയുടെ കേന്ദ്രസ്ഥാനത്ത് നിൽക്കുന്നത് സബ്സ്റ്റൻസ് മോണിസം [Substance monism] എന്ന ആശയമാണ്. സ്പിനോസയുടെ പ്രകാരം യാഥാർത്ഥ്യത്തിൽ അടിസ്ഥാനപരമായി ഒരേയൊരു സത്ത [Substance] മാത്രമേ നിലനിൽക്കുന്നുള്ളൂ. ആ സത്തയെയാണ് അദ്ദേഹം **ദൈവം അല്ലെങ്കിൽ പ്രകൃതി** [God or Nature] എന്ന് വിശേഷിപ്പിച്ചത്. ഈ ദർശനം *Deus sive Natura* എന്ന ലാറ്റിൻ പ്രസ്താവനയിൽ വ്യക്തമാണ്. 18

ഇവിടെ 'ദൈവം' എന്നത് വ്യക്തിപരമായ ഒരു ദൈവത്തെയല്ല സൂചിപ്പിക്കുന്നത്; മറിച്ച് പ്രപഞ്ചത്തിന്റെ സമഗ്ര സത്തയെയാണ്. പ്രകൃതിയിലെ എല്ലാ വസ്തുക്കളും സംഭവങ്ങളും ഈ ഏക സത്തയുടെ വിവിധ ഭാവങ്ങൾ അഥവാ മോഡുകൾ [Modes] മാത്രമാണ്. മനുഷ്യൻ ഈ പ്രപഞ്ച യാഥാർത്ഥ്യത്തിൽ നിന്ന് വേർതിരിക്കപ്പെട്ട ഒരു സ്വതന്ത്ര സത്തയല്ല. ഈ മെറ്റാഫിസിക്കൽ ചട്ടക്കൂട് നിർണ്ണയവാദത്തെ [Determinism] ശക്തമായി പിന്തുണയ്ക്കുന്നു. 19

സ്പിനോസയുടെ പ്രകാരം പ്രപഞ്ചത്തിൽ സംഭവിക്കുന്ന ഓരോ കാര്യവും അനിവാര്യതയുടെ ഭാഗമാണ്.

പ്രകൃതിയിലെ എല്ലാ സംഭവങ്ങളും കാര്യകാരണ ക്രമത്തിന്റെ [Causal order] അനിവാര്യമായ ഫലങ്ങളാണ്. ഒരു സംഭവം മറ്റൊരു സംഭവത്തിൽ നിന്ന് അനിവാര്യമായി ഉദിക്കുന്നു. ഇത് കേവലമൊരു മെക്കാനിക്കൽ ശൃംഖലയല്ല, മറിച്ച് യാഥാർത്ഥ്യത്തിന്റെ സഹജമായ സ്വഭാവമാണ്. അതിനാൽ ക്രമരഹിതത്വത്തിനോ [Randomness] കേവലമായ ആകസ്മികതയ്ക്കോ [Absolute contingency] സ്പിനോസയുടെ ദർശനത്തിൽ സ്ഥാനമില്ല. 20

ഈ പശ്ചാത്തലത്തിൽ സ്പിനോസ മനുഷ്യരുടെ സ്വതന്ത്ര ഇച്ഛാ [Free will] സങ്കല്പത്തെ ശക്തമായി വിമർശിക്കുന്നു. മനുഷ്യർ തങ്ങൾ സ്വതന്ത്രമായാണ് തീരുമാനങ്ങൾ എടുക്കുന്നത് എന്ന് കരുതുന്നുണ്ടെങ്കിലും സ്പിനോസയുടെ അഭിപ്രായത്തിൽ ഇത് ഒരു മിഥ്യ [Illusion] മാത്രമാണ്. മനുഷ്യർ തങ്ങളുടെ പ്രവൃത്തികളുടെ യഥാർത്ഥ കാരണങ്ങളെക്കുറിച്ച് അജ്ഞരായതിനാലാണ് തങ്ങൾ സ്വതന്ത്രരാണെന്ന് അവർ ഭാവിക്കുന്നത്. മനുഷ്യൻ തന്റെ തീരുമാനങ്ങളെ അനുഭവിക്കുന്നുണ്ടെങ്കിലും, അവയെ നിർണ്ണയിക്കുന്ന കാര്യകാരണ ശൃംഖലയെ [Causal chain] അവൻ പൂർണ്ണമായി തിരിച്ചറിയുന്നില്ല. 21

ഈ ആശയം സ്പിനോസ വളരെ ലളിതമായ ഒരു ഉദാഹരണത്തിലൂടെ വിശദീകരിക്കുന്നു. ഒരാൾ ഒരു കല്ല് എറിഞ്ഞാൽ അത് വായുവിലൂടെ മുന്നോട്ട് നീങ്ങുന്നു. ആ കല്ലിന് ബോധമുണ്ടായിരുന്നുവെങ്കിൽ, താൻ സ്വന്തം ഇഷ്ടപ്രകാരമാണ് സഞ്ചരിക്കുന്നത് എന്ന് അത് കരുതുമായിരുന്നുവെന്ന് സ്പിനോസ പറയുന്നു. ഇതുപോലെ, മനുഷ്യരും തങ്ങളുടെ പ്രവൃത്തികളുടെ പിന്നിലെ യഥാർത്ഥ കാരണങ്ങളെ [Causes] പൂർണ്ണമായി തിരിച്ചറിയാത്തതിനാലാണ് സ്വതന്ത്ര ഇച്ഛയിൽ [Free will] വിശ്വസിക്കുന്നത്. 22

എന്നാൽ സ്പിനോസ നിർണ്ണയവാദത്തെ [Determinism] മനുഷ്യസ്വാതന്ത്ര്യത്തിന്റെ നിഷേധമായി കാണുന്നില്ല. അദ്ദേഹത്തിന്റെ നൈതിക ദർശനത്തിന്റെ കേന്ദ്രം

കൊനാറ്റസ് [Conatus] എന്ന ആശയമാണ്. ഓരോ സത്തയും സ്വന്തം നിലനിൽപ്പ് തുടരാൻ നടത്തുന്ന സ്വാഭാവികമായ പരിശ്രമമാണിത്. മനുഷ്യരിലും ഈ സ്വയം സംരക്ഷണ പ്രേരണ [Self-preservation drive] പ്രവർത്തിക്കുന്നുണ്ട്. മനുഷ്യന്റെ ചിന്തകളും പ്രവർത്തനങ്ങളും ഈ പ്രേരണയുമായി അഭേദ്യമായി ബന്ധപ്പെട്ടിരിക്കുന്നു. 23

സ്പിനോസയുടെ എത്തിക്സിൽ സ്വാതന്ത്ര്യം എന്നത് കാര്യകാരണ അനിവാര്യതയിൽ [Causal necessity] നിന്നുള്ള മോചനമല്ല; മറിച്ച് അനിവാര്യതയെ മനസ്സിലാക്കലാണ് [Understanding necessity]. ഒരു വ്യക്തി തന്റെ പ്രവൃത്തികളെ നിർണ്ണയിക്കുന്ന കാരണങ്ങളെ തിരിച്ചറിയുമ്പോൾ, അവൻ അജ്ഞതയിൽ [Ignorance] നിന്ന് ജ്ഞാനത്തിലേക്ക് നീങ്ങുന്നു. ഈ തിരിച്ചറിവിന്റെ പരമമായ അവസ്ഥയെ സ്പിനോസ **ദൈവത്തോടുള്ള ബുദ്ധിപരമായ സ്നേഹം** [Intellectual love of God / Amor intellectualis Dei] എന്ന് വിളിക്കുന്നു. 24

പ്രപഞ്ചത്തിന്റെ കാര്യകാരണ ക്രമത്തെ [Causal order] മനസ്സിലാക്കുമ്പോൾ മനുഷ്യൻ യാഥാർത്ഥ്യത്തോട് ആഴത്തിലുള്ള ഒരു യുക്തിഭദ്രമായ ബന്ധം [Rational insight] അനുഭവിക്കുന്നു. ഇത് ഒരു മിസ്റ്റിക് അനുഭവം [Mystical experience] അല്ല; മറിച്ച് കാര്യകാരണ ക്രമത്തിനുള്ളിൽ സ്വന്തം സ്ഥാനത്തെ തിരിച്ചറിയുന്ന ശാസ്ത്രീയമായ ഉൾക്കാഴ്ചയാണ്. 25

ഘടനാപരമായ നിർണ്ണയവാദത്തിന്റെ [Structural determinism] പശ്ചാത്തലത്തിൽ സ്പിനോസയുടെ ഈ ഉൾക്കാഴ്ചയെ പുതിയ രീതിയിൽ വായിക്കാം. ഇവിടെ സ്വാതന്ത്ര്യം എന്നത് അതീന്ദ്രിയമായ സ്വയംഭരണമല്ല [Metaphysical independence], മറിച്ച് കാര്യകാരണ ഘടനയെക്കുറിച്ചുള്ള [Causal structure] അവബോധമാണ്. മനുഷ്യൻ കാര്യകാരണ മെഷിന്റെ [Causal mesh] ഭാഗമാണ്; അവന്റെ തീരുമാനങ്ങൾ റിലേഷണൽ നെറ്റ്വർക്കിനുള്ളിലാണ് [Relational network] രൂപപ്പെടുന്നത്. ഈ നെറ്റ്വർക്കിന്റെ

സ്വഭാവം മനസ്സിലാക്കുമ്പോൾ മനുഷ്യൻ തന്റെ ജീവിതത്തിൽ കൂടുതൽ ബോധപൂർവ്വമായ പങ്കാളിത്തം നേടുന്നു. 26

അതുകൊണ്ട്, **സ്വാതന്ത്ര്യം = കാര്യകാരണ ഘടനയെ മനസ്സിലാക്കൽ** [Freedom = Understanding causal structure] എന്നതാണ് ഇതിന്റെ ഘടനാപരമായ പുനർവ്യാഖ്യാനം [Structural reinterpretation]. സ്റ്റോയിസിസം അനിവാര്യതയെ അംഗീകരിക്കാൻ പഠിപ്പിച്ചപ്പോൾ, സ്പിനോസ ആ അനിവാര്യതയെ മനസ്സിലാക്കുന്നതിലൂടെ ലഭിക്കുന്ന സ്വാതന്ത്ര്യത്തെ കാണിച്ചുതന്നു. എന്നാൽ ജീവിതത്തെ സജീവമായി അംഗീകരിക്കുകയും അതിനെ ഉത്സാഹത്തോടെ സ്വീകരിക്കുകയും വേണമെന്ന് പ്രഖ്യാപിച്ച ചിന്തകനാണ് ഫ്രെഡറിക് നീച്ച [Friedrich Nietzsche]. അടുത്ത സെഷൻ നീച്ചയുടെ ഈ എക്സിസ്റ്റൻഷ്യൽ അഫർമേഷൻ [Existential affirmation] പരിശോധിക്കുന്നു. 27

3. നീഷേ: അനിവാര്യതയുടെ സജീവ അംഗീകരണം [Nietzsche: The Active Affirmation of Necessity]

സ്റ്റോയിസിസം അനിവാര്യതയെ [Necessity] അംഗീകരിക്കാൻ പഠിപ്പിക്കുകയും സ്പിനോസ അതിനെ മനസ്സിലാക്കുന്നതിലൂടെ സ്വാതന്ത്ര്യം കണ്ടെത്താൻ ശ്രമിക്കുകയും ചെയ്തു. എന്നാൽ അനിവാര്യതയോടുള്ള മനുഷ്യന്റെ പ്രതികരണത്തെ തികച്ചും വ്യത്യസ്തമായ ഒരു എക്സിസ്റ്റൻഷ്യൽ [Existential] ദിശയിലേക്ക് മാറ്റിയ ചിന്തകനാണ് ഫ്രെഡറിക് നീഷേ [Friedrich Nietzsche]. നിർണ്ണയവാദത്തെ [Determinism] ഒരു നിരാശജനകമായ സിദ്ധാന്തമായല്ല, മറിച്ച് ജീവിതത്തെ കൂടുതൽ ശക്തമായി സ്വീകരിക്കാൻ പ്രേരിപ്പിക്കുന്ന ഒരു ദാർശനിക വെല്ലുവിളിയായിട്ടാണ് അദ്ദേഹം കണ്ടത്. 28

നീഷേയുടെ ചിന്തയിൽ സ്വതന്ത്ര ഇച്ഛ [Free will] എന്ന സങ്കല്പം കടുത്ത വിമർശനത്തിന് വിധേയമാകുന്നുണ്ട്. അദ്ദേഹത്തിന്റെ അഭിപ്രായത്തിൽ, മനുഷ്യരെ കുറ്റപ്പെടുത്തുന്നതിനും [Moral blame] ശിക്ഷിക്കുന്നതിനും വേണ്ടിയുള്ള ഒരു ഉപാധിയായിട്ടാണ് സ്വതന്ത്ര ഇച്ഛ എന്ന

ആശയം ചരിത്രപരമായി ഉപയോഗിക്കപ്പെട്ടിട്ടുള്ളത്. മനുഷ്യനെ തന്റെ പ്രവൃത്തികളുടെ അന്തിമ ഉത്തരവാദിയാക്കി ചിത്രീകരിക്കുന്നതിലൂടെ കുറ്റബോധം [Guilt], ശിക്ഷ [Punishment], ധാർമ്മികമായ അപലപിക്കൽ [Moral condemnation] എന്നിവയ്ക്ക് അടിത്തറ നൽകാനാണ് ഈ സങ്കല്പം സഹായിച്ചത്. 29

നീഷേയുടെ നിലപാടുപ്രകാരം സ്വതന്ത്ര ഇച്ഛ എന്നത് ഒരു അതീന്ദ്രിയ സത്യത്തേക്കാൾ ഉപരി ഒരു ധാർമ്മിക നിർമ്മിതി [Moral construct] മാത്രമാണ്. ഈ വിമർശനത്തിന്റെ പശ്ചാത്തലത്തിലാണ് അദ്ദേഹം തന്റെ വിഖ്യാതമായ **അമോർ ഫാറ്റി** [Amor fati] എന്ന നിലപാട് മുന്നോട്ടുവെക്കുന്നത്. "വിധിയെ സ്നേഹിക്കുക" എന്നർത്ഥം വരുന്ന ഈ ലാറ്റിൻ പ്രസ്താവന സ്റ്റോയിക് അംഗീകാരത്തേക്കാൾ [Stoic acceptance] ഒരുപടി കൂടി കടന്നതാണ്. സ്റ്റോയിക് സമീപനത്തിൽ മനുഷ്യൻ അനിവാര്യതയെ കേവലം അംഗീകരിക്കുന്നുവെങ്കിൽ, നീഷേയുടെ വീക്ഷണത്തിൽ മനുഷ്യൻ അതിനെ വെറുതെ സഹിക്കുകയല്ല, മറിച്ച് സ്നേഹിക്കുകയും ജീവിതത്തിന്റെ അവിഭാജ്യ ഘടകമായി ആവേശത്തോടെ സ്വീകരിക്കുകയുമാണ് ചെയ്യുന്നത്. 30

ഈ ആശയം നീഷേയുടെ ഒരു പ്രശസ്തമായ ചിന്താപരീക്ഷയിൽ [Thought experiment] വ്യക്തമായി കാണാം; അതാണ് **നിത്യമായ ആവർത്തനം** [Eternal recurrence]. നിങ്ങളുടെ ജീവിതം ഇതേ രൂപത്തിൽ, ഓരോ നിമിഷവും മാറ്റമില്ലാതെ അനന്തമായി ആവർത്തിക്കപ്പെടുമെന്ന് ഒരു ദൈവിക ദൂതൻ നിങ്ങളോട് പറയുകയാണെന്ന് സങ്കൽപ്പിക്കുക. ഈ ചിന്താപരീക്ഷയുടെ ലക്ഷ്യം ഒരു അതീന്ദ്രിയ സത്യം തെളിയിക്കലല്ല, മറിച്ച് ജീവിതത്തോടുള്ള മനുഷ്യന്റെ സമീപനം പരീക്ഷിക്കുകയാണ്. ഒരാൾ തന്റെ ജീവിതം ഇതേപടി വീണ്ടും വീണ്ടും ജീവിക്കാൻ തയ്യാറാണെങ്കിൽ, അതിനർത്ഥം അവൻ ജീവിതത്തെ പൂർണ്ണമായി അംഗീകരിക്കുന്നു എന്നാണ്. 31

നിത്യമായ ആവർത്തനം എന്നത് നിലനിൽപ്പിന്റെ തീവ്രമായ സ്ഥിരീകരണം [Radical affirmation of existence] ആണ്. ജീവിതത്തിലെ സന്തോഷവും ദുഃഖവും, വിജയവും പരാജയവും ഒരുപോലെ ഉൾക്കൊള്ളുന്ന യാഥാർത്ഥ്യത്തെ പൂർണ്ണമായി സ്നേഹിക്കുക എന്നതാണ് ഇതിന്റെ ലക്ഷ്യം. 32

നീഷേയുടെ ദർശനത്തിൽ **പ്രതികാര ബുദ്ധി** [Resentment/Ressentiment] എന്നത് അതീവ ഗൗരവകരമായ ഒരു പ്രശ്നമായി പ്രത്യക്ഷപ്പെടുന്നു. മനുഷ്യർ പലപ്പോഴും തങ്ങളുടെ സാഹചര്യങ്ങളോട് വിദ്വേഷത്തോടെ പ്രതികരിക്കുകയും ജീവിതത്തിലെ അനിവാര്യതകളെ വെറുക്കുകയും ചെയ്യുന്നു. ഈ പ്രതികാര ബുദ്ധിയെ മറികടക്കാനാണ് നീഷേ ശ്രമിക്കുന്നത്. അനിവാര്യതയെ [Necessity] ഒരു ശത്രുവായി കാണുന്നതിന് പകരം, അതിനെ ജീവിതത്തിന്റെ അവിഭാജ്യ ഘടകമായി സ്വീകരിക്കുക എന്നതാണ് അദ്ദേഹത്തിന്റെ എക്സിസ്റ്റൻഷ്യൽ എത്തിക്സ് [Existential ethics]. 33

ഈ സമീപനം ഒരു നിഷ്ക്രിയമായ അംഗീകാരമല്ല [Passive acceptance]; മറിച്ച് അത് **ജീവിത സ്ഥിരീകരണം** [Life affirmation] ആണ്. മനുഷ്യൻ തന്റെ ജീവിതത്തെ അറിഞ്ഞുകൊണ്ട് തന്നെ സൃഷ്ടിപരമായി രൂപപ്പെടുത്താൻ ശ്രമിക്കുന്നു. നീഷേയുടെ ചിന്തയിൽ **സൃഷ്ടിപരമായ സ്വയം-നിർമ്മിതി** [Creative self-formation] എന്ന ആശയം വളരെ പ്രധാനമാണ്. മനുഷ്യൻ തന്റെ സാഹചര്യങ്ങളെ ഒരു ശില്പിയെപ്പോലെ ഉപയോഗിച്ചുകൊണ്ട് പുതിയ മൂല്യങ്ങളും ജീവിതരീതികളും രൂപപ്പെടുത്തുന്നു. 34

യാഥാർത്ഥ്യവുമായുള്ള ഈ സജീവമായ ഇടപെടൽ [Engagement with reality] ഏറെ പ്രധാനമാണ്. മനുഷ്യൻ അനിവാര്യതയിൽ നിന്ന് രക്ഷപ്പെടാൻ ശ്രമിക്കുന്നില്ല; മറിച്ച് അതിന്റെ ഉള്ളിൽ സജീവമായി പ്രവർത്തിക്കുന്നു. ഘടനാപരമായ നിർണ്ണയവാദത്തിന്റെ [Structural determinism] പശ്ചാത്തലത്തിൽ നീഷേയുടെ ഈ ഉൾക്കാഴ്ചയെ പുതിയ രീതിയിൽ മനസ്സിലാക്കാം: നിർണ്ണയവാദം

കേവലമായ ഒരു കീഴടങ്ങലല്ല ആവശ്യപ്പെടുന്നത്, മറിച്ച് സജീവമായ പങ്കാളിത്തമാണ് [Active participation]. 35
മനുഷ്യൻ കാര്യകാരണ മെഷിന്റെ [Causal mesh] ഭാഗമാണ്; അവന്റെ പ്രവർത്തനങ്ങൾ ഈ നെറ്റ്‌വർക്കിനുള്ളിലാണ് സംഭവിക്കുന്നത്. എങ്കിലും അവൻ ഒരു ഇൻഫർമേഷണൽ നോഡ് [Informational node] ആയി പ്രവർത്തിക്കുന്നു. അവൻ തീരുമാനങ്ങൾ എടുക്കുകയും സാഹചര്യങ്ങളെ വിലയിരുത്തുകയും തന്റെ ജീവിതത്തിൽ മാറ്റങ്ങൾ സൃഷ്ടിക്കുകയും ചെയ്യുന്നു. ഇവിടെ **അംഗീകാരം എന്നത് സജീവമായ പങ്കാളിത്തമായി പരിവർത്തനം ചെയ്യപ്പെടുന്നു** [Acceptance transformed into active participation] എന്നതാണ് ഇതിന്റെ ഘടനാപരമായ പുനർവായന. 36
അതുകൊണ്ട്, അനിവാര്യതയെ അംഗീകരിക്കുന്നത് നിസ്സംഗതയോ രാജിയോ [Resignation] അല്ല, മറിച്ച് കാര്യകാരണ ഘടനയ്ക്കുള്ളിൽ ബോധപൂർവ്വം പ്രവർത്തിക്കാനുള്ള ഉറച്ച നിലപാടാണ്. 37

- **സ്റ്റോയിസിസം** അംഗീകാരത്തെ [Acceptance] പഠിപ്പിച്ചു.
- **സ്പിനോസ** ധാരണയെ [Understanding] മുന്നോട്ടുവെച്ചു.
- **നീഷേ** സ്ഥിരീകരണത്തെ [Affirmation] പ്രഖ്യാപിച്ചു. 38

ഈ മൂന്ന് ഘടകങ്ങൾ ചേരുമ്പോഴാണ് നിർണ്ണയവാദത്തിന്റെ എക്സിസ്റ്റൻഷ്യൽ അർത്ഥം പൂർണ്ണത നേടുന്നത്. എന്നാൽ നിർണ്ണയവാദത്തോടുള്ള ഒരു പ്രധാന വിമർശനം ഇപ്പോഴും നിലനിൽക്കുന്നു: നിർണ്ണയവാദം മനുഷ്യരെ നിർജ്ജീവരാക്കുമോ [Lazy/Inactive] എന്നതാണ് ആ ചോദ്യം. ഈ ആക്ഷേപം **ക്വയറ്റിസം ഒബ്ജക്ഷൻ** [Quietism objection] എന്ന പേരിലാണ് അറിയപ്പെടുന്നത്. അടുത്ത സെഷൻ ഈ വിഷയത്തെ വിശദമായി പരിശോധിക്കുന്നു. 39

4. ക്വയറ്റിസം ഒബ്ജക്ഷൻ: നിർണ്ണയവാദം നിർജ്ജീവതയിലേക്ക് നയിക്കുമോ? [Quietism Objection: Does Determinism Lead to Inactivity?]

നിർണ്ണയവാദത്തിനെതിരെ [Determinism] ഉയരുന്ന ഏറ്റവും സാധാരണമായ എക്സിസ്റ്റൻഷ്യൽ ആക്ഷേപങ്ങളിൽ ഒന്നാണ് **ക്വയറ്റിസം ഒബ്ജക്ഷൻ** [Quietism objection]. മനുഷ്യജീവിതത്തിലെ എല്ലാ സംഭവങ്ങളും കാര്യകാരണ അനിവാര്യതയുടെ [Causal necessity] ഭാഗമാണെങ്കിൽ, മനുഷ്യപ്രവർത്തനങ്ങൾക്ക് യാതൊരു യഥാർത്ഥ പ്രാധാന്യവുമില്ലെന്ന തോന്നലാണ് ഈ വിമർശനത്തിന്റെ അടിസ്ഥാനം. 40

ഈ ആശങ്ക നിർണ്ണയവാദത്തെ നിഷ്ക്രിയത്വത്തിലേക്ക് [Passivity] നയിക്കുമെന്ന വാദമുയർത്തുന്നു. മനുഷ്യൻ എന്ത് ചെയ്താലും സംഭവിക്കേണ്ടത് സംഭവിക്കും എന്ന ധാരണ ഇവിടെ രൂപപ്പെടുന്നു. ഈ സമീപനം പലപ്പോഴും നിർണ്ണയവാദത്തെ വിധിവാദത്തോട് [Fatalism] ചേർത്താണ് കാണുന്നത്. 41

വിധിവാദത്തിന്റെ [Fatalism] സങ്കല്പമനുസരിച്ച് ഭാവി ഇതിനകം തന്നെ നിശ്ചയിക്കപ്പെട്ടതാണ്; മനുഷ്യന്റെ പ്രവർത്തനങ്ങൾക്ക് ആ ഭാവിയെ മാറ്റാൻ കഴിയില്ല. അതിനാൽ മനുഷ്യന്റെ ശ്രമങ്ങൾക്കും തീരുമാനങ്ങൾക്കും യാതൊരു അർത്ഥവുമില്ല എന്ന നിഗമനത്തിലാണ് വിധിവാദം എത്തിച്ചേരുന്നത്. ക്വയറ്റിസം ഒബ്ജക്ഷൻ ഈ വിധിവാദപരമായ ധാരണയെ നിർണ്ണയവാദവുമായി ബന്ധിപ്പിക്കുകയും, നിർണ്ണയവാദം സത്യമാണെങ്കിൽ മനുഷ്യർ പ്രവർത്തിക്കാൻ പ്രേരിപ്പിക്കപ്പെടില്ലെന്ന് [Demotivation] വാദിക്കുകയും ചെയ്യുന്നു. 42

ഈ വിമർശനമനുസരിച്ച്, നിർണ്ണയവാദം അംഗീകരിച്ചാൽ പ്രവൃത്തികൾ അർത്ഥശൂന്യമായി [Meaningless action] മാറും. മനുഷ്യൻ തന്റെ ജീവിതത്തിൽ സജീവമായി ഇടപെടേണ്ട കാര്യമില്ലെന്ന് ഇതിലൂടെ തോന്നിപ്പിക്കാം. എന്നാൽ ഈ വിമർശനത്തിൽ ഒരു അടിസ്ഥാനപരമായ തെറ്റിദ്ധാരണ അടങ്ങിയിരിക്കുന്നു; നിർണ്ണയവാദവും വിധിവാദവും തമ്മിലുള്ള വ്യത്യാസം ഇവിടെ അവഗണിക്കപ്പെടുകയാണ്. 43

ഭാവി എന്നത് മനുഷ്യപ്രവർത്തനങ്ങളിൽ നിന്ന് സ്വതന്ത്രമായി നിശ്ചയിക്കപ്പെട്ട ഒന്നാണെന്ന് വിധിവാദം കരുതുമ്പോൾ, നിർണ്ണയവാദം പറയുന്നത് മറ്റൊന്നാണ്. നിർണ്ണയവാദപ്രകാരം ഭാവി എന്നത് കാര്യകാരണ പ്രക്രിയകളുടെ [Causal processes] ഫലമാണ്. മനുഷ്യരുടെ പ്രവർത്തനങ്ങളും തീരുമാനങ്ങളും ഈ കാര്യകാരണ ശൃംഖലയുടെ [Causal chain] അവിഭാജ്യ ഘടകങ്ങളാണ്. അതായത്, നിർണ്ണയവാദം പ്രവൃത്തിയെ അസംബന്ധമാക്കുന്നില്ല; മറിച്ച് പ്രവൃത്തി എന്നത് കാര്യകാരണ നെറ്റ്വർക്കിലെ ഒരു നിർണ്ണായക ഘടകമാണെന്ന് വ്യക്തമാക്കുന്നു. മനുഷ്യർ എടുക്കുന്ന തീരുമാനങ്ങളും ചെയ്യുന്ന പ്രവൃത്തികളും പിന്നീട് സംഭവിക്കുന്ന കാര്യങ്ങളെ നേരിട്ട് സ്വാധീനിക്കുന്നു. 44
ഘടനാപരമായ നിർണ്ണയവാദം [Structural determinism] ഈ വ്യത്യാസത്തെ കൂടുതൽ വ്യക്തമായി വിശദീകരിക്കുന്നു. കാര്യകാരണ മെഷിനുള്ളിലെ [Causal mesh] ഓരോ നോഡും [Node] ആ നെറ്റ്വർക്കിന്റെ പരിണാമത്തെ [Evolution] സ്വാധീനിക്കുന്നു. മനുഷ്യൻ ഈ മെഷിന്റെ ഒരു ഭാഗമാണ്; അവന്റെ പ്രവർത്തനങ്ങൾ കാര്യകാരണ വ്യൂഹത്തിന്റെ ചലനാത്മകതയിൽ [Dynamics of the causal system] പ്രധാന പങ്ക് വഹിക്കുന്നു. 45
അതുകൊണ്ട്, പ്രവൃത്തികൾ ഇപ്പോഴും കാര്യകാരണമായി ഫലപ്രദമാണ് [Causally effective]. നിർണ്ണയവാദം [Determinism] പ്രവൃത്തിയെ അർത്ഥശൂന്യമാക്കുന്നില്ല; പകരം പ്രവൃത്തിയുടെ കാര്യകാരണപരമായ പങ്ക് [Causal role] അത് വ്യക്തമാക്കുന്നു. 46
ഈ പശ്ചാത്തലത്തിൽ, **നിയന്ത്രണങ്ങൾക്കുള്ളിലെ കർത്തൃത്വം** [Agency within constraint] എന്ന ആശയം നാം മനസ്സിലാക്കണം. മനുഷ്യൻ അതീന്ദ്രിയമായ അർത്ഥത്തിൽ [Metaphysical sense] സർവ്വതന്ത്ര സ്വതന്ത്രനായ ഒരു കർത്താവല്ല; അവൻ കാര്യകാരണമായ നിയന്ത്രണങ്ങൾക്കുള്ളിലാണ് [Causal constraints] പ്രവർത്തിക്കുന്നത്. എന്നാൽ

നിയന്ത്രണങ്ങളുള്ളതുകൊണ്ട് കർത്തൃത്വം ഇല്ലാതാകുന്നില്ല. മനുഷ്യൻ ഒരു ലോക്കൽ ഡിസിഷൻ സിസ്റ്റം [Local decision system] ആയി പ്രവർത്തിക്കുന്നു. നാഡീവ്യൂഹ പ്രക്രിയകൾ [Neural processes], ജ്ഞാനപരമായ വിലയിരുത്തലുകൾ [Cognitive evaluation], പാരിസ്ഥിതിക പ്രതികരണങ്ങൾ [Environmental feedback] എന്നിവയുടെ അടിസ്ഥാനത്തിലാണ് തീരുമാനങ്ങൾ രൂപപ്പെടുന്നത്. 47 ഈ തീരുമാനങ്ങൾ കാര്യകാരണ മെഷിന്റെ [Causal mesh] പരിണാമത്തിൽ പങ്ക് വഹിക്കുന്നു. അതിനാൽ മനുഷ്യപ്രവർത്തനങ്ങൾ യാഥാർത്ഥ്യത്തിൽ അതിപ്രധാനമാണ്. ഇവിടെ നിർണ്ണയവാദത്തിന്റെ എക്സിസ്റ്റൻഷ്യൽ അർത്ഥം വ്യക്തമാകുന്നു: നിർണ്ണയവാദം നിസ്സംഗതയല്ല [Resignation] ആവശ്യപ്പെടുന്നത്, മറിച്ച് **വിവരവിജ്ഞാനത്തോടുള്ള പ്രവൃത്തിയെ** [Informed action] പ്രോത്സാഹിപ്പിക്കുകയാണ് ചെയ്യുന്നത്. 48 മനുഷ്യൻ കാര്യകാരണ ഘടനയെ [Causal structure] കൂടുതൽ വ്യക്തമായി മനസ്സിലാക്കുമ്പോൾ, അവന് തന്റെ പ്രവർത്തനങ്ങളെ കൂടുതൽ ബുദ്ധിപരമായി ക്രമീകരിക്കാൻ സാധിക്കും. അജ്ഞതയുടെ [Ignorance] അടിസ്ഥാനത്തിൽ പ്രവർത്തിക്കുന്നതിന് പകരം, കാര്യകാരണപരമായ അവബോധത്തിന്റെ [Causal understanding] അടിസ്ഥാനത്തിൽ പ്രവർത്തിക്കാൻ അവന് കഴിയുന്നു. ഈ സമീപനം സജീവ പങ്കാളിത്ത വാദത്തിലേക്ക് [Active participation argument] നയിക്കുന്നു. നിർണ്ണയവാദം മനുഷ്യനെ നിർജ്ജീവനാക്കുന്നില്ല, മറിച്ച് കാര്യകാരണ ശൃംഖലയ്ക്കുള്ളിൽ അവനെ കൂടുതൽ ബോധപൂർവ്വമായ പങ്കാളിയാക്കി മാറ്റുന്നു. 49

• **സ്റ്റോയിസിസം** അനിവാര്യതയെ അംഗീകരിക്കാൻ [Acceptance] പഠിപ്പിച്ചു.
• **സ്പിനോസ** അനിവാര്യതയെ മനസ്സിലാക്കാൻ [Understanding] പഠിപ്പിച്ചു.
• **നീഷേ** അനിവാര്യതയെ സ്നേഹിക്കാൻ [Affirmation] പഠിപ്പിച്ചു. 50

ക്വയറ്റിസം ഒബ്ജക്ഷനുള്ള [Quietism objection] ഘടനാപരമായ മറുപടി ഇതാണ്: അനിവാര്യത മനുഷ്യപ്രവർത്തനങ്ങളെ ഇല്ലാതാക്കുന്നില്ല, മറിച്ച് അവയെ കാര്യകാരണ ഘടനയുടെ ഭാഗമാക്കി മാറ്റുകയാണ് ചെയ്യുന്നത്. അതുകൊണ്ട് നിർണ്ണയവാദം നിഷ്ക്രിയത്വത്തിലേക്ക് [Passivity] നയിക്കുന്നില്ല; അത് മനുഷ്യനെ ഒരു **ആക്ടീവ് സ്ട്രക്ചറൽ പാർട്ടിസിപ്പന്റ്** [Active structural participant] ആക്കി മാറ്റുന്നു. ഈ എക്സിസ്റ്റൻഷ്യൽ ഉൾക്കാഴ്ച അടുത്ത സെഷനിൽ എംപിരിക്കൽ സൈക്കോളജിയുടെ [Empirical psychology] വെളിച്ചത്തിൽ പരിശോധിക്കപ്പെടുന്നു. മനുഷ്യർ കാര്യകാരണ യാഥാർത്ഥ്യത്തെ [Causal reality] അംഗീകരിക്കുമ്പോൾ അവരുടെ മനഃശാസ്ത്രപരമായ പ്രതികരണങ്ങൾ എങ്ങനെ മാറുന്നു എന്നതാണ് അവിടെ വിശകലനം ചെയ്യുന്നത്. 51

5. എംപിരിക്കൽ സൈക്കോളജി: നിർണ്ണയവാദത്തോടുള്ള മനുഷ്യന്റെ മനഃശാസ്ത്രപരമായ പ്രതികരണം [Empirical Psychology: Human Psychological Response to Determinism]

നിർണ്ണയവാദത്തെക്കുറിച്ചുള്ള [Determinism] ചർച്ചകൾ പലപ്പോഴും കേവലം ദാർശനികമായ തലങ്ങളിലാണ് നടന്നിട്ടുള്ളത്. എന്നാൽ മനുഷ്യർ കാര്യകാരണ അനിവാര്യത [Causal necessity] എന്ന ആശയത്തെ അഭിമുഖീകരിക്കുമ്പോൾ അവരുടെ മനഃശാസ്ത്രപരമായ പ്രതികരണങ്ങൾ എങ്ങനെ മാറുന്നു എന്നത് അനുഭവവേദ്യമായ മനഃശാസ്ത്രം [Empirical psychology] വിശദമായി പരിശോധിച്ചിട്ടുണ്ട്. 52

ഈ ഗവേഷണങ്ങൾ ഒരു പ്രധാന വസ്തുത വ്യക്തമാക്കുന്നു: നിർണ്ണയവാദത്തോട് എല്ലാ മനുഷ്യരും ഒരേ രീതിയല്ല പ്രതികരിക്കുന്നത്. ചിലർ നിർണ്ണയവാദത്തെ വിധിവാദമായി [Fatalism] തെറ്റായി വായിക്കുമ്പോൾ, മറ്റു ചിലർ അതിനെ എക്സിസ്റ്റൻഷ്യൽ ക്ലാരിറ്റി [Existential clarity] ആയി സ്വീകരിക്കുന്നു. അതിനാൽ നിർണ്ണയവാദത്തോടുള്ള മനഃശാസ്ത്രപരമായ

പ്രതികരണം നിഷേധം [Denial], അംഗീകാരം [Acceptance] എന്നിങ്ങനെ രണ്ട് വ്യത്യസ്ത ദിശകളിലേക്ക് നീങ്ങുന്നു. 53 നിഷേധം [Denial] എന്ന പ്രതികരണത്തിൽ, നിർണ്ണയവാദം മനുഷ്യന്റെ കർത്തൃത്വത്തെ [Agency] പൂർണ്ണമായും ഇല്ലാതാക്കുന്നു എന്ന് കരുതപ്പെടുന്നു. ഈ തെറ്റായ ധാരണ പലപ്പോഴും പ്രേരണാപരമായ തകർച്ചയിലേക്ക് [Motivational decline] നയിക്കാം. തന്റെ പ്രവർത്തനങ്ങൾ അർത്ഥശൂന്യമാണെന്ന് വ്യക്തി കരുതുമ്പോൾ അവന്റെ പരിശ്രമങ്ങൾ കുറയാൻ സാധ്യതയുണ്ട്. 54

എന്നാൽ അംഗീകാരം [Acceptance] എന്ന പ്രതികരണം വ്യത്യസ്തമാണ്. കാര്യകാരണ യാഥാർത്ഥ്യത്തെ [Causal reality] അംഗീകരിക്കുന്ന വ്യക്തികൾ പലപ്പോഴും ജീവിതത്തെ കൂടുതൽ വ്യക്തതയോടെ ദർശിക്കുന്നു. തങ്ങളുടെ പ്രവർത്തനങ്ങൾ കാര്യകാരണ വ്യൂഹത്തിന്റെ [Causal system] ഭാഗമാണെന്ന തിരിച്ചറിവ് പലപ്പോഴും മനഃശാസ്ത്രപരമായ സ്ഥിരത [Psychological stability] വർദ്ധിപ്പിക്കുന്നതായി കാണപ്പെടുന്നു. 55

ഈ പശ്ചാത്തലത്തിൽ **കോഗ്നിറ്റീവ് റീഫ്രെയിമിംഗ്** [Cognitive reframing] എന്ന ആശയം വളരെ പ്രധാനമാണ്. ഒരു വ്യക്തി തന്റെ അനുഭവങ്ങളെ വ്യത്യസ്തമായ രീതിയിൽ പുനർവ്യാഖ്യാനം ചെയ്യുന്ന പ്രക്രിയയാണിത്. നിർണ്ണയവാദത്തെ ഒരു എക്സിസ്റ്റൻഷ്യൽ പരാജയമായി [Existential defeat] കാണുന്നതിന് പകരം, കാര്യകാരണപരമായ ധാരണയായി [Causal understanding] കാണുമ്പോൾ വ്യക്തിയുടെ ആത്മബോധം മാറുന്നു. 56 ഈ റീഫ്രെയിമിംഗ് അനാവശ്യമായ കുറ്റബോധവും [Guilt] അപമാനഭാരവും [Shame] കുറയ്ക്കാൻ സഹായിക്കുന്നു. മനുഷ്യർ പലപ്പോഴും തങ്ങളുടെ പരാജയങ്ങളെ അതീന്ദ്രിയമായ ധാർമ്മിക തകർച്ചയായി [Metaphysical moral failure] കാണാറുണ്ട്. എന്നാൽ കാര്യകാരണപരമായ ധാരണയുടെ പശ്ചാത്തലത്തിൽ, വ്യക്തി തന്റെ സാഹചര്യങ്ങളെ കൂടുതൽ യാഥാർത്ഥ്യബോധത്തോടെ വിലയിരുത്താൻ തുടങ്ങുന്നു. 57

ഇത് **സെൽഫ്-റെഗുലേഷൻ** [Self-regulation] ഗവേഷണങ്ങളുമായും ബന്ധപ്പെട്ടു നിൽക്കുന്നു. മനുഷ്യരുടെ പെരുമാറ്റം നിയന്ത്രിക്കാൻ സഹായിക്കുന്ന വിവിധ ജ്ഞാനപരമായ തന്ത്രങ്ങളെ [Cognitive strategies] ആധുനിക മനഃശാസ്ത്രം പഠിച്ചിട്ടുണ്ട്. സ്വയം നിരീക്ഷണം [Self-monitoring], ലക്ഷ്യങ്ങളുടെ ക്രമീകരണം [Goal adjustment], ഫീഡ്ബാക്ക് പ്രോസസ്സിംഗ് എന്നിവ വ്യക്തിയുടെ പെരുമാറ്റം മെച്ചപ്പെടുത്താൻ സഹായിക്കുന്നു. ഈ സമീപനങ്ങളിൽ നിർണ്ണയവാദത്തിന് വിരുദ്ധമായ ഒന്നുമില്ല; മറിച്ച് കാര്യകാരണപരമായ അവബോധം [Causal awareness] സ്വയം നിയന്ത്രണത്തെ കൂടുതൽ ഫലപ്രദമാക്കുകയാണ് ചെയ്യുന്നത്. തന്റെ പെരുമാറ്റത്തെ സ്വാധീനിക്കുന്ന ഘടകങ്ങളെ തിരിച്ചറിയുമ്പോൾ അവയെ കൂടുതൽ ബുദ്ധിപരമായി കൈകാര്യം ചെയ്യാൻ വ്യക്തിക്ക് കഴിയുന്നു. 58

ഇത് **ഗ്രോത്ത് മൈൻഡ്സെറ്റ്** [Growth mindset] ഗവേഷണങ്ങളോടും സമാനത പുലർത്തുന്നു. മനുഷ്യരുടെ കഴിവുകൾ സ്ഥിരമായ ഒന്നല്ല, മറിച്ച് വികസിപ്പിക്കാവുന്നതാണ് എന്ന ആശയം പരിശ്രമത്തിന്റെയും പഠനത്തിന്റെയും പ്രാധാന്യം മുന്നോട്ടുവയ്ക്കുന്നു. 59

ഗ്രോത്ത് മൈൻഡ്സെറ്റ് [Growth mindset] എന്നത് നിർണ്ണയവാദത്തെ [Determinism] നിഷേധിക്കുന്ന ഒന്നല്ല; മറിച്ച് കാര്യകാരണ പ്രക്രിയകളിലൂടെ [Causal processes] വ്യക്തിക്ക് മാറ്റങ്ങൾ സൃഷ്ടിക്കാമെന്ന് അത് കാണിച്ചുതരുന്നു. പഠനം [Learning], പരിശീലനം [Practice], സാഹചര്യം [Environment] എന്നിവ മനുഷ്യരുടെ കഴിവുകളെയും പെരുമാറ്റത്തെയും നിരന്തരം സ്വാധീനിക്കുന്നു. 60

ഇതിലൂടെ നിർണ്ണയവാദം എന്നത് ഒരു പ്രേരണാപരമായ പക്ഷാഘാതം [Motivational paralysis] സൃഷ്ടിക്കണമെന്നില്ല എന്ന് വ്യക്തമാകുന്നു. മറിച്ച്, കാര്യകാരണപരമായ ധാരണ [Causal understanding] വ്യക്തിയെ കൂടുതൽ

യാഥാർത്ഥ്യബോധത്തോടെ പ്രവർത്തിക്കാൻ സഹായിക്കുന്നു. **ഇമോഷണൽ റെസിലിയൻസ്** [Emotional resilience] എന്ന ആശയവും ഇവിടെ സവിശേഷ പ്രാധാന്യമർഹിക്കുന്നു. ജീവിതത്തിലെ പരാജയങ്ങളോടും പ്രതിസന്ധികളോടും മനുഷ്യർ എങ്ങനെ പ്രതികരിക്കുന്നു എന്നത് അവരുടെ മനഃശാസ്ത്രപരമായ പ്രതിരോധശേഷിയെ [Psychological resilience] നിർണ്ണയിക്കുന്നു. 61

നിർണ്ണയവാദപരമായ ധാരണ [Deterministic understanding] പലപ്പോഴും ഈ പ്രതിരോധശേഷി വർദ്ധിപ്പിക്കാൻ സഹായിക്കുന്നു. ഒരു വ്യക്തി തന്റെ അനുഭവങ്ങളെ കാര്യകാരണ പശ്ചാത്തലത്തിൽ [Causal context] മനസ്സിലാക്കുമ്പോൾ, അവൻ അവയെ ഒരു വ്യക്തിപരമായ ധാർമ്മിക പരാജയമായി [Personal moral failure] കാണുന്നില്ല. ഈ സമീപനം അനാവശ്യമായ മാനസിക സമ്മർദ്ദവും [Stress] സ്വയം കുറ്റപ്പെടുത്തലും [Self-blame] കുറയ്ക്കുന്നു. 62

ഘടനാപരമായ നിർണ്ണയവാദം [Structural determinism] ഈ അനുഭവൈവേദ്യമായ കണ്ടെത്തലുകളെ ഒരു ദാർശനിക ചട്ടക്കൂടിൽ ഉൾക്കൊള്ളിക്കുന്നു. മനുഷ്യർ കാര്യകാരണ മെഷിന്റെ [Causal mesh] ഭാഗമാണ്; അവരുടെ അനുഭവങ്ങളും പ്രതികരണങ്ങളും ഈ കാര്യകാരണ ശൃംഖലയ്ക്കുള്ളിലാണ് രൂപപ്പെടുന്നത്. **കാര്യകാരണ യാഥാർത്ഥ്യത്തോടുള്ള മനഃശാസ്ത്രപരമായ പൊരുത്തപ്പെടൽ** [Psychological adaptation to causal reality] എന്ന ആശയം ഇവിടെ പ്രസക്തമാകുന്നു. മനുഷ്യർ കാര്യകാരണ ഘടനയെ തിരിച്ചറിയുമ്പോൾ അവരുടെ ജ്ഞാനപരമായ ചട്ടക്കൂടുകൾ [Cognitive frameworks] അതിനോട് പൊരുത്തപ്പെടുന്നു. 63

ഈ പൊരുത്തപ്പെടൽ മനുഷ്യനെ നിർജ്ജീവനാക്കുന്നില്ല, മറിച്ച് കൂടുതൽ വ്യക്തതയോടെ പ്രവർത്തിക്കാൻ അവനെ പ്രാപ്തനാക്കുന്നു. മനുഷ്യൻ തന്റെ സാഹചര്യങ്ങളെ ആഴത്തിൽ മനസ്സിലാക്കുകയും അവയ്ക്കുള്ളിൽ കൂടുതൽ ബുദ്ധിപരമായി

ഇടപെടുകയും ചെയ്യുന്നു. ഇതിലൂടെ നിർണ്ണയവാദത്തിന്റെ എക്സിസ്റ്റൻഷ്യൽ അർത്ഥം പൂർണ്ണമായ വ്യക്തത നേടുന്നു: നിർണ്ണയവാദം മനുഷ്യനെ ഒരു നിസ്സഹായനായ നിരീക്ഷകനാക്കുന്നില്ല [Helpless observer], മറിച്ച് അവനെ കാര്യകാരണ യാഥാർത്ഥ്യത്തിനുള്ളിൽ പ്രവർത്തിക്കുന്ന ഒരു പങ്കാളിയാക്കി [Participant] മാറ്റുന്നു. 64

ഒൻപതാം അധ്യായത്തിന്റെ ഈ സമാപന സെഷൻ നിർണ്ണയവാദത്തിന്റെ എക്സിസ്റ്റൻഷ്യൽ അർത്ഥത്തെ ഒരു വ്യക്തമായ സിദ്ധാന്തമായി അവതരിപ്പിക്കുന്നു: മനുഷ്യജീവിതം എന്നത് നിയന്ത്രിക്കപ്പെടേണ്ട ഒന്നല്ല; മറിച്ച് കാര്യകാരണ ഘടനയ്ക്കുള്ളിൽ [Causal structure] സജീവമായി പങ്കാളിയാകേണ്ട ഒരു പ്രക്രിയയാണ്. 65

6. സജീവ ഘടനാപരമായ പങ്കാളിത്തം: അനിവാര്യതയ്ക്കുള്ളിലെ സജീവ പങ്കാളിത്തം

[Active Structural Participation: Engaged Agency within Necessity]

ഒൻപതാം അധ്യായത്തിന്റെ മുൻ സെഷനുകൾ നിർണ്ണയവാദത്തിന്റെ [Determinism] എക്സിസ്റ്റൻഷ്യൽ അർത്ഥത്തെ വിവിധ ദാർശനിക പാരമ്പര്യങ്ങളിലൂടെ പരിശോധിച്ചു. സ്റ്റോയിസിസം [Stoicism] അനിവാര്യതയെ [Necessity] ബുദ്ധിപരമായി അംഗീകരിക്കാൻ പഠിപ്പിച്ചു. ബാറൂക്ക് സ്പിനോസ [Baruch Spinoza] അനിവാര്യതയെ മനസ്സിലാക്കുന്നതിലൂടെ സ്വാതന്ത്ര്യം കണ്ടെത്താൻ ശ്രമിച്ചു. ഫ്രെഡറിക് നീഷേ [Friedrich Nietzsche] അനിവാര്യതയെ സജീവമായി സ്വീകരിക്കുകയും ജീവിതത്തെ പൂർണ്ണമായി സ്ഥിരീകരിക്കുകയും [Affirmation] വേണമെന്ന് പ്രഖ്യാപിച്ചു. 66

ഈ പാരമ്പര്യങ്ങളിലെ ഉൾക്കാഴ്ചകളെ സംയോജിപ്പിക്കുമ്പോൾ നിർണ്ണയവാദത്തിന്റെ എക്സിസ്റ്റൻഷ്യൽ അർത്ഥം കൂടുതൽ വ്യക്തമാകുന്നു. നിർണ്ണയവാദം മനുഷ്യനെ നിർജ്ജീവനാക്കുന്നില്ല; പകരം

അത് ജീവിതത്തെക്കുറിച്ചുള്ള **എക്സിസ്റ്റൻഷ്യൽ ക്ലാരിറ്റി** [Existential clarity] എന്ന പുതിയൊരു ബോധം നൽകുന്നു. മനുഷ്യൻ തന്റെ ജീവിതത്തെ പൂർണ്ണമായി നിയന്ത്രിക്കുന്ന സ്വതന്ത്ര സത്തയാണെന്ന ധാരണ യാഥാർത്ഥ്യത്തിന്റെ സ്വഭാവവുമായി പൊരുത്തപ്പെടുന്നില്ല. നാഡീവ്യൂഹ പ്രവർത്തനങ്ങൾ [Neural activity], ജൈവിക സാഹചര്യങ്ങൾ [Biological conditions], സാമൂഹിക പശ്ചാത്തലങ്ങൾ, ചരിത്രപരമായ ഘടകങ്ങൾ എന്നിവയുടെ സങ്കീർണ്ണമായ കാര്യകാരണ പ്രക്രിയകളിലൂടെയാണ് [Causal processes] മനുഷ്യജീവിതം രൂപപ്പെടുന്നത്. 67

ഈ പശ്ചാത്തലത്തിൽ മനുഷ്യൻ കാര്യകാരണ മെഷിന്റെ [Causal mesh] ഉള്ളിലാണ് ജീവിക്കുന്നത്. അവൻ ഈ മെഷിന് പുറത്തുനിൽക്കുന്ന ഒരു നിരീക്ഷകനല്ല [Observer], മറിച്ച് ആ റിലേഷണൽ നെറ്റ്വർക്കിന്റെ [Relational network] ഒരു അവിഭാജ്യ ഘടകമാണ്. ഈ തിരിച്ചറിവ് മനുഷ്യന്റെ എക്സിസ്റ്റൻഷ്യൽ ഓറിയന്റേഷനെ [Existential orientation] മാറ്റുന്നു. മനുഷ്യജീവിതത്തിന്റെ ലക്ഷ്യം യാഥാർത്ഥ്യത്തെ നിയന്ത്രിക്കുക എന്നതല്ല; മറിച്ച് യാഥാർത്ഥ്യത്തിന്റെ കാര്യകാരണ ഘടനയെ [Causal structure] തിരിച്ചറിയുകയും അതിനുള്ളിൽ സജീവമായി പ്രവർത്തിക്കുകയും ചെയ്യുക എന്നതാണ് കൂടുതൽ യുക്തിപരമായ സമീപനം. 68

ഇവിടെയാണ് **നിയന്ത്രണത്തിന് പകരം പങ്കാളിത്തം** [Participation rather than control] എന്ന ആശയം പ്രസക്തമാകുന്നത്. മനുഷ്യന് ലോകത്തെ പൂർണ്ണമായി നിയന്ത്രിക്കാൻ കഴിയില്ലെങ്കിലും, അവൻ കാര്യകാരണ ശൃംഖലയ്ക്കുള്ളിൽ പ്രവർത്തിക്കുന്ന ഒരു സജീവ പങ്കാളിയാണ് [Participant]. അവന്റെ തീരുമാനങ്ങളും പ്രവർത്തനങ്ങളും ആ ശൃംഖലയുടെ ചലനാത്മകതയെ [Dynamics] സ്വാധീനിക്കുന്നു. 69

ഈ സമീപനം **യാഥാർത്ഥ്യത്തോടുള്ള യുക്തിഭദ്രമായ പൊരുത്തപ്പെടൽ** [Rational alignment with reality] എന്ന

നിലപാടിലേക്ക് നയിക്കുന്നു. കാര്യകാരണ ഘടനയെ തിരിച്ചറിയുമ്പോൾ മനുഷ്യന് തന്റെ ജീവിതത്തെ കൂടുതൽ ബോധപൂർവ്വമായി ക്രമീകരിക്കാൻ സാധിക്കുന്നു. അജ്ഞതയുടെ [Ignorance] അടിസ്ഥാനത്തിൽ പ്രവർത്തിക്കുന്നതിന് പകരം കാര്യകാരണപരമായ ധാരണയുടെ [Causal understanding] വെളിച്ചത്തിൽ പ്രവർത്തിക്കാൻ അവന് കഴിയുന്നു. 70 ഈ യുക്തിഭദ്രമായ പൊരുത്തപ്പെടൽ മനുഷ്യനെ നിർജ്ജീവനാക്കുന്നില്ല, മറിച്ച് **സജീവമായ അനുകൂലനത്തിലേക്ക്** [Active adaptation] നയിക്കുന്നു. മനുഷ്യൻ തന്റെ സാഹചര്യങ്ങളെ കൃത്യമായി വിലയിരുത്തുകയും അവയ്ക്കുള്ളിൽ പുതിയ പ്രവർത്തനരീതികൾ കണ്ടെത്തുകയും ചെയ്യുന്നു. പഠനം [Learning], സഹകരണം [Cooperation], നവീകരണം [Innovation] എന്നിവ ഈ അനുകൂലനത്തിന്റെ ഭാഗങ്ങളാണ്. അതുകൊണ്ട് നിർണ്ണയവാദം എന്നത് നിസ്സംഗതയോ കീഴടങ്ങലോ [Resignation] ആവശ്യപ്പെടുന്നില്ല; പകരം അത് മനുഷ്യനെ കാര്യകാരണ ഘടനയ്ക്കുള്ളിൽ കൂടുതൽ ബോധപൂർവ്വമായി പ്രവർത്തിക്കാൻ പ്രേരിപ്പിക്കുന്നു. 71

ഒൻപതാം അധ്യായം: ഘടനാപരമായ പങ്ക് [CHAPTER 9 STRUCTURAL ROLE]

ഈ അധ്യായം നിർണ്ണയവാദത്തിന്റെ [Determinism] എക്സിസ്റ്റൻഷ്യൽ അർത്ഥത്തെ [Existential meaning] വ്യക്തമാക്കുന്നു. നിർണ്ണയവാദം മനുഷ്യനെ നിർജ്ജീവനാക്കുന്നില്ല; മറിച്ച് യാഥാർത്ഥ്യവുമായി കൂടുതൽ ബോധപൂർവ്വമായി പൊരുത്തപ്പെടാൻ [Conscious alignment] അവനെ സഹായിക്കുന്നു.

• **സ്റ്റോയിസിസം** അനിവാര്യതയെ അംഗീകരിക്കാൻ [Acceptance] പഠിപ്പിച്ചു.

• **ബാറൂക്ക് സ്പിനോസ** അനിവാര്യതയെ മനസ്സിലാക്കുന്നതിലൂടെയുള്ള [Understanding] സ്വാതന്ത്ര്യം മുന്നോട്ടുവെച്ചു.

• **ഫ്രെഡറിക് നീഷേ** അനിവാര്യതയെ സജീവമായി സ്ഥിരീകരിക്കാൻ [Affirmation] ആഹ്വാനം ചെയ്തു. ഘടനാപരമായ നിർണ്ണയവാദം [Structural determinism] ഈ മൂന്ന് ഘടകങ്ങളെയും ഒരൊറ്റ ചട്ടക്കൂടിൽ സംയോജിപ്പിക്കുന്നു. ജീവിതം എന്നത് പൂർണ്ണമായി നിയന്ത്രിക്കാനാവുന്ന [Controllable] ഒന്നല്ല; എന്നാൽ അതിൽ സജീവമായി പങ്കെടുക്കാൻ [Active participation] മനുഷ്യന് കഴിയും.

അതുകൊണ്ട്, അനിവാര്യത [Necessity] എന്നത് നിസ്സംഗതയോ കീഴടങ്ങലോ [Resignation] അല്ല. മറിച്ച്, അനിവാര്യതയോടുള്ള ബോധപൂർവ്വമായ പൊരുത്തപ്പെടലാണ് [Conscious alignment with necessity] മനുഷ്യസ്വാതന്ത്ര്യത്തിന്റെ യഥാർത്ഥ രൂപം

1. Sellars, John. *Stoicism*. University of California Press. 2006.
2. Long, A. A. *Hellenistic Philosophy: Stoics, Epicureans, Sceptics*. University of California Press. 1986.
3. Bobzien, Susanne. *Determinism and Freedom in Stoic Philosophy*. Oxford University Press. 1998.
4. Epictetus. *Discourses and Enchiridion*. Harvard University Press. 1925.
5. Seneca. *Letters from a Stoic*. Penguin Classics. 1969.
6. Aurelius, Marcus. *Meditations*. Oxford University Press. 1990.
7. Sellars, John. *Stoicism*. University of California Press. 2006.
8. Long, A. A. *Hellenistic Philosophy: Stoics, Epicureans, Sceptics*. University of California Press. 1986.
9. Bobzien, Susanne. *Determinism and Freedom in Stoic Philosophy*. Oxford University Press. 1998.
10. Epictetus. *Discourses and Enchiridion*. Harvard University Press. 1925.
11. Seneca. *Letters from a Stoic*. Penguin Classics. 1969.
12. Aurelius, Marcus. *Meditations*. Oxford University Press. 1990.

13. Hadot, Pierre. *The Inner Citadel: The Meditations of Marcus Aurelius*. Harvard University Press. 1998.

14. Nietzsche, Friedrich. *The Gay Science*. Cambridge University Press. 2001.

15. Irvine, William B. *A Guide to the Good Life: The Ancient Art of Stoic Joy*. Oxford University Press. 2008.

16. Nadler, Steven. *Spinoza: A Life*. Cambridge University Press. 1999.

17. Spinoza, Baruch. *Ethics*. Penguin Classics. 1996.

18. Nadler, Steven. *Spinoza's 'Ethics': An Introduction*. Cambridge University Press. 2006.

19. Della Rocca, Michael. *Spinoza*. Routledge. 2008.

20. Curley, Edwin. *Behind the Geometrical Method: A Reading of Spinoza's Ethics*. Princeton University Press. 1988.

21. Israel, Jonathan. *Radical Enlightenment: Philosophy and the Making of Modernity 1650-1750*. Oxford University Press. 2001.

22. Spinoza, Baruch. *The Letters*. Hackett Publishing. 1995.

23. Wolfson, Harry Austryn. *The Philosophy of Spinoza*. Harvard University Press. 1934.

24. Nadler, Steven. *Spinoza's 'Ethics': An Introduction*. Cambridge University Press. 2006.

25. Della Rocca, Michael. *Spinoza*. Routledge. 2008.

26. Bennett, Jonathan. *A Study of Spinoza's Ethics*. Hackett Publishing. 1984.

27. Youpa, Andrew. *The Ethics of Joy: Spinoza on the Happiness of the Free Person*. Nietzsche, Friedrich. *The Will to Power*. Vintage. 1968.

28. Nietzsche, Friedrich. *The Will to Power*. Vintage. 1968.

29. Nietzsche, Friedrich. *On the Genealogy of Morals*. Oxford World's Classics. 1996.

30. Nietzsche, Friedrich. *The Gay Science*. Cambridge University Press. 2001.

31. Nietzsche, Friedrich. *Thus Spoke Zarathustra*. Penguin Classics. 1961.

32. Loeb, Paul S. *The Death of Nietzsche's Zarathustra*. Cambridge University Press. 2010.

33. Nietzsche, Friedrich. *On the Genealogy of Morals*. Oxford World's Classics. 1996.

34. Nehamas, Alexander. *Nietzsche: Life as Literature*. Harvard University Press. 1985.

35. Leiter, Brian. *Nietzsche on Morality*. Routledge. 2002.

36. Ladyman, James & Ross, Don. *Every Thing Must Go: Metaphysics Naturalized*. Oxford University Press. 2007.

37. Richardson, John. *Nietzsche's System*. Oxford University Press. 1996.

38. Solomon, Robert C. *Living with Nietzsche: What the Great "Immoralist" Has to Teach Us*. Oxford University Press. 2003.

39. Pereboom, Derk. *Living Without Free Will*. Cambridge University Press. 2001.

40. Rice, Hugh. *Fatalism*. The Stanford Encyclopedia of Philosophy. 2018.

41. Pereboom, Derk. *Living Without Free Will*. Cambridge University Press. 2001.

42. Vohs, Kathleen D. & Schooler, Jonathan W. *The Value of Believing in Free Will: Encouraging Ethical Behavior*. Psychological Science. 2008.

43. Dennett, Daniel C. *Elbow Room: The Varieties of Free Will Worth Wanting*. MIT Press. 1984.

44. Mill, John Stuart. *A System of Logic*. Longmans, Green, and Co. 1843.

45. Juarrero, Alicia. *Dynamics in Action: Intentional Behavior as a Complex System*. MIT Press. 1999.

46. Dennett, Daniel C. *Elbow Room: The Varieties of Free Will Worth Wanting*. MIT Press. 1984.

47. Juarrero, Alicia. *Dynamics in Action: Intentional Behavior as a Complex System*. MIT Press. 1999.

48. Pereboom, Derk. *Free Will, Agency, and Meaning in Life*. Oxford University Press. 2014.

49. Mele, Alfred R. *Free Will and Luck*. Oxford University Press. 2006.

50. Solomon, Robert C. *Living with Nietzsche: What the Great "Immoralist" Has to Teach Us*. Oxford University Press. 2003.

51. Baumeister, Roy F., et al. *Prosocial Benefits of Feeling Free: Disbelief in Free Will Increases Aggression and Reduces Helpfulness*. Psychological Science. 2009.

52. Nichols, Shaun & Knobe, Joshua. *Moral Responsibility and Determinism: The Cognitive Science of Folk Intuitions*. Noûs. 2007.

53. Vohs, Kathleen D. & Schooler, Jonathan W. *The Value of Believing in Free Will: Encouraging Ethical Behavior*. Psychological Science. 2008.

54. Baumeister, Roy F., et al. *Prosocial Benefits of Feeling Free: Disbelief in Free Will Increases Aggression and Reduces Helpfulness*. Psychological Science. 2009.

55. Pereboom, Derk. *Free Will, Agency, and Meaning in Life*. Oxford University Press. 2014.

56. Beck, Aaron T. *Cognitive Therapy and the Emotional Disorders*. International Universities Press. 1976.

57. Waller, Bruce. *Against Moral Responsibility*. MIT Press. 2011.

58. Carver, Charles S. & Scheier, Michael F. *On the Self-Regulation of Behavior*. Cambridge University Press. 1998.

59. Dweck, Carol S. *Mindset: The New Psychology of Success*. Random House. 2006.

60. Dweck, Carol S. *Mindset: The New Psychology of Success*. Random House. 2006.

61. Masten, Ann S. *Ordinary Magic: Resilience Processes in Development*. American Psychologist. 2001.

62. Waller, Bruce. *The Stubborn System of Moral Responsibility.* MIT Press. 2015.
63. Ladyman, James & Ross, Don. *Every Thing Must Go: Metaphysics Naturalized.* Oxford University Press. 2007.
64. Pereboom, Derk. *Free Will, Agency, and Meaning in Life.* Oxford University Press. 2014.
65. Juarrero, Alicia. *Dynamics in Action: Intentional Behavior as a Complex System.* MIT Press. 1999.
66. Sellars, John. *Stoicism.* University of California Press. 2006.
67. Nadler, Steven. *Spinoza: A Life.* Cambridge University Press. 1999.
68. Nietzsche, Friedrich. *The Gay Science.* Cambridge University Press. 2001.
69. Juarrero, Alicia. *Dynamics in Action: Intentional Behavior as a Complex System.* MIT Press. 1999.
70. Ladyman, James & Ross, Don. *Every Thing Must Go: Metaphysics Naturalized.* Oxford University Press. 2007.
71. Pereboom, Derk. *Free Will, Agency, and Meaning in Life.* Oxford University Press. 2014.

അധ്യായം 11: ബോധാവസ്ഥയുടെ ഘടനാപര വ്യക്തത [Chapter 10: The Structural Clarity of Consciousness]

മുൻ അധ്യായങ്ങളിൽ ഘടനാപരമായ നിർണ്ണയവാദം [Structural determinism] സത്താമീമാംസ, ബോധം, അർത്ഥം, ധാർമ്മികത, മനുഷ്യജീവിതത്തിന്റെ എക്സിസ്റ്റൻഷ്യൽ [Existential] അർത്ഥം എന്നിവയുടെ പശ്ചാത്തലത്തിൽ വികസിപ്പിക്കപ്പെട്ടു. കാര്യകാരണ മെഷ് [Causal mesh] എന്ന ആശയം യാഥാർത്ഥ്യത്തിന്റെ അടിസ്ഥാന ഘടനയായി അവതരിപ്പിക്കപ്പെട്ടു. എന്നാൽ ഈ മുഴുവൻ

സിദ്ധാന്തത്തിന്റെ സമാപനഘട്ടത്തിൽ കൂടുതൽ അടിസ്ഥാനപരമായ ഒരു ചോദ്യം ഉയരുന്നു: ബോധം [Consciousness] എന്നത് യഥാർത്ഥത്തിൽ എന്താണ്? 1
മനുഷ്യൻ "ഞാൻ" എന്ന അനുഭവം എങ്ങനെ ഉണ്ടാക്കുന്നു? ഈ ആത്മ-അനുഭവം [Self-experience] ഒരു അതീന്ദ്രിയ കർത്താവിന്റെ [Metaphysical subject] തെളിവാണോ, അതോ കാര്യകാരണ ഘടനയ്ക്കുള്ളിൽ രൂപപ്പെടുന്ന ഒരു ഇൻഫർമേഷണൽ കോൺഫിഗറേഷൻ [Informational configuration] ആണോ? ആറാം അധ്യായം നിരീക്ഷകന്റെ [Observer] പ്രശ്നം ഫിനോമിനോളജിയുടെയും [Phenomenology] മനസ്സിന്റെ ദർശനത്തിന്റെയും [Philosophy of mind] വെളിച്ചത്തിൽ പരിശോധിച്ചു. ഏഴാം അധ്യായം അർത്ഥം [Meaning] കാര്യകാരണ ഘടനയ്ക്കുള്ളിൽ എങ്ങനെ ഉദയം ചെയ്യുന്നു എന്ന് വിശദീകരിച്ചു. 2
പത്താം അധ്യായം ഈ അന്വേഷണത്തിന്റെ സമാപനഘട്ടമാണ്. ഈ അധ്യായം ബോധത്തെ ഒരു അതീന്ദ്രിയ രഹസ്യമായി [Metaphysical mystery] കാണുന്ന സമീപനങ്ങളെ വിമർശനാത്മകമായി പരിശോധിക്കുകയും, ഘടനാപരമായ നിർണ്ണയവാദത്തിന്റെ പശ്ചാത്തലത്തിൽ **ബോധം എന്നത് ഘടനാപരമായ വ്യക്തതയാണ്** [Consciousness as structural clarity] എന്ന നിലപാട് അവതരിപ്പിക്കുകയും ചെയ്യുന്നു. 3

1. അദ്വൈതവുമായി താരതമ്യം: ബോധത്തിന്റെ സത്താപര വ്യാഖ്യാനങ്ങളെ സംബന്ധിച്ച ഒരു ദാർശനിക സംവാദം [Comparison with Advaita: A Philosophical Dialogue on the Ontological Interpretations of Consciousness]

ബോധത്തിന്റെ സ്വഭാവത്തെക്കുറിച്ചുള്ള ചർച്ചയിൽ ഇന്ത്യൻ ദാർശനിക പാരമ്പര്യമായ അദ്വൈത വേദാന്തം [Advaita Vedanta] ഒരു നിർണ്ണായക സ്ഥാനമാണ് വഹിക്കുന്നത്. മനുഷ്യന്റെ സ്വയംബോധം

എന്താണെന്നും യാഥാർത്ഥ്യത്തിന്റെ അന്തിമ സ്വഭാവം എന്താണെന്നും സംബന്ധിച്ച ഗൗരവമായ ഒരു സത്താമീമാംസാത്മക മാതൃക [Ontological model] ഈ പാരമ്പര്യം അവതരിപ്പിക്കുന്നു. ബോധം ഒരു ഘടനാപരമായ പ്രക്രിയയാണോ, അതോ ഒരു അടിസ്ഥാന സത്തയാണോ എന്ന ചോദ്യം പരിശോധിക്കുമ്പോൾ ഈ ദാർശനിക പാരമ്പര്യവുമായി സംവദിക്കുന്നത് അനിവാര്യമാണ്. 4

അദ്വൈത വേദാന്തത്തിന്റെ കേന്ദ്ര ആശയം അദ്വൈതം അഥവാ ദ്വൈതരഹിതത്വം [Non-duality] എന്നതാണ്. യാഥാർത്ഥ്യം അടിസ്ഥാനപരമായി രണ്ട് വ്യത്യസ്ത സത്തകളായി വിഭജിക്കപ്പെടുന്നില്ല. പരമാർത്ഥത്തിൽ യാഥാർത്ഥ്യം ഏകമാണ്. ഈ ഏകസത്തയെ **ബ്രഹ്മം** [Brahman] എന്ന ആശയത്തിലൂടെയാണ് ഈ പാരമ്പര്യം വിശദീകരിക്കുന്നത്. ബ്രഹ്മം എന്നത് എല്ലാ അനുഭവങ്ങളുടെയും, എല്ലാ വസ്തുക്കളുടെയും, എല്ലാ ബോധാവസ്ഥകളുടെയും അന്തിമ ആധാരമാണ്. ഈ ദർശനത്തിന്റെ പ്രധാന വ്യാഖ്യാതാവായ ആദി ശങ്കരാചാര്യരുടെ [Adi Shankara] അഭിപ്രായപ്രകാരം വ്യക്തിപരമായ ആത്മാവ് [Atman] ബ്രഹ്മത്തിൽ നിന്ന് ഭിന്നമല്ല. ഇവ തമ്മിലുള്ള വ്യത്യാസം അനുഭവലോകത്തിന്റെ തലത്തിൽ മാത്രമാണ് പ്രത്യക്ഷപ്പെടുന്നത്. പരമാർത്ഥത്തിൽ **ആത്മൻ** = **ബ്രഹ്മം** എന്നതാണ് അദ്വൈതത്തിന്റെ പ്രഖ്യാപനം. 5

ഈ ദർശനത്തിൽ ലോകത്തിന്റെ അനുഭവം **മായ** [Maya] എന്ന ആശയത്തിലൂടെയാണ് വിശദീകരിക്കപ്പെടുന്നത്. മായ എന്നത് പൂർണ്ണമായ അസത്യമല്ല; എന്നാൽ അത് പരമാർത്ഥസത്യവുമല്ല. ലോകം അനുഭവപരമായി യാഥാർത്ഥ്യമാണെങ്കിലും അതിന്റെ അന്തിമ സത്ത ബ്രഹ്മത്തിലാണ്. അതിനാൽ ലോകം ഒരു പ്രത്യക്ഷതയായി [Appearance] മനസ്സിലാക്കപ്പെടുന്നു. ഈ പശ്ചാത്തലത്തിൽ ബോധം [Consciousness] ഒരു അടിസ്ഥാന സത്തയായി കണക്കാക്കപ്പെടുന്നു. ബോധം ഭൗതിക

ലോകത്തിൽ നിന്ന് ഉദിക്കുന്ന ഒന്നല്ല; മറിച്ച് ഭൗതിക ലോകം തന്നെ ബോധത്തിന്റെ പ്രത്യക്ഷതയായാണ് കണക്കാക്കപ്പെടുന്നത്. 6

എന്നാൽ ഘടനാപരമായ നിർണ്ണയവാദത്തിന്റെ [Structural determinism] പശ്ചാത്തലത്തിൽ ഈ ദർശനം വ്യത്യസ്തമായ രീതിയിൽ പുനർവായിക്കപ്പെടുന്നു. അദ്വൈത വേദാന്തം ബോധത്തെ ഒരു കേവല കർത്താവായി [Absolute subject] കാണുന്നു. എന്നാൽ സ്ട്രക്ചറൽ ഡിറ്റർമിനിസം ബോധത്തെ ഈ രീതിയിൽ ഒരു സ്വതന്ത്ര സത്തയായി അംഗീകരിക്കുന്നില്ല. ഘടനാപരമായ നിർണ്ണയവാദത്തിന്റെ പ്രകാരം ബോധം ഒരു അതീന്ദ്രിയ കർത്താവല്ല [Metaphysical subject]; അത് കാര്യകാരണ മെഷിനുള്ളിൽ [Causal mesh] രൂപപ്പെടുന്ന **വിവര സംയോജനമാണ്** [Informational integration]. മനുഷ്യൻ അനുഭവിക്കുന്ന "ഞാൻ" എന്ന ബോധം ഒരു സത്താമീമാംസാത്മക കേന്ദ്രമല്ല, മറിച്ച് നാഡീവ്യൂഹ-വിവര പ്രക്രിയകളുടെ [Neural–informational processes] ഏകീകരണത്തിൽ നിന്ന് ഉദിക്കുന്ന ഒരു **ഘടനാപരമായ വ്യക്തതയാണ്** [Structural clarity]. 7

ഇവിടെ ഒരു പ്രധാന താരതമ്യം ദൃശ്യമാണ്:

- **അദ്വൈതത്തിന്റെ ഭാഷയിൽ:** ബോധം = പരമാർത്ഥ സത്ത [Ontological Ground].
- **ഘടനാപരമായ നിർണ്ണയവാദത്തിന്റെ ഭാഷയിൽ:** ബോധം = കാര്യകാരണ ഘടനയ്ക്കുള്ളിലെ വിവര ക്രമീകരണം [Informational configuration within causal structure]. 8

ഈ താരതമ്യം രണ്ട് വ്യത്യസ്ത അതീന്ദ്രിയ സമീപനങ്ങളെ വ്യക്തമാക്കുന്നു. അദ്വൈതം ബോധത്തെ സത്തയായി കാണുമ്പോൾ, സ്ട്രക്ചറൽ ഡിറ്റർമിനിസം അതിനെ ബന്ധിത ഘടനയ്ക്കുള്ളിലെ ആവിർഭാവ വ്യക്തതയായി [Emergent clarity] മനസ്സിലാക്കുന്നു. ബോധത്തെ ഒരു അതീന്ദ്രിയ രഹസ്യമായി [Metaphysical mystery] കാണുന്നതിന് പകരം, കാര്യകാരണ ഘടനയ്ക്കുള്ളിൽ രൂപപ്പെടുന്ന ഘടനാപരമായ വ്യക്തതയായി വിശകലനം

ചെയ്യാനുള്ള സാധ്യതയാണിത് നൽകുന്നത്. അടുത്ത സെഷനിൽ ബൗദ്ധ ദർശനത്തിലെ **അനത്താ** [No-self] സിദ്ധാന്തം പരിശോധിക്കുകയും, അത് ഘടനാപരമായ നിർണ്ണയവാദത്തിന്റെ പശ്ചാത്തലത്തിൽ എങ്ങനെ പുനർവ്യാഖ്യാനം ചെയ്യപ്പെടാം എന്ന് വിശകലനം ചെയ്യുകയും ചെയ്യും. 9

2 – ബൗദ്ധ അനത്താ സിദ്ധാന്തം: സ്വയം എന്ന ആശയത്തിന്റെ പ്രക്രിയാത്മക പുനർവ്യാഖ്യാനം

[Buddhist Anatta Theory: A Processual Reinterpretation of the Self]

ബോധവും സ്വയംബോധവും സംബന്ധിച്ച ദാർശനിക ചർച്ചകളിൽ ബൗദ്ധ ദർശനം [Buddhist philosophy] തികച്ചും വ്യത്യസ്തവും ശക്തവുമായ ഒരു സമീപനം അവതരിപ്പിക്കുന്നു. പ്രത്യേകിച്ച് ബൗദ്ധ പാരമ്പര്യത്തിലെ **അനത്താ** [Anatta] സിദ്ധാന്തം "സ്ഥിരമായ ഒരു ആത്മാവ്" എന്ന ധാരണയെ അടിസ്ഥാനപരമായി ചോദ്യം ചെയ്യുന്നു. മനുഷ്യൻ അനുഭവിക്കുന്ന "ഞാൻ" എന്ന ബോധം യഥാർത്ഥത്തിൽ ഒരു സ്ഥിരസത്തയാണോ [Substance], അതോ വിവിധ പ്രക്രിയകളുടെ സമുച്ചയമാണോ [Aggregate] എന്ന ചോദ്യം ഇവിടെ കേന്ദ്രസ്ഥാനത്തേക്ക് ഉയരുന്നു. 10

ബൗദ്ധ ദർശനപ്രകാരം സ്ഥിരമായ ഒരു ആത്മാവ് നിലനിൽക്കുന്നില്ല. മനുഷ്യൻ "സ്വയം" എന്ന് കരുതുന്ന ഒന്നിന് സ്വതന്ത്രമായ സത്തയില്ല. അതിനാൽ തന്നെ സ്ഥിരമായ സ്വത്വം [Permanent self] എന്ന ആശയം ഒരു ധാരണാപരമായ നിർമ്മിതി [Conceptual construct] മാത്രമാണ്. മനുഷ്യൻ അനുഭവിക്കുന്ന വ്യക്തിത്വം വിവിധ ഘടകങ്ങളുടെ പരസ്പരബന്ധത്തിലൂടെയാണ് രൂപപ്പെടുന്നത്. 11

ഈ ഘടകങ്ങളെ ബൗദ്ധ ദർശനം **പഞ്ചസ്കന്ധങ്ങൾ** [Five Aggregates – Skandhas] എന്ന ആശയത്തിലൂടെയാണ് വിശദീകരിക്കുന്നത്. മനുഷ്യന്റെ അനുഭവജീവിതം അഞ്ച് അടിസ്ഥാന ഘടകങ്ങളുടെ സംയോജനമാണെന്ന് ഈ മാതൃക വ്യക്തമാക്കുന്നു:

- **രൂപം [Form]:** ശരീരവും ഭൗതിക ഘടനകളും ഇതിൽ ഉൾപ്പെടുന്നു. മനുഷ്യൻ അനുഭവിക്കുന്ന ശരീരപരമായ നിലനിൽപ്പ് ഈ ഘടകത്തിന്റെ ഭാഗമാണ്.
- **വേദന [Sensation]:** ഇന്ദ്രിയങ്ങളിലൂടെ ലഭിക്കുന്ന അനുഭവങ്ങളുടെ സുഖ-ദുഃഖ പ്രതികരണങ്ങൾ ഇതിൽ ഉൾപ്പെടുന്നു.
- **സംജ്ഞ [Perception]:** ലോകത്തിലെ വസ്തുക്കളെ തിരിച്ചറിയാനും വർഗ്ഗീകരിക്കാനും സഹായിക്കുന്ന ബോധപരമായ പ്രക്രിയകൾ ഇതിന്റെ ഭാഗമാണ്.
- **സംസ്കാരങ്ങൾ [Mental formations]:** വികാരങ്ങൾ, പ്രവണതകൾ, ഉദ്ദേശങ്ങൾ, മനോവ്യവസ്ഥകൾ തുടങ്ങിയ മാനസിക ഘടനകൾ ഇതിൽ ഉൾപ്പെടുന്നു.
- **വിജ്ഞാനം [Consciousness]:** അനുഭവത്തിന്റെ അവബോധപരമായ നില ഇതിലൂടെ വ്യക്തമാക്കപ്പെടുന്നു.

12

ഈ അഞ്ച് ഘടകങ്ങളും സ്ഥിരമായി നിലനിൽക്കുന്നവയല്ല; അവ നിരന്തരം മാറിക്കൊണ്ടിരിക്കുന്ന പ്രക്രിയകളാണ്. ഈ മാറ്റസ്വഭാവത്തെ ബൗദ്ധ ദർശനം **അനിച്ച** [Impermanence] എന്ന ആശയത്തിലൂടെയാണ് വ്യക്തമാക്കുന്നത്. യാതൊരു ഘടകവും സ്വതന്ത്രമായി നിലനിൽക്കുന്നില്ല; എല്ലാം പരിവർത്തനത്തിന്റെയും പ്രവാഹത്തിന്റെയും ഭാഗങ്ങളാണ്. 13

ഈ സമീപനം കൂടുതൽ വ്യക്തത നേടുന്നത് **പ്രതീത്യസമുത്പാദം** [Dependent Origination – Pratītyasamut-pāda] എന്ന സിദ്ധാന്തത്തിലൂടെയാണ്. ബൗദ്ധ ദർശനപ്രകാരം ഓരോ സംഭവവും മറ്റു ഘടകങ്ങളോട് ആശ്രിതമായിട്ടാണ് ഉദിക്കുന്നത് [Arising]. ഒരു സത്തയും

സ്വതന്ത്രമായി നിലനിൽക്കുന്നില്ല; ഓരോ ഘടകവും മറ്റൊന്നിനോട് ബന്ധപ്പെട്ടു പ്രവർത്തിക്കുന്ന ഒരു കാര്യകാരണ ശൃംഖലയുടെ [Causal network] ഭാഗമാണ്. ഈ പശ്ചാത്തലത്തിൽ, "സ്വയം" എന്ന ആശയത്തെ ഒരു ദ്രവ്യമായി [Substance] കാണാൻ കഴിയില്ല. അത് ഒരു സ്ഥിരമായ ആത്മാവല്ല, മറിച്ച് വിവിധ അനുഭവപ്രക്രിയകളുടെ പരസ്പരബന്ധത്തിൽ നിന്നു രൂപപ്പെടുന്ന ഒരു പ്രവാഹമാണ്. 14

ഇവിടെ ബൗദ്ധ ദർശനം ഘടനാപരമായ നിർണ്ണയവാദത്തോട് [Structural determinism] ഏറെ അടുത്തുനിൽക്കുന്ന ഒരു ദാർശനിക ബോധം നൽകുന്നു. സ്വയം എന്നത് ഒരു അതീന്ദ്രിയ സത്തയല്ല [Metaphysical entity] എന്ന ബൗദ്ധ വാദം **കാര്യകാരണ മെഷ്** [Causal mesh] എന്ന ആശയവുമായി ഗൗരവമായ സാമ്യം പുലർത്തുന്നു. എന്നാൽ ഘടനാപരമായ നിർണ്ണയവാദം ഈ ആശയത്തെ ഒരു പുതിയ ഘടനാപരമായ വ്യാഖ്യാനത്തിലേക്ക് വികസിപ്പിക്കുന്നു. ബൗദ്ധ ദർശനത്തിൽ സ്വയം എന്നത് ഒരു പ്രക്രിയാത്മക പ്രവാഹമാണെങ്കിൽ, ഘടനാപരമായ നിർണ്ണയവാദത്തിൽ അത് ഒരു **ചലനാത്മക ബന്ധിത കോൺഫിഗറേഷൻ** [Dynamic relational configuration] ആയി മനസ്സിലാക്കപ്പെടുന്നു. 15

അതായത്:

- **ബൗദ്ധ ദർശനത്തിന്റെ ഭാഷയിൽ:** സ്വയം = പ്രക്രിയാത്മക സമുച്ചയം [Processual aggregate].
- **ഘടനാപരമായ നിർണ്ണയവാദത്തിന്റെ ഭാഷയിൽ:** സ്വയം = കാര്യകാരണ മെഷിനുള്ളിലെ ഒരു ഡൈനാമിക് റിലേഷണൽ കോൺഫിഗറേഷൻ [Dynamic relational configuration].

ഈ പുനർവ്യാഖ്യാനം ബോധത്തിന്റെ സ്വഭാവത്തെക്കുറിച്ചുള്ള ഒരു പ്രധാന നിഗമനത്തിലേക്ക് നയിക്കുന്നു. മനുഷ്യൻ അനുഭവിക്കുന്ന "ഞാൻ" എന്ന ബോധം ഒരു സ്ഥിരമായ ആത്മാവിന്റെ തെളിവല്ല; അത് വിവിധ ഘടകങ്ങൾ തമ്മിലുള്ള ബന്ധപരമായ

ഏകീകരണത്തിൽ [Relational integration] നിന്നുയരുന്ന ഒരു അനുഭവഘടനയാണ്. ഈ നിലപാട് പത്താം അധ്യായത്തിന്റെ കേന്ദ്ര ആശയത്തെ കൂടുതൽ ശക്തിപ്പെടുത്തുന്നു: ബോധം ഒരു അതീന്ദ്രിയ കർത്താവല്ല [Metaphysical subject], അത് ബന്ധിത പ്രക്രിയകളുടെ ഏകീകരണത്തിൽ നിന്ന് ഉദിക്കുന്ന **ഘടനാപരമായ വ്യക്തതയാണ്** [Structural clarity]. 16

അടുത്ത സെഷനിൽ സമകാലിക ദർശനത്തിലെ **സ്ട്രക്ചറൽ റിയലിസം** [Structural realism] എന്ന സമീപനം പരിശോധിക്കുകയും, യാഥാർത്ഥ്യത്തിന്റെ അടിസ്ഥാനഘടനയെക്കുറിച്ചുള്ള ആധുനിക ശാസ്ത്രീയ ദർശനങ്ങൾ ഘടനാപരമായ നിർണ്ണയവാദത്തോട് എങ്ങനെ ബന്ധപ്പെടുന്നു എന്ന് വിശകലനം ചെയ്യുകയും ചെയ്യും.

3 – ഘടനാപര യാഥാർത്ഥ്യവാദത്തിന്റെ ഏകീകരണം: ശാസ്ത്രദർശനവും ഘടനാപര നിർണ്ണയവാദവും [Unification of Structural Realism: Philosophy of Science and Structural Determinism]

ബോധവും യാഥാർത്ഥ്യവും സംബന്ധിച്ച ദാർശനിക ചർച്ചയിൽ സമകാലിക ദർശനത്തിൽ [Contemporary philosophy] ഉയർന്നുവന്ന ഏറ്റവും സ്വാധീനമുള്ള സമീപനങ്ങളിൽ ഒന്നാണ് **ഘടനാപര യാഥാർത്ഥ്യവാദം** [Structural Realism]. ശാസ്ത്രീയ സിദ്ധാന്തങ്ങൾ യാഥാർത്ഥ്യത്തെ എങ്ങനെ പ്രതിനിധീകരിക്കുന്നു എന്ന പ്രശ്നത്തിൽ നിന്നാണ് ഈ സമീപനം വികസിച്ചത്. ശാസ്ത്രം യഥാർത്ഥത്തിൽ എന്താണ് കണ്ടെത്തുന്നത്? ലോകത്തിലെ വസ്തുക്കളെയാണോ [Objects] അത് വെളിപ്പെടുത്തുന്നത്, അതോ അവ തമ്മിലുള്ള ഘടനാപരമായ ബന്ധങ്ങളെയാണോ [Structural relations]? ഈ ചോദ്യമാണ് ഇതിന്റെ കേന്ദ്രത്തിലുള്ളത്. 17

ഈ സമീപനത്തിന്റെ ഏറ്റവും ശക്തമായ രൂപമാണ് **ഓണ്ടിക് സ്ട്രക്ചറൽ റിയലിസം** [Ontic Structural Realism - OSR]. ഈ നിലപാടിൻ പ്രകാരം, യാഥാർത്ഥ്യത്തിന്റെ

അടിസ്ഥാനഘടകം വസ്തുക്കളല്ല; മറിച്ച് ഘടനയാണ് [Structure]. ബന്ധങ്ങളാണ് [Relations] അടിസ്ഥാനപരമായത്; വസ്തുക്കൾ ആ ബന്ധങ്ങളുടെ ഉപഫലങ്ങളായി [By-products] മാത്രമാണ് മനസ്സിലാക്കപ്പെടുന്നത്. 18

ഈ സമീപനത്തെ വികസിപ്പിച്ച പ്രധാന സമകാലിക ചിന്തകരാണ് ജെയിംസ് ലേഡിമാനും [James Ladyman] ഡോൺ റോസും [Don Ross]. അവരുടെ പ്രവർത്തനങ്ങളിൽ ശാസ്ത്രവും സത്താമീമാംസയും [Metaphysics] തമ്മിലുള്ള ബന്ധം പുതുതായി ആലോചിക്കപ്പെടുന്നു.

ശാസ്ത്രത്തിന്റെ പുരോഗതി തെളിയിക്കുന്നത് യാഥാർത്ഥ്യത്തിന്റെ അടിസ്ഥാനം സ്വതന്ത്രമായ വസ്തുക്കളല്ലെന്നും, മറിച്ച് അവയെ ബന്ധിപ്പിക്കുന്ന ഘടനകളാണെന്നും അവർ വാദിക്കുന്നു. അവരുടെ അഭിപ്രായത്തിൽ, "വസ്തുക്കൾ എന്ന നിലയിൽ ഒന്നും തന്നെ നിലനിൽക്കുന്നില്ല" [There are no things], മറിച്ച് ഘടനകൾ മാത്രമാണ് യാഥാർത്ഥ്യം. 19

ഘടനാപര യാഥാർത്ഥ്യവാദത്തിന്റെ പ്രകാരം യാഥാർത്ഥ്യം സ്വതന്ത്രമായ വസ്തുക്കളുടെ [Independent objects] ഒരു സമാഹാരമല്ല. മറിച്ച് അവ തമ്മിലുള്ള ബന്ധങ്ങൾ കൊണ്ടാണ് യാഥാർത്ഥ്യത്തിന്റെ സ്വഭാവം നിർണ്ണയിക്കപ്പെടുന്നത്. അതായത്, ഒരു വസ്തുവിന്റെ അനന്യത [Identity] അതിന്റെ ആന്തരിക ഗുണങ്ങളിലൂടെ [Intrinsic properties] മാത്രമല്ല, മറിച്ച് അത് നിലകൊള്ളുന്ന ബന്ധപര ഘടനയിലൂടെയാണ് [Relational structure] നിർവചിക്കപ്പെടുന്നത്. 20

ഈ സമീപനം ശാസ്ത്രത്തിന്റെ വിവിധ മേഖലകളിൽ നിന്ന് ശക്തമായ പിന്തുണ നേടുന്നു. പ്രത്യേകിച്ച് ആധുനിക ഭൗതികശാസ്ത്രം [Modern physics], നെറ്റ്വർക്ക് സിദ്ധാന്തം [Network theory], സിസ്റ്റം സിദ്ധാന്തം [System theory] തുടങ്ങിയ മേഖലകൾ ലോകത്തെ സ്വതന്ത്ര കണികകളുടെ സമാഹാരമായി കാണുന്ന സമീപനത്തിൽ നിന്ന് മാറി ബന്ധപര ഘടനകളുടെ [Relational structures]

രൂപത്തിൽ കാണാൻ പ്രേരിപ്പിക്കുന്നു. കണികകളുടെ സ്വതന്ത്ര അനന്യതയെക്കാൾ [Independent identity] അവ തമ്മിലുള്ള ബന്ധങ്ങളാണ് പലപ്പോഴും കൂടുതൽ അടിസ്ഥാനപരമായി തെളിയുന്നത്. 21

ഇവിടെ ഒരു പ്രധാന ദാർശനിക മാറ്റം സംഭവിക്കുന്നു. പരമ്പരാഗത സത്താമീമാംസയിൽ [Traditional metaphysics] വസ്തുക്കൾ ആദ്യം വരികയും ബന്ധങ്ങൾ പിന്നീട് വരികയും ചെയ്യുന്നു. എന്നാൽ ഘടനാപര യാഥാർത്ഥ്യവാദത്തിൽ [Structural realism] ഈ ക്രമം മറിച്ചാണ്; ആദ്യം വരുന്നത് ഘടനയാണ്, വസ്തുക്കൾ അതിന്റെ സ്ഥാനങ്ങളായി [Relational positions] മാത്രമാണ് മനസ്സിലാക്കപ്പെടുന്നത്. 22

ഈ നിലപാട് ഘടനാപര നിർണ്ണയവാദത്തിന്റെ [Structural determinism] അടിസ്ഥാന ആശയങ്ങളുമായി ഗൗരവമായ പൊരുത്തം കാണിക്കുന്നു. സ്ട്രക്ചറൽ ഡിറ്റർമിനിസത്തിന്റെ പ്രകാരം യാഥാർത്ഥ്യം ഒരു **കാര്യകാരണ മെഷ്** [Causal mesh] ആയി മനസ്സിലാക്കപ്പെടുന്നു. ഈ മെഷിൽ സംഭവങ്ങളും വസ്തുക്കളും സ്വതന്ത്രമായി നിലനിൽക്കുന്നില്ല; അവ ബന്ധങ്ങളാൽ നിർമ്മിതമായ ഒരു ഘടനയുടെ ഭാഗങ്ങളാണ്. ഇവിടെ ഘടനാപര യാഥാർത്ഥ്യവാദത്തിനും മെഷ് ഡിറ്റർമിനിസത്തിനും ഇടയിൽ ഒരു നിർണ്ണായക ഏകീകരണം സംഭവിക്കുന്നു: സ്ട്രക്ചറൽ റിയലിസം യാഥാർത്ഥ്യത്തിന്റെ അടിസ്ഥാനഘടകം ഘടനയാണെന്ന് വ്യക്തമാക്കുമ്പോൾ, മെഷ് ഡിറ്റർമിനിസം ആ ഘടനയുടെ കാര്യകാരണ ചലനാത്മകത [Causal dynamics] എങ്ങനെ പ്രവർത്തിക്കുന്നു എന്ന് വിശദീകരിക്കുന്നു. 23

അതായത്:

- **ഘടനാപര യാഥാർത്ഥ്യവാദത്തിന്റെ ഭാഷയിൽ:**

യാഥാർത്ഥ്യം = ഘടനാപര ബന്ധങ്ങളുടെ സമുച്ചയം [Complex of structural relations].

• ഘടനാപര നിർണ്ണയവാദത്തിന്റെ ഭാഷയിൽ:
യാഥാർത്ഥ്യം = കാര്യകാരണ മെഷ് [Causal mesh]. 24
ഇവ രണ്ടും ഒരേ ദാർശനിക ദിശയിൽ നീങ്ങുന്ന സമീപനങ്ങളാണ്. സ്ട്രക്ചറൽ റിയലിസം സത്താമീമാംസാപരമായ ആധാരശില [Ontological foundation] നൽകുന്നു; മെഷ് ഡിറ്റർമിനിസം കാര്യകാരണപരമായ വിശദീകരണം [Causal explanation] നൽകുന്നു. ഈ ഏകീകരണം പത്താം അധ്യായത്തിന്റെ പ്രധാന ലക്ഷ്യത്തെ കൂടുതൽ ശക്തിപ്പെടുത്തുന്നു.
ബോധം [Consciousness], സ്വയം [Self], അർത്ഥം [Meaning] എന്നിവ യാഥാർത്ഥ്യത്തിന് പുറത്തുള്ള അതീന്ദ്രിയ ഘടകങ്ങളല്ല; അവ ബന്ധപര ഘടനയ്ക്കുള്ളിൽ രൂപപ്പെടുന്ന വിവര ക്രമീകരണങ്ങളാണ് [Informational configurations]. 25
അടുത്ത സെഷനിൽ മനുഷ്യർ "ഞാൻ" എന്ന അനുഭവത്തെ എങ്ങനെ തെറ്റായി തിരിച്ചറിയുന്നു എന്ന പ്രശ്നം പരിശോധിക്കും. **സ്വത്വത്തിന്റെ തെറ്റായ തിരിച്ചറിയൽ** [Misidentification of the self] എന്ന ഈ പ്രശ്നം ബോധത്തിന്റെ ഘടനാപര വ്യക്തത മനസ്സിലാക്കുന്നതിൽ നിർണ്ണായകമായ ഒരു ഘട്ടമാണ്.

4 – തെറ്റായ സ്വയംതിരിച്ചറിയലിന്റെ വിശകലനം: “ഞാൻ” എന്ന അനുഭവത്തിന്റെ ജ്ഞാനപര പിഴവ്

[Analysis of Misidentification: The Epistemic Error of the "Self"]

ബോധത്തെക്കുറിച്ചുള്ള ദാർശനിക അന്വേഷണത്തിൽ ഏറ്റവും സങ്കീർണ്ണമായ പ്രശ്നങ്ങളിൽ ഒന്നാണ് **സ്വയംതിരിച്ചറിയൽ പ്രശ്നം** [Self-identification problem]. മനുഷ്യർ അനുഭവിക്കുന്ന "ഞാൻ" എന്ന ബോധം യഥാർത്ഥത്തിൽ എന്തിനെ സൂചിപ്പിക്കുന്നു എന്നതാണ് ഈ പ്രശ്നത്തിന്റെ കേന്ദ്രം. സാധാരണ അനുഭവത്തിൽ മനുഷ്യൻ തന്റെ ചിന്തകളെയും വികാരങ്ങളെയും തീരുമാനങ്ങളെയും ഒരു കേന്ദ്രസ്വയം [Central self]

നിയന്ത്രിക്കുന്നു എന്ന് തോന്നുന്നു. എന്നാൽ ഈ അനുഭവം ഒരു യാഥാർത്ഥ്യസത്തയെ സൂചിപ്പിക്കുന്നുവോ, അല്ലെങ്കിൽ അത് ഒരു ജ്ഞാനപരമായ നിർമ്മിതിയാണോ [Cognitive construct] എന്ന ചോദ്യം ഇവിടെ ഉയരുന്നു. 26
ഈ പ്രശ്നം കൂടുതൽ വ്യക്തമായി കാണപ്പെടുന്നത് **അന്തർനിരീക്ഷകൻ** [Inner Observer] എന്ന ധാരണയിലൂടെയാണ്. മനുഷ്യർ പലപ്പോഴും അവരുടെ ബോധത്തെ ഒരു അകത്തളത്തിലിരുന്ന് നിരീക്ഷിക്കുന്ന ഒരു സ്വതന്ത്ര ആത്മാവ് ഉള്ളതായി കരുതുന്നു. അനുഭവങ്ങളെയും ചിന്തകളെയും നിരീക്ഷിക്കുന്ന ഈ "ഹോമുൺകുലസ്" [Homunculus] അഥവാ കൊച്ചു മനുഷ്യൻ എന്ന ധാരണ അനേകം ദാർശനിക പാരമ്പര്യങ്ങളിലും മതപരമായ ചിന്തകളിലും ശക്തമായി നിലനിന്നിട്ടുണ്ട്. 27
എന്നാൽ ആധുനിക ബോധശാസ്ത്രവും മനഃശാസ്ത്രവും ഈ ധാരണയെ ശക്തമായി ചോദ്യം ചെയ്യുന്നു.
മനുഷ്യന്റെ മസ്തിഷ്കം ഒരു **സ്വയം-മോഡൽ** [Self-model] നിർമ്മിക്കുന്നു. ഈ മോഡൽ ശരീരാനുഭവങ്ങൾ [Bodily experiences], സ്മരണകൾ [Memories], ലക്ഷ്യങ്ങൾ, സാമൂഹിക ഇടപെടലുകൾ എന്നിവയുടെ ഏകീകരണത്തിലൂടെയാണ് രൂപപ്പെടുന്നത്. മനുഷ്യൻ അനുഭവിക്കുന്ന "ഞാൻ" എന്ന ബോധം ഈ മോഡലിന്റെ പ്രവർത്തനഫലമാണ്. 28
ഈ പശ്ചാത്തലത്തിൽ മറ്റൊരു പ്രധാന ആശയവ്യത്യാസം വ്യക്തമാകുന്നു: **ഉടമസ്ഥതയും** [Ownership] **കർതൃത്വവും** [Authorship] തമ്മിലുള്ള വ്യത്യാസം.
മനുഷ്യർ പലപ്പോഴും ഒരു അനുഭവം തങ്ങളുടേതാണ് എന്നതും (Ownership), ആ അനുഭവത്തിന്റെ പൂർണ്ണമായ കാര്യകാരണ കർത്താവ് തങ്ങളാണ് എന്നതും (Authorship) തമ്മിൽ കുഴപ്പത്തിലാകുന്നു. ഉദാഹരണമായി, ഒരു ചിന്ത മനസ്സിൽ ഉദിക്കുമ്പോൾ അത് "എന്റെ ചിന്ത" എന്നാണ് അനുഭവപ്പെടുന്നത്. എന്നാൽ ആ ചിന്തയുടെ സങ്കീർണ്ണമായ കാര്യകാരണ ഘടന വ്യക്തിയുടെ പൂർണ്ണ നിയന്ത്രണത്തിലാണെന്ന് അതിനർത്ഥമില്ല. 29

ഈ ആശയക്കുഴപ്പമാണ് **ജ്ഞാനപരമായ തെറ്റായ തിരിച്ചറിയൽ** [Cognitive misidentification] എന്ന പ്രശ്നത്തിലേക്ക് നയിക്കുന്നത്. മനുഷ്യൻ തന്റെ അനുഭവങ്ങളെ ഒരു സ്ഥിരമായ ആത്മാവിനോട് ബന്ധിപ്പിക്കുന്നു. എന്നാൽ ഈ ബന്ധപ്പെടുത്തൽ ഒരു ജ്ഞാനപരമായ ലഘൂകരണം [Epistemic simplification] മാത്രമാണ്. മസ്തിഷ്കം സങ്കീർണ്ണമായ വിവരപ്രവാഹങ്ങളെ ഏകീകരിക്കുമ്പോൾ, ഒരു കേന്ദ്രസ്വയം ഉണ്ടെന്ന് തോന്നുന്ന രീതിയിൽ അനുഭവം ക്രമീകരിക്കപ്പെടുന്നു. 30

ഘടനാപരമായ നിർണ്ണയവാദത്തിന്റെ [Structural determinism] പശ്ചാത്തലത്തിൽ ഈ പ്രശ്നം ഒരു പുതിയ രീതിയിൽ വ്യാഖ്യാനിക്കപ്പെടുന്നു. "സ്വയം" [Self] എന്നത് കാര്യകാരണ മെഷിന് [Causal mesh] പുറത്തുള്ള ഒരു അതീന്ദ്രിയ കർത്താവല്ല [Metaphysical subject]. അത് നാഡീവ്യൂഹ-വിവര പ്രക്രിയകളുടെ [Neural–informational processes] ഏകീകരണത്തിൽ നിന്ന് ഉദിക്കുന്ന ഒരു **മോഡൽ-തല പ്രതിനിധാനം** [Model-level representation] ആണ്. 31
അതായത്, മനുഷ്യൻ അനുഭവിക്കുന്ന "ഞാൻ" എന്ന ബോധം ഒരു സ്ഥിരമായ സത്തയെ [Substance] സൂചിപ്പിക്കുന്നില്ല; അത് ഒരു **പ്രതിനിധാന ഘടന** [Representational structure] മാത്രമാണ്. മസ്തിഷ്കം പരിസ്ഥിതിയോടും ശരീരത്തോടും സാമൂഹിക സാഹചര്യങ്ങളോടുമുള്ള ഇടപെടലുകളെ ഏകീകരിക്കുമ്പോൾ ഈ സ്വയം-മോഡൽ രൂപപ്പെടുന്നു. ഇവിടെ ഒരു പ്രധാന നിഗമനം വ്യക്തമാകുന്നു: മനുഷ്യൻ അനുഭവിക്കുന്ന "ഞാൻ" എന്ന ബോധം യാഥാർത്ഥ്യത്തിന്റെ അടിസ്ഥാന ഘടകമല്ല; അത് വിവരസംഘടനയുടെ [Informational organization] ഒരു പ്രത്യേക നിലയിലാണ് ഉദിക്കുന്നത്. കാര്യകാരണ മെഷിനുള്ളിലെ ഒരു **വിവര ക്രമീകരണം** [Informational configuration] എന്ന നിലയിലാണ് അത് മനസ്സിലാക്കപ്പെടുന്നത്. 32

ഈ വിശകലനം പത്താം അധ്യായത്തിന്റെ കേന്ദ്ര ആശയത്തെ കൂടുതൽ വ്യക്തതയിലേക്ക് നയിക്കുന്നു. ബോധം എന്നത് ഒരു അതീന്ദ്രിയ രഹസ്യമല്ല [Metaphysical mystery]; അത് ബന്ധിത പ്രക്രിയകളുടെ [Relational processes] ഏകീകരണത്തിൽ നിന്ന് ഉദിക്കുന്ന **ഘടനാപരമായ വ്യക്തതയാണ്** [Structural clarity]. 33

അടുത്ത സെഷനിൽ ഈ മുഴുവൻ ദാർശനിക അന്വേഷണത്തിന്റെ **ഫോർമൽ സിന്തസിസ്** [Formal synthesis] അവതരിപ്പിക്കപ്പെടും. അവിടെ സ്ട്രക്ചറൽ ഡിറ്റർമിനിസത്തിന്റെ മുഴുവൻ സിദ്ധാന്തവും ഒരു ഏകീകൃത ഘടനയായി സംഗ്രഹിക്കപ്പെടുന്നു.

സെഷൻ 5 – ഔപചാരിക സിസ്റ്റം സംയോജനം: ഘടനാപര നിർണ്ണയവാദത്തിന്റെ ഔപചാരിക ഏകീകരണം [5 – Formal System Integration: The Formal Unification of Structural Determinism]

പത്താം അധ്യായത്തിന്റെ ഈ ഘട്ടത്തിൽ മുൻ സെഷനുകളിൽ അവതരിപ്പിച്ച എല്ലാ ദാർശനിക ഘടകങ്ങളും ഒരു ഏകീകൃത സിസ്റ്റമായി [Unified system] സംയോജിപ്പിക്കപ്പെടുന്നു. മുൻ സെഷനുകൾ ബോധത്തിന്റെ സ്വഭാവത്തെ വിവിധ ദാർശനിക പാരമ്പര്യങ്ങളിലൂടെ പരിശോധിച്ചു. അദ്വൈത വേദാന്തം ബോധത്തെ പരമാർത്ഥസത്തയായി [Ontological reality] അവതരിപ്പിച്ചു. ബൗദ്ധ ദർശനം സ്വയം എന്ന ആശയത്തെ പ്രക്രിയാത്മക സമുച്ചയമായി [Processual aggregate] വിശദീകരിച്ചു. ഘടനാപര യാഥാർത്ഥ്യവാദം യാഥാർത്ഥ്യത്തിന്റെ അടിസ്ഥാനഘടകം ബന്ധങ്ങളാണെന്ന് സൂചിപ്പിച്ചു. തെറ്റായ സ്വയംതിരിച്ചറിയലിന്റെ വിശകലനം മനുഷ്യൻ അനുഭവിക്കുന്ന "ഞാൻ" എന്ന ബോധം ഒരു പ്രതിനിധാന ഘടനയാണെന്ന് [Representational structure] വ്യക്തമാക്കി. 39

ഇപ്പോൾ ഈ എല്ലാ നിരീക്ഷണങ്ങളും ഘടനാപര നിർണ്ണയവാദത്തിന്റെ ഔപചാരിക സിസ്റ്റമായി സംയോജിപ്പിക്കപ്പെടുന്നു. ഈ സംയോജനത്തിന്റെ

ആദ്യഘട്ടം **ഘടനാപര സത്താമീമാംസയുടെ പുനരാവർത്തനമാണ്** [Structural Ontology Recap]. ഈ സിദ്ധാന്തത്തിന്റെ അടിസ്ഥാന നിലപാട് യാഥാർത്ഥ്യം സ്വതന്ത്ര സത്തകളുടെ സമാഹാരമല്ല എന്നതാണ്. ലോകം അടിസ്ഥാനപരമായി ഒരു **റിലേഷണൽ ഘടനാപര ജാലം** [Relational Structural Mesh] ആണ്. വസ്തുക്കൾ സ്വതന്ത്ര സത്തകളല്ല; അവ ബന്ധങ്ങളുടെ സ്ഥാനങ്ങളാണ് [Positions of relations]. ഓരോ ഘടകവും മറ്റൊന്നുമായി ബന്ധപ്പെട്ടു പ്രവർത്തിക്കുന്ന ഒരു സങ്കീർണ്ണ ഘടനയാണ് യാഥാർത്ഥ്യം. 40

ഈ ഘടനയിൽ **നിരീക്ഷകൻ** [Observer] കാര്യകാരണ മെഷിന് [Causal mesh] പുറത്തുള്ള സത്തയല്ല; അവൻ ഒരു **വിവര നോഡ്** [Informational node] മാത്രമാണ്. ബോധം [Consciousness] എന്നത് ഒരു സ്വതന്ത്ര പദാർത്ഥമല്ല, മറിച്ച് നാഡീവ്യൂഹ സിഗ്നലുകൾ, പെർസെപ്ചൽ ഇൻപുട്ടുകൾ, മെമ്മറി സ്ട്രക്ചറുകൾ എന്നിവയുടെ ഏകീകരണത്തിലൂടെ രൂപപ്പെടുന്ന ഒരു **ഇന്റഗ്രേഷൻ പ്രോസസ്സ്** [Integration process] ആണ്. ഈ പ്രക്രിയ മെഷ്-തല വിവര ഗതികളിലൂടെയാണ് [Mesh-level informational dynamics] സംഭവിക്കുന്നത്. 41

ഈ സിദ്ധാന്തത്തെ ഒരു ഔദ്യോഗിക മാതൃകയിലൂടെ ഇപ്രകാരം നേർരേഖാപരമായി അവതരിപ്പിക്കാം:

• **യാഥാർത്ഥ്യം (Reality):** ബന്ധങ്ങളാൽ നിർമ്മിതമായ ഒരു ഘടനാപരമായ ജാലം. ഇതിൽ നോഡുകളും (Nodes) അവ തമ്മിലുള്ള ബന്ധങ്ങളും (Relations) അടങ്ങിയിരിക്കുന്നു.

• **സംഭവങ്ങൾ (Events):** ഈ ജാലത്തിനുള്ളിൽ സംഭവങ്ങൾ ഉണ്ടാകുന്നത് ഘടനാപരമായ നിയന്ത്രണങ്ങളുടെ (Structural constraints) അടിസ്ഥാനത്തിലാണ്.

• **മനസ്സ് (Mind):** ജൈവികമായ നാഡീവ്യൂഹ കേന്ദ്രങ്ങളിലെ വിവര സംയോജനത്തിലൂടെ (Informational integration) രൂപപ്പെടുന്ന പ്രക്രിയ.

• **നിരീക്ഷകൻ (Observer/Agent):** മുൻകൂട്ടിയുള്ള വിവര വിശകലനത്തിന് (Predictive processing) ശേഷിയുള്ള നോഡുകളുടെ ഒരു കൂട്ടം. 42

ഈ ഔപചാരിക മാതൃക ഒരു പ്രധാന നിഗമനത്തിലേക്ക് നയിക്കുന്നു: യാഥാർത്ഥ്യത്തിലെ വിവിധ ഘടകങ്ങൾ പരസ്പരബന്ധമില്ലാത്ത മേഖലകളല്ല. സത്താമീമാംസ (Ontology), ബോധം (Consciousness), അർത്ഥം (Meaning), കർത്തൃത്വം (Agency) എന്നിവ ഒരേ ഘടനാപര വ്യൂഹത്തിന്റെ വ്യത്യസ്ത തലങ്ങളാണ്. സത്താമീമാംസ ഒരു ബന്ധിത ഘടനയായും, മനസ്സ് വിവര സംയോജനമായും, കർത്തൃത്വം ഒരു നിയന്ത്രണ ക്രമീകരണമായും [Regulatory configuration] ഇവിടെ സമന്വയിക്കുന്നു. 43

ഇതിലൂടെ ഘടനാപര നിർണ്ണയവാദം ഒരു സമഗ്ര സിസ്റ്റമായി നിലകൊള്ളുന്നു. ബോധം, സ്വയം, അർത്ഥം, ധാർമ്മികത എന്നിവയെ വ്യത്യസ്ത ദാർശനിക പ്രശ്നങ്ങളായി കാണാതെ ഒരു ഏകീകൃത ഘടനയുടെ ഭാഗങ്ങളായി മനസ്സിലാക്കാൻ ഇത് സഹായിക്കുന്നു. അടുത്ത സെഷനിൽ ഈ സിസ്റ്റത്തിന്റെ അന്തിമ സത്താമീമാംസാത്മക ഏകീകരണം അവതരിപ്പിക്കപ്പെടും. അവിടെ സ്ട്രക്ചറൽ മെഷ് ഡിറ്റർമിനിസത്തിന്റെ മുഴുവൻ സിദ്ധാന്തം ഒരു സമാപന ദാർശനിക പ്രസ്താവനയായി ഉറപ്പിക്കപ്പെടുന്നു. 44

6 – അന്തിമ സത്താമീമാംസാത്മക ഏകീകരണം: ഘടനാപര നിർണ്ണയവാദത്തിന്റെ സമാപന ദാർശനിക സംഗ്രഹം [Final Ontological Unification: The Concluding Philosophical Synthesis of Structural Determinism]

പത്താം അധ്യായത്തിന്റെ ഈ അവസാനഘട്ടം മുഴുവൻ ഗ്രന്ഥത്തിന്റെയും സത്താമീമാംസാത്മക സമാപനമായി [Ontological conclusion] പ്രവർത്തിക്കുന്നു. മുൻ അധ്യായങ്ങളിൽ വികസിപ്പിച്ച ആശയങ്ങൾ ഇവിടെ ഒരു സമഗ്ര ദാർശനിക ഘടനയായി ഏകീകരിക്കപ്പെടുന്നു. കാര്യകാരണബന്ധം [Causation], മനസ്സ് [Mind], കർത്തൃത്വം

[Agency], നിരീക്ഷകൻ [Observer], അർത്ഥം [Meaning], നീതിശാസ്ത്രം [Ethics], എക്സിസ്റ്റൻഷ്യൽ ഓറിയന്റേഷൻ [Existential orientation] എന്നീ മേഖലകളിൽ നടത്തിയ അന്വേഷണങ്ങൾ എല്ലാം ഒരു ഏകീകൃത സിദ്ധാന്തത്തിലേക്ക് എത്തിച്ചേരുന്നു. ഈ ഘട്ടത്തിൽ ഘടനാപരമായ നിർണ്ണയവാദം [Structural determinism] വീണ്ടും ഉറപ്പിക്കപ്പെടുകയും അതിന്റെ സമഗ്രമായ അർത്ഥം വ്യക്തമാകുകയും ചെയ്യുന്നു. 45

ആദ്യമായി, നിർണ്ണയവാദത്തിന്റെ അടിസ്ഥാനവാദം ഇവിടെ വീണ്ടും ഉറപ്പിക്കപ്പെടുന്നു. യാഥാർത്ഥ്യത്തിൽ സംഭവങ്ങൾ സ്വതന്ത്രമായ തുടക്കങ്ങളിൽ നിന്ന് ഉദിക്കുന്നില്ല; അവ കാര്യകാരണ ഘടനയുടെ [Causal structure] നിയന്ത്രണങ്ങളിൽ നിന്നാണ് രൂപപ്പെടുന്നത്. യാഥാർത്ഥ്യം ഒരു നിരന്തരമായ കാരണബന്ധ വ്യൂഹമാണ്. ഓരോ സംഭവവും മുൻ ഘടനാപരമായ അവസ്ഥകളുടെ പരസ്പരബന്ധങ്ങളിൽ നിന്നാണ് ഉദിക്കുന്നത്. അതിനാൽ, നിർണ്ണയവാദം [Determinism] എന്നത് ഒരു യാന്ത്രികമായ വിധിവാദമല്ല [Mechanical fatalism]; മറിച്ച് യാഥാർത്ഥ്യത്തിലെ ഘടനാപരമായ ഏകീകരണത്തിന്റെ [Structural unification] പ്രകടനമാണ്. 46

ഈ പശ്ചാത്തലത്തിൽ ബോധത്തിന്റെ [Consciousness] സ്വഭാവം വീണ്ടും വിലയിരുത്തപ്പെടുന്നു. ചരിത്രപരമായി ബോധം പലപ്പോഴും ഒരു അതീന്ദ്രിയ രഹസ്യമായി [Metaphysical mystery] കണക്കാക്കപ്പെട്ടിരുന്നു. അത് ഭൗതിക ലോകത്തിന് പുറത്തുള്ള ഒരു സത്തയാണെന്ന് പല പാരമ്പര്യങ്ങളും കരുതിയിരുന്നു. എന്നാൽ ഈ ഗ്രന്ഥത്തിന്റെ അന്വേഷണങ്ങൾ വെളിപ്പെടുത്തുന്നത് ബോധം ഒരു വ്യത്യസ്ത ദ്രവ്യമല്ല [Distinct substance] എന്നതാണ്. അത് വിവരപ്രവാഹങ്ങളുടെ ഏകീകരണത്തിലൂടെ ഉദിക്കുന്ന ഒരു **ഘടനാപരമായ വ്യക്തതയാണ്** [Structural clarity]. നാഡീവ്യൂഹ സിഗ്നലുകൾ, പെർസെപ്ഷൻ, സ്മരണ, പ്രവചനം [Prediction] എന്നിവയുടെ സങ്കീർണ്ണമായ സംയോജനമാണ് ബോധം

എന്ന അനുഭവത്തെ സൃഷ്ടിക്കുന്നത്. അതിനാൽ, ബോധം ഒരു അമാനുഷിക സത്തയല്ല [Supernatural entity]; അത് കാര്യകാരണ യാഥാർത്ഥ്യത്തിനുള്ളിലെ വിവര സംഘടനയാണ് [Informational organization]. 47
ഇതോടൊപ്പം "സ്വയം" [Self] എന്ന ആശയവും പുനർവ്യാഖ്യാനം ചെയ്യപ്പെടുന്നു. മനുഷ്യൻ അനുഭവിക്കുന്ന സ്വത്വം ഒരു അതീന്ദ്രിയ കർത്താവല്ല [Metaphysical subject]; അത് നാഡീവ്യൂഹ-വിവര പ്രക്രിയകളുടെ ഒരു പ്രത്യേക ക്രമീകരണമാണ് [Configuration]. ഈ ക്രമീകരണം സ്ഥിരമല്ല; അത് നിരന്തരം മാറുന്ന ഒരു ചലനാത്മക ഘടനയാണ് [Dynamic structure]. മനുഷ്യന്റെ അനുഭവങ്ങൾ, സ്മരണകൾ, ലക്ഷ്യങ്ങൾ എന്നിവയുടെ പരസ്പരബന്ധത്തിലൂടെയാണ് ഈ സ്വയം-മോഡൽ [Self-model] നിലനിൽക്കുന്നത്. അതിനാൽ, സ്വയം എന്നത് കാര്യകാരണ മെഷിനുള്ളിലെ ഒരു **ചലനാത്മക വിവര ക്രമീകരണമായി** [Dynamic informational configuration] മനസ്സിലാക്കപ്പെടുന്നു. 48
ഈ സിദ്ധാന്തത്തിന്റെ മറ്റൊരു നിർണ്ണായക ഘടകം നിരീക്ഷകന്റെ [Observer] സ്ഥാനം വ്യക്തമാക്കുന്നതാണ്. ഘടനാപരമായ നിർണ്ണയവാദം നിരീക്ഷകനെ ലോകത്തിന് പുറത്തുള്ള ഒരു ബോധകേന്ദ്രമായി കാണുന്ന ധാരണയെ നിരാകരിക്കുന്നു. നിരീക്ഷകൻ കാര്യകാരണ മെഷിന് പുറത്തുള്ള സത്തയല്ല; അവൻ ബന്ധിത ശൃംഖലയ്ക്കുള്ളിലെ [Relational network] ഒരു പ്രത്യേക ഘടനയാണ്. നിരീക്ഷകൻ എന്നത് നാഡീവ്യൂഹ-വിവര പ്രക്രിയകളുടെ ഏകീകരണത്തിലൂടെ രൂപപ്പെടുന്ന ഒരു പ്രാദേശിക ക്രമീകരണം [Localized configuration] മാത്രമാണ്. 49
ഇവിടെ ഒരു വലിയ ഏകീകരണം സംഭവിക്കുന്നു: സത്താമീമാംസ [Metaphysics], മനസ്സിന്റെ ദർശനം [Philosophy of mind], നീതിശാസ്ത്രം, എക്സിസ്റ്റൻഷ്യൽ ചിന്ത എന്നിവ പരസ്പരബന്ധിതമാണ്. സത്താമീമാംസ ബന്ധിത ഓണ്ടോളജിയെ [Relational ontology] വിശദീകരിക്കുമ്പോൾ,

മനസ്സിന്റെ ദർശനം വിവര സംയോജനത്തെ [Informational integration] വിശകലനം ചെയ്യുന്നു. നീതിശാസ്ത്രം സാമൂഹിക വ്യൂഹങ്ങളിലെ നിയന്ത്രണങ്ങളെ [Regulation] വിശദീകരിക്കുന്നു. എക്സിസ്റ്റൻഷ്യൽ ചിന്ത മനുഷ്യന്റെ ജീവിതാനുഭവം ഈ കാര്യകാരണ ഘടനയോട് എങ്ങനെ പൊരുത്തപ്പെടുന്നു എന്ന് വ്യക്തമാക്കുന്നു. 50

ഈ ഏകീകരണത്തിന്റെ അടിസ്ഥാനത്തിൽ ഗ്രന്ഥത്തിന്റെ അന്തിമ സിദ്ധാന്തം [Final theory] രൂപപ്പെടുന്നു. സ്ട്രക്ചറൽ മെഷ് ഡിറ്റർമിനിസത്തിന്റെ [Structural Mesh Determinism] കാതലായ നിഗമനങ്ങൾ താഴെ പറയുന്നവയാണ്: 51

• **യാഥാർത്ഥ്യം [Reality]:** ഒരു ഘടനാപരമായ ബന്ധജാലമാണ് [Structural relational mesh].
• **സ്വയം [Self]:** ഒരു ചലനാത്മക വിവര ക്രമീകരണമാണ് [Dynamic informational configuration].
• **സ്വാതന്ത്ര്യം [Freedom]:** കാര്യകാരണ അനിവാര്യതയ്ക്കുള്ളിലെ [Causal necessity] സജീവ പങ്കാളിത്തമാണ് [Active participation].
• **അർത്ഥം [Meaning]:** ഘടനാപരമായ ബന്ധങ്ങളിൽ രൂപപ്പെടുന്ന പാറ്റേണാണ് [Structural pattern].
• **ധാർമ്മികത [Ethics]:** ഒരു സാമൂഹിക മെഷിനുള്ളിലെ നിയന്ത്രണ വ്യൂഹമാണ് [Regulatory system within a social mesh].

52

ഈ നിഗമനങ്ങൾ ഒരുമിച്ച് ഘടനാപരമായ നിർണ്ണയവാദത്തിന്റെ [Structural determinism] സമഗ്രരൂപം വ്യക്തമാക്കുന്നു. യാഥാർത്ഥ്യം സ്വതന്ത്ര വസ്തുക്കളുടെ സമാഹാരമല്ല; അത് ബന്ധങ്ങളുടെ ഒരു മെഷാണ്. ഈ മെഷിനുള്ളിൽ വസ്തുക്കൾ [Objects] ബന്ധിത നോഡുകളായി [Relational nodes] പ്രവർത്തിക്കുന്നു. സംഭവങ്ങൾ [Events] നിയന്ത്രണ-പരിഹാരങ്ങളായി [Constraint-resolutions] ഉദിക്കുന്നു. മനസ്സുകൾ വിവര ക്രമീകരണങ്ങളായി [Informational configurations] രൂപപ്പെടുന്നു. 53

ഇതോടെ ബോധം [Consciousness] ഒരു അതീന്ദ്രിയ രഹസ്യമായി [Metaphysical mystery] നിലനിൽക്കുന്നില്ല. ബോധം യാഥാർത്ഥ്യത്തിന്റെ ഘടനയിൽ നിന്ന് വേർപെട്ട ഒന്നല്ല; അത് കാര്യകാരണ ഘടനയ്ക്കുള്ളിലെ [Causal structure] ഒരു പ്രത്യേക വ്യക്തതയാണ്. അതിനാൽ അന്തിമമായി പറയാവുന്നത് ഇതാണ്: **ബോധം = കാര്യകാരണ യാഥാർത്ഥ്യത്തിനുള്ളിലെ ഘടനാപരമായ വ്യക്തത** [Consciousness = Structural clarity within causal reality]. 54

ഇതോടൊപ്പം ഈ ഗ്രന്ഥത്തിന്റെ ദാർശനിക യാത്ര സമാപിക്കുന്നു. കാര്യകാരണബന്ധം [Causation], മനസ്സ്, അർത്ഥം, ധാർമ്മികത, മനുഷ്യന്റെ അസ്തിത്വം എന്നിവയെ വേർതിരിച്ച പ്രശ്നങ്ങളായി കാണാതെ, ഒരു ഏകീകൃത ഘടനാപരമായ സിദ്ധാന്തത്തിന്റെ ഭാഗങ്ങളായി കാണുന്ന ഒരു സമഗ്ര ദർശനം ഇതിലൂടെ രൂപപ്പെടുന്നു. സ്ട്രക്ചറൽ മെഷ് ഡിറ്റർമിനിസം യാഥാർത്ഥ്യത്തിന്റെ ബന്ധപരമായ ഏകത്വത്തെ [Relational unity] വ്യക്തമാക്കുന്ന ഒരു സമഗ്ര ദാർശനിക മാതൃകയായി ഇതോടെ സ്ഥാപിതമാകുന്നു. 55

അതിനാൽ ബോധത്തെ യാഥാർത്ഥ്യത്തിന് പുറത്തുള്ള ഒരു അതീന്ദ്രിയ കേന്ദ്രമായി കാണേണ്ട ആവശ്യമില്ല. അത് യാഥാർത്ഥ്യത്തിന്റെ ബന്ധിത ഘടനയ്ക്കുള്ളിൽ രൂപപ്പെടുന്ന വിവര ഏകീകരണത്തിന്റെ വ്യക്തതയാണ്. അതിനാൽ അന്തിമമായി പറയാവുന്നത് ഇതാണ്: ബോധം = കാര്യകാരണ യാഥാർത്ഥ്യത്തിനുള്ളിലെ ഘടനാപരമായ വ്യക്തത.

References:

1. Chalmers, David J. *The Conscious Mind: In Search of a Fundamental Theory*. Oxford University Press. 1996.

2. Dennett, Daniel C. *Consciousness Explained.* Little, Brown and Company. 1991.

3. Tononi, Giulio. *Phi: A Voyage from the Brain to the Soul.* Pantheon. 2012.

4. Potter, Karl H. *Encyclopedia of Indian Philosophies: Advaita Vedānta up to Śaṃkara and His Pupils.* Princeton University Press. 1981.

5. Deutsch, Eliot. *Advaita Vedānta: A Philosophical Reconstruction.* University of Hawaii Press. 1973.

6. Radhakrishnan, Sarvepalli. *Indian Philosophy: Volume II.* Oxford University Press. 1927.

7. Tononi, Giulio. *Phi: A Voyage from the Brain to the Soul.* Pantheon. 2012.

8. Ladyman, James & Ross, Don. *Every Thing Must Go: Metaphysics Naturalized.* Oxford University Press. 2007.

9. Pereboom, Derk. *Free Will, Agency, and Meaning in Life.* Oxford University Press. 2014.

10. Collins, Steven. *Selfless Persons: Imagery and Thought in Theravāda Buddhism.* Cambridge University Press. 1982.

11. Gethin, Rupert. *The Foundations of Buddhism.* Oxford University Press. 1998.

12. Kalupahana, David J. *A History of Buddhist Philosophy: Continuities and Discontinuities.* University of Hawaii Press. 1992.

13. Garfield, Jay L. *The Fundamental Wisdom of the Middle Way: Nagarjuna's Mulamadhyamakakarika.* Oxford University Press. 1995.

14. Siderits, Mark. *Buddhism as Philosophy: An Introduction.* Ashgate Publishing. 2007.

15. Ladyman, James & Ross, Don. *Every Thing Must Go: Metaphysics Naturalized.* Oxford University Press. 2007.

16. Tononi, Giulio. *Phi: A Voyage from the Brain to the Soul.* Pantheon. 2012.

17. Worrall, John. *Structural Realism: The Best of Both Worlds?.* Dialectica. 1989.

18. French, Steven. *The Structure of the World: Metaphysics and Representation.* Oxford University Press. 2014.

19. Ladyman, James & Ross, Don. *Every Thing Must Go: Metaphysics Naturalized.* Oxford University Press. 2007.

20. Floridi, Luciano. *The Philosophy of Information.* Oxford University Press. 2011.

21. Capra, Fritjof. *The Web of Life: A New Scientific Understanding of Living Systems.* Anchor Books. 1996.

22. French, Steven. *The Structure of the World: Metaphysics and Representation.* Oxford University Press. 2014.

23. Ladyman, James & Ross, Don. *Every Thing Must Go: Metaphysics Naturalized.* Oxford University Press. 2007.

24. Floridi, Luciano. *The Philosophy of Information.* Oxford University Press. 2011.

25. Tononi, Giulio. *Phi: A Voyage from the Brain to the Soul.* Pantheon. 2012.

26. Metzinger, Thomas. *Being No One: The Self-Model Theory of Subjectivity.* MIT Press. 2003.

27. Dennett, Daniel C. *Consciousness Explained.* Little, Brown and Company. 1991.

28. Damasio, Antonio. *The Feeling of What Happens: Body and Emotion in the Making of Consciousness.* Harcourt Brace. 1999.

29. Gallagher, Shaun. *The Neural Correlates of Self-Agency.* Neuropsychologia. 2000.

30. Hood, Bruce. *The Self Illusion: How the Social Brain Creates Identity.* Oxford University Press. 2012.

31. Metzinger, Thomas. *The Ego Tunnel: The Science of the Mind and the Myth of the Self.* Basic Books. 2009.

32. Tononi, Giulio. *Phi: A Voyage from the Brain to the Soul.* Pantheon. 2012.

33. Ladyman, James & Ross, Don. *Every Thing Must Go: Metaphysics Naturalized.* Oxford University Press. 2007.

34. Ladyman, James & Ross, Don. *Every Thing Must Go: Metaphysics Naturalized.* Oxford University Press. 2007.

35. French, Steven. *The Structure of the World: Metaphysics and Representation.* Oxford University Press. 2014.

36. Tononi, Giulio. *Phi: A Voyage from the Brain to the Soul.* Pantheon. 2012.

39. Ladyman, James & Ross, Don. *Every Thing Must Go: Metaphysics Naturalized.* Oxford University Press. 2007.

40. French, Steven. *The Structure of the World: Metaphysics and Representation.* Oxford University Press. 2014.

41. Tononi, Giulio. *Phi: A Voyage from the Brain to the Soul.* Pantheon. 2012.

42. Metzinger, Thomas. *The Ego Tunnel: The Science of the Mind and the Myth of the Self.* Basic Books. 2009.

43. Floridi, Luciano. *The Philosophy of Information.* Oxford University Press. 2011.

44. Pereboom, Derk. *Free Will, Agency, and Meaning in Life.* Oxford University Press. 2014.

45. Ladyman, James & Ross, Don. *Every Thing Must Go: Metaphysics Naturalized.* Oxford University Press. 2007.

46. Spinoza, Baruch. *Ethics.* Penguin Classics. 1996.

47. Tononi, Giulio. *Phi: A Voyage from the Brain to the Soul.* Pantheon. 2012.

48. Metzinger, Thomas. *Being No One: The Self-Model Theory of Subjectivity.* MIT Press. 2003.

49. Dennett, Daniel C. *Consciousness Explained.* Little, Brown and Company. 1991.

50. Pereboom, Derk. *Free Will, Agency, and Meaning in Life.* Oxford University Press. 2014.

51. Ladyman, James & Ross, Don. *Every Thing Must Go: Metaphysics Naturalized.* Oxford University Press. 2007.

52. Floridi, Luciano. *The Philosophy of Information*. Oxford University Press. 2011.

53. French, Steven. *The Structure of the World: Metaphysics and Representation*. Oxford University Press. 2014.

54. Tononi, Giulio. *Phi: A Voyage from the Brain to the Soul*. Pantheon. 2012.

55. Spinoza, Baruch. *Ethics*. Penguin Classics. 1996.

അധ്യായം 12
സമഗ്ര കാരണഘടനയും ആധുനിക ഭൗതികശാസ്ത്രവും
ക്വാണ്ടം, കലാപഗതിശാസ്ത്രം (Chaos Theory), ഘടനാപരമായ അനിവാര്യത

മുമ്പത്തെ അധ്യായങ്ങളിൽ സ്ഥാപിച്ചതുപോലെ, യാഥാർത്ഥ്യം ലംബപരവും അക്ഷപരവുമായ കാരണബന്ധങ്ങളിൽ പ്രവർത്തിക്കുന്ന സമഗ്ര കാരണഘടനയാണ്. ഓരോ അവസ്ഥയും സമ്പൂർണ്ണ ക്രമീകരണമാണ്; "ഒരു സമ്പൂർണ്ണ causal configuration നൽകിയാൽ, അതിന്റെ തുടർച്ച ഘടനാപരമായ നിയന്ത്രണങ്ങളാൽ ഏകീകൃതമായി നിർണ്ണയിക്കപ്പെടുന്നു. നിരീക്ഷകൻ ഈ ഘടനയ്ക്ക് പുറത്തുള്ള സാക്ഷിയല്ല; അവൻ അതിന്റെ ഉള്ളിലുള്ള ജൈവ ഘടകമാണ്. ഈ പശ്ചാത്തലത്തിൽ ഒരു നിർണ്ണായക ചോദ്യം ഉയരുന്നു: ആധുനിക ഭൗതികശാസ്ത്രം, പ്രത്യേകിച്ച് ക്വാണ്ടം സിദ്ധാന്തം, ഈ സമഗ്ര കാരണഘടനയെ തകർക്കുന്നുണ്ടോ? ക്വാണ്ടം അനിശ്ചിതത്വം അസ്തിത്വ തത്ത്വശാസ്ത്രപരമായ contingency സ്ഥാപിക്കുന്നുണ്ടോ, അല്ലെങ്കിൽ അത് അറിവിന്റെ പരിധിയെ മാത്രം സൂചിപ്പിക്കുന്നുണ്ടോ?

ക്വാണ്ടം സിദ്ധാന്തം സൂക്ഷ്മതലത്തിൽ probability-ആധാരിത വിവരണങ്ങളാണ് നൽകുന്നത്. Heisenberg-ന്റെ uncertainty principle[1] പ്രകാരം, സ്ഥാനംയും ചലനവേഗവും

ഒരേസമയം നിർവ്വചിക്കാനാവില്ല; ($\Delta x \cdot \Delta p \ge \hbar/2$) എന്ന അസമത്വം simultaneous precision-ന്റെ പരിധിയെ നിർദ്ദേശിക്കുന്നു. എന്നാൽ ഈ ഗണിതപരമായ നിയന്ത്രണം causal rupture തെളിയിക്കുന്നില്ല. Copenhagen വ്യാഖ്യാനം[2] measurement-ന്റെ മുമ്പ് state superposition-ൽ നിലനിൽക്കുന്നു എന്ന് നിർദ്ദേശിച്ചാലും, predictive indeterminacy ontological indeterminacy ആണെന്ന് ഇതിലൂടെ നിർബന്ധിതമാകുന്നില്ല. ഇവിടെ നിർണ്ണായകമായ വ്യത്യാസം epistemic limitation-നും ontological structure-നും ഇടയിലാണ്. Probability formalism പ്രവചനരീതിയാണ്; അത് സമഗ്ര കാരണഘടനയിലെ വിടവ് അല്ല.

Bell's theorem[3] ഈ ചർച്ചയെ കൂടുതൽ ഗൗരവത്തിലേക്ക് നയിക്കുന്നു. Bell inequality violations പരീക്ഷണങ്ങളിൽ സ്ഥിരീകരിക്കപ്പെട്ടിട്ടുണ്ട്[4]. ഇതിലൂടെ local realism-നും statistical independence-നും ഒരുമിച്ച് നിലനിൽക്കാനാവില്ല എന്നത് വ്യക്തമാകുന്നു. എന്നാൽ Bell determinism-നെ നിരാകരിക്കുന്നില്ല. അത് causal closure തകരുന്നു എന്ന് തെളിയിക്കുന്നില്ല. മറിച്ച്, locality-യെയും independence-നെയും സംബന്ധിച്ച ചില സങ്കൽപ്പങ്ങളെ മാത്രം ചോദ്യം ചെയ്യുന്നു. Superdeterministic വ്യാഖ്യാനങ്ങൾ[5] സമഗ്ര കാരണഘടനയുടെ ആന്തരിക ഏകോപനവുമായി പൊരുത്തപ്പെടുന്നു. അതിനാൽ Bell violations ontological randomness നിർബന്ധിതമാക്കുന്നില്ല.

ക്വാണ്ടം decoherence സിദ്ധാന്തം[6] ഈ വിഷയത്തെ മഹാതലത്തിൽ സ്ഥിരതയോടെ സ്ഥാപിക്കുന്നു. സൂക്ഷ്മ superposition-കൾ പരിസ്ഥിതി entanglement മുഖേന classical-like stability-യിലേക്ക് മാറുന്നു. മനുഷ്യന്റെ neural processing quantum superposition-ൽ നിന്നല്ല ഉദിക്കുന്നത്; macro-scale classical regime-ലാണ് അത് പ്രവർത്തിക്കുന്നത്.

സൂക്ഷ്മതലത്തിൽ അനിശ്ചിതത്വം ഉണ്ടായാലും, അത് self-origination സൃഷ്ടിക്കുന്നില്ല; പരമാവധി unpredictability മാത്രമേ സൃഷ്ടിക്കൂ. unpredictability causal gap അല്ല; അത് നമ്മുടെ അറിവിന്റെ പരിമിതിയുടെ പ്രകടനമാണ്.

കലാപഗതിശാസ്ത്രം (Chaos Theory) deterministic equations-ൽ നിന്നുള്ള sensitive dependence കാണിക്കുന്നു[7]. Lorenz system-ൽ ചെറിയ പ്രാരംഭ വ്യത്യാസങ്ങൾ വലിയ divergence സൃഷ്ടിക്കാം. എന്നാൽ sensitivity ontological contingency അല്ല. Predictive divergence causal branching അല്ല. Chaos predictability കുറയ്ക്കുന്നു; സമഗ്ര കാരണഘടനയെ തകർക്കുന്നില്ല. അതിനാൽ chaotic amplification determinism-ന്റെ വിരുദ്ധമല്ല; അത് epistemic complexity-യുടെ വർദ്ധനവാണ്.

Objective collapse models[8] randomness ontologically real ആണെന്ന് നിർദ്ദേശിക്കുന്നുവെങ്കിലും, collapse parameters-നെക്കുറിച്ചുള്ള പരീക്ഷണപരിധികൾ കൂടുതൽ കർശനമാകുന്നു[9]. ഇപ്പോൾ വരെ ontological collapse സ്ഥിരീകരിക്കപ്പെട്ടിട്ടില്ല. Global Structural Determinism empirical incompleteness-നെ ആശ്രയിക്കുന്നില്ല; അത് ontological closure-നെ അടിസ്ഥാനപ്രതിജ്ഞയായി സ്വീകരിക്കുന്നു. അതായത് predictive uncertainty ontological rupture അല്ല.

ഇങ്ങനെ നോക്കുമ്പോൾ, ആധുനിക ഭൗതികശാസ്ത്രം predictive frameworks മാറ്റുന്നു; എന്നാൽ അത് സമഗ്ര കാരണഘടനയുടെ അനിവാര്യതയെ ലംഘിക്കുന്നില്ല.

Quantum unpredictability metaphysical freedom അല്ല. Chaos ontological contingency അല്ല. Bell determinism-ന്റെ നിഷേധമല്ല. Decoherence causal rupture അല്ല. യാഥാർത്ഥ്യം പല തുറന്ന വഴികളിലൂടെ ശാഖാപരമായി വികസിക്കുന്നില്ല; അത് സമഗ്ര കാരണഘടനയുടെ നിയന്ത്രണത്തിലുള്ള ഏകീകൃത വികാസക്രമമാണ്. നിരീക്ഷകൻ അതിന്റെ ഉള്ളിലാണ്. Self-origination ഇല്ല. Ontological branching ഇല്ല. Global Structural Determinism ഘടനാപരമായി നിലനിൽക്കുന്നു.

സമഗ്ര ഗ്രന്ഥഘടനയുടെ ഏകീകരിത രൂപം (Systematic Unification Section)

ഈ അധ്യായത്തിൽ നടത്തിയ ശാസ്ത്രീയ വിശകലനം മുഴുവൻ ഗ്രന്ഥത്തിന്റെ തർക്കഘടനയുമായി ഏകീകരിക്കപ്പെടേണ്ടതാണ്. Part I-ൽ സ്ഥാപിച്ച ontological

അടിസ്ഥാനപ്രസ്താവങ്ങൾ ഇവിടെ ഭൗതികതലത്തിൽ പരിശോധിക്കപ്പെട്ടു. അവയിൽ മുഖ്യമായവ: സമഗ്ര കാരണഘടന അവിഭാജ്യമാണ്; causal closure നിലനിൽക്കുന്നു; ഒരേ സമ്പൂർണ്ണ അവസ്ഥയിൽ നിന്ന് ഒരേയൊരു ഫലം മാത്രമേ ഉദിക്കുകയുള്ളു. ഈ അധ്യായം ആ സിദ്ധാന്തങ്ങളെ quantum mechanics, Bell analysis, decoherence, കലാപഗതിശാസ്ത്രം (Chaos Theory), collapse models എന്നിവയുടെ പശ്ചാത്തലത്തിൽ പരിശോധിക്കുകയും അവ ലംഘിക്കപ്പെടുന്നില്ലെന്ന് കർശനമായി ഉറപ്പിക്കുകയും ചെയ്യുന്നു.

Part II-ൽ സ്വാതന്ത്ര്യത്തിന്റെ ഭ്രമം neural-environmental configuration-കളുടെ അടിസ്ഥാനത്തിൽ നിരാകരിച്ചിരുന്നു. ഈ അധ്യായം quantum unpredictability അല്ലെങ്കിൽ chaotic sensitivity സ്വാതന്ത്ര്യത്തിനുള്ള metaphysical opening സൃഷ്ടിക്കുന്നില്ലെന്ന് കാണിച്ചുകൊണ്ട് Part II-ലെ നിരൂപണത്തെ ഭൗതികതലത്തിൽ സ്ഥിരപ്പെടുത്തുന്നു. അതായത്, micro-indeterminacy decision-നെ സ്വതന്ത്രമാക്കുന്നില്ല; macro-scale structural constraints തുടർച്ചയായി പ്രവർത്തിക്കുന്നു.

Part III-ൽ epistemic limitation-നും ontological necessity-ക്കും ഇടയിൽ വ്യക്തമായ വേർതിരിവ് സ്ഥാപിച്ചിരുന്നു. ഇവിടെ ആ വേർതിരിവ് physics-ലേക്ക് വിപുലീകരിക്കുന്നു. Probability model predictive limitation ആണ്; ontological contingency അല്ല. Chaos sensitivity epistemic unpredictability ആണ്; ontological branching അല്ല. Bell constraints locality-യെ ബാധിക്കുന്നു; causal closure-നെ അല്ല.

Part IV-ൽ ബോധാവസ്ഥയിലെ reduced misidentification, reduced resistance, structural alignment എന്നീ ആശയങ്ങൾ അവതരിപ്പിച്ചിരുന്നു. അവ metaphysical transcendence അല്ല; causal closure-ന്റെ അംഗീകാരമാണ്. ഈ അധ്യായം ആ existential clarity-യ്ക്ക് ഭൗതികതലത്തിൽ ontological അടിസ്ഥാനമുണ്ടെന്ന് തെളിയിക്കുന്നു.

ബോധാവസ്ഥയിലെ coherence സമഗ്ര കാരണഘടനയുടെ

coherence-നോട് വിരോധിക്കുന്നില്ല; മറിച്ച് അതിന്റെ അംഗീകാരത്തിലാണ് നിലനിൽക്കുന്നത്.

ഇങ്ങനെ നോക്കുമ്പോൾ, ഗ്രന്ഥത്തിന്റെ മുഴുവൻ ഘടന ഒരു ഏകീകൃത സംവിധാനമായി പ്രത്യക്ഷപ്പെടുന്നു:

Ontology: സമഗ്ര കാരണഘടന അവിഭാജ്യമാണ്.

Physics: quantum, chaos, decoherence determinism-നെ ലംഘിക്കുന്നില്ല.

Biology: neural-environmental configuration decision-നെ നിർണ്ണയിക്കുന്നു.

Consciousness: agency experiential reality ആണ്; ontological independence അല്ല.

Ethics: metaphysical blame അസാധുവാണ്; pragmatic regulation സാധുവാണ്.

Scale മാറുന്നു; structure മാറുന്നില്ല.

Level മാറുന്നു; causal closure മാറുന്നില്ല.

Description മാറുന്നു; ontological necessity മാറുന്നില്ല.

അതിനാൽ Global Structural Determinism ഒരു ഭാഗിക സിദ്ധാന്തമല്ല. അത് physics മുതൽ biology വരെയും, biology മുതൽ consciousness വരെയും, consciousness മുതൽ ethics വരെയും വ്യാപിക്കുന്ന ഏകീകൃത ontological framework ആണ്. ഈ Systematic Unification Section വഴി, അധ്യായം 11 മുഴുവൻ treatise-ന്റെ തർക്കസമന്വയത്തിൽ സ്ഥിരമായി ലോക്ക് ചെയ്യപ്പെടുന്നു.

ഇവിടെ determinism ഒരു യന്ത്രപ്രേരിത ലഘൂകരണവാദമല്ല; അത് സമഗ്ര ഘടനാപരമായ അനിവാര്യതയുടെ ദാർശനിക അംഗീകാരമാണ്. Physics അതിനെ തകർക്കുന്നില്ല; biology അതിനെ നിഷേധിക്കുന്നില്ല; consciousness അതിനെ അതിക്രമിക്കുന്നില്ല. എല്ലാം സമഗ്ര കാരണഘടനയുടെ വ്യത്യസ്ത സ്കെയിൽ-പ്രകടനങ്ങളാണ്.

References

1. Heisenberg, W. (1927). *Über den anschaulichen Inhalt der quantentheoretischen Kinematik und Mechanik.* Zeitschrift für Physik.
2. Bohr, N. (1935). *Can Quantum-Mechanical Description of Physical Reality Be Considered Complete?* Physical Review.
3. Bell, J. S. (1964). *On the Einstein Podolsky Rosen Paradox.* Physics.
4. Aspect, A., Dalibard, J., & Roger, G. (1982). *Experimental Test of Bell's Inequalities.* Physical Review Letters.
5. 't Hooft, G. (2014). *The Cellular Automaton Interpretation of Quantum Mechanics.* Springer.
6. Zurek, W. H. (2003). *Decoherence and the Transition from Quantum to Classical.* Reviews of Modern Physics.
7. Lorenz, E. N. (1963). *Deterministic Nonperiodic Flow.* Journal of the Atmospheric Sciences.
8. Ghirardi, G. C., Rimini, A., & Weber, T. (1986). *Unified Dynamics for Microscopic and Macroscopic Systems.* Physical Review D.
9. Bassi, A., Lochan, K., Satin, S., Singh, T. P., & Ulbricht, H. (2013). *Models of Wave-function Collapse.* Reviews of Modern Physics.

അധ്യായം 13
ദാർശനിക പാരമ്പര്യങ്ങളുമായുള്ള സംവാദം

(Philosophical Context and Literature Engagement)

ഈ ഗ്രന്ഥത്തിൽ അവതരിപ്പിക്കുന്ന ഘടനാപര നിർണ്ണയവാദം ഒരു സ്വതന്ത്ര സത്താമീമാംസാത്മക മാതൃകയായി രൂപപ്പെടുത്തപ്പെട്ടിട്ടുണ്ടെങ്കിലും, അത് പൂർണ്ണമായും ദാർശനിക ശൂന്യതയിൽ നിന്നു ഉദിച്ച ആശയമല്ല. പാശ്ചാത്യ ദാർശനിക പാരമ്പര്യത്തിലെ വിവിധ ചിന്തകളുമായി ഇതിന് ആശയപരമായ ബന്ധങ്ങൾ നിലനിൽക്കുന്നു. അതിനാൽ ഈ അധ്യായത്തിന്റെ ലക്ഷ്യം, ഈ സിദ്ധാന്തം മുൻകാല

ദാർശനിക ചർച്ചകളുമായി എങ്ങനെ ബന്ധപ്പെടുന്നു എന്നത് സംക്ഷിപ്തമായി വ്യക്തമാക്കുന്നതാണ്.

സ്പിനോസയും ഘടനാപര അനിവാര്യതയും

(Spinoza and Structural Necessity)

ഘടനാപര നിർണ്ണയവാദത്തിന്റെ അടിസ്ഥാനധാരണകളിൽ ഒന്നാണ് യാഥാർത്ഥ്യം ഒറ്റപ്പെട്ട വസ്തുക്കളുടെ സമാഹാരമായി കാണപ്പെടുന്നതല്ല; മറിച്ച് പരസ്പരബന്ധങ്ങളാൽ രൂപപ്പെട്ട ഒരു **സാകല്യഘടന** എന്ന നിലയിലാണ് അത് മനസ്സിലാക്കപ്പെടേണ്ടത് എന്നത്. ഈ ആശയം ദാർശനികചരിത്രത്തിൽ പൂർണ്ണമായും പുതിയതല്ല. പ്രത്യേകിച്ച് സ്പിനോസയുടെ ദാർശനിക സിസ്റ്റത്തിൽ ഇതുമായി ആശയപരമായ സാമ്യം കാണപ്പെടുന്നു.

സ്പിനോസയുടെ ദർശനത്തിൽ ലോകം പല സ്വതന്ത്ര വസ്തുക്കളുടെ കൂട്ടായ്മയല്ല. അദ്ദേഹത്തിന്റെ അഭിപ്രായത്തിൽ യാഥാർത്ഥ്യത്തിന്റെ അടിസ്ഥാനസത്ത ഒരു **ഏകസബ്സ്റ്റാൻസ്** ആണ്. അദ്ദേഹം അതിനെ ദൈവം അല്ലെങ്കിൽ പ്രകൃതി (Deus sive Natura) എന്ന രീതിയിൽ വിശേഷിപ്പിക്കുന്നു. ലോകത്തിൽ കാണുന്ന എല്ലാ വസ്തുക്കളും സംഭവങ്ങളും ഈ ഏകസബ്സ്റ്റാൻസിന്റെ വ്യത്യസ്ത പ്രകടനങ്ങളാണ്. അതിനാൽ സ്പിനോസയുടെ സിസ്റ്റത്തിൽ സംഭവങ്ങൾ യാദൃശ്ചികമായി ഉണ്ടാകുന്നില്ല; അവ സബ്സ്റ്റാൻസിന്റെ സ്വഭാവത്തിൽ നിന്നുള്ള അനിവാര്യ പ്രകടനങ്ങളാണ്. ഇതിലൂടെ സ്പിനോസ നിർദ്ദേശിക്കുന്ന പ്രധാന ആശയം **അനിവാര്യത**യാണ്. ലോകത്തിലെ സംഭവങ്ങൾ സ്വതന്ത്രമായ തിരഞ്ഞെടുപ്പുകളാലോ യാദൃശ്ചിക സംഭവങ്ങളാലോ രൂപപ്പെടുന്നില്ല; അവ യാഥാർത്ഥ്യത്തിന്റെ അടിസ്ഥാനസ്വഭാവത്തിൽ നിന്നുള്ള നിർബന്ധിത പ്രകടനങ്ങളാണ്. ഈ നിലപാട് classical determinism-ന്റെ ഏറ്റവും ശക്തമായ ദാർശനിക രൂപങ്ങളിലൊന്നായി പരിഗണിക്കപ്പെടുന്നു.

ഘടനാപര നിർണ്ണയവാദത്തിലും അനിവാര്യത എന്ന ആശയം പ്രധാനമാണ്. എന്നാൽ ഇവിടെ അനിവാര്യതയുടെ ഉറവിടം വ്യത്യസ്തമാണ്. സ്പിനോസയുടെ സിസ്റ്റത്തിൽ അനിവാര്യത **സബ്സ്റ്റാൻസിന്റെ സ്വഭാവത്തിൽ** നിന്നാണ് ഉദിക്കുന്നത്. അതായത് ലോകത്തിലെ എല്ലാ സംഭവങ്ങളും ഒരു ഏകസത്തയുടെ ആന്തരിക സ്വഭാവത്തിന്റെ പ്രകടനങ്ങളാണ്.

അതേസമയം ഘടനാപര നിർണ്ണയവാദത്തിൽ അനിവാര്യത ഒരു ഏകസബ്സ്റ്റാൻസിന്റെ സ്വഭാവത്തിൽ നിന്നല്ല; മറിച്ച് യാഥാർത്ഥ്യത്തിലെ ഘടകങ്ങൾ തമ്മിലുള്ള **ബന്ധങ്ങളുടെ ഘടനാപര വിന്യാസത്തിൽ** നിന്നാണ് ഉദിക്കുന്നത്. ഇവിടെ യാഥാർത്ഥ്യത്തെ നിർണ്ണയിക്കുന്നത് ഒരു അടിസ്ഥാനവസ്തുവല്ല, മറിച്ച് ബന്ധങ്ങളുടെ സമഗ്ര ഘടനയാണ്.

ഇത് കൂടുതൽ വ്യക്തമായി പറയുകയാണെങ്കിൽ, ഘടനാപര നിർണ്ണയവാദത്തിൽ ലോകം ഒരു അടിസ്ഥാനസബ്സ്റ്റാൻസിന്റെ വിവിധ രൂപങ്ങളായി കാണപ്പെടുന്നില്ല. പകരം ലോകം പരസ്പരബന്ധങ്ങളാൽ നിർവ്വചിക്കപ്പെട്ട ഒരു relational mesh ആയി മനസ്സിലാക്കപ്പെടുന്നു. ഈ mesh-യിലെ ഘടകങ്ങൾ തമ്മിലുള്ള ബന്ധങ്ങളും നിയന്ത്രണങ്ങളും ചേർന്നാണ് സിസ്റ്റത്തിന്റെ വികാസക്രമം നിർണ്ണയിക്കപ്പെടുന്നത്. അതുകൊണ്ട് സ്പിനോസയുടെ സിസ്റ്റത്തിൽ വസ്തുക്കൾ സബ്സ്റ്റാൻസിന്റെ മോഡുകളായി (modes) മനസ്സിലാക്കപ്പെടുമ്പോൾ, ഘടനാപര നിർണ്ണയവാദത്തിൽ വസ്തുക്കൾ സ്വതന്ത്രമായ അടിസ്ഥാനസത്തകളല്ല; അവ **ബന്ധഘടനയിൽ നിന്ന് ഉദിക്കുന്ന വിന്യാസങ്ങളാണ്**. ഈ വ്യത്യാസം വളരെ നിർണ്ണായകമാണ്. കാരണം ഇവിടെ ontological primacy സബ്സ്റ്റാൻസിനല്ല, മറിച്ച് ഘടനാപര ബന്ധങ്ങൾക്കാണ് നൽകുന്നത്.

ഇതിനാൽ സ്പിനോസയും ഘടനാപര നിർണ്ണയവാദവും തമ്മിൽ ഒരു ആശയപര ബന്ധം നിലനിൽക്കുന്നുണ്ടെങ്കിലും, അവയുടെ ontological അടിത്തറ വ്യത്യസ്തമാണ്. സ്പിനോസയുടെ സിസ്റ്റം **substance monism** എന്ന നിലയിലാണ് രൂപപ്പെടുന്നത്. അതേസമയം ഘടനാപര നിർണ്ണയവാദം **relational structural ontology** എന്ന നിലയിലാണ് യാഥാർത്ഥ്യത്തെ വിശദീകരിക്കുന്നത്. ഈ വ്യത്യാസം വ്യക്തമാക്കുന്നത് ഘടനാപര നിർണ്ണയവാദം പരമ്പരാഗത സബ്സ്റ്റാൻസ് അധിഷ്ഠിത ഓന്റോളജികളിൽ നിന്ന് മാറി, ബന്ധങ്ങളുടെ സാകല്യഘടനയെ യാഥാർത്ഥ്യത്തിന്റെ അടിസ്ഥാനരൂപമായി കാണുന്ന ഒരു പുതിയ ദാർശനിക ദിശയിലേക്ക് നീങ്ങുന്നു എന്നതാണ്.

ഹ്യൂമും കാര്യകാരണബന്ധത്തിന്റെ വിമർശനവും

(Hume and the Critique of Causation)

കാര്യകാരണബന്ധത്തെക്കുറിച്ചുള്ള ആധുനിക ദാർശനിക ചർച്ചകളിൽ ഏറ്റവും നിർണ്ണായകമായ തിരിമറിയാണ് ഡേവിഡ് ഹ്യൂമിന്റെ വിശകലനം. പരമ്പരാഗത ദാർശനിക നിലപാടുകളിൽ കാരണബന്ധം ലോകത്തിന്റെ യാഥാർത്ഥ്യഘടനയിൽ നിലനിൽക്കുന്ന ഒരു അനിവാര്യ ബന്ധമാണെന്ന് കരുതപ്പെട്ടിരുന്നു. ഒരു സംഭവം മറ്റൊന്നിനെ അനിവാര്യമായി ഉത്പാദിപ്പിക്കുന്നു എന്ന ധാരണ ഇതിന്റെ അടിത്തറയായിരുന്നു. എന്നാൽ ഹ്യൂം ഈ ധാരണയെ അടിസ്ഥാനപരമായി ചോദ്യം ചെയ്തു. ഹ്യൂമിന്റെ വിശകലനത്തിന്റെ കേന്ദ്രവാദം ഇതാണ്: അനുഭവത്തിൽ നമ്മൾ കാണുന്നത് സംഭവങ്ങളുടെ അനുക്രമം മാത്രമാണ്; ഒരു സംഭവത്തിൽ നിന്ന് മറ്റൊന്ന് "അനിവാര്യമായി" ഉദിക്കുന്ന ബന്ധം നേരിട്ട് അനുഭവത്തിൽ കാണപ്പെടുന്നില്ല. ഉദാഹരണമായി, ഒരു ബില്ലിയർഡ് പന്ത് മറ്റൊന്നിനെ തട്ടുമ്പോൾ രണ്ടാമത്തെ പന്ത് നീങ്ങുന്നത് നമ്മൾ നിരന്തരം കാണുന്നു. എന്നാൽ ഇവിടെ കാണുന്നത് ആദ്യ പന്തിന്റെ ചലനവും

രണ്ടാമത്തെ പന്തിന്റെ ചലനവും തമ്മിലുള്ള സ്ഥിരമായ അനുബന്ധത മാത്രമാണ്. ആദ്യ പന്ത് രണ്ടാമത്തേതിനെ അനിവാര്യമായി ചലിപ്പിക്കുന്നു എന്ന causal necessity അനുഭവത്തിൽ നേരിട്ട് കാണപ്പെടുന്നില്ല.

ഈ നിരീക്ഷണത്തിന്റെ അടിസ്ഥാനത്തിൽ ഹ്യൂം നിർദ്ദേശിച്ചത് കാരണബന്ധം യാഥാർത്ഥ്യത്തിൽ നിലനിൽക്കുന്ന ഒരു ശക്തിയല്ല; മറിച്ച് അത് മനുഷ്യബോധത്തിൽ രൂപപ്പെടുന്ന ഒരു പ്രതീക്ഷയാണ് എന്നതാണ്. ഒരേ തരത്തിലുള്ള സംഭവങ്ങൾ ആവർത്തിച്ച് അനുഭവപ്പെടുമ്പോൾ, ഒരു സംഭവത്തെ കണ്ടാൽ അതിന് പിന്നാലെ മറ്റൊന്ന് ഉണ്ടാകുമെന്ന് മനസ്സ് പ്രതീക്ഷിക്കാൻ തുടങ്ങുന്നു. ഈ മാനസിക പ്രതീക്ഷയാണ് നമ്മൾ "കാര്യകാരണബന്ധം" എന്ന ആശയമായി വ്യാഖ്യാനിക്കുന്നത്.

ഹ്യൂമിന്റെ ഈ വിമർശനം causal necessity എന്ന ആശയത്തെ epistemic തലത്തിൽ ആഴത്തിൽ ബാധിച്ചു. ലോകത്തിൽ കാരണബന്ധം യഥാർത്ഥത്തിൽ ഉണ്ടോ, അല്ലെങ്കിൽ അത് മനുഷ്യബോധത്തിന്റെ ഒരു projection മാത്രമാണോ എന്ന ചോദ്യമാണ് ഇതിലൂടെ ഉയർന്നത്. അതിനാൽ ആധുനിക ദാർശനിക ചർച്ചകളിൽ കാരണബന്ധം ഒരു ontological ബന്ധമാണോ, അല്ലെങ്കിൽ ഒരു epistemic നിർമ്മിതിയാണോ എന്ന വിവാദം ശക്തമായി ഉയർന്നു.

ഘടനാപര നിർണ്ണയവാദം ഈ വിമർശനത്തെ ഗൗരവമായി സ്വീകരിക്കുന്നു. ഹ്യൂമിന്റെ നിരീക്ഷണം causal necessity-യെക്കുറിച്ചുള്ള naive metaphysical ധാരണകളെ തകർക്കുന്നുവെന്ന് ഈ സിദ്ധാന്തം അംഗീകരിക്കുന്നു. എന്നാൽ അതേ സമയം causal necessity മനുഷ്യബോധത്തിന്റെ മാനസിക പ്രതീക്ഷ മാത്രമാണെന്ന് അംഗീകരിക്കുന്നില്ല.

ഘടനാപര നിർണ്ണയവാദത്തിന്റെ പശ്ചാത്തലത്തിൽ കാരണബന്ധം ഒരു രേഖീയ സംഭവബന്ധമല്ല; മറിച്ച് ഒരു ഘടനാപര നിയന്ത്രണബന്ധമാണ്. അതായത്, ഒരു സംഭവം

മറ്റൊന്നിനെ ഉത്പാദിപ്പിക്കുന്നു എന്ന രീതിയിൽ causal relation മനസ്സിലാക്കുന്നതിനുപകരം, ഒരു സിസ്റ്റത്തിലെ വിവിധ ഘടകങ്ങൾ തമ്മിലുള്ള ഘടനാപര നിയന്ത്രണങ്ങൾ സിസ്റ്റത്തിന്റെ വികാസക്രമം നിർണ്ണയിക്കുന്നു എന്ന രീതിയിലാണ് കാരണബന്ധം ഇവിടെ വ്യാഖ്യാനിക്കപ്പെടുന്നത്.

ഇത് കൂടുതൽ വ്യക്തമായി പറയുകയാണെങ്കിൽ, causal relation എന്നത് രണ്ട് ഒറ്റപ്പെട്ട സംഭവങ്ങൾ തമ്മിലുള്ള ബന്ധമല്ല; അത് ഒരു സാകല്യഘടനയിലെ നിയന്ത്രണബന്ധമാണ്. ഒരു ഘടനയിലെ പ്രത്യേക വിന്യാസം നിലനിൽക്കുമ്പോൾ, അതിന്റെ തുടർച്ച ഘടനാപര നിയന്ത്രണങ്ങൾ പാലിക്കുന്ന രീതിയിലാണ് ഉദിക്കുന്നത്. ഈ നിലപാട് causal necessity-യെ മാനസിക പ്രതീക്ഷയായി ചുരുക്കുന്ന ഹ്യൂമിന്റെ സമീപനത്തിൽ നിന്ന് വ്യത്യസ്തമാണ്; അതേ സമയം പരമ്പരാഗത metaphysical causation ആശയത്തെയും അത് പുനർനിർവചിക്കുന്നു. അതിനാൽ ഹ്യൂമിന്റെ വിമർശനം ഘടനാപര നിർണ്ണയവാദത്തിൽ രണ്ട് രീതിയിൽ നിർണ്ണായകമാണ്. ഒന്നാമതായി, അത് causal necessity-യെക്കുറിച്ചുള്ള ലളിതമായ metaphysical വ്യാഖ്യാനങ്ങളെ ചോദ്യം ചെയ്യുന്നു. രണ്ടാമതായി, causal relation-നെ സംഭവങ്ങളുടെ രേഖീയ ബന്ധമായി കാണുന്നതിനുപകരം ഘടനാപര നിയന്ത്രണബന്ധമായി വീണ്ടും മനസ്സിലാക്കാനുള്ള അവസരം തുറക്കുന്നു.

ഈ രീതിയിൽ ഹ്യൂമിന്റെ വിശകലനം ഘടനാപര നിർണ്ണയവാദത്തിന്റെ ഒരു പ്രധാന ബൗദ്ധിക പശ്ചാത്തലമായി പ്രവർത്തിക്കുന്നു.

കാരണബന്ധത്തെക്കുറിച്ചുള്ള ദാർശനിക സംശയങ്ങളെ അത് മുന്നോട്ടുവയ്ക്കുമ്പോൾ, ഘടനാപര നിർണ്ണയവാദം ആ സംശയങ്ങൾക്ക് ഒരു പുതിയ ontological വ്യാഖ്യാനം നൽകുന്നു.

കാന്റും ഘടനാപര നിയമങ്ങളും

(Kant and Structural Laws)

ആധുനിക ദാർശനികചരിത്രത്തിൽ മനുഷ്യജ്ഞാനത്തിന്റെ ഘടനയെക്കുറിച്ചുള്ള ഏറ്റവും സ്വാധീനമുള്ള വിശകലനങ്ങളിൽ ഒന്നാണ് ഇമ്മാനുവൽ കാന്റിന്റെ ദർശനം. കാന്റിന്റെ കേന്ദ്രവാദം ഇതാണ്: മനുഷ്യൻ ലോകത്തെ അനുഭവിക്കുന്ന രീതി പൂർണ്ണമായും അസംഘടിതമോ സ്വതന്ത്രമോ അല്ല; അത് ചില അടിസ്ഥാനഘടനകളാൽ ക്രമീകരിക്കപ്പെട്ടതാണ്. മനുഷ്യബോധം അനുഭവത്തെ ഒരു പ്രത്യേക രൂപത്തിൽ സജ്ജമാക്കുകയും ക്രമീകരിക്കുകയും ചെയ്യുന്നു. കാന്തിന്റെ വിശകലനത്തിൽ ഈ ഘടനകൾ **a priori രൂപങ്ങൾ** എന്ന നിലയിലാണ് മനസ്സിലാക്കപ്പെടുന്നത്. അനുഭവം സംഭവിക്കുന്നതിന് മുമ്പുതന്നെ ബോധത്തിൽ നിലനിൽക്കുന്ന ക്രമീകരണരീതികളാണ് ഇവ. ഉദാഹരണമായി, സമയം (time)യും സ്ഥലം (space)യും മനുഷ്യാനുഭവത്തിന്റെ അടിസ്ഥാനരൂപങ്ങളാണ് എന്ന് കാന്റ് വാദിച്ചു. നമ്മൾ അനുഭവിക്കുന്ന എല്ലാ സംഭവങ്ങളും ഈ രൂപങ്ങളിലൂടെയാണ് മനസ്സിലാക്കപ്പെടുന്നത്.

ഇതിനു പുറമേ, കാന്ത് മനുഷ്യബോധത്തിൽ ചില അടിസ്ഥാന **കാറ്റഗറികൾ (categories)** പ്രവർത്തിക്കുന്നുവെന്നും നിർദ്ദേശിച്ചു. കാരണബന്ധം (causality) അതിൽ ഏറ്റവും പ്രധാനപ്പെട്ടതാണ്. മനുഷ്യൻ സംഭവങ്ങളെ ഒരു നിരയായി മാത്രം കാണുന്നില്ല; അവയെ കാരണപരമായി ബന്ധിപ്പിച്ചുകൊണ്ടാണ് മനസ്സിലാക്കുന്നത്. അതിനാൽ causal order എന്നത് ലോകത്തിൽ നേരിട്ട് കാണുന്ന ഒരു സ്വഭാവമല്ല; അത് മനുഷ്യബോധത്തിന്റെ ക്രമീകരണരീതിയിലൂടെ അനുഭവത്തിൽ പ്രത്യക്ഷപ്പെടുന്ന ഒരു ഘടനയാണ്. ഈ സമീപനം ദാർശനികമായി വളരെ നിർണ്ണായകമായ മാറ്റം സൃഷ്ടിച്ചു. പരമ്പരാഗത ദർശനങ്ങളിൽ causal law ലോകത്തിന്റെ സ്വതന്ത്ര സ്വഭാവമാണെന്ന് കരുതപ്പെട്ടിരുന്നു. എന്നാൽ കാന്തിന്റെ നിലപാടിൽ causal order മനുഷ്യാനുഭവത്തിന്റെ ക്രമീകരണരീതിയുമായി

ബന്ധപ്പെട്ടതാണ്. അതായത് മനുഷ്യബോധത്തിന്റെ ഘടനയാണ് അനുഭവത്തെ നിയമിതമായി ക്രമീകരിക്കുന്നത്.
ഘടനാപര നിർണ്ണയവാദത്തിന്റെ നിലപാട് ഇതുമായി ചില അളവിൽ സാമ്യം പുലർത്തുന്നു. ഇവിടെ കൂടി യാഥാർത്ഥ്യം അസംഘടിതമായ സംഭവങ്ങളുടെ സമാഹാരമല്ല; മറിച്ച് ചില ഘടനാപര നിയമങ്ങളാൽ ക്രമീകരിക്കപ്പെട്ട ഒരു സിസ്റ്റമാണ്. causal order എന്നത് സംഭവങ്ങളുടെ യാദൃശ്ചിക അനുക്രമമല്ല; അത് സിസ്റ്റത്തിന്റെ വികാസത്തെ നിയന്ത്രിക്കുന്ന ഘടനാപര നിയമങ്ങളുമായി ബന്ധപ്പെട്ടതാണ്.
എന്നാൽ ഇവിടെ ഒരു നിർണ്ണായകമായ വ്യത്യാസം നിലനിൽക്കുന്നു. കാന്തിന്റെ സിദ്ധാന്തത്തിൽ ഘടന മനുഷ്യബോധത്തിന്റെ പ്രവർത്തനരീതിയിലാണ് നിലനിൽക്കുന്നത്. അതായത് causal law ഉൾപ്പെടെയുള്ള നിയമങ്ങൾ അനുഭവത്തെ ക്രമീകരിക്കുന്ന **transcendental conditions of experience** ആണെന്ന് അദ്ദേഹം നിർദ്ദേശിച്ചു. ലോകത്തെ നമ്മൾ അനുഭവിക്കുന്ന രീതി ബോധത്തിന്റെ ഘടനകളാൽ നിർണ്ണയിക്കപ്പെടുന്നു എന്നതാണ് ഈ നിലപാടിന്റെ സാരം.
അതേസമയം ഘടനാപര നിർണ്ണയവാദത്തിൽ ഘടന മനുഷ്യബോധത്തിന്റെ ക്രമീകരണരീതിയായി കാണപ്പെടുന്നില്ല. ഇവിടെ ഘടന യാഥാർത്ഥ്യത്തിന്റെ **on-tological വിന്യാസം** എന്ന നിലയിലാണ് മനസ്സിലാക്കപ്പെടുന്നത്. causal order മനുഷ്യബോധത്തിന്റെ ഒരു cognitive projection അല്ല; അത് യാഥാർത്ഥ്യത്തിലെ ഘടകങ്ങൾ തമ്മിലുള്ള ബന്ധങ്ങളുടെ സുസ്ഥിര വിന്യാസമാണ്.
ഈ വ്യത്യാസം വളരെ പ്രധാനമാണ്. കാന്തിന്റെ സിദ്ധാന്തത്തിൽ ഘടന epistemological തലത്തിലാണ് പ്രവർത്തിക്കുന്നത്. അത് മനുഷ്യജ്ഞാനത്തിന്റെ രൂപത്തെക്കുറിച്ചുള്ള ഒരു വിശദീകരണമാണ്. എന്നാൽ ഘടനാപര നിർണ്ണയവാദത്തിൽ ഘടന ontological

തലത്തിലാണ് പ്രവർത്തിക്കുന്നത്. അത് ലോകത്തിന്റെ അടിസ്ഥാനഘടനയെക്കുറിച്ചുള്ള അവകാശവാദമാണ്. ഇതിനാൽ കാന്തിന്റെ ദർശനം ഘടനാപര നിർണ്ണയവാദത്തിന് ഒരു ബൗദ്ധിക പശ്ചാത്തലം നൽകുന്നുണ്ടെങ്കിലും, ഇവയുടെ ദിശ വ്യത്യസ്തമാണ്. കാന്ത് മനുഷ്യബോധത്തിന്റെ ഘടനയെ വിശദീകരിക്കാൻ ശ്രമിക്കുമ്പോൾ, ഘടനാപര നിർണ്ണയവാദം ലോകത്തിന്റെ സ്വതന്ത്ര ഘടനയെ വിശദീകരിക്കുകയാണ് ലക്ഷ്യമിടുന്നത്. ഇങ്ങനെ നോക്കുമ്പോൾ, ഘടനാപര നിർണ്ണയവാദം കാന്തിന്റെ insight — അനുഭവം ഘടനാപരമായി ക്രമീകരിക്കപ്പെട്ടതാണ് — എന്ന ആശയം സ്വീകരിച്ചുകൊണ്ടെങ്കിലും, അതിനെ epistemological നിലയിൽ നിന്ന് ontological നിലയിലേക്ക് വിപുലീകരിക്കുന്ന ഒരു ദാർശനിക സമീപനമായി മനസ്സിലാക്കാവുന്നതാണ്.

വിറ്റ്ഗൻസ്റ്റൈനും അർത്ഥത്തിന്റെ പ്രായോഗികതയും

(Wittgenstein and the Pragmatics of Meaning)

ഭാഷയും അർത്ഥവും സംബന്ധിച്ച ആധുനിക ദാർശനിക ചർച്ചകളിൽ ഏറ്റവും സ്വാധീനമുള്ള സമീപനങ്ങളിൽ ഒന്നാണ് ലുഡ്വിഗ് വിറ്റ്ഗൻസ്റ്റൈന്റെ വിശകലനം. പ്രത്യേകിച്ച് അദ്ദേഹത്തിന്റെ പിന്നീട് കാലഘട്ടത്തിലെ ദാർശനിക കൃതികളിൽ ഭാഷയുടെ സ്വഭാവത്തെക്കുറിച്ചുള്ള ഒരു അടിസ്ഥാനപരമായ തിരിച്ചറിവ് അവതരിപ്പിക്കപ്പെടുന്നു: അർത്ഥം ഒരു സ്വകാര്യ മാനസിക പ്രതിനിധാനം അല്ല; മറിച്ച് അത് സാമൂഹിക പ്രയോഗങ്ങളിലൂടെയാണ് രൂപപ്പെടുന്നത്. വിട്ട്ഗൻസ്റ്റൈന്റെ അഭിപ്രായത്തിൽ ഭാഷയെ ഒരു നിർവചനങ്ങളുടെ സമാഹാരമായി മാത്രം മനസ്സിലാക്കുന്നത് തെറ്റായ സമീപനമാണ്. ഒരു

വാക്കിന്റെ അർത്ഥം അത് സൂചിപ്പിക്കുന്ന ഒരു ആന്തരിക ആശയത്തിലോ സ്വകാര്യ മാനസിക പ്രതിമയിലോ ഒതുങ്ങുന്നില്ല. പകരം, ആ വാക്ക് വിവിധ സാഹചര്യങ്ങളിൽ എങ്ങനെ ഉപയോഗിക്കപ്പെടുന്നു എന്നതാണ് അതിന്റെ യഥാർത്ഥ അർത്ഥത്തെ നിർണ്ണയിക്കുന്നത്. ഈ ആശയം സംക്ഷിപ്തമായി അദ്ദേഹം വ്യക്തമാക്കിയത് "Meaning is use" എന്ന പ്രസ്താവനയിലൂടെയാണ്.

ഈ സമീപനത്തിന്റെ പശ്ചാത്തലത്തിൽ ഭാഷ ഒരു സാമൂഹിക പ്രവർത്തനമാണ്. ആളുകൾ തമ്മിലുള്ള ഇടപെടലുകളിലൂടെയും പൊതുവായ നിയമങ്ങളിലൂടെയും രൂപപ്പെടുന്ന **language games** എന്ന ഘടനയിലാണ് വാക്കുകൾ അർത്ഥം നേടുന്നത്. ഒരു വാക്ക് ശരിയായി ഉപയോഗിക്കപ്പെടുന്നുണ്ടോ ഇല്ലയോ എന്നത് വ്യക്തിയുടെ സ്വകാര്യ ധാരണകളാൽ തീരുമാനിക്കപ്പെടുന്നില്ല; അത് ഒരു സമൂഹം പങ്കിടുന്ന പൊതുവായ പ്രയോഗരീതികളാലാണ് നിർണ്ണയിക്കപ്പെടുന്നത്.

ഇതിലൂടെ വിറ്റ്ഗൻസ്റ്റൈൻ ഒരു പ്രധാന ദാർശനിക ആശയം മുന്നോട്ടുവയ്ക്കുന്നു: **rule-following** എന്നത് സ്വകാര്യമായ ഒരു മാനസിക പ്രവർത്തനമല്ല; അത് പൊതുസമ്മത മാനദണ്ഡങ്ങളോട് ബന്ധപ്പെട്ടു നിൽക്കുന്ന ഒരു സാമൂഹിക പ്രക്രിയയാണ്. ഒരാൾ ഒരു നിയമം പാലിക്കുന്നുവെന്ന് പറയുന്നത്, ആ പ്രവർത്തനം ഒരു സമൂഹം അംഗീകരിക്കുന്ന പ്രയോഗരീതികളോട് പൊരുത്തപ്പെടുന്നു എന്നർത്ഥത്തിലാണ്.

ഘടനാപര നിർണ്ണയവാദത്തിന്റെ പശ്ചാത്തലത്തിൽ നോർമാറ്റിവിറ്റിയെക്കുറിച്ചുള്ള വിശദീകരണത്തിൽ ഈ insight നിർണ്ണായകമാണ്. ഇവിടെ reasoning, ഭാഷ, ആശയവിനിമയം എന്നിവയെല്ലാം ഒറ്റപ്പെട്ട ബുദ്ധിഗത പ്രക്രിയകളായി കാണപ്പെടുന്നില്ല; മറിച്ച് അവ സാമൂഹിക ഘടനകളുടെ പശ്ചാത്തലത്തിലാണ് പ്രവർത്തിക്കുന്നത്. ഒരു നിർണ്ണയം ശരിയാണോ തെറ്റാണോ എന്നത്

വ്യക്തിയുടെ സ്വകാര്യ വിശ്വാസത്തിൽ ആശ്രയിക്കുന്നില്ല; അത് ഒരു ആശയപര നെറ്റ്വർക്കിന്റെയും സാമൂഹിക പ്രയോഗങ്ങളുടെയും നിയമിത ഘടനയിൽ നിന്നാണ് നിർണ്ണയിക്കപ്പെടുന്നത്. അതായത് നോർമാറ്റിവിറ്റി ഇവിടെ ഒരു metaphysical ശക്തിയല്ല. അത് സാമൂഹിക പ്രായോഗികതകളിൽ പ്രവർത്തിക്കുന്ന നിയമിത ഘടനകളുടെ ഫലമാണ്. ഭാഷയുടെ ശരിയായ ഉപയോഗം, reasoning-ന്റെ സാധുത, ആശയവിനിമയത്തിന്റെ അർത്ഥവത്തായ പ്രവർത്തനം എന്നിവയെല്ലാം ഒരു സമൂഹം പങ്കിടുന്ന പൊതുവായ മാനദണ്ഡങ്ങളിലാണ് അധിഷ്ഠിതമാകുന്നത്.

ഈ നിലപാട് വിറ്റ്ഗൻസ്റ്റൈന്റെ ഭാഷാപര ദർശനവുമായി വ്യക്തമായ ബന്ധം പുലർത്തുന്നു. അർത്ഥം ഒരു സ്വകാര്യ മാനസിക പ്രതിനിധാനം അല്ല; അത് സാമൂഹിക പ്രയോഗങ്ങളിലൂടെയാണ് രൂപപ്പെടുന്നത് എന്ന അദ്ദേഹത്തിന്റെ തിരിച്ചറിവ്, നോർമാറ്റിവിറ്റിയെ സാമൂഹികവും ഘടനാപരവുമായ പ്രക്രിയയായി വിശദീകരിക്കുന്ന സമീപനത്തിന് ദാർശനിക അടിത്തറ നൽകുന്നു.

ഇതിനാൽ വിറ്റ്ഗൻസ്റ്റൈന്റെ ഭാഷാ വിശകലനം ഘടനാപര നിർണ്ണയവാദത്തിലെ നോർമാറ്റിവിറ്റി വിശദീകരണത്തിന് ഒരു പ്രധാന ബൗദ്ധിക പശ്ചാത്തലമായി പ്രവർത്തിക്കുന്നു. ഭാഷയും reasoning-വും ഒറ്റപ്പെട്ട മാനസിക പ്രവർത്തനങ്ങളല്ല; അവ സാമൂഹിക ഘടനകളുടെ പശ്ചാത്തലത്തിൽ പ്രവർത്തിക്കുന്ന നിയമിത പ്രായോഗികതകളാണ് എന്ന തിരിച്ചറിവാണ് ഇവിടെ പ്രധാനമായത്.

സെല്ലാർസും ആശയപര നെറ്റ്വർക്കുകളും

(Sellars and Conceptual Networks)

ആധുനിക ദാർശനിക ചർച്ചകളിൽ മനുഷ്യബോധത്തിന്റെ ഘടനയെക്കുറിച്ചുള്ള ഒരു പ്രധാന ആശയം അവതരിപ്പിച്ച ദാർശനികനാണ് വിൽഫ്രിഡ്

സെല്ലാർസ്. അദ്ദേഹത്തിന്റെ ദാർശനിക സമീപനത്തിന്റെ കേന്ദ്രത്തിൽ നിൽക്കുന്നത് "**space of reasons**" എന്ന ആശയമാണ്. മനുഷ്യബോധത്തെ മനസ്സിലാക്കാൻ ശ്രമിക്കുമ്പോൾ, അത് വെറും കാരണക്രമങ്ങളുടെ ഒരു ശൃംഖലയായി മാത്രം കാണുന്നത് മതിയാകില്ല; മറിച്ച് അത് കാരണങ്ങൾക്കും ന്യായീകരണങ്ങൾക്കും ഇടയിലുള്ള ഒരു പ്രത്യേക ബന്ധഘടനയായി മനസ്സിലാക്കേണ്ടതാണെന്ന് സെല്ലാർസ് വാദിച്ചു.

സെല്ലാർസിന്റെ അഭിപ്രായത്തിൽ മനുഷ്യന്റെ വിശ്വാസങ്ങളും നിർണ്ണയങ്ങളും ഒറ്റപ്പെട്ട മാനസിക സംഭവങ്ങളല്ല. ഒരു വിശ്വാസം ശരിയാണോ തെറ്റാണോ എന്ന് തീരുമാനിക്കുന്നത് ആ വിശ്വാസം ഒറ്റയ്ക്കായി പരിശോധിച്ചുകൊണ്ടല്ല; മറിച്ച് അത് മറ്റ് വിശ്വാസങ്ങളുമായും ആശയങ്ങളുമായും എങ്ങനെ ബന്ധപ്പെടുന്നു എന്നതിനെ ആശ്രയിച്ചാണ്. ഇതിന്റെ അടിസ്ഥാനത്തിലാണ് അദ്ദേഹം മനുഷ്യബോധത്തെ ഒരു **ആശയപര നെറ്റ്‌വർക്ക്** എന്ന നിലയിൽ മനസ്സിലാക്കുന്നത്.

ഈ സമീപനത്തിൽ reasoning എന്നത് ഒരു ലളിതമായ മാനസിക പ്രക്രിയയല്ല. അത് വിവിധ വിശ്വാസങ്ങൾ തമ്മിലുള്ള **inferential relations** മുഖേന പ്രവർത്തിക്കുന്ന ഒരു ഘടനാപര സിസ്റ്റമാണ്. ഉദാഹരണമായി, ഒരു വ്യക്തി ഒരു നിർണ്ണയം അംഗീകരിക്കുമ്പോൾ, അത് ചില മുൻവിശ്വാസങ്ങളോട് യുക്തിപരമായി ബന്ധപ്പെടുന്നതുകൊണ്ടാണ്. അതായത് reasoning എന്നത് ഒരു പ്രത്യേക വിശ്വാസത്തിന്റെ സത്യത്തിൽ മാത്രം ആശ്രയിക്കുന്നില്ല; അത് വിശ്വാസങ്ങളുടെ സമഗ്ര നെറ്റ്‌വർക്കിനുള്ളിലെ inferential ബന്ധങ്ങളിലാണ് അധിഷ്ഠിതമാകുന്നത്.

ഘടനാപര നിർണ്ണയവാദത്തിന്റെ പശ്ചാത്തലത്തിൽ reasoning-നെ **inferential networks** എന്ന രീതിയിൽ മനസ്സിലാക്കുന്നത് സെല്ലാർസിന്റെ ഈ ചിന്തയുമായി

വ്യക്തമായ സാമ്യം പുലർത്തുന്നു. ഇവിടെ കൂടി മനുഷ്യചിന്ത ഒറ്റപ്പെട്ട പ്രതിനിധാനങ്ങളുടെ സമാഹാരമല്ല; മറിച്ച് പരസ്പരം ബന്ധിച്ചിരിക്കുന്ന ആശയങ്ങളുടെയും വിശ്വാസങ്ങളുടെയും ഒരു ഘടനാപര സിസ്റ്റമാണ്.
ഈ പശ്ചാത്തലത്തിൽ ശരിയായ നിർണ്ണയം എന്നത് ഒരു ഒറ്റപ്പെട്ട പ്രസ്താവനയുടെ സത്യത്തിൽ മാത്രമല്ല ആശ്രയിക്കുന്നത്. പകരം, ആ നിർണ്ണയം മുഴുവൻ ആശയപര നെറ്റ്‌വർക്കിന്റെ ഘടനാപര സുസ്ഥിരതയോട് പൊരുത്തപ്പെടുന്നുണ്ടോ എന്നതാണ് നിർണ്ണായകമായത്.
ഒരു reasoning pattern ശരിയാണോ തെറ്റാണോ എന്ന് നിർണ്ണയിക്കുന്നത്, അത് നിലനിൽക്കുന്ന ആശയപര സിസ്റ്റത്തിന്റെ inferential നിയമങ്ങളെ അത് എത്രത്തോളം പാലിക്കുന്നു എന്നതിനെ ആശ്രയിച്ചാണ്.
ഈ രീതിയിൽ നോക്കുമ്പോൾ, സെല്ലാർസിന്റെ "space of reasons" എന്ന ആശയം reasoning-നെ വെറും മാനസിക സംഭവങ്ങളായി കാണുന്ന സമീപനങ്ങളിൽ നിന്ന് വ്യത്യസ്തമാണ്. reasoning ഇവിടെ ഒരു **നിയമിത ഘടനാപര പ്രവർത്തനം** ആയി മനസ്സിലാക്കപ്പെടുന്നു. വിശ്വാസങ്ങൾ തമ്മിലുള്ള ബന്ധങ്ങൾ, ന്യായീകരണങ്ങൾ, നിർണ്ണയങ്ങൾ എന്നിവ ചേർന്നാണ് ഈ സിസ്റ്റം പ്രവർത്തിക്കുന്നത്.
ഘടനാപര നിർണ്ണയവാദത്തിന്റെ പശ്ചാത്തലത്തിൽ ഈ സമീപനം വളരെ പ്രാധാന്യമുള്ളതാണ്. കാരണം ഇവിടെ reasoning-ന്റെ സാധുത ഒരു സ്വതന്ത്ര metaphysical മാനദണ്ഡത്തിൽ നിന്നല്ല വരുന്നത്; അത് ഒരു ആശയപര നെറ്റ്‌വർക്കിന്റെ ഘടനാപര നിയമങ്ങളിൽ നിന്നാണ് ഉദിക്കുന്നത്.
ഇതിനാൽ സെല്ലാർസിന്റെ ദർശനം മനുഷ്യചിന്തയെ ഒരു relational inferential structure ആയി മനസ്സിലാക്കാനുള്ള ഒരു പ്രധാന ദാർശനിക അടിത്തറ നൽകുന്നു. വിശ്വാസങ്ങളും നിർണ്ണയങ്ങളും തമ്മിലുള്ള ബന്ധങ്ങളെ ഒരു ഘടനാപര നെറ്റ്‌വർക്കായി കാണുന്ന ഈ സമീപനം, reasoning-ന്റെ നോർമാറ്റിവിറ്റിയെ ഘടനാപരമായി വിശദീകരിക്കുന്ന

ഘടനാപര നിർണ്ണയവാദത്തിന്റെ നിലപാടുമായി ശക്തമായി ബന്ധപ്പെട്ടു നിൽക്കുന്നു.

ഡെന്നറ്റും പ്രവർത്തനപര ബോധവ്യാഖ്യാനവും

(Dennett and the Functional Explanation of Consciousness)

ആധുനിക philosophy of mind-ൽ ബോധത്തെക്കുറിച്ചുള്ള naturalistic വിശദീകരണങ്ങൾക്ക് ശക്തമായ പിന്തുണ നൽകിയ ദാർശനികനാണ് ഡാനിയൽ ഡെന്നറ്റ്. അദ്ദേഹത്തിന്റെ സമീപനത്തിന്റെ കേന്ദ്രത്തിൽ നിൽക്കുന്നത് ഒരു പ്രധാന ആശയമാണ്: ബോധം ഒരു metaphysical substance അല്ല; അത് സങ്കീർണ്ണമായ പ്രവർത്തനപര പ്രക്രിയകളിൽ നിന്നാണ് ഉദിക്കുന്നത്. മനുഷ്യബോധത്തെ വിശദീകരിക്കാൻ ഒരു പ്രത്യേക ആത്മസത്തയെയോ metaphysical കേന്ദ്രത്തെയോ സ്വീകരിക്കേണ്ടതില്ല എന്നതാണ് അദ്ദേഹത്തിന്റെ നിലപാട്.

ഡെന്നറ്റിന്റെ അഭിപ്രായത്തിൽ മനസ്സ് മനസ്സിലാക്കാൻ ശ്രമിക്കുമ്പോൾ, നമ്മൾ അന്വേഷിക്കേണ്ടത് ഒരു മറഞ്ഞിരിക്കുന്ന ആന്തരിക സത്തയല്ല; മറിച്ച് വിവരസംസ്കരണ പ്രക്രിയകളുടെ പ്രവർത്തനരീതിയാണ്. മനുഷ്യന്റെ ഗ്രഹണം, സ്മരണം, നിർണ്ണയം, ശ്രദ്ധ എന്നിവയെല്ലാം സങ്കീർണ്ണമായ വിവരപ്രവാഹങ്ങളുടെയും പ്രവർത്തനപര ഘടനകളുടെയും ഫലമാണ്. ഈ പ്രക്രിയകൾ ചേർന്നാണ് നമ്മൾ “ബോധം” എന്നു വിളിക്കുന്ന അനുഭവപര ഘടന രൂപപ്പെടുന്നത്.

ഈ പശ്ചാത്തലത്തിൽ ഡെന്നറ്റ് മുന്നോട്ടുവച്ച പ്രധാന ആശയങ്ങളിൽ ഒന്നാണ് ബോധത്തെ ഒരു **distributed process** ആയി മനസ്സിലാക്കേണ്ടത് എന്നത്. ബോധം ഒരു കേന്ദ്രസ്ഥാനത്ത് നിലനിൽക്കുന്ന ഏകസങ്കേതമല്ല; അത് മസ്തിഷ്കത്തിലെ വിവിധ വിവരസംസ്കരണ പ്രക്രിയകളുടെ പരസ്പര ഇടപെടലുകളിൽ നിന്നാണ് ഉദിക്കുന്നത്. ഈ സമീപനം ബോധത്തെ ഒരു പ്രത്യേക ആത്മകേന്ദ്രത്തിൽ സ്ഥിതി ചെയ്യുന്ന ഘടകമായി കാണുന്ന പരമ്പരാഗത ധാരണകളിൽ നിന്ന് വ്യക്തമായി വ്യത്യസ്തമാണ്.

ഘടനാപര നിർണ്ണയവാദത്തിന്റെ പശ്ചാത്തലത്തിൽ വ്യക്തിയെ **informational configuration** എന്ന നിലയിൽ വ്യാഖ്യാനിക്കുന്ന സമീപനം ഈ പ്രവർത്തനപര ദൃഷ്ടികോണവുമായി ചില അളവിൽ സാമ്യം പുലർത്തുന്നു. ഇവിടെ കൂടി ബോധം ഒരു സ്വതന്ത്ര meta-physical entity ആയി മനസ്സിലാക്കപ്പെടുന്നില്ല. പകരം, അത് സങ്കീർണ്ണമായ ഘടനാപര പ്രക്രിയകളുടെ ഫലമായാണ് കാണപ്പെടുന്നത്.

ഈ നിലപാടിൽ വ്യക്തി ഒരു സ്ഥിരമായ ആത്മസത്തയല്ല. മറിച്ച് അത് വിവരപ്രവാഹങ്ങൾ, പ്രതിനിധാനങ്ങൾ, നിർണ്ണയപ്രക്രിയകൾ, പരിസ്ഥിതിയുമായുള്ള ഇടപെടലുകൾ എന്നിവ ചേർന്ന് രൂപപ്പെടുന്ന ഒരു സജീവ ഘടനാപര വിന്യാസമാണ്. ബോധം ഈ വിന്യാസത്തിനുള്ളിൽ പ്രവർത്തിക്കുന്ന ഒരു പ്രത്യേക പ്രവർത്തനപര ഏകീകരണമാണ്.

ഇതിലൂടെ ബോധത്തെക്കുറിച്ചുള്ള വിശദീകരണം meta-physical തലത്തിൽ നിന്ന് പ്രവർത്തനപര തലത്തിലേക്ക് മാറുന്നു. "ബോധം എന്താണ്?" എന്ന ചോദ്യത്തിന് മറുപടി തേടുമ്പോൾ, ഒരു സ്വതന്ത്ര സത്തയെ അന്വേഷിക്കുന്നതിനുപകരം, ബോധം ഏത് തരത്തിലുള്ള വിവരസംസ്കരണ ഘടനകളിൽ നിന്നാണ് ഉദിക്കുന്നത് എന്നതാണ് അന്വേഷിക്കേണ്ടത്.

എന്നാൽ ഇവിടെ ഒരു പ്രധാന വ്യത്യാസവും ശ്രദ്ധിക്കേണ്ടതാണ്. ഡെന്നറ്റിന്റെ സമീപനം പ്രധാനമായും cognitive science-ന്റെ പശ്ചാത്തലത്തിൽ വികസിച്ച ഒരു പ്രവർത്തനപര വിശദീകരണമാണ്. അതേസമയം ഘടനാപര നിർണ്ണയവാദം ബോധത്തെ വിശദീകരിക്കുന്നത് കൂടുതൽ വിപുലമായ ഒരു സത്താമീമാംസാത്മക ചട്ടക്കൂടിനുള്ളിലാണ്. ഇവിടെ ബോധം വെറും നാഡീപ്രവർത്തനങ്ങളുടെ ഫലമായി മാത്രം കാണപ്പെടുന്നില്ല; മറിച്ച് യാഥാർത്ഥ്യത്തിലെ ഘടനാപര ബന്ധങ്ങളിൽ നിന്നുള്ള ഒരു പ്രത്യേക

informational configuration എന്ന നിലയിലാണ് അത് മനസ്സിലാക്കപ്പെടുന്നത്.
ഇതിനാൽ ഡെന്നറ്റിന്റെ പ്രവർത്തനപര സമീപനം ബോധത്തെ metaphysical സബ്സ്റ്റാൻസായി കാണുന്ന പരമ്പരാഗത ധാരണകളെ ചോദ്യം ചെയ്യുന്നതിൽ നിർണ്ണായക പങ്ക് വഹിക്കുന്നു. അതേസമയം ഘടനാപര നിർണ്ണയവാദം ഈ insight സ്വീകരിച്ചുകൊണ്ട്, ബോധത്തെ ഒരു വിപുലമായ ഘടനാപര യാഥാർത്ഥ്യത്തിന്റെ പശ്ചാത്തലത്തിൽ വിശദീകരിക്കുന്ന ശ്രമമാണ് നടത്തുന്നത്.
ലാഡിമാനും റോസും: ഘടനാപര യാഥാർത്ഥ്യവാദം

(Ladyman and Ross: Structural Realism)
ആധുനിക ശാസ്ത്രദാർശനിക ചർച്ചകളിൽ യാഥാർത്ഥ്യത്തിന്റെ സ്വഭാവത്തെക്കുറിച്ചുള്ള ഏറ്റവും സ്വാധീനമുള്ള സമീപനങ്ങളിൽ ഒന്നാണ് ontic structural realism എന്ന നിലപാട്. ഈ സമീപനം പ്രത്യേകിച്ച് ജെയിംസ് ലാഡിമാനും ഡോൺ റോസും അവതരിപ്പിച്ച ദാർശനിക വാദങ്ങളിലൂടെ വ്യാപകമായി ശ്രദ്ധിക്കപ്പെട്ടു. ശാസ്ത്രീയ സിദ്ധാന്തങ്ങൾ ലോകത്തെക്കുറിച്ച് നൽകുന്ന അറിവിന്റെ സ്വഭാവം എന്താണ് എന്ന ചോദ്യത്തിന്റെ പശ്ചാത്തലത്തിലാണ് ഈ നിലപാട് വികസിച്ചത്.

പരമ്പരാഗത ശാസ്ത്രദാർശനിക സമീപനങ്ങളിൽ ലോകത്തിന്റെ അടിസ്ഥാനഘടകം സ്വതന്ത്ര വസ്തുക്കളാണെന്ന് കരുതപ്പെട്ടിരുന്നു. അണുക്കൾ, കണങ്ങൾ, വസ്തുക്കൾ എന്നിവയാണ് യാഥാർത്ഥ്യത്തിന്റെ അടിസ്ഥാന ഘടകങ്ങൾ എന്ന് ഈ സമീപനം വാദിക്കുന്നു. എന്നാൽ structural realism ഈ ധാരണയെ ചോദ്യം ചെയ്യുന്നു. ശാസ്ത്രം ലോകത്തെക്കുറിച്ച് നൽകുന്ന ഏറ്റവും വിശ്വസനീയമായ അറിവ് വസ്തുക്കളുടെ സ്വഭാവത്തെക്കുറിച്ചല്ല; മറിച്ച് അവ തമ്മിലുള്ള

ബന്ധഘടനകളെക്കുറിച്ചാണ് എന്നതാണ് ഈ നിലപാടിന്റെ കേന്ദ്രവാദം.

ലാഡിമാനും റോസും അവതരിപ്പിക്കുന്ന ontic structural realism ഈ ആശയത്തെ കൂടുതൽ ശക്തമായി വികസിപ്പിക്കുന്നു. അവരുടെ അഭിപ്രായത്തിൽ യാഥാർത്ഥ്യത്തിന്റെ അടിസ്ഥാനഘടകം വസ്തുക്കളല്ല; മറിച്ച് അവയെ ബന്ധിപ്പിക്കുന്ന ഘടനകളാണ്. വസ്തുക്കൾ സ്വതന്ത്രമായി നിലനിൽക്കുന്ന അടിസ്ഥാനസത്തകളല്ല; അവ ഘടനാപര ബന്ധങ്ങളിൽ നിന്നാണ് തിരിച്ചറിയപ്പെടുന്നത്. അതായത് ontological primacy വസ്തുക്കൾക്കല്ല, മറിച്ച് ഘടനയ്ക്കാണ് നൽകപ്പെടുന്നത്. ഈ സമീപനം ആധുനിക ഭൗതികശാസ്ത്രത്തിന്റെ പശ്ചാത്തലത്തിൽ പ്രത്യേകിച്ച് പ്രാധാന്യമാർജിക്കുന്നു. ക്വാണ്ടം ഭൗതികശാസ്ത്രത്തിൽ പല സാഹചര്യങ്ങളിലും കണങ്ങളെ സ്വതന്ത്ര ഘടകങ്ങളായി മനസ്സിലാക്കുന്നതിനേക്കാൾ അവ തമ്മിലുള്ള ബന്ധങ്ങളും ഇടപെടലുകളും ആണ് പ്രധാനമായി പ്രത്യക്ഷപ്പെടുന്നത്. ഈ പശ്ചാത്തലത്തിലാണ് structural realism യാഥാർത്ഥ്യത്തെ relational structure എന്ന നിലയിൽ മനസ്സിലാക്കാൻ ശ്രമിക്കുന്നത്.
ഘടനാപര നിർണ്ണയവാദത്തിന്റെ അടിസ്ഥാന ആശയം ഈ നിലപാടിനോട് ശക്തമായ സാമ്യം പുലർത്തുന്നു. ഇവിടെ കൂടി യാഥാർത്ഥ്യം ഒറ്റപ്പെട്ട വസ്തുക്കളുടെ സമാഹാരമായി കാണപ്പെടുന്നില്ല. പകരം അത് പരസ്പരബന്ധങ്ങളാൽ നിർവ്വചിക്കപ്പെട്ട ഒരു relational structural mesh എന്ന നിലയിലാണ് മനസ്സിലാക്കപ്പെടുന്നത്. യാഥാർത്ഥ്യത്തിലെ ഘടകങ്ങൾ തമ്മിലുള്ള ബന്ധങ്ങളും നിയന്ത്രണങ്ങളും ചേർന്നാണ് സിസ്റ്റത്തിന്റെ വികാസക്രമം നിർണ്ണയിക്കപ്പെടുന്നത്.
ഈ നിലപാടിൽ വസ്തുക്കൾ സ്വതന്ത്രമായ ontological അടിസ്ഥാനങ്ങളല്ല. അവ relational structure-കളിൽ രൂപപ്പെടുന്ന configurations എന്ന നിലയിലാണ്

മനസ്സിലാക്കപ്പെടുന്നത്. അതിനാൽ യാഥാർത്ഥ്യത്തെ വിശദീകരിക്കുന്ന പ്രധാന ഘടകം വസ്തുക്കളുടെ സ്വഭാവമല്ല; മറിച്ച് അവ തമ്മിലുള്ള ഘടനാപര ബന്ധങ്ങളാണ്.

എങ്കിലും ഇവിടെ ഒരു സൂക്ഷ്മമായ വ്യത്യാസവും ശ്രദ്ധിക്കേണ്ടതാണ്. ontic structural realism പ്രധാനമായും ശാസ്ത്രീയ സിദ്ധാന്തങ്ങളുടെ ontological വ്യാഖ്യാനമാണ്. അത് ശാസ്ത്രം ലോകത്തെക്കുറിച്ച് വെളിപ്പെടുത്തുന്ന ഘടനാപര സത്യങ്ങളെ അടിസ്ഥാനമാക്കി യാഥാർത്ഥ്യത്തെ മനസ്സിലാക്കാൻ ശ്രമിക്കുന്നു. അതേസമയം ഘടനാപര നിർണ്ണയവാദം ഒരു വിപുലമായ സത്താമീമാംസാത്മക ചട്ടക്കൂടിനുള്ളിലാണ് രൂപപ്പെടുന്നത്. ഇവിടെ relational structure ശാസ്ത്രത്തിന്റെ ഒരു വിവരണരൂപം മാത്രമല്ല; അത് യാഥാർത്ഥ്യത്തിന്റെ അടിസ്ഥാന വിന്യാസമായി അവതരിപ്പിക്കപ്പെടുന്നു.

ഈ പശ്ചാത്തലത്തിൽ ഘടനാപര നിർണ്ണയവാദം structural realism-ന്റെ ദിശയിലേക്കാണ് നീങ്ങുന്നതെന്ന് പറയാം. യാഥാർത്ഥ്യത്തെ relational mesh എന്ന നിലയിൽ മനസ്സിലാക്കുന്ന ഈ സമീപനം വസ്തുക്കൾക്ക് ontological primacy നൽകുന്ന പരമ്പരാഗത ഓന്റോളജികളിൽ നിന്ന് മാറി, ബന്ധങ്ങളുടെ സാകല്യഘടനയെ യാഥാർത്ഥ്യത്തിന്റെ അടിസ്ഥാനരൂപമായി കാണുന്ന ഒരു ദാർശനിക നിലപാട് അവതരിപ്പിക്കുന്നു.

ചാൾമേഴ്സും ബോധപ്രശ്നവും

(Chalmers and the Problem of Consciousness)

ആധുനിക philosophy of mind-ൽ ബോധത്തെക്കുറിച്ചുള്ള ഏറ്റവും ശക്തമായ ചർച്ചകളിൽ ഒന്നാണ് ഡേവിഡ് ചാൾമേഴ്സ് അവതരിപ്പിച്ച "**hard problem of consciousness**" എന്ന ആശയം. മനുഷ്യബോധത്തെ ശാസ്ത്രീയമായി വിശദീകരിക്കാൻ ശ്രമിക്കുമ്പോൾ ഉയരുന്ന ഒരു അടിസ്ഥാനപ്രശ്നത്തെയാണ് ഈ ആശയം സൂചിപ്പിക്കുന്നത്.

ചാൾമേഴ്സിന്റെ അഭിപ്രായത്തിൽ ബോധത്തെക്കുറിച്ചുള്ള ചില പ്രശ്നങ്ങൾ താരതമ്യേന എളുപ്പത്തിൽ വിശദീകരിക്കാനാവുന്നതാണ്. ഉദാഹരണമായി, മസ്തിഷ്കം വിവരങ്ങൾ എങ്ങനെ സംസ്കരിക്കുന്നു, ശ്രദ്ധ എങ്ങനെ പ്രവർത്തിക്കുന്നു, ഒരു സിസ്റ്റം പരിസ്ഥിതിയോട് എങ്ങനെ പ്രതികരിക്കുന്നു എന്നീ ചോദ്യങ്ങൾ ശാസ്ത്രീയമായി പരിശോധിക്കാവുന്നതാണ്. ഇവയെ അദ്ദേഹം "**easy problems of consciousness**" എന്ന് വിശേഷിപ്പിക്കുന്നു.

എന്നാൽ ഇതിനെക്കാൾ വ്യത്യസ്തമായ ഒരു അടിസ്ഥാനപ്രശ്നം നിലനിൽക്കുന്നു. മനുഷ്യൻ അനുഭവിക്കുന്ന **subjective experience** — ഉദാഹരണത്തിന് ഒരു നിറം കാണുമ്പോൾ ഉണ്ടാകുന്ന അനുഭവം, വേദന അനുഭവിക്കുമ്പോൾ ഉണ്ടാകുന്ന ആന്തരിക ബോധം, സംഗീതം കേൾക്കുമ്പോൾ അനുഭവിക്കുന്ന ഭാവം — ഇവയെ വെറും ശാരീരിക പ്രക്രിയകളിലൂടെ എങ്ങനെ വിശദീകരിക്കാം എന്നതാണ് ചാൾമേഴ്സ് ഉയർത്തുന്ന പ്രധാന ചോദ്യം.

ഈ പശ്ചാത്തലത്തിലാണ് അദ്ദേഹം "hard problem of consciousness" എന്ന ആശയം അവതരിപ്പിക്കുന്നത്. ഒരു മസ്തിഷ്കപ്രക്രിയയോ വിവരസംസ്കരണ സിസ്റ്റമോ പ്രവർത്തിക്കുന്നുവെന്ന് നമുക്ക് വിശദീകരിക്കാനാകാം. എന്നാൽ അതോടൊപ്പം ഒരു **അനുഭവം ഉണ്ടാകുന്നു** എന്നത് എന്തുകൊണ്ടാണ് എന്ന ചോദ്യം ഇതിലൂടെ ഇപ്പോഴും തുറന്ന നിലയിൽ തുടരുന്നു.

ഘടനാപര നിർണ്ണയവാദത്തിന്റെ പശ്ചാത്തലത്തിൽ ബോധത്തെ വിശദീകരിക്കുമ്പോൾ ഈ പ്രശ്നം അവഗണിക്കപ്പെടുന്നില്ല. ഇവിടെ വ്യക്തിയെ ഒരു **informational configuration** എന്ന നിലയിലാണ് മനസ്സിലാക്കുന്നത്. അതായത് ബോധം ഒരു സ്വതന്ത്ര metaphysical സബ്സ്റ്റാൻസ് അല്ല; മറിച്ച് ഘടനാപര വിവരപ്രക്രിയകളുടെ ഒരു പ്രത്യേക വിന്യാസമാണ്.

എന്നാൽ ഈ വിശദീകരണം phenomenology എന്ന പ്രശ്നത്തെ പൂർണ്ണമായി ഇല്ലാതാക്കുന്നില്ല. subjective experience എന്നത്

വെറും വിവരസംസ്കരണത്തിന്റെ ഒരു ഫംഗ്ഷണൽ വിവരണത്തിലേക്ക് ചുരുക്കാനാകുമോ എന്ന ചോദ്യം philosophy of mind-ൽ ഇപ്പോഴും തുറന്ന നിലയിലാണ്. ഘടനാപര നിർണ്ണയവാദത്തിന്റെ നിലപാട് ഈ സാഹചര്യത്തിൽ സൂക്ഷ്മമാണ്. ബോധത്തെ ഒരു metaphysical ആത്മസത്തയായി കാണുന്ന പരമ്പരാഗത സമീപനങ്ങൾ സ്വീകരിക്കുന്നില്ല. അതേസമയം phenomenology എന്ന പ്രശ്നം ശാസ്ത്രീയമോ ഘടനാപരമോ ആയ വിവരണങ്ങളിലൂടെ പൂർണ്ണമായി പരിഹരിക്കപ്പെട്ടതായി പ്രഖ്യാപിക്കുന്നതുമില്ല.
അതുകൊണ്ട് ബോധത്തെ ഒരു informational configuration ആയി മനസ്സിലാക്കുന്ന ഈ സമീപനം, subjective experience എന്ന പ്രതിഭാസത്തെ ഘടനാപര യാഥാർത്ഥ്യത്തിന്റെ പശ്ചാത്തലത്തിൽ വിശദീകരിക്കാൻ ശ്രമിക്കുന്ന ഒരു സത്താമീമാംസാത്മക ചട്ടക്കൂടായി കാണപ്പെടുന്നു. എന്നാൽ phenomenology-യുടെ സ്വഭാവത്തെക്കുറിച്ചുള്ള ചോദ്യം philosophy of mind-ൽ ഇന്നും തുറന്ന അന്വേഷണവിഷയമായി തുടരുന്നുവെന്ന് ഈ സിദ്ധാന്തം അംഗീകരിക്കുന്നു.

സമാപനം

ഈ അധ്യായത്തിലെ ചർച്ചകൾ വ്യക്തമാക്കുന്നത് ഘടനാപര നിർണ്ണയവാദം പൂർണ്ണമായും ഒറ്റപ്പെട്ട ഒരു ദാർശനിക ആശയമല്ല എന്നതാണ്. മറിച്ച് അത് പാശ്ചാത്യ ദാർശനിക പാരമ്പര്യത്തിലെ നിരവധി ചിന്തകളുമായി സംവദിക്കുന്ന ഒരു സമഗ്ര സത്താമീമാംസാത്മക സമീപനമായി രൂപംകൊള്ളുന്നു. വിവിധ ദാർശനിക പ്രശ്നങ്ങളോട് ഈ സിദ്ധാന്തം എങ്ങനെ ബന്ധപ്പെടുന്നു എന്നത് പരിശോധിക്കുമ്പോൾ, അത് ഒരു ഏകസമഗ്ര ചട്ടക്കൂടിനുള്ളിൽ വിവിധ ദാർശനിക ഉൾക്കാഴ്ചകളെ സംയോജിപ്പിക്കുന്ന ശ്രമമാണെന്ന് വ്യക്തമാകുന്നു. സ്പിനോസയുടെ അനിവാര്യതയെക്കുറിച്ചുള്ള ദർശനം യാഥാർത്ഥ്യത്തിലെ സംഭവങ്ങൾ ഒരു

സാകല്യക്രമത്തിന്റെ ഭാഗങ്ങളായി മനസ്സിലാക്കപ്പെടണം എന്ന ആശയം മുന്നോട്ടുവയ്ക്കുന്നു. ഹ്യൂമിന്റെ കാര്യകാരണ വിമർശനം causal necessity എന്ന ആശയത്തെ വിമർശനാത്മകമായി പുനർപരിശോധിക്കാൻ പ്രേരിപ്പിക്കുന്നു. കാന്തിന്റെ വിശകലനം മനുഷ്യാനുഭവം ചില ഘടനാപര നിയമങ്ങളാൽ ക്രമീകരിക്കപ്പെടുന്നു എന്ന തിരിച്ചറിവ് നൽകുന്നു. വിറ്റ്ഗൻസ്റ്റൈന്റെ ഭാഷാദർശനം അർത്ഥവും നിയമപാലനവും സാമൂഹിക പ്രയോഗങ്ങളുമായി ബന്ധപ്പെട്ടു നിൽക്കുന്നു എന്ന insight മുന്നോട്ടുവയ്ക്കുന്നു. സെല്ലാർസിന്റെ “space of reasons” എന്ന ആശയം reasoning-നെ ആശയപര ബന്ധങ്ങളുടെ ഒരു നെറ്റ്വർക്കായി മനസ്സിലാക്കാനുള്ള ഒരു പുതിയ വഴിത്തിരിവ് നൽകുന്നു. ഡെന്നറ്റിന്റെ പ്രവർത്തനപര സമീപനം ബോധത്തെ സങ്കീർണ്ണ വിവരസംസ്കരണ പ്രക്രിയകളുടെ പശ്ചാത്തലത്തിൽ വിശദീകരിക്കാൻ ശ്രമിക്കുന്നു. അതേസമയം ആധുനിക ശാസ്ത്രദാർശനിക ചർച്ചകളിൽ structural realism യാഥാർത്ഥ്യത്തിന്റെ അടിസ്ഥാനഘടകം വസ്തുക്കളല്ല, മറിച്ച് അവയെ ബന്ധിപ്പിക്കുന്ന ഘടനകളാണ് എന്ന നിലപാട് മുന്നോട്ടുവയ്ക്കുന്നു.

ഈ വ്യത്യസ്ത ദാർശനിക പാരമ്പര്യങ്ങളുമായി സംവദിക്കുന്ന പശ്ചാത്തലത്തിലാണ് ഘടനാപര നിർണ്ണയവാദം തന്റെ ആശയരൂപം വ്യക്തമാക്കുന്നത്. യാഥാർത്ഥ്യത്തെ ഒറ്റപ്പെട്ട വസ്തുക്കളുടെ സമാഹാരമായി കാണുന്നതിനുപകരം, അത് പരസ്പരബന്ധങ്ങളാൽ നിർവ്വചിക്കപ്പെട്ട ഒരു സാകല്യഘടനയായി മനസ്സിലാക്കേണ്ടതാണെന്നതാണ് ഈ സിദ്ധാന്തത്തിന്റെ അടിസ്ഥാന നിലപാട്.

ഈ പശ്ചാത്തലത്തിൽ ഘടനാപര നിർണ്ണയവാദം യാഥാർത്ഥ്യത്തെ ഒരു **relational structural mesh** എന്ന നിലയിൽ മനസ്സിലാക്കുന്ന സമഗ്ര ദാർശനിക മാതൃകയായി രൂപംകൊള്ളുന്നു. ഇവിടെ യാഥാർത്ഥ്യത്തിന്റെ അടിസ്ഥാനഘടകം സ്വതന്ത്ര

വസ്തുക്കളല്ല; മറിച്ച് അവയെ ബന്ധിപ്പിക്കുന്ന ഘടനാപര ബന്ധങ്ങളാണ്. ഈ ബന്ധങ്ങളുടെ സുസ്ഥിര വിന്യാസമാണ് ലോകത്തിലെ സംഭവവികാസത്തെ നിർണ്ണയിക്കുന്ന അടിസ്ഥാന ഘടനയായി മനസ്സിലാക്കപ്പെടുന്നത്.

അധ്യായം -14
ഹൈസൻബർഗ് അനിശ്ചിതത്വ സിദ്ധാന്തം
(Heisenberg Uncertainty Principle)
യാഥാർത്ഥ്യസ്വഭാവ വ്യാഖ്യാനവും (ontological interpretation) അറിവുപരിമിതി വ്യാഖ്യാനവും (epistemic interpretation) തമ്മിലുള്ള വിമർശനാത്മക പഠനം

ക്വാണ്ടം മെക്കാനിക്സിലെ ഏറ്റവും ദീർഘകാലമായി തുടരുന്ന ദാർശനിക-ശാസ്ത്രീയ സംവാദങ്ങളിൽ ഒന്നാണ് ഹൈസൻബർഗ് അനിശ്ചിതത്വ സിദ്ധാന്തത്തിന്റെ യഥാർത്ഥ അർത്ഥത്തെക്കുറിച്ചുള്ള ചോദ്യം. ഈ സിദ്ധാന്തം പ്രകൃതിയുടെ തന്നെ അന്തർലീന ഘടനയെക്കുറിച്ചുള്ള ഒരു പ്രഖ്യാപനമാണോ, അല്ലെങ്കിൽ മനുഷ്യന്റെ അറിവിന്റെയും അളവെടുപ്പ് സംവിധാനങ്ങളുടെയും ഗണിതപ്രതിനിധാനങ്ങളുടെയും പരിധികളെക്കുറിച്ചുള്ള ഒരു സൂചനയോ എന്നതാണ് ഈ സംവാദത്തിന്റെ കേന്ദ്രപ്രശ്നം. പ്രശ്നം ഗണിതമല്ല; പ്രശ്നം വ്യാഖ്യാനമാണ്.

ഈ അധ്യായം സ്വീകരിക്കുന്ന നിലപാട് വ്യക്തവും ദാർശനികമായി നിർണ്ണായകവുമാണ്. അനിശ്ചിതത്വ സിദ്ധാന്തം പ്രധാനമായും epistemic സ്വഭാവമുള്ളതാണ്. അതായത്, ഇത് യാഥാർത്ഥ്യത്തിന്റെ അവിഭാജ്യ causal structure-നെ തകർക്കുന്ന ontological indeterminacy പ്രഖ്യാപനം അല്ല. മറിച്ച്, ഇത് നമ്മുടെ അറിവിന്റെ ഘടന, അളവെടുപ്പ് നടപടികൾ, ഗണിത പ്രതിനിധാനം എന്നിവ പ്രവർത്തിക്കുന്ന പരിധികളെ സൂചിപ്പിക്കുന്നതാണ്.

ഗണിതപരമായ non-commutativity യാഥാർത്ഥ്യത്തിന്റെ വിഭജനമല്ല; അത് വിവരണത്തിന്റെ നിയന്ത്രണമാണ്. ഈ നിലപാട് മുൻ അധ്യായങ്ങളിൽ സ്ഥാപിച്ച Global Structural Determinism-ന്റെ അടിസ്ഥാന സിദ്ധാന്തങ്ങളുമായി സുസംബദ്ധമാണ്.

ഒന്നാമതായി, യാഥാർത്ഥ്യം അവിഭാജ്യ causal structure ആണ്. അതിനാൽ ഏതെങ്കിലും scale-ൽ കാണുന്ന പ്രവചനപരമായ അനിശ്ചിതത്വം ആ സമഗ്ര ഘടനയുടെ വിഭജനമായി വായിക്കാനാവില്ല.

രണ്ടാമതായി, ഒരേ causal configuration നൽകിയാൽ അതിന്റെ വികാസം ഘടനാപര സുസ്ഥിരത സംരക്ഷിക്കുന്ന ഏകീകൃത തുടർച്ചയായിരിക്കും. അനിശ്ചിതത്വ ബന്ധം simultaneous precision-ന്റെ പരിധിയെക്കുറിച്ചാണ്; causal plurality-യെക്കുറിച്ചല്ല.

മൂന്നാമതായി, predictive limitation ontological openness അല്ല. നമുക്ക് ഒരു സിസ്റ്റത്തെ കൃത്യമായി പ്രവചിക്കാനാവാത്തത്, അതിന്റെ വികാസം causal continuity-യില്ലാതെ നടക്കുന്നു എന്നതിന് തെളിവല്ല. അറിവിന്റെ പരിധി യാഥാർത്ഥ്യത്തിന്റെ വിഭജനമല്ല.

അതിനാൽ, ഹൈസൻബർഗ് അനിശ്ചിതത്വ സിദ്ധാന്തത്തെ Global Structural Determinism-ന്റെ ചട്ടക്കൂടിൽ വായിക്കുമ്പോൾ, അത് യാഥാർത്ഥ്യത്തിന്റെ വിഭജിത സ്വഭാവത്തെ പ്രഖ്യാപിക്കുന്നില്ല; മറിച്ച് epistemic interface-ന്റെ ഗണിതപരമായ പരിധിയെ മാത്രം നിർദ്ദേശിക്കുന്നു. ഇവിടെ നിന്ന് തുടർന്നുള്ള വിശകലനം uncertainty-യുടെ ഗണിതഘടനയും അതിന്റെ ontological വായനയും epistemic വായനയും തമ്മിലുള്ള വ്യത്യാസവും കൂടുതൽ കർശനമായി പരിശോധിക്കും.

1. ഗണിതാത്മക അടിസ്ഥാനം

1927-ൽ വെർണർ ഹൈസൻബർഗ് അവതരിപ്പിച്ച അസമത്വം[1] താഴെപ്പറയുന്ന രൂപത്തിലാണ് എഴുതപ്പെടുന്നത്:

$\Delta x \cdot \Delta p \geq \hbar / 2$

ഇവിടെ

Δx = സ്ഥാനത്തിലെ അനിശ്ചിതത്വം (standard deviation of position)

Δp = ഭ്രമണവേഗത്തിലെ അനിശ്ചിതത്വം (standard deviation of momentum)

$\hbar = h / 2\pi$ (reduced Planck constant)

പിന്നീട് Kennard (1927)യും Robertson (1929)യും ഈ ബന്ധം പൊതുവായ operator അസമത്വത്തിൽ നിന്ന് കർശനമായി തെളിയിച്ചു[2].

പൊതുവായ Robertson uncertainty relation ഇങ്ങനെയാണ്:

$\Delta A \cdot \Delta B \geq (1/2) |\langle [A, B] \rangle|$

ഇവിടെ

A, B = self-adjoint operators

$[A, B] = AB - BA$ (commutator)

$\langle\ \rangle$ = expectation value

സ്ഥാനവും ഭ്രമണവേഗവും സംബന്ധിച്ച് canonical commutation relation:

$[\hat{x}, \hat{p}] = i\hbar$

ഇതിൽ നിന്ന് നേരിട്ട് ലഭിക്കുന്നത്:

$\Delta x \cdot \Delta p \geq \hbar / 2$

അതിനാൽ uncertainty relation measurement disturbance-ന്റെ ഫലമാത്രമല്ല; Hilbert space-യിലെ operator non-commutativity-യിൽ നിന്ന് ഉരുത്തിരിയുന്ന ഗണിതപരമായ നിർബന്ധിത ബന്ധമാണ്[3].

von Neumann-ന്റെ Hilbert space formalism quantum observables-നെ self-adjoint operators ആയി പ്രതിനിധീകരിക്കുകയും, state-നെ $|\psi\rangle$ എന്ന vector ആയി നിർവ്വചിക്കുകയും ചെയ്യുന്നു[3].

Standard deviation നിർവ്വചനം:

$(\Delta A)^2 = \langle A^2 \rangle - \langle A \rangle^2$

ഇതിൽ നിന്ന് Robertson–Schrödinger പൊതുവായ അസമത്വം വികസിപ്പിക്കാം.

ഇവിടെ നിർണ്ണായകമായ തത്ത്വചിന്താപരമായ വ്യത്യാസം ഇതാണ്:

Mathematical non-commutativity ≠ Ontological non-existence.

ഗണിതപരമായ representation-ൽ simultaneous sharp eigenvalues ഇല്ലെന്ന alone കാരണം, യാഥാർത്ഥ്യത്തിൽ definite ontic state ഇല്ലെന്ന് നിർബന്ധിക്കാനാവില്ല. Representation reality അല്ല.

Entropic Uncertainty Relations

Maassen–Uffink (1988)[4] അവതരിപ്പിച്ച entropy-അടിസ്ഥാനമായ പൊതുവായ uncertainty relation:

$H(A) + H(B) \geq -\log_2 c$

ഇവിടെ

$H(A) = -\Sigma\, p(a) \log_2 p(a)$ (Shannon entropy)

$c = \max |\langle a|b\rangle|^2$

$|a\rangle, |b\rangle$ = eigenbases of A, B

Mutually unbiased bases ഉള്ള സാഹചര്യത്തിൽ $c = 1/d$ (d = Hilbert space dimension) ആയാൽ entropy lower bound ശക്തമാകുന്നു.

ഈ entropy formulation uncertainty-നെ information-theoretic framework-ലേക്ക് വികസിപ്പിക്കുന്നു. എന്നാൽ ഇതും epistemic access-ന്റെ പരിധിയെക്കുറിച്ചാണ് സൂചിപ്പിക്കുന്നത്; ontological indeterminacy നിർബന്ധിക്കുന്നില്ല.

Weak Measurement Refinement

Aharonov–Albert–Vaidman (1988)[5] weak measurement formalism അവതരിപ്പിച്ചു.

Weak value നിർവ്വചനം:

$A_w = \langle\phi|A|\psi\rangle / \langle\phi|\psi\rangle$

ഇവിടെ

$|\psi\rangle$ = pre-selected state

$|\phi\rangle$ = post-selected state

Weak measurement ചില സാഹചര്യങ്ങളിൽ eigenvalue spectrum-ന് പുറത്തുള്ള മൂല്യങ്ങൾ പോലും നൽകുന്നു. ഇതിലൂടെ classical disturbance-based interpretation-നെ refinement ചെയ്യേണ്ടതുണ്ടെന്ന് കാണിക്കുന്നു.
Rozema et al. (2012) തുടങ്ങിയ പരീക്ഷണങ്ങൾ measurement–disturbance inequality-യുടെ classical രൂപം ലംഘിക്കപ്പെടാം എന്ന് കാണിച്ചെങ്കിലും[6], Robertson-type uncertainty relation ലംഘിക്കപ്പെടുന്നില്ല.

ഘടനാപരമായ നിഗമനം

1. $\Delta x \cdot \Delta p \geq \hbar / 2$ operator non-commutativity-യിൽ നിന്ന് ഉരുത്തിരിയുന്നു.
2. Entropic generalizations uncertainty-യെ information-theoretic രീതിയിൽ വിപുലീകരിക്കുന്നു.
3. Weak measurement refinement disturbance-based reading-നെ പരിഷ്കരിക്കുന്നു.
4. ഇവയിൽ ഒന്നും ontological branching നിർബന്ധിക്കുന്നില്ല.

Uncertainty relation epistemic constraint ആണ്. It is not a proof of ontological fragmentation.

2. Ontological Interpretation: ശക്തിയും പരിമിതിയും

Ontological interpretation അനുസരിച്ച്, ഹൈസൻബർഗ് അനിശ്ചിതത്വ ബന്ധം യാഥാർത്ഥ്യത്തിന്റെ തന്നെ അന്തർഘടനയെ പ്രതിഫലിപ്പിക്കുന്നു. ഈ വായനയിൽ മൂന്ന് പ്രധാന അവകാശവാദങ്ങൾ ഉന്നയിക്കപ്പെടുന്നു:

• സ്ഥാനവും ഭ്രമണവേഗവും ഒരേ സമയം definite values ആയി നിലനിൽക്കുന്നില്ല.

• Wavefunction (ψ) ഒരു epistemic tool അല്ല, മറിച്ച് ontic entity ആണ്.

• പ്രകൃതിയുടെ ഘടന തന്നെ അടിസ്ഥാനപരമായി indeterminate ആണ്.

Hilbert space formalism-ൽ observables self-adjoint operators ആയി പ്രതിനിധീകരിക്കപ്പെടുന്നു[7]. സ്ഥാനവും ഭ്രമണവേഗവും സംബന്ധിച്ച canonical commutation relation:

$[\hat{x}, \hat{p}] = i\hbar$

ഇവിടെ നിന്നാണ് uncertainty relation ഗണിതപരമായി ലഭിക്കുന്നത്. Ontological reading പ്രകാരം, non-commutativity simply measurement limitation അല്ല; പ്രകൃതിയുടെ തന്നെ ഘടന simultaneous sharp eigenvalues അനുവദിക്കുന്നില്ല എന്നതാണ് നിർണ്ണയം[7].

ഈ നിലപാടിന് ശക്തി നൽകുന്ന പ്രധാന സിദ്ധാന്തങ്ങളിൽ ഒന്നാണ് Bell സിദ്ധാന്തം[8]. Bell inequality:

$|E(a, b) - E(a, b')| + |E(a', b) + E(a', b')| \leq 2$

Local hidden variable models-ൽ പാലിക്കപ്പെടണം. എന്നാൽ Aspect തുടങ്ങിയ പരീക്ഷണങ്ങളിൽ Bell inequality ലംഘിക്കപ്പെട്ടതായി കണ്ടെത്തപ്പെട്ടു[9]. ഇതിന്റെ അടിസ്ഥാനത്തിൽ ചിലർ local realism അസാധുവാണെന്നും, ontological indeterminism അനിവാര്യമാണെന്നും വാദിക്കുന്നു.

Kochen–Specker theorem[10] non-contextual hidden variables അസാധുവാണെന്ന് കാണിക്കുന്നു. Pusey–Barrett–Rudolph (PBR) theorem[11] wavefunction purely epistemic അല്ലെന്ന നിലപാട് ശക്തിപ്പെടുത്തുന്നു എന്ന് ചിലർ വായിക്കുന്നു. ഈ സിദ്ധാന്തങ്ങൾ ചേർന്ന് ontological reading-ന് ഗൗരവം നൽകുന്നു.

ഈ സമീപനത്തിന്റെ ശക്തി രണ്ടു മേഖലകളിലാണ്:

1. Formal consistency — Hilbert space mathematics-നോടുള്ള സുസംബന്ധിതത്വം.
2. Experimental universality — Bell violations, interferometry, quantum optics പരീക്ഷണങ്ങൾ എന്നിവയിലൂടെ empirical പിന്തുണ[9].

എന്നാൽ ഈ നിലപാടിന്റെ പ്രധാന ദൗർബല്യം ഒരു നിർണ്ണായക ദാർശനിക ചാടലിലാണ്:

Mathematical non-commutativity → Ontological impossibility

ഈ inference നിർബന്ധിതമല്ല. Formal representation-ൽ simultaneous eigenstates ഇല്ലെന്ന alone കാരണം, യാഥാർത്ഥ്യത്തിൽ definite ontic structure ഇല്ലെന്ന് നിഗമനം ചെയ്യുന്നത് epistemology-യെയും ontology-യെയും കലർത്തുന്നതാണ്.

Operator algebra-യുടെ ഘടന descriptive framework-ന്റെ ഗുണമാണ്. Descriptive limitation ontological fragmentation-ന്റെ തെളിവല്ല. Bell locality-യെ നിയന്ത്രിക്കുന്നു; determinism-നെ അല്ല[12].

അതിനാൽ ontological interpretation ശക്തമായ ഒരു വായനയായിരിക്കാം; എന്നാൽ അത് logical necessity അല്ല. Mathematical formalism-നെ ontological metaphysics ആയി നേരിട്ട് സമീകരിക്കുന്നത് Global Structural Determinism-ന്റെ causal closure സിദ്ധാന്തത്തോട് പൊരുത്തപ്പെടുന്നില്ല. Uncertainty relation ontic rupture-ന്റെ നിർബന്ധിത തെളിവല്ല. അത് formal constraint മാത്രമാണ്.

3. Epistemic Interpretation: Structural Compatibility

Epistemic interpretation uncertainty-യെ യാഥാർത്ഥ്യത്തിലെ ontological indeterminacy ആയി വായിക്കുന്നില്ല; മറിച്ച് അറിവിന്റെ ഘടനാപരമായ പരിമിതിയായി വായിക്കുന്നു. ഈ നിലപാടിൽ uncertainty relation representation-ന്റെ പരിധിയാണ്, reality-ന്റെ fragmentation അല്ല.

Bohmian mechanics[13]-ൽ കണങ്ങൾക്ക് definite position എന്നും well-defined trajectory എന്നും നിലനിൽക്കുന്നു. Wavefunction ψ Schrödinger equation അനുസരിച്ച് വികാസം പ്രാപിക്കുന്നു:

$$i\hbar\, \partial\psi/\partial t = \hat{H}\psi$$

Guiding equation:

$$dX/dt = (\hbar/m)\, \mathrm{Im}\, (\nabla\psi/\psi)$$

ഇവിടെ X കണത്തിന്റെ യാഥാർത്ഥ്യസ്ഥാനം സൂചിപ്പിക്കുന്നു. ഈ രൂപരേഖയിൽ uncertainty ontological absence അല്ല; epistemic restriction ആണ്. ψ-യുടെ ഘടന നമ്മെ simultaneous complete access അനുവദിക്കുന്നില്ല; എന്നാൽ ontic configuration നിർണ്ണായകമായി നിലനിൽക്കുന്നു.

Superdeterminism[14] measurement settings പോലും causal structure-ന്റെ ഭാഗമാണെന്ന് നിർദ്ദേശിക്കുന്നു. Bell inequality derivation-ൽ independence assumption ഉപയോഗിക്കുന്നു:

$P(\lambda \mid a, b) = P(\lambda)$

ഇവിടെ λ hidden variables, a, b measurement settings. Superdeterministic reading പ്രകാരം:

$P(\lambda \mid a, b) \neq P(\lambda)$

അതായത് measurement choices പോലും prior causal structure-ൽ നിന്നുള്ളവയാണ്. Bell theorem locality + statistical independence assumptions-നെ നിയന്ത്രിക്കുന്നു; determinism-നെ അല്ല[15].

QBism[16] wavefunction-നെ objective physical field ആയി കാണുന്നില്ല. ψ agent-ന്റെ belief state ആണ്. Born rule:

$P(a) = |\langle a|\psi\rangle|^2$

ഇത് ontic distribution അല്ല; probabilistic expectation ആണ്.

Relational Quantum Mechanics[17]-ൽ physical properties observer-relative ആയി നിർവചിക്കപ്പെടുന്നു. A-ന് B-യോടുള്ള ബന്ധത്തിൽ ഉള്ള state മറ്റൊരു reference frame-ൽ വ്യത്യസ്തമായിരിക്കും. ഇത് ontological indeterminism നിർബന്ധിക്കുന്നില്ല; relational ontology നിർദ്ദേശിക്കുന്നു.

ഈ വ്യത്യസ്ത വ്യാഖ്യാനങ്ങൾ ഒരേ Hilbert space formalism-ൽ നിന്ന് ഉരുത്തിരിയുന്നു. ഇതിന്റെ നിർണ്ണായക ദാർശനിക നിർവചനം:

Formal structure underdetermines ontology.

ഒരേ ഗണിതഘടനയിൽ നിന്ന് mutually incompatible ontological pictures രൂപപ്പെടുന്നത്, formalism ontological indeterminism നിർബന്ധമാക്കുന്നില്ലെന്ന് സൂചിപ്പിക്കുന്നു.

ഐൻസ്റ്റൈൻ ഉയർത്തിയ യാഥാർത്ഥ്യവാദ നിലപാട്[18] quantum mechanics അപൂർണ്ണമായിരിക്കാം എന്നും deeper deterministic structure ഉണ്ടായിരിക്കാം എന്നും സൂചിപ്പിക്കുന്നു. "God does not play dice" എന്ന പ്രസ്താവന metaphysical determinism-ന്റെ പ്രഖ്യാപനം മാത്രമല്ല; theoretical incompleteness-ന്റെ അവകാശവാദവുമാണ്.

Epistemic interpretation Global Structural Determinism-നോട് ഘടനാപരമായി പൊരുത്തപ്പെടുന്നു:

- Predictive limitation ≠ Ontological openness
- Representation ≠ Reality
- Probabilistic formalism ≠ Metaphysical indeterminism

Uncertainty relation epistemic boundary condition ആണ്.

It is not an ontological rupture.

4. Epistemic Uncertainty and Determinism

Global Structural Determinism-ലേക്കുള്ള ഔപചാരിക സംയോജനം

ക്വാണ്ടം മെക്കാനിക്സിലെ അനിശ്ചിതത്വത്തെ നിർണയവാദത്തിനെതിരായ അന്തിമ തെളിവായി വായിക്കുന്ന പ്രവണത ഇന്നും നിലനിൽക്കുന്നു. എന്നാൽ ഈ നിഗമനം ഒരു അടിസ്ഥാന ദാർശനിക തെറ്റിദ്ധാരണയിൽ നിന്നാണ് ഉയരുന്നത്. അത് അറിവിന്റെ പരിമിതിയെയും യാഥാർത്ഥ്യത്തിന്റെ ഘടനയെയും പരസ്പരം കലർത്തുന്നതിലാണ്. Epistemic uncertainty എന്നത് predictive limitation ആണ്; ontological indeterminacy എന്നത് യാഥാർത്ഥ്യത്തിന്റെ തന്നെ വിച്ഛേദമാണ്. ഈ രണ്ടും ഒരേ അല്ല.

Global Structural Determinism എന്ന രൂപരേഖയിൽ determinism എന്നത് മനുഷ്യന്റെ പ്രവചനശേഷിയെക്കുറിച്ചുള്ള വാദമല്ല. അത് യാഥാർത്ഥ്യത്തിന്റെ വികാസക്രമത്തെക്കുറിച്ചുള്ള അവകാശവാദമാണ്. ഒരു സിസ്റ്റത്തിന്റെ സമഗ്രാവസ്ഥ S(t) ഒരു നിശ്ചിത സമയത്ത് പൂർണ്ണമായി നിർവചിക്കപ്പെട്ടാൽ, അതിന്റെ വികാസം F എന്ന നിയമപരമായ മാപ്പിംഗ് അനുസരിച്ച് അനിവാര്യമായി മുന്നേറും. ഇത് പൊതുവായ രൂപത്തിൽ $dS/dt = F(S)$ എന്ന സമവാക്യത്തിലൂടെ പ്രതിനിധീകരിക്കാം[19]. ഇവിടെ നിർണ്ണായകമായത് predictability അല്ല, structural mapping-ന്റെ ഏകത്വമാണ്. Laplace ഇതിനകം തന്നെ ഇത് സൂചിപ്പിച്ചിരുന്നു[20]: അറിവിന്റെ

സമ്പൂർണ്ണതയുണ്ടെങ്കിൽ ഭാവി നിർണ്ണായകമാണ്; അറിവിന്റെ അപൂർണ്ണത ഭാവിയെ തുറന്നതാക്കുന്നില്ല. ക്വാണ്ടം മെക്കാനിക്സിൽ Schrödinger സമവാക്യം $i\hbar\, \partial|\psi\rangle/\partial t = \hat{H}|\psi\rangle$ എന്ന രൂപത്തിലാണ്[21]. ഈ സമവാക്യം unitary evolution-നെ നിർദ്ദേശിക്കുന്നു. അതായത് wavefunction-ന്റെ വികാസം നിയമാനുസൃതവും നിർണായകവുമാണ്. Indeterminism measurement postulate-ലാണ് പ്രത്യക്ഷപ്പെടുന്നത്. Born rule $P(a) = |\langle a|\psi\rangle|^2$ probability വിതരണം നൽകുന്നു; എന്നാൽ probability ontological randomness-ന്റെ തെളിവല്ല. അത് epistemic weighting ആകാം.

Decoherence theory ഈ വിഷയത്തിൽ നിർണ്ണായകമായ ഇടപെടലാണ്[22]. പരിസ്ഥിതിയുമായി quantum system ഇടപെടുമ്പോൾ reduced density matrix diagonalization പ്രാപിക്കുന്നു. ഇതിലൂടെ classical stability ഉദിക്കുന്നു. Decoherence unpredictability സൃഷ്ടിക്കുന്നു; causal rupture അല്ല. ഇവിടെ structural continuity നിലനിൽക്കുന്നു.

Chaos theory നൽകുന്ന ഉപമ ഇതിനെ കൂടുതൽ വ്യക്തമാക്കുന്നു[23]. Logistic map പോലുള്ള deterministic സംവിധാനങ്ങളിൽ initial condition-ലെ അതിസൂക്ഷ്മ വ്യത്യാസങ്ങൾ ദീർഘകാല പ്രവചനങ്ങളെ അസാധ്യമാക്കുന്നു. എന്നിരുന്നാലും underlying dynamics deterministic തന്നെയാണ്. Unpredictability ≠ Ontological openness. Quantum unpredictability-യും ഇതുപോലെ epistemic opacity ആയിരിക്കാം.

Bell സിദ്ധാന്തം locality-യെയും statistical independence assumption-നെയും നിയന്ത്രിക്കുന്നു[24]. Determinism-നെ അത് സ്വതന്ത്രമായി നിരസിക്കുന്നില്ല. Bell inequality-യുടെ ലംഘനം ontological branching നിർബന്ധിക്കുന്നില്ല; അത് classical locality-യുടെ പരിധി സൂചിപ്പിക്കുന്നു.

Global Structural Determinism-ലേക്ക് ഈ മുഴുവൻ ചർച്ച സംയോജിപ്പിക്കുമ്പോൾ വ്യക്തമായ നിഗമനം ലഭിക്കുന്നു. Quantum formalism probabilistic ആയിരിക്കാം; എന്നാൽ probabilistic description ontological fragmentation അല്ല. Formal non-commutativity representational constraint ആണ്. Born probabilities epistemic distribution ആയിരിക്കാം. Decoherence classical emergence-ന്റെ mechanism ആണ്. Measurement unpredictability structural complexity-യുടെ ഫലമാണ്.

Predictive opacity metaphysical openness അല്ല. Epistemic limitation causal closure-നെ തകർക്കുന്നില്ല. Quantum uncertainty determinism-ന്റെ ശത്രു അല്ല; അത് determinism-ന്റെ അറിവുപരമായ അതിരാണ്.

ഇതിനാൽ, Global Structural Determinism quantum mechanics-നെ തള്ളുന്നില്ല. അത് quantum formalism-നെ epistemic layer ആയി പുനർവായിക്കുന്നു. യാഥാർത്ഥ്യം അവിഭാജ്യ causal structure ആയി തുടരുന്നു. Uncertainty അതിന്റെ ontological വിച്ഛേദം അല്ല; അറിവിന്റെ പരിധിയാണ്.

5. Determinism, Predictability, and Chaos

Determinism എന്നത് പ്രവചനശേഷിയുമായി (predictability) സമാനമല്ല. ഇത് ആദ്യം വ്യക്തമായി വേർതിരിക്കേണ്ടതാണ്. Determinism യാഥാർത്ഥ്യത്തിന്റെ വികാസക്രമത്തെക്കുറിച്ചുള്ള ഒരു ontological thesis ആണ്; predictability അറിവിന്റെ പ്രായോഗിക ശേഷിയെക്കുറിച്ചുള്ള epistemic ഗുണമാണ്[25].

ഒരു സിസ്റ്റത്തിന്റെ വികാസം നിർണ്ണയിക്കപ്പെട്ടതാണെന്നത്, അതിന്റെ ഭാവി മുൻകാല സമഗ്രാവസ്ഥയിൽ നിന്ന് നിയമാനുസൃതമായി ഉദിക്കുന്നു എന്നതാണ് അർത്ഥം. എന്നാൽ ആ വികാസത്തെ നമുക്ക് കൃത്യമായി കണക്കാക്കാൻ കഴിയുമോ എന്നത് വേറിട്ട പ്രശ്നമാണ്. ഈ വ്യത്യാസം ആധുനിക ദാർശനിക വിശകലനത്തിൽ നിർണ്ണായകമായി ചൂണ്ടിക്കാട്ടപ്പെട്ടിട്ടുണ്ട്[25].

Chaos theory ഈ വ്യത്യാസത്തെ ശക്തമായി വ്യക്തമാക്കുന്നു[26]. Lorenz equations പോലുള്ള സംവിധാനങ്ങൾ കർശനമായ ഗണിതനിയമങ്ങൾ അനുസരിച്ചാണ് പ്രവർത്തിക്കുന്നത്:

$$dx/dt = \sigma(y - x)$$
$$dy/dt = x(\rho - z) - y$$
$$dz/dt = xy - \beta z$$

ഇവ deterministic differential equations ആണ്. എന്നിരുന്നാലും initial conditions-ലെ അതിസൂക്ഷ്മ വ്യത്യാസങ്ങൾ കാലക്രമത്തിൽ വൻ divergence സൃഷ്ടിക്കുന്നു. ദീർഘകാല പ്രവചനങ്ങൾ അസാധ്യമായി മാറുന്നു. എന്നിരുന്നാലും underlying dynamics ontologically rupture ചെയ്യപ്പെട്ടിട്ടില്ല.

Unpredictability ontological openness അല്ല. അത് epistemic limitation ആണ്.

ഈ ആശയം quantum unpredictability-ലേക്കും വ്യാപിപ്പിക്കാം. Probability distribution-കൾ measurement outcome-കളെ വിവരണം ചെയ്യുന്നു; causal closure-നെ നിഷേധിക്കുന്നില്ല. Quantum probabilism causal vacuum-ന്റെ പ്രഖ്യാപനം അല്ല.

ചരിത്രപരമായി Laplace determinism predictability-യുമായി ചേർത്ത് വായിക്കപ്പെട്ടിരുന്നു[27]. എന്നാൽ contemporary philosophy determinism-നെ ontological continuity ആയി പുനർവായിക്കുന്നു[25]. അറിവിന്റെ പരിമിതി യാഥാർത്ഥ്യത്തിലെ causal necessity-യെ ഇല്ലാതാക്കുന്നില്ല.

6. Structural Conclusion

ഹൈസൻബർഗ് അസമത്വം causal rupture-ന്റെ പ്രഖ്യാപനം അല്ല. അത് Hilbert space formalism-ൽ പ്രത്യക്ഷപ്പെടുന്ന ഗണിതപരമായ നിയന്ത്രണബന്ധമാണ്. Operator non-commutativity, uncertainty relations, ഇവ representation-ന്റെ സ്വഭാവഗുണങ്ങളാണ്; ontological വിച്ഛേദത്തിന്റെ തെളിവുകൾ അല്ല[30].

Entropic generalizations uncertainty-യെ information-theoretic പരിധിയായി വിപുലീകരിക്കുന്നു[31]. Weak measurement പരീക്ഷണങ്ങൾ measurement–disturbance reading-നെ പരിഷ്കരിക്കുന്നു[32]. Bell violations locality-യുടെ classical രൂപത്തെ നിയന്ത്രിക്കുന്നു[33]. Decoherence quantum-to-classical stability വിശദീകരിക്കുന്നു[34]. ഇവയിൽ ഒന്നും indivisible causal structure-നെ തകർക്കുന്നില്ല.

Uncertainty epistemic access-ന്റെ അതിരാണ്.

It is not ontological fragmentation.

Quantum formalism probabilistic ആയിരിക്കാം; എന്നാൽ probabilistic description ontological discontinuity നിർബന്ധമാക്കുന്നില്ല. Mathematical representation reality-യുടെ പൂർണ്ണ സമതുല്യം അല്ല[35]. Representation മാറാം; ontology സ്വതന്ത്രമായി നിലനിൽക്കാം.

Physics-ന്റെ വിവരണരൂപങ്ങൾ ചരിത്രപരമായി മാറിയിട്ടുണ്ട്[35]. Newtonian mechanics-ൽ നിന്ന് relativistic framework-ലേക്കും, classical field theory-യിൽ നിന്ന് quantum formalism-ലേക്കും മാറിയിട്ടുണ്ട്. Mathematical tools വികസിക്കുമ്പോൾ ontological commitments പുനർവായിക്കപ്പെടുന്നു. എന്നാൽ ontological thesis—യാഥാർത്ഥ്യം അവിഭാജ്യ causal structure ആയി നിലനിൽക്കുന്നു—quantum uncertainty കൊണ്ട് നിർബന്ധിതമായി തകരുന്നില്ല.

Global Structural Determinism-ന്റെ അടിസ്ഥാനവാദം ഇതാണ്:

- യാഥാർത്ഥ്യം structural continuity-യിൽ നിലനിൽക്കുന്നു.
- Epistemic opacity causal rupture അല്ല.
- Formal limits metaphysical fragmentation അല്ല.

Reality unfolds as a single, internally constrained ontological sequence.

Reference List

1. Heisenberg, W. (1927). *Über den anschaulichen Inhalt der quantentheoretischen Kinematik und Mechanik*. Zeitschrift für Physik.

2. Kennard, E. H. (1927). *Zur Quantenmechanik einfacher Bewegungstypen*. Zeitschrift für Physik; Robertson, H. P. (1929). *The Uncertainty Principle*. Physical Review.

3. von Neumann, J. (1932). *Mathematical Foundations of Quantum Mechanics*. Princeton University Press.

4. Maassen, H., & Uffink, J. B. M. (1988). *Generalized entropic uncertainty relations.* Physical Review Letters, 60, 1103–1106.
5. Aharonov, Y., Albert, D. Z., & Vaidman, L. (1988). *How the result of a measurement can turn out to be 100.* Physical Review Letters, 60, 1351–1354.
6. Rozema, L. A., et al. (2012). *Violation of Heisenberg's measurement-disturbance relationship by weak measurements.* Physical Review Letters, 109, 100404.
7. von Neumann, J. (1932). *Mathematical Foundations of Quantum Mechanics.* Princeton University Press.
8. Bell, J. S. (1964). *On the Einstein–Podolsky–Rosen Paradox.* Physics, 1, 195–200.
9. Aspect, A., Dalibard, J., & Roger, G. (1982). *Experimental Test of Bell's Inequalities Using Time-Varying Analyzers.* Physical Review Letters, 49, 1804–1807.
10. Kochen, S., & Specker, E. (1967). *The Problem of Hidden Variables in Quantum Mechanics.* Journal of Mathematics and Mechanics, 17, 59–87.
11. Pusey, M. F., Barrett, J., & Rudolph, T. (2012). *On the reality of the quantum state.* Nature Physics, 8, 475–478.
12. Earman, J. (1986). *A Primer on Determinism.* Dordrecht: Reidel.
13. Bohm, D. (1952). *A Suggested Interpretation of the Quantum Theory in Terms of "Hidden" Variables.* Physical Review, 85, 166–193.
14. 't Hooft, G. (2016). *The Cellular Automaton Interpretation of Quantum Mechanics.* Springer.
15. Hossenfelder, S., & Palmer, T. (2020). *Rethinking Superdeterminism.* Frontiers in Physics, 8, 139.
16. Fuchs, C. A., Mermin, N. D., & Schlosshauer, M. (2014). *An Introduction to QBism with an Application to the Locality of Quantum Mechanics.* American Journal of Physics, 82(8), 749–754.
17. Rovelli, C. (1996). *Relational Quantum Mechanics.* International Journal of Theoretical Physics, 35(8), 1637–1678.

18. Einstein, A. (1949). *Autobiographical Notes.* In: Schilpp, P. A. (ed.), Albert Einstein: Philosopher–Scientist. Open Court.
19. Earman, J. (1986). *A Primer on Determinism.* Dordrecht: Reidel.
20. Laplace, P.-S. (1814). *A Philosophical Essay on Probabilities.* Paris.
21. Schrödinger, E. (1926). *Quantisierung als Eigenwertproblem.* Annalen der Physik.
22. Zurek, W. H. (2003). *Decoherence, einselection, and the quantum origins of the classical.* Reviews of Modern Physics, 75, 715–775.
23. Frigg, R. (2009). *Chaos and Determinism.* In: The Oxford Handbook of Philosophy of Physics.
24. Bell, J. S. (1964). *On the Einstein–Podolsky–Rosen Paradox.* Physics, 1, 195–200.
25. Earman, J. (1986). *A Primer on Determinism.* Dordrecht: Reidel.
26. Frigg, R. (2009). Chaos and Determinism. In: *The Oxford Handbook of Philosophy of Physics.* Oxford University Press.
27. Laplace, P.-S. (1814). *A Philosophical Essay on Probabilities.* Paris.
28. Bassi, A., Lochan, K., Satin, S., Singh, T. P., & Ulbricht, H. (2023). Models of wave-function collapse, dynamical reduction models, and quantum gravity. *Nature Physics.*
29. Popper, K. (1959). *The Logic of Scientific Discovery.* Hutchinson.
30. Busch, P., Lahti, P., & Werner, R. F. (2007). *Heisenberg uncertainty principle.* Physical Review Letters.
31. Maassen, H., & Uffink, J. B. M. (1988). *Generalized entropic uncertainty relations.* Physical Review Letters, 60, 1103–1106.
32. Rozema, L. A., et al. (2012). *Violation of Heisenberg's measurement-disturbance relationship by weak measurements.* Physical Review Letters, 109, 100404.
33. Aspect, A., Dalibard, J., & Roger, G. (1982). *Experimental Test of Bell's Inequalities Using Time-Varying Analyzers.* Physical Review Letters, 49, 1804–1807.
34. Zurek, W. H. (2003). *Decoherence, einselection, and the quantum origins of the classical.* Reviews of Modern Physics, 75, 715–775.

35. Ladyman, J., & Ross, D. (2007). *Every Thing Must Go: Metaphysics Naturalized*. Oxford University Press.

അധ്യായം 15
ബോൺ നിയമം, യാദൃശ്ചികത, ഘടനാപരമായ നിർണയവാദം

ക്വാണ്ടം സിദ്ധാന്തത്തിന്റെ ഗണിതപരമായ ഘടനയിൽ നിർണായക സ്ഥാനമുള്ള ബോൺ നിയമം, ഒരു തരംഗഫംഗ്ഷൻ ψ-യിൽ നിന്ന് അളവെടുപ്പ് ഫലങ്ങളുടെ സാധ്യതാ വിതരണം നിർണ്ണയിക്കുന്നു. അതിന്റെ അടിസ്ഥാനരൂപം ലളിതമാണ്:

$P(a) = |\langle a|\psi\rangle|^2$ [1]

ഇവിടെ probability എന്ന ആശയം സിദ്ധാന്തത്തിന്റെ പ്രവചനഘടനയിൽ കേന്ദ്രപങ്ക് വഹിക്കുന്നു. എന്നാൽ ഈ probability യാഥാർത്ഥ്യത്തിന്റെ സ്വഭാവത്തെക്കുറിച്ചുള്ള പ്രസ്താവനയാണോ, അല്ലെങ്കിൽ നമ്മുടെ അറിവിന്റെ പരിധിയെക്കുറിച്ചുള്ള പ്രസ്താവനയാണോ എന്ന ചോദ്യം തത്ത്വചിന്താപരമായി നിർണ്ണായകമാണ്.

ഈ അധ്യായം മുൻ അധ്യായങ്ങളിൽ സ്ഥാപിച്ചിട്ടുള്ള മൂന്നു ആക്സിയങ്ങൾ നിലനിർത്തുന്നു: യാഥാർത്ഥ്യം indivisible causal structure ആണ്; predictive limitation ontological openness അല്ല; structural necessity fatalism അല്ല. Chapter 12-ൽ വിശദീകരിച്ചതുപോലെ, ഗണിതപ്രതിനിധാനം (representation) യാഥാർത്ഥ്യത്തിന്റെ സമ്പൂർണ്ണതയല്ല. Hilbert space formalism epistemic interface ആണ്; ontology അതിന്റെ പുറത്തുള്ള സമഗ്ര causal configuration ആണ്.

കോപ്പൻഹേഗൻ വ്യാഖ്യാനം: collapse-ന്റെ ഇരട്ട വായന

കോപ്പൻഹേഗൻ വ്യാഖ്യാനത്തിൽ collapse എന്ന ആശയം കേന്ദ്രസ്ഥാനം കൈവരിക്കുന്നു[2]. എന്നാൽ collapse-നെ രണ്ട് രീതിയിൽ വായിക്കാം.

ആദ്യ വായന epistemic collapse ആണ്. ഈ വായനയിൽ, തരംഗഫംഗ്ഷൻ അളവെടുപ്പിന് മുമ്പ് superposition-ൽ നിലനിൽക്കുന്നു എന്നത് നമ്മുടെ അറിവിന്റെ അവസ്ഥയാണ്. അളവെടുപ്പ് നടന്ന ശേഷം state update ചെയ്യപ്പെടുന്നു. Bayesian update പോലെ, probability distribution മാറുന്നു. ഇവിടെ collapse അറിവിന്റെ പുനർക്രമീകരണമാണ്. Ontology അറ്റുപോകുന്നില്ല. Causal structure തകരുന്നില്ല.

രണ്ടാമത്തെ വായന ontological collapse ആണ്. ഇവിടെ wave-function യഥാർത്ഥ ഭൗതിക സത്തയായി കരുതപ്പെടുന്നു. Superposition യാഥാർത്ഥ്യത്തിന്റെ ഭാഗമാണ്. അളവെടുപ്പ് സംഭവിക്കുമ്പോൾ, wavefunction physically collapse ചെയ്യുന്നു. ഈ collapse probabilistic ആണ്. ഇതുവഴി ഒരേ total state-ൽ നിന്ന് വ്യത്യസ്ത ontological futures ഉദിക്കാമെന്ന വാദം ഉയരുന്നു.

ഇതാണ് നിർണ്ണായക വ്യത്യാസം. Epistemic collapse causal structure-നെ ലംഘിക്കുന്നില്ല. Ontological collapse indivisible causal structure-നെ തന്നെ വിഭജിക്കുന്നു.

Wavefunction

$|\psi\rangle = c_1|a_1\rangle + c_2|a_2\rangle$

എന്നിരിക്കുമ്പോൾ, epistemic വായനയിൽ $|c_1|^2$ probability എന്നത് knowledge measure ആണ്. Ontological വായനയിൽ അത് nature-ന്റെ intrinsic indeterminacy ആകുന്നു.

Global Structural Determinism epistemic വായനയോട് മാത്രമേ പൊരുത്തപ്പെടൂ. Ontological collapse causal indivisibility-നെ തകർക്കും.

ബോംമിയൻ മെക്കാനിക്സ്: guiding equation-ന്റെ ഓണ്ടോളജിക്കൽ പ്രതിജ്ഞ

ബോംമിയൻ മെക്കാനിക്സ് നിർണയാത്മക അടിസ്ഥാനം വ്യക്തമായി പ്രഖ്യാപിക്കുന്നു[3]. ഇവിടെ particle-കൾക്ക് definite position ഉണ്ട്. Wavefunction ψ guiding field ആയി പ്രവർത്തിക്കുന്നു. Schrödinger സമവാക്യം നിർണയാത്മകമാണ്:

$i\hbar (\partial\psi/\partial t) = \hat{H}\psi$

Particle-ന്റെ ഗതിപഥം guiding equation പ്രകാരം നിർണ്ണയിക്കപ്പെടുന്നു:

$dx/dt = (\hbar/m) \operatorname{Im} (\nabla\psi/\psi)$

ഈ സമവാക്യം വെറും കണക്കുകൂട്ടൽ ഉപകരണം അല്ല. ഇത് ontological commitment ആണ്. Particle-ന്റെ സ്ഥാനം യഥാർത്ഥമാണ്. Trajectory causal structure-ന്റെ ഭാഗമാണ്. ഇവിടെ randomness ontological അല്ല. Initial configuration അറിയാത്തതിനാൽ predictive uncertainty ഉണ്ടാകുന്നു. Quantum equilibrium hypothesis പ്രകാരം distribution

$\rho(x) = |\psi(x)|^2$ [4]

എന്നാൽ empirical statistics ബോൺ നിയമത്തോട് പൊരുത്തപ്പെടും.

ഇവിടെ probability ignorance-ന്റെ ഫലമാണ്. Ontological openness ഇല്ല.

സൂപ്പർഡിറ്റർമിനിസം: statistical independence-ന്റെ നിർവ്വചനം

Bell inequality derivation ഒരു പ്രധാന ഉപകൽപ്പനയെ ആശ്രയിക്കുന്നു[5]. അത് statistical independence assumption ആണ്.

Formal രൂപത്തിൽ, hidden variable λ, measurement settings a, b എന്നിവ തമ്മിൽ സ്വാതന്ത്ര്യമുണ്ടെന്ന് കരുതുന്നു:

$P(\lambda \mid a, b) = P(\lambda)$

ഇതാണ് measurement independence.

Superdeterminism ഈ assumption തള്ളുന്നു. Universe-ന്റെ initial state-ൽ നിന്ന് λ, a, b എല്ലാം causal ആയി ബന്ധപ്പെട്ടു നിൽക്കുന്നു. അതിനാൽ

$P(\lambda \mid a, b) \neq P(\lambda)$

ഈ സാഹചര്യത്തിൽ Bell inequality violation causal locality ലംഘിക്കാതെ വിശദീകരിക്കാം. Probability intrinsic randomness അല്ല; correlated initial conditions-ന്റെ statistical projection ആണ്.

ഇവിടെ philosophical cost conspiracy-പോലെ തോന്നാം. എന്നാൽ ontological randomness-ന്റെ വില causal fragmentation ആണെങ്കിൽ, structural determinism ഈ alternative-നെ ഗൗരവത്തോടെ പരിഗണിക്കുന്നു.

Representation reality അല്ല – Chapter 12-ലേക്കുള്ള പുനർസൂചന

Chapter 12-ൽ വ്യക്തമാക്കിയതുപോലെ, operator non-commutativity ontological fragmentation അല്ല.

$[A, B] = AB - BA$

എന്ന ഗണിതബന്ധം representation-ന്റെ സ്വഭാവമാണ്. Ontology-യെ കുറിച്ചുള്ള വിധി അതിൽ നിന്ന് നിർബന്ധിതമാകുന്നില്ല.

Hilbert space structure epistemic formalism ആണ്. Total configuration causal field ആണ്. Wavefunction complete ontology അല്ല. അത് descriptive layer ആണ്.

യാദൃശ്ചികതയുടെ പ്രശ്നം: അന്വേഷണത്തിന്റെ ദിശ

Randomness-നെ ontological category ആയി ഉയർത്തുന്നത് വിശദീകരണത്തെ അവസാനിപ്പിക്കുന്നു. Randomness-നെ epistemic limitation ആയി വായിക്കുന്നത് deeper structure അന്വേഷിക്കാൻ പ്രേരിപ്പിക്കുന്നു.

Global Structural Determinism randomness-നെ നിഷേധിക്കുന്നില്ല. അത് randomness-ന്റെ ontological status-

നെ ചോദ്യം ചെയ്യുന്നു. Predictive uncertainty causal branching അല്ല.

ഘടനാപരമായ സംഗ്രഹം: ആക്സിയങ്ങളുടെ പുനഃസ്ഥാപനം

ഈ അധ്യായത്തിലെ വിശകലനം താഴെപ്പറയുന്ന അടിസ്ഥാന ആക്സിയങ്ങളെ വീണ്ടും ഉറപ്പിക്കുന്നു:

ഒന്നാമതായി, യാഥാർത്ഥ്യം indivisible causal structure ആണ്. ഒരേ total configuration-ൽ നിന്ന് ഒരേയൊരു ontological successor മാത്രമേ ഉണ്ടാകൂ.

രണ്ടാമതായി, predictive limitation ontological openness അല്ല. Probability epistemic access-ന്റെ പരിധിയാണ്.

മൂന്നാമതായി, structural necessity fatalism അല്ല. മനുഷ്യ പ്രവർത്തനം causal field-ന്റെ ഉള്ളിലുള്ള configuration ആണ്.

നാലാമതായി, representation reality അല്ല. Mathematical formalism descriptive layer ആണ്; ontology അതിനേക്കാൾ ആഴത്തിലാണ്.

ബോൺ നിയമം causal fragmentation പ്രഖ്യാപിക്കുന്നില്ല. അത് epistemic interface-ന്റെ probability structure ആണ്.

Reference List

1. Born, M. (1926). Zur Quantenmechanik der Stoßvorgänge. *Zeitschrift für Physik.*

2. Wallace, D. (2007). Quantum Probability and Decision Theory, Revisited. arXiv:quant-ph/0703065.

3. Bohm, D. (1952). A Suggested Interpretation of the Quantum Theory in Terms of "Hidden" Variables. *Physical Review.*

4. Valentini, A. (1991). Signal-Locality, Uncertainty, and the Subquantum H-Theorem. *Physics Letters A.*

5. Bell, J. S. (1964). On the Einstein Podolsky Rosen Paradox. *Physics.*

6. Maudlin, T. (2019). *Philosophy of Physics: Quantum Theory*. Princeton University Press.
7. Wallace, D. (2012). *The Emergent Multiverse*. Oxford University Press.
8. Zurek, W. H. (2005). Probabilities from Entanglement. *Physical Review A*.

അധ്യായം 16
അളവെടുക്കൽ പ്രശ്നം: തരംഗഫംഗ്ഷൻ തകർച്ചയുടെ ദാർശനിക പുനർവായന

ക്വാണ്ടം മെക്കാനിക്സിന്റെ ഹൃദയത്തിൽ പതിഞ്ഞിരിക്കുന്ന അളവെടുക്കൽ പ്രശ്നം ശാസ്ത്രീയ ഗണിതത്തിന്റെ ഒരു സാങ്കേതിക ഗർഭഗൃഹമല്ല. അത് യാഥാർത്ഥ്യം എന്താണ് എന്ന അടിസ്ഥാനചോദ്യത്തെ തന്നെ വീണ്ടും ഉയർത്തുന്ന ഒരു ദാർശനിക നിമിഷമാണ്[1]. ഒരു സിസ്റ്റം ശ്രോഡിംഗർ സമവാക്യം അനുസരിച്ച് നിർണയാത്മകമായി, തുടർച്ചയായി, യൂണിറ്ററി രീതിയിൽ വികസ്വരമാകുന്നു. എന്നാൽ അളവെടുപ്പ് നടത്തിയപ്പോൾ, നിരീക്ഷകൻ ഒരേയൊരു നിർണിത ഫലം മാത്രമാണ് അനുഭവിക്കുന്നത്. ഈ രണ്ട് വിവരണങ്ങൾ തമ്മിലുള്ള സംഘർഷമാണ് "measurement problem" എന്ന് വിളിക്കപ്പെടുന്നത്.

ഈ സംഘർഷം പരിഹരിക്കാൻ ചരിത്രപരമായി collapse എന്ന ആശയം അവതരിപ്പിക്കപ്പെട്ടു. തരംഗഫംഗ്ഷൻ ψ അളവെടുപ്പിന്റെ സമയത്ത് ഒരു ഐഗൻസ്റ്റേറ്റിലേക്ക് ചുരുങ്ങുന്നു എന്നതാണ് അവകാശവാദം[2]. എന്നാൽ ഇവിടെ നമുക്ക് നിശ്ചിതമായി വേർതിരിക്കേണ്ട ഒരു വ്യത്യാസമുണ്ട്. collapse അറിവിന്റെ

പുനർക്രമീകരണമാണോ, അല്ലെങ്കിൽ യാഥാർത്ഥ്യത്തിന്റെ ഭൗതിക വിച്ഛേദമാണോ?

Global Structural Determinism മുൻ അധ്യായങ്ങളിൽ സ്ഥാപിച്ച ആക്ഷിയങ്ങളെ ഇവിടെ വീണ്ടും പ്രയോഗിക്കുന്നു. യാഥാർത്ഥ്യം indivisible causal structure ആണ്. ഒരു സമ്പൂർണ്ണ causal configuration നൽകിയാൽ, അതിന്റെ തുടർച്ച ഘടനാപര നിയന്ത്രണങ്ങൾ പാലിക്കുന്ന ഏകീകൃത വികാസക്രമമായി നിർണ്ണയിക്കപ്പെടുന്നു. Predictive limitation ontological openness അല്ല. Structural necessity fatalism അല്ല. Chapter 12-ൽ വ്യക്തമായി സ്ഥാപിച്ചതുപോലെ, representation reality അല്ല. ഗണിതപ്രതിനിധാനം വിവരണരൂപമാണ്; ontology അതിന്റെ അടിത്തട്ടിലുള്ള causal configuration ആണ്.

സൂപ്പർപോസിഷനും അനുഭവവും

ഒരു ലളിതമായ spin system പരിഗണിക്കാം:

$\psi = (1/\sqrt{2})\, |up\rangle + (1/\sqrt{2})\, |down\rangle$ [3]

ഈ അവസ്ഥ ശ്രോഡിംഗർ സമവാക്യം അനുസരിച്ച്

$i\hbar\, (\partial\psi/\partial t) = \hat{H}\psi$ [3]

എന്ന രീതിയിൽ വികസ്വരമാകുന്നു. ഈ സമവാക്യം discontinuity അറിയുന്നില്ല. ഇതിൽ "collapse" എന്ന പ്രത്യേക സംഭവമില്ല.

എന്നാൽ അളവെടുപ്പ് ചെയ്യപ്പോൾ, നിരീക്ഷകൻ "spin up" അല്ലെങ്കിൽ "spin down" എന്ന ഒറ്റ ഫലം മാത്രമാണ് കാണുന്നത്. ഈ അനുഭവം നിഷേധിക്കാനാവില്ല. എന്നാൽ അനുഭവം ontological discontinuity ആണെന്ന് നിർബന്ധിക്കുന്നില്ല.

ഡീകോഹീറൻസ്: പ്രത്യക്ഷതയുടെ ഘടന

സിസ്റ്റവും പരിസരവും തമ്മിൽ entanglement ഉണ്ടാകുമ്പോൾ, സമ്പൂർണ്ണ അവസ്ഥ

$\psi\_total = (1/\sqrt{2})\, |up\rangle\, |E\_up\rangle + (1/\sqrt{2})\, |down\rangle\, |E\_down\rangle$ [4]

എന്ന രൂപം കൈക്കൊള്ളുന്നു.

പരിസരത്തെ ട്രേസ് ചെയ്ത് സിസ്റ്റത്തിന്റെ reduced density matrix എഴുതുമ്പോൾ:

$\rho\_sys = Tr\_env\, (\, |\psi\_total\rangle\langle\psi\_total|\,)$ [4]

off-diagonal ഘടകങ്ങൾ അതിവേഗം ക്ഷയിക്കുന്നു. interference suppression സംഭവിക്കുന്നു. ഫലമായി,

$\rho_{sys} \approx (1/2)\, |up\rangle\langle up| + (1/2)\, |down\rangle\langle down|$

എന്ന mixed-state വിവരണം ലഭിക്കുന്നു.

ഇവിടെ ശ്രദ്ധിക്കേണ്ടത് collapse സംഭവിച്ചിട്ടില്ല എന്നതാണ്. Global wavefunction ഇപ്പോഴും pure state ആയി നിലനിൽക്കുന്നു. യൂണിറ്ററി വികാസം തുടർച്ചയായി നടക്കുന്നു. collapse എന്നത് local description-ന്റെ epistemic രൂപാന്തരമാണ്.

Environment-induced superselection preferred basis തിരഞ്ഞെടുക്കുന്നു[4]. Quantum Darwinism classical objectivity എങ്ങനെ ഉദിക്കുന്നു എന്ന് വിശദീകരിക്കുന്നു[5]. എന്നാൽ ഇവയൊന്നും ontological rupture പ്രഖ്യാപിക്കുന്നില്ല. അവ classical appearance-ന്റെ ഉദ്ഭവം വ്യക്തമാക്കുന്നു.

collapse-ന്റെ ദാർശനിക ഭാരവും ഭ്രമവും

കോപ്പൻഹേഗൻ വ്യാഖ്യാനം collapse-നെ postulate ചെയ്യുന്നു[1]. Epistemic വായനയിൽ collapse അറിവിന്റെ പുതുക്കലാണ്. Ontological വായനയിൽ collapse യഥാർത്ഥ ഭൗതിക ചാട്ടമാണ്.

Ontological collapse അംഗീകരിക്കുമ്പോൾ unitary law-ൽ ഒരു ഒഴിവാക്കൽ അംഗീകരിക്കണം. ഒരേ total configuration-ൽ നിന്ന് പല ontological futures ഉണ്ടാകുമെന്ന് പറയേണ്ടിവരും. ഇത് indivisible causal structure-നെ വിഭജിക്കുന്നു.

Epistemic collapse അംഗീകരിക്കുമ്പോൾ causal structure അറ്റുപോകുന്നില്ല. Representation update മാത്രം സംഭവിക്കുന്നു.

Many-Worlds: collapse ഒഴിവാക്കി വിപുലീകരിച്ച ontology

Everett-ന്റെ relative state formulation collapse-നെ ഒഴിവാക്കുന്നു[6]. എല്ലാ outcomes real branches ആയി നിലനിൽക്കുന്നു[7].

ഇവിടെ causal law ലംഘിക്കപ്പെടുന്നില്ല. Global wavefunction unitary ആണ്. എന്നാൽ preferred basis പ്രശ്നം നിലനിൽക്കുന്നു. Decoherence partial explanation നൽകുന്നു.

Born rule derivation-ൽ ഇപ്പോഴും philosophical assumptions ആവശ്യമാണ്[7].

Many-Worlds collapse-നെ ഒഴിവാക്കുന്നു, എന്നാൽ experiential uniqueness-നെ epistemic self-location ആയി മാറ്റുന്നു.

Objective collapse models: stochastic ontology

GRW/CSL stochastic localization postulate ചെയ്യുന്നു[8]. Diósi–Penrose gravity-induced collapse നിർദ്ദേശിക്കുന്നു[9].

ഇവ non-unitary dynamics ഉൾക്കൊള്ളുന്നു. Testable predictions നൽകുന്നു: excess heating, spontaneous radiation emission[10].

Recent experiments stringent bounds സ്ഥാപിച്ചിട്ടുണ്ട്[10]. Null results collapse parameters-നെ ശക്തമായി നിയന്ത്രിക്കുന്നു. Ontological collapse empirically സ്ഥിരീകരിക്കപ്പെട്ടിട്ടില്ല.

നിരീക്ഷകൻ: transcendental agent അല്ല

Conscious observer collapse-ന് കാരണമാകേണ്ടതില്ല[11]. Observer causal field-ന്റെ ഭാഗമാണ്.

Observer-ന്റെ അറിവ് coarse-grained ആണ്. Global wavefunction-ന്റെ പൂർണ്ണ വിവരങ്ങൾ ലഭ്യമല്ല. "ഞാൻ spin up കണ്ടു" എന്നത് branch-relative epistemic statement ആണ്. Ontological rupture അല്ല.

Epistemology–Ontology വ്യത്യാസത്തിന്റെ സംരക്ഷണം

Density matrix diagonalization epistemic mixing ആണ്. Ontological splitting അല്ല.

Mathematical formalism representation ആണ്. Reality indivisible causal configuration ആണ്.

Predictive limitation ontological openness അല്ല.

Structural necessity fatalism അല്ല.

ദാർശനിക ഉയർച്ച

Measurement problem collapse postulate ചേർക്കാതെ തന്നെ dissolve ചെയ്യാവുന്നതാണ്. Quantum-to-classical transition emergence ആയി വായിക്കുമ്പോൾ collapse metaphysical add-on ആയി മാറുന്നു.

Structural determinism unitary evolution-നെ ontological അടിസ്ഥാനമായി സ്വീകരിക്കുന്നു. Collapse epistemic പ്രതിഭാസമാണ്.

ഘടനാപരമായ സംഗ്രഹം

അളവെടുക്കൽ പ്രശ്നം ontological rupture ആവശ്യപ്പെടുന്നില്ല.

Unitary evolution indivisible causal structure-ന്റെ പ്രകടനമാണ്.

Decoherence classical appearance വിശദീകരിക്കുന്നു; fragmentation നിർബന്ധിക്കുന്നില്ല.

Objective collapse models empirically സ്ഥിരീകരിക്കപ്പെട്ടിട്ടില്ല.

Representation reality അല്ല.

Predictive limitation ontological openness അല്ല.

Structural necessity fatalism അല്ല.

അതിനാൽ തരംഗഫംഗ്ഷൻ തകർച്ച യഥാർത്ഥ ഭൗതിക discontinuity അല്ല. അത് നമ്മുടെ പരിധിയുള്ള വിവരണത്തിന്റെ പ്രതിഫലനമാണ്. യാഥാർത്ഥ്യം അവിഭാജ്യമാണ്.

Reference List

1. von Neumann, J. (1932). *Mathematical Foundations of Quantum Mechanics*. Princeton University Press.

2. Born, M. (1926). Zur Quantenmechanik der Stoßvorgänge. *Zeitschrift für Physik*.

3. Schrödinger, E. (1926). Quantisierung als Eigenwertproblem. *Annalen der Physik*.

4. Zurek, W. H. (2003). Decoherence and the Quantum Origins of the Classical. *Reviews of Modern Physics*.

5. Zurek, W. H. (2009). Quantum Darwinism. *Nature Physics*.

6. Everett, H. (1957). Relative State Formulation. *Reviews of Modern Physics*.

7. Wallace, D. (2012). *The Emergent Multiverse*. Oxford University Press.

8. Ghirardi, G. C., Rimini, A., Weber, T. (1986). Unified Dynamics. *Physical Review D.*
9. Diósi, L. (1989); Penrose, R. (1996). Collapse Models.
10. Bassi, A. et al. (2017–2024). Experimental Bounds on Collapse Models. *Physical Review / Nature Physics.*
11. Zeh, H. D. (1970). On the Interpretation of Measurement. *Foundations of Physics.*

അധ്യായം 17 – ബെൽ സഹബന്ധങ്ങൾ, ഘടനാഭാഷ, നിർണയവാദത്തിന്റെ പ്രാധാന്യം

ബെല്ലിന്റെ സിദ്ധാന്തം ഒരു അസമത്വത്തിന്റെ ഗണിതപരമായ ഫലമായി മാത്രം വായിക്കപ്പെടുമ്പോൾ, അതിന്റെ ആഴം നഷ്ടപ്പെടുന്നു. യഥാർത്ഥത്തിൽ അത് ചോദ്യം ചെയ്യുന്നത് സഹബന്ധങ്ങളുടെ സംഖ്യാത്മക അളവല്ല, യാഥാർത്ഥ്യം എങ്ങനെ ഘടിതമാണ് എന്നതാണ്[1]. ക്ലാസിക്കൽ ചിന്തയിൽ രണ്ട് ദൂരെയുള്ള അളവെടുപ്പുകൾ തമ്മിലുള്ള ബന്ധം അവയുടെ സ്വതന്ത്രാവസ്ഥകളുടെ സംയോജനമായി മനസ്സിലാക്കപ്പെടുന്നു. എന്നാൽ ക്വാണ്ടം സാഹചര്യത്തിൽ എൻടാംഗിൽമെന്റ് എന്ന പ്രതിഭാസം ഈ സ്വതന്ത്രാവസ്ഥ ധാരണയെ തന്നെ ചോദ്യം ചെയ്യുന്നു[2]. ഇവിടെ Global Structural Determinism നിർദ്ദേശിക്കുന്ന പ്രാഥമിക നിലപാട് വീണ്ടും വ്യക്തീകരിക്കണം. യാഥാർത്ഥ്യം അവിഭാജ്യമായ കാരണഘടനയാണ്. അത് വിഭജിക്കാവുന്ന ഭാഗങ്ങളുടെ കൂട്ടായ്മയല്ല. അതിനാൽ Bell സഹബന്ധങ്ങളെ “ദൂരത്തിൽ നിന്നുള്ള അത്ഭുതം” എന്ന രീതിയിൽ കാണുന്നതിനു പകരം, causal totality-യുടെ പ്രകടനമായി കാണേണ്ടതുണ്ട്.

വർഗ്ഗഘടനയുടെ (category structure) ഭാഷ

ഘടനയെക്കുറിച്ച് സംസാരിക്കുമ്പോൾ, category theory എന്ന ഗണിതശാസ്ത്രഭാഷ സഹായകരമാകുന്നു[3]. ഒരു category C പരിഗണിക്കാം. അതിലെ objects വിവിധ അവസ്ഥകളെയും configurations-നെയും പ്രതിനിധീകരിക്കുന്നു. Morphisms അവസ്ഥകളെ തമ്മിൽ ബന്ധിപ്പിക്കുന്ന കാരണപരമായ മാറ്റങ്ങളാണ്.

$Ob(C) = \{S_1, S_2, S_3, \ldots\}$

$Hom(S_i, S_j)$ = causal mappings

ക്ലാസിക്കൽ പ്രാദേശികത അനുസരിച്ച്, രണ്ട് അളവെടുപ്പ് മേഖലകളുടെ സമ്പൂർണ്ണാവസ്ഥ ഒരു product object ആയി എഴുതാമെന്ന് കരുതുന്നു.

S_total = S_A × S_B

എന്നാൽ എൻടാംഗിൽമെന്റ് ഉള്ള സാഹചര്യത്തിൽ wave-function factorize ചെയ്യാനാവില്ല.

$\psi \neq \psi\_A \otimes \psi\_B$ [2]

ഇത് ഗണിതപരമായൊരു പരാമർശം മാത്രമല്ല. causal indivisibility-യുടെ formal സൂചനയാണ്. S_total എന്ന object സ്വതന്ത്ര ഘടകങ്ങളായി പിരിയുന്നില്ല. Alice-നും Bob-നും ഉള്ളത് internal perspectives മാത്രമാണ്.

Bell inequality violation classical factorization assumption-ന്റെ പരാജയമാണ്. അത് causal coherence-ന്റെ തകർച്ചയല്ല.

പ്രതിനിധാനവും യാഥാർത്ഥ്യവും

അളവെടുപ്പ് ഫലങ്ങളെ probability distribution ആയി രേഖപ്പെടുത്തുമ്പോൾ, നാം ഒരു functor ഉപയോഗിക്കുന്നതുപോലെയാണ്.

$F : C \rightarrow Prob$

ഇവിടെ Prob probability spaces-ന്റെ വർഗ്ഗമാണ്.

CHSH അസമത്വം classical probability functor-ന്റെ പരിധിയെ സൂചിപ്പിക്കുന്നു[4]. Quantum correlations ഈ classical പരിധിയെ ലംഘിക്കുന്നു. എന്നാൽ ഈ ലംഘനം ontological fragmentation-നെ നിർബന്ധിക്കുന്നില്ല. Chapter 12-ൽ

വിശദീകരിച്ചതുപോലെ, representation യാഥാർത്ഥ്യത്തിന്റെ സമ്പൂർണ്ണതയല്ല. ഗണിതഘടന epistemic map മാത്രമാണ്. Ontology causal totality ആണ്. Predictive limitation ontological openness അല്ല എന്ന ആക്സിയം ഇവിടെ വീണ്ടും ഉറപ്പിക്കുന്നു.

സൂപ്പർഡിറ്റർമിനിസത്തിന്റെ ഘടനാപരമായ ദർശനം

Statistical independence എന്ന ഉപകൽപ്പന Bell theorem-ന്റെ കേന്ദ്രഘടകമാണ്. Formal രൂപത്തിൽ അത് ഇങ്ങനെ എഴുതാം.

$P(\lambda \mid a, b) = P(\lambda)$ [1]

Superdeterminism ഈ സ്വാതന്ത്ര്യ ഉപകൽപ്പന തള്ളുന്നു[5]. Measurement settings a, b പോലും universe-ന്റെ പ്രാരംഭാവസ്ഥയിൽ നിന്നുള്ള causal unfolding-ന്റെ ഭാഗമാണെന്ന് അത് വാദിക്കുന്നു.

Cosmological model ഇവിടെ നിർണ്ണായകമാണ്. Universe-ന്റെ പ്രാരംഭാവസ്ഥ S_0 ഒരു ഉയർന്ന നിയന്ത്രിത അവസ്ഥയായിരുന്നെങ്കിൽ, പിന്നീടുള്ള എല്ലാ correlations-വും അതിന്റെ നിയമാനുസൃത വിപുലീകരണമാണ്.

$S(t) = \Phi(t, S_0)$

ഇവിടെ Φ causal evolution mapping ആണ്.

ഈ സമീപനം fine-tuning എന്ന വിമർശനത്തിൽ നിന്ന് സ്വതന്ത്രമാകാൻ ശ്രമിക്കുന്നു. Correlations conspiracy അല്ല; അവ global constraint-ന്റെ പ്രകടനമാണ്. എന്നിരുന്നാലും, ഇത് സ്വതന്ത്ര പരീക്ഷണപരമായ വ്യത്യസ്ത പ്രവചനങ്ങൾ നൽകുന്നില്ല എന്ന വിമർശനം ശക്തമായി നിലനിൽക്കുന്നു[6].

Global Structural Determinism-ന്റെ ചട്ടക്കൂടിൽ നിന്ന് നോക്കുമ്പോൾ, superdeterminism indivisible causal structure-നോട് പൊരുത്തപ്പെടുന്നു. എന്നാൽ ശാസ്ത്രീയമായി under-determined ആയിത്തന്നെ തുടരുന്നു.

ബോംമിയൻ യാന്ത്രികതയും സാപേക്ഷ വിപുലീകരണവും

Bohmian mechanics locality ഉപേക്ഷിച്ച് determinism നിലനിർത്തുന്നു[7]. Schrödinger സമവാക്യം നിർണയാത്മകമാണ്.

$i\hbar (\partial\psi/\partial t) = \hat{H}\psi$

Particle trajectory guiding equation അനുസരിച്ച് നിർണ്ണയിക്കപ്പെടുന്നു.

$dx/dt = (\hbar/m) \text{Im} (\nabla\psi/\psi)$

ഇവിടെ nonlocal correlations quantum potential മുഖേന രൂപപ്പെടുന്നു. Bell violation സ്വാഭാവികമായി വിശദീകരിക്കപ്പെടുന്നു.

Relativistic domain-ൽ Dirac equation അടിസ്ഥാനമാക്കിയാണ് വിപുലീകരണം ശ്രമിക്കുന്നത്[8].

$(i\gamma^\mu \partial_\mu - m)\psi = 0$

Multi-time wavefunctions, Lorentz-covariant formulations, preferred foliation തുടങ്ങിയ സമീപനങ്ങൾ വികസിപ്പിക്കപ്പെട്ടിട്ടുണ്ട്[9]. Space-time geometry തന്നെ deeper causal structure-ന്റെ emergent manifestation ആയി വായിക്കുമ്പോൾ, nonlocality spatial metric-നെ അതിക്രമിക്കുന്ന ബന്ധമായി മനസ്സിലാക്കാം.

ഈ വിഷയം Appendix-ൽ വിശദമായി വികസിപ്പിക്കേണ്ടതാണ്. കാരണം relativity-യും nonlocal determinism-ഉം തമ്മിലുള്ള പൊരുത്തം quantum ontology-യുടെ ആഴത്തിലുള്ള പ്രശ്നമാണ്.

ദാർശനിക ഉയർച്ച

Bell theorem classical separability-യുടെ പരിമിതിയെ വെളിപ്പെടുത്തി. എന്നാൽ causal indivisibility-നെ അത് തകർത്തില്ല.

Category-theoretic ഭാഷ causal unity-യെ formal ആയി അവതരിപ്പിക്കുന്നു.

Superdeterminism cosmological constraint-ന്റെ ദിശയിലേക്ക് സൂചിപ്പിക്കുന്നു.

Bohmian nonlocality explicit causal linkage സമ്മതിക്കുന്നു.

Representation reality അല്ല.

Predictive limitation ontological openness അല്ല.

Structural necessity fatalism അല്ല.

ഘടനാപരമായ സംഗ്രഹം

Bell സഹബന്ധങ്ങൾ classical product structure-നെ നിരസിക്കുന്നു.

Global causal object അവിഭാജ്യമാണ്.

Statistical independence ഉപേക്ഷിച്ചാൽ superdeterministic മാതൃകകൾ logical ആയി സാധ്യമാണ്, എന്നാൽ ശാസ്ത്രീയമായി നിർണ്ണായകമായി സ്ഥിരീകരിക്കപ്പെട്ടിട്ടില്ല.

Locality ഉപേക്ഷിച്ചാൽ Bohmian nonlocal determinism coherent ആണ്.

Quantum correlations fragmentation അല്ല; deeper unity-യുടെ പ്രകടനമാണ്.

Indivisible causal structure നിലനിൽക്കുന്നു.

Reference List

1. Bell, J. S. (1964). On the Einstein Podolsky Rosen Paradox. *Physics.*

2. Einstein, A., Podolsky, B., Rosen, N. (1935). Can Quantum-Mechanical Description of Physical Reality Be Considered Complete? *Physical Review.*

3. Mac Lane, S. (1998). *Categories for the Working Mathematician.* Springer.

4. Clauser, J. F., Horne, M. A., Shimony, A., Holt, R. A. (1969). Proposed Experiment to Test Local Hidden-Variable Theories. *Physical Review Letters.*

5. Brans, C. (1988). Bell's Theorem Does Not Eliminate Fully Causal Hidden Variables. *International Journal of Theoretical Physics.*

6. Hossenfelder, S., Palmer, T. (2020). Rethinking Superdeterminism. *Frontiers in Physics.*

7. Bohm, D. (1952). A Suggested Interpretation of the Quantum Theory in Terms of "Hidden" Variables. *Physical Review.*
8. Dirac, P. A. M. (1928). The Quantum Theory of the Electron. *Proceedings of the Royal Society A.*
9. Dürr, D., Goldstein, S., Zanghì, N. (2013). *Quantum Physics Without Quantum Philosophy.* Springer.

അധ്യായം 18
ഡീകോഹറൻസ്, ബോൺ നിയമം, ബെൽ സഹബന്ധങ്ങൾ: ഘടനാപരമായ ഏകീകരണം

ക്വാണ്ടം സിദ്ധാന്തത്തിന്റെ ആഴത്തിൽ മൂന്ന് കേന്ദ്രപ്രശ്നങ്ങൾ പരസ്പരം ബന്ധപ്പെട്ടു നിൽക്കുന്നു. അളവെടുപ്പിന്റെ സാധ്യതാനിയമമായ ബോൺ നിയമം, ദൂരസ്ഥ സഹബന്ധങ്ങളുടെ അതിരുകൾ തുറന്നുകാട്ടിയ ബെൽ സിദ്ധാന്തം, കൂടാതെ സൂപ്പർപോസിഷൻ പ്രത്യക്ഷമായി ഇല്ലാതാകുന്നുവെന്ന അനുഭവത്തെ വിശദീകരിക്കുന്ന ഡീകോഹറൻസ്. ഈ മൂന്നു പ്രശ്നങ്ങളെയും വേർതിരിച്ച് കാണുമ്പോൾ അവ തമ്മിൽ സംഘർഷമുള്ളതുപോലെ തോന്നാം. എന്നാൽ Global Structural Determinism എന്ന ദാർശനിക ചട്ടക്കൂടിൽ അവ ഒരേ കാരണഘടനയുടെ വ്യത്യസ്ത പ്രകടനങ്ങളായി മനസ്സിലാക്കപ്പെടുന്നു.

ഈ ചട്ടക്കൂട് മുൻ അധ്യായങ്ങളിൽ സ്ഥാപിച്ചിട്ടുള്ള അടിസ്ഥാന ആക്സിയങ്ങളെ വീണ്ടും ഉറപ്പിക്കുന്നു. യാഥാർത്ഥ്യം indivisible causal structure ആണ്. Predictive limitation ontological openness അല്ല. Structural necessity fatalism അല്ല. Representation reality അല്ല. ഗണിതഘടന വിവരണമാണ്; ontology causal totality ആണ്.

ബോൺ നിയമം: സാധ്യതയുടെ ഗണിതരൂപം

ഒരു തരംഗഫംഗ്ഷൻ ψ ഒരു ഐഗൻസ്റ്റേറ്റിൽ അളക്കുമ്പോൾ ലഭിക്കുന്ന ഫലങ്ങളുടെ സാധ്യതാ വിതരണം ബോൺ നിയമം നിർണ്ണയിക്കുന്നു[1].

$P(a) = |\langle a|\psi\rangle|^2$

ഈ സമവാക്യം പരീക്ഷണപരമായി സ്ഥിരീകരിക്കപ്പെട്ടതാണ്. എന്നാൽ ഇതിന്റെ ദാർശനിക അർത്ഥം നിർണ്ണായകമാണ്. Probability ontological randomness ആണോ, അല്ലെങ്കിൽ epistemic limitation ആണോ.Global Structural Determinism-ന്റെ വായനയിൽ probability epistemic access-ന്റെ അളവാണ്. Representation-ൽ $|\psi|^2$ എന്ന രൂപത്തിൽ പ്രത്യക്ഷപ്പെടുന്ന സാധ്യത causal totality-യുടെ പൂർണ്ണതയെ നിർബന്ധിക്കുന്നില്ല. Predictive limitation ontological openness അല്ല എന്ന ആക്സിയം ഇവിടെ പ്രയോഗിക്കപ്പെടുന്നു.ബോൺ നിയമം collapse postulate-നെ അനിവാര്യമാക്കുന്നില്ല. അത് unitary evolution-ന്റെ ഉള്ളിലുള്ള probability measure മാത്രമാണ്.

ബെൽ സഹബന്ധങ്ങൾ: വിഭജിക്കാനാവാത്ത ഘടനയുടെ സൂചന

Einstein–Podolsky–Rosen പ്രശ്നം യാഥാർത്ഥ്യത്തിന്റെ സമ്പൂർണ്ണതയെ ചോദ്യം ചെയ്തു[2]. Bell ഈ ചോദ്യം ഗണിതപരമായി നിർവ്വചിച്ചു[3]. CHSH അസമത്വം ഇങ്ങനെ എഴുതാം[4].

$S = |\langle A_1B_1\rangle + \langle A_1B_2\rangle + \langle A_2B_1\rangle - \langle A_2B_2\rangle| \leq 2$

ക്വാണ്ടം സിദ്ധാന്തം Tsirelson പരിധി പ്രവചിക്കുന്നു[5].

$S \leq 2\sqrt{2}$

Aspect-ന്റെ പരീക്ഷണങ്ങളിൽ നിന്ന് ആരംഭിച്ച് loophole-free പരീക്ഷണങ്ങളിലേക്കും, ഈ ലംഘനം നിരന്തരം സ്ഥിരീകരിക്കപ്പെട്ടിട്ടുണ്ട്[6].

ഇത് classical separability assumption-ന്റെ പരാജയമാണ്. എന്നാൽ ontological fragmentation-ന്റെ തെളിവല്ല. Global causal configuration product form-ൽ വിഭജിക്കാനാവില്ല. Statistical independence assumption

$P(\lambda \mid a, b) = P(\lambda)$

എന്ന ഉപകൽപ്പന ഉപേക്ഷിക്കുമ്പോൾ superdeterministic മാതൃകകൾ logical ആയി സാധ്യമാണ്[7]. Locality ഉപേക്ഷിക്കുമ്പോൾ Bohmian nonlocal determinism coherent ആണ്[8].

Bell violation causal indivisibility-ന്റെ പ്രകടനമാണ്.

ഡീകോഹറൻസ്: പ്രത്യക്ഷ തകർച്ചയുടെ ഉദ്ഭവം

ഒരു സിസ്റ്റം സൂപ്പർപോസിഷനിൽ നിലനിൽക്കുമ്പോൾ

$\psi\_sys = \alpha|A\rangle + \beta|B\rangle$

പരിസ്ഥിതിയുമായി ഇടപെടുമ്പോൾ ആഗോള അവസ്ഥ ഇങ്ങനെ മാറുന്നു[1].

$\psi\_total = \alpha|A\rangle|E\_A\rangle + \beta|B\rangle|E\_B\rangle$

Reduced density matrix

$\rho\_sys = Tr\_env (|\psi\_total\rangle\langle\psi\_total|)$

എഴുതുമ്പോൾ off-diagonal ഘടകങ്ങൾ അടിച്ചമർത്തപ്പെടുന്നു.

$\rho\_sys \approx |\alpha|^2|A\rangle\langle A| + |\beta|^2|B\rangle\langle B|$

ഇവിടെ collapse ഒന്നും സംഭവിക്കുന്നില്ല. ആഗോള തരംഗഫംഗ്ഷൻ ഇപ്പോഴും unitary വികാസത്തിലാണ്.

$i\hbar (\partial\psi/\partial t) = \hat{H}\psi$

Pointer states പരിസ്ഥിതി ഇടപെടലുകളിൽ നിന്ന് ഉദ്ഭവിക്കുന്നു[2]. Quantum Darwinism redundant encoding മുഖേന objectivity വിശദീകരിക്കുന്നു[3].

"ഒരു ഫലം മാത്രം" എന്ന അനുഭവം epistemic self-location ആണ്[9]. Ontological rupture അല്ല.

മൂന്ന് ഘടകങ്ങളുടെ ഏകീകരണം

ഇപ്പോൾ ബോൺ നിയമം, ബെൽ സഹബന്ധങ്ങൾ, ഡീകോഹറൻസ് എന്നീ മൂന്നു ഘടകങ്ങളും പരസ്പരം വേർതിരിക്കാനാവാത്ത രീതിയിൽ ബന്ധപ്പെട്ടു നിൽക്കുന്നതായി വ്യക്തമായി കാണാം. ഇവ ഓരോന്നും വ്യത്യസ്ത പ്രശ്നങ്ങൾ കൈകാര്യം ചെയ്യുന്നുവെന്നത് സത്യമാണ്, എന്നാൽ അവയുടെ അടിസ്ഥാനം ഒരേ ഘടനയിലാണ് നിൽക്കുന്നത്. ബോൺ നിയമം

അളവെടുപ്പിന്റെ സാധ്യതാ വിതരണം ഗണിതരൂപത്തിൽ നിർവചിക്കുന്നു; അതിലൂടെ ക്വാണ്ടം സിദ്ധാന്തത്തിന്റെ പ്രവചനഘടന സുസ്പഷ്ടമാകുന്നു. എന്നാൽ ഈ probability യാഥാർത്ഥ്യത്തിലെ യാദൃശ്ചികതയെ നിർബന്ധിക്കുന്നില്ല; അത് വിവരണത്തിന്റെ പരിധിയെ സൂചിപ്പിക്കുന്ന epistemic അളവാണ്.

ബെൽ സഹബന്ധങ്ങൾ classical separability എന്ന ധാരണയുടെ പരിമിതിയെ തുറന്നുകാട്ടുന്നു. ദൂരസ്ഥ സംവിധാനങ്ങൾ പരസ്പരം പൂർണ്ണമായി സ്വതന്ത്രമാണെന്ന അനുമാനം നിലനിൽക്കാനാവില്ലെന്ന് പരീക്ഷണങ്ങൾ തെളിയിച്ചു. ഇതിലൂടെ causal indivisibility എന്ന ആശയം ശക്തിപ്പെടുന്നു. യാഥാർത്ഥ്യം വിഭജിക്കാനാവാത്ത കാരണഘടനയാണ് എന്ന നിലപാട് ഇതോടെ കൂടുതൽ ഉറപ്പിക്കുന്നു.

ഡീകോഹറൻസ് ക്ലാസിക്കൽ പ്രത്യക്ഷത്തിന്റെ ഗതിക്രമാത്മക ഉദ്ഭവം വിശദീകരിക്കുന്നു. സൂപ്പർപോസിഷൻ നിലനിൽക്കുമ്പോഴും, പരിസ്ഥിതിയുമായുള്ള ഇടപെടലുകൾ മൂലം interference അടിച്ചമർത്തപ്പെടുന്നു; ഫലമായി, classical appearance രൂപപ്പെടുന്നു. ഇവിടെ യഥാർത്ഥ ഭൗതിക തകർച്ച ആവശ്യമില്ല.

ഈ മൂന്ന് ഘടകങ്ങളും ഒരുമിച്ച് വായിക്കുമ്പോൾ collapse postulate എന്ന അധിക ഉപപാദം അനാവശ്യമായി മാറുന്നു. Ontological openness എന്ന ആശയം നിർബന്ധമല്ല. Predictive limitation എന്നത് അറിവിന്റെ പരിധിയെയാണ് സൂചിപ്പിക്കുന്നത്, യാഥാർത്ഥ്യത്തിലെ വിച്ഛേദത്തെ അല്ല.

പരീക്ഷണപരമായ അതിരുകൾ

Objective collapse models stochastic dynamics നിർദ്ദേശിക്കുന്നു[10]. ഈ മാതൃകകൾ wavefunction-ന്റെ ഏകക വികാസത്തിൽ non-unitary ഘടകം ചേർക്കുന്നു. Excess heating, spontaneous radiation emission തുടങ്ങിയ പ്രവചനങ്ങൾ പരീക്ഷണപരമായി പരിശോധിക്കപ്പെട്ടു[11].

ഈ പരിശോധനകളിൽ ലഭിച്ച null results collapse parameters-നെ ശക്തമായി പരിമിതപ്പെടുത്തുന്നു[11]. Collapse നിരക്ക് വളരെ ചെറിയ പരിധിയിലേക്ക് ചുരുങ്ങുന്നു. ഇതുവഴി non-unitary തകർച്ച അനിവാര്യമാണെന്ന വാദം ശക്തമായി ദുർബലമാകുന്നു.
അതേസമയം superconducting circuits-ൽ quantum Darwinism പ്രകടമായി സ്ഥിരീകരിക്കപ്പെട്ടിട്ടുണ്ട്[12]. Macroscopic സംവിധാനങ്ങളിൽ വിവരത്തിന്റെ redundant encoding സാക്ഷ്യപ്പെടുത്തി. Levitated systems-ൽ decoherence നിയന്ത്രിച്ച് macroscopic superposition പഠിക്കപ്പെടുന്നു[13]. ഈ പരീക്ഷണപരമായ പുരോഗതികൾ unitary dynamics മതിപ്രാപ്തമാണെന്ന ധാരണയെ ശക്തിപ്പെടുത്തുന്നു.

Unified Structural Summary

Part V-ന്റെ സമാപനത്തിൽ structural ഏകീകരണം ഇങ്ങനെ വ്യക്തമായി ചുരുക്കാം.
യാഥാർത്ഥ്യം indivisible causal structure ആണ്; അത് വിഭജിക്കാനാവുന്ന ഘടകങ്ങളുടെ കൂട്ടായ്മയല്ല.
Wavefunction representation epistemic map ആണ്; ontology causal totality ആണ്. Representation reality അല്ല.
Born rule epistemic probability measure ആണ്; അത് intrinsic randomness നിർബന്ധിക്കുന്നില്ല.
Bell correlations classical separability-നെ നിരസിക്കുന്നു, causal unity-നെ ശക്തിപ്പെടുത്തുന്നു.
Decoherence classical regularities-ന്റെ ഉദ്ഭവം വിശദീകരിക്കുന്നു; collapse ഇല്ലാതെയും classical appearance രൂപപ്പെടുന്നു.
Predictive limitation ontological openness അല്ല.
Structural necessity fatalism അല്ല.
Collapse ontological necessity അല്ല.
Quantum mechanics-ന്റെ ഉള്ളിലുള്ള unitary evolution മതിയാകുന്നു.

ഇങ്ങനെ ബോൺ നിയമം, ബെൽ സഹബന്ധങ്ങൾ, ഡീകോഹറൻസ് എന്നീ മൂന്ന് പ്രധാന ഘടകങ്ങളും ഒരേ ഘടനാപരമായ നിർണയവാദ ചട്ടക്കൂടിൽ ഏകീകരിക്കപ്പെടുന്നു. Causal indivisibility നിലനിൽക്കുന്നു; classical ലോകം അതിന്റെ ഉദ്ഭവഗുണമായി മാത്രം പ്രത്യക്ഷപ്പെടുന്നു.

Appendix

Objective Collapse Models: Empirical Limits

GRW, CSL എന്നീ collapse മാതൃകകൾ wavefunction-ൽ stochastic localization ഉൾക്കൊള്ളുന്ന സമീപനങ്ങളാണ്[10]. ഇവയുടെ അടിസ്ഥാന നിർദ്ദേശം, Schrödinger സമവാക്യത്തിന്റെ unitary വികാസത്തിൽ non-unitary ഘടകം ചേർത്ത് തകർച്ചയെ ഭൗതിക പ്രക്രിയയായി സ്ഥാപിക്കണമെന്നതാണ്. അതായത്, collapse ഇവിടെ epistemic update അല്ല; ontological സംഭവമാണ് എന്ന നിലപാടാണ്.

എന്നാൽ ഈ മാതൃകകൾ പരീക്ഷണപരമായി പരിശോധിക്കപ്പെട്ടിട്ടുണ്ട്[11]. Collapse ഉണ്ടായാൽ പ്രതീക്ഷിക്കാവുന്ന ചില നിർദ്ദിഷ്ട ഫലങ്ങൾ ശാസ്ത്രജ്ഞർ തിരഞ്ഞു. Spontaneous radiation emission രേഖപ്പെടുത്തപ്പെടേണ്ടതായിരുന്നു. എന്നാൽ അത്തരം വികിരണം കണ്ടെത്താനായില്ല. Collapse മൂലം സിസ്റ്റങ്ങളിൽ അധിക ഊർജ്ജസ്രാവം ഉണ്ടാകുമെന്ന പ്രവചനം ഉണ്ടായിരുന്നു. Excess heating കണ്ടെത്തപ്പെട്ടിട്ടില്ല. Interferometric പരീക്ഷണങ്ങൾ collapse rate-നെ കൃത്യമായി നിർണ്ണയിക്കാൻ ശ്രമിച്ചു; ലഭിച്ച ഫലങ്ങൾ collapse നിരക്ക് വളരെ ചെറുതായ പരിധിയിലേക്ക് ചുരുക്കുന്നു.

ഇന്നത്തെ സാഹചര്യത്തിൽ collapse parameter-ന്റെ നിലവിലുള്ള bounds അത്യന്തം കർശനമാണ്. Collapse മാതൃകകൾ തള്ളിക്കളയപ്പെട്ടിട്ടില്ലെങ്കിലും, അവയ്ക്ക് അനുവദനീയമായ സ്ഥലം ഗണ്യമായി ചുരുങ്ങിയിരിക്കുകയാണ്[11]. ഈ empirical നിയന്ത്രണങ്ങൾ unitary decoherence-based സമീപനത്തെ കൂടുതൽ ശക്തമായതും plausible ആയും കാണിക്കുന്നു.

സമാപനം

Quantum–classical transition യാഥാർത്ഥ്യത്തിലെ fragmentation അല്ല; അത് വിവരണത്തിന്റെ പാളികളുള്ള രൂപമാണ്. അടിസ്ഥാനതലത്തിൽ unitary വികാസം നിലനിൽക്കുമ്പോൾ, പ്രത്യക്ഷതലത്തിൽ classical നിയമിതത്വങ്ങൾ ഉദ്ഭവിക്കുന്നു.Born rule probability-യെ ഗണിതപരമായി formalize ചെയ്യുന്നു; അത് epistemic അളവാണ്.Bell theorem causal unity-യെ വെളിപ്പെടുത്തുന്നു; classical separability-യുടെ പരിമിതി തെളിയിക്കുന്നു. Decoherence classical appearance-നെ ഉദ്ഭവഗുണമായി വിശദീകരിക്കുന്നു; collapse അനിവാര്യമല്ലെന്ന് സൂചിപ്പിക്കുന്നു.Global Structural Determinism ഈ ഘടകങ്ങളെ ഏകീകരിക്കുന്നു. Indivisible causal structure നിലനിൽക്കുന്നു. Predictive limitation ontological openness അല്ല. Structural necessity fatalism അല്ല.

ക്വാണ്ടം അടിസ്ഥാനങ്ങളിൽ തകർച്ചയെ ontological നിർബന്ധമായി സ്വീകരിക്കാതെ തന്നെ സുസ്ഥിരവും ഏകീകരിതവുമായ ദർശനം സാധ്യമാണ്.

Reference List

1. Joos, E. et al. (2003). *Decoherence and the Appearance of a Classical World in Quantum Theory.* Springer.

2. Zurek, W. H. (1981). Pointer Basis of Quantum Apparatus. *Physical Review D.*

3. Zurek, W. H. (2009). Quantum Darwinism. *Nature Physics.*

4. Clauser, J. F. et al. (1969). Proposed Experiment to Test Local Hidden-Variable Theories. *Physical Review Letters.*

5. Tsirelson, B. (1980). Quantum Generalizations of Bell's Inequality. *Letters in Mathematical Physics.*

6. Aspect, A. et al. (1982); Hensen, B. et al. (2015). Experimental Tests of Bell Inequalities.

7. Brans, C. (1988). Bell's Theorem Does Not Eliminate Fully Causal Hidden Variables. *International Journal of Theoretical Physics.*

8. Bohm, D. (1952). A Suggested Interpretation of the Quantum Theory. *Physical Review.*

9. Everett, H. (1957). Relative State Formulation of Quantum Mechanics. *Reviews of Modern Physics.*
10. Ghirardi, G., Rimini, A., Weber, T. (1986). Unified Dynamics. *Physical Review D.*
11. Bassi, A. et al. (2023–2025). Collapse Models: Theoretical and Experimental Bounds. *Entropy.*
12. Zhu, Z. et al. (2025). Observation of Quantum Darwinism with Superconducting Circuits. *Science Advances.*
13. Dutt, G. (2025). Macroscopic Quantum Superpositions in Levitated Systems.

അധ്യായം 19
നോ–സിഗ്നലിംഗ് സിദ്ധാന്തം, ക്വാണ്ടം നോൺലോകാലിറ്റി, നിർണയവാദത്തിന്റെ സംരക്ഷണം

ക്വാണ്ടം സിദ്ധാന്തത്തിന്റെ ചരിത്രത്തിൽ ഏറ്റവും കൂടുതൽ ആശയപരമായ സംഘർഷം സൃഷ്ടിച്ച വിഷയങ്ങളിൽ ഒന്നാണ് നോൺലോകാലിറ്റി എന്ന ആശയവും നോ–സിഗ്നലിംഗ് സിദ്ധാന്തവും തമ്മിലുള്ള ബന്ധം. ബെൽ പരീക്ഷണങ്ങളിൽ തെളിയിക്കപ്പെട്ട ശക്തമായ സഹബന്ധങ്ങൾ യാഥാർത്ഥ്യം ക്ലാസിക്കൽ പ്രാദേശികതയുടെ പരിധികളെ അതിക്രമിക്കുന്നു എന്ന് സൂചിപ്പിക്കുന്നു[1]. അതേ സമയം, ക്വാണ്ടം സിദ്ധാന്തത്തിന്റെ ഗണിതഘടന തന്നെ പ്രകാശവേഗത്തേക്കാൾ വേഗത്തിലുള്ള വിവര കൈമാറ്റം കർശനമായി നിരോധിക്കുന്നു. ഈ ഇരട്ടസ്ഥിതി യാദൃശ്ചികമല്ല. അത് യാഥാർത്ഥ്യത്തിന്റെ causal structure എങ്ങനെ വിന്യസിച്ചിരിക്കുന്നു എന്നതിനെക്കുറിച്ചുള്ള സൂചനയാണ്.

Global Structural Determinism മുൻ അധ്യായങ്ങളിൽ സ്ഥാപിച്ചിട്ടുള്ള ആക്സിയങ്ങളെ ഇവിടെ വീണ്ടും ഉറപ്പിക്കുന്നു. യാഥാർത്ഥ്യം indivisible causal structure ആണ്. Predictive limitation ontological openness അല്ല. Structural necessity

fatalism അല്ല. Representation reality അല്ല.
ഗണിതപ്രതിനിധാനം വിവരണമാണ്; ontology causal totality ആണ്.

നോ–സിഗ്നലിംഗ് സിദ്ധാന്തത്തിന്റെ ഗണിത അടിസ്ഥാനം

രണ്ട് ദൂരസ്ഥ നിരീക്ഷകർ Alice, Bob എന്നിവർ ഒരു എൻടാംഗിൽഡ് അവസ്ഥ പങ്കിടുന്നു എന്ന് കരുതുക.

$|\psi\rangle = (1/\sqrt{2})(|00\rangle + |11\rangle)$

Alice ഏത് measurement basis തിരഞ്ഞെടുത്താലും Bob-ന്റെ പ്രാദേശിക അവസ്ഥയ്ക്ക് മാറ്റമുണ്ടാകില്ല. ഇത് density matrix formalism-ൽ ഇങ്ങനെ എഴുതാം.

$Tr_A (\rho_{AB}) = \rho_B$

അഥവാ, Alice-ന്റെ അളവെടുപ്പ് തിരഞ്ഞെടുപ്പ് Bob-ന്റെ marginal distribution-നെ സ്വാധീനിക്കുന്നില്ല. Formal രീതിയിൽ നോ–സിഗ്നലിംഗ് വ്യവസ്ഥ ഇങ്ങനെ രേഖപ്പെടുത്താം.

$P(b \mid a, \lambda) = P(b \mid \lambda)$

ഇത് ക്വാണ്ടം മെക്കാനിക്സിന്റെ രേഖീയ ഘടനയിൽ നിന്നുതന്നെ പിന്തുടരുന്നതാണ്[1]. എൻടാംഗിൽമെന്റ് ശക്തമായ correlation നൽകുന്നുവെങ്കിലും controllable signaling അനുവദിക്കുന്നില്ല.

ഇവിടെ epistemology–ontology വ്യത്യാസം നിർണ്ണായകമാണ്. Bob-ന്റെ reduced state epistemic description ആണ്. Global state causal totality ആണ്. Representation-ൽ കാണുന്ന entanglement ontological fragmentation അല്ല.

ബെൽ നോൺലോകാലിറ്റിയും causal unity

Bell അസമത്വ ലംഘനം classical local realism പര്യാപ്തമല്ലെന്ന് തെളിയിച്ചു[3]. CHSH അസമത്വം

$S = |\langle A_1B_1\rangle + \langle A_1B_2\rangle + \langle A_2B_1\rangle - \langle A_2B_2\rangle| \leq 2$

എന്ന പരിധി classical theory-യ്ക്ക് ബാധകമാണ്. Quantum theory Tsirelson പരിധി അനുവദിക്കുന്നു.

$S \leq 2\sqrt{2}$

Aspect-ന്റെ പരീക്ഷണങ്ങളിൽ നിന്ന് network nonlocality തെളിയിച്ച പുതിയ noise-robust പരീക്ഷണങ്ങളിലേക്കും ഈ ലംഘനം സ്ഥിരീകരിക്കപ്പെട്ടു[4].

എന്നാൽ നോൺലോകാലിറ്റി signaling അല്ല. Nonlocal correlation എന്നത് controlled information transfer അല്ല. Alice-ന്റെ തിരഞ്ഞെടുപ്പ് Bob-ന്റെ statistics-നെ മാറ്റുന്നില്ല.

Public quantum computers-ൽ റിപ്പോർട്ട് ചെയ്തിരുന്ന നോ–സിഗ്നലിംഗ് ലംഘനങ്ങൾ calibration artefacts ആണെന്ന് തെളിയിക്കപ്പെട്ടു[6]. അടിസ്ഥാനപരമായ causal breach ഒന്നുമില്ല.

ഇത് സൂചിപ്പിക്കുന്നത് causal unity നിലനിൽക്കുന്നു എന്നതാണ്. Quantum nonlocality relativistic causality-യെ ലംഘിക്കുന്നില്ല.

നിർണയവാദവും നോൺലോകാലിറ്റിയും

Orthodox quantum mechanics indeterministic ആയി വായിക്കപ്പെടുന്നു. എന്നാൽ നോൺലോകാലിറ്റി നിർണയവാദത്തെ നിർബന്ധമായും തള്ളുന്നില്ല.

Bohmian mechanics explicit nonlocal determinism-ന്റെ ഉദാഹരണമാണ്[2]. ഇവിടെ കണങ്ങൾക്ക് definite positions ഉണ്ട്. Wavefunction guidance equation വഴി കണങ്ങളെ nonlocally സ്വാധീനിക്കുന്നു.

$dx/dt = (\hbar/m)\,\mathrm{Im}\,(\nabla\psi/\psi)$

Schrödinger സമവാക്യം unitary ആണ്.

$i\hbar\,(\partial\psi/\partial t) = \hat{H}\psi$

System-ന്റെ evolution പൂർണ്ണമായും നിർണയാത്മകമാണ്. Bell violation സ്വാഭാവികമായി പുനരുത്പാദിപ്പിക്കുന്നു. അതേ സമയം നോ–സിഗ്നലിംഗ് നിലനിൽക്കുന്നു, കാരണം local marginal statistics quantum prediction-നോട് തുല്യമാണ്.

ഇവിടെ randomness epistemic ignorance ആണ്. Ontological indeterminism അല്ല.

സൂപ്പർഡിറ്റർമിനിസം: locality സംരക്ഷിക്കുന്ന വഴി

Bell theorem-ന്റെ നിർണ്ണായക ഉപകൽപ്പന measurement independence ആണ്.

P(λ | a, b) = P(λ)

Superdeterminism ഈ അനുമാനം തള്ളുന്നു.

P(λ | a, b) ≠ P(λ)

ഈ സാഹചര്യത്തിൽ Bell അസമത്വം導ിക്കാനാവില്ല[3]. Locality സംരക്ഷിക്കപ്പെടുന്നു. Determinism നിലനിൽക്കുന്നു. നോ–സിഗ്നലിംഗ് സ്വാഭാവികമായി പാലിക്കപ്പെടുന്നു. ഇത് conspiratorial എന്നു വിമർശിക്കപ്പെടുന്നുണ്ടെങ്കിലും, തർക്കപരമായി സുസ്ഥിരമാണ്. Empirically underdetermined ആയ നിലപാടാണ്.

പുതിയ പരീക്ഷണപരമായ പശ്ചാത്തലം

അടുത്തകാലത്ത് ക്വാണ്ടം നെറ്റ്വർക്ക് തലത്തിൽ നടത്തിയ പരീക്ഷണങ്ങൾ നോൺലോകാലിറ്റിയുടെ സ്വഭാവത്തെ കൂടുതൽ വ്യക്തമാക്കിയിരിക്കുന്നു. ശബ്ദപ്രതിരോധ ശേഷിയുള്ള (noise-robust) quantum network nonlocality തെളിവുകൾ എൻടാംഗിൽഡ് അവസ്ഥകളുടെ ഘടനാപരമായ ശക്തിയെ സുസ്പഷ്ടമായി സ്ഥിരീകരിച്ചു[4]. പ്രത്യേകിച്ച് ശബ്ദം നിലനിൽക്കുന്ന സാഹചര്യങ്ങളിലുപോലും ബെൽ–സ്വഭാവമുള്ള സഹബന്ധങ്ങൾ നിലനിൽക്കുന്നു എന്നത്, ഈ ബന്ധങ്ങൾ സാദ്ധ്യതാപരമായ പിശകുകളല്ലെന്ന് തെളിയിക്കുന്നു. അതേസമയം, എൻടാംഗിൽമെന്റ് ഇല്ലാതെ തന്നെ Bell violation ഉണ്ടാകാമെന്ന അവകാശവാദങ്ങൾ ഉയർന്നുവെങ്കിലും, അവ ഗൗരവമായ വിമർശനങ്ങൾക്ക് വിധേയമായി[5]. പരിശോധനകളിലൂടെ ഇത്തരം ഫലങ്ങൾ പലപ്പോഴും പ്രായോഗിക ക്രമീകരണങ്ങളിലെ സാങ്കേതിക ഘടകങ്ങളുമായി ബന്ധപ്പെട്ട ആർട്ടിഫാക്റ്റുകളാകാമെന്ന സൂചന ശക്തിപ്പെട്ടു. അതുപോലെ, latency നിയന്ത്രിത ക്വാണ്ടം ഗെയിമുകളിലെ പഠനങ്ങൾ സമയപരിധികളുടെ പശ്ചാത്തലത്തിൽ ക്വാണ്ടം സംവിധാനങ്ങൾ classical മാതൃകകളെക്കാൾ മുൻതൂക്കം നേടുന്നുവെന്ന് കാണിച്ചു[7]. എന്നാൽ ഈ

ആനുകൂല്യം signaling മുഖേനയല്ല. നോ–സിഗ്നലിംഗ് വ്യവസ്ഥ യാതൊരു ഘട്ടത്തിലും ലംഘിക്കപ്പെടുന്നില്ല. Photonic networks-ൽ നടത്തിയ nonlocality activation പരീക്ഷണങ്ങൾ പോലും ശബ്ദത്തെ മറികടന്ന് സഹബന്ധങ്ങൾ നിലനിൽക്കാമെന്ന് തെളിയിച്ചെങ്കിലും[8], അവയിൽ നിന്നും നിയന്ത്രിത വിവര കൈമാറ്റം സാധ്യമല്ലെന്ന് തന്നെ തെളിഞ്ഞു.

ഇവയെല്ലാം ചേർന്നുനോക്കുമ്പോൾ ഒരേ നിഗമനത്തിലേക്കാണ് നാം എത്തുന്നത്. Quantum correlations ശക്തവും അതിശയകരവുമാണ്. എന്നാൽ signaling എന്ന ആശയം അതിൽ നിന്നുയരുന്നില്ല.

ദാർശനിക ഉയർച്ച

Quantum nonlocality നമ്മുടെ classical intuition-നെ ചോദ്യം ചെയ്യുന്നു. ദൂരസ്ഥ സംവിധാനങ്ങൾ പരസ്പരം പൂർണ്ണമായി സ്വതന്ത്രമാണെന്ന ധാരണ നിലനിൽക്കാനാവില്ല. എന്നാൽ ഈ തിരിച്ചറിവ് causal structure തകർന്നുവെന്നതിനെ നിർബന്ധിക്കുന്നില്ല.

No-signaling principle ക്വാണ്ടം സിദ്ധാന്തത്തിന്റെ ആന്തരിക ഗണിതഘടനയിൽ തന്നെ പതിഞ്ഞിരിക്കുന്നു[1]. രേഖീയതയും (linearity) ട്രേസ് പ്രവർത്തനവും (trace operation) ചേർന്നുണ്ടാകുന്ന ഘടനാപരമായ നിയന്ത്രണമാണ് ഇത്. അതിനാൽ relativistic causality യാതൊരു ഭീഷണിയും നേരിടുന്നില്ല.

Representation reality അല്ല. Hilbert space-ൽ പ്രത്യക്ഷപ്പെടുന്ന entanglement ഗണിതപ്രതിനിധാനത്തിലെ ബന്ധമാണ്. Ontology എന്നത് indivisible causal totality ആണ്.

Predictive limitation ontological openness അല്ല.

Structural necessity fatalism അല്ല.

ഘടനാപരമായ സംഗ്രഹം

ഈ മുഴുവൻ ചർച്ചയുടെ ആഴത്തിൽ നിന്ന് ഉയരുന്ന നിഗമനം ഏകമാണ്. Quantum nonlocality എന്നത് signalling അല്ല. ദൂരസ്ഥ സംവിധാനങ്ങൾ തമ്മിലുള്ള ശക്തമായ സഹബന്ധങ്ങൾ നിയന്ത്രിത വിവര കൈമാറ്റമായി

വ്യാഖ്യാനിക്കാനാവില്ല. അവ classical separability എന്ന ധാരണയുടെ പരിമിതിയെ മാത്രമാണ് വെളിപ്പെടുത്തുന്നത്.

No-signaling സിദ്ധാന്തം relativistic causality-യെ സംരക്ഷിക്കുന്ന ഒരു പുറംനിയമമല്ല; അത് ക്വാണ്ടം സിദ്ധാന്തത്തിന്റെ ഗണിതഘടനയിൽ തന്നെ പതിഞ്ഞിരിക്കുന്ന അടിസ്ഥാന നിയന്ത്രണമാണ്. Alice-ന്റെ തിരഞ്ഞെടുപ്പ് Bob-ന്റെ പ്രാദേശിക സ്ഥിതിവിവരക്കണക്കുകളെ മാറ്റാനാവാത്തതുകൊണ്ട് നിയന്ത്രിത സന്ദേശം അയയ്ക്കൽ അസാധ്യമാണ്. അതിനാൽ പ്രകാശവേഗത്തെ മറികടക്കുന്ന വിവര കൈമാറ്റം യാഥാർത്ഥ്യത്തിൽ ഉണ്ടാകുന്നില്ല.

Bohmian nonlocal determinism ദൂരസ്ഥ കാരണബന്ധത്തെ തുറന്നുപറയുന്നുവെങ്കിലും നിർണയവാദം ഉപേക്ഷിക്കുന്നില്ല. wavefunction-ന്റെ nonlocal സ്വാധീനം അംഗീകരിച്ചുകൊണ്ട് പോലും causal coherence നിലനിർത്താനാകുന്നു എന്നത് ഈ മാതൃക കാണിച്ചുതരുന്നു.

അതേസമയം Superdeterminism locality സംരക്ഷിച്ചുകൊണ്ട് Bell violation വിശദീകരിക്കാൻ ശ്രമിക്കുന്നു. measurement independence ഉപേക്ഷിക്കപ്പെടുമ്പോൾ classical അസമത്വങ്ങൾ നിർബന്ധമാകുന്നില്ല. ഇതുവഴി localityയും determinism-വും ഒരുമിച്ച് നിലനിർത്തുന്ന ഒരു സുസ്ഥിര വ്യാഖ്യാനം സാദ്ധ്യമാകുന്നു.

Randomness ontological നിർബന്ധമല്ല. അത് epistemic പ്രത്യക്ഷമായി വായിക്കാവുന്നതാണ്. അളവെടുപ്പ് ഫലങ്ങളുടെ യാദൃശ്ചികത അറിവിന്റെ പരിധിയെ സൂചിപ്പിക്കാം; യാഥാർത്ഥ്യത്തിലെ വിച്ഛേദത്തെ അല്ല. ഇതെല്ലാം ചേർന്നുനോക്കുമ്പോൾ indivisible causal structure നിലനിൽക്കുന്നു എന്ന മുൻആക്ഷിയം തകരുന്നില്ല. അവസാനമായി, Quantum mechanics causal unity-യെ ലംഘിക്കുന്നില്ല. അത് classical separability-യുടെ പരിധിയെ മാത്രം വെളിപ്പെടുത്തുന്നു. യാഥാർത്ഥ്യം

വിഭജിക്കാനാവാത്ത കാരണഘടനയായി നിലനിൽക്കുന്നു; ക്വാണ്ടം സിദ്ധാന്തം അതിന്റെ ആഴം മാത്രമാണ് തുറന്നുകാട്ടുന്നത്.

Reference List

1. Eberhard, P. H. (1976). Bell's Theorem and the Different Concepts of Locality. *Il Nuovo Cimento B*.
2. Bohm, D. (1952). A Suggested Interpretation of the Quantum Theory in Terms of Hidden Variables I and II. *Physical Review*.
3. Bell, J. S. (1964). On the Einstein Podolsky Rosen Paradox. *Physics*.
4. Boreiri, S. et al. (2025). Noise-robust proofs of quantum network nonlocality. *Quantum*, 9, 1830.
5. Science Advances (2025). Violation of Bell inequality with unentangled photons.
6. Rybotycki, A. et al. (2025). Violation of No-Signaling on a Public Quantum Computer. *Advanced Quantum Technologies*.
7. arXiv (2025). Quantum Systems Show Advantage Under Latency Constraints.
8. Villegas-Aguilar et al. (2024). Nonlocality activation in a photonic quantum network. *Nature Communications*.

അധ്യായം 20
ഓബ്ജക്റ്റീവ് കോളാപ്സ് മാതൃകകൾ: യാഥാർത്ഥ്യത്തിലെ യാദൃശ്ചികതയോ, പ്രതിനിധാനത്തിന്റെ അതിരുകളോ?

കപാണ്ടം മെക്കാനിക്സിലെ അളവെടുപ്പ് പ്രശ്നം ശാസ്ത്രീയ ചരിത്രത്തിൽ ഒരു സാങ്കേതിക ആശയക്കുഴപ്പമല്ല, മറിച്ച് യാഥാർത്ഥ്യത്തിന്റെ സ്വഭാവത്തെക്കുറിച്ചുള്ള ഒരു അടിസ്ഥാന ചോദ്യം തന്നെയാണ്. തരംഗഫംഗ്ഷൻ യഥാർത്ഥ ഭൗതിക സത്തയാണെങ്കിൽ, അത് അളവെടുപ്പിന്റെ നിമിഷത്തിൽ എന്തുകൊണ്ട് ഒരു നിർദ്ദിഷ്ട ഫലത്തിലേക്ക് ചുരുങ്ങുന്നു? ഈ ചോദ്യത്തിന് ഒരു ദിശയിൽ നൽകിയ മറുപടിയാണ് ഓബ്ജക്റ്റീവ് കോളാപ്സ് മാതൃകകൾ[1]. ഇവ collapse എന്ന പ്രക്രിയയെ നിരീക്ഷകനെ ആശ്രയിക്കാത്ത, യഥാർത്ഥ ഭൗതിക സംഭവമായി കാണുന്നു. collapse ഇവിടെ epistemic update അല്ല; ontological സംഭവമാണ്.

എന്നാൽ Global Structural Determinism എന്ന ദാർശനിക ചട്ടക്കൂട് ഈ സമീപനത്തെ സൂക്ഷ്മമായി പരിശോധിക്കുന്നു. മുൻ അധ്യായങ്ങളിൽ സ്ഥാപിച്ച ആക്സിയങ്ങൾ ഇവിടെ വീണ്ടും ബാധകമാകുന്നു. യാഥാർത്ഥ്യം indivisible causal structure ആണ്. Predictive limitation ontological openness അല്ല. Structural necessity fatalism അല്ല. Representation reality അല്ല. ഗണിതഘടന വിവരണമാണ്; ontology causal totality ആണ്.

യൂണിറ്ററി വികാസവും collapse നിർദ്ദേശവും

സാധാരണ കപാണ്ടം മെക്കാനിക്സിൽ ശ്രോഡിംഗർ സമവാക്യം യൂണിറ്ററി ആണ്.

$i\hbar (\partial\psi/\partial t) = \hat{H}\psi$

ഈ സമവാക്യം രേഖീയവും നിർണയാത്മകവുമാണ്. collapse postulate എന്ന പ്രത്യേക ഘടകം അളവെടുപ്പ് ഘട്ടത്തിൽ മാത്രമാണ് ചേർക്കപ്പെടുന്നത്[1].

ഓബ്ജക്റ്റീവ് കോളാപ്സ് മാതൃകകൾ ഈ ഇരട്ടഘടന ഒഴിവാക്കാൻ ശ്രമിക്കുന്നു. അവ ശ്രോഡിംഗർ ഡൈനാമിക്സിൽ തന്നെ stochastic, nonlinear ഘടകം ചേർക്കുന്നു. collapse ഒരു യാദൃശ്ചികവും സ്വാഭാവികവുമായ പ്രക്രിയയായി നിർവ്വചിക്കപ്പെടുന്നു. GRW മാതൃകയിൽ തരംഗഫംഗ്ഷൻ ഇടയ്ക്കിടെ Gaussian localization അനുഭവിക്കുന്നു[1]. CSL മാതൃകയിൽ ഈ പ്രക്രിയ തുടർച്ചയായ stochastic field മുഖേന നടപ്പാക്കപ്പെടുന്നു[2]. collapse നിരക്ക് λയും സഹബന്ധ ദൈർഘ്യം r_Cയും നിർണ്ണായക പാരാമീറ്ററുകളാണ്[2].

Diósi–Penrose മാതൃകയിൽ gravitational self-energy വ്യത്യാസം collapse-ന്റെ കാരണമെന്നു നിർദ്ദേശിക്കുന്നു[3–4]. വ്യത്യസ്ത mass distribution-കളിലെ superposition സ്ഥിരതയില്ലാത്തതായി കണക്കാക്കപ്പെടുന്നു.

ഈ മാതൃകകൾ collapse-നെ ontological തലത്തിൽ സ്ഥാപിക്കുന്നു. അതായത് intrinsic randomness യാഥാർത്ഥ്യത്തിന്റെ ഭാഗമാണെന്ന് അവ സൂചിപ്പിക്കുന്നു.

പരീക്ഷണപരമായ പ്രവചനങ്ങൾ

ഈ മാതൃകകൾ സാധാരണ ക്വാണ്ടം സിദ്ധാന്തത്തിൽ നിന്ന് വ്യത്യസ്തമായ പ്രവചനങ്ങൾ നൽകുന്നു. collapse noise ഉണ്ടായാൽ isolated system-കളിൽ അധിക ചൂടുയരൽ സംഭവിക്കണം[5–7]. spontaneous X-ray അല്ലെങ്കിൽ gamma വികിരണം പ്രതീക്ഷിക്കപ്പെടുന്നു[5–7]. വലിയ മാസ് ഉള്ള superposition-കളിൽ coherence വേഗത്തിൽ നഷ്ടപ്പെടണം[6]. optomechanical സിസ്റ്റങ്ങളിൽ അധിക diffusion രേഖപ്പെടുത്തണം[7].

ഇവയെല്ലാം പരിശോധനയ്ക്കു വിധേയമാണ്.

നിലവിലെ പരീക്ഷണസ്ഥിതി

ഇന്നത്തെ പരീക്ഷണങ്ങൾ collapse മാതൃകകളെ കർശനമായി നിയന്ത്രിച്ചിരിക്കുന്നു. optomechanical സംവിധാനങ്ങളും matter-wave interferometry പരീക്ഷണങ്ങളും collapse നിരക്ക് λ-യെ അത്യന്തം ചെറുതായ പരിധിയിലേക്ക് ചുരുക്കിയിരിക്കുന്നു[6–8].

spontaneous radiation സംബന്ധിച്ച ഭൂഗർഭ പരീക്ഷണങ്ങൾ GRW/CSL മാതൃകകളുടെ ആദ്യം നിർദ്ദേശിച്ച പാരാമീറ്ററുകൾ നിരാകരിച്ചിട്ടുണ്ട്[5–9].

Diósi–Penrose മാതൃകയുടെ R_0 പാരാമീറ്റർ പോലും cosmological സ്കെയിലുകളിലേക്ക് നീങ്ങേണ്ടിവന്നിരിക്കുകയാണ്[9].

molecule interferometry പരീക്ഷണങ്ങൾ collapse-induced coherence loss കണ്ടെത്തിയിട്ടില്ല[10].

2023–2026 കാലയളവിലെ അവലോകനങ്ങൾ collapse മാതൃകകളുടെ parameter space കൂടുതൽ ചുരുങ്ങുകയാണെന്ന് വ്യക്തമാക്കുന്നു[11–13].

ഈ തുടർച്ചയായ null results collapse-നെ decisively falsify ചെയ്തിട്ടില്ലെങ്കിലും, progressively constrained ചെയ്തുകൊണ്ടിരിക്കുന്നു[14].

Epistemology–Ontology വ്യത്യാസത്തിന്റെ നിർണ്ണായകത

ഇവിടെ അടിസ്ഥാന ചോദ്യമൊന്നാണ്. collapse ontological necessity ആണോ, അല്ലെങ്കിൽ epistemic misinterpretation ആണോ?

ഡീകോഹീറൻസ് മുൻ അധ്യായങ്ങളിൽ കാണിച്ചതുപോലെ classical appearance unitary വികാസത്തിൽ നിന്ന് തന്നെ ഉദ്ഭവിക്കാം. reduced density matrix diagonalization ontological mixture അല്ല; epistemic coarse-graining ആണ്.

Collapse models intrinsic randomness-നെ ontological ആയി ഉയർത്തുന്നു. എന്നാൽ അതിനുള്ള പരീക്ഷണ തെളിവ് ലഭിച്ചിട്ടില്ല.

Representation reality അല്ല എന്ന ആക്സിയം ഇവിടെ നിർണ്ണായകമാണ്. wavefunction-ൽ stochastic term ചേർക്കുന്നത് representation-ന്റെ പുനർക്രമീകരണമാകാം; അത് causal totality-യിൽ വിച്ഛേദം സൃഷ്ടിക്കേണ്ടതില്ല.

Predictive limitation ontological openness അല്ല. collapse ഇല്ലാതെ predictive uncertainty നിലനിൽക്കാം.

Structural necessity fatalism അല്ല. deterministic unitary picture മനുഷ്യ പ്രവർത്തനത്തെ നിഷേധിക്കുന്നില്ല.

നിർണയാത്മക ദർശനത്തിലേക്കുള്ള പ്രതിഫലനം

Epistemology–Ontology വ്യത്യാസത്തിന്റെ നിർണ്ണായകത ഈ ചർച്ചയുടെ ഹൃദയത്തിൽ ഒരു അടിസ്ഥാന ചോദ്യം നിൽക്കുന്നു. collapse യാഥാർത്ഥ്യത്തിന്റെ നിർബന്ധമായ ontological ഘടകമാണോ, അല്ലെങ്കിൽ അത് നമ്മുടെ വിവരണരീതിയിലെ epistemic തെറ്റായ വായനയോ? ഈ വ്യത്യാസം വ്യക്തമാക്കാതെ collapse പ്രശ്നം വിലയിരുത്തുന്നത് ആശയക്കുഴപ്പം സൃഷ്ടിക്കും. മുൻ അധ്യായങ്ങളിൽ ഡീകോഹീറൻസ് വിശദീകരിച്ചതുപോലെ, classical appearance എന്നത് unitary വികാസത്തിൽ നിന്നുതന്നെ ഉദ്ഭവിക്കാനാകുന്ന ഒരു പ്രതിഭാസമാണ്. ആഗോള തരംഗഫംഗ്ഷൻ രേഖീയമായി വികസ്വരമാകുമ്പോൾ, പരിസ്ഥിതിയുമായി ഇടപെടലുകൾ മൂലം interference ഘടകങ്ങൾ പ്രായോഗികമായി അടിച്ചമർത്തപ്പെടുന്നു. reduced density matrix diagonalization സംഭവിക്കുമ്പോൾ, അത് യാഥാർത്ഥ്യത്തിലെ ഒരു ontological mixture അല്ല; അത് epistemic coarse-graining മാത്രമാണ്. നാം അവലോകനം ചെയ്യാനാവാത്ത degrees of freedom-കളെ ട്രേസ് ചെയ്തതിന്റെ ഫലമായാണ് mixture പ്രത്യക്ഷപ്പെടുന്നത്. Objective collapse മാതൃകകൾ intrinsic randomness-നെ ontological നിലയിൽ ഉയർത്തുന്നു. യാദൃശ്ചികത യാഥാർത്ഥ്യത്തിന്റെ അടിസ്ഥാന ഘടകമാണെന്ന അവകാശവാദം അവയിൽ അടങ്ങിയിരിക്കുന്നു. എന്നാൽ ഇതുവരെ ലഭിച്ച പരീക്ഷണഫലങ്ങൾ ആ അവകാശവാദത്തെ നിർണ്ണായകമായി പിന്തുണച്ചിട്ടില്ല. collapse-ന്റെ പ്രത്യേക സിഗ്നേച്ചറുകൾ കണ്ടെത്തിയിട്ടില്ല എന്നത് epistemic–ontological വ്യത്യാസം വീണ്ടും പ്രാധാന്യമുള്ളതാക്കുന്നു.

Representation reality അല്ല എന്ന ആക്ഷിയം ഇവിടെ നിർണ്ണായകമാണ്. wavefunction-ൽ stochastic term ചേർക്കുന്നത് ഗണിതപ്രതിനിധാനത്തിലെ ഒരു പരിഷ്കരണമായിരിക്കാം. എന്നാൽ അത് causal totality-യിൽ യഥാർത്ഥ വിച്ഛേദം സംഭവിച്ചതായി നിർബന്ധമാക്കുന്നില്ല. representation-ന്റെ രൂപഭേദം ontology-യിലെ വിച്ഛേദമായി തെറ്റായി വായിക്കരുത്.
Predictive limitation ontological openness അല്ല. collapse postulate ഇല്ലാതെയും predictive uncertainty നിലനിൽക്കാം. Born rule probability-യെ നിർവ്വചിക്കുന്നുവെങ്കിലും, അത് യാഥാർത്ഥ്യത്തിലെ വിച്ഛേദം നിർബന്ധിക്കുന്നില്ല.
Structural necessity fatalism അല്ല. deterministic unitary picture മനുഷ്യ പ്രവർത്തനത്തെ നിഷേധിക്കുന്നില്ല; അത് causal continuity-യുടെ സ്വഭാവത്തെ വ്യക്തമാക്കുന്നു. മനുഷ്യ തീരുമാനം പോലും causal structure-ന്റെ ഭാഗമാണ്, അതിനാൽ determinism നിഷ്ക്രിയത്വമല്ല.
ഇങ്ങനെ നോക്കുമ്പോൾ collapse പ്രശ്നം epistemology–ontology വ്യത്യാസം വ്യക്തമാക്കുമ്പോഴാണ് ശരിയായ പരിധിയിൽ എത്തുന്നത്. collapse ontological നിർബന്ധമാണെന്ന വാദം പരീക്ഷണപരമായി ഉറപ്പിക്കപ്പെടാത്തിടത്ത്, unitary causal structure-നെ വിച്ഛേദമില്ലാതെ നിലനിർത്തുന്ന സമീപനമാണ് ദാർശനികമായി കൂടുതൽ സുസ്ഥിരം.

ഘടനാപരമായ സംഗ്രഹം

Objective collapse മാതൃകകൾ collapse-നെ ഒരു യാഥാർത്ഥ്യപരമായ, ontological പ്രക്രിയയായി അവതരിപ്പിക്കുന്നു[1–4]. അതായത്, തരംഗഫംഗ്ഷന്റെ ചുരുങ്ങൽ നിരീക്ഷകന്റെ അറിവിലെ മാറ്റമല്ല, പ്രകൃതിയിലെ സ്വതന്ത്രവും യാദൃശ്ചികവുമായ സംഭവമാണെന്നാണ് ഇവയുടെ അടിസ്ഥാനവാദം. ഈ നിലപാട് collapse-നെ ഗണിതപ്രതിനിധാനത്തിലെ പോസ്റ്റുലേറ്റ് എന്ന നിലയിൽ നിന്ന് ഉയർത്തി, ഭൗതിക

ലോകത്തിലെ ഘടനാപരമായ സംഭവമായി കണക്കാക്കുന്നു.
ഈ സമീപനത്തിന്റെ ശക്തി അതിന്റെ പരിശോധനാവശ്യകതയിലാണ്. Objective collapse മാതൃകകൾക്ക് വ്യക്തമായ പരീക്ഷണപരമായ പ്രവചനങ്ങൾ ഉണ്ട്[5–7]. അധിക ചൂടുയരൽ, സ്വതന്ത്ര വികിരണം, coherence നഷ്ടം എന്നിവ പോലുള്ള അളക്കാവുന്ന വ്യതിയാനങ്ങൾ ഇവ നിർദ്ദേശിക്കുന്നു. അതായത്, ഇവ purely ദാർശനിക നിർദ്ദേശങ്ങൾ മാത്രമല്ല; ശാസ്ത്രീയമായി പരിശോധിക്കാവുന്ന സിദ്ധാന്തങ്ങളാണ്. എന്നാൽ നിലവിലെ പരീക്ഷണഫലങ്ങൾ collapse parameter-കളെ ശക്തമായി പരിമിതപ്പെടുത്തിയിരിക്കുകയാണ്[6–9]. collapse നിരക്ക്, സഹബന്ധ ദൈർഘ്യം എന്നിവയ്ക്കുള്ള അനുവദനീയമായ മൂല്യപരിധികൾ ക്രമേണ ചുരുങ്ങിയിരിക്കുകയാണ്. GRW, CSL, Diósi–Penrose മാതൃകകളുടെ ആദ്യ നിർദ്ദേശങ്ങൾ പോലും പരീക്ഷണപരിധികളാൽ ചോദ്യം ചെയ്യപ്പെട്ടിരിക്കുകയാണ്.
തുടർച്ചയായി ലഭിക്കുന്ന null results collapse സിദ്ധാന്തങ്ങളെ പൂർണ്ണമായി തള്ളിക്കളയുന്നില്ലെങ്കിലും, അവയെ progressively constrained ചെയ്യുന്നു[14]. Popper-ന്റെ നിബന്ധനാപരമായ നിഷേധ്യതയുടെ മാനദണ്ഡത്തിൽ നോക്കുമ്പോൾ, collapse മാതൃകകൾ കൂടുതൽ കൂടുതൽ കർശനമായ പരിശോധനാവലയത്തിനുള്ളിലേക്ക് നീങ്ങുകയാണ്.
ഇതിനിടെ unitary decoherence-based സമീപനം കൂടുതൽ സുസ്ഥിരവും ലളിതവുമായ വ്യാഖ്യാനമായി ശക്തിപ്രാപിക്കുന്നു. Schrödinger സമവാക്യത്തിന്റെ രേഖീയ വികാസം, പരിസ്ഥിതി ഇടപെടലുകൾ, coarse-graining എന്നിവ ചേർന്നാൽ quantum–classical transition വിശദീകരിക്കാനാകുമെന്ന ധാരണക്ക് പരീക്ഷണപരമായ തടസ്സമൊന്നുമില്ല.

ഇതെല്ലാം Global Structural Determinism-ന്റെ അടിസ്ഥാന ആക്ഷിയങ്ങളുമായി പൊരുത്തപ്പെടുന്നു. Indivisible causal structure നിലനിൽക്കുന്നു; collapse ഇല്ലാതെയും causal continuity നിലനിൽക്കുന്നു. Predictive limitation ontological openness അല്ല; അളവെടുപ്പ് അനിശ്ചിതത്വം യാഥാർത്ഥ്യത്തിലെ വിച്ഛേദം നിർബന്ധിക്കുന്നില്ല. Structural necessity fatalism അല്ല; നിർണയാത്മക ഘടന മനുഷ്യ പ്രവർത്തനത്തെ നിഷേധിക്കുന്നില്ല. Representation reality അല്ല; ഗണിതഘടന യാഥാർത്ഥ്യത്തിന്റെ സമ്പൂർണ്ണ പ്രതിബിംബമല്ല.
അവസാനമായി, collapse postulate അനിവാര്യമാണെന്ന വാദത്തിന് ഇതുവരെ നിർണ്ണായകമായ പരീക്ഷണപിന്തുണ ലഭിച്ചിട്ടില്ല. Quantum mechanics-ന്റെ unitary ഘടന causal unity-യെ ലംഘിക്കുന്നില്ല. collapse യാഥാർത്ഥ്യത്തിലെ അടിസ്ഥാന വിച്ഛേദമാകണമെന്ന നിർബന്ധം ഇല്ലാതെ തന്നെ quantum–classical transition സുസ്ഥിരമായി വിശദീകരിക്കാം.
ഈ ചർച്ചയെ കൂടുതൽ വിപുലീകരിക്കുന്നതിനായി Appendix ആയി "Relativistic Extension of Collapse Models" എന്ന പ്രത്യേക വിഭാഗം ചേർക്കാം. Relativistic invariance, Lorentz covariance, energy conservation തുടങ്ങിയ പ്രശ്നങ്ങൾ collapse മാതൃകകളിൽ എങ്ങനെ പരിഹരിക്കപ്പെടുന്നു എന്നത് അവിടെ സവിശേഷമായി പരിശോധിക്കേണ്ടതാണ്[11].

Reference List

1. Ghirardi, G.; Rimini, A.; Weber, T. (1986). Unified Dynamics for Microscopic and Macroscopic Systems. *Physical Review D.*

2. Bassi, A. et al. (2013). Models of Wave-function Collapse, Underlying Theories, and Experimental Tests. *Reviews of Modern Physics.*

3. Diósi, L. (1987). A Universal Master Equation for the Gravitational Violation of Quantum Mechanics. *Physics Letters A.*

4. Penrose, R. (1996). On Gravity's Role in Quantum State Reduction. *General Relativity and Gravitation.*

5. Bassi, A. et al. (2024–2025). Improved Experimental Bounds on Spontaneous Collapse Models.
6. Carlesso, M. et al. (2025). Testing Collapse Models with Optomechanics and Matter-Wave Interferometry. *Physical Review A*.
7. Carlesso, M.; Bassi, A.; Ulbricht, H. (2025). Experimental Signatures and Constraints on Objective Collapse. *Nature Physics*.
8. Carlesso, M. et al. (2025). Optomechanical Bounds on Collapse Models. *Physical Review Letters*.
9. Donadi, S. et al. (2024–2025). Underground Bounds on Diósi–Penrose Collapse. *Physical Review D*.
10. Arndt, M. et al. (2025). Molecule Interferometry and Collapse Constraints.
11. Bassi, A. et al. (2025). Dissipative CSL and Relativistic Extensions. *Entropy*.
12. Kafri, D.; Taylor, J. M. (2024). Stochastic Gravity in Diósi–Penrose Model.
13. Bassi, A.; Dorato, M.; Ulbricht, H. (2023–2025). Collapse Models Review. *Entropy*.
14. Popper, K. (1959). *The Logic of Scientific Discovery*.
15. Li, P.-Z. et al. (2025). Future Cavity-QED Tests for Collapse Models.

അധ്യായം 21
ചരിത്രപരമായ ഉപമയുടെ പരിധികൾ: ക്വാണ്ടം യാദൃശ്ചികത “വെറും അറിവില്ലായ്മ” ആണോ?

ക്വാണ്ടം മെക്കാനിക്സിൽ കാണപ്പെടുന്ന യാദൃശ്ചികതയെ “വെറും അറിവില്ലായ്മ” എന്ന നിലയിൽ വായിക്കാനുള്ള പ്രവണത ശാസ്ത്രചരിത്രത്തിൽ നിന്നുള്ള ശക്തമായ ഉപമകളിൽ നിന്ന് ഊർജം നേടുന്നു[1–2]. പതിനൊന്നാം നൂറ്റാണ്ടിൽ മൈക്രോസ്കോപ്പ് ഇല്ലാത്തപ്പോൾ ബാക്ടീരിയയെ നേരിട്ട് കാണാനാകാത്തതിനാൽ, അവയുടെ സാന്നിധ്യം സംശയിക്കപ്പെട്ടിരുന്നു. പിന്നീട്

ഉപകരണവികസനം അദൃശ്യമായത് യാഥാർത്ഥ്യമല്ലെന്ന ധാരണയെ തകർത്തു. അദൃശ്യത അറിവിന്റെ പരിധിയായിരുന്നു, സത്തയുടെ അഭാവമല്ല[1–2]. ഈ ചരിത്രപരമായ പാഠം കപാണ്ടം യാദൃശ്ചികതയിലേക്ക് നീട്ടിക്കൊണ്ടുപോകുമ്പോൾ, ഇന്നത്തെ randomness നാളെയുടെ ignorance ആയിരിക്കാമെന്ന പ്രതീക്ഷ ഉയരുന്നു.

എന്നാൽ Global Structural Determinism എന്ന ചട്ടക്കൂടിൽ ഈ ഉപമ സൂക്ഷ്മമായി പരിശോധിക്കപ്പെടണം. യാഥാർത്ഥ്യം in-divisible causal structure ആണ്. Predictive limitation ontological openness അല്ല. Structural necessity fatalism അല്ല. Representation reality അല്ല. ഈ ആക്സിയങ്ങളെ മറികടക്കുന്ന ഉപമകൾ ദാർശനികമായി തെറ്റിദ്ധരിപ്പിക്കും.

ബ്രൗണിയൻ ചലനവും സ്ഥിതിവിവരശാസ്ത്ര മെക്കാനിക്സും: ഉപമയുടെ ശക്തി

ബ്രൗണിയൻ ചലനം ഒരു ചരിത്രപാഠമാണ്[1]. പൂപ്പൽ കണങ്ങളുടെ യാദൃശ്ചിക ചലനം ആദ്യം സ്വഭാവപരമായ randomness ആയി കരുതപ്പെട്ടു. എന്നാൽ 1905-ൽ ഐൻസ്റ്റീൻ അത് molecular collisions എന്ന നിർണയാത്മക പ്രക്രിയയുടെ സ്ഥിതിവിവരശാസ്ത്ര പ്രകടനമാണെന്ന് തെളിയിച്ചു[1]. ഇവിടെ randomness ontological അല്ല; epistemic ആയിരുന്നു.

സ്ഥിതിവിവരശാസ്ത്ര മെക്കാനിക്സും ഇതേ മാതൃക പിന്തുടരുന്നു[2]. ചൂടും എൻട്രോപ്പിയും യാദൃശ്ചികതയായി തോന്നുന്നത് microscopic degrees of freedom-കളുടെ അറിവില്ലായ്മയുടെ ഫലമാണ്. Laplace-ന്റെ demon എന്ന ചിന്താപരീക്ഷണം പൂർണ്ണ അറിവുണ്ടെങ്കിൽ ലോകം നിർണയാത്മകമാകുമെന്ന് സൂചിപ്പിക്കുന്നു[2].

ഈ ചരിത്രപരമായ ഉദാഹരണങ്ങൾ കപാണ്ടം randomness-നും ബാധകമാണോ എന്നതാണ് ചോദ്യം.

ബെൽ സിദ്ധാന്തം: ഉപമയുടെ പരിധി

ഇവിടെയാണ് ബെൽ സിദ്ധാന്തം നിർണ്ണായകമായി ഇടപെടുന്നത്[3]. Bell അസമത്വം local hidden variables-ന്റെ

പരിധിയെ ഗണിതപരമായി തെളിയിച്ചു. classical-local predetermined values ഉപയോഗിച്ച് quantum correlations വിശദീകരിക്കാനാവില്ല[3]. പരീക്ഷണങ്ങൾ ഈ ലംഘനം വ്യക്തമായി സ്ഥിരീകരിച്ചു[3].

ഇതോടെ "randomness = local ignorance" എന്ന ലളിതമായ വായന അസാധുവായി. epistemic വ്യാഖ്യാനം നിലനിർത്തണമെങ്കിൽ അത് nonlocal അല്ലെങ്കിൽ correlated ignorance എന്ന രൂപത്തിലായിരിക്കണം.

ഈ ഘട്ടത്തിൽ epistemology–ontology വ്യത്യാസം വ്യക്തമായി സൂക്ഷിക്കണം. randomness-നെ epistemic ignorance ആയി വായിക്കുന്നത് representation-നുള്ള പരിമിതിയെക്കുറിച്ചുള്ള അവകാശവാദമാണ്. എന്നാൽ Bell theorem ontology-യുടെ local classical ഘടനയെ ചോദ്യം ചെയ്യുന്നു[3]. representation-ൽ ഉള്ള ignorance ontology-യിലെ classical separability-നെ സംരക്ഷിക്കാൻ പോരാ.

nonlocal determinism: ഉപമയുടെ പരിഷ്കരണം

Bohmian mechanics ഒരു nonlocal determinism മാതൃകയാണ്[4]. ഇവിടെ കണങ്ങൾക്ക് definite positions ഉണ്ട്, wavefunction nonlocal guidance നൽകുന്നു. Schrödinger സമവാക്യം unitary ആണ്.

$i\hbar (\partial\psi/\partial t) = \hat{H}\psi$

guidance equation കണങ്ങളുടെ പാത നിർണ്ണയിക്കുന്നു[4]. randomness ആരംഭസ്ഥിതികളോടുള്ള അറിവില്ലായ്മയുടെ ഫലമാണ്.

ഈ മാതൃക Bell violation അംഗീകരിക്കുന്നു, എന്നാൽ determinism ഉപേക്ഷിക്കുന്നില്ല[4]. ഉപമ നിലനിൽക്കുന്നു, പക്ഷേ "മൈക്രോസ്കോപ്പ്" ഇനി local അല്ല; nonlocal ഘടനയാണ്.

സൂപ്പർഡിറ്റർമിനിസം: സ്ഥിതിവിവരശാസ്ത്ര സ്വാതന്ത്ര്യത്തിന്റെ ഉപേക്ഷണം

Bell theorem measurement independence എന്ന അനുമാനം ഉപയോഗിക്കുന്നു[3].

$P(\lambda \mid a, b) = P(\lambda)$

Superdeterminism ഈ അനുമാനം ഉപേക്ഷിക്കുന്നു[5–6]. measurement settings-നും hidden variables-നും തമ്മിൽ അടിസ്ഥാനപരമായ correlation ഉണ്ടെന്ന് കരുതുന്നു. ഇതിലൂടെ Bell അസമത്വം ഒഴിവാക്കാം[3].
ഈ സമീപനം logical ആയി സുസ്ഥിരമാണെങ്കിലും, fine-tuning എന്ന വിമർശനത്തിന് വിധേയമാണ്[6]. Occam's razor ലളിതത്വത്തെ പ്രാധാന്യം നൽകുന്നു[6].
എന്നിരുന്നാലും, logical possibility determinism-നെ നിലനിർത്തുന്നു.

ക്വാണ്ടം ഡാർവിനിസവും epistemic പരിധിയും

Quantum Darwinism redundancy മുഖേന classical objectivity ഉദ്ഭവിക്കുന്നതിനെ വിശദീകരിക്കുന്നു[7]. decoherence classical appearance-നെ unitary വികാസത്തിൽ നിന്ന് തന്നെ ഉദ്ഭവിപ്പിക്കുന്നു. എന്നാൽ Bell nonlocality-യും no-signaling-ഉം ചേർന്ന ഘടനയെ hidden-variable ignorance മാത്രം ഉപയോഗിച്ച് വിശദീകരിക്കാനാവില്ല[7].
representation-ൽ കാണുന്ന redundancy ontology-യിലെ വിച്ഛേദമല്ല. Representation reality അല്ല.

തത്ത്വചിന്താപരമായ അവലോകനം

2025-ലെ അവലോകനങ്ങൾ randomness സ്വഭാവപരമായതാണോ, അതായത് intrinsic ആണോ, അല്ലെങ്കിൽ അത് അറിവിന്റെ പരിധിയുമായി ബന്ധപ്പെട്ട epistemic പ്രതിഭാസമാണോ എന്ന ചർച്ച ഇപ്പോഴും അന്തിമനിഗമനത്തിലെത്താത്തതാണെന്ന് വ്യക്തമാക്കുന്നു[8]. ഈ സാഹചര്യത്തിൽ Bell theorem ഒരു നിർണ്ണായക no-go result ആയി നിലകൊള്ളുന്നു. എന്നാൽ അത് determinism-ന്റെ സമ്പൂർണ്ണ നിഷേധമല്ലെന്നതും ഒരുപോലെ വ്യക്തമാണ്[3–4]. Bell തെളിയിച്ചത് local hidden variables-ന്റെ അസാധ്യതയാണ്; causality എന്ന ആശയത്തിന്റെ സമ്പൂർണ്ണ വിഘടനമല്ല.
Predictive limitation ontological openness അല്ല എന്ന ആക്സിയം ഇവിടെ വീണ്ടും ഉറപ്പിക്കുന്നു. Bell violation causal unity-നെ തകർക്കുന്നില്ല; അത് classical separability-യുടെ പരിമിതിയെ

മാത്രമാണ് വെളിപ്പെടുത്തുന്നത്. epistemic അനിശ്ചിതത്വം യാഥാർത്ഥ്യത്തിലെ ontological വിച്ഛേദമായി വായിക്കരുത്.Structural necessity fatalism അല്ല. determinism മനുഷ്യ പ്രവർത്തനത്തെ അർഥശൂന്യമാക്കുന്നില്ല; അത് causal coherence-നെ മാത്രം സൂചിപ്പിക്കുന്നു. മനുഷ്യ തീരുമാനങ്ങളും പ്രവർത്തനങ്ങളും causal structure-ന്റെ ഭാഗങ്ങളായിത്തന്നെ മനസ്സിലാക്കപ്പെടുന്നു.

ഭാവിയിലേക്കുള്ള ദൃഷ്ടി

quantum gravity, emergent spacetime പോലുള്ള ഭാവിയിലെ സിദ്ധാന്തങ്ങൾ randomness-നെ കൂടുതൽ ആഴത്തിലുള്ള ഘടനയിൽ ലയിപ്പിക്കുമോ എന്നത് ഇപ്പോഴും തുറന്ന ചോദ്യമാണ്. spacetime തന്നെ emergent ആണെങ്കിൽ, randomness എന്നത് കൂടുതൽ അടിസ്ഥാനപരമായ നിയമിതത്വത്തിന്റെ ഉപരിതലപ്രകടനമായിരിക്കാം. എന്നിരുന്നാലും നിലവിലെ പരീക്ഷണപരവും സിദ്ധാന്തപരവുമായ സാഹചര്യത്തിൽ unitary quantum mechanics നിരീക്ഷണഫലങ്ങളുമായി പൊരുത്തപ്പെടുന്ന സമഗ്രമായ ചട്ടക്കൂടായി തുടരുന്നു. collapse പോലുള്ള അധിക ഉപപാദങ്ങൾ നിർബന്ധമെന്നു തെളിയിച്ചിട്ടില്ല.

ഘടനാപരമായ സംഗ്രഹം

ചരിത്രപരമായ ഉപമകൾ epistemic humility പഠിപ്പിക്കുന്നു[1–2], കാരണം അദൃശ്യമായത് യാഥാർത്ഥ്യമല്ലെന്നു കരുതരുത് എന്നതാണ് അവയുടെ പ്രധാന പാഠം; അതേസമയം Bell theorem local ignorance-നെ നിരാകരിക്കുന്നു[3], അതിനാൽ randomness-നെ classical ignorance ആയി ചുരുക്കാനാവില്ല; non-local determinism logical ആയി സാധ്യമാണ്[4], causality നിർബന്ധമായും local ആയിരിക്കണമെന്ന വ്യവസ്ഥ ഇല്ല; superdeterminism statistical independence ഉപേക്ഷിച്ച് determinism സംരക്ഷിക്കാൻ ശ്രമിക്കുന്നു[5–6], locality
നിലനിർത്തിക്കൊണ്ടുള്ള ഒരു വ്യത്യസ്ത മാർഗമായി അത് മുന്നോട്ട് വരുന്നു; Quantum Darwinism classical appearance-നെ unitary വികാസത്തിൽ നിന്ന് ഉദ്ഭവിപ്പിക്കുന്നു[7], അതിനാൽ collapse അനിവാര്യമല്ലെന്ന ദിശയിലേക്ക് അത്

സൂചിപ്പിക്കുന്നു; ഇതെല്ലാം ചേർന്നുനോക്കുമ്പോൾ indivisible causal structure നിലനിൽക്കുന്നു എന്നും causal unity തകരുന്നില്ലെന്നും വ്യക്തമാണ്; predictive limitation ontological openness അല്ല, അറിവിന്റെ പരിമിതി യാഥാർത്ഥ്യത്തിലെ വിച്ഛേദമായി വായിക്കരുത്; structural necessity fatalism അല്ല, causal നിയമിതത്വം മനുഷ്യ പ്രവർത്തനത്തെ ഇല്ലാതാക്കുന്നില്ല; representation reality അല്ല, ഗണിതപ്രതിനിധാനം ontology-യുടെ സമ്പൂർണ്ണ പ്രതിബിംബമല്ല; അതിനാൽ ക്വാണ്ടം randomness-നെ "വെറും അറിവില്ലായ്മ" എന്ന് ലളിതമായി വിളിക്കുന്നത് പ്രശ്നത്തെ ചുരുക്കുന്നതും determinism അസാധ്യമാണെന്ന് പ്രഖ്യാപിക്കുന്നത് അത്രതന്നെ അപ്രാമാണികവുമാണ്, കാരണം Bell theorem പ്രാദേശികതയെ ചോദ്യം ചെയ്യുന്നതാണ്, causal unity-യെ അല്ല, ചരിത്രം നമ്മെ പഠിപ്പിക്കുന്നത് ഇന്നത്തെ അടിസ്ഥാനമായി തോന്നുന്ന യാദൃശ്ചികത നാളെയുടെ ആഴത്തിലുള്ള ഘടനയായി പുനർവ്യാഖ്യാനിക്കപ്പെടാൻ സാധ്യതയുണ്ടെന്ന സത്യമാണ്.

Reference List

1. Einstein, A. (1905). On the Motion of Small Particles Suspended in Liquids. *Annalen der Physik.*

2. Brush, S. G. (2003). *The History of Modern Science.* Iowa State University Press.

3. Bell, J. S. (1964). On the Einstein Podolsky Rosen Paradox. *Physics.*

4. Bohm, D. (1952). A Suggested Interpretation of the Quantum Theory. *Physical Review.*

5. Hossenfelder, S. (2020–2025). Rethinking Superdeterminism. *Frontiers in Physics.*

6. Palmer, T. N. (2023). Discretization of the Bloch Sphere and Bell's Theorem. *Proceedings of the Royal Society A.*

7. Zurek, W. H. (2025). Quantum Darwinism Review. *Reviews of Modern Physics.*
8. Bassi, A.; Ghirardi, G. C. (2025). Philosophical Implications of Collapse and Hidden Variables. *Studies in History and Philosophy of Science.*

അധ്യായം 22
പരീക്ഷണയോഗ്യതയും നിഷേധ്യതയും: "ഭാവിയിൽ കണ്ടെത്തും" എന്ന നിശ്ചിതവാദത്തിന്റെ ശാസ്ത്രീയ സ്ഥാനം

ക്വാണ്ടം ഫൗണ്ടേഷനുകളിലെ ചർച്ചകളിൽ ആവർത്തിച്ചു കേൾക്കപ്പെടുന്ന ഒരു വിമർശനം ഉണ്ട്. "ഭാവിയിൽ ഒരു പൂർണ്ണ നിശ്ചിത സിദ്ധാന്തം കണ്ടെത്തും" എന്ന നിലപാട് ശാസ്ത്രീയമായി നിഷേധിക്കാനാവാത്തതിനാൽ അത് വെറും മെറ്റാഫിസിക്കൽ പ്രതീക്ഷ മാത്രമാണെന്നതാണ് ആ വിമർശനം. ഈ ആരോപണം ലഘുവായി തള്ളിക്കളയാനാവില്ല, കാരണം കർശനമായ പോപ്പേറിയൻ മാനദണ്ഡപ്രകാരം ഒരു സിദ്ധാന്തം ശാസ്ത്രീയമാകണമെങ്കിൽ അത് സിദ്ധാന്തപരമായി നിഷേധിക്കപ്പെടാവുന്ന സാഹചര്യങ്ങളെ നിർദ്ദേശിക്കണം[4].
എന്നാൽ ഇവിടെ ആദ്യം വ്യക്തത വേണം. നിശ്ചിതവാദം എന്നത് ഒരു പ്രത്യേക പരീക്ഷണ പ്രവചനം അല്ല; അത് causal structure-നെക്കുറിച്ചുള്ള ഒരു ontological പ്രതിബദ്ധതയാണ്. Global Structural Determinism എന്ന ചട്ടക്കൂടിൽ നാം ഇതിനകം സ്ഥാപിച്ചിരിക്കുന്നു: യാഥാർത്ഥ്യം indivisible causal structure ആണെന്ന്. Predictive limitation ontological openness അല്ല. Structural necessity fatalism അല്ല. Representation reality അല്ല. അതിനാൽ "ഭാവിയിൽ കണ്ടെത്തും" എന്ന വാദം epistemic പ്രതീക്ഷയായിരിക്കാം,

പക്ഷേ അതിന്റെ വിലയിരുത്തൽ ontological തലത്തിലാണ് നടക്കേണ്ടത്.

Karl Popper നിർദ്ദേശിച്ച നിഷേധ്യതാ മാനദണ്ഡം ശാസ്ത്രീയ സിദ്ധാന്തങ്ങളുടെ പരിധി നിർണ്ണയിക്കാൻ ശക്തമായ ഉപാധിയാണ്[4]. "എല്ലാ അരയന്നങ്ങളും വെളുത്തതാണ്" എന്ന പൊതുവായ പ്രസ്താവന, ഒരു കറുത്ത അരയന്നം കണ്ടെത്തിയാൽ നിഷേധിക്കപ്പെടും. ഈ ഉദാഹരണം ശാസ്ത്രത്തിലെ നിഷേധ്യതയുടെ സ്വഭാവം വ്യക്തമാക്കുന്നു. എന്നാൽ ക്വാണ്ടം അടിത്തറകളിലെ ചോദ്യങ്ങൾ — randomness intrinsic ആണോ, collapse യഥാർത്ഥ ഭൗതിക പ്രക്രിയയാണോ — ഇവ നേരിട്ട് "കറുത്ത അരയന്നം" മാതൃകയിൽ പരിശോധിക്കാനാവുന്ന പ്രസ്താവനകളല്ല. ഇവ ontological commitments ആണ്[5].

Many-Worlds വ്യാഖ്യാനം collapse നിരസിച്ചുകൊണ്ട് എല്ലാ ശാഖകളും യാഥാർത്ഥ്യമാണെന്ന് വാദിക്കുന്നു[6]. Bohmian mechanics nonlocal determinism നിർദ്ദേശിക്കുന്നു[11]. Superdeterminism statistical independence ഉപേക്ഷിക്കുന്നു[12]. ഇവയൊക്കെയും പരീക്ഷണപരമായി standard quantum mechanics-നോട് തുല്യമായ പ്രവചനങ്ങളാണ് നൽകുന്നത്. അതിനാൽ representation-ൽ വ്യത്യാസമുണ്ടെങ്കിലും empirical data ഒരുപോലെയായിരിക്കാം എന്നത് epistemology–ontology വ്യത്യാസത്തെ വീണ്ടും വ്യക്തമാക്കുന്നു.

Objective collapse മാതൃകകൾ ഇവിടെ വ്യത്യസ്തമായ സ്ഥാനം കൈക്കൊള്ളുന്നു. അവ അളക്കാവുന്നതുമായ വ്യതിയാനങ്ങൾ പ്രവചിക്കുന്നു[13]. GRW, CSL, Diósi–Penrose മാതൃകകൾ അധിക ചൂടുയരൽ, spontaneous radiation, visibility loss, anomalous diffusion എന്നിവ പോലുള്ള പ്രതീക്ഷകൾ നിർദ്ദേശിക്കുന്നു[17]. 2020-കളിൽ നടന്ന പരീക്ഷണങ്ങൾ collapse rate-നും correlation length-നും ശക്തമായ പരിധികൾ സ്ഥാപിച്ചിട്ടുണ്ട്[1–3,17]. Optomechanical പരീക്ഷണങ്ങൾ excess heating കണ്ടെത്തിയിട്ടില്ല[1]. Underground detectors spontaneous

radiation രേഖപ്പെടുത്തിയിട്ടില്ല[2]. Molecule interferometry coherence loss സ്ഥിരീകരിച്ചിട്ടില്ല[3].
ഈ null results തുടർച്ചയായി ശേഖരിക്കപ്പെടുമ്പോൾ collapse postulate-ന്റെ പ്രേരണ ദുർബലമാകുന്നു. ഇവിടെ നിശ്ചിതവാദം നേരിട്ട് തെളിയിക്കപ്പെടുന്നില്ല, പക്ഷേ അതിന്റെ ശക്തരായ എതിരാളികൾ ക്രമേണ പരിമിതപ്പെടുത്തപ്പെടുന്നു. ശാസ്ത്രത്തിൽ സാധാരണമായി അംഗീകരിക്കപ്പെടുന്ന comparative strengthening എന്ന തർക്കരീതിയാണ് ഇത്.
Evidence accumulation Bayesian രീതിയിൽ prior optimism-നെ update ചെയ്യുന്നു[21]. collapse models ആവർത്തിച്ച് പരാജയപ്പെടുമ്പോൾ unitary evolution കൂടിയ decoherence എന്ന കാഴ്ചപ്പാട് കൂടുതൽ plausible ആകുന്നു[8,19]. ഈ നിലപാട് dogmatic അല്ല. വ്യക്തമായ collapse signal കണ്ടെത്തിയാൽ determinism optimism തിരുത്തപ്പെടും[18]. അതിനാൽ ഇത് evidence-responsive ആണ്.
Superdeterminism logical ആയി സുസ്ഥിരമാണെങ്കിലും fine-tuning വിമർശനങ്ങൾക്ക് വിധേയമാണ്[12,14]. Occam's razor ലളിതത്വത്തെ മുൻനിർത്തുന്നു[15]. Bohmian mechanics nonlocal determinism നൽകുന്നു[11,16]. Many-Worlds deterministic branching നിർദ്ദേശിക്കുന്നു[6]. ഇവ കർശനമായ Popperian falsifiability ഇല്ലാത്തവയായിരുന്നാലും collapse models-ന്റെ null results മൂലം conditional plausibility നേടുന്നു.
Quantum foundations-ൽ pure empiricism പര്യാപ്തമല്ല[22]. ഒരേ data പല ontological ചട്ടക്കൂടുകൾക്കും അനുയോജ്യമാണ്. simplicity, ontological economy, Einsteinian realism[24] തുടങ്ങിയ മാനദണ്ഡങ്ങൾ ഇവിടെ നിർണ്ണായകമാകുന്നു. Unitary evolution അധിക stochastic ഘടകങ്ങളില്ലാതെ classical appearance വിശദീകരിക്കാൻ കഴിയും[8,25]. Representation reality അല്ല; wavefunction-ന്റെ ഗണിതരൂപം causal totality-യുടെ സമ്പൂർണ്ണ പ്രതിബിംബമല്ല.
ഈ ചർച്ചയുടെ ഘടനാപരമായ സമാപനം വ്യക്തമാണ്. "ഭാവിയിൽ കണ്ടെത്തും" എന്ന നിശ്ചിതവാദപരമായ

പ്രതീക്ഷ കർശനമായ പോപ്പേറിയൻ നിഷേധ്യതയില്ലാത്തതാണ്[4,26]. എന്നിരുന്നാലും അത് ശൂന്യവാദമല്ല. Objective collapse models-ന്റെ തുടർച്ചയായ null results നിശ്ചിതവാദത്തിന് conditional support നൽകുന്നു[17,27]. Bayesian evidence accumulation determinism optimism-നെ ക്രമേണ ശക്തിപ്പെടുത്തുന്നു[21]. Indivisible causal structure എന്ന ആക്സിയം തകരുന്നില്ല. Predictive limitation ontological openness അല്ല. Structural necessity fatalism അല്ല. Representation reality അല്ല.

ഇതിനാൽ, ക്വാണ്ടം randomness അടിസ്ഥാനപരമാണെന്ന് തെളിയിക്കുന്ന നിർണ്ണായക തെളിവ് ഇതുവരെ ലഭിച്ചിട്ടില്ല. collapse കണ്ടെത്തിയാൽ determinism പരിഷ്കരിക്കപ്പെടും; collapse കണ്ടെത്താത്തിടത്തോളം unitary causal picture കൂടുതൽ വിശ്വാസ്യത നേടും[28]. ശാസ്ത്രചരിത്രം കാണിച്ചിട്ടുള്ള മാതൃകകൾ പ്രകാരം ഇന്നത്തെ അടിസ്ഥാന randomness നാളെയുടെ deeper structure ആയി പുനർവ്യാഖ്യാനിക്കപ്പെടാൻ സാധ്യതയുണ്ട്[29]. ഈ നിലപാട് അന്ധ പ്രതീക്ഷയല്ല; അത് തെളിവുകളോട് പ്രതികരിക്കുന്നതും ontological coherence സംരക്ഷിക്കുന്നതുമായ ഒരു ദാർശനിക പ്രതിബദ്ധതയാണ്.

ഘടനാപരമായ സമാപനം:

ഇവിടെ നടത്തിയ മുഴുവൻ വിശകലനവും ഒരൊറ്റ കേന്ദ്രബിന്ദുവിലേക്ക് ചുരുങ്ങുന്നു. ക്വാണ്ടം സിദ്ധാന്തത്തിലെ probability, Bell violation, decoherence, collapse models, Bayesian evidence accumulation എന്നിവ തമ്മിലുള്ള ചർച്ചയിൽ "randomness" എന്ന പദം ആവർത്തിച്ച് പ്രത്യക്ഷപ്പെടുന്നു. എന്നാൽ ഈ ഗ്രന്ഥത്തിന്റെ ചട്ടക്കൂടിൽ randomness എന്നത് നിർബന്ധമായും വ്യക്തമാക്കപ്പെട്ട അർത്ഥത്തിൽ മാത്രമേ ഉപയോഗിക്കാവൂ. അത് epistemic randomness ആകാം, statistical projection ആകാം, അല്ലെങ്കിൽ structural projection ആകാം. അത് ontological randomness ആണെന്ന് പറയുന്നത് collapse

മാതൃകകൾ പോലുള്ള നിർദ്ദിഷ്ട ontological നിർദ്ദേശങ്ങളിൽ മാത്രമാണ് സാധൂകരിക്കാവുന്നത്. ഇതുവരെ ലഭിച്ച പരീക്ഷണപരമായ തെളിവുകൾ intrinsic ontological randomness നിർബന്ധിക്കുന്നില്ല.

യാഥാർത്ഥ്യം indivisible causal structure ആണ്. അത് ഭാഗങ്ങളുടെ യാദൃശ്ചിക സംയോജനം അല്ല, മറിച്ച് സമഗ്ര causal totality ആണ്.

ഒരു സമ്പൂർണ്ണ causal configuration നിലവിലുണ്ടെങ്കിൽ, അതിൽ നിന്ന് ഉദിക്കുന്ന തുടർച്ച ഘടനാപര നിയന്ത്രണങ്ങൾ പാലിക്കുന്ന ഏകീകൃത causal വികാസമായിരിക്കും.Predictive uncertainty അതിനെ ബഹുവികല്പ ഭാവികളായി വിഭജിക്കുന്നില്ല.

Predictive limitation ontological openness അല്ല. അറിവിന്റെ പരിമിതി യാഥാർത്ഥ്യത്തിലെ വിച്ഛേദത്തിന്റെ തെളിവല്ല.

Structural necessity fatalism അല്ല. causal നിയമിതത്വം മനുഷ്യ പ്രവർത്തനത്തെ ഇല്ലാതാക്കുന്നില്ല; അത് പ്രവർത്തനത്തെ causal continuity-യിൽ സ്ഥാപിക്കുന്നു.

Representation reality അല്ല. Hilbert space formalism, probability amplitudes, density matrices എന്നിവ epistemic interfaces മാത്രമാണ്; അവ ontology-യുടെ സമ്പൂർണ്ണ പ്രതിഫലനം അല്ല.

ഈ അഞ്ചു ആക്ഷിയങ്ങൾ Part V-ൽ quantum foundations-ന്റെ പശ്ചാത്തലത്തിൽ വീണ്ടും വീണ്ടും പരിശോധിക്കപ്പെട്ടു. Heisenberg uncertainty epistemic constraint ആണെന്ന് തെളിയിക്കപ്പെട്ടു. Born rule probabilistic measure ആണെങ്കിലും ontological branching നിർബന്ധിക്കുന്നില്ലെന്ന് വ്യക്തമാക്കപ്പെട്ടു. Bell theorem classical separability-നെ ചോദ്യം ചെയ്യുന്നു, causal unity-യെ അല്ല എന്ന് തെളിയിച്ചു. Decoherence collapse ഇല്ലാതെയും classical appearance ഉദ്ഭവിപ്പിക്കാമെന്ന് കാണിച്ചു. Objective collapse models പരീക്ഷണപരമായി progressively constrained ചെയ്യപ്പെട്ടതായി രേഖപ്പെടുത്തി.

ഇതോടെ ഒരു നിർണ്ണായക നിഗമനം വ്യക്തമാകുന്നു. Quantum foundations structural determinism-നെ തകർത്തിട്ടില്ല. അവ classical metaphors-നെ തിരുത്തി, conceptual language-നെ refine ചെയ്തു. Classical locality-യുടെ പകരം non-factorizable structure-ന്റെ ഭാഷ ആവശ്യമായി. Classical ignorance-ന്റെ പകരം structural projection എന്ന ആശയം ആവശ്യമായി. Determinism ഇനി mechanical caricature അല്ല; അത് structural coherence ആയി പുനർവ്യാഖ്യാനിക്കപ്പെടുന്നു.

Quantum mechanics structural determinism-നെ refute ചെയ്തില്ല. അത് determinism-ന്റെ ഭാഷയെ കൂടുതൽ സൂക്ഷ്മമാക്കി. Classical separability-യുടെ പരിധി വെളിപ്പെടുത്തി. Epistemology–Ontology വ്യത്യാസം കൂടുതൽ കർശനമാക്കി. Representation-നെ ontology-യിൽ നിന്ന് വ്യക്തമായി വേർതിരിക്കാൻ നിർബന്ധിതമാക്കി.
അടുത്ത ഭാഗത്തിൽ, ഈ refined structural framework-നെ കൂടുതൽ ഔപചാരികമായി വികസിപ്പിക്കാം. Causal totality-യെ axiomatic രൂപത്തിൽ അവതരിപ്പിക്കാം. Mathematical structuralism, cosmological constraints, and unified causal mapping എന്നിവയുടെ പശ്ചാത്തലത്തിൽ Global Structural Determinism-നെ formal system ആയി വികസിപ്പിക്കാം.
Quantum foundations ഒരു പ്രതിബന്ധം അല്ലായിരുന്നു. അത് ഒരു ശുദ്ധീകരണ ഘട്ടമായിരുന്നു.

Reference List

1. Bassi, A., Großardt, A., Ulbricht, H. (2017). Gravitational Decoherence. *Classical and Quantum Gravity*, 34, 193002.
2. Donadi, S. et al. (2021). Underground Test of Gravity-Related Wave Function Collapse. *Nature Physics*, 17, 74–78.
3. Arndt, M., Juffmann, T., Vedral, V. (2009). Quantum Physics Meets Biology. *HFSP Journal*, 3, 386–400.
4. Popper, K. (1959). *The Logic of Scientific Discovery*. Hutchinson.
5. Maudlin, T. (1995). Three Measurement Problems. *Topoi*, 14, 7–15.

6. Everett, H. (1957). Relative State Formulation. *Reviews of Modern Physics*, 29, 454–462.
7. Bassi, A. et al. (2013). Models of Wave-Function Collapse. *Reviews of Modern Physics*, 85, 471–527.
8. Zurek, W. H. (2003). Decoherence and Einselection. *Reviews of Modern Physics*, 75, 715–775.
9. Arndt, M., Hornberger, K. (2014). Testing Quantum Superpositions. *Nature Physics*, 10, 271–277.
10. Bell, J. S. (1964). On the EPR Paradox. *Physics*, 1, 195–200.
11. Dürr, D., Goldstein, S., Zanghì, N. (2013). *Quantum Physics Without Quantum Philosophy*. Springer.
12. Hossenfelder, S., Palmer, T. (2020). Rethinking Superdeterminism. *Frontiers in Physics*, 8, 139.
13. Ghirardi, G. C., Rimini, A., Weber, T. (1986). Unified Dynamics. *Physical Review D*, 34, 470–491.
14. Hossenfelder, S., Palmer, T. (2020). Superdeterminism Critiques.
15. Bassi, A., Ghirardi, G. C. (2025). Collapse Theories Review.
16. Dürr, D., Goldstein, S., Zanghì, N. (2013). Relativistic Extensions.
17. Bassi, A. et al. (2013). Experimental Tests of Collapse.
18. Bassi, A. et al. (2013). Spontaneous Localization Tests.
19. Zurek, W. H. (2009). Quantum Darwinism. *Nature Physics*, 5, 181–188.
20. Kochen, S., Specker, E. P. (1967). Hidden Variables Problem.
21. Jaynes, E. T. (2003). *Probability Theory*. Cambridge University Press.
22. Wallace, D. (2012). *The Emergent Multiverse*. Oxford University Press.
23. Maudlin, T. (2019). *Philosophy of Physics*. Princeton University Press.
24. Einstein, A., Podolsky, B., Rosen, N. (1935). Can QM Be Complete? *Physical Review*, 47, 777–780.
25. Zeh, H. D. (2007). *The Physical Basis of the Direction of Time*. Springer.
26. Popper, K. (1959). *The Logic of Scientific Discovery*.

27. Carlesso, M., Bassi, A. (2022). Bounds on Collapse Models. *Physical Review A*, 105, 022218.
28. Bassi, A., Ghirardi, G. C. (2025). Experimental Prospects.
29. Kuhn, T. S. (1962). *The Structure of Scientific Revolutions*. University of Chicago Press.

അധ്യായം 23

ഗണിത ഘടനാവാദവും ഗ്ലോബൽ നിർണയവാദത്തിന്റെ ഔപചാരിക രൂപവും

മുൻ അധ്യായങ്ങളിൽ സ്ഥാപിച്ചതുപോലെ യാഥാർത്ഥ്യം ഒറ്റപ്പെട്ട സംഭവങ്ങളുടെ അനിയന്ത്രിത നിരയല്ല; അത് പരസ്പരം ആശ്രിതമായ ബന്ധഘടകങ്ങളുടെ സമഗ്ര വിന്യാസമാണ് (holistic configuration). ഓരോ അവസ്ഥയും മുൻകാല അവസ്ഥകളുടെ ഫലവും സമകാലിക ഘടകങ്ങളുടെ പരസ്പര നിയന്ത്രിതബന്ധങ്ങളുടെ ഏകോപിത രൂപവുമാണ്.

എന്നാൽ ഒരു ദാർശനിക സിദ്ധാന്തം ആശയപരമായ വിവരണത്തിൽ മാത്രം നിലനിൽക്കുമ്പോൾ അത് തത്ത്വചിന്താപര സൂചന (philosophical pointer) ആയി മാത്രം തുടരാം. യാഥാർത്ഥ്യത്തിന്റെ ഘടനയെ ഔപചാരികമായി നിർവചിക്കുമ്പോഴാണ് ഒരു സിദ്ധാന്തം വിശകലനപരമായ കൃത്യതയും (analytic precision) സുസ്ഥിരമായ സിദ്ധാന്തരൂപവും കൈവരിക്കുന്നത്.

ഈ അധ്യായത്തിന്റെ ലക്ഷ്യം അതാണ്: ഘടനാപര നിർണയവാദത്തെ (structural determinism) ഗണിത ഘടനാവാദത്തിന്റെ (mathematical structuralism) ഭാഷയിൽ വിശദീകരിക്കുക.

1. ഗണിത ഘടനാവാദത്തിന്റെ തത്ത്വചിന്താപര അടിത്തറ

ഗണിതശാസ്ത്രത്തിന്റെ ആഴത്തിലുള്ള ഒരു തിരിച്ചറിവ് ഇതാണ്: ഗണിതത്തിലെ വസ്തുക്കൾ സ്വതന്ത്ര സത്തകളല്ല (independent entities); അവ ബന്ധഘടനകളിൽ നിർവചിക്കപ്പെടുന്ന സ്ഥാനങ്ങളാണ് (positions in structures)[1]. സംഖ്യകൾ, ഫംഗ്ഷനുകൾ (functions), സമുച്ചയങ്ങൾ (sets), ഗ്രൂപ്പുകൾ (groups) തുടങ്ങിയ ഗണിത ഘടകങ്ങൾ ഒറ്റപ്പെട്ട വസ്തുക്കളായി നിലനിൽക്കുന്നില്ല. അവയുടെ അർത്ഥം അവയ്ക്കിടയിലെ ബന്ധങ്ങളിലൂടെ നിർവചിക്കപ്പെടുന്നു[1].

ഒരു ഘടനയിൽ ഘടകങ്ങളുടെ വ്യക്തിപരമായ സ്വഭാവം നിർണ്ണായകമല്ല; നിർണ്ണായകമായത് അവ തമ്മിലുള്ള ബന്ധങ്ങളുടെ നിയമിതത്വമാണ് (regularity of relations). ഒരേ ബന്ധനിയമങ്ങൾ നിലനിൽക്കുന്നിടത്ത് ഘടന നിലനിൽക്കും; ഘടകങ്ങൾ മാറിയാലും ഘടന തകരുകയില്ല.

ഈ തിരിച്ചറിവ് സത്താത്മക പഠനത്തിലേക്ക് (ontology) വിപുലീകരിക്കുമ്പോൾ ഒരു അടിസ്ഥാനപരമായ മാറ്റം സംഭവിക്കുന്നു. യാഥാർത്ഥ്യം വസ്തുക്കളുടെ സമാഹാരമായി (collection of objects) കാണപ്പെടുന്നില്ല; അത് ബന്ധഘടനയായി മനസ്സിലാക്കപ്പെടുന്നു[2].

വസ്തുക്കൾ സ്വതന്ത്ര സത്തകൾ അല്ല; അവ ബന്ധഘടനയിൽ രൂപപ്പെടുന്ന വിന്യാസങ്ങളാണ്. ഈ ദൃഷ്ടികോണത്തിലാണ് ഗ്ലോബൽ നിർണയവാദത്തിന്റെ ദാർശനിക അടിത്തറ നിലനിൽക്കുന്നത്.

2. പ്രപഞ്ചത്തിന്റെ അവസ്ഥാ മണ്ഡലം (State Space)

ഈ പശ്ചാത്തലത്തിൽ പ്രപഞ്ചത്തെ (universe) ഒരു ഗണിത ഘടനയായി നിർവചിക്കാം. ഒരു നിശ്ചിത നിമിഷത്തിൽ പ്രപഞ്ചം ഒരു നിർദ്ദിഷ്ട അവസ്ഥയിലാണ് നിലനിൽക്കുന്നത്.

എന്നാൽ "അവസ്ഥ" എന്നത് ഇവിടെ ഒരു ഭാഗിക സംഭവത്തെ സൂചിപ്പിക്കുന്നില്ല. അത് സമഗ്ര വിന്യാസമാണ് (total configuration).
പ്രപഞ്ചത്തിലെ എല്ലാ ഘടകങ്ങളുടെയും സമകാലിക വിന്യാസമാണ് ഒരു അവസ്ഥ (state).
ഈ എല്ലാ സാധ്യതാപരമായ വിന്യാസങ്ങളുടെയും സമുച്ചയത്തെ അവസ്ഥാ മണ്ഡലം (state space) എന്ന് വിളിക്കാം.
അവസ്ഥാ മണ്ഡലത്തെ S എന്ന് അടയാളപ്പെടുത്താം.
S = { s | s ഒരു സാധ്യതാപരമായ സമഗ്ര പ്രപഞ്ച ക്രമീകരണമാണ് }
ഇവിടെ ഓരോ s പ്രപഞ്ചത്തിന്റെ സമ്പൂർണ്ണ വിന്യാസത്തെ പ്രതിനിധീകരിക്കുന്നു.
ഒരു കണികയുടെ (particle) സ്ഥാനം അവസ്ഥയല്ല.
ഒരു ജീവിയുടെ അവസ്ഥ അവസ്ഥയല്ല.
ഒരു ഗാലക്സിയുടെ അവസ്ഥ അവസ്ഥയല്ല.
ഇവ എല്ലാം ഭാഗിക ഘടകങ്ങളാണ്.
അവസ്ഥ എന്നത് മുഴുവൻ പ്രപഞ്ചത്തിന്റെയും ബന്ധിത വിന്യാസമാണ് (relational configuration).
അതായത്, അവസ്ഥാ മണ്ഡലത്തിലെ ഓരോ ഘടകവും പ്രപഞ്ചത്തിന്റെ ഒരു സമ്പൂർണ്ണ അവസ്ഥയാണ്.

3. അവസ്ഥാ പരിണാമം (State Evolution) എന്ന ആശയം

സമയം എന്നത് അവസ്ഥാ സംക്രമണങ്ങളുടെ (state transitions) ക്രമീകരണമായി മനസ്സിലാക്കാം.
ഒരു അവസ്ഥയിൽ നിന്ന് മറ്റൊന്നിലേക്ക് നടക്കുന്ന മാറ്റമാണ് കാലിക പരിണാമം (temporal evolution).
ഈ പരിണാമത്തെ ഒരു ഫംഗ്ഷൻ ആയി രേഖപ്പെടുത്താം.
S(t) = Φ(t, S0)
ഇവിടെ
S0 = പ്രാരംഭ വിന്യാസം (initial configuration)
Φ = സംക്രമണ നിയമം (transition law)
t = സമയപരമായ പരാമീറ്റർ (temporal parameter)

ഈ ഫംഗ്ഷൻ പ്രപഞ്ചത്തിന്റെ വികാസത്തെ നിർണ്ണയിക്കുന്നു.
അർത്ഥം: ഒരു പ്രാരംഭ വിന്യാസം നൽകിയാൽ, പ്രപഞ്ചത്തിന്റെ തുടർ അവസ്ഥകൾ ഈ സംക്രമണ നിയമം അനുസരിച്ച് രൂപപ്പെടുന്നു.

4. നിർണയവാദത്തിന്റെ ഔപചാരിക നിർവചനം

അവസ്ഥാ പരിണാമം നിർണ്ണായകമാകാൻ (deterministic) ആവശ്യമായ പ്രധാന വ്യവസ്ഥ അനന്യത (uniqueness) ആണ്.
ഒരേ പ്രാരംഭ വിന്യാസം നൽകിയാൽ ഒരേയൊരു തുടർ വിന്യാസം മാത്രമേ ഉണ്ടാകൂ.
ഇത് ഔപചാരികമായി ഇങ്ങനെ രേഖപ്പെടുത്താം.
$\forall S0 \in S , \forall t , \exists! S(t)$
ഇവിടെ
$\forall$ = എല്ലാ (for all)
$\in$ = ഉൾപ്പെടുന്നു (element of)
$\exists!$ = ഒരേയൊരു (unique existence)
ഈ പ്രസ്താവന നിർണയവാദത്തിന്റെ ഔപചാരിക രൂപമാണ്.
ഇവിടെ നിർണയവാദം എന്നത് പ്രവചനം (prediction) എന്ന ആശയമല്ല.
നിർണയവാദം എന്നത് സത്താത്മക അനന്യത (ontological uniqueness) ആണ്.
ഒരു നിർദ്ദിഷ്ട അവസ്ഥ നൽകിയാൽ പ്രപഞ്ചം ഒരേയൊരു രീതിയിൽ മാത്രമേ വികസിക്കൂ.
മനുഷ്യന് ഭാവിയെ കൃത്യമായി പ്രവചിക്കാൻ കഴിയാത്തത് ജ്ഞാനശാസ്ത്രപരമായ പരിധിയാണ് (epistemic limitation). അത് അറിവിന്റെ പരിമിതിയാണ്.
എന്നാൽ അവസ്ഥാ പരിണാമം പല വഴികളായി വിഭജിക്കപ്പെടുന്നു എന്നത് സത്താത്മക അവകാശവാദമാണ് (ontological claim)[3].

ഗ്ലോബൽ നിർണയവാദം ഈ വിഭജന സ്വഭാവമുള്ള സത്തയെ (branching ontology) നിരാകരിക്കുന്നു. ഈ നിലപാടിൽ പ്രപഞ്ചത്തിന്റെ വികാസം ഒരേയൊരു കാര്യകാരണ പാതയിലാണ് (single causal path) നടക്കുന്നത്.

References

1. Shapiro, S. (1997). *Philosophy of Mathematics: Structure and Ontology.* Oxford University Press.
2. Ladyman, J., & Ross, D. (2007). *Every Thing Must Go: Metaphysics Naturalized.* Oxford University Press.
3. Lewis, D. (1986). *On the Plurality of Worlds.* Blackwell.

1. Born, M. (1926). *Quantum Mechanics of Collision Processes.* Zeitschrift für Physik, 37, 863–867.
2. Bassi, A., et al. (2013). *Models of Wave-Function Collapse, Underlying Theories, and Experimental Tests.* Reviews of Modern Physics, 85, 471–527.
3. Zurek, W. H. (2009). *Quantum Darwinism.* Nature Physics, 5, 181–188.
4. Popper, K. (1959). *The Logic of Scientific Discovery.* Hutchinson.
5. Lakatos, I. (1978). *The Methodology of Scientific Research Programmes.* Cambridge University Press.
6. Bell, J. S. (1964). *On the Einstein–Podolsky–Rosen Paradox.* Physics, 1, 195–200.
7. Dürr, D., Goldstein, S., & Zanghì, N. (2013). *Quantum Physics Without Quantum Philosophy.* Springer.
8. Hossenfelder, S., & Palmer, T. (2020). *Rethinking Superdeterminism.* Frontiers in Physics, 8, 139.
9. Einstein, A. (1905). *On the Motion of Small Particles Suspended in Liquids.* Annalen der Physik.

10. Maxwell, J. C. (1865). *A Dynamical Theory of the Electromagnetic Field*. Philosophical Transactions of the Royal Society.
11. Kuhn, T. S. (1962). *The Structure of Scientific Revolutions*. University of Chicago Press.

Global Structural Hard Determinism with Quantum-Compatible Superdeterministic Realism and Functional Engineering Ethics

അധ്യായം –24
Compatibility – ഒരു കൃത്യമായ ഗണിത നിർവചനം

Compatibility എന്ന ആശയം ഇവിടെ ഒരു സാധാരണ ഭാഷാപദമായി ഉപയോഗിക്കുന്നില്ല. അത് ഒരു ദാർശനിക ഉപമയല്ല. മറിച്ച്, ഭൗതിക നിയമങ്ങൾ അനുവദിക്കുന്ന അവസ്ഥമാറ്റങ്ങളുടെ കൃത്യമായ ഘടനയെ സൂചിപ്പിക്കുന്ന ഒരു ഔപചാരിക തത്വമായി ഉപയോഗിക്കുന്നു [1][2]. ഒരു സിസ്റ്റം ഒരു നിമിഷത്തിൽ ഒരു പ്രത്യേക അവസ്ഥയിലാണ് നിലകൊള്ളുന്നത്. ആ അവസ്ഥയിൽ നിന്ന് അടുത്ത അവസ്ഥയിലേക്ക് മാറുമ്പോൾ, ആ മാറ്റം സ്വൈരമായോ യാദൃശ്ചികമായോ സംഭവിക്കുന്നില്ല. അത് ഭൗതിക നിയമങ്ങൾ അനുവദിക്കുന്നതുകൊണ്ടാണ് സംഭവിക്കുന്നത്. ഈ “അനുവദിക്കൽ” തന്നെയാണ് Compatibility.

1. അവസ്ഥയും നിയമവും

ഭൗതികശാസ്ത്രത്തിൽ ഓരോ സിസ്റ്റത്തിനും ഒരു **state space** ഉണ്ട് [1]. ക്ലാസിക്കൽ ഭൗതികശാസ്ത്രത്തിൽ അത് സ്ഥാനം, വേഗത, മോമെന്റം തുടങ്ങിയ ഘടകങ്ങൾ ചേർന്ന ഘട്ടാവകാശ ഘടനയാണ് (phase space) [1][2]. ക്വാണ്ടം ഭൗതികശാസ്ത്രത്തിൽ അത് **ഹിൽബർട്ട് സ്പേസ്** എന്നറിയപ്പെടുന്ന ഗണിതാവസ്ഥയാണ് [3].

ഈ state space-ൽ ഉള്ള ഓരോ നിലയും ഒരു നിർദ്ദിഷ്ട ഭൗതിക അവസ്ഥയെ പ്രതിനിധീകരിക്കുന്നു. Compatibility എന്നത് ഇവിടെ ഒരു നിർണ്ണായക ആശയമായി വരുന്നു: ഒരു അവസ്ഥയിൽ നിന്ന് മറ്റൊന്നിലേക്ക് മാറൽ ഭൗതിക നിയമങ്ങൾ അനുമതിയുള്ളതാണെങ്കിൽ മാത്രമേ അത് സംഭവിക്കൂ. ഭൗതിക നിയമങ്ങൾ അനുവദിക്കാത്ത അവസ്ഥമാറ്റം യാഥാർത്ഥ്യത്തിൽ നടക്കില്ല. അതിനാൽ Compatibility എന്നത് "lawful transition" എന്ന ആശയത്തിന്റെ ഗണിതപരമായ രൂപമാണ് [2][4].

2. ക്ലാസിക്കൽ മെക്കാനിക്സിലെ Compatibility

ന്യൂട്ടന്റെ ചലനനിയമങ്ങൾ പ്രകാരം, ഒരു വസ്തുവിന്റെ നിലവിലെ സ്ഥാനംയും വേഗതയും നമുക്ക് അറിയാമെങ്കിൽ, അതിന്റെ ഭാവി സ്ഥിതി കൃത്യമായി കണക്കാക്കാം [1]. ഹാമിൽട്ടോണിയൻ രീതിയിൽ പറയുമ്പോൾ, ഒരു സിസ്റ്റത്തിന്റെ ഭാവി അവസ്ഥ അതിന്റെ തുടക്കാവസ്ഥയാൽ ഏകാർഥമായി നിർണ്ണയിക്കപ്പെടുന്നു. ഈ uniqueness തന്നെയാണ് ക്ലാസിക്കൽ ഡിറ്റർമിനിസത്തിന്റെ അടിത്തറ [2][4]. Compatibility ഇവിടെ സൂചിപ്പിക്കുന്നത്: ഒരു സിസ്റ്റം energy conservation, momentum conservation, symmetry തുടങ്ങിയ നിയമങ്ങൾ പാലിക്കുന്ന രീതിയിലാണ് മാറുന്നത് [5]. ഈ നിയമങ്ങൾ ലംഘിക്കുന്ന ഒരു അവസ്ഥമാറ്റം യാഥാർത്ഥ്യത്തിൽ സാധ്യമല്ല. അതിനാൽ Compatibility conservation laws പാലിക്കുന്ന lawful evolution ആണെന്ന് പറയാം.

3. Continuityയും Deterministic Flowഉം

ക്ലാസിക്കൽ സിസ്റ്റങ്ങളിൽ മാറ്റങ്ങൾ തുടർച്ചയായവയാണ്. differential equations മുഖേന അവ നിർവചിക്കപ്പെടുന്നു [4][6]. ഒരു നിമിഷത്തിൽ നിന്ന് അടുത്ത നിമിഷത്തിലേക്ക് പോകുമ്പോൾ വലിയ ചാടുകൾ ഉണ്ടാകുന്നില്ല. ഈ continuity നിലനിൽക്കുന്നിടത്തോളം സിസ്റ്റം deterministic flow-ൽ പ്രവർത്തിക്കുന്നു [6].

Compatibility continuity-യുമായി ചേർന്നിരിക്കുന്നു. discontinuous, നിയമലംഘനപരമായ മാറ്റങ്ങൾ compatibility ലംഘിക്കുന്നവയാണ്. അതിനാൽ Compatibility continuityയും law-bound evolutionഉം ചേർന്ന ഘടനയാണ്.

4. ക്വാണ്ടം മെക്കാനിക്സിലെ Compatibility

ക്വാണ്ടം ലോകത്തിൽ സിസ്റ്റത്തിന്റെ അവസ്ഥ wave function മുഖേനയാണ് നിർവചിക്കുന്നത് [3]. ഈ wave function സമയം അനുസരിച്ച് മാറുന്നത് Schrödinger equation മുഖേനയാണ് [3][7]. പ്രധാനമായി ശ്രദ്ധിക്കേണ്ടത്, ഈ equation deterministic ആണ്. അളക്കുന്നതിന് മുമ്പുള്ള wave function evolution യാദൃശ്ചികമല്ല; അത് unitary ആണ് [7]. അതായത്, ഒരു ക്വാണ്ടം സിസ്റ്റത്തിന്റെ ഒരു അവസ്ഥയിൽ നിന്ന് അടുത്ത അവസ്ഥയിലേക്ക് മാറൽ Hamiltonian നിർണ്ണയിക്കുന്ന രീതിയിൽ മാത്രമാണ് നടക്കുന്നത്. ഇതാണ് quantum compatibility. Randomness collapse-ൽ പ്രത്യക്ഷപ്പെടുന്നുവെന്ന് തോന്നുന്നുവെങ്കിലും, wave function evolution-ൽ അത് ഇല്ല [7].

5. Entanglementയും Global Compatibilityയും

Entangled states കാണിക്കുന്നത്, സിസ്റ്റങ്ങൾ local ആയി വേർപിരിഞ്ഞതല്ലെന്ന് [7][8]. രണ്ട് കണികകൾ എത്ര അകലെയായാലും, അവയുടെ സംയുക്ത wave function ഒരു ഏകീകൃത ഘടനയാണ്. Compatibility local conditions-ൽ മാത്രം നിർവചിക്കാനാവില്ല; അത് global constraint ആണ് [8]. Bell's theorem local hidden-variable independence-നെ ചോദ്യം ചെയ്യുമ്പോൾ, quantum correlations global structural constraints ആയി പ്രത്യക്ഷപ്പെടുന്നു [8]. അതിനാൽ Compatibility quantum level-ൽ nonlocal structural constraint ആയി പ്രവർത്തിക്കുന്നു.

6. Conservation Laws Compatibility Constraint ആയി

Noether's theorem പ്രകാരം symmetry ഉണ്ടെങ്കിൽ conservation law ഉണ്ടാകും [5]. സമയ symmetry energy conservation-നെ നിർണ്ണയിക്കുന്നു. Space symmetry momentum conservation-നെ നിർണ്ണയിക്കുന്നു.

Compatibility refine ചെയ്യുമ്പോൾ പറയേണ്ടത്: ഒരു അവസ്ഥമാറ്റം symmetryയും conservation lawsഉം പാലിക്കുന്നതാണെങ്കിൽ മാത്രമേ അത് compatible ആയിരിക്കൂ.

7. Entropyയും Statistical Compatibilityയും

Thermodynamics-ൽ entropy randomness എന്നതല്ല; microstate distribution-ന്റെ അളവാണ് [9]. Boltzmann entropy പ്രകാരം ഒരു macroscopic അവസ്ഥയ്ക്ക് അനവധി microstates ഉണ്ടാകും. Chaos theory കാണിക്കുന്നത് deterministic സിസ്റ്റങ്ങളിലും unpredictability ഉണ്ടാകാമെന്നതാണ് [6][10]. എന്നാൽ അത് നിയമലംഘനം അല്ല; practical limitation മാത്രമാണ്. അതിനാൽ entropyയും chaosഉം compatibility-യെ ലംഘിക്കുന്നില്ല.

8. പൊതുവായ ഗണിത നിർവചനം

ഒരു dynamical system-നെ state space S ഉം law operator L ഉം ചേർന്ന ഘടനയായി കാണാം [4].

Compatibility എന്നത് state space-ൽ ഉള്ള രണ്ട് അവസ്ഥകൾക്കിടയിലെ lawful reachability ആണ്. അർത്ഥം: ഒരു അവസ്ഥയിൽ നിന്ന് മറ്റൊന്നിലേക്ക് എത്താൻ ഭൗതിക നിയമങ്ങൾ അനുവദിക്കുന്നുവെങ്കിൽ മാത്രം അത് compatible ആണ്. Lawful evolution map ആണ് Compatibility-യുടെ ഗണിതരൂപം.

9. ദാർശനിക പ്രതിഫലനം

Compatibility metaphysical claim അല്ല. അത് പറയുന്നത്:

- നിയമലംഘന അവസ്ഥകൾ യാഥാർത്ഥ്യമല്ല
- compatible അല്ലാത്ത ഘടനകൾ നിലനിൽക്കില്ല
- എല്ലാ മാറ്റങ്ങളും law-bound ആണ്

ഇത് Mechanical Determinism-ന്റെ refined രൂപമാണ് [1][4]. Random miraculous jumps ഇല്ല; mathematical constraints മാത്രം.

സമഗ്ര നിഗമനം

Compatibility എന്നത്:

- state-transition constraint
- conservation-law preserving evolution
- symmetry-bound dynamical flow
- quantum unitary structure

പ്രപഞ്ചം യാദൃശ്ചിക ചാടലുകളാൽ പ്രവർത്തിക്കുന്നില്ല. അത് mathematical compatibility constraints-ൽ പ്രവർത്തിക്കുന്നു. Compatibility formalize ചെയ്താൽ determinism metaphysical വാദമല്ല; law-based structural necessity ആയി മാറുന്നു.

References

[1] Goldstein, Herbert, Charles Poole, and John Safko. *Classical Mechanics.* 3rd ed., Addison-Wesley, 2002.

[2] Arnold, Vladimir I. *Mathematical Methods of Classical Mechanics.* Springer, 1989.

[3] Sakurai, J. J., and Jim Napolitano. *Modern Quantum Mechanics.* 2nd ed., Addison-Wesley, 2011.

[4] José, Jorge V., and Eugene J. Saletan. *Classical Dynamics: A Contemporary Approach.* Cambridge University Press, 1998.

[5] Noether, Emmy. "Invariant Variation Problems." 1918. English translation in *Transport Theory and Statistical Physics*, 1971.

[6] Strogatz, Steven H. *Nonlinear Dynamics and Chaos.* Westview Press, 2015.
[7] Griffiths, David J., and Darrell F. Schroeter. *Introduction to Quantum Mechanics.* 3rd ed., Cambridge University Press, 2018.
[8] Bell, John S. *Speakable and Unspeakable in Quantum Mechanics.* Cambridge University Press, 1987.
[9] Boltzmann, Ludwig. *Lectures on Gas Theory.* 1896–1898.
[10] Gleick, James. *Chaos: Making a New Science.* Penguin, 1987.

Compatibility as a Formal Deterministic Constraint

1. General Definition of Compatibility

Compatibility is not merely an intuitive notion of "fit" or agreement. It is a formally definable state-transition constraint within a dynamical system.

Let the state space of a system be denoted by S. Each element $S \in$ S represents a physically admissible state of the system.

A dynamical law L generates an evolution map:

Φ_t: S → S

This map describes how the system evolves in time.

Compatibility between two states S_i and S_j is defined as:

□

$$C(S_i, S_j) = \begin{cases} 1, & \text{if } S_j = \Phi_t(S_i) \\ 0, & \text{otherwise} \end{cases}$$

Thus, Compatibility means lawful reachability under L. A transition from S_i to S_j is compatible if and only if it is generated by the lawful dynamical evolution of the system.

2. Classical Mechanics

In classical mechanics, the state of a system is represented in phase space:

$S = (q, p)$

where q represents position and p represents momentum.

The evolution of the system is governed by Hamilton's equations:

$$\dot{q} = \frac{\partial H}{\partial p}$$

$$\dot{p} = -\frac{\partial H}{\partial q}$$

These equations uniquely determine the future state given initial conditions.

Deterministic evolution is therefore written as:

$S(t) = \Phi_t(S_0)$

Energy conservation follows from:

$$\frac{dH}{dt} = 0$$

Compatibility holds if and only if the system evolves along the Hamiltonian flow, preserving conservation laws and respecting boundary conditions. Any state transition violating these constraints is incompatible.

3. Continuity Constraint

Deterministic flow requires smooth evolution:

$$\lim_{\Delta t \to 0} \frac{S(t + \Delta t) - S(t)}{\Delta t}$$

If this derivative exists and remains finite, the system evolves continuously according to lawful dynamics.

Compatibility therefore implies:

Continuity + Lawful Constraint

Discontinuous, law-violating jumps are excluded by definition.

4. Quantum Mechanics

In quantum mechanics, the state vector of a system is:

$|\psi\rangle \in H$

where H is the Hilbert space.

The evolution is governed by Schr¨odinger's equation:

$$i\hbar \frac{\partial}{\partial t} |\psi(t)\rangle = \hat{H} |\psi(t)\rangle$$

The solution gives the unitary evolution:

$|\psi(t)\rangle = U(t)|\psi(0)\rangle$

where

$U(t) = e^{-iHt/\hbar}$

Unitarity requires:

$U^{\dagger}U = I$

Compatibility in quantum theory is therefore defined as:

$C(|\psi_i\rangle, |\psi_j\rangle) = 1$

if and only if

$|\psi_j\rangle = U(t)|\psi_i\rangle$

Thus, prior to measurement, quantum evolution is deterministic and unitary. Randomness does not arise from violation of compatibility, but from probabilistic interpretation of measurement outcomes.

5. Composite Systems and Entanglement

For composite systems, the Hilbert space is:

$H = H_A \otimes H_B$

An example of an entangled state is:

$$|\Psi\rangle = \frac{1}{\sqrt{2}}(|01\rangle - |10\rangle)$$

Compatibility must respect global state constraints. It cannot be defined purely locally.

The lawful evolution applies to the total Hilbert space.

6. Bell Inequality Context

Classical local hidden-variable systems satisfy:

$|E(a,b) - E(a,b')| + |E(a',b) + E(a',b')| \leq 2$

Quantum correlations allow:

$\leq 2\sqrt{2}$

Therefore, Compatibility cannot be restricted to local classical constraints. It must be defined globally over the entire state space.

7. Conservation Laws and Symmetry

Noether's theorem establishes that:

Symmetry $\Rightarrow$ Conservation Law

If the action is invariant:

$\delta S = 0$

then a conserved quantity satisfies:

$$\frac{dQ}{dt} = 0$$

Compatibility therefore requires symmetry-preserving evolution.

8. Entropy and Statistical Compatibility

Boltzmann entropy is given by:

$S = k \ln \Omega$

where Ω represents the number of microstates compatible with macroscopic constraints.

Statistical behavior reflects distribution over compatible microstates.

Entropy does not violate deterministic compatibility.

9. Chaos Example

The Lorenz system is defined by:

$\dot{x} = \sigma(y - x)$

$\dot{y} = x(\rho - z) - y$

$\dot{z} = xy - \beta z$

Although small variations in initial conditions can produce large divergences in trajectory, the system remains governed by deterministic equations.

Chaos reflects sensitivity, not incompatibility.

10. Final Formal Reduction

Compatibility is formally reduced to:

$C(S_i, S_j) = 1 \iff S_j = \Phi_t(S_i)$

Therefore:

$S_{future} = \Phi_t(S_{present})$

The universe is a constraint-satisfying dynamical system. All state transitions are governed by lawful evolution, and no transition occurs outside compatibility constraints.

PART-II Compatability: ക്വാണ്ടും ഘടനയിലെ പ്രയോഗങ്ങൾ

Compatibility – ഒരു കൃത്യമായ ഗണിത നിർവചനം

Compatibility എന്ന ആശയം ഇവിടെ ഒരു സാധാരണ ഭാഷാപദമായി ഉപയോഗിക്കുന്നില്ല. അത് ഒരു ദാർശനിക ഉപമയല്ല. മറിച്ച്, ഭൗതിക നിയമങ്ങൾ അനുവദിക്കുന്ന അവസ്ഥമാറ്റങ്ങളുടെ കൃത്യമായ ഘടനയെ സൂചിപ്പിക്കുന്ന ഒരു ഔപചാരിക തത്വമായി ഉപയോഗിക്കുന്നു [1][2]. ഒരു സിസ്റ്റം ഒരു നിമിഷത്തിൽ ഒരു പ്രത്യേക അവസ്ഥയിലാണ് നിലകൊള്ളുന്നത്. ആ അവസ്ഥയിൽ നിന്ന് അടുത്ത അവസ്ഥയിലേക്ക് മാറുമ്പോൾ, ആ മാറ്റം സ്വൈരമായോ യാദൃശ്ചികമായോ സംഭവിക്കുന്നില്ല. അത് ഭൗതിക നിയമങ്ങൾ അനുവദിക്കുന്നതുകൊണ്ടാണ് സംഭവിക്കുന്നത്. ഈ "അനുവദിക്കൽ" തന്നെയാണ് Compatibility.

1. അവസ്ഥയും നിയമവും

ഭൗതികശാസ്ത്രത്തിൽ ഓരോ സിസ്റ്റത്തിനും ഒരു state space ഉണ്ട് [1]. ക്ലാസിക്കൽ ഭൗതികശാസ്ത്രത്തിൽ അത് സ്ഥാനം, വേഗത, മോമെന്റം തുടങ്ങിയ ഘടകങ്ങൾ ചേർന്ന ഘട്ടാവകാശ ഘടനയാണ് (phase space) [1][2]. ക്വാണ്ടം ഭൗതികശാസ്ത്രത്തിൽ അത് ഹിൽബർട്ട് സ്പേസ് (Hilbert space) എന്നറിയപ്പെടുന്ന ഗണിതാവസ്ഥയാണ് [3].

ഈ state space-ൽ ഉള്ള ഓരോ നിലയും ഒരു നിർദ്ദിഷ്ട ഭൗതിക അവസ്ഥയെ പ്രതിനിധീകരിക്കുന്നു. Compatibility എന്നത് ഇവിടെ ഒരു നിർണ്ണായക ആശയമായി വരുന്നു: ഒരു അവസ്ഥയിൽ നിന്ന് മറ്റൊന്നിലേക്ക് മാറൽ ഭൗതിക നിയമങ്ങൾ അനുമതിയുള്ളതാണെങ്കിൽ മാത്രമേ അത് സംഭവിക്കൂ. ഭൗതിക നിയമങ്ങൾ അനുവദിക്കാത്ത അവസ്ഥമാറ്റം യാഥാർത്ഥ്യത്തിൽ നടക്കില്ല. അതിനാൽ Compatibility എന്നത് "lawful transition" എന്ന ആശയത്തിന്റെ ഗണിതപരമായ രൂപമാണ് [2][4].

2. ക്ലാസിക്കൽ മെക്കാനിക്സിലെ Compatibility

ന്യൂട്ടന്റെ ചലനനിയമങ്ങൾ പ്രകാരം, ഒരു വസ്തുവിന്റെ നിലവിലെ സ്ഥാനംയും വേഗതയും നമുക്ക് അറിയാമെങ്കിൽ, അതിന്റെ ഭാവി സ്ഥിതി കൃത്യമായി കണക്കാക്കാം [1]. ഹാമിൽട്ടോണിയൻ രീതിയിൽ പറയുമ്പോൾ, ഒരു സിസ്റ്റത്തിന്റെ ഭാവി അവസ്ഥ അതിന്റെ തുടക്കാവസ്ഥയാൽ ഏകാർഥമായി നിർണ്ണയിക്കപ്പെടുന്നു. ഈ uniqueness തന്നെയാണ് ക്ലാസിക്കൽ ഡിറ്റർമിനിസത്തിന്റെ അടിത്തറ [2][4].

Phase space-ൽ ഒരു സിസ്റ്റത്തിന്റെ അവസ്ഥ:

S = (q, p)

ഇവിടെ q സ്ഥാനം (position) ആയും p മോമെന്റം (momentum) ആയും പ്രതിനിധീകരിക്കുന്നു.

ഹാമിൽട്ടന്റെ സമവാക്യങ്ങൾ:

$dq/dt = \partial H/\partial p$

$dp/dt = -\partial H/\partial q$

ഈ differential equations ഒരു തുടക്കാവസ്ഥ നൽകിയാൽ ഭാവി അവസ്ഥയെ ഏകാർഥമായി നിർണ്ണയിക്കുന്നു.

Deterministic evolution ഇങ്ങനെ എഴുതാം:

$S(t) = \Phi t(S0)$

Compatibility ഇവിടെ സൂചിപ്പിക്കുന്നത്: ഒരു സിസ്റ്റം energy conservation, momentum conservation, symmetry തുടങ്ങിയ നിയമങ്ങൾ പാലിക്കുന്ന രീതിയിലാണ് മാറുന്നത് [5]. ഈ നിയമങ്ങൾ ലംഘിക്കുന്ന ഒരു അവസ്ഥമാറ്റം യാഥാർത്ഥ്യത്തിൽ സാധ്യമല്ല. അതിനാൽ Compatibility conservation laws പാലിക്കുന്ന lawful evolution ആണെന്ന് പറയാം.

3. Continuityയും Deterministic Flowഉം

ക്ലാസിക്കൽ സിസ്റ്റങ്ങളിൽ മാറ്റങ്ങൾ തുടർച്ചയായവയാണ്. differential equations മുഖേന അവ നിർവചിക്കപ്പെടുന്നു [4][6]. ഒരു നിമിഷത്തിൽ നിന്ന് അടുത്ത നിമിഷത്തിലേക്ക് പോകുമ്പോൾ വലിയ ചാടുകൾ ഉണ്ടാകുന്നില്ല. ഈ

continuity നിലനിൽക്കുന്നിടത്തോളം സിസ്റ്റം deterministic flow-ൽ പ്രവർത്തിക്കുന്നു.

ഗണിതപരമായി:

dS/dt = F(S)

Compatibility continuity-യുമായി ചേർന്നിരിക്കുന്നു. discontinuous, നിയമലംഘനപരമായ മാറ്റങ്ങൾ compatibility ലംഘിക്കുന്നവയാണ്. അതിനാൽ Compatibility continuityയും law-bound evolutionഉം ചേർന്ന ഘടനയാണ്.

4. ക്വാണ്ടം മെക്കാനിക്സിലെ Compatibility

ക്വാണ്ടം ലോകത്തിൽ സിസ്റ്റത്തിന്റെ അവസ്ഥ wave function മുഖേനയാണ് നിർവചിക്കുന്നത് [3]. State vector:

|ψ⟩ ∈ H

ഇവിടെ H Hilbert space ആണ്.

Schrödinger സമവാക്യം:

iℏ d|ψ⟩/dt = Ĥ |ψ⟩

ഈ സമവാക്യം deterministic ആണ്. പരിഹാരം:

|ψ(t)⟩ = U(t) |ψ(0)⟩

ഇവിടെ

U(t) = exp(−i Ĥ t / ℏ)

Unitary operator ന്റെ നിർവ്വചനം:

U† U = I

അതായത്, അളക്കുന്നതിന് മുമ്പുള്ള wave function evolution യാദൃശ്ചികമല്ല; അത് unitary ആണ് [7].

Compatibility ക്വാണ്ടം തലത്തിൽ:

C(|ψi⟩, |ψj⟩) = 1

iff

|ψj⟩ = U(t) |ψi⟩

Randomness collapse-ൽ പ്രത്യക്ഷപ്പെടുന്നുവെന്ന് തോന്നുന്നുവെങ്കിലും, wave function evolution-ൽ അത് ഇല്ല.

5. Entanglementയും Global Compatibilityയും

Composite system-ൽ Hilbert space:

H_total = H_A ⊗ H_B

Entangled state ഉദാഹരണം:

|ψ⟩ = (1/√2) (|00⟩ + |11⟩)

Entangled states കാണിക്കുന്നത് സിസ്റ്റങ്ങൾ local ആയി വേർപിരിഞ്ഞതല്ലെന്ന് [7][8]. Compatibility local conditions-ൽ മാത്രം നിർവചിക്കാനാവില്ല; അത് global constraint ആണ്. Lawful evolution മുഴുവൻ Hilbert space-ൽ ആണ് നിർവചിക്കപ്പെടുന്നത്.

6. Bell Inequality Context

Classical local hidden-variable models satisfy:

|E(a,b) − E(a,b′)| + |E(a′,b) + E(a′,b′)| ≤ 2

Quantum mechanics അനുവദിക്കുന്നത്:

|E(a,b) − E(a,b′)| + |E(a′,b) + E(a′,b′)| ≤ 2√2

Bell's theorem local hidden-variable independence-നെ ചോദ്യം ചെയ്യുന്നു [8]. അതിനാൽ Compatibility local classical constraints-ൽ മാത്രം നിർവചിക്കാനാവില്ല; അത് global structural constraint ആയി പ്രവർത്തിക്കുന്നു.

7. Conservation Laws Compatibility Constraint ആയി

Noether's theorem പ്രകാരം:

Symmetry ⇒ Conservation Law

Action invariant ആണെങ്കിൽ:

δS = 0

അപ്പോൾ conserved quantity Q satisfy ചെയ്യുന്നു:

dQ/dt = 0

Compatibility symmetryയും conservation lawsഉം പാലിക്കുന്ന evolution ആണെന്ന് സൂചിപ്പിക്കുന്നു.

8. Entropyയും Statistical Compatibilityയും

Boltzmann entropy:

$S = k \ln \Omega$

ഇവിടെ Ω microstates എണ്ണം പ്രതിനിധീകരിക്കുന്നു. Thermodynamics-ൽ entropy randomness എന്നതല്ല; microstate distribution-ന്റെ അളവാണ് [9]. Statistical behavior compatible microstates-ൽ ഉള്ള വിതരണത്തെ സൂചിപ്പിക്കുന്നു. ഇത് deterministic compatibility-യെ ലംഘിക്കുന്നില്ല.

9. Chaos Example

Lorenz system:

$dx/dt = \sigma(y - x)$

$dy/dt = x(\rho - z) - y$

$dz/dt = xy - \beta z$

Small variations in initial conditions large divergence സൃഷ്ടിച്ചാലും, system deterministic differential equations മുഖേനയാണ് പ്രവർത്തിക്കുന്നത് [6][10]. Chaos unpredictability ആണ്; incompatibility അല്ല.

10. പൊതുവായ ഗണിത നിർവചനം

ഒരു dynamical system-നെ state space S ഉം law operator L ഉം ചേർന്ന ഘടനയായി കാണാം [4].

Evolution map:

$\Phi t : S \rightarrow S$

Compatibility relation:

$C(Si, Sj) = 1$

iff

$\exists$ t such that $Sj = \Phi t(Si)$

അതിനാൽ:

S_future = Φt(S_present)

Compatibility state-transition constraint ആണ്. ഭൗതിക നിയമങ്ങൾ അനുവദിക്കുന്ന evolution മാത്രമാണ് സംഭവിക്കുന്നത്.

11. Compatibility സിദ്ധാന്തം: ഘടനാപരമായ നിയമാനുസൃത കൈമാറ്റം

11.1 ആക്സിയോമാറ്റിക് സംയോജനം

Global Structural Determinism-ന്റെ അടിസ്ഥാന ആക്സിയങ്ങൾ:

ആക്സിയം 1 – ഘടനാപര ഏകത്വം

യാഥാർത്ഥ്യം വിഭജിക്കാനാകാത്ത കാരണഘടനയാണ്.

ആക്സിയം 2 – നിർണിത വികാസം

forall $S_0 \in S$, forall t, exists! S(t)

ആക്സിയം 3 – നിയന്ത്രണ അടച്ചിടൽ

C(S) = 0

ആക്സിയം 4 – പ്രതിനിധാനം യാഥാർത്ഥ്യം അല്ല

$F : S \to O$

11.2 Compatibility-യുടെ ഔപചാരിക നിർവചനം

Let

S = ആഗോള state space

Phi_t : S → S = നിയമാനുസൃത വികാസ ഓപ്പറേറ്റർ

Compatibility relation:

C(S_i, S_j) = 1 iff exists t such that S_j = Phi_t(S_i)

അർത്ഥം: Compatibility = lawful reachability.

11.3 തിയറം 1 — Compatibility = നിയമാനുസൃത കൈമാറ്റം

S_future = Phi_t(S_present)

പ്രൂഫ് സംഗ്രഹം:

ആക്സിയം 2 പ്രകാരം വികാസം ഏകത്വമുള്ളതാണ്.

ആക്സിയം 3 പ്രകാരം constraint ലംഘിക്കുന്ന അവസ്ഥ admissible അല്ല.

അതുകൊണ്ട് admissible evolution = constraint-preserving lawful flow.

11.4 തിയറം 2 — ക്ലാസിക്കൽ Compatibility

Phase space:
S = (q, p)
Hamilton സമവാക്യങ്ങൾ:
dq/dt = partial H / partial p
dp/dt = − partial H / partial q
Existence–Uniqueness theorem പ്രകാരം:
forall S_0, exists! S(t)
Compatibility = Hamiltonian flow preservation.

11.5 തിയറം 3 — ക്വാണ്ടം Compatibility

Hilbert space state:
|psi> ∈ H
Schrodinger equation:
i hbar d|psi>/dt = H_hat |psi>
Solution:
|psi(t)> = U(t) |psi(0)>
U(t) = exp(− i H_hat t / hbar)
Unitary condition:
U^dagger U = I
Measurement probability:
P(a) = | <a | psi> |^2
ഇത് epistemic projection ആണ്; ontological branching അല്ല.

11.6 തിയറം 4 — Global Compatibility & Bell Constraint

Bell inequality:
|E(a,b) − E(a,b')| + |E(a',b) + E(a',b')| <= 2
Quantum bound:
<= 2 sqrt(2)
Bell violation implies:
Compatibility must be defined globally, not merely locally factorized.

11.7 തിയറം 5 — Entropy Compatibility

Boltzmann entropy:

S = k ln Omega

Omega = compatible microstates എണ്ണം

Entropy statistical multiplicity ആണ്; ontological multiplicity അല്ല.

11.8 തിയറം 6 — Chaos Compatibility

Lorenz system:

dx/dt = sigma (y − x)

dy/dt = x (rho − z) − y

dz/dt = x y − beta z

Sensitivity to initial conditions ≠ incompatibility.

Unpredictability epistemic limitation ആണ്.

11.9 Global Compatibility Theorem

Let

S = global state space

Phi_t = lawful evolution operator

C = constraint operator

Then:

C(S_i, S_j) = 1 iff S_j = Phi_t(S_i)

and

C(S_j) = 0

Compatibility = structural admissibility.

11.10 ഗണിതസംഗ്രഹം

Compatibility എന്ന ആശയം ഇവിടെ ഒരു ശൈലിയായോ ഉപമയായോ ഉപയോഗിക്കുന്നില്ല; അത് ഒരു കൃത്യമായ ഗണിതപര നിർവചനമാണ്. ആഗോളമായി ഘടിതമായ state space (S) ന് മീതെ പ്രവർത്തിക്കുന്ന, നിയന്ത്രണങ്ങൾ സംരക്ഷിക്കുന്ന ഒരു വികാസ ഓപ്പറേറ്റർ (\Phi_t) നിലവിലുണ്ടെന്ന് കരുതുക. അപ്പോൾ Compatibility എന്നത്, ഒരു അവസ്ഥയിൽ നിന്ന് മറ്റൊരു അവസ്ഥയിലേക്ക് മാറൽ ഈ ഓപ്പറേറ്റർ മുഖേന സാധ്യമാകുന്നുവോ എന്ന ചോദ്യം മാത്രമാണ്. അതായത്, ഒരു state (S_i) മുതൽ (S_j)

വരെ എത്തിച്ചേരൽ സാധുവാകുന്നത് ($S_j = \Phi_t(S_i)$) എന്ന രൂപത്തിൽ എഴുതാനാകുന്നിടത്തോളം മാത്രമാണ്. ഇതാണ് lawful reachability എന്നതിന്റെ ഗണിതപരമായ അർത്ഥം.

ക്ലാസിക്കൽ മെക്കാനിക്സിൽ Hamiltonian flow differential equations മുഖേന നിർവചിക്കപ്പെടുന്നു. തുടക്കാവസ്ഥ നൽകിയാൽ ഭാവിയാവസ്ഥ ഏകാർഥമായി നിർണ്ണയിക്കപ്പെടുന്നു. Existence–uniqueness സിദ്ധാന്തങ്ങൾ ഇതിന് ഗണിതപരമായ അടിത്തറ നൽകുന്നു.

അതുപോലെ, ക്വാണ്ടം തലത്തിൽ Schrödinger സമവാക്യം unitary വികാസം നിർദ്ദേശിക്കുന്നു. Self-adjoint Hamiltonian നാൽ നിർവചിക്കപ്പെട്ട unitary group വികാസത്തിന്റെ ഏകത്വം ഉറപ്പാക്കുന്നു. ഇരു സാഹചര്യങ്ങളിലും compatibility-preserving evolution എന്നത് deterministic flow എന്നതോടു സമാനമാകുന്നു.

Bell-തരം സഹബന്ധങ്ങൾ classical local factorization-നെ നിരസിക്കുന്നു. എന്നാൽ അവ causal ഘടന തകർന്നുവെന്ന് തെളിയിക്കുന്നില്ല. മറിച്ച്, compatibility local state decomposition-ൽ മാത്രം നിർവചിക്കാനാവില്ല; അത് global structural constraint ആയി വായിക്കണം എന്നതാണ് അവയുടെ നിർദ്ദേശം. ഇതിലൂടെ compatibility-യുടെ പരിധി വ്യാപിക്കുന്നു; determinism നിഷേധിക്കപ്പെടുന്നില്ല.

Entropyയും chaosഉം പലപ്പോഴും ontological indeterminacy-യുടെ തെളിവായി തെറ്റിദ്ധരിക്കപ്പെടുന്നു. എന്നാൽ entropy microstate distribution-ന്റെ അളവാണ്; അത് admissible configurations-ന്റെ എണ്ണമാത്രം സൂചിപ്പിക്കുന്നു. Chaos initial condition sensitivity ആണ്; law violation അല്ല. ഇരുവരും epistemic limitation-നെ സൂചിപ്പിക്കുന്നു, ontological openness-നെ അല്ല. അതിനാൽ determinism എന്നത് ഒരു metaphysical dogma അല്ല; compatibility-preserving dynamics-ൽ നിന്നു ഉയരുന്ന structural necessity ആണ്. നിയമപരമായ വികാസം നിലനിൽക്കുന്നിടത്തോളം causal continuity തകരുന്നില്ല.

11.11 സംഗ്രഹം

Compatibility എന്നത് state-transition constraint ആണ്.
Determinism എന്നത് lawful mapping-ന്റെ uniqueness ആണ്.
Measurement തലത്തിൽ പ്രത്യക്ഷപ്പെടുന്ന randomness epistemic projection ആണ്.
Structural necessity fatalism അല്ല; causal നിയമിതത്വം മനുഷ്യ പ്രവർത്തനത്തെ നിഷേധിക്കുന്നില്ല.
Predictive limitation ontological openness അല്ല; അറിവിന്റെ പരിമിതി യാഥാർത്ഥ്യത്തിലെ വിച്ഛേദമല്ല.
Representation reality അല്ല; ഗണിതപ്രതിനിധാനം ontology-യുടെ സമ്പൂർണ്ണ പ്രതിഫലനം അല്ല.
Compatibility എന്ന ആശയം സംക്ഷിപ്തമായി പറഞ്ഞാൽ, അത് state-transition constraint ആണ്; conservation laws സംരക്ഷിക്കുന്ന evolution ആണ്; symmetry-bound dynamical flow ആണ്; quantum unitary structure-ൽ പ്രകടമാകുന്ന continuity ആണ്.
പ്രപഞ്ചം യാദൃശ്ചിക ചാടലുകളാൽ പ്രവർത്തിക്കുന്ന ഒരു തകർന്ന ഘടനയല്ല. അത് mathematical compatibility constraints-ൽ നിബദ്ധമായ ഒരു സമഗ്ര causal architecture ആണ്. ഈ compatibility ഔപചാരികമായി നിർവചിക്കുമ്പോൾ determinism ഒരു അതീന്ദ്രിയ വാദമല്ലാതെ law-based structural necessity ആയി പ്രത്യക്ഷപ്പെടുന്നു.
ഇതിലൂടെ Global Structural Determinism ഒരു ദാർശനിക പ്രത്യാശ മാത്രമല്ല; അത് ഗണിതപരമായും ഘടനാപരമായും സംരക്ഷിക്കപ്പെട്ട യാഥാർത്ഥ്യവാദ സിദ്ധാന്തമായി നിലകൊള്ളുന്നു.

Reference List

1. Goldstein, H., Poole, C., & Safko, J. (2002). *Classical Mechanics* (3rd ed.). Addison-Wesley.
2. Arnold, V. I. (1989). *Mathematical Methods of Classical Mechanics* (2nd ed.). Springer.

3. Sakurai, J. J., & Napolitano, J. (2011). *Modern Quantum Mechanics* (2nd ed.). Addison-Wesley.
4. José, J. V., & Saletan, E. J. (1998). *Classical Dynamics: A Contemporary Approach*. Cambridge University Press.
5. Noether, E. (1918). Invariant Variation Problems. English translation in *Transport Theory and Statistical Physics* (1971).
6. Strogatz, S. H. (2015). *Nonlinear Dynamics and Chaos* (2nd ed.). Westview Press.
7. Griffiths, D. J., & Schroeter, D. F. (2018). *Introduction to Quantum Mechanics* (3rd ed.). Cambridge University Press.
8. Bell, J. S. (1987). *Speakable and Unspeakable in Quantum Mechanics*. Cambridge University Press.
9. Boltzmann, L. (1896–1898). *Lectures on Gas Theory*. University of California Press (English edition, 1964).
10. Gleick, J. (1987). *Chaos: Making a New Science*. Penguin Books.

Global Structural Hard Determinism
Quantum-Compatible Superdeterministic Realism
അധ്യായം 25

Bell Compatibility Theorem and the Structural Defense of Determinism

---

25.0 അവതാരിക

ക്വാണ്ടം ഫൗണ്ടേഷനുകളിൽ നിർണയവാദത്തിനെതിരായ പ്രധാന ഗണിതപര വെല്ലുവിളി ബെൽ അസമത്വങ്ങളുടെ പരീക്ഷണ ലംഘനമാണ്. Bell theorem classical local realism-നെ നിയന്ത്രിക്കുന്നു. എന്നാൽ determinism-നെ നിയന്ത്രിക്കുന്നുവോ എന്നത് വേറിട്ട ചോദ്യമാണ്.

ഈ അധ്യായത്തിന്റെ ലക്ഷ്യം:

1. Bell derivation ഔപചാരികമായി പുനർനിർമ്മിക്കുക
2. Determinism-നെ locality-യിൽ നിന്ന് വേർതിരിക്കുക
3. GSD ആക്സിയോമാറ്റിക് ഘടനയിൽ Bell violation-നെ സംയോജിപ്പിക്കുക
4. Deterministic structural evolution Bell-compatible ആണെന്ന് തെളിയിക്കുക

25.1 Bell Framework: Formal Structure

Let

$E(a,b) = \langle A(a)B(b) \rangle$

CHSH inequality:

$|E(a,b) - E(a,b')| + |E(a',b) + E(a',b')| \le 2$

Bell derivation assumes:

(B1) Local Factorization

$P(A,B \mid a,b,\lambda) = P(A \mid a,\lambda)\, P(B \mid b,\lambda)$

(B2) Measurement Independence

$P(\lambda \mid a,b) = P(\lambda)$

$\Leftrightarrow$

$P(a,b \mid \lambda) = P(a,b)$

(B3) Outcome Realism

Outcome realism = λ provides complete specification of outcome probabilities. Outcome realism concerns probabilistic completeness; determinism concerns lawful state evolution

Thus:

$(B1 \land B2 \land B3) \Rightarrow CHSH \le 2$

Quantum mechanics allows:

$CHSH \le 2\sqrt{2}$

Therefore:

$CHSH > 2 \Rightarrow \neg(B1 \land B2 \land B3)$

Bell constrains classical local realism.

It does not logically imply ¬Determinism.

25.2 GSD Determinism: Formal Definition6

GSD ആക്സിയോമാറ്റിക് ശ്രേണിയിൽ determinism ഇങ്ങനെ നിർവ്വചിക്കുന്നു:

Axiom-1: Structural Unity

Reality = indivisible causal structure.

Axiom-2: Determinate Evolution

$S(t) = \Phi\_t(S_0)$

Axiom-3: Uniqueness Condition

$\forall S_0 \in S, \forall t, \exists! S(t)$

Axiom-4: Constraint Closure

Φ_t preserves global constraints $C(S)=0$.

Determinism = uniqueness of lawful structural mapping.

Locality Axiom-2-ൽ ഉൾപ്പെടുന്നില്ല.

Theorem-12

(Bell–Compatibility Theorem within GSD)

Statement

Bell inequality violation constrains classical local factorization and/or measurement independence, but does not negate deterministic structural evolution as defined by Axiom-2 and Axiom-3.

Proof

Bell violation implies:

$\neg(B1 \land B2 \land B3)$

This yields: $\neg(B1 \land B2 \land B3) \Rightarrow (\neg B1 \lor \neg B2 \lor \neg B3)$

GSD determinism requires:

$S(t) = \Phi\_t(S_0)$

with uniqueness $\exists! S(t)$.

None of B1, B2, B3 logically imply or are implied by uniqueness of Φ_t.

Uniqueness(Φ_t) concerns state evolution mapping;

B1–B3 concern probabilistic factorization structure

Therefore:

Bell violation ≠ ¬Deterministic Structural Evolution. Bell violation entails logical incompatibility of the conjunction (B1 ∧ B2 ∧ B3), not of uniqueness(Φ_t)

25.3 Compatibility: Precise Definition

Compatibility ≠ causal signaling.

Compatibility does not entail superluminal transmission; it entails constraint-consistent co-instantiation. Compatibility is a structural condition, not a dynamical signaling mechanism. Compatibility concerns structural admissibility of correlated states within a single global solution manifold

Compatibility is defined as:

Lawful reachability under constraint-preserving evolution:

$S_j = \Phi_t(S_i)$

$\Phi_t : S \to S$

such that $C(S)=0 \Rightarrow C(\Phi_t(S))=0$

Compatibility = structural admissibility under global constraints.

Bell violation shows:

Classical local Φ_t insufficient.

Bell violation does not show:

Absence of Φ_t.

25.4 Nonlocal Deterministic Model

Bohmian mechanics:

Wavefunction evolves:

$i\hbar\, \partial\psi/\partial t = \hat{H}\psi$

Particle dynamics:

$v_i = (\hbar / m_i)\, \mathrm{Im}(\nabla_i \psi / \psi)$

Given ψ(t) and initial configuration Q(0), trajectory Q(t) is uniquely determined

Properties:

- Evolution deterministic
- Global configuration dependence
- Local factorization violated
- Uniqueness preserved

Therefore:

Nonlocal determinism satisfies Axiom-2 and Axiom-3. Determinism here is trajectory-level uniqueness under globally evolving wavefunction.

25.5 Superdeterministic Model

Measurement independence condition:

$P(a,b \mid \lambda) = P(a,b)$

Superdeterminism:

$P(a,b \mid \lambda) \neq P(a,b)$

Equivalently:

$P(\lambda \mid a,b) \neq P(\lambda)$

Measurement settings included in global state S_0.

Measurement independence is a statistical independence assumption, not required by logical determinism

Thus:

Independence symmetry broken

Uniqueness of Φ_t preserved

Hence determinism retained.

25.6 Block Universe Resolution

Spacetime manifold $(M, g_{\mu\nu})$ satisfies:

$G_{\mu\nu} = 8\pi T_{\mu\nu}$

Einstein equation = geometric constraint on entire spacetime.

Given appropriate global boundary conditions, the 4-dimensional solution manifold is fixed

Correlations:

Geometric consistency relations
Not dynamical superluminal transmission
Entire spacetime constitutes a globally constrained 4-dimensional solution manifold
Thus:
Compatibility = geometric admissibility
Determinism = global boundary-value uniqueness.

25.7 Structural Synthesis
Bell shows:
Local separability insufficient.
Bell does not show:
Absence of lawful structural evolution. Bell violation constrains locality assumptions but does not establish intrinsic ontological stochasticity.

25.8 Explicit GSD Axiom Recall
This chapter reaffirms:

1. Indivisible causal structure
2. Predictive limitation ≠ Ontological openness
3. Structural necessity ≠ Fatalism
4. Representation ≠ Reality

Bell violation is compatible with all four axioms.

25.9 Formal Cross-Alignment within GSD Sequence

GSD Axiom	Bell Impact
Axiom-1 Structural Unity	Unaffected
Axiom-2 Determinate Evolution	Unaffected
Axiom-3 Uniqueness	Unaffected
Axiom-4 Constraint Closure	Requires nonlocal/global constraint
Axiom-5 Epistemic Projection	Reinforced

Theorem-12 completes Bell-Compatibility defense within GSD.

25.10 Mathematical Appendix Version (Compact Form)

Let:

S = admissible global state space

$\Phi\_t : S \rightarrow S$

C(S)=0 constraint manifold

Determinism:

$\forall S_0 \in S, \forall t, \exists! S(t)$

Bell derivation:

$(B1 \wedge B2 \wedge B3) \Rightarrow CHSH \leq 2$

Experiment:

$CHSH > 2$

Thus:

$\neg(B1 \wedge B2 \wedge B3)$

But:

Determinism ↔ Uniqueness(Φ_t)

Therefore:

Bell violation ⊥ Determinism

Compatibility preserved under nonlocal or constraint-dependent Φ_t.

ഘടനാപരമായ അന്തിമ നിഗമനം എന്നത് ലളിതമായി പറഞ്ഞാൽ ഇതാണ്: ബെൽ സിദ്ധാന്തം classical locality എന്ന പഴയ ധാരണയെ പരിമിതപ്പെടുത്തുന്നു, എന്നാൽ ഘടനാപരമായ നിർണയവാദത്തെ ഇല്ലാതാക്കുന്നില്ല. ബെൽ കാണിക്കുന്നത്, ദൂരസ്ഥ സംഭവങ്ങൾ classical രീതിയിൽ പരസ്പരം പൂർണ്ണമായി വേർതിരിക്കപ്പെട്ടവയായി വായിക്കാനാകില്ല എന്നതാണ്. എന്നാൽ അതിൽ നിന്ന് "ലോകം നിയമരഹിതമാണ്" എന്ന നിഗമനം വരില്ല. Global Structural Determinism (GSD) എന്ന ചട്ടക്കൂടിൽ നിർണയവാദം locality-നെ ആശ്രയിച്ചല്ല നിർവചിക്കുന്നത്; മറിച്ച്, ഒരു സമ്പൂർണ്ണ അവസ്ഥയിൽ നിന്ന് മറ്റൊന്നിലേക്കുള്ള വികാസം ആഗോള നിയന്ത്രണങ്ങളെ (constraints) സംരക്ഷിക്കുന്ന ഏകമായ

നിയമബന്ധിത മാപ്പിംഗ് ആണെന്നതിലാണ് അതിന്റെ അടിസ്ഥാനം. അഥവാ, ഒരേ പ്രാരംഭ ഘടനയിൽ നിന്ന് ഒരേയൊരു നിയമാനുസൃത വികാസം മാത്രമേ ഉണ്ടാകൂ എന്ന uniqueness തന്നെയാണ് നിർണയവാദത്തിന്റെ ഹൃദയം. ബെൽ അസമത്വ ലംഘനം ഈ uniqueness-നെ തകർക്കുന്നില്ല; classical separability-യുടെ probabilistic factorization രൂപത്തെ മാത്രമാണ് ചോദ്യം ചെയ്യുന്നത്. അതിനാൽ ബെൽ സിദ്ധാന്തത്തോടുള്ള ഘടനാപര പ്രതിരോധം ഇവിടെ പൂർത്തിയാകുന്നു: നിർണയവാദം ഉപേക്ഷിക്കേണ്ടതില്ല, മറിച്ച് അതിന്റെ ആശയഭാഷയെ വിപുലീകരിക്കേണ്ടതാണ്.

Global Structural Hard Determinism with Quantum-Compatible Superdeterministic Realism and Functional Engineering Ethics.

അധ്യായം –26

ഹാർഡ് ഡിറ്റർമിനിസം: എന്റെ പ്രഖ്യാപിത ദാർശനിക നിലപാട്

ഞാൻ സ്വീകരിക്കുന്ന നിലപാട് വ്യക്തവും നിശ്ചിതവുമായതാണ്. ഞാൻ പ്രപഞ്ചത്തെ ഗണിതപരമായി ബന്ധിതമായ ഒരു സമഗ്ര സംവിധാനമായി കാണുന്നു. ഈ സംവിധാനത്തിൽ സംഭവിക്കുന്ന ഓരോ സംഭവവും പരസ്പരബന്ധങ്ങളുടെ ഫലമാണ്. യാദൃശ്ചികത എന്നത് അറിവിന്റെ പരിമിതിയാകാം; എന്നാൽ നിയമരഹിതത്വമല്ല. ഈ നിലപാട് സ്വീകരിക്കുമ്പോൾ, മനുഷ്യനെ ഞാൻ മസ്തിഷ്കത്തിന് പുറത്തുള്ള സ്വതന്ത്ര ആത്മാവായി കാണുന്നില്ല. മനുഷ്യൻ പ്രകൃതിയുടെ കാരണഘടനാപര ശൃംഖലയ്ക്ക് പുറത്തുള്ള ഒരു സ്വതന്ത്ര കേന്ദ്രമല്ല. മനുഷ്യന്റെ ഓരോ തീരുമാനവും കാരണബന്ധങ്ങളുടെ

സംയുക്തഫലമാണ്. അതിനാൽ വ്യക്തമായി പ്രഖ്യാപിക്കുന്നു: "ഫ്രീ വിൽ" എന്നത് അനുഭവബോധത്തിന്റെ ഘടനയാണ്; അത് ontological യാഥാർത്ഥ്യമല്ല. ഈ നിലപാട് Compatibilism അല്ല. ഇത് ഹാർഡ് ഡിറ്റർമിനിസമാണ്.

ഏജൻസി എന്ന ആശയത്തിന്റെ വിഘടനം

ഫ്രീ വിൽ നിലനിൽക്കണമെങ്കിൽ സ്വതന്ത്ര ഏജൻസി ഉണ്ടായിരിക്കണം എന്ന് ഞാൻ കരുതുന്നു. എന്നാൽ "ഏജന്റ്" എന്നത് സ്വതന്ത്ര കാരണകേന്ദ്രമല്ല. അത് കാരണശൃംഖലയുടെ ഒരു ഘടകമാണ്. ഒരാളെ നിയമപരമായി ഉത്തരവാദിയാക്കുന്നത് ഒരു സാമൂഹിക നിർമ്മിതിയാണ്. അത് metaphysical യാഥാർത്ഥ്യമല്ല; അത് സാമൂഹിക ആവശ്യങ്ങളിൽ നിന്നുയർന്ന ഒരു അമൂർത്തീകരണമാണ്. സാമൂഹിക ക്രമം നിലനിൽക്കാൻ ഈ ആശയം വികസിച്ചുവെങ്കിലും, അത് അന്തിമ സത്യമായി കണക്കാക്കാൻ കഴിയില്ല.

മനുഷ്യ തീരുമാനങ്ങളുടെ ഘടന

മനുഷ്യന്റെ തീരുമാനമെടുക്കൽ പ്രക്രിയയെ നാഡീ-നിശ്ചിതവാദപരമായി കാണുന്നു. ഒരു തീരുമാനം രൂപപ്പെടുന്നത് ജനിതക ഘടകങ്ങൾ, ചുറ്റുപാടുകൾ, അനുഭവങ്ങൾ, പഠനം, വികാരങ്ങൾ, വിവേകം, ന്യൂറോട്രാൻസ്മിറ്ററുകളുടെ അവസ്ഥകൾ, മസ്തിഷ്ക പ്ലാസ്റ്റിസിറ്റി, ഉറച്ച വിശ്വാസങ്ങൾ തുടങ്ങിയ ഘടകങ്ങളുടെ പരസ്പര ഇടപെടലിന്റെ ഫലമാണ്. ഇവയിൽ ഒന്നും "കാരണമില്ലാത്ത കാരണം" അല്ല. അതിനാൽ തീരുമാനം സ്വതന്ത്ര കാരണോദ്ഭവമല്ല; അത് കാരണഘടനാപര ഏകീകരണത്തിന്റെ ഔട്ട്പുട്ടാണ്.

സീരിയൽ കില്ലർ ഉദാഹരണം

ഒരു സീരിയൽ കില്ലറുടെ തീരുമാനത്തെ അവന്റെ സാമൂഹിക വിരുദ്ധ മസ്തിഷ്കഘടനയുടെ ഫലമായി കാണുന്നു. ഇവിടെ നൈതിക കുറ്റപ്പെടുത്തൽ

പ്രസക്തമല്ല; കാരണവിശകലനം മാത്രമാണ് പ്രസക്തം. "ദോഷം" എന്നത് metaphysical ലേബൽ മാത്രമാണ്. യാഥാർത്ഥ്യത്തിൽ സംഭവിക്കുന്നത് കാരണപരിണാമമാണ്. അതിനാൽ കുറ്റപ്പെടുത്തൽ നിർർത്ഥകമാണ്; തിരുത്തൽ അനിവാര്യമാണ്.

ഉത്തരവാദിത്വത്തിന്റെ പുനർവ്യാഖ്യാനം

ഹാർഡ് ഡിറ്റർമിനിസം സ്വീകരിക്കുമ്പോൾ "ഉത്തരവാദിത്വം" എന്നത് system-level corrective classification ആയി മാറുന്നു. വ്യക്തി "ദോഷം ചെയ്തവൻ" അല്ല; അവൻ causal malfunction ആണ്. സമൂഹം ചെയ്യേണ്ടത് ശിക്ഷയല്ല; പുനർരൂപകല്പനയും നിയന്ത്രണവും പുനർപ്രോഗ്രാമിംഗുമാണ്. ഇത് Ethical Engineering മോഡൽ എന്നു വിളിക്കുന്നു. ഇവിടെ നീതി പ്രതികാരമല്ല; സാമൂഹിക സമതുലനം പുനഃസ്ഥാപിക്കാനുള്ള പ്രക്രിയയാണ്.

ഫ്രീ വിൽ: ഒരു അനുഭവബോധം

ഫ്രീ വിൽ ഒരു ബോധാനുഭവമാണ്, യാഥാർത്ഥ്യമല്ല. നമുക്ക് സ്വാതന്ത്ര്യമുണ്ടെന്ന് തോന്നുന്നത് അന്തർവിമർശനപ്രക്രിയ, പരസ്പരം മത്സരിക്കുന്ന നാഡീ നെറ്റ്‌വർക്കുകളുടെ സജീവത, സ്വയം-മോഡലിംഗ് മസ്തിഷ്കപ്രവർത്തനം എന്നിവ മൂലമാണ്. അത് causal independence അല്ല; self-perception ആണ്. അതായത് സ്വാതന്ത്ര്യബോധം ഒരു ന്യൂറോ-ഫിനോമേനോളജിക്കൽ ഘടനയാണ്.

Compatibilism-നോട് വ്യത്യാസം

Compatibilism പറയുന്നത് നിർണ്ണായകത ശരിയാണെങ്കിലും, അന്തർകാരണമുണ്ടെങ്കിൽ ഫ്രീ വിൽ നിലനിൽക്കും എന്നതാണ്. ഞാൻ അത് നിരസിക്കുന്നു. അന്തർകാരണം പോലും നിർണ്ണയിക്കപ്പെട്ടതാണ്. ഏജൻസി ഒരു സാമൂഹിക-സങ്കൽപ്പോപകരണം മാത്രമാണ്; അത് absolute യാഥാർത്ഥ്യമല്ല. അതിനാൽ ഞാൻ Compatibilist അല്ല.

ഔദ്യോഗിക നിലപാട്

Metaphysical position: Hard Determinism
Psychological position: Free will is a phenomenological illusion
Ethical position: Blame replaced by causal correction
Political/Social implication: System redesign instead of moral condemnation

ദാർശനിക പ്രതിഫലനങ്ങൾ

ഈ നിലപാട് അടിസ്ഥാനപരമായി പരമ്പരാഗത നൈതികചിന്തയെ പുനർക്രമീകരിക്കുന്നു. പ്രശംസയ്ക്കും കുറ്റപ്പെടുത്തലിനും ontological അടിസ്ഥാനം ഇല്ല. ശിക്ഷ പ്രതികാരപരമാകരുത്. നീതി എഞ്ചിനീയറിംഗായി മാറുന്നു. "അർഹത" എന്ന ആശയം വിഘടിക്കുന്നു. സാമൂഹിക ക്രമം causal management ആയി പുനർനിർവചിക്കപ്പെടുന്നു.
അതിനാൽ എന്റെ നിലപാട് ഇങ്ങനെ വ്യക്തമാക്കുന്നു:

"Free will is a phenomenological construct emerging from deterministic neural integration. It has no metaphysical independence."

ഈ പ്രഖ്യാപനം എന്റെ സാമൂഹിക തത്വചിന്തയുടെ കേന്ദ്രസ്തംഭമാണ്. ഞാൻ മനുഷ്യനെ കുറ്റക്കാരനായി കാണുന്നില്ല; ഞാൻ അവനെ കാരണഘടനയുടെ ഭാഗമായാണ് കാണുന്നത്. നൈതിക പ്രതികാരത്തെ പിന്തുണക്കുന്നില്ല; സംവിധാന പുനർരൂപകല്പനയെ പിന്തുണക്കുന്നു.ഇതാണ് എന്റെ ഹാർഡ് ഡിറ്റർമിനിസം.

Global Structural Hard Determinism with Quantum-Compatible Superdeterministic Realism and Functional Engineering Ethics

അധ്യായം –27
സൂപ്പർഡിറ്റർമൈൻസത്തിന്റെ ഔപചാരിക പ്രതിരോധം (Superdeterminism formal defense)

ഇപ്പോൾ ഇത് ഒരു ശുദ്ധ അക്കാദമിക് പ്രതിരോധമായി, ഘടനാപരവും നേരിട്ടും അവതരിപ്പിക്കുന്നു. എന്റെ ലക്ഷ്യം Bell theorem ഒഴിവാക്കുക അല്ല. അതിന്റെ യഥാർത്ഥ പരിധി നിർവചിച്ച്, ആ പരിധിക്കുള്ളിൽ determinism എങ്ങനെ നിലനിൽക്കാം എന്ന് കാണിക്കുക എന്നതാണ്.

Superdeterminism – ഒരു വ്യക്തമായ അക്കാദമിക് പ്രതിരോധം

പ്രശ്നത്തിന്റെ കൃത്യരൂപം

Bell theorem classical-local hidden variable മാതൃകകളെതിരെയാണ് തെളിയിക്കുന്നത്. അതിന്റെ നിർണ്ണായകമായ ഒരു ഉപാധിയാണ് measurement independence എന്ന ധാരണ. അതിന്റെ അർത്ഥം, പരീക്ഷണത്തിൽ ഉപയോഗിക്കുന്ന measurement settings ഉം underlying hidden variables ഉം തമ്മിൽ യാതൊരു സ്ഥിതിവിവരപരമായ ആശ്രയത്വവും ഇല്ല എന്നതാണ്. അതായത്, പരീക്ഷകൻ തിരഞ്ഞെടുക്കുന്ന അളക്കൽ ക്രമീകരണങ്ങൾ പ്രപഞ്ചത്തിലെ ആഴത്തിലുള്ള ഘടനകളുമായി causal ബന്ധമില്ലാത്ത സ്വതന്ത്ര ഘടകങ്ങളാണെന്ന് മുൻകൂട്ടി കരുതുന്നു.

Superdeterminism ഈ ധാരണയെ തന്നെ ചോദ്യം ചെയ്യുന്നു. measurement settings ഉം hidden variables ഉം ഒരേ causal ഘടനയുടെ ഭാഗങ്ങളാണെങ്കിൽ അവ തമ്മിൽ independence നിലനിൽക്കില്ല. അവ ഒരേ പ്രാരംഭാവസ്ഥയിൽ നിന്ന് ഉദ്ഭവിച്ച ഘടകങ്ങളായിരിക്കും.

ഇവിടെ നിർണ്ണായകമായ മാറ്റം ഇതാണ്: Bell theorem determinism-നെ തള്ളുന്നില്ല; independence-നെ presuppose ചെയ്യുന്ന determinism-നെ മാത്രമാണ് തള്ളുന്നത്.

Global Constraint Model

Superdeterminism-നെ "conspiracy theory" എന്ന് വിമർശിക്കുന്നത് measurement settings truly free variables ആണെന്ന് മുൻകൂട്ടി കരുതുന്നതിനാലാണ്. എന്നാൽ ഒരു deterministic universe-ൽ ontologically free variable എന്ന ആശയം തന്നെ നിലനിൽക്കില്ല. പ്രപഞ്ചം ഒരു ഏകീകൃത causal പരിഹാരമാണ്. അതിന്റെ മുഴുവൻ ചരിത്രവും ഒരു ഏക ഗണിതപരമായ trajectory ആയി unfold ചെയ്യുന്നു.

Measurement setting പോലും ആ ഏക causal തുടർച്ചയുടെ ഭാഗമാണ്. Hidden variable പോലും അതേ തുടർച്ചയുടെ ഭാഗമാണ്. ഇരുവരും ഒരേ initial condition-ൽ നിന്നുള്ള വ്യത്യസ്ത പ്രതിഫലനങ്ങൾ മാത്രമാണ്.

അതായത് independence ഒരു metaphysical സത്യം അല്ല. അത് പരീക്ഷണ സൗകര്യത്തിനായുള്ള ഒരു epistemic ലളിതീകരണം മാത്രമാണ്.

"Conspiracy" വിമർശനത്തിന് മറുപടി

Superdeterminism-നെതിരെ ഉയരുന്ന പ്രധാന വിമർശനം ഇതാണ്: hidden variables measurement settings-നെ മുൻകൂട്ടി "അറിയുന്നു" എന്നത് cosmic conspiracy പോലെ തോന്നുന്നു. ഈ വിമർശനത്തിന്റെ ആന്തരിക ധാരണ തെറ്റാണ്. Superdeterminism-ൽ knowledge ഇല്ല, anticipation ഇല്ല. ഒരേയൊരു causal തുടർച്ച മാത്രമാണ്. പ്രാരംഭാവസ്ഥയിൽ ഉൾക്കൊള്ളപ്പെട്ടിരിക്കുന്ന correlations സമയക്രമത്തിൽ സ്വാഭാവികമായി unfold ചെയ്യുന്നു.

Correlation coordination അല്ല. Correlation shared causal origin ആണ്. Conspiracy എന്നത് പുറത്തുനിന്നുള്ള ക്രമീകരണത്തെ സൂചിപ്പിക്കുന്നു. എന്നാൽ superdeterminism ആന്തരിക ഘടനാപരമായ coherence-നെ സൂചിപ്പിക്കുന്നു.

Fine-Tuning പ്രശ്നം

Fine-tuning വിമർശനം പറയുന്നത് hidden variables measurement settings-നെ ആശ്രയിച്ചാൽ അത് വളരെ സൂക്ഷ്മമായി ക്രമീകരിച്ചിരിക്കണം എന്നാണ്. എന്നാൽ fine-tuning എന്ന ആശയം independent parameters ഉണ്ടെന്ന മുൻകൂട്ടി ധാരണയിൽ നിന്നാണ് വരുന്നത്.

Global constraint model-ൽ independent parameters ഇല്ല. Single lawful trajectory മാത്രമേ ഉള്ളൂ. അതിനാൽ adjustment എന്ന ആശയം ഇവിടെ പ്രസക്തമല്ല. അത് structural necessity മാത്രമാണ്.

ഒരു differential equation-ന് unique solution ഉണ്ടെങ്കിൽ അത് fine-tuned അല്ല. അത് boundary conditions-ന്റെ അനിവാര്യ ഫലമാണ്. അതുപോലെ തന്നെയാണ് പ്രപഞ്ചത്തിന്റെ causal coherence.

Bell Inequality-യുടെ യഥാർത്ഥ പരിധി

Bell inequality derive ചെയ്യുമ്പോൾ രണ്ട് പ്രധാന ഉപാധികൾ ഉപയോഗിക്കുന്നു: locality, measurement independence. Superdeterminism locality-നെ നേരിട്ട് നിരസിക്കണമെന്നില്ല; independence-നെ മാത്രമാണ് നിരസിക്കുന്നത്.

അതായത് Bell theorem classical-local-independent hidden variable models-നെ മാത്രം തള്ളുന്നു. എന്നാൽ global constraint deterministic models-നെ അത് തള്ളുന്നില്ല.

Bell violation determinism-ന്റെ പരാജയം അല്ല. അത് classical separability-ന്റെ പരിമിതിയാണ്.

Determinism സംരക്ഷണം

Superdeterministic framework-ൽ realism നിലനിൽക്കും. Lawful evolution നിലനിൽക്കും. Causal closure നിലനിൽക്കും. Measurement settings പോലും causal chain-ന്റെ ഭാഗമാണ്.

Free choice assumption physically അസാധുവാണെങ്കിൽ Bell theorem-ന്റെ പ്രയോഗപരിധി സ്വാഭാവികമായി ചുരുങ്ങും.

ദാർശനിക വ്യക്തീകരണം

Measurement independence ഒരു പ്രകൃതിനിയമമല്ല. അത് ഒരു methodological assumption മാത്രമാണ്. Statistical independence epistemic ആണ്. Causal dependence ontological ആണ്.
ഒരു സമഗ്ര deterministic universe-ൽ യഥാർത്ഥ independence എന്നത് metaphysical ആയി അസാധുവാണ്. എല്ലാം causal നെറ്റ്വർക്കിന്റെ ഭാഗങ്ങളാണ്.

സമാപന നിലപാട്

Superdeterminism ഒരു മാന്ത്രികതയല്ല. Conspiracy theory അല്ല. Retrocausality ആവശ്യപ്പെടുന്നില്ല. അത് global causal closure ആണ്.
Bell inequality violations local-independent realism-നെ തള്ളുന്നു. എന്നാൽ global deterministic constraint system-നെ അത് തള്ളുന്നില്ല.
Determinism നിലനിൽക്കുന്നത് നിയമങ്ങളെ ഉപേക്ഷിച്ചുകൊണ്ടല്ല; independence എന്ന ധാരണയുടെ metaphysical അവകാശവാദം ഉപേക്ഷിച്ചുകൊണ്ടാണ്.

Superdeterminism: An Explicit Formal Defense

1. The Core Problem

Bell's theorem targets classical-local hidden variable models. Its crucial assumption is **measurement independence**:

$\rho(\lambda \mid a,b) = \rho(\lambda)$

where:

- λ = hidden variables
- a,b = measurement settings

This condition asserts statistical independence between hidden variables and measurement settings.
Superdeterminism rejects this assumption:

$\rho(\lambda \mid a,b) \neq \rho(\lambda)$

Meaning that measurement settings and hidden variables are not statistically independent, but part of the same causal structure.

2. Global Constraint Model

The criticism that superdeterminism is a "conspiracy theory" assumes that measurement settings are truly free variables.

In a deterministic universe, no variable is ontologically free.

Let the universal state space be denoted by S. Global evolution is given by:

$S_{total}(t) = \Phi_t(S_{initial})$

Measurement settings are functions of the initial state:

$a = f(S_{initial})$

$b = h(S_{initial})$

Hidden variables are also functions of the same initial condition:

$\lambda = g(S_{initial})$

Thus statistical independence becomes logically invalid, since all variables share a common causal origin.

Measurement independence is not a metaphysical truth, but an epistemic simplification.

3. Response to the "Conspiracy" Objection

The objection claims that hidden variables somehow "anticipate" measurement settings.

In superdeterminism, there is no anticipation or knowledge.

There is only lawful global evolution.

Initial correlations encoded in $S_{initial}$ unfold through time.

Correlation does not imply coordination. Correlation implies shared causal origin.

Conspiracy implies external adjustment. Global determinism implies internal coherence.

4. The Fine-Tuning Objection

The fine-tuning objection assumes independent free parameters.

In a global constraint model, independent ontological parameters do not exist.

There is a single lawful trajectory.

Thus no adjustment occurs.

Only structural necessity.

A unique solution to a differential equation is not fine-tuned; it is the necessary consequence of boundary conditions.

5. Bell Inequality Scope

Bell inequality derivation assumes:

1. Locality (factorization)
2. Measurement independenceFactorization condition:

$P(A,B \mid a,b,\lambda) = P(A \mid a,\lambda)P(B \mid b,\lambda)$

and independence:

$\rho(\lambda \mid a,b) = \rho(\lambda)$

Superdeterminism rejects only the second assumption.

Therefore Bell eliminates:

Local + Independent hidden variable models.

It does not eliminate global constraint deterministic models.

6. Determinism Preserved

Within a superdeterministic framework:

- Realism is preserved
- Determinism is preserved
- Lawful evolution is preserved

Measurement settings are themselves part of the causal chain.

If free choice is physically false, Bell's scope is naturally limited.

7. Philosophical Clarification

Measurement independence is not a law of nature.

It is a methodological convenience.

Statistical independence is epistemic.

Causal dependence is ontological.

In a deterministic universe, true independence cannot exist.

8. Final Position

Superdeterminism is not:

- Magical coordination
- Conspiracy
- Retrocausality

It is global causal closure.
Bell inequality violations disprove local-independent realism, but do not disprove global deterministic constraint systems.
Determinism survives by rejecting independence, not by rejecting law.

അധ്യായം 28
വിമർശനങ്ങൾക്ക് എതിരായ ഘടനാപര പ്രതിരോധം

Global Structural Hard Determinism എന്ന നിലപാട് അവതരിപ്പിക്കുമ്പോൾ അത് ഒരു വികാരാധിഷ്ഠിത പ്രസ്താവനയായി അല്ല, മറിച്ച് ഒരു ഘടനാപരമായ പ്രഖ്യാപനമായി തന്നെയാണ് അവതരിപ്പിക്കുന്നത്.
യാഥാർത്ഥ്യം വിഭജിക്കാനാവാത്ത കാരണഘടനയാണ് എന്ന അടിസ്ഥാനത്തിൽ നിന്ന് തുടങ്ങുന്ന ഈ സിദ്ധാന്തം ഗണിതപരമായ ഏകത്വത്തെയും നിയമാനുസൃത വികാസത്തെയും അംഗീകരിക്കുന്നു. എന്നിരുന്നാലും, ഏതൊരു ദൃഢമായ സിദ്ധാന്തത്തിനും പോലെ ഇതും വിമർശനങ്ങൾ നേരിടും. വിമർശനം ദൗർബല്യമല്ല; അത് ഒരു സിദ്ധാന്തത്തിന്റെ പകത പരിശോധിക്കുന്ന ഘട്ടമാണ്.
ഈ അധ്യായത്തിൽ പ്രത്യേകിച്ച് ഒരു പ്രധാന ആരോപണത്തെ നേരിടുന്നു: “ഇത് നിഷേധിക്കാനാവാത്ത സിദ്ധാന്തമല്ലേയെന്ന്” ചോദ്യം.
Unfalsifiability എന്ന ആരോപണം
വിമർശകർ പറയുന്നത് Determinism, പ്രത്യേകിച്ച് superdeterminism, ഒരു നിർദ്ദിഷ്ട പരീക്ഷണത്തിലൂടെ നേരിട്ട് തള്ളിക്കളയാനാകില്ലെങ്കിൽ അത് ശാസ്ത്രീയമല്ല എന്നാണ് അവർ പറയുന്നത്.
തള്ളിക്കളയാനാകാത്തതിനാൽ അത് ശാസ്ത്രീയമല്ല.
Measurement independence എന്ന ഉപാധി ഉപേക്ഷിച്ചാൽ ഏത്

തരത്തിലുള്ള correlation-നും ഒരു വിശദീകരണം സൃഷ്ടിക്കാമെന്നും അതിനാൽ ഇത് empirical പരിശോധന ഒഴിവാക്കുന്ന ഒരു നിലപാടാണെന്നും അവർ ആരോപിക്കുന്നു.

ആദ്യമായി ഒരു അടിസ്ഥാന വ്യത്യാസം വ്യക്തമാക്കണം. Global Structural Hard Determinism ഒരു പ്രത്യേക പരീക്ഷണ ഫലം പ്രവചിക്കുന്ന ഭൗതിക മോഡൽ മാത്രമല്ല. അത് onto-logical ഘടനയെക്കുറിച്ചുള്ള പ്രസ്താവനയാണ്.

ശാസ്ത്രത്തിലെ എല്ലാ അടിസ്ഥാന ഘടനകളും "ഒരു പരീക്ഷണം കൊണ്ട് തള്ളിക്കളയാവുന്ന" രീതിയിൽ നിർവചിക്കപ്പെടുന്നില്ല.

ഗണിതത്തിലെ continuity, causality എന്ന അടിസ്ഥാന നിയമതത്വം, spacetime manifold എന്ന സമഗ്ര ഘടന എന്നിവയെ ഒരൊറ്റ പരീക്ഷണം കൊണ്ട് തള്ളാനാവില്ല. അവ empirical result-കളെ വിശദീകരിക്കാൻ ഉപയോഗിക്കുന്ന ആഴത്തിലുള്ള ഘടനകളാണ്. അവ falsifi-able prediction-കളുടെ പട്ടികയല്ല; അവ മോഡൽ-അധിഷ്ഠിത അടിസ്ഥാനങ്ങൾ ആണ്.

അതുപോലെ തന്നെ, GSD ഒരു rigid dogma അല്ല. അത് "ഒരിക്കലും തിരുത്താനാവാത്ത" metaphysical പ്രഖ്യാപനം അല്ല. അത് evidence-responsive ontology ആണ്. ഉദാഹരണത്തിന്, objective collapse മോഡലുകൾ വ്യക്തമായ പരീക്ഷണ തെളിവുകളോടെ സ്ഥിരീകരിക്കപ്പെട്ടാൽ structural determinism പുനഃപരിശോധിക്കേണ്ടിവരും. Measurement dependence ad hoc ക്രമീകരണമാണെന്ന് കർശനമായി തെളിയിക്കപ്പെട്ടാൽ superdeterministic രൂപം തിരുത്തപ്പെടണം. Deterministic mapping-ന് വിരുദ്ധമായി on-tological stochasticity നിർണ്ണായകമായി സ്ഥാപിക്കപ്പെട്ടാൽ uniqueness എന്ന സിദ്ധാന്തം പുനർവ്യാഖ്യാനിക്കേണ്ടിവരും. അതിനാൽ ഇവിടെ നിഷേധ്യത ഇല്ല എന്നത് "തിരുത്താനാവാത്തത്" എന്നർത്ഥമല്ല. അത് ontological തലത്തിലുള്ള പ്രസ്താവനയായതിനാൽ falsifiability എന്ന

ഏക മാനദണ്ഡത്തിൽ മാത്രം അളക്കാനാവില്ല എന്നർത്ഥമാണ്.

ശാസ്ത്രത്തിൽ falsifiability പ്രധാനമാണ്. എന്നാൽ coherence, explanatory depth, structural necessity എന്നിവയും തുല്യമായി നിർണ്ണായകമാണ്. ഒരു സിദ്ധാന്തം പരീക്ഷണ ഫലങ്ങളോട് പൊരുത്തപ്പെടണം; എന്നാൽ അതോടൊപ്പം അത് യാഥാർത്ഥ്യത്തെ ഗണിതപരവും ആശയപരവുമായ ഏകോപനത്തിൽ ഉൾക്കൊള്ളാനും കഴിയണം.

Global Structural Hard Determinism ഈ രണ്ട് മാനദണ്ഡങ്ങളും ഒരുമിപ്പിക്കാൻ ശ്രമിക്കുന്നതാണ്. അത് empirical ലോകത്തെ നിരസിക്കുന്നില്ല. മറിച്ച്, empirical ലോകം ഒരു ആഴത്തിലുള്ള ഘടനാപര ഏകത്വത്തിന്റെ പ്രകടനമാണെന്ന് വാദിക്കുന്നു.

അതുകൊണ്ട് "ഇത് നിഷേധിക്കാനാവില്ല" എന്ന ആരോപണം ഒരു തെറ്റിദ്ധാരണയിൽ നിന്നാണ് ഉയരുന്നത്. GSD പരീക്ഷണത്തെ ഒഴിവാക്കുന്നില്ല; അത് പരീക്ഷണത്തെ ഒരു വലിയ ontological ഘടനയ്ക്കുള്ളിൽ പുനഃസ്ഥാപിക്കുന്നു.

2 "Moral Nihilism" എന്ന ആരോപണം

Free will ഇല്ലെങ്കിൽ moral responsibility ഇല്ല, responsibility ഇല്ലെങ്കിൽ moral order തകരും എന്നതാണ് വിമർശകരുടെ ലളിതമായ വാദം. മനുഷ്യൻ തന്റെ പ്രവൃത്തികളുടെ അന്തിമ കാരണകേന്ദ്രമല്ലെങ്കിൽ അവനെ കുറ്റക്കാരനായി കാണാനാകില്ല; കുറ്റക്കാരനല്ലെങ്കിൽ ശിക്ഷിക്കാനാകില്ല; ശിക്ഷിക്കാനാകില്ലെങ്കിൽ സമൂഹം തകരും. ഈ ഭയമാണ് "hard determinism moral nihilism ആണ്" എന്ന ആരോപണത്തിന് പിന്നിൽ നിൽക്കുന്നത്.

എന്നാൽ ഇവിടെ ഒരു നിർണ്ണായക തെറ്റിദ്ധാരണ പ്രവർത്തിക്കുന്നു. Hard determinism moral nihilism അല്ല. അത് moral metaphysics-ന്റെ പുനർനിർവചനമാണ്.

Global Structural Determinism പറയുന്നത് കുറ്റാരോപണം onto-logical പ്രഖ്യാപനം അല്ല എന്നതാണ്. "അവൻ ദോഷിയാണ്" എന്ന വാചകം ഒരു metaphysical വിധി അല്ല; അത് ഒരു

regulatory classification ആണ്. ഒരു സമൂഹം സ്ഥിരത നിലനിർത്താൻ ചില പെരുമാറ്റങ്ങളെ അപകടകരമായി തിരിച്ചറിയുന്നു. ആ തിരിച്ചറിയലിന് പിന്നിൽ cosmic moral desert ഇല്ല; causal risk analysis ആണ്.

സമൂഹത്തിന്റെ ലക്ഷ്യം പ്രതികാരം അല്ല. ലക്ഷ്യം stability ആണ്. ശിക്ഷ പ്രതികാരമല്ല; structural correction ആണ്. ഒരു വ്യക്തിയുടെ പ്രവർത്തനം ഹാനി സൃഷ്ടിച്ചാൽ, ആ ഹാനി യാഥാർത്ഥ്യമാണ്. ദുരിതം യാഥാർത്ഥ്യമാണ്. സുരക്ഷ അനിവാര്യമാണ്. ഈ യാഥാർത്ഥ്യങ്ങളെ determinism നിഷേധിക്കുന്നില്ല. അത് അവയെ causal context-ൽ പുനർവ്യാഖ്യാനിക്കുന്നു.

"അവൻ അർഹിക്കുന്നു" എന്ന ഭാഷ metaphysical blame-നെ സൂചിപ്പിക്കുന്നു. എന്നാൽ GSD-യിൽ ആ ഭാഷയ്ക്ക് സ്ഥാനം ഇല്ല. കാരണം ഒരാൾ തന്റെ കാരണഘടനയുടെ പുറത്തുനിന്ന് പ്രവർത്തിക്കുന്നില്ല. അവൻ causal integration-ന്റെ ഒരു നോട് മാത്രമാണ്. അതിനാൽ നീതി പ്രതികാരമല്ല; engineering ആണ്.

Prevention അനിവാര്യമാണ്.

Rehabilitation അനിവാര്യമാണ്.

System redesign അനിവാര്യമാണ്.

മനുഷ്യന്റെ പെരുമാറ്റം ഒരു malfunction ആണെങ്കിൽ അത് തിരുത്തണം. അപകടകരമായ ഘടനകൾ പുനർസംയോജിപ്പിക്കണം. സമൂഹം സ്വയം പുനർരൂപകല്പന ചെയ്യണം.

അതുകൊണ്ട് determinism moral collapse അല്ല. അത് moral reconstruction ആണ്. അത് മൂല്യങ്ങളെ ഇല്ലാതാക്കുന്നില്ല; അവയെ metaphysical കുറ്റാരോപണത്തിൽ നിന്ന് causal management-ലേക്ക് മാറ്റുന്നു.

3 "Hidden Parameter Arbitrariness" വിമർശനം

Superdeterminism-നെതിരെ ഉയരുന്ന മറ്റൊരു ശക്തമായ വിമർശനം ഇതാണ്: hidden variables arbitrarily ക്രമീകരിക്കപ്പെടുന്നു. Bell inequality ലംഘനം വിശദീകരിക്കാൻ ഏത് distribution വേണമെങ്കിലും

നിർമ്മിക്കാമെന്നതാണ് ആരോപണം. അതായത്, superdeterminism predictive discipline ഇല്ലാത്ത ഒരു flexibility ആണെന്നാണ് അവർ പറയുന്നത്.
ഈ വിമർശനം ശരിയായ രൂപത്തിൽ മനസ്സിലാക്കണം. Arbitrary adjustment ഒരു മോഡലിന്റെ ദൗർബല്യമാണ്.
എന്നാൽ GSD-യിലെ superdeterminism arbitrary distribution സിദ്ധാന്തമല്ല. അത് global constraint model ആണ്.
Measurement settings, hidden variables, observer states — ഇവ മൂന്ന് സ്വതന്ത്ര ഘടകങ്ങളല്ല. അവ ഒരേ initial structural condition-ന്റെ വ്യത്യസ്ത പ്രകടനങ്ങളാണ്.
S_total(t) = Φ_t(S_initial)
എന്ന ഏക causal mapping-ൽ നിന്നാണ് ഇവ ഉദ്ഭവിക്കുന്നത്.
Independence ഉപേക്ഷിക്കുന്നത് arbitrariness സൃഷ്ടിക്കുന്നില്ല. അത് shared causal origin അംഗീകരിക്കുന്നതാണ്.
ഒരു differential equation-ന് unique solution ഉണ്ടെങ്കിൽ അത് arbitrary അല്ല. Boundary condition-ന്റെ അനിവാര്യ ഫലമാണ്.
അതുപോലെ, global structural evolution-ൽ correlations ad hoc tuning അല്ല; structural necessity ആണ്.
Hidden parameters എന്നത് "പിന്നീട് ചേർത്ത രഹസ്യ ഘടകങ്ങൾ" അല്ല. അവ global causal trajectory-യുടെ ഭാഗങ്ങളാണ്. Measurement settings പോലും അതേ trajectory-യുടെ ഭാഗങ്ങളാണ്. അതിനാൽ distribution-കളുടെ തിരഞ്ഞെടുപ്പ് സ്വേച്ഛാനുസൃത ക്രമീകരണം അല്ല; constraint-bound unfolding ആണ്.
Superdeterminism predictive chaos സൃഷ്ടിക്കുന്നില്ല. അത് classical separability എന്ന ലളിതീകരണം ഉപേക്ഷിക്കുന്നു. Independence epistemic simplification ആയിരുന്നു; ontological truth അല്ല.
അതിനാൽ arbitrariness എന്ന ആരോപണം GSD-യുടെ ഘടനയെ തെറ്റായി വായിച്ചതിൽ നിന്നാണ് ഉയരുന്നത്.
ഇവിടെ flexibility ഇല്ല; global coherence മാത്രമാണ്.

4 "Measurement Dependence Degeneracy" എന്ന വിമർശനം

Superdeterminism-നെതിരെ ഉയരുന്ന ഏറ്റവും സാങ്കേതികമായ വിമർശനം ഇതാണ്. Measurement independence ഉപേക്ഷിച്ചാൽ predictive degeneracy ഉണ്ടാകുമെന്ന് വിമർശകർ പറയുന്നു. അഥവാ, ρ(λ | a,b) ≠ ρ(λ) എന്ന് അനുവദിച്ചാൽ ഏത് ഡാറ്റയ്ക്കും പിന്നിൽ ഏതൊരു probability distribution-നും നിർമ്മിക്കാമെന്ന് അവർ ആശങ്കപ്പെടുന്നു. അങ്ങനെ സിദ്ധാന്തം predictive discipline നഷ്ടപ്പെടുകയും explanatory flexibility അനന്തമാകുകയും ചെയ്യും എന്നാണ് വാദം.

ഈ വിമർശനം ഗൗരവമുള്ളതാണ്. കാരണം unrestricted statistical freedom ശാസ്ത്രീയ മോഡലിനെ ദുർബലമാക്കും. എന്നാൽ GSD-യിലെ measurement dependence unrestricted അല്ല. അത് നിയന്ത്രണമില്ലാത്ത സ്ഥിതിവിവര സ്വാതന്ത്ര്യം അല്ല; അത് ഘടനാപര നിയന്ത്രണത്തിന് വിധേയമായ causal ആശ്രിതത്വമാണ്.

Global Structural Determinism മൂന്ന് നിർണ്ണായക നിയന്ത്രണങ്ങൾ സ്ഥാപിക്കുന്നു.

ഒന്നാമത്, dependence lawful structural mapping-ൽ നിന്നാണ് ഉദ്ഭവിക്കേണ്ടത്. ρ(λ | a,b) ≠ ρ(λ) എന്നത് distribution-കളുടെ സ്വേച്ഛാനുസൃത ക്രമീകരണം അല്ല; അത് evolution operator മുഖേന unfold ചെയ്യുന്ന ഘടനാപര ആശ്രിതത്വമാണ്.

രണ്ടാമത്, dependence global constraint-കളോട് പൊരുത്തപ്പെടണം. ഒരു correlation local level-ൽ retrofitted ആയി ചേർക്കാനാവില്ല. അത് S_initial എന്ന ആഗോള ഘടനയിൽ നിന്നു നിർബന്ധിതമായി ഉദ്ഭവിക്കണം.

മൂന്നാമത്, dependence local patchwork രീതിയിൽ പുനഃക്രമീകരിക്കാനാവില്ല. അത് S_total(t) = Φ_t(S_initial) എന്ന ഏക causal mapping-ന്റെ അനിവാര്യ പ്രകടനമായിരിക്കണം.

അതായത്:

a = f(S_initial) b = h(S_initial) λ = g(S_initial)

Measurement settings-ഉം hidden variables-ഉം ഒരേ initial structural condition-ന്റെ ഭാഗങ്ങളാണ്. Independence ഉപേക്ഷിക്കുന്നത് flexibility സൃഷ്ടിക്കുന്നില്ല; shared origin അംഗീകരിക്കുന്നതാണ്.
Degeneracy ഉണ്ടാകുന്നത് model-level flexibility-ൽ നിന്നാണ്. എന്നാൽ global structural closure flexibility അനുവദിക്കുന്നില്ല. ഒരേയൊരു lawful trajectory മാത്രമേ ഉണ്ടായിരിക്കൂ. അതിനാൽ explanatory arbitrariness അല്ല, structural necessity ആണ് ഇവിടെ പ്രവർത്തിക്കുന്നത്.

5 "Reductionism" എന്ന വിമർശനം

Hard determinism മനുഷ്യനെ ഒരു മെക്കാനിക്കൽ ഘടകമായി ചുരുക്കുന്നു എന്ന ആരോപണം പതിവായി ഉയരും. "മനുഷ്യൻ ഒരു യന്ത്രമാണോ?" എന്ന ചോദ്യം ദാർശനിക വിമർശനത്തിൽ ആവർത്തിക്കും.
ഈ വിമർശനം reductionism എന്ന ആശയം തെറ്റായി മനസ്സിലാക്കുന്നതിൽ നിന്നാണ് ഉയരുന്നത്. GSD-ൽ reductionism ഇല്ല; structural integration ആണ്.
മനുഷ്യൻ neural firing pattern മാത്രം അല്ല. അവൻ പലതരം ഘടനകളുടെ സംയോജിതാവസ്ഥയാണ്.
അവൻ ഒരു biological system ആണ്.അവൻ ഒരു social node ആണ്.അവൻ ഒരു linguistic processor ആണ്.അവൻ ഒരു cultural carrier ആണ്.അവൻ ഒരു historical trajectory ആണ്.
ഈ എല്ലാ തലങ്ങളും causal continuity-യിൽ ബന്ധിതമാണ്. Determinism ഈ തലങ്ങളെ ഇല്ലാതാക്കുന്നില്ല; അവയെ ഒരേ ഘടനാപര ഏകതത്തിൽ സംയോജിപ്പിക്കുന്നു.
Agency illusion ആകാം. എന്നാൽ അനുഭവം യാഥാർത്ഥ്യമാണ്. Pain, love, fear, aspiration — ഇവ phenomenological അനുഭവങ്ങളാണ്. GSD ഇവയെ നിഷേധിക്കുന്നില്ല. അത് ഇവ causal integration-ന്റെ projection ആണെന്ന് പറയുന്നു.
Projection യാഥാർത്ഥ്യത്തെ ഇല്ലാതാക്കുന്നില്ല; അത് അതിന്റെ പ്രവർത്തനരീതിയെ വ്യക്തമാക്കുന്നു.

സൂര്യോദയം ഭൂമി ചുറ്റുന്നില്ലെങ്കിലും അനുഭവത്തിൽ യാഥാർത്ഥ്യമാണ്. അതുപോലെ agency causal independence അല്ലെങ്കിലും അനുഭവപരമായി സജീവമാണ്.
Determinism മനുഷ്യനെ ചുരുക്കുന്നില്ല. അത് മനുഷ്യനെ cosmic structural continuity-യുടെ ഭാഗമാക്കുന്നു. അവൻ യന്ത്രമല്ല; അവൻ ഘടനാപര പ്രക്രിയയാണ്.
Reductionism എന്ന വിമർശനം GSD-നെ ഒരു mechanical caricature ആയി ചിത്രീകരിക്കുന്നു. എന്നാൽ GSD-യിൽ മനുഷ്യൻ ഒരു isolated object അല്ല; causal totality-യുടെ dynamic node ആണ്.

6 സമഗ്ര പ്രതിരോധ നിഗമനം

Global Structural Hard Determinism മുന്നോട്ടുവയ്ക്കുന്ന ആശയങ്ങൾ സ്വാഭാവികമായി നിരവധി ദിശകളിൽ നിന്ന് ചോദ്യം ചെയ്യപ്പെടും. വിമർശനങ്ങൾ യാദൃശ്ചികമായി വരുന്നില്ല; അവ അഞ്ചു പ്രധാന മേഖലകളിൽ നിന്ന് രൂപം കൊള്ളുന്നു. ശാസ്ത്രീയ മാനദണ്ഡത്തെക്കുറിച്ചുള്ള ആശങ്ക, നൈതിക ഘടനയുടെ ഭാവിയെക്കുറിച്ചുള്ള ഭയം, ഗണിതപരമായ നിയന്ത്രണങ്ങളുടെ കൃത്യത, സ്ഥിതിവിവരശാസ്ത്ര സ്വാതന്ത്ര്യത്തിന്റെ പ്രസക്തി, ഒടുവിൽ മനുഷ്യസ്വഭാവത്തെക്കുറിച്ചുള്ള അടിസ്ഥാന ചോദ്യങ്ങൾ — ഇവയാണ് ആ അഞ്ച് ദിശകൾ.
ഈ അഞ്ച് മേഖലകളിലും GSD തന്റെ നിലപാട് വ്യക്തമായി നിർവചിച്ചിരിക്കുന്നു. Determinism ഇവിടെ ഒരു metaphysical dogma അല്ല; അത് structural necessity ആണ്. പ്രപഞ്ചം നിയമിതമായ ഘടനാപര ഏകത്വത്തിലാണ് പ്രവർത്തിക്കുന്നത് എന്നതാണ് അതിന്റെ കേന്ദ്രവാദം. Independence ഒരു ontological സത്യമല്ല; അത് epistemic ലളിതീകരണം മാത്രമാണ്. ശാസ്ത്രീയ മോഡലിംഗിൽ ഉപയോഗിക്കുന്ന ഒരു സൗകര്യപ്രദമായ അനുമാനമാണ് അത്, causal totality-യുടെ അടിസ്ഥാനഘടകമല്ല.
Blame എന്ന ആശയം metaphysical കുറ്റാരോപണമായി വായിക്കുമ്പോൾ അത് ദാർശനികമായി തകരും. എന്നാൽ

correction causal management ആയി വായിക്കുമ്പോൾ അത് പ്രവർത്തനക്ഷമമാകും. Hidden variables arbitrary ആയി ചേർക്കപ്പെട്ട ഘടകങ്ങൾ അല്ല; അവ constraint-bound ഘടനകളുടെ ഭാഗങ്ങളാണ്. മനുഷ്യൻ mechanical residue അല്ല; causal architecture-യിലെ ഒരു structural node ആണ്.
Bell inequality determinism-നെ തള്ളുന്നില്ല. അത് classical separability-യുടെ പരിമിതിയാണ് കാണിക്കുന്നത്. Quantum unpredictability ontological rupture തെളിയിക്കുന്നില്ല; അത് epistemic പരിധി സൂചിപ്പിക്കുന്നു. Free will ഒരു phenomenological construct മാത്രമാണ്; causal independence അല്ല.
Global Structural Hard Determinism ഒരു conspiracy model അല്ല; അത് causal closure ആണ്. ഒരു metaphysical rebellion അല്ല; അത് mathematical coherence ആണ്. ഒരു moral collapse അല്ല; അത് ethical redesign ആണ്.

അധ്യായം 29
പ്രവർത്തനക്ഷമമായ നൈതികത (Functional Ethics)

നിർണയവാദത്തിന്റെ (Determinism) കണിശമായ യുക്തികൾക്ക് മുൻപിൽ പലപ്പോഴും ഉയരുന്ന ഏറ്റവും വലിയ ആകുലത നൈതികതയുടെ (Ethics) നിലനിൽപ്പിനെക്കുറിച്ചാണ്. സ്വതന്ത്ര ഇച്ഛ (Free will) എന്ന സങ്കല്പം ഇല്ലാതായാൽ പിന്നെ നൈതികതയ്ക്ക് എന്ത് പ്രസക്തിയാണുള്ളത് എന്ന ചോദ്യം ദാർശനിക പ്രഹേളികയായി തുടരുന്നു. ഒരു വ്യക്തി തന്റെ പ്രവൃത്തികളുടെ അന്തിമ ഉറവിടമല്ലെങ്കിൽ (Ultimate source), കുറ്റം (Guilt), ശിക്ഷ (Punishment), ഉത്തരവാദിത്വം (Responsibility) തുടങ്ങിയ പദങ്ങൾ കേവലം അർത്ഥശൂന്യമായ പ്രയോഗങ്ങളായി മാറില്ലേ എന്ന ആശങ്കയാണിത്. ഈ ആകുലതയുടെ കേന്ദ്രബിന്ദു നൈതിക ഉത്തരവാദിത്വം എന്നത് സത്താല്മകമായ

അർഹത (Metaphysical desert) എന്ന ആശയത്തിൽ അധിഷ്ഠിതമാണെന്ന ഉറച്ച ബോധ്യമാണ്[1].

1. സത്താല്മക അർഹതയുടെ തകർച്ച
പരമ്പരാഗതമായ നൈതിക സങ്കല്പങ്ങൾ അർഹത (Desert) എന്ന ആശയത്തെ മുറുകെപ്പിടിക്കുന്നു. ഒരാൾ ശിക്ഷിക്കപ്പെടുന്നത് കേവലം സാമൂഹികമായ നിയന്ത്രണത്തിനല്ല, മറിച്ച് തന്റെ പ്രവൃത്തിയുടെ ഫലമായി അയാൾ ആ ശിക്ഷയ്ക്ക് അർഹനാകുന്നത് (Deserving) കൊണ്ടാണ് എന്നതാണ് ഈ കാഴ്ചപ്പാട്. ഇവിടെ പ്രവൃത്തിയും പ്രതിഫലവും തമ്മിലുള്ള ബന്ധം ഒരു മാന്യതാത്മക ന്യായീകരണമായി (Moral justification) മാറുന്നു. എന്നാൽ, ഈ അർഹത സാധുവാകണമെങ്കിൽ മനുഷ്യൻ തന്റെ പ്രവൃത്തികളുടെ അന്തിമ സ്വതന്ത്ര സ്രഷ്ടാവായിരിക്കണം (Ultimate free creator)[2]. നിർണയവാദം ഈ അടിത്തറയെയാണ് ചോദ്യം ചെയ്യുന്നത്. ഒരു പ്രവൃത്തി എന്നത് ഒരു വ്യക്തിയുടെ സ്വതന്ത്രമായ ആരംഭമല്ല (Uncaused beginning), മറിച്ച് ഒരു സമഗ്ര കാര്യകാരണ ഘടനയുടെ (Global causal structure) കണ്ണി മാത്രമാണ്. ജൈവഘടന (Biological constitution), മാനസിക ഘടന (Psychological structure), വളർന്നു വന്ന സാമൂഹിക പരിസ്ഥിതി (Social environment), അനുഭവചരിത്രം (Experiential history), വിവരപ്രവാഹങ്ങൾ (Informational influences) തുടങ്ങി എണ്ണമറ്റ ഘടകങ്ങൾ ചേർന്നാണ് ഓരോ തീരുമാനത്തെയും രൂപപ്പെടുത്തുന്നത്. ഈ ഒരു പശ്ചാത്തലത്തിൽ, ഒരു പ്രവൃത്തിയെ ഒരാളുടെ പൂർണ്ണമായ സത്താല്മക സ്വയംഭരണത്തിന്റെ (Metaphysical autonomy) ഫലമായി കാണാൻ കഴിയില്ല. അതോടെ പ്രതികാരധിഷ്ഠിതമായ നീതിയുടെ (Retributive justice) സത്താല്മക അടിത്തറ തകരുന്നു[1].

2. പ്രവർത്തനപരമായ പുനർനിർവചനം
സത്താല്മകമായ അർഹത (Metaphysical desert) ഇല്ലാതാകുന്നതോടെ നൈതികത തന്നെ ഇല്ലാതാകുമെന്നത് ഒരു വലിയ തെറ്റിദ്ധാരണയാണ്. വാസ്തവത്തിൽ നൈതികതയുടെ യഥാർത്ഥ സ്വഭാവം പ്രവർത്തനപരമാണ് (Functional). മനുഷ്യസമൂഹങ്ങൾ നിലനിൽക്കുന്നത് വിശ്വാസം (Trust), സഹകരണം (Cooperation), നിയമങ്ങൾ (Rules), പ്രതീക്ഷകൾ (Expectations), നിയന്ത്രണങ്ങൾ (Constraints) തുടങ്ങിയ സങ്കീർണ്ണമായ ഇടപെടലുകളിലൂടെയാണ് (Interactions). ഈ സാമൂഹിക വ്യൂഹത്തിന്റെ (Social system) സുഗമമായ പ്രവർത്തനത്തിന് ചില പെരുമാറ്റ നിയന്ത്രണങ്ങൾ അനിവാര്യമാണ്. സഹകരണപരമായ പ്രവൃത്തികൾ സമൂഹത്തിന്റെ സ്ഥിരത (Stability) വർദ്ധിപ്പിക്കുമ്പോൾ, ഹാനികരമായ പ്രവൃത്തികൾ ആ ഘടനയെ തകർക്കുന്നു[3]. അതിനാൽ, സാമൂഹിക നൈതികതയുടെ ലക്ഷ്യം സത്താല്മകമായ നീതി നടപ്പാക്കലല്ല, മറിച്ച് സാമൂഹിക ഘടനയുടെ സ്ഥിരത സംരക്ഷിക്കുക എന്നതാണ്. ഇവിടെ നീതി (Justice) എന്നത് ഒരു തിരുത്തൽ പ്രക്രിയയായി (Corrective mechanism) മാറുന്നു. ഒരു വ്യക്തിയുടെ പെരുമാറ്റം സാമൂഹിക വ്യൂഹത്തിൽ അസമത്വം (Disequilibrium) സൃഷ്ടിക്കുമ്പോൾ, അതിനെ വീണ്ടെടുക്കാനുള്ള ഘടനാപരമായ പുനഃസന്തുലനമാണ് (Structural rebalancing) നൈതിക ഇടപെടലുകൾ.

3. ശിക്ഷയും നൈതിക ഭാഷയും
ഈ പുതിയ ദൃഷ്ടികോണിൽ ശിക്ഷ (Punishment) എന്ന വാക്കിന് പ്രതികാരം എന്ന അർത്ഥമില്ല. പകരം, അതൊരു ഘടനാപരമായ നിയന്ത്രണ ഉപാധിയാണ് (Structural regulatory mechanism). അപകടകരമായ പെരുമാറ്റങ്ങളെ തടയുക, സാമൂഹിക സ്ഥിരത സംരക്ഷിക്കുക, ഭാവിയിലെ പെരുമാറ്റങ്ങളെ പുനർക്രമീകരിക്കുക (Reconditioning) എന്നിവയാണ് ഇതിന്റെ ലക്ഷ്യങ്ങൾ[2].

നൈതിക ഭാഷയിലെ ശരി, തെറ്റ് എന്നീ പദങ്ങളും ഇതോടെ പ്രവർത്തനപരമായ മാനദണ്ഡങ്ങൾ (Functional normativity) ആയി മാറുന്നു:

- "ശരി" (Right): വ്യൂഹത്തിന്റെ സ്ഥിരത വർദ്ധിപ്പിക്കുന്ന പെരുമാറ്റ മാതൃക (Pattern).
- "തെറ്റ്" (Wrong): വ്യൂഹത്തിന്റെ സുസജ്ജതയെ (System coherence) ദുർബലപ്പെടുത്തുന്ന വിനാശകരമായ മാതൃക.

ഇത്തരത്തിൽ നൈതികത സത്താത്മകമായ അർഹതയിൽ നിന്ന് പ്രവർത്തനപരമായ രൂപത്തിലേക്ക് പരിവർത്തനം ചെയ്യപ്പെടുന്നു. വ്യക്തികളെ സത്താത്മക കുറ്റവാളികളായല്ല, മറിച്ച് കാര്യകാരണ വ്യൂഹത്തിലെ തകരാറുകളായി (Malfunctions within a causal system) കാണാൻ ഈ കാഴ്ചപ്പാട് നമ്മെ സഹായിക്കുന്നു. ഈ ഇടപെടലിന്റെ ലക്ഷ്യം പ്രതികാരമല്ല, മറിച്ച് പുനർസംഘടന (Reconfiguration) ആണ്[3].

സമാപനം

നിർണയവാദം നൈതികതയെ തകർക്കുകയല്ല, മറിച്ച് അതിന്റെ സത്താത്മക അടിത്തറയെ കൂടുതൽ യാഥാർത്ഥ്യപരമായ (Realistic) തലത്തിലേക്ക് മാറ്റുകയാണ് ചെയ്യുന്നത്. നൈതികത എന്നത് പ്രപഞ്ചത്തിന് പുറത്തുള്ള ഏതോ നീതിപീഠത്തിന്റെ വിധിയല്ല, മറിച്ച് സാമൂഹിക വ്യൂഹത്തിന്റെ സ്ഥിരത സംരക്ഷിക്കുന്ന പ്രവർത്തനപര നിയന്ത്രണ സംവിധാനമാണ് (Functional system of social regulation). സത്താത്മകമായ അർഹതയ്ക്ക് പകരം പ്രവർത്തനപരമായ സ്ഥിരതയ്ക്ക് മുൻഗണന നൽകുന്നതിലൂടെ, നൈതികത കൂടുതൽ യുക്തിഭദ്രമായ ഒരു അടിത്തറ കൈവരിക്കുന്നു.

References

[1] Pereboom, D. (2001). *Living Without Free Will.* Cambridge University Press.

[2] Waller, B. N. (2011). *Against Moral Responsibility*. MIT Press.
[3] Smilansky, S. (2000). *Free Will and Illusion*. Oxford University Press.

Global Structural Hard Determinism with Quantum-Compatible Superdeterministic Realism and Functional Engineering Ethics

അധ്യായം –30
(Deterministic motivation) സ്വാതന്ത്ര ഇച്ഛയില്ലാത്ത ചോദന: ഒരു സമഗ്ര വിശദീകരണം

(Motivation Without Free Will: A Comprehensive Explanation)
കണിശമായ നിർണയവാദം (Hard determinism) സ്വീകരിക്കുമ്പോൾ ഉയരുന്ന ഏറ്റവും മാനസികമായി ശക്തമായ ചോദ്യം ഇതാണ്: "എല്ലാം നിർണ്ണയിക്കപ്പെട്ടതാണെങ്കിൽ (determined) പിന്നെ ഞാൻ എന്തിനാണ് പ്രവർത്തിക്കേണ്ടത്?" ഈ ചോദ്യം സാധാരണയായി ഒരു മറഞ്ഞിരിക്കുന്ന ധാരണയിൽ നിന്നാണ് ഉയരുന്നത്—പ്രവർത്തനം നടക്കാൻ സത്താത്മകമായ സ്വാതന്ത്ര ഇച്ഛ (metaphysical free will) അനിവാര്യമാണെന്ന വിശ്വാസം. എന്നാൽ ആ ധാരണ തെറ്റാണെങ്കിലോ? പ്രവർത്തനം എന്നത് സ്വാതന്ത്രമായ ഒരു തിരഞ്ഞെടുപ്പിൽ നിന്നല്ല, മറിച്ച് കാര്യകാരണ ഘടനയിൽ (causal structure) നിന്നാണ് ഉദ്ഭവിക്കുന്നതെങ്കിലോ?

1. നിർണ്ണായക ചോദനാ മാതൃക (Deterministic Motivation Model)

ചോദന (Motivation) എന്നത് സ്വാതന്ത്രമായ ആത്മാവിന്റെ തീരുമാനമല്ല; അത് ഒരു കാര്യകാരണ പ്രേരക സദിശം (causal drive vector) ആണ്. ഒരു നിശ്ചിത നിമിഷത്തിൽ മനുഷ്യന്റെ പ്രവർത്തനത്തെ നിർണ്ണയിക്കുന്നത് അവന്റെ ആഗ്രഹങ്ങൾ, വിശ്വാസങ്ങൾ, ശാരീരിക-

നാഡീവ്യൂഹ അവസ്ഥകൾ (neural states), മുൻ അനുഭവങ്ങൾ എന്നിവയുടെ സമഗ്ര സംയോജനമാണ്. ആഗ്രഹം (Desire), വിശ്വാസം (Belief), നാഡീതല അവസ്ഥ (Neural state) എന്നിവ ചേർന്നാണ് ചോദനാപരമായ അവസ്ഥ (motivational state) രൂപപ്പെടുന്നത്. ഈ അവസ്ഥയിൽ നിന്ന് പ്രവർത്തി (action) ഉദ്ഭവിക്കുന്നു. അത് ഒരു യാദൃശ്ചികമായ കുതിച്ചുചാട്ടമല്ല (random leap); മറിച്ച് ഏറ്റവും സ്ഥിരത കൈവരിച്ച നാഡീതല ഏകോപനത്തിന്റെ (neural integration) ഫലമാണ്. ഒരു തീരുമാനം ഉണ്ടാകുന്നത് പരസ്പരം മത്സരിക്കുന്ന പ്രേരണകൾ (competing drives) തമ്മിലുള്ള സംഘർഷത്തിൽ നിന്നാണ്. ഏത് പ്രേരണയാണോ സ്ഥിരത (stabilization) കൈവരിക്കുന്നത്, അത് പ്രവൃത്തിയായി പ്രത്യക്ഷപ്പെടുന്നു. ഇത് പൂർണ്ണമായും നിർണ്ണായകമാണ് (deterministic). എന്നാൽ, നിർണ്ണായകമാണെന്നതുകൊണ്ട് ആഗ്രഹങ്ങളോ (desires), വേദനയോ (pain), ആനന്ദമോ (pleasure) ഇല്ലാതാകുന്നില്ല. അതിനാൽ ചോദന തകരുന്നില്ല; അത് കാര്യകാരണ അടിസ്ഥാനത്തിൽ തുടരുന്നു.

2. "എല്ലാം നിശ്ചിതമാണെങ്കിൽ ഞാൻ എന്തിന് ശ്രമിക്കണം?"

ഈ ചോദ്യത്തിനുള്ള മറുപടി ഇതാണ്: നിങ്ങൾ ശ്രമിക്കുന്നത് തന്നെ കാര്യകാരണ ശൃംഖലയുടെ (causal chain) ഭാഗമാണ്. "ശ്രമിക്കണം" എന്ന തോന്നൽ പോലും നാഡീതല ചലനാത്മകതയുടെ (neural dynamics) ഫലമാണ്. നിർണയവാദം പ്രവർത്തനത്തെ തടയുന്നില്ല; അത് പ്രവർത്തനത്തെ വിശദീകരിക്കുക മാത്രമാണ് ചെയ്യുന്നത്. മനുഷ്യൻ ഭാവിയെ നിയന്ത്രിക്കുന്നില്ലെങ്കിലും, ഭാവി അവന്റെ കാര്യകാരണ ഘടനയിലൂടെ അനാവരണം ചെയ്യപ്പെടുന്നു (unfold). നിങ്ങളുടെ ആഗ്രഹങ്ങളും ലക്ഷ്യങ്ങളും പ്രതീക്ഷകളും നിർണ്ണായകമാണെങ്കിലും അവ യാഥാർത്ഥ്യമാണ്; അവ പ്രവർത്തനത്തെ പ്രേരിപ്പിക്കുന്നു.

3. സ്വാതന്ത്ര്യ ഭ്രമത്തിന്റെ പ്രവർത്തന മൂല്യം (Functional Value of Freedom Illusion)

സ്വതന്ത്ര ഇച്ഛ (Free will) എന്ന വിശ്വാസം പരിണാമപ്രക്രിയയിൽ (evolution) നിലനിന്നത് യാദൃശ്ചികമല്ല. അത് ചില പ്രവർത്തനപരമായ ഗുണങ്ങൾ (functional advantages) നൽകുന്നു:

സ്വയം നിയന്ത്രണം (Self-regulation) വർദ്ധിപ്പിക്കുന്നു.

സാമൂഹികമായ പ്രവചനക്ഷമത (social predictability) മെച്ചപ്പെടുത്തുന്നു.

ദീർഘകാല പ്രതിബദ്ധത (long-term commitment) ശക്തമാക്കുന്നു.

"ഞാൻ തിരഞ്ഞെടുത്തു" എന്ന വിശ്വാസം മനുഷ്യനെ ഉത്തരവാദിത്വപരമായി പ്രവർത്തിക്കാൻ പ്രേരിപ്പിക്കുന്നു. എന്നാൽ ഈ പ്രതിഭാസപരമായ സ്വാതന്ത്ര്യം (phenomenological freedom) സത്താത്മകമായ സ്വാതന്ത്ര്യമല്ല (ontological freedom). സ്വതന്ത്ര ഇച്ഛയിലുള്ള വിശ്വാസം ഒരു അനുകൂലനമായി (adaptive trait) നിലനിൽക്കാമെങ്കിലും, അത് സത്താത്മകമായ ഒരു അനിവാര്യതയല്ല.

4. പ്രായോഗിക കർതൃത്വവും സത്താത്മക കർതൃത്വവും (Pragmatic vs Metaphysical Agency)

ഇവിടെ നിർണ്ണായകമായ ഒരു വ്യത്യാസം വരുന്നു. സത്താത്മക കർതൃത്വം (Metaphysical agency) എന്നത് കാര്യകാരണ ശൃംഖലയ്ക്ക് പുറത്തുള്ള സ്വതന്ത്ര കാരണകേന്ദ്രം എന്ന ആശയമാണ്. നിർണയവാദം ഇത് നിരസിക്കുന്നു. എന്നാൽ പ്രായോഗിക കർതൃത്വം (Pragmatic agency) നിലനിൽക്കുന്നു. പ്രായോഗിക കർതൃത്വം എന്നത് ഒരു വ്യക്തി തന്റെ ആന്തരിക ചോദനകളുടെ (internal motivations) അടിസ്ഥാനത്തിൽ പ്രവർത്തിക്കുന്നു എന്നതാണ്. ആ ചോദനകൾ നിർണ്ണായകമായിരിക്കാം, എങ്കിലും അവ പ്രവർത്തനത്തെ നിശ്ചയിക്കുന്നു. അതിനാൽ കർതൃത്വം (agency) പൂർണ്ണമായി ഇല്ലാതാകുന്നില്ല; അത് സത്താത്മകമായ തലത്തിൽ നിന്ന് പ്രവർത്തനപരമായ (functional) തലത്തിലേക്ക് മാറുന്നു.

5. സമഗ്ര വ്യൂഹത്തിന്റെ രൂപം (The Integrated System)
ഇപ്പോൾ ദാർശനിക ഘടന ഒരു ഏകീകൃത രൂപം കൈവരിക്കുന്നു:
സത്താല്മക പഠനം (Metaphysics): ആഗോള ഘടനാപര നിർണയവാദം (Global Structural Determinism).
ഭൗതികശാസ്ത്രം (Physics): ഏകീകൃത ക്വാണ്ടം ആഗോള പരിമിതി (Unitary Quantum Global Constraint).
ബെൽ സിദ്ധാന്തം (Bell): സ്വതന്ത്രതയെ (Independence) നിരസിക്കുന്നു, നിയമബന്ധിത യാഥാർത്ഥ്യം നിലനിർത്തുന്നു.
മനസ്സ് (Mind): ആവർത്തന സ്വഭാവമുള്ള നാഡീതല സ്വയം-മാതൃകയുടെ ഉദ്ഭവം (Recursive Neural Self-Model Emergence).
നൈതികത (Ethics): എഞ്ചിനീയറിംഗ് അധിഷ്ഠിത മാനദണ്ഡങ്ങൾ (Engineering-based Normativity).
രാഷ്ട്രീയം (Politics): കാര്യകാരണ പരിഷ്കരണ ചട്ടക്കൂട് (Causal Reform Framework).
ചോദന (Motivation): നിർണ്ണായക പ്രേരണാ ഒപ്റ്റിമൈസേഷൻ (Deterministic Drive Optimization).
ഈ ഘടനയിൽ തകർച്ചകളില്ല. സ്വതന്ത്ര്യം എന്നത് ഒരു ഭ്രമമായിരിക്കാം (illusion), പക്ഷേ ചോദന യാഥാർത്ഥ്യമാണ്. ആഗ്രഹങ്ങളും വേദനയും ആനന്ദവും യാഥാർത്ഥ്യങ്ങളാണ്.

നിർണ്ണായക പ്രപഞ്ചത്തിലെ ചോദനയും കർതൃത്വവും (Motivation and Agency in a Deterministic Universe)

നിങ്ങൾ സ്വതന്ത്ര സത്താല്മക ഉറവിടമല്ല (Metaphysical causal origin). എന്നാൽ നിങ്ങൾ കാര്യകാരണ ശൃംഖലയുടെ (Causal network) ഒരു സജീവ നോഡ് (Active node) ആണ്. നിങ്ങളുടെ പ്രവർത്തനങ്ങൾ അനിവാര്യമായ കാര്യകാരണ അനാവരണത്തിന്റെ (Causal unfolding) ഭാഗമാണ്. അതിനാൽ ചോദ്യം "എന്തിന് പ്രവർത്തിക്കണം?" എന്നതല്ല. സത്യമായ ചോദ്യം: "എന്താണ് എന്നിലൂടെ പ്രവർത്തിക്കുന്നത്?" എന്നതാണ്.

നിർണ്ണായക പ്രപഞ്ചത്തിൽ (Deterministic universe), ചോദന (Motivation) നശിക്കുന്നില്ല. അത് സത്താത്മക വ്യാഖ്യാനത്തിൽ (Metaphysical interpretation) നിന്ന് കാര്യകാരണ ഒപ്റ്റിമൈസേഷൻ (Causal optimization) വ്യാഖ്യാനത്തിലേക്ക് മാറുന്നു.

1. വിധിവാദവും പ്രവർത്തനക്ഷമതയും

ദൃഢനിർണയവാദം (Hard determinism) അംഗീകരിക്കുമ്പോൾ ആളുകളുടെ മനസ്സിൽ ഏറ്റവും വേഗത്തിൽ ഉയരുന്ന ആശങ്ക വിധിവാദം (Fatalism) ആണ്. "എല്ലാം മുൻകൂട്ടി നിശ്ചയിച്ചിരിക്കുന്നുവെങ്കിൽ ഞാൻ എന്ത് ചെയ്താലും കാര്യമില്ല" എന്ന തോന്നൽ അതിൽ നിന്ന് ഉടലെടുക്കുന്നു. ഇതാണ് പല വിമർശകരും "നിങ്ങളുടെ സിദ്ധാന്തം മനുഷ്യനെ നിർജ്ജീവനാക്കും" എന്ന് പറയുന്നതിനുള്ള അടിസ്ഥാനം. എന്നാൽ ഈ ആരോപണം നിർണയവാദം എന്താണെന്ന് തെറ്റായി മനസ്സിലാക്കുന്നതിൽ നിന്നാണ് ഉരുത്തിരിയുന്നത്. നിർണയവാദം അനിവാര്യമായ അനാവരണം (Unfolding) എന്ന സത്യത്തെ സമ്മതിക്കുന്നു, എന്നാൽ അത് നിഷ്ക്രിയത്വം (Passivity) പഠിപ്പിക്കുന്നില്ല. പുറത്തുനിന്ന് നോക്കുന്ന ഒരു നിരീക്ഷകന്റെ കാഴ്ചപ്പാടിൽ മുഴുവൻ കാര്യകാരണ ശൃംഖലയും ഒരൊറ്റ പഥമായി തോന്നാം. പക്ഷേ വ്യൂഹത്തിനകത്ത് (System) നിന്ന് നോക്കുമ്പോൾ ആ അനാവരണം ആലോചന (Deliberation), സംശയം, താരതമ്യം, ആശങ്ക, പ്രതീക്ഷ, ആഗ്രഹം എന്നിവയുടെ സജീവ പ്രക്രിയയായി അനുഭവപ്പെടുന്നു. പ്രഥമപുരുഷ വീക്ഷണകോണിൽ (First-person perspective), ആലോചന ഒരു മായാഭ്രമമല്ല; അത് യാഥാർത്ഥ്യമായ നാഡീതല പ്രക്രിയ (Neural processing) ആണ്.

"ഞാൻ തീരുമാനിക്കണം", "ഞാൻ ശ്രമിക്കണം" എന്ന തോന്നലുകൾ പോലും കാര്യകാരണ ചലനാത്മകതയുടെ (Causal dynamics) ഭാഗമാണ്. ഒരാൾ ഒരു ലക്ഷ്യത്തെപ്പറ്റി

ചിന്തിക്കുമ്പോൾ പരസ്പരം മത്സരിക്കുന്ന പ്രേരണകൾ (Competing drives) തമ്മിൽ സംഘർഷം നടക്കുന്നു; അവയിൽ ഏതൊന്നാണോ നാഡീതല ഏകോപനത്തിൽ (Neural integration) കൂടുതൽ സ്ഥിരത നേടുന്നത്, അതാണ് പ്രവൃത്തിയായി (Action) പ്രത്യക്ഷപ്പെടുന്നത്. അതിനാൽ നിർണയവാദം ശ്രമത്തെ ഇല്ലാതാക്കുന്നില്ല; അത് ശ്രമം എന്തുകൊണ്ട് ഉണ്ടാകുന്നു എന്ന് വിശദീകരിക്കുന്നു. മനഃശാസ്ത്രപരമായ തളർച്ച (Psychological paralysis) നിർണയവാദത്തിന്റെ അനിവാര്യ ഫലമല്ല; അത് ചോദനാ ഘടനയുടെ (Motivational structure) പ്രത്യേക ക്രമീകരണം മാത്രമാണ്.

2. ആന്തരിക ഗണനവും ചോദനയും
ഇവിടെ പ്രധാനമായ ഒരു വ്യത്യാസം മനസ്സിലാക്കണം. പുറത്തുനിന്നുള്ള അനിവാര്യതയും അകത്തുനിന്നുള്ള പ്രക്രിയയും ഒരേ കാര്യമല്ല. പുറത്തുനിന്ന് ഫലം നിർണ്ണയിച്ചിരിക്കുന്നതുപോലെ തോന്നാം; എന്നാൽ അകത്ത് ആ ഫലത്തിലേക്ക് എത്തുന്ന വഴിയിൽ ഗണനം (Computation) നടക്കുന്നു. ആ ഗണനം തന്നെയാണ് ആലോചന. നിർണയവാദം ആ ഗണനത്തെ നിരസിക്കുന്നില്ല; മറിച്ച് അത് കാര്യകാരണ അനിവാര്യതയുടെ (Causal necessity) ഭാഗമെന്ന നിലയിൽ ഉൾക്കൊള്ളുന്നു. അതിനാൽ “എന്തിന് പ്രവർത്തിക്കണം?” എന്ന ചോദ്യം തന്നെ തെറ്റായ ചട്ടക്കൂടിലാണ്. ശരിയായ ചോദ്യം “പ്രവർത്തനം എങ്ങനെ ഉദ്ഭവിക്കുന്നു?” എന്നതാണ്.
ചോദന എന്നത് സ്വതന്ത്ര ആത്മാവിന്റെ ചാട്ടം (Jump) അല്ല; അത് കാര്യകാരണ ഘടനയുടെ (Causal structure) ഏകോപിത ഫലമാണ്. എന്നാൽ അത് ഒരു അനിശ്ചിത വാക്കായി വിടാനാവില്ല. “നിർണ്ണായക പ്രേരണാ ഒപ്റ്റിമൈസേഷൻ” (Deterministic drive optimization) എന്ന ആശയം വ്യക്തമായി നിർവചിക്കപ്പെടണം. ഒപ്റ്റിമൈസേഷൻ എന്തിനെ അടിസ്ഥാനമാക്കി?

പ്രതിഫലം (Reward) മാത്രമോ? ശരീരസമത്വമോ (Homeostasis)? എൻട്രോപ്പി (Entropy) കുറയ്ക്കലോ? ദീർഘകാല ഏകോപനമോ?
മനുഷ്യൻ ഒരു പ്രവചന വ്യൂഹമാണ് (Predictive system). അവന്റെ മസ്തിഷ്കം ലോകത്തെപ്പറ്റി നിരന്തരമായി ഒരു മാതൃക (Model) നിർമ്മിക്കുന്നു. ആ മാതൃകയ്ക്കും അനുഭവത്തിനും ഇടയിൽ പൊരുത്തക്കേട് ഉണ്ടാകുമ്പോൾ പ്രവചന പിശക് (Prediction error) ഉയരുന്നു. പ്രവചന പിശക് ഉയരുന്നത് അസ്ഥിരത (Instability) ആണ്. ചോദനാപരമായ ചലനാത്മകത ഈ അസ്ഥിരത കുറയ്ക്കാനുള്ള പ്രക്രിയയാണ്. ആഗ്രഹം ഒരു പ്രവചനമാണ്; ഭയം മറ്റൊരു പ്രവചനമാണ്. പ്രവൃത്തി പ്രവചന പിശക് കുറയ്ക്കാനുള്ള ഇടപെടലാണ് (Intervention). അതിനാൽ ചോദനയെ ഏകീകരിച്ച് പറയുമ്പോൾ ഇങ്ങനെ പറയാം: പരിമിതികളുടെ (Constraints) കീഴിൽ ആന്തരിക പ്രവചന പിശക് ഏറ്റവും കുറഞ്ഞ നിലയിലേക്ക് നയിക്കുന്ന പാതയെയാണ് (Trajectory) ചോദനാ വ്യൂഹം തിരഞ്ഞെടുക്കുന്നത്.

3. ഘടനാപരമായ വ്യക്തത
ഇത് ഒരു കവിതാപരമായ ഭാഷയല്ല; ഇത് ഘടനാപരമായ വിശദീകരണമാണ്. ഹോമിയോസ്റ്റാസിസ് പ്രവചന പിശക് കുറയ്ക്കുന്ന ഒരു ഘടകമാണ്. പ്രതിഫല ദൃഢീകരണം (Reward reinforcement) പ്രവചന തിരുത്തലിനെ ശക്തമാക്കുന്നു. ദീർഘകാല സുസജ്ജത (Long-term coherence) സാമൂഹികതല സ്ഥിരതയെ (Social-level stability) ഉറപ്പാക്കുന്നു. ഇവയെല്ലാം ചേർന്നാണ് പ്രേരണാ ഒപ്റ്റിമൈസേഷൻ നടക്കുന്നത്.
അതുകൊണ്ട് നിർണയവാദം അസ്പഷ്ടത (Vagueness) സൃഷ്ടിക്കുന്നില്ല. അത് ചോദനാ പ്രക്രിയയെ കൂടുതൽ കൃത്യമായി നിർവചിക്കുന്നു. മനുഷ്യൻ ഒരു നിഷ്ക്രിയ വസ്തുവല്ല (Inert object); അവൻ പ്രവചനാത്മകവും (Predictive), അനുകൂലനക്ഷമവും (Adaptive), സ്വയം

നിയന്ത്രിക്കുന്നതുമായ (Self-regulating) ചലനാത്മക വ്യൂഹമാണ് (Dynamical system). സ്വതന്ത്ര്യം സത്താല്മകമായ കാര്യകാരണ ഉറവിടം (Metaphysical causal origin) ആയിരിക്കേണ്ടതില്ല; പ്രവർത്തനപരമായ കർതൃത്വം (Functional agency) മതിയാകും.
നിർണ്ണായക പ്രപഞ്ചത്തിൽ പരിശ്രമം (Effort) ഇല്ലാതാകുന്നില്ല. അത് കാര്യകാരണ വാസ്തുവിദ്യയുടെ (Causal architecture) സ്വാഭാവിക പ്രകടനമായി തുടരുന്നു. “ഞാൻ ശ്രമിക്കുന്നു” എന്ന അനുഭവം പോലും അനാവരണത്തിന്റെ (Unfolding) ഭാഗമാണ്. അതിനാൽ നിർണയവാദം മനുഷ്യനെ നിർജ്ജീവനാക്കുന്നില്ല; അത് മനുഷ്യന്റെ പ്രവർത്തനത്തെ കൂടുതൽ വ്യക്തമായി മനസ്സിലാക്കാൻ സഹായിക്കുന്നു. ഇവിടെ തകർച്ചകളില്ല (No collapse); ഇവിടെ വിശദീകരണം (Explanation) മാത്രമേയുള്ളൂ.

4. വിഭാഗീയ ആശയക്കുഴപ്പങ്ങളുടെ നിരാകരണം
ഈ വിശദീകരണത്തെ കൂടുതൽ ആഴത്തിൽ നോക്കുമ്പോൾ മറ്റൊരു പ്രധാനപ്പെട്ട തെറ്റിദ്ധാരണയും തകർന്നുപോകുന്നു. പലരും കരുതുന്നത്, “എനിക്ക് വേണമെന്നുണ്ടാകുന്നത് പോലും മുൻകൂട്ടി നിശ്ചയിച്ചിട്ടുണ്ടെങ്കിൽ, ആ ആഗ്രഹത്തിന് അർത്ഥമെന്ത്?” എന്നതാണ്. എന്നാൽ ഇവിടെ വീണ്ടും ഒരു വിഭാഗീയ ആശയക്കുഴപ്പമാണ് (Category confusion) നടക്കുന്നത്. നിർണയവാദം ഒരു ആഗ്രഹത്തെ വ്യാജമാക്കുന്നില്ല. അത് ആ ആഗ്രഹം എങ്ങനെ രൂപപ്പെടുന്നു എന്ന് വ്യക്തമാക്കുന്നു.
വേദന (Pain) യാഥാർത്ഥ്യമാണ്. ആനന്ദം (Pleasure) യാഥാർത്ഥ്യമാണ്. പ്രതീക്ഷ, നിരാശ, ആഗ്രഹം, ആകാംക്ഷ എന്നിവ എല്ലാം യാഥാർത്ഥ്യമാണ്. ഇവ സത്താല്മക സ്വാതന്ത്ര്യത്തിന്റെ തെളിവുകൾ അല്ലെങ്കിലും, ഇവ വ്യൂഹത്തിനുള്ളിലെ ഉയർന്ന സാന്ദ്രതയുള്ള ചോദനാ സിഗ്നലുകളാണ് (Motivational

signals). ഇവയുടെ ശക്തിയാണ് പെരുമാറ്റത്തെ പ്രേരിപ്പിക്കുന്നത്. ഒരു വ്യക്തി ദുഃഖം ഒഴിവാക്കാൻ ശ്രമിക്കുന്നത്, വിജയിക്കാൻ ആഗ്രഹിക്കുന്നത്, ബന്ധം സംരക്ഷിക്കാൻ പരിശ്രമിക്കുന്നത് — ഇവയൊന്നും സത്താല്മക സ്വാതന്ത്ര്യത്തിൽ നിന്നല്ല ഉദ്ഭവിക്കുന്നത്. ഇവ കാര്യകാരണ വിന്യാസത്തിന്റെ (Causal configuration) സ്വാഭാവിക ഫലങ്ങളാണ്.

ഇവിടെ മറ്റൊരു നിർണ്ണായകമായ ബോധ്യവും ആവശ്യമുണ്ട്. നിർണയവാദം ഭാവിയെ "പൂട്ടുന്നില്ല"; അത് ഭാവി എങ്ങനെ തുറക്കപ്പെടുന്നു (Unfolded) എന്ന് വ്യക്തമാക്കുന്നു. ഒരു വ്യക്തി ലക്ഷ്യം നിശ്ചയിക്കുമ്പോൾ, ആ ലക്ഷ്യം കാര്യകാരണ ശൃംഖലയുടെ (Causal chain) ഭാഗമാണ്. ആ ലക്ഷ്യത്തിലേക്ക് നീങ്ങുന്ന പരിശ്രമവും കാര്യകാരണ ശൃംഖലയുടെ ഭാഗമാണ്. അതിനാൽ "ഭാവി നിശ്ചിതമാണെങ്കിൽ ഞാൻ എന്ത് ചെയ്താലും കാര്യമില്ല" എന്ന വാദം യുക്തിപരമായി (Logically) അസാധുവാണ്. നിങ്ങൾ ചെയ്യുന്നതാണ് ഭാവിയുടെ അനാവരണത്തിൽ നിർണ്ണായക ഘടകം. നിങ്ങൾ കാര്യകാരണ ശൃംഖലയുടെ ഒരു നോഡ് ആണ്; നിങ്ങൾ പുറത്തുനിന്നുള്ള നിരീക്ഷകൻ അല്ല.

5. കർതൃത്വത്തിന്റെ പുനർവ്യാഖ്യാനം

നിർണ്ണായകമായ ചട്ടക്കൂടിൽ (Deterministic framework) അർത്ഥം (Meaning) ഇല്ലാതാകുന്നില്ല. അർത്ഥം സത്താല്മകമായ കർത്തൃത്വത്തിൽ (Metaphysical authorship) നിന്നല്ല വരുന്നത്; പ്രേരണാപരമായ പ്രാധാന്യത്തിൽ (Drive salience) നിന്നാണ് വരുന്നത്. ഒരു ലക്ഷ്യം നിങ്ങൾക്ക് പ്രധാനമാണെന്ന് തോന്നുന്നത്, അത് നിങ്ങളുടെ നാഡീതല-ചോദനാ വാസ്തുവിദ്യയിൽ (Neural-motivational architecture) ഉയർന്ന പ്രാധാന്യം കൈവരിച്ചതിനാലാണ്. ആ പ്രാധാന്യമാണ് ജീവിതാനുഭവത്തെ അർത്ഥപൂർണ്ണമാക്കുന്നത്.

ഇവിടെ കർതൃത്വം (Agency) പൂർണ്ണമായും ഇല്ലാതാകുന്നില്ല; അത് പുനർവ്യാഖ്യാനിക്കപ്പെടുന്നു. സത്താത്മക കർതൃത്വം (Metaphysical agency) — കാര്യകാരണ ശൃംഖലയ്ക്ക് പുറത്തുള്ള സ്വതന്ത്ര കാരണകേന്ദ്രം — നിലനിൽക്കുന്നില്ല. എന്നാൽ പ്രായോഗിക കർതൃത്വം (Pragmatic agency) നിലനിൽക്കുന്നു. പ്രായോഗിക കർതൃത്വം എന്നത്, ആന്തരിക ചോദനാ ഘടനയുടെ (Internal motivational structure) അടിസ്ഥാനത്തിൽ ഒരു വ്യൂഹം പ്രവർത്തിക്കുന്നു എന്ന സത്യമാണ്. ആ ആന്തരിക ഘടന നിർണ്ണായകമായിരിക്കാം; എന്നിരുന്നാലും അത് പ്രവർത്തനത്തെ യഥാർത്ഥമായി നിർണ്ണയിക്കുന്നു. അതിനാൽ "എന്താണ് എന്നിലൂടെ പ്രവർത്തിക്കുന്നത്?" എന്ന ചോദ്യം ഒരു രഹസ്യാത്മക സൂചനയല്ല. അതിന്റെ മറുപടി ലളിതമാണ്: ആഗോള കാര്യകാരണ ഘടനയുടെ (Global causal structure) പ്രാദേശിക രൂപമാണ് നിങ്ങളുടെ ചോദനാ വിന്യാസം (Motivational configuration). നിങ്ങളുടെ ആഗ്രഹങ്ങളും ചിന്തകളും ആ ഘടനയുടെ പ്രത്യേക ക്രമീകരണങ്ങളാണ്. ഇവിടെ തളർച്ച (Paralysis) ഉണ്ടാകുന്നില്ല. ആലോചന (Deliberation) നിലനിൽക്കും. പരിശ്രമം (Effort) നിലനിൽക്കും. പ്രതിബദ്ധത (Commitment) നിലനിൽക്കും. വ്യത്യാസമുണ്ടാകുന്നത് സത്താത്മക ഭാഷയുടെ തലത്തിലാണ്.

സമാപനം

നിർണ്ണായക പ്രപഞ്ചത്തിൽ മനുഷ്യൻ സ്വതന്ത്ര കാര്യകാരണ ഉറവിടമല്ലെങ്കിലും, അവൻ കാര്യകാരണ അനാവരണത്തിന്റെ സജീവ പങ്കാളിയാണ്. അവന്റെ ചിന്തകളും പരിശ്രമങ്ങളും ഭാവിയെ നിർമ്മിക്കുന്ന ഘടകങ്ങളാണ്. ചോദന നശിക്കുന്നില്ല; അത് കൂടുതൽ കൃത്യമായ കാര്യകാരണ വ്യാഖ്യാനം കൈവരിക്കുന്നു. അവസാനം, ദൃഢനിർണയവാദം മനുഷ്യനെ നിർജ്ജീവനാക്കുന്നില്ല. അത് മനുഷ്യനെ ഒരു ആഴത്തിലുള്ള ഘടനാപരമായ വ്യക്തതയിലേക്ക് (Structural clarity) നയിക്കുന്നു. സ്വാതന്ത്ര്യം എന്ന ഭ്രമം ഇല്ലാതായാലും, പ്രേരണ (Drive), പരിശ്രമം (Effort), അഭിലാഷം (Aspiration), പരിവർത്തനം (Transformation) എന്നിവ നിലനിൽക്കും.

Global Structural Hard Determinism with Quantum-Compatible Superdeterministic Realism and Functional Engineering Ethics

അധ്യായം –31

ഭൗതീക ശാസ്ത്രവും നിർണ്ണയവാദവും പ്രപഞ്ച ഘടനയും

റിച്ചാർഡ് ഫെയ്ൻമാൻ ഒരിക്കൽ തുറന്നുപറഞ്ഞത്, ഊർജ്ജം എന്താണെന്ന് നമുക്ക് കൃത്യമായി അറിയില്ല എന്നതാണ്. നാം ഊർജ്ജത്തെ കണക്കാക്കുകയും അളക്കുകയും ചെയ്യുന്നു, പക്ഷേ അതിന് വ്യക്തമായ ഒരു ദൃശ്യരൂപം നൽകാൻ നമുക്ക് കഴിയുന്നില്ല. ഊർജ്ജം ഒരു അളവായി ഉപയോഗിക്കുന്ന ആശയമാണെങ്കിലും, അതിന്റെ സ്വഭാവം നേരിട്ട് കാണാനാവുന്ന ഒന്നല്ല. ആധുനിക ചർച്ചകളിൽ ഊർജ്ജത്തെ വിവരവുമായി ബന്ധപ്പെട്ട ഒരു ഘടകമായി കാണുന്നു; ചിലർ അതിനെ ഒരു 'കോഡ്' പോലെ പ്രവർത്തിക്കുന്ന ഒന്നായി വ്യാഖ്യാനിക്കുന്നു. കണികകളുടെ സ്ഥാനം, അവയുടെ ചലനം എന്നിവ നിർണ്ണയിക്കുന്ന ഘടകമായി ഊർജ്ജത്തെ കാണുന്ന സമീപനം ശാസ്ത്രത്തെ ദാർശനിക ചോദ്യങ്ങളിലേക്ക് നയിക്കുന്നു. ഈ പശ്ചാത്തലത്തിൽ ക്വാണ്ടം ഫീൽഡ് തിയറി പ്രകാരം പ്രപഞ്ചം ശൂന്യമല്ല; അത് വിവിധ ഫീൽഡുകളാൽ നിറഞ്ഞതാണ്. ഇവിടെ കണികകൾ സ്വതന്ത്ര വസ്തുക്കൾ അല്ല, മറിച്ച് ഫീൽഡുകളിലെ ഉത്തേജനങ്ങളാണ്. ഫീൽഡുകളിലെ പ്രകമ്പനങ്ങളെയാണ് ഊർജ്ജമായി കാണുന്നത്, അതായത്

Excitation അല്ലെങ്കിൽ Vibration തന്നെയാണ് ഊർജ്ജത്തിന്റെ പ്രകടനരൂപം. അതിനാൽ ഊർജ്ജത്തെ ഒരു സ്ഥിരമായ അടിസ്ഥാന സത്തയായി കാണുന്നതിൽ നിന്ന് ശാസ്ത്രം മാറി, അതിനെ ഒരു ഡൈനാമിക് ഫീൽഡ് പ്രവർത്തനമായി കാണുന്ന നിലയിലേക്കാണ് എത്തിയത്. ഈ ദൃഷ്ടികോണത്തിൽ ഊർജ്ജം, വിവരം, ഫീൽഡ് എന്നീ ആശയങ്ങൾ തമ്മിൽ അടുത്ത ബന്ധം പ്രകടമാകുന്നു. ഇതിനോടൊപ്പം, Fields എന്ന ആശയം ആധുനിക ഭൗതികശാസ്ത്രത്തിലെ ഒരു വിപ്ലവകരമായ മാറ്റമായി മാറിയിട്ടുണ്ട്, ഇതിനെ Quantum Field Theory എന്ന് വിളിക്കുന്നു. ഈ സിദ്ധാന്തം വ്യക്തമാക്കുന്നത് പ്രപഞ്ചം ശൂന്യമായ ഇടമല്ല എന്നതാണ്, കൂടാതെ കണികകൾ അടിസ്ഥാന സത്തകളുമല്ല. ഫീൽഡുകൾ തന്നെയാണ് പ്രപഞ്ചം മുഴുവൻ വ്യാപിച്ചിരിക്കുന്ന അടിസ്ഥാന ഘടകങ്ങൾ, കൂടാതെ പലതരം ഫീൽഡുകൾ ഒരുമിച്ച് നിലനിൽക്കുന്നു. Electron Field പ്രപഞ്ചം മുഴുവൻ വ്യാപിച്ചു കിടക്കുന്നു, Quark Field മറ്റൊരു അടിസ്ഥാന ഫീൽഡാണ്, Higgs Field ഭാരം നൽകുന്നതുമായി ബന്ധപ്പെട്ടിരിക്കുന്നു. ഈ ഫീൽഡുകൾ എല്ലാം അദൃശ്യവും സർവ്വവ്യാപകവുമാണ്; അവയുടെ പ്രകമ്പനങ്ങളാണ് നാം പദാർത്ഥമായി അനുഭവിക്കുന്ന കണികകൾ.

കണികകൾ എങ്ങനെ രൂപപ്പെടുന്നു എന്ന് ചോദിക്കുമ്പോൾ, ക്വാണ്ടം ഫീൽഡ് ദൃഷ്ടികോണത്തിൽ അതിന്റെ മറുപടി വളരെ വ്യക്തമാണ്: ഒരു ഫീൽഡിലേക്ക് ഊർജ്ജം എത്തുമ്പോൾ അവിടെ പ്രകമ്പനം ഉണ്ടാകുന്നു. ആ പ്രകമ്പനത്തെയാണ് Excitation എന്ന് വിളിക്കുന്നത്, അതേ Excitation നെയാണ് നാം കണികയായി കാണുന്നത്. അതായത് Electron ഒരു സ്വതന്ത്ര വസ്തു അല്ല, മറിച്ച് Electron Field ലുള്ള ഒരു പ്രകമ്പനമാണ്; അതുപോലെ Photon മറ്റൊരു ഫീൽഡിലെ പ്രകമ്പനമാണ്. മൊത്തത്തിൽ, കണികകൾ ഫീൽഡുകളുടെ Ripple രൂപങ്ങളാണ്. ഈ പശ്ചാത്തലത്തിൽ Void ഒന്നുമില്ലാത്ത അവസ്ഥയല്ല; ഫീൽഡുകൾ ശാന്താവസ്ഥയിൽ ഇരിക്കുന്ന

നിലയെയാണ് ശൂന്യത എന്ന് വിളിക്കുന്നത്. ഊർജ്ജം ലഭിക്കുമ്പോൾ ആ ശാന്താവസ്ഥയിൽ നിന്ന് കണികകൾ പ്രത്യക്ഷപ്പെടുന്നു. ഇതിന് ദാർശനികമായി വലിയ പ്രതിഫലനമുണ്ട്: വസ്തുക്കൾ സ്വതന്ത്ര ഘടകങ്ങൾ അല്ല, അവ ഊർജ്ജ തരംഗങ്ങളാണ്; അസ്തിത്വം സ്ഥിരവസ്തു അല്ല, മറിച്ച് ഡൈനാമിക് പ്രകമ്പനമാണ്. ഈ ദൃഷ്ടികോണത്തിൽ പ്രപഞ്ചം ഒരു വലിയ സംഗീതോപകരണത്തെപ്പോലെയാണ്; Fields സംഗീതോപകരണത്തിലെ കമ്പികളെപ്പോലെ ആണ്, Energy നൽകുമ്പോൾ Particles എന്ന സംഗീതം ഉത്ഭവിക്കുന്നു, അതിനാൽ പ്രപഞ്ചം അടിസ്ഥാനപരമായി ഫീൽഡ്-പ്രകമ്പന ഘടനയാണ്.

ഇതിന്റെ തുടർച്ചയായി, Force Particles ഫീൽഡുകൾ തമ്മിലുള്ള ഇടപെടലുകൾ വഹിക്കുന്ന ദൂതന്മാരാണ്, ഇവയെ ശാസ്ത്രീയമായി Gauge Bosons എന്ന് വിളിക്കുന്നു. Matter Particles തമ്മിലുള്ള ബലം Force Particles മുഖേനയാണ് സംഭവിക്കുന്നത്; Matter Particles നേരിട്ട് തൊടാതെ ഇടപെടുന്നു, ഇടയിൽ കൈമാറുന്ന “പന്ത്” Force Particle നെ സൂചിപ്പിക്കുന്നു, ഈ കൈമാറ്റം തന്നെയാണ് ചലനം അല്ലെങ്കിൽ ബലം സൃഷ്ടിക്കുന്നത്. പ്രകൃതിയിൽ നാല് Fundamental Forces ഉണ്ട്, ഓരോ ബലത്തിനും പ്രത്യേകം Gauge Boson ഉണ്ട്. Electromagnetic Force ന്റെ കണിക Photon ആണ്; പ്രകാശം Photons ന്റെ പ്രവാഹമാണ്, കൂടാതെ വൈദ്യുത-കാന്തിക ആകർഷണവും വികർഷണവും Photon കൈമാറ്റത്തിലൂടെയാണ് സംഭവിക്കുന്നത്. Strong Nuclear Force ന്റെ കണിക Gluon ആണ്; Gluon ക്വാർക്കുകളെ ബന്ധിപ്പിക്കുന്നു, ന്യൂക്ലിയസിന്റെ സ്ഥിരതയ്ക്ക് Gluon നിർണായകമാണ്. Weak Nuclear Force ന്റെ കണികകൾ W, Z Bosons ആണ്; റേഡിയോ ആക്റ്റിവിറ്റിയിലും നക്ഷത്ര ആണവപ്രവർത്തനങ്ങളിലും ഇവ പങ്കാളികളാണ്. Gravity യുമായി ബന്ധപ്പെട്ട സിദ്ധാന്തപര കണിക Graviton ആണ്, എന്നാൽ Graviton ഇതുവരെ പരീക്ഷണപരമായി കണ്ടെത്തിയിട്ടില്ല.

Matter & Force ബന്ധം മനസ്സിലാക്കുമ്പോൾ, Fermions “ഇരുപ്പ്” അല്ലെങ്കിൽ പദാർത്ഥത്തെ പ്രതിനിധീകരിക്കുന്നു, അതേസമയം Bosons ബന്ധവും ഇടപെടലും പ്രതിനിധീകരിക്കുന്നു എന്നത് വ്യക്തമാകുന്നു. Force Particle എന്നത് ഊർജ്ജത്തിന്റെ ഒരു പാക്കറ്റാണ്, ഈ ഊർജ്ജ കൈമാറ്റമാണ് നാം ബലമായി അനുഭവപ്പെടുന്നത്, അതിനാൽ Force Particle എന്നത് ഊർജ്ജം കണിക രൂപത്തിൽ സഞ്ചരിക്കുന്ന അവസ്ഥയാണ്. ഇതിന്റെ തുടർച്ചയായി Mass എങ്ങനെ ഉണ്ടാകുന്നു എന്നത് Higgs Field / Higgs Boson ആശയവുമായി ബന്ധപ്പെട്ടിരിക്കുന്നു, കൂടാതെ Gauge Bosons, Fields, Matter എന്നിവ ചേർന്നതാണ് ക്വാണ്ടം ഫിസിക്സിന്റെ കേന്ദ്രരൂപം.
ഇതിൽ നിന്ന് മുന്നോട്ട് പോകുമ്പോൾ Space വെറും ശൂന്യ ഇടമല്ല എന്ന് വ്യക്തമാണ്; ഫിസിക്സും ഫിലോസഫിയും ഒന്നിക്കുന്ന നിഗൂഢ ആശയമാണ് സ്പേസ്, അതിനാൽ ഊർജ്ജവും ഫീൽഡുകളും ഉള്ള പശ്ചാത്തലത്തിൽ സ്പേസിനെ പുനർവിചാരിക്കണം. Space ഒരു നിശ്ചല സ്റ്റേജ് അല്ല; Einsteinന്റെ General Relativity പ്രകാരം Space വളയുന്ന ഘടകമാണ്, Space ഒരു Fabric പോലെയാണ്, ഭാരം ഉള്ള വസ്തുക്കൾ Space നെ വളയ്ക്കുന്നു, ഈ വളവിനെയാണ് Gravity എന്ന് വിളിക്കുന്നത്, അതിനാൽ ഗുരുത്വാകർഷണം ഒരു ബലം മാത്രമല്ല, Space-time വളവ് ആണ്. Space ഒരിക്കലും പൂർണ്ണ ശൂന്യമല്ല; Fields എല്ലാം Space ലാണ് നിലനിൽക്കുന്നത്, എല്ലാ കണികകളും നീക്കം ചെയ്താലും Quantum Fluctuations ഉണ്ടാകും, Space എപ്പോഴും സജീവമാണ്, ചെറിയ കാലയളവിൽ കണികകൾ ഉണ്ടാകുകയും ഇല്ലാതാകുകയും ചെയ്യുന്നു, അതിനാൽ Space ഒരു തിളച്ചുമറിയുന്ന കടൽ പോലെയാണ്. മറ്റൊരു ദൃഷ്ടികോണത്തിൽ Space പദാർത്ഥങ്ങൾ തമ്മിലുള്ള അകലത്തിന്റെ വിവരമാണ്, Space ഒരു relational ആശയമായി കാണാം, വസ്തുക്കൾ ഇല്ലെങ്കിൽ Space ഉണ്ടോ എന്നത് തുറന്ന ചോദ്യം ആണ്; Leibniz Space നെ ബന്ധമായി കണ്ടു, Newton Space നെ സ്വതന്ത്ര യാഥാർത്ഥ്യമായി കണ്ടു,

അതിനാൽ Space ആശയം ഫിസിക്സിനെ ഫിലോസഫിയിലേക്ക് നയിക്കുന്നു. Space എന്തുകൊണ്ടാണ് നിർമ്മിതം എന്നതിന് കൃത്യമായ മറുപടി ഇല്ല, എന്നാൽ String Theory Space നെ സൂക്ഷ്മ നൂലുകളുമായി ബന്ധിപ്പിക്കുന്നു, Loop Quantum Gravity Space നെ സൂക്ഷ്മ കണ്ണികളായി കാണുന്നു, അതിനാൽ Space ഒരു അടിസ്ഥാന ഘടനയായിരിക്കാം. സമഗ്രമായി നോക്കുമ്പോൾ Space ഊർജ്ജം പ്രകടിപ്പിക്കപ്പെടുന്ന കളിക്കളമാണ്; Space ഇല്ലാതെ Energy നിലനിൽപ്പില്ല, Energy ഇല്ലാതെ Space അർത്ഥശൂന്യമാണ്, Spaceയും Timeയും പരസ്പരം ബന്ധപ്പെട്ടിരിക്കുന്നു, കൂടാതെ Universe Expansion Space-നുമായി ബന്ധപ്പെട്ട പ്രക്രിയയാണ്.

Vacuum Energyയെ നിയന്ത്രിക്കാൻ കഴിഞ്ഞാൽ Wormholes യാഥാർത്ഥ്യമാകാം എന്ന ആശയം സിദ്ധാന്തപരമായി മുന്നോട്ടുവച്ചിട്ടുള്ളതാണ്; Wormhole ശാസ്ത്രകഥകളിൽ മാത്രം ഉള്ള ഒരു കറ്പനയല്ല, സൈദ്ധാന്തിക ഭൗതികശാസ്ത്രത്തിൽ ഗൗരവമായി പഠിക്കപ്പെടുന്ന ആശയമാണ്. Wormhole എന്നത് സ്പേസിലെ രണ്ട് അകലെയുള്ള ബിന്ദുക്കളെ ബന്ധിപ്പിക്കുന്ന കുറുക്കുവഴിയാണ്; Space മടക്കി ബന്ധിപ്പിക്കുന്ന ആശയമായി ഇത് വിവരിക്കപ്പെടുന്നു. Wormhole വഴി ദൂരം വളരെ കുറയ്ക്കാം, പ്രകാശവർഷങ്ങൾ അകലെയുള്ള സ്ഥലങ്ങളിൽ വേഗത്തിൽ എത്താൻ സിദ്ധാന്തപരമായി കഴിയും. എന്നാൽ Wormhole സ്വാഭാവികമായി സ്ഥിരതയോടെ നിലനിൽക്കാൻ പ്രയാസമാണ്, കാരണം ഗുരുത്വാകർഷണം Wormhole അടച്ചുപൂട്ടും. അതിനാൽ Wormhole തുറന്ന നിലയിൽ നിലനിർത്താൻ Negative Energy ആവശ്യമാണ്. Casimir Effect വഴി Vacuum Energy കുറയുന്ന അവസ്ഥ കാണാം, സാധാരണ Vacuum ലെതിലും കുറഞ്ഞ ഊർജ്ജ നില Negative Energy ആയി പരിഗണിക്കുന്നു, Negative Energyയ്ക്ക് Anti-gravity സ്വഭാവമുണ്ട്, ഇത് Wormhole ന്റെ ഘടന തകർന്നുപോകുന്നത് തടയും.

Wormhole സ്ഥലങ്ങൾ തമ്മിലുള്ള ബന്ധം മാത്രമല്ല, സമയബന്ധവും സൃഷ്ടിക്കാമെന്ന സിദ്ധാന്തമുണ്ട്. Wormhole ന്റെ ഒരറ്റം അതിവേഗത്തിൽ ചലിപ്പിച്ചാൽ സമയവ്യത്യാസം ഉണ്ടാകും, ശക്തമായ ഗുരുത്വാകർഷണവും സമയവ്യത്യാസം സൃഷ്ടിക്കും, ഇതിലൂടെ ഭൂതകാലത്തിലേക്കോ ഭാവിയിലേക്കോ സഞ്ചരിക്കാൻ സിദ്ധാന്തപരമായി കഴിയും. എന്നിരുന്നാലും ആവശ്യമായ Negative Energy വലിയ അളവിൽ സൃഷ്ടിക്കാൻ കഴിയുന്നില്ല, Time Travel causality പ്രശ്നങ്ങൾ സൃഷ്ടിക്കും, Grandfather Paradox കാരണം-ഫല ബന്ധത്തെ ചോദ്യം ചെയ്യുന്നു, Time Travel കാരണം യാഥാർത്ഥ്യത്തിലെ ലോജിക്കൽ വിരോധാഭാസങ്ങൾ ഉയരുന്നു. സമഗ്രമായി നോക്കുമ്പോൾ Universe വെറും പദാർത്ഥ സമാഹാരം മാത്രമല്ല; അത് Energy, Space, Information എന്നിവയുടെ സങ്കീർണ്ണ ഘടനയാണ്, നാം കാണുന്ന ലോകം ആഴത്തിലുള്ള ഘടനയുടെ ഉപരിതലം മാത്രമാണ്. Wormholes, Time Travel എന്നിവ സിദ്ധാന്തപരമായി സാധ്യമായ ആശയങ്ങളാണെങ്കിലും, ശാസ്ത്രം സിദ്ധാന്തപരമായി സാധ്യത അംഗീകരിച്ചാലും പ്രായോഗികമായി പരിമിതികളുണ്ട്, കൂടാതെ Physicsയും Philosophyയും ഇവിടെ തമ്മിൽ ഇടകലരുന്നു. പ്രപഞ്ചത്തിലെ ശേഷിക്കുന്ന ഊർജ്ജം വിവരങ്ങളുമായി നേരിട്ട് ബന്ധപ്പെട്ടിരിക്കുന്നു എന്ന ആശയം ഇന്ന് ഭൗതികശാസ്ത്രത്തിലെ ഒരു ഗൗരവമായ ചർച്ചാവിഷയമാണ്, കാരണം ഊർജ്ജവും വിവരവും വേർതിരിക്കാനാവാത്ത ഘടകങ്ങളായി കാണപ്പെടുന്നു. ലാൻഡ്‌വർ തത്വം പ്രകാരം, ഒരു ബിറ്റ് വിവരം മായ്ക്കാൻ പോലും ഊർജ്ജം താപമായി പുറത്തുവിടേണ്ടതുണ്ടെന്നത് ഈ ബന്ധത്തെ ശാസ്ത്രീയമായി ഉറപ്പിക്കുന്നു. സ്പേസ് വികസിക്കുമ്പോൾ ഊർജ്ജവും വർദ്ധിക്കുന്നു എന്ന നിരീക്ഷണം, ഊർജ്ജ വർദ്ധനവ് പ്രപഞ്ചത്തിന്റെ കമ്പ്യൂട്ടേഷണൽ കപ്പാസിറ്റി വർദ്ധിക്കുന്നതിനെ സൂചിപ്പിക്കുന്നു എന്ന ധാരണയിലേക്ക് നയിക്കുന്നു.

വാകം എനർജി അഥവാ സീറോ പോയിന്റ് എനർജി സിദ്ധാന്തപരമായി നിലനിൽക്കുന്നതായി കരുതപ്പെടുന്നുവെങ്കിലും, നിലവിൽ അത് വലിയ തോതിൽ ഉപയോഗിക്കാൻ കഴിയുന്നില്ല, കാരണം സീറോ പോയിന്റ് എനർജി ഏറ്റവും താഴ്ന്ന ഊർജ്ജ നിലയിലാണ്. എന്നിരുന്നാലും, ക്വാണ്ടം ഫ്ലക്ചുവേഷൻ വഴി വളരെ ചെറിയ തോതിൽ ഊർജ്ജം വേർതിരിക്കാമെന്ന് ചില പരീക്ഷണങ്ങൾ സൂചിപ്പിക്കുന്നു, ഭാവിയിൽ ഈ ആശയം നക്ഷത്രാന്തര യാത്രകൾക്ക് ഇന്ധനമായി മാറാനുള്ള സാധ്യതയും ഉന്നയിക്കപ്പെടുന്നു. ഇതോടൊപ്പം, ക്വാണ്ടം എൻടാംഗിൾമെന്റ് രണ്ട് കണികകളുടെ ഊർജ്ജ നിലകളെ ദൂരപരിധിയില്ലാതെ ബന്ധിപ്പിക്കുന്നതായി കാണിക്കുന്നു; ഒരു കണികയിലെ മാറ്റം മറ്റേ കണികയിൽ തൽക്ഷണം പ്രതിഫലിക്കാം, അതിനെ ഐൻസ്റ്റീൻ "Spooky action at a distance" എന്ന് വിശേഷിപ്പിച്ചു. ഇതിലൂടെ പ്രപഞ്ചം ഒരു അദൃശ്യ വിവര ശൃംഖല വഴി ബന്ധിക്കപ്പെട്ടിരിക്കുന്നു എന്ന ആശയം ഉയരുന്നു. ആകെക്കൂടി നോക്കുമ്പോൾ, ഊർജ്ജവും വിവരവും ചേർന്നാണ് പ്രപഞ്ചത്തിന്റെ അടിസ്ഥാന ഘടന രൂപപ്പെടുന്നതെന്ന നിലപാട് ശക്തമാകുന്നു, കൂടാതെ പ്രപഞ്ചത്തിലെ ഊർജ്ജ വർദ്ധനവ് പുതിയ അനുഭവങ്ങളും പുതിയ വിവരങ്ങളും സൃഷ്ടിക്കാൻ ഇടയാക്കുന്നു എന്ന ചിന്തയും മുന്നോട്ട് വരുന്നു. ഇതിന്റെ ദാർശനിക പരിണതിയായി, പ്രപഞ്ചം സ്വയം ബോധവാനാകുന്നുവോ എന്നത് തുറന്ന ചോദ്യമായി നിലനിൽക്കുന്നു, അല്ലെങ്കിൽ എല്ലാം ഒരു വലിയ ശൂന്യതയിലേക്ക് നീങ്ങുകയാണോ എന്ന സംശയവും തുടരുന്നു.

ക്വാണ്ടം എൻടാംഗിൾമെന്റ് ക്വാണ്ടം ഫിസിക്സിലെ ഏറ്റവും വിചിത്രവും മനോഹരവുമായ പ്രതിഭാസങ്ങളിലൊന്നാണ്. എൻടാംഗിൾഡ് കണികകൾ രണ്ട് സ്വതന്ത്ര വസ്തുക്കൾ അല്ല, മറിച്ച് ഒരൊറ്റ ക്വാണ്ടം സിസ്റ്റമായി പ്രവർത്തിക്കുന്നു; ചെരിപ്പ് ജോഡി

ഉദാഹരണം ഉപയോഗിച്ച് ഇത് വിശദീകരിക്കാം, കാരണം ഒരു ജോഡിയായി രൂപപ്പെട്ടവയ്ക്ക് പരസ്പരം വിവര കൈമാറ്റം ആവശ്യമില്ല. കണികകൾക്ക് 'സ്പിൻ' എന്ന ഊർജ്ജനിലയുണ്ട്, എൻടാംഗിൾഡ് കണികകളുടെ ആകെ സ്പിൻ സാധാരണയായി പൂജ്യം ആയിരിക്കും; ഒരു കണിക 'അപ്പ്' സ്പിന്നിലാണെങ്കിൽ മറ്റേത് 'ഡൗൺ' സ്പിന്നിലായിരിക്കും. നിരീക്ഷിക്കുന്നതിനു മുമ്പ് കണികകൾ സൂപ്പർപോസിഷൻ അവസ്ഥയിലാണ്, അളക്കുന്നതുവരെ അവയുടെ കൃത്യമായ സ്പിൻ നില നിർണ്ണയിക്കപ്പെട്ടിട്ടില്ല, എന്നാൽ ഒരു കണികയെ അളക്കുന്ന നിമിഷം മറ്റേ കണികയുടെ സ്പിൻ അവസ്ഥ ഉടൻ നിശ്ചയിക്കപ്പെടുന്നു. ഈ ബന്ധം ദൂരപരിധികളെ മറികടക്കുന്നു, അതിനാൽ ഐൻസ്റ്റീൻ ഇതിനെ "Spooky action at a distance" എന്ന് വിളിച്ചു; എന്നിരുന്നാലും ആധുനിക ഫിസിക്സ് പ്രകാരം എൻടാംഗിൾഡ് കണികകൾ തമ്മിൽ സിഗ്നൽ കൈമാറ്റമില്ല. അവ ഒരു അദൃശ്യ ക്വാണ്ടം ഫീൽഡിന്റെ ഭാഗങ്ങളായി, ഒരേ ഊർജ്ജ പ്രവാഹത്തിന്റെ രണ്ട് അറ്റങ്ങളായി കരുതാം. ഇതിലൂടെ പ്രപഞ്ചം അടിസ്ഥാനപരമായി വേർതിരിക്കപ്പെട്ടതല്ല എന്ന ആശയം ശക്തമാകുന്നു; സ്പേസ് കണികകളെ ഭൗതികമായി അകറ്റുന്നുണ്ടെങ്കിലും അവരുടെ വിവരാവസ്ഥകൾ ബന്ധിതമാണ്, അതിനാൽ "Space is just the geometry of entanglement" എന്ന ആശയം സ്പേസിന്റെ അടിസ്ഥാന ഘടന എൻടാംഗിൾമെന്റിൽ നിന്നുണ്ടാകുന്നു എന്ന് നിർദ്ദേശിക്കുന്നു.

എൻടാംഗിൾമെന്റ് ആശയം ക്വാണ്ടം ടെലിപോർട്ടേഷൻ പോലുള്ള പ്രായോഗിക സാധ്യതകൾക്ക് വഴിതെളിക്കുന്നു, കൂടാതെ മുഴുവൻ പ്രപഞ്ചവും ഒരൊറ്റ എൻടാംഗിൾഡ് സിസ്റ്റമായിരിക്കാമെന്ന ദാർശനിക സാധ്യതയും ഉന്നയിക്കപ്പെടുന്നു.

ഇതിന്റെ വിപുലമായ പശ്ചാത്തലത്തിൽ, പ്രപഞ്ചം മുഴുവൻ ഒരൊറ്റ എൻടാങ്കിൾഡ് സിസ്റ്റമാണെന്ന ചിന്താധാര ഫിസിക്സും ഫിലോസഫിയും ലയിക്കുന്ന

ഘട്ടമായി കാണപ്പെടുന്നു. ഈ ആശയം "ഹോളോഗ്രാഫിക് യൂണിവേഴ്സ്" എന്നും "ക്വാണ്ടം ഇൻഫർമേഷൻ തിയറി" എന്നും അറിയപ്പെടുന്നു, കൂടാതെ ഇതിനെ യൂണിറ്ററി പ്രപഞ്ചം, ക്വാണ്ടം ടെലിപ്പോർട്ടേഷൻ, സ്പേസിന്റെ സ്വഭാവം എന്നിങ്ങനെ മൂന്ന് തലങ്ങളിലായി വിശകലനം ചെയ്യാം.

യൂണിറ്ററി പ്രപഞ്ചം എന്ന ആശയം പ്രകാരം ബിഗ് ബാങ് സമയത്ത് പ്രപഞ്ചത്തിലെ മുഴുവൻ ഊർജ്ജവും കണികകളും ഒരൊറ്റ ബിന്ദുവിലായിരുന്നു, ഒരിക്കൽ സമ്പർക്കത്തിൽ വന്ന കണികകൾ എൻടാങ്കിൾഡ് ആകാനുള്ള സാധ്യതയുള്ളതിനാൽ ഇന്നുള്ള ഗാലക്സികളും നക്ഷത്രങ്ങളും മൗലിക തലത്തിൽ ഇപ്പോഴും ബന്ധിക്കപ്പെട്ടിരിക്കാമെന്ന വാദം ഉയരുന്നു, അതിനാൽ നമ്മൾ അനുഭവിക്കുന്ന "അകലം" യാഥാർത്ഥ്യമല്ലാത്ത പ്രതിഭാസമായിരിക്കാം. ക്വാണ്ടം ടെലിപ്പോർട്ടേഷൻ എന്ന ആശയത്തിൽ എൻടാങ്കിൾമെന്റ് ഉപയോഗിച്ച് നേരിട്ട് വിവരം അയക്കാൻ കഴിയില്ലെങ്കിലും ഒരു കണികയുടെ ക്വാണ്ടം അവസ്ഥ മറ്റൊരിടത്ത് പ്രത്യക്ഷപ്പെടുത്താൻ കഴിയും; ടെലിപ്പോർട്ടേഷനിൽ കണിക സഞ്ചരിക്കുന്നില്ല, വിവരം മാത്രമാണ് കൈമാറുന്നത്, അതിനാൽ ഒരു വസ്തുവിനെ അതിന്റെ വിവരങ്ങളായി മാറ്റാനായാൽ സൈദ്ധാന്തികമായി ദൂരം മറികടക്കാം, കൂടാതെ ടെലിപ്പോർട്ടേഷൻ പ്രപഞ്ചത്തിന്റെ വിവരാധിഷ്ഠിത സ്വഭാവം സൂചിപ്പിക്കുന്നു. സ്പേസ് ഒരു ഉദ്ഭവ ഗുണമായി കാണുന്ന സമീപനത്തിൽ എൻടാങ്കിൾമെന്റ് തന്നെയാണ് സ്പേസിനെ നിർമ്മിക്കുന്നതെന്ന ആശയം ഉയരുന്നു, ER = EPR സിദ്ധാന്തം എൻടാങ്കിൾമെന്റിനെയും വേംഹോളിനെയും ബന്ധിപ്പിക്കുന്നു, കണികകൾ തമ്മിലുള്ള അനവധി ബന്ധങ്ങളാണ് സ്പേസ് എന്ന ഘടന സൃഷ്ടിക്കുന്നത്, ഈ ബന്ധങ്ങൾ ഇല്ലാതായാൽ സ്പേസ് തന്നെ ഇല്ലാതാകാമെന്ന സാധ്യതയും ഉണ്ട്. ഊർജ്ജ വർദ്ധനവും ബോധവും തമ്മിലുള്ള ബന്ധത്തെക്കുറിച്ച്

ചിന്തിക്കുമ്പോൾ പ്രപഞ്ചത്തിന്റെ വികസനം കൂടുതൽ എൻടാങ്കിൾമെന്റുകൾ സൃഷ്ടിക്കുന്നു, വികസനത്തോടൊപ്പം കൂടുതൽ വിവര ശേഖരണം നടക്കുന്നു, ബോധം ക്വാണ്ടം എൻടാങ്കിൾമെന്റിന്റെ പരിണതഫലമായിരിക്കാമെന്ന ആശയം മുന്നോട്ട് വരുന്നു, മനുഷ്യ മസ്തിഷ്കം പ്രപഞ്ചത്തിന്റെ മറ്റു ഭാഗങ്ങളുമായി അദൃശ്യബന്ധത്തിൽ ആകാമെന്ന സാധ്യതയും ഉന്നയിക്കപ്പെടുന്നു, "ഞാൻ", "നീ", "പ്രപഞ്ചം" എന്ന വേർതിരിവ് അടിസ്ഥാനപരമായി മായയായിരിക്കാമെന്നും പ്രപഞ്ചം ഒരൊറ്റ ജീവിക്കുന്ന കമ്പ്യൂട്ടറാണോ എന്ന ദാർശനിക ചോദ്യം ഉയരുന്നു, കൂടാതെ ഈ ആശയങ്ങളുടെ പ്രായോഗിക പ്രയോഗം ക്വാണ്ടം കമ്പ്യൂട്ടറുകളിലാണ് പ്രതിഫലിക്കുന്നത്. ഇതിന്റെ വിപുലമായ കാഴ്ചപ്പാടിൽ പ്രപഞ്ചത്തിലെ "വിവരം" എന്ന സങ്കല്പം ഒരു പ്ലാനിനോട് ഉപമിക്കാം; ഊർജ്ജവും പദാർത്ഥവും വീടിന്റെ ഇഷ്ടികയും സിമന്റും പോലെയാണെങ്കിൽ അവയെ ക്രമീകരിക്കുന്ന പ്ലാനാണ് "വിവരം", അതിനാൽ പ്രപഞ്ചം വിവരങ്ങളുടെ ഒരു വലിയ ലൈബ്രറിയായി കരുതാം. ഓരോ കണികയ്ക്കും അതിന്റേതായ പ്രത്യേക ഗുണങ്ങളുണ്ട്, സ്ഥാനം, വേഗത, സ്പിൻ, ഊർജ്ജ നില എന്നിവയാണ് കണികയുടെ വിവരം, സ്പേസ് വികസിക്കുമ്പോൾ വിവരം സംഭരിക്കാനുള്ള ശേഷിയും വർദ്ധിക്കുന്നു. Conservation of Information എന്ന ആശയം പ്രകാരം ഊർജ്ജം പോലെ വിവരവും നശിക്കില്ല, ഒരു വസ്തു രൂപം മാറിയാലും അതിന്റെ അടിസ്ഥാന വിവരം നിലനിൽക്കും, കടലാസ് കത്തിച്ചാലും അതിലെ വിവരങ്ങൾ സൂക്ഷ്മതലത്തിൽ നിലനിൽക്കുന്നു, അതിനാൽ പ്രപഞ്ചം വിവരങ്ങളെ സംരക്ഷിക്കുന്ന ഒരു സംവിധാനമായി പ്രവർത്തിക്കുന്നു. Holographic Idea അനുസരിച്ച് ഹോളോഗ്രാം ഉദാഹരണം വഴി 2D വിവരത്തിൽ നിന്ന് 3D രൂപം സൃഷ്ടിക്കാനാകുന്നതുപോലെ പ്രപഞ്ചം സ്പേസിന്റെ അതിരുകളിൽ രേഖപ്പെടുത്തിയിരിക്കുന്ന വിവരങ്ങളുടെ

പ്രൊജക്ഷൻ ആയിരിക്കാം, സ്പേസ് വിവരങ്ങളുടെ പ്രകടന രൂപമായിരിക്കാം, ഊർജ്ജ വർദ്ധനവ് പുതിയ വിവരങ്ങൾ രേഖപ്പെടുത്തപ്പെടുന്നതിനെ സൂചിപ്പിക്കാം. സമഗ്ര കാഴ്ചപ്പാടിൽ ഊർജ്ജം പ്രപഞ്ചത്തിന്റെ ഇന്ധനമാണെന്നും വിവരം പ്രപഞ്ചത്തെ നിയന്ത്രിക്കുന്ന സോഫ്റ്റ്‌വെയർ പോലെയാണെന്നും കാണാം, അതിനാൽ പ്രപഞ്ചം സ്വയം പ്രവർത്തിക്കുന്ന ഒരു വലിയ കമ്പ്യൂട്ടറിനോട് ഉപമിക്കാം, നക്ഷത്രങ്ങളുടെ ജനനം, ഗ്രഹങ്ങളുടെ ചലനം, മനുഷ്യചിന്ത എന്നിവ വിവര കൈമാറ്റവുമായി ബന്ധപ്പെട്ടിരിക്കുന്നു, ഒടുവിൽ പ്രപഞ്ചം വെറും പദാർത്ഥമല്ല, അറിവിനാൽ നെയ്തെടുത്ത ഒരു സമഗ്ര പ്രതിഭാസമാണ്.
വിവരം ഒരിക്കലും നശിക്കുന്നില്ലെങ്കിൽ പ്രപഞ്ചം മുൻകൂട്ടി നിശ്ചയിക്കപ്പെട്ടതാണോ എന്ന ചോദ്യം സ്വാഭാവികമായി ഉയരുന്നു, കൂടാതെ ഇത് ശാസ്ത്രലോകത്തിലെ പ്രധാന തർക്കവിഷയമായി തുടരുന്നു, കാരണം ഈ പ്രശ്നത്തെ ക്ലാസിക്കൽ ഫിസിക്സും ക്വാണ്ടം ഫിസിക്സും വ്യത്യസ്തമായി സമീപിക്കുന്നു. ക്ലാസിക്കൽ ഫിസിക്സ് കാഴ്ചപ്പാടിൽ ന്യൂട്ടന്റെ കാലത്ത് പ്രപഞ്ചം ഒരു വലിയ ഘടികാരം പോലെയാണെന്ന് കരുതിയിരുന്നു, ഓരോ കണികയുടെ സ്ഥാനവും വേഗതയും അറിയാമെങ്കിൽ ഭാവി കൃത്യമായി പ്രവചിക്കാം എന്ന് വിശ്വസിച്ചു, ഇതിനെ ഡിറ്റർമിനിസം എന്ന് വിളിച്ചു, ഈ കാഴ്ചപ്പാടിൽ സ്വാതന്ത്ര്യ ഇച്ഛയ്ക്ക് സ്ഥാനം ഇല്ലായിരുന്നു, എല്ലാം മുൻകൂട്ടി എഴുതപ്പെട്ട തിരക്കഥ പോലെയാണ് എന്ന ആശയം ശക്തമായി നിലനിന്നു. എന്നാൽ ക്വാണ്ടം ഫിസിക്സ് ഈ ഡിറ്റർമിനിസത്തെ ചോദ്യം ചെയ്തു, അനിശ്ചിതത്വ തത്വം നിർണായകമായി മുന്നോട്ടുവന്നു, വിവരം നിലനിൽക്കുന്നുണ്ടെങ്കിലും അത് നിശ്ചലാവസ്ഥയിലല്ല, കണികകൾ അളക്കുന്നതുവരെ സൂപ്പർപോസിഷനിൽ നിലനിൽക്കുന്നു, നമുക്ക് ഉറപ്പായ ഫലമല്ല, സാധ്യത മാത്രം പറയാൻ കഴിയും, അതിനാൽ പ്രപഞ്ചം ഡിറ്റർമിനിസ്റ്റിക്

അല്ല, പ്രൊബബിലിസ്റ്റിക് ആണെന്ന് പറയപ്പെടുന്നു. വിവരം ഉണ്ടായിട്ടും ഭാവി പ്രവചിക്കാൻ കഴിയാത്തതിന്റെ പ്രധാന കാരണങ്ങളിൽ ഒന്നാണ് വിവരം പൂർണ്ണമായി വായിക്കാൻ നമുക്ക് കഴിയാത്തത്; എൻട്രോപ്പി കാരണം വിവരം ക്രമരഹിതമായി ചിതറുന്നു, രൂപം മാറിയാലും വിവരം നശിക്കുന്നില്ലെങ്കിലും തിരിച്ചുപിടിക്കൽ പ്രായോഗികമായി അസാധ്യമാണ്, കൂടാതെ ക്വാണ്ടം ലോകത്ത് നിരീക്ഷണം തന്നെ ഫലത്തെ ബാധിക്കുന്നു. സമഗ്ര ദാർശനിക നിലപാടിൽ ആകെ വിവരം മാറുന്നില്ല എന്ന നിലയിൽ പ്രപഞ്ചം ഗണിതസമവാക്യത്തെപ്പോലെ കാണാമെങ്കിലും, ക്വാണ്ടം അനിശ്ചിതത്വം കാരണം എല്ലാം മുൻകൂട്ടി നിശ്ചയിക്കപ്പെട്ടതല്ല, മനുഷ്യർക്ക് പുതിയ സാധ്യതകൾ തിരഞ്ഞെടുക്കാനുള്ള ഇടം നിലനിൽക്കുന്നു, അതിനാൽ വിവരം ഒരു തിരക്കഥയല്ല, മറിച്ച് എല്ലാ സാധ്യതകളും ഉൾക്കൊള്ളുന്ന ഒരു എൻസൈക്ലോപീഡിയയാണ്, ഇതിൽ നിന്നുതന്നെ പ്രപഞ്ചം ഒരു സിമുലേഷൻ ആയിരിക്കാമെന്ന ആശയവും ഉയരുന്നു.

ഈ ചർച്ചയെ കൂടുതൽ ആഴത്തിലേക്ക് കൊണ്ടുപോകുമ്പോൾ എൻട്രോപ്പി പ്രപഞ്ചത്തിന്റെ “കുഴപ്പം” അല്ല, മറിച്ച് നമുക്ക് അറിയാത്ത വിവരങ്ങളുടെ അളവാണെന്ന് വ്യക്തമാകുന്നു, ഇതിനെ ശാസ്ത്രീയമായി Information Entropy എന്ന് വിളിക്കുന്നു, കൂടാതെ എൻട്രോപ്പി ഒരു സിസ്റ്റത്തിലെ വിവരവിതരണത്തിന്റെ അളവുകോലാണ്. ലുഡ്‌വിഗ് ബോൾട്ട്സ്മാൻ എൻട്രോപ്പിയെ തന്മാത്രകളുടെ ക്രമീകരണങ്ങളുടെ എണ്ണം ആയി നിർവചിച്ചു; ക്രമത്തിലുള്ള അവസ്ഥയ്ക്ക് സാധ്യതകൾ കുറവാണ്, ക്രമരഹിത അവസ്ഥയ്ക്ക് സാധ്യതകൾ അനവധി ആണ്, ഗ്ലാസ് ഉടയുമ്പോൾ വിവരം നശിക്കുന്നില്ലെങ്കിലും അത് സങ്കീർണ്ണമാകുന്നു, വിവരത്തെ പിന്തുടരാൻ കഴിയാത്തപ്പോൾ എൻട്രോപ്പി കൂടുന്നു, അതിനാൽ നമ്മുടെ അറിവ് കുറയുമ്പോൾ എൻട്രോപ്പി വർദ്ധിക്കുന്നു. ഈ ആശയത്തെ

പരിശോധിക്കാൻ ജെയിംസ് ക്ലാർക്ക് മാക്സ്വെൽ 1867-ൽ ഒരു സങ്കൽപ്പ ജീവിയെ നിർദ്ദേശിച്ചു, ആ പിശാചിന് ഓരോ തന്മാത്രയുടെയും സ്ഥാനം, വേഗത എന്നിവ കൃത്യമായി അറിയാം, പൂർണ്ണ വിവരം ഉണ്ടെങ്കിൽ എൻട്രോപ്പി കുറയ്ക്കാൻ സിദ്ധാന്തപരമായി കഴിയും, എന്നാൽ വിവരം ശേഖരിക്കാനും പ്രോസസ് ചെയ്യാനും ഊർജ്ജം ആവശ്യമാണ്, ആ ഊർജ്ജ ചെലവ് പ്രപഞ്ചത്തിന്റെ മറ്റൊരു ഭാഗത്ത് എൻട്രോപ്പി വർദ്ധിപ്പിക്കും.

ലാപ്ലേസിന്റെ പിശാച് എന്ന ആശയം പ്രകാരം സകല വിവരങ്ങളും അറിയുന്ന ഒരു സൂപ്പർ ഇന്റലിജൻസ് ഭാവി കൃത്യമായി പ്രവചിക്കാമെന്ന വാദം ഉയർന്നു, ഇതിനെ ലാപ്ലേസിന്റെ പിശാച് എന്ന് വിളിക്കുന്നു. എന്നാൽ ക്വാണ്ടം അനിശ്ചിതത്വം ഈ ആശയത്തിന് പരിധി വെക്കുന്നു, കാരണം ഒരു കണികയുടെ എല്ലാ വിവരങ്ങളും ഒരേസമയം അറിയാൻ കഴിയില്ല, അതിനാൽ പൂർണ്ണ പ്രവചനം അസാധ്യമായി മാറുന്നു, കൂടാതെ എൻട്രോപ്പി വർദ്ധനവ് തുടർന്നുകൊണ്ടിരിക്കും. ദാർശനിക നിലപാടിൽ എൻട്രോപ്പി പരിമിത അറിവുള്ള ജീവികളുടെ അനുഭവമാണ്, സകലതും അറിയുന്ന ഒരു അനന്തബുദ്ധിക്ക് എൻട്രോപ്പി പ്രശ്നമല്ല, അതിനാൽ എൻട്രോപ്പി പ്രപഞ്ചത്തിന്റെ പോരായ്മയല്ല, മറിച്ച് വിവര ചിതറലിന്റെ അളവാണ്, ഇതിലൂടെ പ്രപഞ്ചം വിവരങ്ങളെ അടിസ്ഥാനമാക്കിയുള്ള ഘടനയായിരിക്കാമെന്ന ആശയം ഉയരുന്നു, കൂടാതെ ഇതിൽ നിന്നുതന്നെ "പ്രപഞ്ചം ഒരു സിമുലേഷൻ ആണോ?" എന്ന ചോദ്യം ഉദ്ഭവിക്കുന്നു.

Infinite Intelligence എന്ന കാഴ്ചപ്പാടിൽ പ്രപഞ്ചം Deterministic ആണെന്ന വാദം ശക്തമാണ്, കാരണം സകല വിവരങ്ങളും അറിയുന്ന ബോധത്തിന് ഭാവിയും ഭൂതവും ഒരുപോലെ വ്യക്തമാകും. വിവരത്തിന്റെ സംരക്ഷണം എന്ന അടിസ്ഥാന ധാരണ പ്രകാരം പ്രപഞ്ചത്തിലെ വിവരങ്ങൾ നശിക്കില്ല, ബിഗ് ബാങ്ങ് സമയത്തെ

വിവരങ്ങൾ ഇന്നും പ്രപഞ്ചത്തിൽ നിലനിൽക്കുന്നു, എല്ലാ വിവരങ്ങളും വായിക്കാൻ കഴിയുന്ന ബുദ്ധിക്ക് ഭാവി പ്രവചിക്കാൻ കഴിയും, ഈ ആശയം Laplace's Demon എന്ന ആശയവുമായി ബന്ധപ്പെട്ടിരിക്കുന്നു. സമയം എന്ന മായയെ കുറിച്ച് ചിന്തിക്കുമ്പോൾ പരിമിത ബോധങ്ങൾക്ക് സമയം രേഖീയമായ അനുഭവമാണെങ്കിലും Infinite Intelligence ന് സമയം ഒരൊറ്റ സമഗ്ര ദൃശ്യമായി അനുഭവപ്പെടും, Block Universe Theory പ്രകാരം ഭൂതവും ഭാവിയും ഒരേസമയം നിലനിൽക്കുന്നു, സംഭവങ്ങൾ നടക്കുന്നതല്ല, നിലനിൽക്കുന്നതാണ് എന്ന ആശയം ഉയരുന്നു. ക്വാണ്ടം അനിശ്ചിതത്വത്തിന്റെ മറുപുറത്ത് Uncertainty പരിമിത നിരീക്ഷകരുടെ പരിധിയാണെന്നും Infinite Intelligence സിസ്റ്റത്തിന് പുറത്തല്ലെങ്കിൽ അനിശ്ചിതത്വം ബാധകമാകില്ലെന്നും കരുതാം, Superposition നിലകൾ ആ ബോധത്തിന് ഒരേസമയം ദൃശ്യമായിരിക്കും, മനുഷ്യർക്കുള്ള സാധ്യതകൾ ആ ബോധത്തിന് കൃത്യമായ പാറ്റേണുകളായിരിക്കും. എൻട്രോപ്പിയും അറിവും തമ്മിലുള്ള ബന്ധത്തിൽ എൻട്രോപ്പി പരിമിത അറിവിന്റെ ഫലമാണെന്നും എല്ലാ കണികകളുടെയും സ്ഥാനം അറിയുന്ന ബുദ്ധിക്ക് എൻട്രോപ്പി പൂജ്യമായിരിക്കുമെന്നും ആ നിലയിൽ എല്ലാം ക്രമബദ്ധമായിരിക്കും എന്നും കരുതപ്പെടുന്നു. ഇതെല്ലാം ചേർത്ത് നോക്കുമ്പോൾ പ്രപഞ്ചം ഒരു വലിയ പ്രോഗ്രാമിനോട് ഉപമിക്കാം, പ്രോഗ്രാമിന്റെ കോഡ് മുൻകൂട്ടി എഴുതപ്പെട്ടതാണ് എന്ന ആശയം ഉയരുന്നു, പ്രോഗ്രാമിനുള്ളിലെ കഥാപാത്രങ്ങൾ ഭാവി അറിയില്ലെങ്കിലും പ്രോഗ്രാം മുഴുവൻ കാണുന്ന ബുദ്ധിക്ക് എല്ലാം വ്യക്തമാകും.

സ്വാതന്ത്ര്യത്തിന്റെ ചോദ്യം ഉയരുന്നത് Determinism സ്വാതന്ത്ര്യ ഇച്ഛയെ ചോദ്യം ചെയ്യുന്നതിനാലാണ്; മനുഷ്യരുടെ തിരഞ്ഞെടുപ്പുകൾ മുൻകൂട്ടി നിശ്ചയിക്കപ്പെട്ടതാകാമെന്ന ആശയം ഇവിടെ

ശക്തമാകുന്നു, കാരണം തിരഞ്ഞെടുപ്പുകളുടെ കാരണമായ വിവരങ്ങൾ ബോധത്തിന് അപ്പുറമായിരിക്കാം, അതിലൂടെ പ്രപഞ്ചം യന്ത്രമാണോ ബോധമാണോ എന്ന ദാർശനിക ചോദ്യം ഉയരുന്നു.
പ്രപഞ്ചം ഒരു സങ്കീർണ്ണ യന്ത്രമാണെന്ന ആശയം "The Clock-work Universe" എന്ന പേരിൽ അറിയപ്പെടുന്നു, നിരവധി ശാസ്ത്രചിന്തകർ ഈ യന്ത്രസങ്കൽപത്തിൽ എത്തിച്ചേർന്നിട്ടുണ്ട്. ഭൗതികശാസ്ത്ര നിയമങ്ങൾ സ്ഥിരവും മാറ്റമില്ലാത്തവുമാണ്, ഗുരുത്വാകർഷണം, വൈദ്യുതകാന്തികത തുടങ്ങിയ നിയമങ്ങൾ സ്വഭാവം മാറ്റുന്നില്ല, പ്രപഞ്ചത്തിലെ ആറ്റങ്ങളുടെ ചലനം നിയമങ്ങൾ നിശ്ചയിക്കുന്നു, ഈ സ്ഥിരത പ്രപഞ്ചത്തെ യന്ത്രമായി തോന്നിപ്പിക്കുന്നു. കാരണവും ഫലവും എന്ന ആശയം പ്രകാരം ഓരോ സംഭവത്തിനും ഒരു കാരണമുണ്ട്, ഓരോ ഫലവും മുൻപുണ്ടായ കാരണത്തിന്റെ തുടർച്ചയാണ്, നക്ഷത്രജനനം, ഗ്രഹചലനം എന്നിവ കാരണ-ഫല നിയമത്തിന് വിധേയമാണ്, മനുഷ്യ തലച്ചോറിലെ രാസപ്രവർത്തനങ്ങളും ഈ നിയമത്തിന് കീഴിലാണ്, ഇതനുസരിച്ച് പ്രപഞ്ചം ഒരു ഭീമാകാര ഓട്ടോമാറ്റിക് യന്ത്രമാണ്.
വിവരവും പ്രോഗ്രാമിംഗും തമ്മിലുള്ള ഉപമയിൽ പ്രപഞ്ചത്തിലെ വിവരം ഒരു പ്രോഗ്രാമിംഗ് കോഡിനോട് ഉപമിക്കാം, യന്ത്രം പ്രവർത്തിക്കാൻ നിർദ്ദേശങ്ങൾ ആവശ്യമാണ്, വിവരം ആ നിർദ്ദേശങ്ങളുടെ സമാഹാരമാണ്, ഊർജ്ജം ഈ വിവര കോഡിന്റെ അടിസ്ഥാനത്തിൽ പ്രവർത്തിക്കുന്നു, അതിനാൽ പ്രപഞ്ചം കോഡിനെ അനുസരിച്ച് ചലിക്കുന്ന യന്ത്രമാണ്. ഇതിലൂടെ ഉയരുന്ന ദാർശനിക ചോദ്യങ്ങളിൽ യന്ത്രമുണ്ടെങ്കിൽ അതിന് ഒരു ഡിസൈനർ ഉണ്ടാകണമോ എന്ന ചോദ്യം പ്രസക്തമാകുന്നു, First Cause എന്ന ആശയം ഇവിടെ ഉയരുന്നു, മനുഷ്യർ യന്ത്രത്തിലെ ചെറിയ ഘടകങ്ങളാണോ എന്ന സംശയം ശക്തമാകുന്നു,

ചിന്തകളും വികാരങ്ങളും രാസപ്രവർത്തനങ്ങളുടെ ഫലമാകാമെന്ന ആശയം മുന്നോട്ട് വരുന്നു, Free Will ഉണ്ടോ ഇല്ലയോ എന്ന ചോദ്യം നിർണായകമാകുന്നു.
ശാസ്ത്രജ്ഞരുടെ നിലപാടുകളിൽ Albert Einstein പ്രപഞ്ചം കൃത്യമായ നിയമങ്ങളാൽ നയിക്കപ്പെടുന്നു എന്ന് വിശ്വസിച്ചു, Baruch Spinoza പ്രപഞ്ചത്തെ നിയമാധിഷ്ഠിത സമഗ്രതയായി കണ്ടു, "God does not play dice with the universe" എന്ന വാചകം ഡിറ്റർമിനിസത്തെ സൂചിപ്പിക്കുന്നു.
ഇതിന്റെ തുടർച്ചയായ ചിന്തയിൽ പ്രപഞ്ചം യന്ത്രമാണെങ്കിൽ ജീവിതത്തിന് അർത്ഥമുണ്ടോ എന്ന ചോദ്യം ഉയരുന്നു, കൂടാതെ ഗണിതശാസ്ത്രം ഈ യന്ത്രത്തിന്റെ ഭാഷയോ കോഡോ ആകാമെന്ന ആശയവും മുന്നോട്ടു വരുന്നു.
പ്രപഞ്ചം ഒരു യന്ത്രമാണെന്നും അത് നിയമങ്ങളാൽ നയിക്കപ്പെടുന്നതാണെന്നും കരുതുമ്പോൾ, ഈ യന്ത്രം പ്രവർത്തിക്കാൻ ഉപയോഗിക്കുന്ന "കോഡ്" അല്ലെങ്കിൽ "ഡാറ്റ" ആണ് വിവരം എന്ന ആശയം മുന്നോട്ടുവരുന്നു, കാരണം ഒരു വസ്തുവിനെ മറ്റൊന്നിൽ നിന്ന് വേർതിരിക്കുന്ന ഗുണഗണങ്ങളാണ് വിവരം. ഓരോ കണികയ്ക്കും വ്യക്തിഗത ഗുണങ്ങൾ ഉണ്ടാകും; സ്ഥാനം ഒരു അടിസ്ഥാന വിവരം ആണ്, വേഗത അല്ലെങ്കിൽ മോമെന്റം ഒരു വിവരം ആണ്, സ്പിൻ കണികയുടെ ക്വാണ്ടം ഗുണമാണ്, ചാർജ് അതിന്റെ വൈദ്യുത സ്വഭാവം വ്യക്തമാക്കുന്നു, ഈ ഗുണങ്ങളിൽ മാറ്റം വന്നാൽ കണികയുടെ സ്വഭാവം മാറും. ഘടനാപരമായ വിവരത്തിന്റെ തലത്തിൽ ഒരേ തരത്തിലുള്ള ആറ്റങ്ങൾ വ്യത്യസ്ത ക്രമത്തിൽ അടുക്കിയാൽ വ്യത്യസ്ത പദാർത്ഥങ്ങൾ രൂപപ്പെടും; വജ്രവും കരിയും കാർബൺ ആറ്റങ്ങൾ കൊണ്ടാണ് നിർമ്മിച്ചിരിക്കുന്നത്, എന്നാൽ വ്യത്യാസം ആറ്റങ്ങളുടെ ക്രമീകരണത്തിലാണ്, അതിനാൽ പദാർത്ഥം ഒരേയായാലും അതിലെ ഘടനാപരമായ വിവരം വ്യത്യസ്തമായിരിക്കും. പ്രകാശം വഴി വിവരം കൈമാറപ്പെടുന്ന രീതിയിൽ

നക്ഷത്രങ്ങളിൽ നിന്ന് വരുന്ന പ്രകാശം വിവരം വഹിക്കുന്നു, തരംഗദൈർഘ്യം പരിശോധിച്ച് രാസഘടന കണ്ടെത്താം, അതിനാൽ പ്രകാശം ഒരു വിവരം വഹിക്കുന്ന സിഗ്നൽ ആണ്. ബ്ലാക്ക് ഹോളും വിവരവും തമ്മിലുള്ള ബന്ധത്തിൽ ബ്ലാക്ക് ഹോളിലേക്ക് വീണ വസ്തുവിന്റെ വിവരം നശിക്കില്ല എന്ന ആശയം ഉണ്ട്, വിവരം ഇവന്റ് ഹോറൈസണിൽ രേഖപ്പെടുത്തപ്പെടാം, അതിനാൽ വിവരം സംരക്ഷിക്കപ്പെടുന്നു എന്ന നിയമം ഇവിടെ പ്രസക്തമാണ്. ഡി.എൻ.എയും ജീവനും തമ്മിലുള്ള ബന്ധത്തിൽ ഡി.എൻ.എ ജീവികളുടെ ഗുണങ്ങളെ നിർണ്ണയിക്കുന്ന വിവരസമാഹാരമാണ്, ഓരോ കോശത്തിലും ജീവന്റെ ബ്ലൂപ്രിന്റ് അടങ്ങിയിരിക്കുന്നു, ജീവൻ പ്രവർത്തിക്കുന്നത് വിവരത്തിന്റെ അടിസ്ഥാനത്തിലാണ്. സമഗ്രമായി നോക്കുമ്പോൾ ഊർജ്ജം യന്ത്രത്തിന്റെ വൈദ്യുതി പോലെയാണ്, വിവരം യന്ത്രത്തിന്റെ സോഫ്റ്റ്‌വെയർ അല്ലെങ്കിൽ ബ്ലൂപ്രിന്റ് ആണ്, അതിനാൽ പ്രപഞ്ചം വിവരങ്ങളുടെ അടിസ്ഥാനത്തിൽ പ്രവർത്തിക്കുന്ന സമഗ്ര യന്ത്രമാണ്.

“വിവരം” ഒരു ഡിസൈനർ എഴുതിയ കോഡ് അല്ല, മറിച്ച് പ്രകൃതിയിലെ അനുരൂപതയായി കാണപ്പെടുന്നു എന്ന നിലപാട് എമർജൻസ് എന്ന ആശയത്തോട് ബന്ധപ്പെട്ടിരിക്കുന്നു, കാരണം വിവരം ഒരു ബാഹ്യ പദ്ധതി അല്ല, ഭൗതിക ഇടപെടലുകളുടെ ഫലമാണ്. ഈ കാഴ്ചപ്പാടിൽ വിവരം ‘പ്ലാൻ’ അല്ല, ‘പ്രതിപ്രവർത്തനം’ ആണ്; ഒരു കുട്ടിക്ക് ഭാരമേറിയ വസ്തു ഉയർത്താനാകാത്തത് പ്രോഗ്രാമിംഗിന്റെ കാരണമല്ല, അത് പേശികളുടെ ഘടനയും ഗുരുത്വാകർഷണവും തമ്മിലുള്ള പൊരുത്തക്കേടാണ്, വെള്ളം താഴേക്ക് ഒഴുകുന്നത് നിർദ്ദേശം കൊണ്ടല്ല, ദ്രാവകസ്വഭാവവും ചരിവും തമ്മിലുള്ള യോജിപ്പുകൊണ്ടാണ്, അതിനാൽ രൂപവും സാഹചര്യവും തമ്മിലുള്ള സ്വാഭാവിക ബന്ധമാണ് വിവരം. പ്രാരംഭ പ്രപഞ്ചത്തിൽ അനവധി

ആറ്റ കൂട്ടിച്ചേരലുകൾ ഉണ്ടായിരിക്കാം, യോജിക്കാത്ത ഘടനകൾ തകർന്നു, യോജിച്ച ഘടനകൾ നിലനിന്നു, ഇന്ന് "പ്രപഞ്ച നിയമങ്ങൾ" എന്ന് വിളിക്കുന്നത് ഈ നിലനിൽപ്പിന്റെ മാതൃകകകളാണ്, നിയമങ്ങൾ മുൻകൂട്ടി ഉണ്ടായതല്ല, ഇടപെടലുകളിൽ നിന്ന് രൂപപ്പെട്ടവയാണ്, മനുഷ്യർ ഈ മാതൃകകകൾക്ക് "വിവരം" എന്ന പേര് നൽകുന്നു. ശാസ്ത്രത്തിൽ വിവരം ഒരു അവസ്ഥയെ വിവരണ ചെയ്യാനാണ് ഉപയോഗിക്കുന്നത്, വേഗത പോലുള്ള അളവുകൾ വിവരം ആയി രേഖപ്പെടുത്തപ്പെടുന്നു, അത് വസ്തുവിനുള്ളിലെ ചിപ്പ് അല്ല, ഗണിതസമവാക്യങ്ങൾ അവസ്ഥകൾ വിവരണം ചെയ്യുന്നു, ആ വിവരണത്തെയാണ് വിവരം എന്ന് വിളിക്കുന്നത്. ഡിസൈനർ ഇല്ലാത്ത യന്ത്രം എന്ന ആശയത്തിൽ പ്രകൃതി സ്വയം രൂപപ്പെടുന്ന സംവിധാനമായിരിക്കാം, തിരമാലകൾ ഡിസൈനറില്ലാതെ ഭൗതിക യോജിപ്പിലൂടെ രൂപപ്പെടുന്നു, അതുപോലെ പ്രപഞ്ചം ലളിതമായ പൊരുത്തപ്പെടലുകളുടെ സമാഹാരമായി കാണാം. ദാർശനികമായി നോക്കുമ്പോൾ വിവരം പദാർത്ഥത്തിന്റെ സ്വഭാവമാണ്, ഈ നിലപാട് ഭൗതികവാദ ചിന്താധാരയോട് യോജിക്കുന്നു, വിവരം മാന്ത്രിക ഘടകം അല്ല, കണക്കെടുപ്പ് രീതിയാണ്, പ്രപഞ്ചത്തിന് ലക്ഷ്യമുണ്ടോ എന്ന ചോദ്യം തുറന്ന നിലയിലാണ്, കൂടാതെ സംഭവങ്ങൾ ആകസ്മിക ഭൗതിക മാറ്റങ്ങളാകാമെന്ന സാധ്യതയും ഉയരുന്നു.

ഈ നിലപാട് മെക്കാനിസ്റ്റിക് ഡിറ്റർമിനിസം എന്ന ആശയത്തോട് യോജിക്കുന്നു, കാരണം പ്രപഞ്ചം പൊരുത്തപ്പെടലുകളുടെ അടിസ്ഥാനത്തിലാണ് പ്രവർത്തിക്കുന്നത്, യാദൃശ്ചികത നമുക്ക് തോന്നുന്നതു മാത്രം, യാഥാർത്ഥ്യത്തിൽ അവസ്ഥകൾ നിശ്ചിതമാണ് എന്ന് ഇതിൽ കരുതുന്നു. ഒരു മാറ്റം സംഭവിക്കാൻ രൂപവും സ്വഭാവവും സാഹചര്യവും യോജിക്കണം; ഹൈഡ്രജനും ഓക്സിജനും തമ്മിലുള്ള യോജിപ്പ് ജലം സൃഷ്ടിക്കുന്നു,

ആറ്റങ്ങളുടെ ഘടന അനുസരിച്ച് അവയ്ക്ക് വേറിട്ട രീതിയിൽ പ്രവർത്തിക്കാൻ സാധ്യമല്ല, പൊരുത്തപ്പെടലുകൾ മാറ്റമില്ലാത്ത ഭൗതിക നിയമങ്ങളാൽ ബന്ധിക്കപ്പെട്ടതാണ്, അതിനാൽ പ്രപഞ്ചത്തിന്റെ തുടക്കത്തിലെ അവസ്ഥ ഭാവിയിലെ എല്ലാ സംഭവങ്ങളെയും നിർണ്ണയിച്ചിരിക്കാം എന്ന ആശയം ഉയരുന്നു. ഡിറ്റർമിനിസവും സംഭവ്യതാ പ്രശ്നവും തമ്മിലുള്ള ബന്ധത്തിൽ ആകസ്മികത നമുക്ക് അനുഭവപ്പെടുന്നത് അറിവില്ലായ്മ കൊണ്ടാണ്, നാണയത്തിന്റെ ഫലം ഭൗതിക ഘടകങ്ങൾ കൃത്യമായി അറിഞ്ഞാൽ മുൻകൂട്ടി നിശ്ചയിക്കപ്പെട്ടതാണ്, പ്രപഞ്ചം അനവധി പൊരുത്തപ്പെടലുകളുടെ ഒരു തുടർച്ചയാണ്, ചെറിയ സംഭവങ്ങൾ പോലും ഒഴിവാക്കാനാവാത്തവയായിരിക്കാം. ഡിസൈനർ ഇല്ലാതെയും പ്രപഞ്ചം പ്രവർത്തിക്കാം, ഭൗതിക പൊരുത്തങ്ങൾ കൃത്യത സൃഷ്ടിക്കുന്നു, ഇത് പരിണാമ സിദ്ധാന്തത്തിലെ അഡാപ്റ്റേഷൻ ആശയത്തോട് സാമ്യമുണ്ട്, യോജിച്ച ഘടനകൾ നിലനിൽക്കും, യോജിക്കാത്ത ഘടനകൾ ഇല്ലാതാകും, ഈ പ്രക്രിയയ്ക്ക് ബുദ്ധിയോ ലക്ഷ്യമോ ആവശ്യമില്ല. ദാർശനികമായി നോക്കുമ്പോൾ ഭാവി ഇപ്പോഴേ നിലവിലുണ്ടാകാം എന്ന ആശയം ഉയരുന്നു, മനുഷ്യരുടെ പ്രവൃത്തികളും മുൻകൂട്ടി നിശ്ചയിക്കപ്പെട്ടവയായിരിക്കാം, ബോധം പൊരുത്തപ്പെടലുകളെ നിരീക്ഷിക്കുന്ന സാക്ഷിയായി മാറാം, നന്മയും തിന്മയും സംബന്ധിച്ച ധാരണകൾ ചോദ്യം ചെയ്യപ്പെടുന്നു, മനുഷ്യ പരിശ്രമത്തിന്റെ പ്രസക്തി സംശയിക്കപ്പെടുന്നു, മനുഷ്യർ ഒരു വലിയ യന്ത്രത്തിന്റെ ഘടകങ്ങളാകാം, കർമ്മം പോലും യന്ത്രത്തിന്റെ സ്വാഭാവിക ചലനമായിരിക്കാം. Mechanical Determinism ഗണിതശാസ്ത്രപരമായി സാധുവായ ആശയമായി കണക്കാക്കപ്പെടുന്നു, അതിന്റെ പ്രധാന ഉദാഹരണം ക്ലാസിക്കൽ ഫിസിക്സിലെ ഡിഫറൻഷ്യൽ ഇക്വേഷനുകളാണ്. ഒരു സിസ്റ്റത്തിന്റെ നിലവിലെ

അവസ്ഥ അറിയാമെങ്കിൽ ഭാവി കണക്കുകൂട്ടാം എന്ന ധാരണയാണ് ഇതിന്റെ അടിസ്ഥാനം; പ്രകൃതിനിയമങ്ങൾ ഒരു ഫങ്ക്ഷൻ പോലെ പ്രവർത്തിക്കുന്നു, സമയം അടിസ്ഥാനമാക്കി ഭാവിയിലെ അവസ്ഥ നിർണ്ണയിക്കാം, Newton's Laws of Motion ഡിറ്റർമിനിസത്തിന്റെ ഗണിത അടിസ്ഥാനമായി നിലകൊള്ളുന്നു, അതിനാൽ ഗ്രഹങ്ങളുടെ ഭാവിസ്ഥാനം കൃത്യമായി പ്രവചിക്കാം. Compatibility എന്ന ആശയം ഗണിതത്തിലെ Continuity യുമായി ബന്ധപ്പെട്ടിരിക്കുന്നു, കാരണം പ്രപഞ്ചത്തിലെ മാറ്റങ്ങൾ തുടർച്ചയായ വളർച്ചയാണ്, Differential Calculus ഉപയോഗിച്ച് മാറ്റത്തിന്റെ തോത് കണക്കാക്കാം, തുടർച്ച നിലനിൽക്കുന്നിടത്തോളം സിസ്റ്റം ഡിറ്റർമിനിസ്റ്റിക് ആണ്. Landauer തത്വത്തിന്റെ പശ്ചാത്തലത്തിൽ വിവരം Bit എന്ന അളവിൽ ഗണിതശാസ്ത്രപരമായി അളക്കാം, ഓരോ Compatibilityയും ലോജിക്കൽ നിയമങ്ങൾക്ക് വിധേയമാണ്, ഗണിത ലോജിക് മാറ്റമില്ലാതെ തുടരുന്നിടത്തോളം പ്രപഞ്ചം യന്ത്രസദൃശമായി കാണപ്പെടുന്നു. എന്നാൽ ഗണിതശാസ്ത്രപരമായ വെല്ലുവിളികളിൽ Chaos Theory ഡിറ്റർമിനിസ്റ്റിക് സിസ്റ്റങ്ങളിലും പ്രവചനപ്രശ്നം ഉണ്ടാക്കുന്നു, ചെറിയ Initial Condition വ്യത്യാസങ്ങൾ വലിയ ഫലങ്ങൾ സൃഷ്ടിക്കും, Butterfly Effect ഇതിന്റെ ഉദാഹരണമാണ്, സങ്കീർണ്ണത കാരണം പ്രായോഗിക കണക്കുകൂട്ടൽ അസാധ്യമായേക്കാം, കൂടാതെ Quantum Probability മൈക്രോസ്കോപ്പിക് തലത്തിൽ ബാധകമാണ്, Schrödinger Equation സാധ്യതകളെ അടിസ്ഥാനമാക്കുന്നു. ദാർശനിക നിലപാടിൽ Probability നമ്മുടെ അറിവില്ലായ്മയായിരിക്കാമെന്ന വാദമുണ്ട്, Infinite Intelligence നു എല്ലാം നിശ്ചിതമായിരിക്കാം, Mathematics പ്രപഞ്ച യന്ത്രത്തിന്റെ ഭാഷയായി കാണപ്പെടുന്നു, എന്നാൽ ഗണിതം സ്വതന്ത്രമായി നിലനിൽക്കുന്നതാണോ അല്ലെങ്കിൽ മനുഷ്യർ കണ്ടെത്തിയ വിവരണോപകരണമാണോ എന്ന ചോദ്യം തുറന്ന നിലയിൽ തുടരുന്നു.

പ്രപഞ്ചം ഒരൊറ്റ യന്ത്രമാണെന്നും അതിന് alternative ഇല്ലെന്നും ഈ നിലപാട് വാദിക്കുന്നു; സങ്കീർണ്ണത പ്രവചനശേഷിയെ ബാധിച്ചാലും compatibility ഇല്ലാതാക്കില്ല, കാരണം പ്രപഞ്ചം മുന്നോട്ടുമാത്രം ചലിക്കുന്ന യന്ത്രമാണ്, പിന്നോട്ട് ചലിപ്പിക്കാൻ ഒരു ഡിസൈനർ ആവശ്യമില്ല. Mechanical determinism ഭാവി മുൻകൂട്ടി എഴുതി വയ്ക്കണമെന്ന് നിർബന്ധിക്കുന്നില്ല, determinism സ്ഥാനവും വേഗതയും കണ്ടെത്തുന്നതിൽ അധിഷ്ഠിതമല്ല, മറിച്ച് compatibility നെ മാത്രമാണ് പ്രാധാന്യം നൽകുന്നത്; compatible അല്ലാത്ത ഘടകങ്ങൾ സംയോജിച്ചു നിലനിൽക്കില്ല, compatible അല്ലാത്തത് ഒന്നിന്റെയും കാരണം ആയി പ്രവർത്തിക്കില്ല. Compatibility Determinism അനുസരിച്ച് പ്രപഞ്ചം ഭൗതിക പൊരുത്തപ്പെടലുകളുടെ പ്രവാഹമാണ്, ആറ്റങ്ങൾ തമ്മിലുള്ള ചേർച്ച compatibility കൊണ്ടാണ്, ഒരു compatibility സംഭവിക്കുമ്പോൾ മറ്റൊരു സാധ്യതയ്ക്ക് ഇടമില്ല, സങ്കീർണ്ണത പ്രവചനപരിമിതിയാണ്, പ്രപഞ്ചത്തിലെ കൃത്യതയെ ബാധിക്കുന്നില്ല. ഇതിൽ പ്രവചനമല്ല, നിലനിൽപ്പാണ് പ്രധാനം; determinism ഭാവി പ്രവചന ഡയറി അല്ല, അത് ഭൗതിക നിർബന്ധമാണ്, ഒരു അവസ്ഥയിൽ നിന്ന് മറ്റൊന്നിലേക്ക് മാറൽ compatibility കൊണ്ടാണ്, അളക്കൽ മനുഷ്യാവശ്യമാണ്, പ്രപഞ്ചം അളക്കുന്നില്ല. കാരണ-ഫലത്തിന്റെ പുനർവ്യാഖ്യാനത്തിൽ cause and effect ഒരു ലേബൽ മാത്രമായിരിക്കാം, വ്യത്യസ്ത ഘടകങ്ങളുടെ compatibility ആണ് state transition സൃഷ്ടിക്കുന്നത്, ഒന്നും മറ്റൊന്നിന്റെ ഏക കാരണക്കാരനല്ല. Emergence ഉം സമയദിശയും തമ്മിലുള്ള ബന്ധത്തിൽ ലളിതമായ compatibility കളിൽ നിന്ന് സങ്കീർണ്ണത ഉദ്ഭവിക്കുന്നു, arrow of time compatibility യുടെ ദിശാഗതിയാണ്, പൊരുത്തപ്പെടാത്ത ഘടനകൾ നിലനിൽക്കില്ല, ഇത് Natural Selection ആശയത്തോട് സാമ്യമുണ്ട്. ദാർശനികമായി നോക്കുമ്പോൾ പ്രപഞ്ചം ലക്ഷ്യമില്ലാത്തെങ്കിലും കൃത്യമായ compatibility ശൃംഖലയാണ്, ഭാഗ്യം അല്ലെങ്കിൽ ആകസ്മികത

യാഥാർത്ഥ്യമല്ലെന്ന് വാദിക്കുന്നു, മനുഷ്യന്റെ free will compatibility യുടെ ഫലമായിരിക്കാം, തലച്ചോറിലെ രാസപ്രവർത്തനങ്ങളും compatibility കളാണ്, ബോധം പോലും compatibility യുടെ ഒരു പ്രതിഭാസമായിരിക്കാം. Correlation, Compatibility, Determinism എന്നീ ആശയങ്ങളെ ഒന്നിച്ചു വായിക്കുമ്പോൾ ഒരു ഏകീകൃത ഭൗതിക ദൃശ്യം രൂപപ്പെടുന്നു. ഇത് ഒരു അനുമാനവാദമല്ല, ഭൗതികശാസ്ത്രത്തിന്റെ തന്നെ ആന്തരിക ലജിക് പിന്തുടരുമ്പോൾ സ്വാഭാവികമായി ഉയർന്നുവരുന്ന ഒരു ഘടനയാണ്.

ആദ്യം Correlation. ക്വാണ്ടം എൻടാംഗിൾമെന്റ് നമ്മെ പഠിപ്പിക്കുന്നത് കണികകൾ സ്വതന്ത്ര ഘടകങ്ങളല്ല എന്നതാണ്. അവ പരസ്പരം ബന്ധിതമായ ഒരു ഏകാവസ്ഥയുടെ പ്രകടനങ്ങളാണ്. ബിഗ് ബാങ് സമയത്ത് മുഴുവൻ ഊർജ്ജവും ഫീൽഡുകളും ഒരൊറ്റ അവസ്ഥയിലായിരുന്നു എന്ന് സ്വീകരിച്ചാൽ, ഇന്നത്തെ എല്ലാ ഗാലക്സികളും നക്ഷത്രങ്ങളും കണികകളും ആ ആദിമാവസ്ഥയുടെ വിപുലീകരണങ്ങളാണ്. അതായത്, പ്രപഞ്ചം വേർതിരിച്ച ഘടകങ്ങളുടെ കൂട്ടായ്മയല്ല; അത് ആഴത്തിൽ കോറിലേറ്റഡ് ആയ ഒരു യൂണിറ്ററി സിസ്റ്റമാണ്.

ഇതിന് ചേർന്നാണ് Compatibility. ഒരു സംഭവത്തിന് "സാധ്യത" ഉണ്ടായതിനാൽ അത് സംഭവിക്കുന്നില്ല; ഘടനാപരമായ പൊരുത്തം ഉള്ളതിനാലാണ് അത് സംഭവിക്കുന്നത്. ഹൈഡ്രജനും ഓക്സിജനും ചേർന്ന് ജലം രൂപപ്പെടുന്നത് ഒരു തീരുമാനം കൊണ്ടല്ല, അവരുടെ ഘടനാത്മക പൊരുത്തം കൊണ്ടാണ്. ഫീൽഡുകൾ തമ്മിലുള്ള കൃത്യമായ കപ്പ്ലിംഗുകൾ ഇല്ലായിരുന്നെങ്കിൽ ആറ്റങ്ങൾ ഉണ്ടാകുമായിരുന്നില്ല. Compatible അല്ലാത്ത ഘടനകൾ നിലനിൽക്കില്ല. അതിനാൽ സംഭവിക്കുന്നത് ഒരു തിരഞ്ഞെടുപ്പല്ല, ഒരു നിർബന്ധമാണ്. Determinism ഇവിടെ സ്ഥാനവും വേഗതയും കൃത്യമായി

അളക്കുന്നതിൽ അധിഷ്ഠിതമല്ല; compatibility യുടെ അനിവാര്യതയിലാണ് അത് നിൽക്കുന്നത്.
Conservation of Information ഈ ഘടനയ്ക്ക് കൂടുതൽ ശക്തി നൽകുന്നു. വിവരം നശിക്കുന്നില്ലെങ്കിൽ ഓരോ അവസ്ഥയും മുൻ അവസ്ഥയുടെ ഗണിതപരമായ പരിവർത്തനമാണ്. ക്ലാസിക്കൽ ഫിസിക്സിൽ ചലനനിയമങ്ങൾ ഭാവിയെ നിർണ്ണയിക്കുന്നു. ക്വാണ്ടം മെക്കാനിക്സിൽ യൂണിറ്ററി ഇവല്യൂഷൻ വേവ് ഫംഗ്ഷൻ എങ്ങനെ മാറുമെന്ന് കൃത്യമായി നിർണ്ണയിക്കുന്നു. Correlation ഉം Information Conservation ഉം ചേർന്നാൽ ഓരോ പുതിയ അവസ്ഥയും മുൻ അവസ്ഥകളുടെ അനിവാര്യ ഫലമാണെന്ന നിഗമനത്തിലേക്ക് നമുക്ക് എത്താം. യാദൃശ്ചികത എന്നത് അറിവില്ലായ്മയുടെ മറ്റൊരു പേരായിരിക്കാം.
Chaos Theoryയും Quantum Probabilityയും പലപ്പോഴും non-determinism എന്ന തെളിവായി ചൂണ്ടിക്കാണിക്കപ്പെടുന്നു. എന്നാൽ Chaos practical unpredictability ആണ്, ontological randomness അല്ല. Schrödinger സമവാക്യം സ്വയം deterministic ആണ്; probability collapse വ്യാഖ്യാനപ്രശ്നമാണ്. ഒരു പരിമിത നിരീക്ഷകന്റെ അറിവില്ലായ്മ probability ആയി പ്രത്യക്ഷപ്പെടാം, എന്നാൽ സമഗ്ര ദൃഷ്ടിയിൽ അത് ഒരു കൃത്യമായ പാറ്റേൺ ആയിരിക്കാം.
Relativity ഈ ചിത്രത്തിന് സമയത്തിന്റെ ഘടന നൽകുന്നു. Space-time ഒരു നാല്-മാന ഘടനയായാൽ ഭൂതവും വർത്തമാനവും ഭാവിയും ഒരേ ഘടനയിൽ ഉൾപ്പെട്ടിരിക്കുന്നു. നാം സമയം വഴിയുള്ള യാത്ര അനുഭവിക്കുമ്പോഴും, ഭാവി “ഉണ്ടാകാൻ പോകുന്നത്” അല്ല, “ഇതിനകം ഉൾപ്പെട്ടിരിക്കുന്നത്” ആണ്. Block Universe എന്ന ആശയം Determinism നു ശക്തമായ ഭൗതിക അടിത്തറ നൽകുന്നു.
ഇവയെല്ലാം ചേർത്താൽ ഒരു സുതാര്യമായ രൂപം ലഭിക്കുന്നു: എല്ലാം തമ്മിൽ ബന്ധിതമാണ്; പൊരുത്തപ്പെടലുകൾ നിർബന്ധിതമാണ്; വിവരം

സംരക്ഷിക്കപ്പെടുന്നു; അവസ്ഥകൾ ഗണിതപരമായി പരിവർത്തനം ചെയ്യപ്പെടുന്നു; സമയം ഒരു സ്ഥിരഘടനയാണ്. അപ്പോൾ പ്രപഞ്ചം ഒരു വലിയ യൂണിറ്ററി പ്രക്രിയയായി കാണപ്പെടുന്നു, അതിൽ ഓരോ അവസ്ഥയും അനിവാര്യമാണ്.

ഇതിൽ മനുഷ്യന്റെ സ്ഥാനം എന്ത്? തലച്ചോറിലെ രാസപ്രവർത്തനങ്ങളും compatibility കളാണ്, ചിന്തകൾ ന്യൂറൽ കോറിലേഷനുകളുടെ ഫലമാണ്, തിരഞ്ഞെടുപ്പുകൾ state transition കളാണ്. Free will ഒരു പ്രാദേശിക അനുഭവമായി തോന്നാം, എന്നാൽ സമഗ്ര ഘടനയിൽ അത് deterministic പ്രക്രിയയുടെ ഉള്ളിലെ ഒരു അനുഭവപരമായ പ്രതിഭാസമായിരിക്കാം.

ഇങ്ങനെ നോക്കുമ്പോൾ Determinism ഒരു ദാർശനിക ആഗ്രഹമല്ല; Correlation, Compatibility, Information Conservation, Relativity എന്നിവ ചേർന്നുണ്ടാകുന്ന ഭൗതിക-ഗണിതപരമായ നിഗമനമായി അത് പ്രത്യക്ഷപ്പെടുന്നു.

എന്റെ നിലപാട് വ്യക്തമാണ്: പ്രപഞ്ചത്തെ മനസ്സിലാക്കാൻ ഞാൻ മൂന്ന് തലങ്ങളിൽ വാദം സ്ഥാപിക്കുന്നു—നിരീക്ഷണവും പൊരുത്തപ്പെടലും, ലോജിക്കൽ വാലിഡിറ്റി, സയന്റിഫിക് വാലിഡിറ്റി.

ആദ്യമായി, "നിരീക്ഷകൻ വിവരത്തെ മാറ്റുന്നു" എന്ന കോപ്പൻഹേഗൻ വാദത്തെ മാന്ത്രികമായി കാണുന്നില്ല. നിരീക്ഷണം എന്നത് ഭൗതിക പൊരുത്തപ്പെടലാണ്. നിരീക്ഷകൻ ഒരു പ്രത്യേക ബോധമുള്ള വ്യക്തി എന്ന നിലയിൽ പ്രത്യേകാധികാരമുള്ളവനല്ല; ഊർജ്ജമോ കണികയോ അയച്ച് സിസ്റ്റത്തിൽ ഇടപെടുന്ന മറ്റൊരു ഭൗതിക ഘടകമാണ്. നിരീക്ഷിക്കുന്ന കണികയും നിരീക്ഷിക്കപ്പെടുന്ന ഘടകവും തമ്മിൽ Compatibility സംഭവിക്കുന്നതാണ് ഫലം. ഇവിടെ ഒരു പ്രോഗ്രാം തിരുത്തൽ നടക്കുന്നില്ല; രൂപത്തിന് അനുസൃതമായ സ്വാഭാവിക ഭൗതിക പരിണാമമാണ് നടക്കുന്നത്. നിയമങ്ങൾ പുറത്തുനിന്ന് നിർദ്ദേശിക്കപ്പെടുന്നില്ല, അവ രൂപത്തിനുള്ളിലാണ് പ്രവർത്തിക്കുന്നത്. അനിശ്ചിതത്വം

നമുക്ക് അനുഭവപ്പെടുന്നത് അറിവില്ലായ്മ കൊണ്ടാണ്; Entropy പ്രവചനപരിമിതിയുടെ അളവാണ്. സകല വിവരങ്ങളും ലഭ്യമാണെങ്കിൽ അനിശ്ചിതത്വമെന്നത് ഇല്ലാതാകും എന്നതാണ് എന്റെ വാദം. അതിനാൽ നിരീക്ഷണഫലവും Deterministic തന്നെയാണ്; രൂപത്തിന് യോജിക്കുന്ന മാറ്റം മാത്രമേ സംഭവിക്കൂ. Observer Effect എന്നത് Compatibility ആയി പുനർവ്യാഖ്യാനിക്കുന്നു. ക്വാണ്ടം അനിശ്ചിതത്വം പോലും ഭൗതിക പൊരുത്തപ്പെടലുകളുടെ ഭാഗമാണ്. Consciousness എന്നത് അടുത്ത ഘട്ടത്തിൽ Compatibility അടിസ്ഥാനത്തിൽ പരിശോധിക്കേണ്ട വിഷയമാണ്.

ലോജിക്കൽ തലത്തിൽ എന്റെ വാദം ഉറച്ചതാണ്. "പൊരുത്തപ്പെടാത്ത ഒന്നും നിലനിൽക്കില്ല" എന്നത് സ്വയംസിദ്ധമാണ്. Compatibility എന്ന അടിസ്ഥാനധാരണ Tautology സ്വഭാവമുള്ളതാണെന്ന് സമ്മതിക്കുന്നു, പക്ഷേ അതാണ് അതിന്റെ ശക്തി; നിലനിൽപ്പ് തന്നെ പൊരുത്തപ്പെടലിനെ മുൻകൂട്ടി ഉൾക്കൊള്ളുന്നു. Occam's Razor അനുസരിച്ച് ബാഹ്യ ഡിസൈനറെ ചേർക്കേണ്ടതില്ല. രൂപത്തിന് അനുസൃതമായ പൊരുത്തപ്പെടൽ എന്ന ആശയം ആന്തരികമായി Consistent ആണ്. Cause-Effect ലൂപ്പുകൾ ഒഴിവാക്കാൻ ഇത് സഹായിക്കുന്നു. അതിനാൽ ലജിക്കിന്റെ തലത്തിൽ Determinism ശക്തമായി നിലനിൽക്കുന്നു.

ശാസ്ത്രീയ തലത്തിൽ വെല്ലുവിളികളെ മറച്ചുവയ്ക്കുന്നില്ല. Classical Physics ൽ മെക്കാനിക്കൽ ഡിറ്റർമിനിസം വ്യക്തമാണ്; ഗ്രഹചലനം പോലുള്ള വലിയ സിസ്റ്റങ്ങൾ കൃത്യമായി പ്രവചിക്കാം. Thermodynamics ൽ ഊർജ്ജ കൈമാറ്റം Compatibility യോട് യോജിക്കുന്നു. Self-Organization പ്രകൃതിയിൽ തെളിയിച്ച യാഥാർത്ഥ്യമാണ്; ക്രിസ്റ്റൽ രൂപീകരണം അതിന്റെ ഉദാഹരണമാണ്. എന്നാൽ Quantum Non-Determinism ശാസ്ത്രം അംഗീകരിക്കുന്നു. Bell's Theorem ലൊക്കൽ മെക്കാനിക്കൽ ഡിറ്റർമിനിസത്തെ ചോദ്യം ചെയ്യുന്നു.

Quantum Probability അനിവാര്യ ഘടകമായി തുടരുന്നു. Measurement Problem ഇന്നും തുറന്നതാണ്. Compatibility മാത്രം ഒരു നിർദ്ദിഷ്ട ഫലം ഉറപ്പാക്കുമോ എന്നത് ശാസ്ത്രീയമായി തെളിയിച്ചിട്ടില്ല.

എന്നിരുന്നാലും "വിവരം രൂപത്തിന്റെ ഗുണമാണ്" എന്ന വാദം ആധുനിക ഭൗതികശാസ്ത്രത്തിൽ പ്രസക്തമാണ്. Carlo Rovelli മുന്നോട്ടുവയ്ക്കുന്ന relational സമീപനത്തോട് എന്റെ നിലപാടിന് സാമ്യമുണ്ട്. Hidden Variable Theory പോലെ, അനിശ്ചിതത്വത്തിന് പിന്നിൽ നമുക്ക് അറിയാത്ത ഘടകങ്ങൾ ഉണ്ടാകാമെന്ന സാധ്യത തള്ളുന്നില്ല. ഇത് തെളിയിച്ചിട്ടില്ലെങ്കിലും ലോജിക്കലായി അസാധുവാക്കാനുമാകില്ല.

അതുകൊണ്ട് എന്റെ നിഗമനം സംയമിതമാണ്: പ്രപഞ്ചത്തെ Compatibility അടിസ്ഥാനത്തിലുള്ള Deterministic ശൃംഖലയായി കാണുന്നത് യുക്തിപരമായി ശക്തമാണ്. എന്നാൽ ക്വാണ്ടം തലത്തിലെ വെല്ലുവിളികൾ കാരണം ഇത് പൂർണമായി തീർന്ന ശാസ്ത്രീയ നിഗമനം അല്ല, മറിച്ച് തുടർന്നുകൊണ്ടിരിക്കുന്ന ഗൗരവമായ ഒരു ചർച്ചയാണ്. എന്റെ ലക്ഷ്യം ഭാവിയെ കൃത്യമായി പ്രവചിക്കുന്ന ഒരു ഉപകരണം കണ്ടെത്തുക എന്നതല്ല. അത് എന്റെ അന്വേഷണത്തിന്റെ ലക്ഷ്യവുമല്ല. ഭാവിയിൽ ആരെങ്കിലും അത്തരം ഒരു സാങ്കേതിക വിദ്യ കണ്ടെത്താൻ സാധ്യതയുണ്ട്; അതിനെ നിഷേധിക്കുന്നില്ല. പക്ഷേ എന്റെ പ്രാധാന്യം പ്രവചനത്തിൽ അല്ല, ഘടനയിൽ ആണ്.

ഞാൻ സ്ഥാപിക്കാൻ ശ്രമിക്കുന്നത് ഇതാണ്: പ്രപഞ്ചം ഒരു സമഗ്രവും പരസ്പരം ബന്ധിതവുമായ സംവിധാനമാണ്. ഇവിടെ ഒന്നും ഒറ്റപ്പെട്ടതായി സംഭവിക്കുന്നില്ല. ഒരു മന്ദമാരുതം വീശുന്നതും, ഒരു ഇല കാറ്റിൽ പറക്കുന്നതും, ഒരു ഇല വാടിപ്പോകുന്നതും—ഇവ എല്ലാം കാരണഫലബന്ധത്തിന്റെ ഭാഗമായി നടക്കുന്നതാണ്. യാദൃശ്ചികതയായി തോന്നുന്ന സംഭവങ്ങൾ പോലും ഏതെങ്കിലും ഭൗതിക അവസ്ഥകളുടെ അനിവാര്യ

ഫലങ്ങളാണ്.ഒരു ഇല വാടുന്നത് സൂര്യപ്രകാശം, ജലലഭ്യത, കോശങ്ങളിലെ രാസപ്രവർത്തനങ്ങൾ, അന്തരീക്ഷ ത്തിലെ മാറ്റങ്ങൾ എന്നിവയുമായി ബന്ധപ്പെട്ടിരിക്കുന്നു. ഒരു കാറ്റ് വീശുന്നത് താപവ്യത്യാസം, മർദ്ദവ്യത്യാസം, ഭൂമിയുടെ ഭ്രമണം എന്നിവയുമായി ബന്ധപ്പെട്ടിരിക്കുന്നു. അതായത്, ചെറിയ സംഭവങ്ങൾ പോലും പ്രപഞ്ചത്തിന്റെ വലിയ ഘടനയുമായി ബന്ധപ്പെട്ടു കിടക്കുന്നു.

എനിക്ക് തെളിയിക്കേണ്ടത് ഇത്രയേ ഉള്ളൂ: പ്രപഞ്ചം ഒരു comprehensive system ആണ്; ഇവിടെ നടക്കുന്ന ഓരോ സംഭവത്തിനും ഒരു കാരണം ഉണ്ട്, ഓരോ ഫലവും മുൻ അവസ്ഥകളുമായി ബന്ധപ്പെട്ടു നിൽക്കുന്നു. എല്ലാം ഏതെങ്കിലും രീതിയിൽ correlated ആണ്.

ഭാവിയെ മുഴുവൻ കണക്കുകൂട്ടുക എന്നത് എന്റെ ലക്ഷ്യമല്ല. ഞാൻ അന്വേഷിക്കുന്നത് പ്രവചനശേഷി അല്ല, മറിച്ച് ഘടനാപരമായ നിർബന്ധിതത്വമാണ്. സംഭവങ്ങൾ നടക്കുന്നത് അവ നടക്കേണ്ടതിനാലാണ്; അവയ്ക്ക് അനുയോജ്യമായ സാഹചര്യങ്ങൾ പൊരുത്തപ്പെടുന്നതിനാലാണ്.അതുകൊണ്ട് എന്റെ വാദം ലളിതമാണ്: പ്രപഞ്ചം ഒരു ഏകീകൃത സംവിധാനമാണ്, അതിൽ ഓരോ സംഭവവും കാരണഫലബന്ധത്തിന്റെ ശൃംഖലയിലെ ഒരു കണ്ണിയാണ്.പ്രപഞ്ച യന്ത്രത്തിന് ഒരു തുടക്കം ഉണ്ടോ എന്ന ചോദ്യം നിർണായകമാണ്. Compatibility അടിസ്ഥാനത്തിലുള്ള determinism സ്വീകരിച്ചാൽ, "തുടക്കം" എന്നത് ഒരു ശൂന്യത്തിൽ നിന്ന് പെട്ടെന്ന് സൃഷ്ടി എന്ന അർത്ഥത്തിൽ കാണേണ്ടതില്ല; മറിച്ച് ഒരു നിർദ്ദിഷ്ട അവസ്ഥയിൽ നിന്ന് അനിവാര്യമായ state transition എന്ന രീതിയിൽ കാണണം. ഒരു ആരംഭാവസ്ഥ ഉണ്ടായിരുന്നെങ്കിൽ പോലും, അതും അതിനു മുൻപുള്ള ഭൗതിക നിർബന്ധങ്ങളുടെ ഫലമായിരിക്കാം എന്ന നിലപാട് ഇവിടെ സാധുവാണ്.

അല്ലെങ്കിൽ അത് Eternal Universe ആണോ എന്ന ചോദ്യത്തിന്, determinism ഒരു നിർബന്ധമായ തുടക്കത്തെ ആവശ്യമാക്കുന്നില്ല. പ്രപഞ്ചം നിത്യമായ ഒരു

പ്രക്രിയയായിരിക്കാം, അവസ്ഥകളുടെ അനന്ത പരമ്പരയായിരിക്കാം. Compatibility അടിസ്ഥാനത്തിൽ നോക്കുമ്പോൾ, ഏത് മോഡലായാലും അത് അവസ്ഥകളുടെ അനിവാര്യ പൊരുത്തപ്പെടലുകളുടെ തുടർച്ചയായിരിക്കണം. തുടക്കമുള്ള മോഡലും നിത്യമായ മോഡലും ഈ ചട്ടക്കൂടിനുള്ളിൽ ഉൾക്കൊള്ളാനാകും. Big Bang ആശയവുമായി ഇത് പൊരുത്തപ്പെടുമോ എന്നത് പ്രധാനമാണ്. Big Bang ഒരു absolute beginning എന്നതിനേക്കാൾ, ഉയർന്ന സാന്ദ്രതയുള്ള ഒരു പ്രാരംഭ അവസ്ഥയിൽ നിന്ന് വിപുലീകരണം ആരംഭിച്ചതായി ആധുനിക കോസ്മോളജി വ്യാഖ്യാനിക്കുന്നു. ആ ആരംഭാവസ്ഥയിലെ ഭൗതിക നിയമങ്ങളും ഫീൽഡുകളും Compatibility പ്രകാരമാണ് പ്രവർത്തിച്ചതെങ്കിൽ, Big Bang determinismനോട് വിരുദ്ധമല്ല. ആരംഭ നിബന്ധനകൾ ഉണ്ടായിരുന്നുവെങ്കിൽ, അവയിൽ നിന്ന് തുടർന്ന് ഉണ്ടായ എല്ലാ ഘടനകളും അനിവാര്യമായ പരിണാമങ്ങളായി കാണാം.Compatibility-based determinism ബ്രഹ്മാണ്ഡോത്ഭവ സിദ്ധാന്തങ്ങളോട് ചേർന്ന് നിൽക്കുമോ എന്നത് ഇതിലൂടെ വ്യക്തമാകും: പ്രപഞ്ചം ആരംഭിച്ചതായാലും നിത്യമായാലും, സംഭവങ്ങൾ നടക്കുന്നത് പൊരുത്തപ്പെടലുകളുടെ അടിസ്ഥാനത്തിലാണ് എന്ന വാദം നിലനിൽക്കും. Inflation, cyclic models, quantum cosmology എന്നിവയൊക്കെ state transitions ആയി വായിക്കാം. Compatibility നിർബന്ധിതമാണെങ്കിൽ, ബ്രഹ്മാണ്ഡോത്ഭവവും അതിന്റെ തുടർച്ചയും ഒരേ നിയമഘടനയിൽ ഉൾപ്പെടും.അതിനാൽ determinism ഒരു പ്രത്യേക കോസ്മോളജിക്കൽ മോഡലിൽ ആശ്രയിച്ചിരിക്കുന്നില്ല; അത് ഏത് മോഡലായാലും അവസ്ഥകളുടെ അനിവാര്യ ബന്ധത്തെ കുറിച്ചുള്ള വാദമാണ്.

നിർണയവാദത്തിനു ശേഷമുള്ള സമൂഹ രൂപകൽപ്പന

(Designing Society after Determinism)

അധ്യായം –32

അനിവാര്യതയും സാമൂഹിക പരിഷ്കാരവും

(Determinism without Moral Paralysis → From Acceptance to Ethical Engineering)

ആമുഖം

നിർണയാത്മകത (determinism) ബോധ്യമായപ്പോൾ മനുഷ്യബോധത്തിൽ പതിവായി ഉയരുന്ന ഒരു സംശയം ഇതാണ്:

എല്ലാം മുൻകൂട്ടി നിശ്ചയിക്കപ്പെട്ടതാണെങ്കിൽ, സാമൂഹിക പരിഷ്കാരത്തിന് എന്ത് പ്രസക്തി?ഈ ചോദ്യം നിർണയവാദത്തിന്റെ ദൗർബല്യം വെളിപ്പെടുത്തുന്നില്ല. മറിച്ച്, അതിനെ വിധിവിശ്വാസമായി (fatalism) തെറ്റായി വായിക്കുന്നതിന്റെ ഫലമാണ് ഇത്[1]. നിർണയവാദം മനുഷ്യനെ നിഷ്ക്രിയനാക്കുന്നില്ല. അതു നൈതിക അപ്രവർത്തനത്തിലേക്ക് (moral paralysis) നയിക്കുന്നുമില്ല.നിർണയവാദം മനുഷ്യനോട് ആവശ്യപ്പെടുന്നത് ശിലയായി മാറലല്ല. അത് ആവശ്യപ്പെടുന്നത് കാരണബോധത്തോടെ പ്രവർത്തിക്കുന്ന ബുദ്ധിയായി മാറലാണ്. ഈ ഭാഗം സ്ഥാപിക്കുന്നത് ഒരു ലളിതവും ശക്തവുമായ ആശയമാണ്: സാമൂഹിക പരിഷ്കാരം കാരണശൃംഖലയിൽ നിന്നുള്ള ഒരു വിട്ടുമാറലല്ല. അത് കാരണശൃംഖലയുടെ അടുത്ത അനിവാര്യ ഘട്ടമാണ്.

പ്രസ്താവനകൾ (Propositions)

പ്രസ്താവന 1

നിർണയാത്മകത സാമൂഹിക പരിഷ്കാരത്തെ നിഷേധിക്കുന്നില്ല; സാമൂഹിക പരിഷ്കാരം തന്നെ നിർണയാത്മക കാരണശൃംഖലയുടെ അനിവാര്യമായ പരിണാമഘട്ടമാണ്.

തെളിവ് (Demonstration)
മനുഷ്യചരിത്രത്തിൽ നിലനിന്ന എല്ലാ സാമൂഹിക അനീതികളും — അടിമത്തം, ജാതിവ്യവസ്ഥ, ലിംഗഅസമത്വം, സാമ്പത്തിക ചൂഷണം — യാദൃശ്ചികമായി രൂപപ്പെട്ടവയല്ല[2]. അവ പ്രത്യേക സാമൂഹിക, സാംസ്കാരിക, സാമ്പത്തിക ഘടകങ്ങളുടെ അനിവാര്യ ഫലങ്ങളാണ്.
അതുപോലെ തന്നെ, ഈ അനീതികളെ ചോദ്യം ചെയ്യുന്ന ബോധവികാസം, വിമർശനചിന്ത, നിയമപരിഷ്കാരങ്ങൾ, വിദ്യാഭ്യാസവ്യാപനം എന്നിവയും അതേ കാരണശൃംഖലയുടെ തുടർന്നുള്ള ഘട്ടങ്ങളാണ്.അതിനാൽ സാമൂഹിക പരിഷ്കാരം നിർണയവാദത്തിന് പുറത്തുനിന്നുള്ള ഒരു ഇടപെടലല്ല.അത് നിർണയവാദത്തിന്റെ അകത്തുനിന്നുള്ള സ്വയം-തിരുത്തൽ പ്രക്രിയയാണ്.
ഇതോടെ പ്രസ്താവനം തെളിയിക്കപ്പെടുന്നു (Q.E.D.).

പ്രസ്താവന 2
“ഇത് ഇങ്ങനെ തന്നെയാകേണ്ടതായിരുന്നു” എന്ന തിരിച്ചറിവ്,
“ഇനി ഇതു മാറണം” എന്ന ആവശ്യത്തെ നിഷേധിക്കുന്നില്ല.
തെളിവ് (Demonstration)
ഒരു സംഭവം അനിവാര്യമായിരുന്നു എന്ന തിരിച്ചറിവ്, ആ സംഭവത്തിൽ നിന്ന് ഉദിക്കുന്ന ഭാവിയെ തിരുത്താനുള്ള മനുഷ്യബാധ്യത ഇല്ലാതാക്കുന്നില്ല[3].ഭൂതകാലത്തെക്കുറിച്ചുള്ള നിർണയബോധവും, ഭാവിയെക്കുറിച്ചുള്ള പരിഷ്കരണചിന്തയും പരസ്പരം വിരുദ്ധമല്ല. അവ ഒരേ യാഥാർത്ഥ്യത്തിന്റെ വ്യത്യസ്ത സമയതലങ്ങളാണ്.അനിവാര്യത അംഗീകരിക്കുന്നത് നിശ്ചലതയല്ല.അത് ദിശബോധമാണ്.ഇതോടെ പ്രസ്താവനം തെളിയിക്കപ്പെടുന്നു.

പ്രസ്താവന 3
നൈതിക അപ്രവർത്തനം (moral paralysis)
നിർണയവാദത്തിന്റെ യുക്തിഭദ്രമായ ഫലമല്ല; അത് നിർണയവാദത്തിന്റെ തെറ്റായ വ്യാഖ്യാനമാണ്.
തെളിവ് (Demonstration)
"എല്ലാം നിർണയിക്കപ്പെട്ടതാണെങ്കിൽ, ഞാൻ എന്ത് ചെയ്താലും കാര്യമില്ല" എന്ന വാദം തന്നെ നിർണയവാദത്തെ ലംഘിക്കുന്നു[4].കാരണം, "ഞാൻ എന്ത് ചെയ്യുന്നു" എന്നതും കാരണശൃംഖലയുടെ ഭാഗമാണ്.മനുഷ്യന്റെ തീരുമാനങ്ങളും വിമർശനങ്ങളും നിയമനിർമാണങ്ങളും പ്രതിഷേധങ്ങളും പരിഷ്കരണശ്രമങ്ങളും — ഇവയെല്ലാം കാരണഘടനയെ അടുത്ത ഘട്ടത്തിലേക്ക് നീക്കുന്ന ഘടകങ്ങളാണ്.അതിനാൽ നിർണയവാദം ശരിയായി ഗ്രഹിക്കുമ്പോൾ,"എനിക്ക് ഒന്നും ചെയ്യാനില്ല" എന്ന നിലപാട് നിലനിൽക്കാനാവില്ല.ഇതോടെ പ്രസ്താവനം തെളിയിക്കപ്പെടുന്നു.
വിശദീകരണ കുറിപ്പ് (Scholium)
വിധിവിശ്വാസം പറയുന്നു:"എന്ത് ചെയ്താലും ഫലം ഒരുപോലെയാകും."
നിർണയവാദം പറയുന്നു:"നീ ചെയ്യുന്നതും ഫലത്തെ നിർണയിക്കുന്ന കാരണങ്ങളിലൊന്നാണ്."ഇരുവരെയും സമമാക്കുന്നത് ദാർശനിക പിശകാണ്[5].
പ്രസ്താവന 4
അനിവാര്യതയോടുള്ള അംഗീകാരം സാമൂഹിക പരിഷ്കാരത്തിന്റെ അവസാനമല്ല; അത് നൈതിക എഞ്ചിനീയറിങ്ങിന്റെ തുടക്കമാണ്.
തെളിവ് (Demonstration)
അനിവാര്യത അംഗീകരിക്കപ്പെടുന്ന ഘട്ടത്തിൽ, കുറ്റപ്പെടുത്തൽ പിന്നിലാകുന്നു. അതിനൊപ്പം തന്നെ, രൂപകൽപ്പന (design) മുന്നിലെത്തുന്നു.
ചോദ്യം മാറുന്നു: "ആരാണ് കുറ്റക്കാരൻ?" എന്നതിൽ നിന്ന് "ഏത് സാഹചര്യങ്ങളാണ് ഇത്തരം പ്രവൃത്തികൾ

സൃഷ്ടിക്കുന്നത്?" എന്നതിലേക്ക്.ഇവിടെ നിന്നാണ് ethical engineering ആരംഭിക്കുന്നത്[6].

നിയമങ്ങൾ, വിദ്യാഭ്യാസസംവിധാനങ്ങൾ, സാമ്പത്തിക ഘടനകൾ, ശിക്ഷാനയങ്ങൾ, സാമൂഹിക പ്രോത്സാഹനങ്ങൾ — എല്ലാം കാരണം–ഫലം ബന്ധത്തിന്റെ അടിസ്ഥാനത്തിൽ പുനർരൂപകൽപ്പന ചെയ്യപ്പെടുന്നു.

ഇത് ധാർമ്മികതയുടെ ഉപേക്ഷണമല്ല.ഇത് ധാർമ്മികതയുടെ ശാസ്ത്രീയീകരണമാണ്. ഇതോടെ പ്രസ്താവനം തെളിയിക്കപ്പെടുന്നു.

പ്രസ്താവന 5

നിർണയാത്മക ലോകത്ത് ധാർമ്മികത കുറ്റവിധിയുടെ ഭാഷയിൽ നിന്ന് സിസ്റ്റം ഡിസൈൻ എന്ന ഭാഷയിലേക്കാണ് മാറുന്നത്.

തെളിവ് (Demonstration)

മനുഷ്യചരിത്രം പരിശോധിക്കുമ്പോൾ ഒരു വ്യക്തമായ മാതൃക കാണാം:

കാരണബന്ധങ്ങൾ കൂടുതൽ വ്യക്തമായി ഗ്രഹിക്കപ്പെടുമ്പോൾ, അന്ധശിക്ഷയും പ്രതികാരനീതിയും പിന്മാറുന്നു[7].അവയുടെ സ്ഥാനത്ത് പുനരധിവാസം, ഹാനികുറവ്, പ്രതിരോധപരമായ നയങ്ങൾ എന്നിവ ഉയരുന്നു.ഈ മാറ്റം "സ്വതന്ത്ര ഇച്ഛ" കണ്ടെത്തിയതുകൊണ്ടല്ല.

ഇത് കാരണബോധം വർദ്ധിച്ചതുകൊണ്ടാണ്.അതിനാൽ സാമൂഹിക പുരോഗതി നിർണയവാദത്തിന്റെ പരാജയം അല്ല.അത് നിർണയവാദത്തിന്റെ പകുതയാണ്.ഇതോടെ പ്രസ്താവനം തെളിയിക്കപ്പെടുന്നു.

അവസാന നിരീക്ഷണം (Concluding Remark of Part VI)

നിർണയവാദം മനുഷ്യനെ നിഷ്ക്രിയനാക്കുന്നില്ല; അത് സാമൂഹ്യ നിർമ്മാതാവാക്കുന്നു. സ്വയം, സമൂഹം, സ്ഥാപനങ്ങൾ, നിയമങ്ങൾ എല്ലാം കാരണബോധത്തോടെ പുനർരൂപകൽപ്പന ചെയ്യുന്ന എഞ്ചിനീയർ എന്ന നിലയിലേക്ക് ഉയരാൻ ആണ് നിർണ്ണയവാദം ആഹ്വാനം

ചെയ്യുന്നത്. അനിവാര്യതയെ അംഗീകരിക്കുന്നത് ചരിത്രത്തെ സ്നേഹിക്കലല്ല.
അത് ചരിത്രത്തെ വ്യക്തമായി കാണലാണ്.
അവിടെ നിന്നാണ് നൈതിക അപ്രവർത്തനം അല്ല, നൈതിക എഞ്ചിനീയറിംഗ് ഉദിക്കുന്നത്.
നൈതിക വിദ്വേഷമില്ലാത്ത രാഷ്ട്രീയം*(Politics without Moral Hatred)*
രാഷ്ട്രീയം മനുഷ്യചരിത്രത്തിലെ ഏറ്റവും ശക്തമായ വികാരോത്തേജക വേദികളിലൊന്നാണ്. നീതി, അധികാരം, വിഭവവിതരണം, തിരിച്ചറിയൽ, സുരക്ഷ, ഭയം തുടങ്ങിയ അടിസ്ഥാന മനുഷ്യപ്രശ്നങ്ങൾ രാഷ്ട്രീയത്തിലേക്ക് കടക്കുമ്പോൾ, അവ ശുദ്ധമായ നയസംവാദങ്ങളായി നിലനിൽക്കാറില്ല. അവ ധാർമ്മിക വിധികളായി (moral judgements) പരിവർത്തനം ചെയ്യപ്പെടുന്നു.
ഈ ധാർമ്മിക വിധികളാണ് രാഷ്ട്രീയത്തെ നൈതിക വിദ്വേഷത്തിന്റെ (moral hatred) വേദിയാക്കുന്നത്.
എതിരാളി തെറ്റിദ്ധരിച്ചവനല്ല; ദുഷ്ടനാണ്. അവന്റെ നിലപാട് തെറ്റായതല്ല; അധാർമ്മികമാണ്. ഇങ്ങനെ രാഷ്ട്രീയം പതുക്കെ നയവിവാദത്തിൽ നിന്ന് ധാർമ്മിക യുദ്ധത്തിലേക്ക് മാറുന്നു.
നിർണയാത്മക ലോകദർശനം (deterministic worldview) ഈ രാഷ്ട്രീയ വികാരഘടനയെ അതിന്റെ അടിത്തറയിൽ തന്നെ ചോദ്യം ചെയ്യുന്നു. കാരണം, വ്യക്തികളും കൂട്ടായ്മകളും സ്വീകരിക്കുന്ന രാഷ്ട്രീയ നിലപാടുകൾ പോലും അവരുടെ ജൈവ–സാംസ്കാരിക–ചരിത്രപരമായ കാരണശൃംഖലകളുടെ അനിവാര്യ ഫലങ്ങളാണ്[8]. ഇവിടെ മുന്നോട്ടുവയ്ക്കുന്ന വാദം ലളിതവും കടുപ്പമുള്ളതുമാണ്: രാഷ്ട്രീയം അനിവാര്യമാണ്.പക്ഷേ നൈതിക വിദ്വേഷം അനിവാര്യമല്ല.

പ്രസ്താവനകൾ (Propositions)
പ്രസ്താവന 6
രാഷ്ട്രീയ നിലപാടുകൾ വ്യക്തികളുടെ സ്വതന്ത്ര ധാർമ്മിക ദുഷ്ടതയുടെ ഫലമല്ല; അവ സാമൂഹിക–ചരിത്രപരമായ നിർണയങ്ങളുടെ അനിവാര്യ പ്രകടനങ്ങളാണ്.
തെളിവ് (Demonstration)
ഒരു വ്യക്തി വലതുപക്ഷമോ ഇടതുപക്ഷമോ, മതപരമോ മതേതരമോ, ദേശീയവാദിയോ ആകുന്നത് യാദൃശ്ചികമല്ല. ബാല്യപരിസരം, വിദ്യാഭ്യാസം, സാമ്പത്തിക അവസ്ഥ, തൊഴിൽസുരക്ഷ, മാധ്യമങ്ങൾ, സാമൂഹിക ഭീഷണികൾ, സുരക്ഷാഭയം, സാംസ്കാരിക പാരമ്പര്യം — ഈ ഘടകങ്ങൾ ചേർന്നാണ് രാഷ്ട്രീയ ബോധം രൂപപ്പെടുന്നത്[9].
ഈ സാഹചര്യങ്ങൾ വ്യക്തി സ്വയം തിരഞ്ഞെടുത്തതല്ല. അവ അവനിലേക്ക് ലഭിക്കുന്നവയാണ്. അതിനാൽ "അവൻ അങ്ങനെ ചിന്തിക്കുന്നത് അവന്റെ ദുഷ്ടത കൊണ്ടാണ്" എന്ന വ്യാഖ്യാനം കാരണശൃംഖലയെ അവഗണിക്കുന്ന ലളിതീകരണമാണ്.
ഇതിനാൽ രാഷ്ട്രീയ എതിരാളിയെ "നൈതികമായി ദുഷ്ടൻ" എന്ന നിലയിൽ കാണുന്നത് ദാർശനികമായി അസാധുവാണ്.
ഇതോടെ പ്രസ്താവനം തെളിയിക്കപ്പെടുന്നു (Q.E.D.).
അനുബന്ധ നിഗമനം (Corollary) 1
രാഷ്ട്രീയ അഭിപ്രായഭിന്നത ധാർമ്മിക വിധിയുടെ അടിസ്ഥാനമാകാൻ കഴിയില്ല; അത് കാരണപരമായ വ്യത്യാസത്തിന്റെ പ്രകടനമാണ്[10].
പ്രസ്താവന 7
നൈതിക വിദ്വേഷം രാഷ്ട്രീയം മെച്ചപ്പെടുത്തുന്നില്ല; അത് രാഷ്ട്രീയ സംവിധാനങ്ങളെ കൂടുതൽ അക്രമപരവും അന്ധവുമായതാക്കുന്നു.
തെളിവ് (Demonstration)
ചരിത്രം സാക്ഷ്യപ്പെടുത്തുന്നത് ഇതാണ്: രാഷ്ട്രീയ വിദ്വേഷം എപ്പോഴും "നാം vs അവർ" എന്ന മാനസിക

ഘടന സൃഷ്ടിച്ചിട്ടുണ്ട്. ഈ ഘടനയിൽ എതിരാളി മനുഷ്യനല്ല; ഒരു "അപായം" മാത്രമാണ്[11].
ഈ ദേഹീകരണമില്ലായ്മ (dehumanization) അക്രമത്തെ ന്യായീകരിക്കുന്നു, നിയമലംഘനങ്ങളെ ധാർമ്മിക കടമകളായി ചിത്രീകരിക്കുന്നു, ഒടുവിൽ രാഷ്ട്രീയ സംവിധാനങ്ങളെ സ്വയം നശിപ്പിക്കുന്ന നിലയിലേക്ക് നയിക്കുന്നു.അതിനാൽ നൈതിക വിദ്വേഷം രാഷ്ട്രീയത്തിലെ ശക്തിയല്ല.
അത് രാഷ്ട്രീയത്തിന്റെ ബൗദ്ധിക പരാജയമാണ്.
ഇതോടെ പ്രസ്താവനം തെളിയിക്കപ്പെടുന്നു.
വിശദീകരണ കുറിപ്പ് (Scholium)
നൈതിക വിദ്വേഷം പലപ്പോഴും "ഞങ്ങൾ നല്ലവരാണ്" എന്ന ആത്മധാർമ്മിക മയക്കത്തിലാണ് (moral intoxication) ഉദിക്കുന്നത്. എന്നാൽ ഈ മയക്കം തന്നെയാണ് രാഷ്ട്രീയ വിവേചനശേഷിയെ നശിപ്പിക്കുന്നത്[12]. ഈ വിദ്വേഷം ബോധത്തെ ചുരുക്കുന്നു; കാരണബോധത്തെ അടച്ചുപൂട്ടുന്നു.
പ്രസ്താവന 8
നിർണയാത്മക രാഷ്ട്രീയബോധം വിദ്വേഷത്തെ ഇല്ലാതാക്കുന്നു; എന്നാൽ വിമർശനത്തെയും പ്രതിരോധത്തെയും ഇല്ലാതാക്കുന്നില്ല.
തെളിവ് (Demonstration)
നൈതിക വിദ്വേഷമില്ലാത്ത രാഷ്ട്രീയം "എല്ലാം ശരിയാണ്" എന്ന നിലപാടല്ല.
അത് "എല്ലാം കാരണപരമാണ്" എന്ന നിലപാടാണ്.ഈ നിലപാടിൽ, തെറ്റായ നയങ്ങളെ ശക്തമായി എതിർക്കാം. പക്ഷേ അതിന് പിന്നിലെ മനുഷ്യരെ ദുഷ്ടന്മാരായി പ്രഖ്യാപിക്കേണ്ടതില്ല[13]. നയം വിമർശിക്കപ്പെടുന്നു; മനുഷ്യൻ വിശകലനം ചെയ്യപ്പെടുന്നു.ഇതാണ് നിർണയാത്മക രാഷ്ട്രീയത്തിന്റെ നിർണ്ണായക വ്യത്യാസം. ഇതോടെ പ്രസ്താവനം തെളിയിക്കപ്പെടുന്നു.
അനുബന്ധ നിഗമനം (Corollary) 2

രാഷ്ട്രീയ പോരാട്ടം നിലനിൽക്കുന്നു.പക്ഷേ അത് വിദ്വേഷത്തിന്റെ ഭാഷയിൽ നിന്ന് ഡിസൈൻ–പരിഷ്കാരത്തിന്റെ ഭാഷയിലേക്കാണ് മാറുന്നത്[14].

പ്രസ്താവന 9

നൈതിക വിദ്വേഷമില്ലാത്ത രാഷ്ട്രീയം ഭീതിയില്ലാത്ത ധൈര്യത്തെ വളർത്തുന്നു; കാരണം അത് തിരിച്ചറിയൽ സംരക്ഷണത്തിൽ അല്ല, ഫലപരമായ പരിഷ്കാരത്തിൽ കേന്ദ്രീകരിക്കുന്നു.

തെളിവ് (Demonstration)

നൈതിക വിദ്വേഷം രാഷ്ട്രീയത്തെ തിരിച്ചറിയൽ യുദ്ധമാക്കുന്നു. അവിടെ തോൽവി അസ്തിത്വനാശമായി അനുഭവപ്പെടുന്നു.എന്നാൽ നിർണയാത്മക രാഷ്ട്രീയത്തിൽ, രാഷ്ട്രീയ നിലപാട് വ്യക്തിയുടെ സാരത്വമല്ല. അത് മാറാവുന്ന ഒരു കോൺഫിഗറേഷൻ മാത്രമാണ്[15].ഇത് രാഷ്ട്രീയ സംഭാഷണത്തെ സുരക്ഷിതമാക്കുന്നു. സംവാദം സാധ്യമാകുന്നു. പരിഷ്കാരം പ്രായോഗികമാകുന്നു.ഇതോടെ പ്രസ്താവനം തെളിയിക്കപ്പെടുന്നു.

അവസാന നിരീക്ഷണം

നൈതിക വിദ്വേഷമില്ലാത്ത രാഷ്ട്രീയം ദുർബലതയല്ല. അത് ഉയർന്ന ബൗദ്ധിക പക്വതയുടെ അടയാളമാണ്. നിർണയവാദം രാഷ്ട്രീയം ശീതളമാക്കുന്നില്ല.അത് രാഷ്ട്രീയത്തെ ശുദ്ധീകരിക്കുന്നു.എതിരാളിയെ നശിപ്പിക്കേണ്ട ശത്രുവായി കാണുന്ന രാഷ്ട്രീയത്തിൽ നിന്ന്,സാഹചര്യങ്ങൾ തിരുത്തേണ്ട സംവിധാനമായി കാണുന്ന രാഷ്ട്രീയത്തിലേക്കുള്ള മാറ്റമാണ് ഇത്. ഇവിടെ ശത്രുക്കൾ ഇല്ല , പരിഹരിക്കേണ്ട പ്രശ്നങ്ങൾ മാത്രമാണ് ഉള്ളത്. വിദ്വേഷത്തിലൂടെയല്ല, കാരണബോധത്തിലൂടെയും നൈതിക നിർമ്മിതിയിലൂടെ അവ പരിഹരിക്കപ്പെടേണ്ടതാണ്.

(1) ഉത്തരവാദിത്വത്തിന്റെ പുനർനിർവചനം

നിർണയാത്മക സമൂഹദർശനത്തിൽ "ഉത്തരവാദിത്വം" എന്ന ആശയം ഇല്ലാതാകുന്നില്ല; അത് പുനർവ്യാഖ്യാനിക്കപ്പെടുന്നു. Desert എന്ന ധാരണ — "അർഹിച്ചതിനാൽ ശിക്ഷ" — നിർബന്ധമായ ഒരു അടിത്തറയല്ല. എന്നാൽ അതിന്റെ സ്ഥാനത്ത് ഒരു കൂടുതൽ കൃത്യമായ നിർവചനം ഉയരുന്നു: ഉത്തരവാദിത്വം ഒരു **predictive correction mechanism** ആണ്. ഒരു വ്യക്തിയുടെ പ്രവൃത്തികൾ ഭാവിയിൽ ഹാനി സൃഷ്ടിക്കാനുള്ള സാധ്യത കാണിച്ചാൽ, സമൂഹം അതിനെ തിരുത്താൻ ഇടപെടുന്നു. ഈ ഇടപെടൽ പ്രതികാരമല്ല; ഭാവി പ്രവചനത്തെ അടിസ്ഥാനമാക്കിയുള്ള ഘടനാപര പരിഷ്കാരമാണ്. "അവൻ അർഹിക്കുന്നു" എന്ന ഭാഷ ഒഴിവാകാം, പക്ഷേ "ഈ പെരുമാറ്റം തിരുത്തണം" എന്ന ആവശ്യകത നിലനിൽക്കും.

ഇവിടെ ഉത്തരവാദിത്വം metaphysical കുറ്റബോധമല്ല; അത് ഭാവി state transitions നിയന്ത്രിക്കുന്ന ഒരു പ്രായോഗിക ഉപകരണം ആണ്.

(2) ശക്തിസംഘടനകളും പ്രതിരോധവും

Marx അധികാരഘടനകളെ സാമ്പത്തിക അടിത്തറയിൽ നിന്ന് വായിച്ചു. Foucault അധികാരം അറിവിലും ശാസനയിലും എങ്ങനെ പ്രവർത്തിക്കുന്നു എന്ന് വിശകലനം ചെയ്തു. Deterministic മാതൃക ഈ വിശകലനങ്ങളെ ദുർബലമാക്കുന്നില്ല; മറിച്ച് കൂടുതൽ വ്യക്തത നൽകുന്നു.

Political power asymmetry ഒരു യാഥാർത്ഥ്യമാണ്. അധികാരം കേന്ദ്രീകൃതമായാൽ അടിച്ചമർത്തൽ സാദ്ധ്യത ഉയരും. നിർണയാത്മക സമീപനം oppression-നെ നിഷേധിക്കുന്നില്ല; അത് അതിന്റെ കാരണഘടനയെ തുറന്നു കാണിക്കുന്നു.

ഇവിടെ നിർണായകമായ വ്യത്യാസം ഇതാണ്:

Hatred ഇല്ലാതാക്കുക ≠ Resistance ഇല്ലാതാക്കുക.

Oppression-നെ ശക്തമായി എതിർക്കാം. നിയമപരമായും രാഷ്ട്രീയപരമായും സംഘടിതമായും പ്രതികരിക്കാം. എന്നാൽ അത് "ശത്രുവിനെ നശിപ്പിക്കണം" എന്ന വിദ്വേഷഭാഷയിൽ ആവശ്യമില്ല. Structural injustice-നെ dismantle ചെയ്യുന്നത് ദാർശനികമായി സാധുവാണ്. വ്യക്തികളെ ദുഷ്ടന്മാരായി പ്രഖ്യാപിക്കുന്നത് നിർബന്ധമല്ല.

Deterministic രാഷ്ട്രീയം അതിനാൽ ദുർബലമല്ല; അത് കൂടുതൽ കൃത്യമാണ്. അത് പ്രതികാരരാഷ്ട്രീയത്തെ പകരം redesign രാഷ്ട്രീയം മുന്നോട്ട് വയ്ക്കുന്നു.

(3) വികാരങ്ങളുടെ യാഥാർത്ഥ്യം

രാഷ്ട്രീയ വികാരങ്ങളെ പൂർണ്ണമായും rationalize ചെയ്യുന്നത് അപകടകരമാണ്. Anger യാഥാർത്ഥ്യമാണ്. അത് ഒരു **causal signal** ആണ്. അനീതിയുടെ അനുഭവത്തിൽ നിന്ന് ഉയരുന്ന ഒരു ശക്തമായ പ്രതികരണമാണ് കോപം. അത് സാമൂഹിക സിസ്റ്റത്തിൽ ഒരു അസന്തുലിതാവസ്ഥയുണ്ടെന്ന് സൂചിപ്പിക്കുന്ന സിഗ്നലായി പ്രവർത്തിക്കുന്നു.

എന്നാൽ Anger → Hatred എന്ന പരിവർത്തനം അപകടകരമാണ്.

Anger = അസന്തുലിതാവസ്ഥയോട് ഉള്ള പ്രതികരണം.

Hatred = എതിരാളിയെ മനുഷ്യനല്ലാത്തവനായി ചിത്രീകരിക്കുന്ന ദേഹീകരണമില്ലായ്മ.

Anger സാമൂഹിക പരിഷ്കാരത്തിന് ഇന്ധനമാകാം. Hatred പരിഷ്കാരത്തെ നശിപ്പിക്കുന്ന വിഷമായി മാറാം. അതിനാൽ deterministic രാഷ്ട്രീയത്തിൽ വികാരങ്ങൾ അടിച്ചമർത്തപ്പെടുന്നില്ല; അവ രൂപാന്തരപ്പെടുന്നു. കോപം നിലനിൽക്കും, പക്ഷേ അത് causal analysis-ന്റെ പ്രകാശത്തിൽ പ്രവർത്തിക്കും.

സമഗ്ര വ്യക്തീകരണം

നിർണയവാദം:

- ഉത്തരവാദിത്വം ഇല്ലാതാക്കുന്നില്ല; desert-നെ predictive correction ആയി മാറ്റുന്നു.
- പ്രതിരോധം ഇല്ലാതാക്കുന്നില്ല; വിദ്വേഷത്തെ ഒഴിവാക്കുന്നു.

• വികാരങ്ങളെ നിഷേധിക്കുന്നില്ല; അവയെ causal signals ആയി പുനർവായിക്കുന്നു.

ഇവ ചേർന്നാണ് "നൈതിക വിദ്വേഷമില്ലാത്ത രാഷ്ട്രീയം" എന്ന ആശയം ബൗദ്ധികമായി പൂർണ്ണത കൈവരിക്കുന്നത്. ഇവിടെ ദുർബലതയില്ല.ഇവിടെ കൂടുതൽ കൃത്യത മാത്രമേയുള്ളൂ.

References

1. Spinoza, B. (1677). *Ethics*. Amsterdam.
2. Marx, K. (1859). *A Contribution to the Critique of Political Economy*. Berlin.
3. Nietzsche, F. (1887). *On the Genealogy of Morality*. Leipzig.
4. Dennett, D. C. (2003). *Freedom Evolves*. Viking Press.
5. Strawson, G. (1994). *Mental Reality*. MIT Press.
6. Skinner, B. F. (1971). *Beyond Freedom and Dignity*. New York.
7. Foucault, M. (1975). *Discipline and Punish*. Paris.
8. Spinoza, B. (1677). *Ethics*. Amsterdam.
9. Marx, K. (1845). *The German Ideology*. Berlin.
10. Dennett, D. C. (2003). *Freedom Evolves*. Viking Press.
11. Arendt, H. (1963). *Eichmann in Jerusalem*. New York.
12. Nietzsche, F. (1887). *On the Genealogy of Morality*. Leipzig.
13. Foucault, M. (1975). *Discipline and Punish*. Paris.
14. Rawls, J. (1971). *A Theory of Justice*. Harvard University Press.
15. Sapolsky, R. (2017). *Behave*. Penguin Press.

നിർണയവാദത്തിനു ശേഷമുള്ള സമൂഹ രൂപകൽപ്പന (Designing Society after Determinism)

അധ്യായം 33

നിർണയിക്കപ്പെട്ട ഭൂതകാലവും രൂപകൽപ്പന ചെയ്യപ്പെടുന്ന ഭാവിയും

(Determined Past, Designed Future)

നിർണയവാദം (Determinism) ഒരു ലളിതമായ സത്യം മുന്നോട്ടുവയ്ക്കുന്നു: ഭൂതകാലം നിർണയിക്കപ്പെട്ടതാണ്. അതിന്റെ നേരിട്ടുള്ള, എന്നാൽ പലപ്പോഴും ഭയപ്പെടുന്ന, തുടർച്ച ഇതാണ്: ഭാവിയും നിർണയിക്കപ്പെട്ടതാണ്. ഈ വാചകം മനുഷ്യബോധത്തിൽ പലപ്പോഴും നിശ്ചലത (fatalism) സൃഷ്ടിക്കുന്നു. എന്നാൽ ഈ പ്രതികരണം തന്നെ ഒരു ദാർശനിക തെറ്റിദ്ധാരണയാണ്.

നിർണയവാദം അനിവാര്യതയെ (necessity) നിഷേധിക്കുന്നില്ല; അതിനെ വിശദീകരിക്കുന്നു. അനിവാര്യതയെ വിശദീകരിക്കുന്നിടത്താണ് മനുഷ്യന്റെ പങ്ക് അവസാനിക്കുകയല്ല, മറിച്ച് ആരംഭിക്കുകയാണ്. കാരണം, നിർണയിക്കപ്പെട്ട ഭാവി എന്നത് മനുഷ്യന്റെ പ്രവർത്തനങ്ങൾ ഉൾക്കൊള്ളുന്ന ഒരു ഭാവിയാണ്; മനുഷ്യൻ തന്നെ കാരണശൃംഖലയുടെ (causal chain) ഒരു ഘടകമായതിനാൽ.

സ്പിനോസ (Spinoza) ഇത് വ്യക്തമായി പറഞ്ഞു: സ്വാതന്ത്ര്യം (freedom) അനിവാര്യതയിൽ നിന്നുള്ള രക്ഷപ്പെടൽ അല്ല; അനിവാര്യതയെ ബോധപൂർവ്വം മനസ്സിലാക്കലാണ്[1]. ഈ ബോധ്യത്തോടെ മനുഷ്യൻ ഇനി ഭൂതകാലത്തെക്കുറിച്ച് കുറ്റവിചാരണ നടത്തുന്ന ജഡ്ജിയല്ല; മറിച്ച് ചരിത്രത്തിന്റെ നിരീക്ഷകനാണ് (observer of history).

യുദ്ധങ്ങൾ, അടിമത്തം, അസമത്വം, സാമൂഹിക ക്രൂരതകൾ — ഇവയെല്ലാം "ദുഷ്ട മനുഷ്യരുടെ

തീരുമാനങ്ങൾ" എന്ന നൈതിക ഭാഷയിൽ വായിക്കുന്നത് നിർണയവാദത്തിനു ശേഷം അസാധുവാകുന്നു. അവ സാമൂഹിക, സാമ്പത്തിക, സാങ്കേതിക ഘടനകളുടെ അനിവാര്യ വിരിയലുകളാണ്[2]. ഈ നിരീക്ഷക സ്ഥാനം മനുഷ്യനെ നിരാശയിലേക്കല്ല നയിക്കുന്നത്; മറിച്ച് ബോധത്തിലേക്കാണ്.

ഇവിടെയാണ് മനുഷ്യന് ഒരു പുതിയ ഉത്തരവാദിത്വം (responsibility) ലഭിക്കുന്നത്. ഭൂതകാലത്തെ നിരീക്ഷിക്കുന്ന മനുഷ്യൻ, ഭാവിയിലേക്ക് പദ്ധതി നിർമ്മാതാവായി (planner) മാറുന്നു. കാരണബന്ധങ്ങൾ തിരിച്ചറിയുന്നവന് അവ പുനഃക്രമീകരിക്കാനുള്ള യോഗ്യത സ്വാഭാവികമായി ലഭിക്കുന്നു. ഇതാണ് നിർണയവാദത്തിന്റെ ഏറ്റവും വലിയ വിപ്ലവം.

ഇവിടെ ഉത്തരവാദിത്വം പിന്നോട്ടല്ല (retrospective), മുന്നോട്ടാണ് (prospective). "ആരാണ് കുറ്റക്കാരൻ" എന്ന ചോദ്യം മാറി "ഇത് വീണ്ടും സംഭവിക്കാതിരിക്കാൻ എന്ത് മാറ്റം വരുത്തണം" എന്ന ചോദ്യം വരുന്നു[3]. ഇതാണ് നിർണയവാദം മനുഷ്യനെ ഒരു നൈതിക അഭിനേതാവിൽ നിന്ന് ഒരു സാമൂഹിക ശില്പിയായി (social architect) മാറ്റുന്നത്.

വിദ്യാഭ്യാസം, ശീലം, സാങ്കേതികത
(Education, Habit, Technology as Ethical Infrastructure)

നിർണയവാദത്തിനു ശേഷം വിദ്യാഭ്യാസത്തിന്റെ (education) അർത്ഥം തന്നെ മാറുന്നു. പരമ്പരാഗത വിദ്യാഭ്യാസം ധാർമ്മിക ഉപദേശത്തിലാണ് (moral exhortation) കേന്ദ്രീകരിച്ചത്: "നല്ലത് തിരഞ്ഞെടുക്കുക", "ചീത്ത ഒഴിവാക്കുക". എന്നാൽ നിർണയവാദം ഈ ഭാഷയെ ശൂന്യമാക്കുന്നു. മനുഷ്യന്റെ പെരുമാറ്റം സ്വതന്ത്ര തെരഞ്ഞെടുപ്പുകളുടെ ശൃംഖലയല്ല; അത് ശീലങ്ങളുടെ (habits) സ്ഥിരതയാണ്.

ന്യൂറോസയൻസ് (neuroscience) ഇത് സ്ഥിരീകരിക്കുന്നു. ഓരോ ശീലവും ഒരു നാഡീപാതയാണ് (neural pathway). പെരുമാറ്റം എന്നത് നാഡീക്രമീകരണങ്ങളുടെ (neural configurations) പ്രകടനമാണ്[4]. അതിനാൽ വിദ്യാഭ്യാസം ഇനി മൂല്യങ്ങൾ പകരുന്ന പ്രഭാഷണമല്ല; അത് നാഡീപുനർക്രമീകരണത്തിന്റെ (neural reconditioning) സാമൂഹിക സംവിധാനമാണ്.

ഇവിടെ ശീലം (habit) നൈതികതയുടെ പുതിയ കേന്ദ്രമാകുന്നു. ധാർമ്മികത (ethics) ഇനി നിയമങ്ങളുടെയും ശിക്ഷയുടെയും ഭാഷയിൽ അല്ല; ശീലങ്ങളുടെയും പരിസ്ഥിതിയുടെയും ഭാഷയിലാണ് സംസാരിക്കുന്നത്. ഒരു സമൂഹം ഏത് ശീലങ്ങളെ പ്രോത്സാഹിപ്പിക്കുന്നു, ഏത് ശീലങ്ങളെ ശിക്ഷിക്കുന്നു, ഏത് ശീലങ്ങളെ സ്വാഭാവികമാക്കുന്നു — ഇതാണ് അതിന്റെ യഥാർത്ഥ നൈതിക ഘടന.

ഫൂക്കോ (Foucault) പറഞ്ഞത് പോലെ, ആധുനിക അധികാരം ശിക്ഷിക്കുന്നില്ല; അത് ശീലിപ്പിക്കുന്നു (discipline)[5]. നിർണയവാദം ഈ വിശകലനത്തെ പൂർത്തിയാക്കുന്നു. കുറ്റവാളിയെ ശിക്ഷിക്കുന്നതിനു പകരം, കുറ്റം ഉത്പാദിപ്പിക്കുന്ന ഘടനകളെ മാറ്റുക എന്നതാണ് നൈതികതയുടെ യഥാർത്ഥ ദൗത്യം.

ഇവിടെയാണ് സാങ്കേതികത (technology) നിർണായകമാകുന്നത്. ആൽഗോരിതങ്ങൾ (algorithms) മനുഷ്യനെ നിയന്ത്രിക്കുന്നില്ല; മനുഷ്യൻ എത്രമാത്രം നിയന്ത്രണാധീനനാണെന്ന് വെളിപ്പെടുത്തുന്നു. ഉപഭോഗം, രാഷ്ട്രീയം, വികാരങ്ങൾ, പ്രതികരണങ്ങൾ — എല്ലാം പ്രവചിക്കാവുന്നതാണെങ്കിൽ, അവ നിയന്ത്രിക്കാവുന്നതുമാണ്[6].

നിർണയവാദത്തിനു ശേഷം നൈതികത ഒരു വാദമല്ല; ഒരു ഡിസൈൻ പ്രശ്നമാണ് (design problem). വിദ്യാഭ്യാസ സംവിധാനം, നഗര രൂപകൽപ്പന, സാമ്പത്തിക ഇൻസെന്റീവുകൾ, ഡിജിറ്റൽ പ്ലാറ്റ്ഫോമുകൾ — ഇവയാണ് യഥാർത്ഥ നൈതിക ഏജന്റുകൾ. വ്യക്തിയെ കുറ്റപ്പെടുത്തുന്നത് ഒരു ബൗദ്ധിക അലസത മാത്രമാണ്.

ആത്മ ലയനവും വൈരാഗ്യമില്ലാത്ത സിവിലൈസേഷനും

(Self-Dissolution and a Civilization without Hatred)
നിർണയവാദത്തിന്റെ ഏറ്റവും ആഴത്തിലുള്ള ഫലം സാമൂഹികമല്ല; അത് അസ്തിത്വപരമാണ് (existential). നിർണയവാദം "ഞാൻ" എന്ന ആത്മകേന്ദ്രത്തെ (self) ലയിപ്പിക്കുന്നു. ഈ "ഞാൻ" എന്നത് തന്നെയാണ് കുറ്റബോധത്തിന്റെയും പുകഴ്ത്തലിന്റെയും വൈരാഗ്യത്തിന്റെയും അടിസ്ഥാനം.
ആത്മം (self) എന്നത് ഒരു കാരണകേന്ദ്രമല്ല; അത് ഒരു നാരേറ്റീവ് ഫലം മാത്രമാണ്[7]. ഈ ബോധ്യം ഉൾക്കൊള്ളുമ്പോൾ, നൈതിക കോപം (moral hatred) നിലനിൽക്കാൻ കഴിയില്ല. കാരണം വൈരാഗ്യം നിലനിൽക്കുന്നത് "അവൻ മറ്റൊരു രീതിയിൽ ചെയ്യേണ്ടതായിരുന്നു" എന്ന ഭ്രമത്തിലാണ്.
നിർണയവാദം ഈ ഭ്രമം നീക്കം ചെയ്യുന്നു. അതിന്റെ സ്ഥാനത്ത് വരുന്നത് നൈതിക ശാന്തി (ethical calm) ആണ്. ഇത് അനാസക്തിയല്ല. ഇത് വൈരാഗ്യമില്ലാത്ത ഉത്തരവാദിത്വമാണ് (responsibility without hatred).
റോബർട്ട് സപോൾസ്കി (Sapolsky) ചൂണ്ടിക്കാണിക്കുന്നത് പോലെ, മനുഷ്യ പെരുമാറ്റത്തിന്റെ ജീവശാസ്ത്രപരവും സാമൂഹികവുമായ കാരണങ്ങൾ മനസ്സിലാകുന്നിടത്തോളം ശിക്ഷയുടെ ആഗ്രഹം കുറയുന്നു[8]. പ്രതികാരം (retribution) കാരണബോധത്തിനു മുന്നിൽ നിലനിൽക്കില്ല.
ഇതാണ് നിർണയവാദത്തിനു ശേഷമുള്ള സിവിലൈസേഷൻ.
അവിടെ:

- കുറ്റം ഉണ്ട്, പക്ഷേ കുറ്റവാളിയില്ല
- ശിക്ഷ ഉണ്ട്, പക്ഷേ വൈരാഗ്യമില്ല
- ഉത്തരവാദിത്വം ഉണ്ട്, പക്ഷേ അപമാനമില്ല

ഈ സിവിലൈസേഷൻ മനുഷ്യനെ "സ്വതന്ത്രനാക്കുന്നില്ല". അത് മനുഷ്യനെ കാരണബോധമുള്ളവനാക്കുന്നു. ഭൂതകാലത്തെക്കുറിച്ച് വിനീതനായ നിരീക്ഷകനായും, ഭാവിയെക്കുറിച്ച്

ധൈര്യമുള്ള ശില്പിയായും മനുഷ്യൻ മാറുന്നു. ഇതാണ് നിർണയവാദത്തിന്റെ അന്തിമ മാനവിക വാഗ്ദാനം: വൈരാഗ്യമില്ലാത്ത ഒരു ലോകം, കുറ്റബോധമില്ലാത്ത ഉത്തരവാദിത്വം,
ഇവിടെ നൈതികത ഒരു വികാരമല്ല ഒരു
രൂപകൽപ്പനയാണ്

അന്തിമ സമാപനം

ഉന്നത പൗരബോധമുള്ള ജനത
(The Civic Consciousness at its Highest Form)

മനുഷ്യചരിത്രത്തിന്റെ ദീർഘമായ ധാർമ്മിക യാത്ര, ഒരു കേന്ദ്രഭ്രമത്തിന്മേൽ ആണ് പടുത്തുയർത്തപ്പെട്ടത്: മനുഷ്യൻ തന്റെ പ്രവൃത്തികളുടെ സ്വതന്ത്ര കർത്താവാണ് (free agent), അതിനാൽ അവന് പുകഴ്ത്തലിനും നിന്ദയ്ക്കും അർഹതയുണ്ട് എന്ന ധാരണ. ഈ ഭ്രമം തന്നെയാണ് നൈതിക കോപത്തിന്റെയും (moral hatred), പ്രതികാരത്തിന്റെയും (retribution), സാമൂഹിക വിഭജനങ്ങളുടെയും ഏറ്റവും ആഴത്തിലുള്ള വേരായി പ്രവർത്തിച്ചത്.

ഈ ഗ്രന്ഥം തുടർച്ചയായി മുന്നോട്ടുവച്ചത് ഒരു വ്യത്യസ്ത ദർശനമാണ്: മനുഷ്യപ്രവൃത്തികൾ സ്വതന്ത്ര ഇച്ഛയുടെ (free will) പ്രകടനമല്ല; അവ ആരംഭാവസ്ഥകളുടെയും (initial conditions), ജൈവഘടനകളുടെയും (biology), സാമൂഹികക്രമീകരണങ്ങളുടെയും (social structures) അനിവാര്യ ഫലങ്ങളാണ്. ഈ നിർണയവാദബോധ്യം (deterministic insight) മനുഷ്യനെ ചെറുതാക്കുന്നില്ല; മറിച്ച് അവനെ ചരിത്രത്തിൽ ആദ്യമായി യാഥാർത്ഥ്യബോധമുള്ള ജീവിയായി ഉയർത്തുന്നു[1]. ഉന്നത പൗരബോധമുള്ള ജനത എന്ന ആശയം ഈ ബോധ്യത്തിന്റെ സാമൂഹിക-നൈതിക രൂപമാണ്. ഇവിടെ "ഉന്നതത" എന്നത് ശബ്ദമില്ലായ്മയെയോ നിഷ്ക്രിയതയെയോ സൂചിപ്പിക്കുന്നില്ല; അത് വൈരാഗ്യത്തിന്റെ അഭാവവും (absence of hatred), കാരണബോധത്തിന്റെ സാന്നിധ്യവുമാണ്. കോപം,

പ്രതികാരം, കുറ്റബോധം, അപമാനം — ഇവയെല്ലാം "ഇത് വേറേ പോലെ ആകാമായിരുന്നു" എന്ന ഭ്രമത്തിൽ നിന്നാണ് ജനിക്കുന്നത്. നിർണയവാദം ഈ ഭ്രമത്തെ നീക്കം ചെയ്യുമ്പോൾ, അവയ്ക്ക് നിലനിൽക്കാൻ അടിസ്ഥാനമില്ലാതാകുന്നു[2].

ഉന്നത പൗരബോധമുള്ള ജനതയിൽ കുറ്റ കൃത്യം (crime) ഒരു രാത്രി വെളുക്കുമ്പോൾ പൂർണ്ണമായി അപ്രത്യക്ഷമാകണമെന്നില്ല. എന്നാൽ കുറ്റവാളി (criminal) എന്ന നൈതിക രൂപം ലയിക്കുന്നു. അവന്റെ സ്ഥാനത്ത് കാരണപരമായ ഒരു സംഭവരൂപം (causal event) മാത്രമാണ് അവശേഷിക്കുന്നത്. അതിനാൽ പ്രതികാരം അപ്രസക്തമാകുന്നു; പുനഃസംഘടന (restructuring), പുനരധിവാസം (rehabilitation), പ്രതിരോധം (prevention) എന്നിവയാണ് നീതിയുടെ ഭാഷയായി മാറുന്നത്[3].

ഇത് അനാസക്തിയുള്ള ഒരു സമൂഹമല്ല. മറിച്ച്, ഇതുവരെ മനുഷ്യചരിത്രം കണ്ടിട്ടില്ലാത്ത തരത്തിലുള്ള ഉത്തരവാദിത്വത്തിന്റെ (responsibility) ജനതയാണ് ഇത്. ഇവിടെ ഉത്തരവാദിത്വം പിന്നോട്ടല്ല (retrospective), മുന്നോട്ടാണ് (prospective). "ആരാണ് കുറ്റക്കാരൻ" എന്ന ചോദ്യം മാറി "എന്ത് സാഹചര്യങ്ങളാണ് ഇതിനെ സൃഷ്ടിച്ചത്" എന്ന ചോദ്യം വരുന്നു. ഈ ചോദ്യം തന്നെയാണ് വിദ്യാഭ്യാസത്തെയും (education), സാമ്പത്തികനയങ്ങളെയും (economic policy), സാങ്കേതിക രൂപകൽപ്പനയെയും (technological design) നയിക്കുന്നത്[4].

ഉന്നത പൗരബോധമുള്ള ജനതയിൽ വിദ്യാഭ്യാസം ഉപദേശിക്കുന്നില്ല; അത് രൂപപ്പെടുത്തുന്നു. കുട്ടികളെ "നല്ലവരാകാൻ" പഠിപ്പിക്കുന്നില്ല; സഹകരണം, സ്വയംനിയന്ത്രണം, കാരുണ്യം (compassion) എന്നിവയ്ക്ക് അനുയോജ്യമായ ശീലങ്ങൾ (habits) വളർത്തുന്നു. ഇതിലൂടെ നൈതികത വികാരത്തിൽ നിന്ന് ഘടനയിലേക്കാണ് മാറുന്നത്[5].

ഇവിടെ സാങ്കേതികത (technology) ഒരു ഭീഷണിയല്ല; അത് നൈതിക അടിസ്ഥാനസൗകര്യമാണ് (ethical infrastructure).

ആൽഗോരിതങ്ങൾ (algorithms) മനുഷ്യനെ അടിമയാക്കുന്നില്ല; മനുഷ്യ പെരുമാറ്റത്തിന്റെ കാരണപരമായ സ്വഭാവം തുറന്നുകാട്ടുന്നു. ഈ തുറന്നുകാട്ടലാണ് നിയന്ത്രണത്തിന്റെ പകരം പരിഷ്കാരത്തിലേക്കുള്ള വഴി തുറക്കുന്നത്[6].

ഈ ജനതയുടെ ഏറ്റവും ആഴത്തിലുള്ള മാറ്റം അസ്തിത്വപരമാണ് (existential). "ഞാൻ" എന്ന ആത്മകേന്ദ്രം (self) ലയിക്കുമ്പോൾ, താരതമ്യം, അസൂയ, അപമാനം, അഹങ്കാരം — എല്ലാം ക്ഷീണിക്കുന്നു. മനുഷ്യൻ തന്റെ പ്രവൃത്തികളെ ഇനി തന്റെ മൂല്യത്തിന്റെ അളവായി കാണുന്നില്ല; അവയെ ഒരു വലിയ കാരണശൃംഖലയുടെ (causal chain) ഭാഗമായാണ് കാണുന്നത്[7]. ഇതാണ് നൈതിക ശാന്തിയുടെ (ethical calm) മനശ്ശാസ്ത്രപരമായ അടിസ്ഥാനം.

ഉന്നത പൗരബോധമുള്ള ജനത ഒരു യൂട്ടോപ്യയല്ല. ഇത് മനുഷ്യനെ പൂർണ്ണനാക്കുന്നില്ല. എന്നാൽ ഇത് മനുഷ്യനെ കൂടുതൽ ബോധമുള്ളവനാക്കുന്നു. മനുഷ്യൻ ഇനി സ്വയംഭ്രമങ്ങളിൽ ആശ്രയിച്ച് നൈതിക വേദികൾ സൃഷ്ടിക്കുന്നില്ല. അവൻ കാരണങ്ങളെ കാണുന്നു, ഘടനകളെ തിരുത്തുന്നു, ഭാവിയെ രൂപകൽപ്പന ചെയ്യുന്നു.

ഈ പുസ്തകം ഒടുവിൽ ഒരു ലളിതമായ സത്യം മാത്രമാണ് സ്ഥാപിക്കുന്നത്:

മനുഷ്യൻ സ്വതന്ത്രനല്ല. എന്നാൽ മനുഷ്യൻ അർഥശൂന്യനുമല്ല.

സ്വയം (self) അവസാനിക്കുന്നിടത്താണ്, വൈരാഗ്യമില്ലാത്ത ഉത്തരവാദിത്വം ആരംഭിക്കുന്നത്.അവിടെ നിന്നാണ് ഉന്നത പൗരബോധമുള്ള ജനത മന്ദഗതിയിൽ, പക്ഷേ അനിവാര്യമായി,രൂപപ്പെടുന്നത്.

പ്രതിരോധവും വ്യക്തീകരണവും

(1) വികാരങ്ങൾ മന്ദമാകുന്നില്ല; അവ ശുദ്ധീകരിക്കപ്പെടുന്നു

നിർണയവാദം വൈരാഗ്യം ഇല്ലാതാക്കുന്നു എന്നത് വികാരങ്ങളെ സമതലമാക്കുന്നു എന്നർത്ഥമല്ല. Passion, moral outrage, resistance എന്നിവ സാമൂഹിക പരിഷ്കാരത്തിന്റെ ചരിത്രത്തിൽ നിർണ്ണായക പങ്ക് വഹിച്ചിട്ടുള്ള ശക്തികളാണ്. നിർണയാത്മക ചട്ടക്കൂട് ഇവയെ നിഷേധിക്കുന്നില്ല; അവയുടെ സ്വഭാവം വ്യക്തമാക്കുന്നു.

കോപം (anger) ഒരു **causal signal** ആണ്. അത് അസമത്വം, അനീതി, അപമാനം, അടിച്ചമർത്തൽ എന്നിവയോട് ഉള്ള സജീവ പ്രതികരണമാണ്. അത് ഒരു സാമൂഹിക അലാറം സംവിധാനമാണ്. എന്നാൽ വൈരാഗ്യം (hatred) അതേ കോപത്തിന്റെ ദേഹീകരണമില്ലാത്ത രൂപമാണ്. Anger അനീതിയെ ലക്ഷ്യമിടുന്നു; hatred മനുഷ്യനെ ലക്ഷ്യമിടുന്നു. Anger ഘടനയെ തിരുത്താൻ ഉത്സാഹിപ്പിക്കുന്നു; hatred മനുഷ്യനെ നശിപ്പിക്കാൻ പ്രേരിപ്പിക്കുന്നു.

അതിനാൽ നിർണയവാദം വികാരങ്ങളെ മന്ദമാക്കുന്നില്ല. അത് അവയെ **ഘടനാപര ദിശയിലേക്ക്** തിരിക്കുന്നു. Passion നിലനിൽക്കും. പ്രതിരോധം നിലനിൽക്കും. എന്നാൽ അവ dehumanization ഇല്ലാതെ പ്രവർത്തിക്കും. ഇതോടെ വികാരങ്ങൾ ഇല്ലാതാകുന്നില്ല; അവ ബുദ്ധിയുമായി സംയോജിക്കുന്നു.

(2) നിർണയവാദവും അർത്ഥത്തിന്റെ ഉറവിടവും

"മനുഷ്യൻ സ്വതന്ത്രനല്ല. എന്നാൽ അർഥശൂന്യനുമല്ല."

ഈ വാചകം ഒരു നിഷേധവും ഒരു ഉറപ്പും ഒരുമിച്ചാണ് വഹിക്കുന്നത്. അർത്ഥം metaphysical സ്വാതന്ത്ര്യത്തിൽ നിന്നല്ല ഉയരുന്നത്. അത് **ഘടനാപര ഏകോപനത്തിൽ** നിന്നാണ് ഉയരുന്നത്.

Meaning മൂന്നു തലങ്ങളിൽ രൂപപ്പെടുന്നു:

1. **ശീലഘടന (habit structure)** – സ്ഥിരമായി ആവർത്തിക്കുന്ന പെരുമാറ്റങ്ങൾ വ്യക്തിക്ക് ഐക്യബോധം നൽകുന്നു.
2. **ബന്ധഘടന (relational integration)** – മനുഷ്യൻ ഒറ്റപ്പെട്ട ഘടകം അല്ല; ബന്ധങ്ങളിൽ നെയ്തെടുത്ത സത്തയാണ്. Meaning ബന്ധങ്ങളിൽ ഉദ്ഭവിക്കുന്നു.

3. **ദീർഘകാല സ്ഥിരത (long-term stability)** –
വ്യക്തിയുടെ പ്രവൃത്തികൾ ദീർഘകാല സാമൂഹിക-ചരിത്രപര ഏകോപനത്തിൽ ചേർന്നപ്പോൾ, അവയ്ക്ക് പ്രാധാന്യം ലഭിക്കുന്നു.
അർത്ഥം സ്വതന്ത്ര ആത്മാവിന്റെ പ്രഖ്യാപനം അല്ല; അത് causal continuity-യുടെ അനുഭവപരമായ രൂപമാണ്.
മനുഷ്യൻ വലിയ കാരണശൃംഖലയുടെ ഭാഗമാണെന്ന തിരിച്ചറിവ് അർത്ഥം ഇല്ലാതാക്കുന്നില്ല; മറിച്ച് അതിനെ കൂടുതൽ ആഴത്തിലാക്കുന്നു.

(3) "കുറ്റവാളി ഇല്ല" – കൃത്യമായ വ്യാഖ്യാനം
"കുറ്റവാളി ഇല്ല" എന്ന വാക്യം ഒരു സാഹിത്യാത്മക സങ്കുചിതരൂപമാണ്. അത് metaphysical സ്വതന്ത്ര കാരണകേന്ദ്രം ഇല്ല എന്നതാണ് ഉദ്ദേശിക്കുന്നത്. കൂടുതൽ കൃത്യമായി പറയുകയാണെങ്കിൽ:
Independent moral origin ഇല്ല.
അത് വ്യക്തി നിലനിൽക്കുന്നില്ല എന്നതല്ല. വ്യക്തി പ്രവർത്തിക്കുന്നു. അവൻ തിരിച്ചറിയപ്പെടുന്നു. അവന്റെ പ്രവൃത്തികൾ നിയമപരമായി കൈകാര്യം ചെയ്യപ്പെടുന്നു. എന്നാൽ അവന്റെ പ്രവൃത്തികൾ ശൂന്യത്തിൽ നിന്ന് ഉദിക്കുന്നില്ല; അവ കാരണശൃംഖലയിൽ നിന്നാണ് ഉയരുന്നത്.
ഇതോടെ moral accountability ഇല്ലാതാകുന്നില്ല. അത് metaphysical കുറ്റവിചാരണയിൽ നിന്ന് predictive correction-ലേക്ക് മാറുന്നു.

സമഗ്ര സംരക്ഷണം
നിർണയവാദം:
• വികാരങ്ങളെ നിഷേധിക്കുന്നില്ല; അവയെ ദിശാബോധമുള്ളവയാക്കുന്നു.
• അർത്ഥം ഇല്ലാതാക്കുന്നില്ല; അതിനെ ബന്ധഘടനയിൽ പുനർസ്ഥാപിക്കുന്നു.

• കുറ്റവാളിയെ ഇല്ലാതാക്കുന്നില്ല; സ്വതന്ത്ര moral origin-നെ മാത്രമാണ് നിഷേധിക്കുന്നത്.
ഇത് സമതലമാക്കിയ ഒരു ലോകദർശനം അല്ല.ഇത് ശുദ്ധീകരിക്കപ്പെട്ട ഒരു ലോകദർശനമാണ്.

References

1. Spinoza, B. (1677). *Ethics.* Amsterdam.
2. Durkheim, E. (1895). *The Rules of Sociological Method.* Paris.
3. Hart, H. L. A. (1968). *Punishment and Responsibility.* Oxford University Press.
4. Sapolsky, R. (2017). *Behave.* Penguin Press.
5. Foucault, M. (1975). *Discipline and Punish.* Paris.
6. Wiener, N. (1950). *The Human Use of Human Beings.* MIT Press.
7. Dennett, D. C. (1991). *Consciousness Explained.* Little, Brown.
8. Nietzsche, F. (1887). *On the Genealogy of Morality.* Leipzig.
9. Spinoza, B. (1677). *Ethics.* Amsterdam.
10. Nietzsche, F. (1887). *On the Genealogy of Morality.* Leipzig.
11. Sapolsky, R. (2017). *Behave.* Penguin Press.
12. Foucault, M. (1975). *Discipline and Punish.* Paris.
13. Hart, H. L. A. (1968). *Punishment and Responsibility.* Oxford University Press.
14. Wiener, N. (1950). *The Human Use of Human Beings.* MIT Press.
15. Dennett, D. C. (1991). *Consciousness Explained.* Little, Brown.

അധ്യായം 34
നിർണയവാദത്തിനെതിരായ പ്രധാന ആക്ഷേപങ്ങൾ

നിർണയവാദം (Determinism) പ്രപഞ്ചത്തിലെ എല്ലാ സംഭവങ്ങളും മുൻകൂട്ടിയുള്ള കാരണങ്ങളാൽ അനിവാര്യമായി നിർണയിക്കപ്പെട്ടവയാണ് എന്ന് വാദിക്കുന്നു. ഈ നിലപാട് ദാർശനികചരിത്രത്തിൽ ശക്തമായ പിന്തുണ നേടിയിട്ടുണ്ടെങ്കിലും, അതിനെതിരായി ഗൗരവമായ ആക്ഷേപങ്ങളും ഉയർന്നിട്ടുണ്ട്. നിർണയവാദം വെറും ശാസ്ത്രീയ സിദ്ധാന്തമല്ല; അത് മനുഷ്യസ്വാതന്ത്ര്യം, നൈതിക ഉത്തരവാദിത്വം, ബോധം, സാധ്യത, സൃഷ്ടിശേഷി എന്നിവയെ നേരിട്ട് ബാധിക്കുന്ന നിലപാടാണ്. അതിനാൽ അതിനെതിരായ വിമർശനങ്ങൾ തത്വചിന്താപരവും ശാസ്ത്രീയവുമായും അസ്തിത്വപരവുമായും നിലകളിൽ രൂപംകൊണ്ടിട്ടുണ്ട്.
ഈ അധ്യായത്തിൽ നിർണയവാദത്തിനെതിരായ പ്രധാന ആക്ഷേപങ്ങളെ സമഗ്രമായി പരിശോധിക്കുന്നു.

1. സ്വതന്ത്ര ഇച്ഛയെക്കുറിച്ചുള്ള ആക്ഷേപം

നിർണയവാദത്തിനെതിരായ ഏറ്റവും ശക്തമായ ആക്ഷേപം സ്വതന്ത്ര ഇച്ഛയെ (free will) അടിസ്ഥാനമാക്കിയുള്ളതാണ്. ഒരു വ്യക്തിയുടെ എല്ലാ തീരുമാനങ്ങളും മുൻകാല കാരണങ്ങളാൽ നിർണയിക്കപ്പെട്ടവയാണെങ്കിൽ, അവൻ യഥാർത്ഥത്തിൽ "വേറൊരു വിധത്തിൽ പ്രവർത്തിക്കാമായിരുന്നു" എന്ന അവകാശവാദം അസാധുവാകുന്നു[1].
ഇത് "Alternative Possibilities Argument" എന്നറിയപ്പെടുന്നു. വ്യക്തിക്ക് യഥാർത്ഥമായി വേറൊരു മാർഗ്ഗം തെരഞ്ഞെടുക്കാനാകാത്തിടത്ത്, അവനെ

ഉത്തരവാദിയാക്കുന്നത് അന്യായമാണെന്ന് വിമർശകർ വാദിക്കുന്നു[2].
ഇമ്മാനുവൽ കാന്ത് (Immanuel Kant) മനുഷ്യനെ ഒരു നൗമേനൽ സ്വാതന്ത്ര്യസത്തയായി കാണാതെ നൈതികനിയമം നിലനിൽക്കില്ലെന്ന് സൂചിപ്പിക്കുന്നു[3]. അതായത്, നൈതിക ഉത്തരവാദിത്വത്തിനായി ഏതെങ്കിലും രൂപത്തിലുള്ള സ്വാതന്ത്ര്യം അനിവാര്യമാണ്.

2. നൈതിക ഉത്തരവാദിത്വത്തെക്കുറിച്ചുള്ള ആക്ഷേപം

നിർണയവാദം ശരിയാണെങ്കിൽ കുറ്റം, ശിക്ഷ, പുകഴ്ത്തൽ, അപലപനം എന്നിവയുടെ അടിസ്ഥാനമെന്ത്? പീറ്റർ വാൻ ഇൻവാഗൻ (Peter van Inwagen) അവതരിപ്പിച്ച "Consequence Argument" പ്രകാരം, നമ്മുടെ പ്രവർത്തനങ്ങൾ പ്രകൃതിനിയമങ്ങളുടെയും ഭൂതകാലത്തിന്റെയും അനിവാര്യ ഫലങ്ങളാണെങ്കിൽ, അവ നമ്മുടെ നിയന്ത്രണത്തിനപ്പുറമാണ്[4]. അതിനാൽ അന്തിമ ഉത്തരവാദിത്വം (ultimate responsibility) അസാധുവാകുന്നു. ഈ വിമർശനം പറയുന്നത്: നിർണയവാദം സ്വീകരിക്കുമ്പോൾ, നൈതികവിധികൾ സാമൂഹിക ഉപകരണങ്ങളായി ചുരുങ്ങുന്നു; അവ ദാർശനികമായി നിലനിൽക്കില്ല.

3. സൃഷ്ടിശേഷിയുടെയും പുതുമയുടെയും പ്രശ്നം

നിർണയവാദത്തിനെതിരായ മറ്റൊരു ആക്ഷേപം മനുഷ്യസൃഷ്ടിശേഷിയെ (creativity) അടിസ്ഥാനമാക്കിയുള്ളതാണ്. പുതിയ ആശയങ്ങൾ, കലാസൃഷ്ടികൾ, ശാസ്ത്രീയ കണ്ടെത്തലുകൾ എന്നിവ എല്ലാം മുൻകൂട്ടി നിർണയിക്കപ്പെട്ടവയാണെങ്കിൽ, അവ യഥാർത്ഥ പുതുമയാണോ?
വില്യം ജെയിംസ് (William James) നിർണയവാദത്തെ "block universe of necessity" എന്ന നിലയിൽ വിമർശിച്ചു. മനുഷ്യജീവിതത്തിന്റെ സജീവതയും

പരീക്ഷണാത്മകതയും നിർണയവാദം ദുർബലപ്പെടുത്തുന്നു എന്ന് അദ്ദേഹം വാദിച്ചു[5].

4. ക്വാണ്ടം അനിശ്ചിതത്വത്തെക്കുറിച്ചുള്ള ആക്ഷേപം

ഇരുപതാം നൂറ്റാണ്ടിലെ ക്വാണ്ടം ഭൗതികശാസ്ത്രം നിർണയവാദത്തിന് ശാസ്ത്രീയ വെല്ലുവിളി ഉയർത്തി.
ഹൈസൻബർഗിന്റെ അനിശ്ചിതത്വ സിദ്ധാന്തവും (Heisenberg Uncertainty Principle) ബോൺ നിയമവും (Born Rule) അടിസ്ഥാനതലത്തിൽ സാധ്യതാപരമായ (probabilistic) സ്വഭാവം സൂചിപ്പിക്കുന്നു[6].
ഐൻസ്റ്റൈൻ, പോഡോൾസ്കി, റോസൻ എന്നിവർ ക്വാണ്ടം സിദ്ധാന്തം അപൂർണ്ണമാണെന്ന് വാദിച്ചെങ്കിലും[7], ജോൺ ബെല്ലിന്റെ സിദ്ധാന്തം ലോക്കൽ ഒളിഞ്ഞ ഘടക നിർണയവാദത്തെ ചോദ്യം ചെയ്തു[8].
പരീക്ഷണഫലങ്ങൾ ബെൽ അസമത്വങ്ങളെ ലംഘിച്ചതോടെ, ക്ലാസിക്കൽ രീതിയിലുള്ള നിർണയവാദം നിലനിൽക്കില്ലെന്ന് ചിലർ നിഗമനം ചെയ്തു.
ഇവിടെ വിമർശനം ലളിതമാണ്: പ്രകൃതിയുടെ അടിസ്ഥാനതലത്തിൽ തന്നെ യാദൃശ്ചികത ഉണ്ടെങ്കിൽ, സർവ്വവ്യാപക നിർണയവാദം അസാധുവാകും.

5. അനുഭവപരമായ ആക്ഷേപം

മനുഷ്യന്റെ അനുഭവത്തിൽ സ്വാതന്ത്ര്യബോധം അത്യന്തം ശക്തമാണ്. “ഞാൻ തീരുമാനിച്ചു” എന്ന ബോധം വെറും ഭ്രമമെന്നു പറയുന്നത് മനുഷ്യാനുഭവത്തെ അപമാനിക്കുന്നുവെന്ന് വിമർശകർ വാദിക്കുന്നു[9].
ഡേവിഡ് ചാൽമേഴ്സ് (David Chalmers) ബോധാനുഭവത്തിന്റെ ഹാർഡ് പ്രോബ്ലം (Hard Problem of Consciousness) ഉന്നയിക്കുമ്പോൾ, ഭൗതിക കാരണവിവരണം മാത്രം മതിയാകുമോ എന്ന സംശയം ഉയർത്തുന്നു[10].

അനുഭവത്തിന്റെ ഈ ഗൗരവം നിർണയവാദത്തെ ചുരുക്കിയ വ്യാഖ്യാനമായി കാണാൻ ചിലരെ പ്രേരിപ്പിക്കുന്നു.

6. അസ്തിത്വപരമായ ആക്ഷേപം

ജീൻ-പോൾ സാർത്രെ (Jean-Paul Sartre) മനുഷ്യനെ "condemned to be free" എന്ന് വിശേഷിപ്പിച്ചു[11].
അദ്ദേഹത്തിന്റെ നിലപാട് അനുസരിച്ച്, മനുഷ്യൻ തന്റെ തിരഞ്ഞെടുപ്പുകളിലൂടെ തന്നെ രൂപപ്പെടുത്തുന്നു.
നിർണയവാദം ഈ അസ്തിത്വസ്വാതന്ത്ര്യത്തെ ഇല്ലാതാക്കുന്നു എന്ന് അദ്ദേഹം വിമർശിച്ചു.
ഇവിടെ പ്രശ്നം ശാസ്ത്രീയമല്ല; മനുഷ്യന്റെ അസ്തിത്വബോധവുമായി ബന്ധപ്പെട്ടതാണ്. നിർണയവാദം മനുഷ്യനെ ഒരു യന്ത്രഘടകമായി ചുരുക്കുന്നു എന്ന ആരോപണം ഇവിടെ ഉയരുന്നു.

7. കാരണത്വത്തിന്റെ ആശയപരമായ പ്രശ്നം

ഡേവിഡ് ഹ്യൂം (David Hume) കാരണത്വത്തെക്കുറിച്ചുള്ള സംശയവാദം അവതരിപ്പിക്കുമ്പോൾ, കാരണബന്ധം നേരിട്ട് കാണാനാകുന്ന ഒന്നല്ല; അത് പതിവായ അനുഭവത്തിൽ നിന്നുള്ള മാനസിക പ്രതീക്ഷയാണ് എന്ന് പറഞ്ഞു[12].
ഇത് നിർണയവാദത്തിന്റെ അടിസ്ഥാനത്തെ ചോദ്യം ചെയ്യുന്നു. കാരണത്വം തന്നെ നിർണ്ണായകമായ യാഥാർത്ഥ്യമാണോ? അല്ലെങ്കിൽ അത് നമ്മുടെ ബോധത്തിന്റെ നിർമ്മിതിയോ?

സമാപനം

നിർണയവാദത്തിനെതിരായ ആക്ഷേപങ്ങൾ പല തലങ്ങളിൽ നിന്നുമാണ് ഉയരുന്നത്:

- സ്വതന്ത്ര ഇച്ഛ

- നൈതിക ഉത്തരവാദിത്വം
- സൃഷ്ടിശേഷി
- ക്വാണ്ടം അനിശ്ചിതത്വം
- ബോധാനുഭവം
- അസ്തിത്വസ്വാതന്ത്ര്യം
- കാരണത്വത്തിന്റെ സ്വഭാവം

ഈ വിമർശനങ്ങൾ നിർണയവാദത്തെ ലഘൂകരിക്കുന്നില്ല; മറിച്ച് അതിനെ കൂടുതൽ ഗൗരവമുള്ള ദാർശനിക ചർച്ചയിലേക്ക് നയിക്കുന്നു. നിർണയവാദം ശരിയാണോ തെറ്റാണോ എന്നതിലുപരി, അത് മനുഷ്യബോധം, ശാസ്ത്രം, നൈതികത, അസ്തിത്വം എന്നിവയെ എങ്ങനെ പുനർസംഘടിപ്പിക്കുന്നു എന്നതാണ് പ്രധാന ചോദ്യം.

നിർണയവാദത്തിനെതിരായ ആക്ഷേപങ്ങൾ ഗൗരവമുള്ളവയാണ്. എന്നാൽ അവ നിർണയവാദത്തെ തകർക്കുന്നില്ല; മറിച്ച് അതിന്റെ ഭാഷയെ കൂടുതൽ കൃത്യമാക്കാൻ നിർബന്ധിതമാക്കുന്നു. വിമർശകർ ഉയർത്തുന്ന കേന്ദ്രപ്രശ്നം ഇതാണ്: "സ്വാതന്ത്ര്യമില്ലെങ്കിൽ ഉത്തരവാദിത്വമില്ല; ഉത്തരവാദിത്വമില്ലെങ്കിൽ നൈതികത തകരും." എന്നാൽ ഈ വാദം ഒരു മറഞ്ഞിരിക്കുന്ന മുൻകൂർ അനുമാനത്തിൽ ആശ്രയിക്കുന്നു — ഉത്തരവാദിത്വം എന്നത് metaphysical സ്വാതന്ത്ര്യത്തിൽ നിന്നേ ഉദ്ഭവിക്കൂ എന്ന ധാരണ. നിർണയവാദം ഈ അനുമാനത്തെയാണ് ചോദ്യം ചെയ്യുന്നത്.

സ്വതന്ത്ര ഇച്ഛയെക്കുറിച്ചുള്ള Alternative Possibilities Argument പറയുന്നത് "വേറൊരു രീതിയിൽ പ്രവർത്തിക്കാമായിരുന്നു" എന്ന സാധ്യത ഇല്ലെങ്കിൽ ഉത്തരവാദിത്വം അസാധുവാകുന്നു എന്നതാണ്. എന്നാൽ ഉത്തരവാദിത്വം സാധ്യതകളുടെ metaphysical തുറവിൽ അല്ല, കാരണഘടനയുടെ പ്രവചനയോഗ്യതയിലാണ് നിൽക്കുന്നത്. ഒരു വ്യക്തിയുടെ പ്രവൃത്തി ഭാവിയിൽ എന്ത് ഫലങ്ങൾ ഉണ്ടാക്കും എന്ന് വിലയിരുത്തി, അവനെ

തിരുത്തുകയോ പ്രോത്സാഹിപ്പിക്കുകയോ ചെയ്യുന്നത് ഉത്തരവാദിത്വത്തിന്റെ പ്രായോഗിക രൂപമാണ്. “വേറൊരു വിധം ചെയ്യാമായിരുന്നു” എന്ന സങ്കൽപം ഇല്ലാതാകുമ്പോഴും “ഇനി എന്ത് ചെയ്യണം” എന്ന ചോദ്യം നിലനിൽക്കും.

Consequence Argument പ്രകാരം, പ്രകൃതിനിയമങ്ങളും ഭൂതകാലവും നമ്മുടെ നിയന്ത്രണത്തിനപ്പുറമാണെങ്കിൽ, പ്രവർത്തനവും നിയന്ത്രണത്തിനപ്പുറമാണ്. എന്നാൽ ഇവിടെ “നിയന്ത്രണം” എന്ന പദം തെറ്റായി വായിക്കപ്പെടുന്നു. വ്യക്തി പ്രകൃതിനിയമങ്ങളെ നിയന്ത്രിക്കുന്നില്ലെങ്കിലും, അവന്റെ ആന്തരിക ഘടന ഭാവിയിലെ പ്രവർത്തനത്തെ നിർണ്ണയിക്കുന്നു. ഈ ആന്തരിക ഘടന causal chain-ന്റെ ഭാഗമാണെന്നത് അതിനെ നിർവീര്യമാക്കുന്നില്ല; മറിച്ച് അതിന്റെ പ്രവർത്തനരീതിയെ വ്യക്തമാക്കുന്നു.

സൃഷ്ടിശേഷിയെക്കുറിച്ചുള്ള വിമർശനം പറയുന്നത് നിർണയവാദം പുതുമയെ ഇല്ലാതാക്കുന്നു എന്നതാണ്. എന്നാൽ പുതുമ എന്നത് ശൂന്യത്തിൽ നിന്ന് ഉദ്ഭവിക്കുന്ന അത്ഭുതമല്ല. അത് നിയന്ത്രണങ്ങളുള്ള ഘടനയിൽ നിന്നുള്ള പുതിയ സംയോജനമാണ്. Novelty unpredictability ആകാം; പക്ഷേ unpredictability indeterminism അല്ല. നിയന്ത്രണങ്ങളുള്ള വ്യവസ്ഥയിൽ അസംഖ്യ പാതകൾ സാദ്ധ്യമാകാം. നിർണയവാദം അവയിൽ ഒന്ന് മാത്രമേ യാഥാർത്ഥ്യമാകൂ എന്ന് പറയുന്നു; പക്ഷേ ആ പാത മുൻകൂട്ടി മനുഷ്യബോധത്തിന് തെളിഞ്ഞിരിക്കണം എന്ന് പറയുന്നില്ല.

ക്വാണ്ടം അനിശ്ചിതത്വത്തെക്കുറിച്ചുള്ള വിമർശനം പ്രകൃതിയുടെ അടിസ്ഥാനതലത്തിൽ സാധ്യതാപരതയുണ്ടെങ്കിൽ സർവ്വവ്യാപക നിർണയവാദം തകരും എന്ന് വാദിക്കുന്നു. എന്നാൽ probabilistic formalism ontological randomness-നെ തെളിയിക്കുന്നില്ല. അളക്കാവുന്ന പ്രവചനപരമായ സാധ്യതയും metaphysical യാദൃശ്ചികതയും ഒരുപോലെയല്ല. ശാസ്ത്രം

നിർവചിക്കുന്ന stochastic മാതൃകകൾ epistemic പരിമിതികളായിരിക്കാം; അവ നിർണായകമായി ontological indeterminism-നെ സ്ഥാപിക്കുന്നില്ല.

ബോധാനുഭവത്തെക്കുറിച്ചുള്ള വിമർശനം നിർണയവാദം മനുഷ്യാനുഭവത്തെ അപമാനിക്കുന്നു എന്ന് പറയുന്നു. എന്നാൽ phenomenology-നെ causal integration-ന്റെ അനുഭവരൂപമായി വായിക്കുന്നത് അനുഭവത്തെ നിഷേധിക്കുന്നില്ല. "ഞാൻ തീരുമാനിച്ചു" എന്ന ബോധം യാഥാർത്ഥ്യമാണ്; എന്നാൽ അത് metaphysical causal independence-ന്റെ തെളിവല്ല. അനുഭവത്തിന്റെ ഗൗരവം ontological സ്വാതന്ത്ര്യത്തിന്റെ തെളിവായി മാറേണ്ടതില്ല.

അസ്തിത്വപര വിമർശനം മനുഷ്യനെ യന്ത്രഘടകമായി ചുരുക്കുന്നു എന്ന് ആരോപിക്കുന്നു. എന്നാൽ നിർണയവാദം മനുഷ്യനെ ചുരുക്കുന്നില്ല; അവനെ ഒരു വലിയ കാരണവലയിൽ ഉൾക്കൊള്ളുന്നു. മനുഷ്യൻ സ്വതന്ത്ര കാരണകേന്ദ്രമല്ലെങ്കിലും, causal network-ന്റെ സങ്കീർണ്ണമായ നോഡാണ്. അവന്റെ ബോധം, ബന്ധങ്ങൾ, സൃഷ്ടികൾ — എല്ലാം ഈ ഘടനയിൽ അർത്ഥവത്തായി നിലനിൽക്കുന്നു.

അവസാനം, കാരണത്വത്തെക്കുറിച്ചുള്ള സംശയം നിർണയവാദത്തിന്റെ അടിത്തറ ചോദ്യം ചെയ്യുന്നു. എന്നാൽ കാരണത്വം പൂർണ്ണമായി മാനസിക നിർമ്മിതിയാണെന്ന് തെളിയിക്കപ്പെട്ടിട്ടില്ല. ശാസ്ത്രീയ നിയമങ്ങൾ പ്രവർത്തിക്കുന്നത് സ്ഥിരതയുള്ള കാരണഘടനയുടെ അടിസ്ഥാനത്തിലാണ്. causality-നെ പൂർണ്ണമായി നിരസിക്കുന്നതോടെ ശാസ്ത്രീയ വിശദീകരണവും തകരും.

ഇതിനാൽ വിമർശനങ്ങൾ നിർണയവാദത്തെ തകർക്കുന്നില്ല. അവ ഒരു തെറ്റിദ്ധാരണയെ തുറന്നു കാണിക്കുന്നു: നിർണയവാദം മനുഷ്യനെ ചെറുതാക്കുന്നു എന്ന ധാരണ. യാഥാർത്ഥ്യം വിപരീതമാണ്. നിർണയവാദം metaphysical അഭിമാനത്തെ കുറയ്ക്കുന്നു; എന്നാൽ ബൗദ്ധിക ഉത്തരവാദിത്വത്തെ വർദ്ധിപ്പിക്കുന്നു. അത്

സ്വാതന്ത്ര്യത്തിന്റെ ഭ്രമം കുറയ്ക്കുന്നു; എന്നാൽ
കാരണബോധത്തിന്റെ ആഴം വർദ്ധിപ്പിക്കുന്നു.
നിർണയവാദം ഒരു നിഷേധമല്ല.
അത് ഒരു പുനർസംഘടനയാണ്.

References

1. Kane, R. (1996). *The Significance of Free Will.* Oxford University Press.

2. Frankfurt, H. (1969). "Alternate Possibilities and Moral Responsibility." *Journal of Philosophy.*

3. Kant, I. (1788). *Critique of Practical Reason.*

4. van Inwagen, P. (1983). *An Essay on Free Will.* Oxford University Press.

5. James, W. (1884). "The Dilemma of Determinism."

6. Heisenberg, W. (1927). "Über den anschaulichen Inhalt der quantentheoretischen Kinematik."

7. Einstein, A., Podolsky, B., & Rosen, N. (1935). "Can Quantum-Mechanical Description of Physical Reality Be Considered Complete?" *Physical Review.*

8. Bell, J. (1964). "On the Einstein Podolsky Rosen Paradox." *Physics.*

9. Reid, T. (1788). *Essays on the Active Powers of Man.*

10. Chalmers, D. (1996). *The Conscious Mind.* Oxford University Press.

11. Sartre, J.-P. (1943). *Being and Nothingness.*

12. Hume, D. (1748). *An Enquiry Concerning Human Understanding.*

അധ്യായം 35
രീതിശാസ്ത്രപരമായ ന്യായീകരണം

ഒരു ദാർശനിക സിദ്ധാന്തം ശക്തമാകുന്നത് അതിന്റെ വാദങ്ങളാൽ മാത്രം അല്ല; അത് സ്വീകരിക്കുന്ന രീതിശാസ്ത്രപരമായ (methodological) അടിസ്ഥാനത്താലാണ്. നിർണയവാദം പോലുള്ള സമഗ്ര സിദ്ധാന്തങ്ങൾ ശാസ്ത്രം, തർക്കശാസ്ത്രം, അനുഭവം, ആശയവിശകലനം എന്നിവയുടെ പരസ്പരബന്ധത്തിൽ നിന്നാണ് രൂപംകൊള്ളുന്നത്. അതിനാൽ "നിർണയവാദം സത്യമാണോ?" എന്ന ചോദ്യം ഉയരുന്നതിന് മുൻപ്, "അത് എങ്ങനെ ന്യായീകരിക്കപ്പെടുന്നു?" എന്ന രീതിശാസ്ത്രപരമായ ചോദ്യം നിർണ്ണായകമാണ്.
ഈ അധ്യായം നിർണയവാദത്തെ പിന്തുണയ്ക്കാനോ വിമർശിക്കാനോ ഉപയോഗിക്കുന്ന രീതിശാസ്ത്ര അടിസ്ഥാനങ്ങളെ വിശദമായി പരിശോധിക്കുന്നു.

1. കാരണത്വത്തിന്റെ മുൻകൂർ അനുമാനം

ശാസ്ത്രീയ അന്വേഷണത്തിന്റെ അടിസ്ഥാനത്തിൽ കാരണത്വത്തെക്കുറിച്ചുള്ള ഒരു മുൻകൂർ അനുമാനം നിലനിൽക്കുന്നു. ഓരോ സംഭവത്തിനും സാഹചര്യപരമായ നിർവ്വചിക്കാവുന്ന നിബന്ധനകൾ ഉണ്ടെന്ന ധാരണ ശാസ്ത്രപരമായ അന്വേഷണത്തിന്റെ അടിസ്ഥാനഘടനയാണ്[1].
ഡേവിഡ് ഹ്യൂം കാരണബന്ധത്തെപ്പറ്റി സംശയവാദം ഉയർത്തിയെങ്കിലും[2], ശാസ്ത്രീയ പ്രവർത്തനം സ്ഥിരമായ നിയമിതത്വങ്ങളെ (regularities) കണ്ടെത്തുന്നതിലാണ് അധിഷ്ഠിതം. ശാസ്ത്രം കാരണഘടനകളെ കണ്ടെത്താൻ ശ്രമിക്കുന്നിടത്ത്, ഒരു രീതിശാസ്ത്രപരമായ നിർണയവാദം പ്രവർത്തിക്കുന്നു.
ഇവിടെ ശ്രദ്ധിക്കേണ്ടത്: ഇത് തത്ത്വചിന്താപരമായ സർവ്വവ്യാപക നിർണയവാദമല്ല; അന്വേഷണത്തെ

നയിക്കുന്ന ഒരു പ്രവർത്തനധാരണ (working assumption) മാത്രമാണ്.

2. ലളിതത്വത്തിന്റെ തത്വം (Principle of Parsimony)

ഒക്കാംയുടെ വാൾ (Occam's Razor) അനുസരിച്ച് അനാവശ്യ സങ്കീർണ്ണത ഒഴിവാക്കണം[3]. ഒരു സംഭവത്തെ വിശദീകരിക്കാൻ മതിയായ കാരണങ്ങൾ ഉണ്ടെങ്കിൽ, അധികമായ അനിശ്ചിത ഘടകങ്ങൾ കൂട്ടിച്ചേർക്കേണ്ടതില്ല.

നിർണയവാദം ഈ ലളിതത്വത്തെ പിന്തുണയ്ക്കുന്നു. "സംഭവം X കാരണമില്ലാതെ സംഭവിച്ചു" എന്നത് വിശദീകരണപരമായി ദുർബലമാണ്. കാരണഘടന അനുമാനിക്കുന്നത് വിശദീകരണശേഷി വർധിപ്പിക്കുന്നു. ഇത് നിർണയവാദത്തെ തെളിയിക്കുന്നില്ല; എന്നാൽ അതിനെ കൂടുതൽ രീതിശാസ്ത്രപരമായി സമർത്ഥമായ മാതൃകയാക്കുന്നു.

3. പ്രവചനക്ഷമതയും നിയമിതത്വവും

ശാസ്ത്രത്തിന്റെ ശക്തി പ്രവചനത്തിലാണ്. ഐസക് ന്യൂട്ടന്റെ നിയമങ്ങൾ ഗ്രഹങ്ങളുടെ ചലനം കൃത്യമായി പ്രവചിക്കാൻ സാധിച്ചതാണ് അവയുടെ ശക്തി[4].

പ്രവചനശേഷി ഉള്ള സിദ്ധാന്തങ്ങൾ രീതിശാസ്ത്രപരമായി കൂടുതൽ വിശ്വാസ്യത നേടുന്നു. നിർണയവാദപരമായ മാതൃകകൾ പല ശാസ്ത്രീയ മേഖലകളിലും ഉയർന്ന പ്രവചനക്ഷമത കാട്ടിയിട്ടുണ്ട്. എങ്കിലും, ക്വാണ്ടം തലത്തിലെ സാധ്യതാ സ്വഭാവം ഈ പ്രവചനധാരണയെ സങ്കീർണ്ണമാക്കുന്നു. ഇവിടെ വ്യക്തിഗത സംഭവങ്ങളെ പ്രവചിക്കാൻ കഴിയാത്തിടത്ത് പോലും, സ്ഥിതിവിവരശാസ്ത്രപരമായ നിയമിതത്വം നിലനിൽക്കുന്നു[5].

ഇതിലൂടെ ഒരു ചോദ്യമുയരുന്നു: സാധ്യതാപരമായ നിയമിതത്വം നിർണയവാദത്തെ തള്ളുന്നുവോ, അല്ലെങ്കിൽ അത് വ്യത്യസ്ത രൂപത്തിൽ നിലനിൽക്കുമോ?

4. വ്യാഖ്യാനശേഷിയും ഏകീകരണവും
ശാസ്ത്രീയ രീതിശാസ്ത്രത്തിൽ ഏകീകരണശേഷി (explanatory unification) ഒരു പ്രധാന മാനദണ്ഡമാണ്. കാർൽ ഹെംപൽ അവതരിപ്പിച്ച നിയമ-മാതൃക (covering-law model) പ്രകാരം, ഒരു സംഭവത്തെ പൊതുനിയമത്തിനടിയിൽ കൊണ്ടുവരുമ്പോൾ വിശദീകരണം ലഭിക്കുന്നു[6].
നിർണയവാദം ഒരു ഏകീകരണ മാതൃകയായി പ്രവർത്തിക്കുന്നു. ജൈവശാസ്ത്രം, മനഃശാസ്ത്രം, സാമൂഹികശാസ്ത്രം എന്നിവയിൽ കാരണബന്ധങ്ങളുടെ ശൃംഖലകൾ കണ്ടെത്തുന്നത് ഒരു ഏകീകൃത ഘടന നിർദ്ദേശിക്കുന്നു.
എന്നാൽ, ഏകീകരണം എല്ലായ്പ്പോഴും അനിവാര്യതയെ സൂചിപ്പിക്കുന്നില്ല എന്ന വിമർശനവും നിലനിൽക്കുന്നു.
5. വിമർശനാത്മക യുക്തിവാദം
കാർൽ പോപ്പർ (Karl Popper) ശാസ്ത്രീയ സിദ്ധാന്തങ്ങൾക്ക് വ്യാജീകരണയോഗ്യത (falsifiability) അനിവാര്യമാണെന്ന് വാദിച്ചു[7].
നിർണയവാദം വ്യാജീകരിക്കാവുന്നതാണോ?
"എല്ലാ സംഭവങ്ങളും കാരണപരമായി നിർണയിക്കപ്പെട്ടവയാണ്" എന്ന പ്രസ്താവന അനുഭവപരമായി പൂർണ്ണമായി പരിശോധിക്കാനാകുമോ?
ഇവിടെ നിർണയവാദത്തിന്റെ രീതിശാസ്ത്രപരമായ ദുർബലത പ്രത്യക്ഷമാകുന്നു. അത് ഒരു അനുഭവപരമായ സിദ്ധാന്തമോ, അല്ലെങ്കിൽ ഒരു മേറ്റാഫിസിക്കൽ ചട്ടക്കൂടോ?
ഈ ചോദ്യം നിർണായകമാണ്.

6. ബോധവും സ്വാതന്ത്ര്യവും സംബന്ധിച്ച രീതിശാസ്ത്ര പ്രശ്നം
മനുഷ്യാനുഭവത്തെ മുഴുവൻ ഭൗതിക കാരണങ്ങളിൽ ചുരുക്കുന്നത് രീതിശാസ്ത്രപരമായി

ന്യായീകരിക്കപ്പെടുന്നുവോ? ഡേവിഡ് ചാൽമേഴ്സ് ബോധത്തിന്റെ ഹാർഡ് പ്രോബ്ലം ഉയർത്തുമ്പോൾ, ഭൗതികവാദ വിശദീകരണങ്ങളുടെ പരിധി ചൂണ്ടിക്കാണിക്കുന്നു[8].

ഇവിടെ നിർണയവാദം ഒരു വിശദീകരണചട്ടക്കൂടായി നിലനിൽക്കുമ്പോഴും, അത് അനുഭവത്തിന്റെ എല്ലാ വശങ്ങളും ഉൾക്കൊള്ളുന്നുവോ എന്ന ചോദ്യം തുറന്ന നിലയിലാണ്.

7. സമാപന വിലയിരുത്തൽ

രീതിശാസ്ത്രപരമായി നോക്കുമ്പോൾ, നിർണയവാദം

- കാരണതത്വത്തിന്റെ പ്രവർത്തനധാരണയിൽ അധിഷ്ഠിതമാണ്
- ലളിത തത്വത്തെ പിന്തുണയ്ക്കുന്നു
- പ്രവചനശേഷിയുമായി ബന്ധപ്പെട്ടിരിക്കുന്നു
- ഏകീകരണ മാതൃകയായി പ്രവർത്തിക്കുന്നു

എന്നാൽ അതിന് ചില വെല്ലുവിളികളും ഉണ്ട്:

- പൂർണ്ണമായ അനുഭവപരമായ പരിശോധനയുടെ അഭാവം
- ക്വാണ്ടം സാധ്യതയുടെ പ്രശ്നം
- ബോധാനുഭവത്തിന്റെ ഗൗരവം

അതിനാൽ നിർണയവാദത്തിന്റെ രീതിശാസ്ത്രപരമായ ന്യായീകരണം പൂർണ്ണമോ അന്തിമമോ അല്ല; എന്നാൽ അത് ശാസ്ത്രീയ അന്വേഷണത്തിന്റെ ചരിത്രത്തിൽ ശക്തമായ സ്ഥാനമുറപ്പിച്ചിട്ടുണ്ട്.

രീതിശാസ്ത്രം ഒരു സിദ്ധാന്തത്തെ അന്തിമസത്യമായി പ്രഖ്യാപിക്കുന്നില്ല; അത് ആ സിദ്ധാന്തം എന്തുകൊണ്ട് ഗൗരവമായി പരിഗണിക്കപ്പെടേണ്ടതാണെന്ന് വ്യക്തമാക്കുന്നു.

References

1. Salmon, W. (1984). *Scientific Explanation and the Causal Structure of the World*. Princeton University Press.
2. Hume, D. (1748). *An Enquiry Concerning Human Understanding*.

3. Sober, E. (2015). *Ockham's Razors: A User's Manual.* Cambridge University Press.
4. Newton, I. (1687). *Philosophiæ Naturalis Principia Mathematica.*
5. Born, M. (1926). "Zur Quantenmechanik der Stoßvorgänge."
6. Hempel, C. (1965). *Aspects of Scientific Explanation.*
7. Popper, K. (1959). *The Logic of Scientific Discovery.*
8. Chalmers, D. (1996). *The Conscious Mind.* Oxford University Press.

System Clarification

അധ്യായം: 36
ഘടനാപര നിർണ്ണയവാദത്തിന്റെ അഞ്ച് അടിസ്ഥാന പ്രശ്നങ്ങൾ

(Five Foundational Questions for Structural Mesh Determinism)

ഈ ഗ്രന്ഥത്തിൽ അവതരിപ്പിച്ച ഘടനാപര നിർണ്ണയവാദം ഒരു സമഗ്ര സത്താമീമാംസാത്മക മാതൃകയാണ്. ഇത്തരമൊരു സമഗ്ര സിദ്ധാന്തം മുന്നോട്ടുവയ്ക്കുമ്പോൾ ചില അടിസ്ഥാന ദാർശനിക ചോദ്യങ്ങൾ അനിവാര്യമായി ഉയരും. ഈ അധ്യായത്തിന്റെ ലക്ഷ്യം ആ ചോദ്യങ്ങളെ വ്യക്തമായി രൂപപ്പെടുത്തുകയും അവയ്ക്കുള്ള ഘടനാപര മറുപടികൾ അവതരിപ്പിക്കുകയും ചെയ്യുന്നതാണ്.

മുൻ അധ്യായങ്ങളിൽ അവതരിപ്പിച്ച ഘടനാപര നിർണ്ണയവാദം യാഥാർത്ഥ്യത്തെ ഒരു സാകല്യ ഘടനാജാലമായി (Structural Mesh) മനസ്സിലാക്കുന്ന സത്താമീമാംസാത്മക മാതൃകയാണ്. ഈ മാതൃക യാഥാർത്ഥ്യം, മനസ്സ്, അർത്ഥം, സാമൂഹിക ഘടന, ധാർമ്മിക ഉത്തരവാദിത്വം എന്നിവയെ ഏകീകരിച്ചുകൊണ്ട് വിശദീകരിക്കാൻ ശ്രമിക്കുന്നു.

എങ്കിലും, ഇത്തരമൊരു സമഗ്ര സിദ്ധാന്തം മുന്നോട്ടുവയ്ക്കുമ്പോൾ ചില അടിസ്ഥാന ദാർശനിക ചോദ്യങ്ങൾ അനിവാര്യമായി ഉയരും. ഒരു സിസ്റ്റമാറ്റിക് തത്വചിന്താപര മാതൃകയുടെ ശക്തി അതിന്റെ അവകാശവാദങ്ങളിൽ മാത്രമല്ല; അതിനുമേൽ ഉയരുന്ന സാധ്യതാപരമായ ആക്ഷേപങ്ങളെ എത്രത്തോളം വ്യക്തമായി നേരിടുന്നു എന്നതിലും അതിന്റെ ദാർശനിക ബലം അടങ്ങിയിരിക്കുന്നു.
ഘടനാപര നിർണ്ണയവാദത്തിന്റെ പശ്ചാത്തലത്തിൽ പ്രധാനമായും മൂന്ന് ചോദ്യങ്ങളാണ് ഇവിടെ പരിഗണിക്കേണ്ടത്:

1. ഘടനാജാലത്തിന്റെ സത്താമീമാംസാത്മക സ്ഥാനം
2. നിർണ്ണയവാദവും മോഡൽ കൊളാപ്സ് പ്രശ്നവും
3. നോർമാറ്റിവിറ്റിയുടെ ഉദ്ഭവം

ഈ മൂന്ന് ചോദ്യങ്ങളെ പരിശോധിക്കുന്നത് ഘടനാപര നിർണ്ണയവാദത്തിന്റെ ദാർശനിക അടിത്തറ കൂടുതൽ വ്യക്തവും സുസ്ഥിരവുമാക്കുന്നു.

1. ഘടനാജാലത്തിന്റെ സത്താമീമാംസാത്മക സ്ഥാനം

ഘടനാപര നിർണ്ണയവാദത്തിന്റെ കേന്ദ്രപ്രസ്താവന ഇപ്രകാരമാണ്:

Reality
= Relational Structural Mesh

ഈ നിർവ്വചനം യാഥാർത്ഥ്യത്തെ ഒറ്റപ്പെട്ട വസ്തുക്കളുടെ സമാഹാരമായി കാണുന്ന പരമ്പരാഗത ഓന്റോളജിയെ ചോദ്യം ചെയ്യുന്നു. എന്നാൽ ഇവിടെ ഒരു പ്രധാന ചോദ്യം ഉയരുന്നു: **ഘടനാജാലം എന്നത് യഥാർത്ഥത്തിൽ എന്താണ്?**

ദാർശനികമായി ഈ ആശയം മൂന്ന് വ്യത്യസ്ത രീതികളിൽ വ്യാഖ്യാനിക്കാവുന്നതാണ്.

(1) രൂപകാത്മക വായന (Metaphorical Reading)

ആദ്യ സാധ്യതയിൽ ഘടനാജാലം causal network-നെ വിവരിക്കാൻ ഉപയോഗിക്കുന്ന ഒരു

രൂപകമാത്രമായിരിക്കാം. ഈ വായനയിൽ "mesh" എന്ന പദം യാഥാർത്ഥ്യത്തിലെ ബന്ധസങ്കീർണ്ണതയെ സൂചിപ്പിക്കുന്ന ഒരു വിവരണോപാധിയാണ്. യാഥാർത്ഥ്യത്തിന്റെ അടിസ്ഥാനസത്ത വസ്തുക്കളായിരിക്കും; mesh എന്നത് അവ തമ്മിലുള്ള ബന്ധങ്ങളുടെ വിവരണരൂപം മാത്രമായിരിക്കും.

(2) ഗണിതഘടനാപര വായന (Mathematical Structural Reading)

രണ്ടാമത്തെ സാധ്യതയിൽ mesh ഒരു ഗണിതഘടനയായി വായിക്കപ്പെടാം. Network theory, graph theory, category theory എന്നിവയിൽ കാണുന്ന relational structure-കളോട് ഇതിന് സാമ്യം കാണാം. ഈ വായനയിൽ യാഥാർത്ഥ്യത്തെ ഒരു formal relational system ആയി പ്രതിനിധീകരിക്കാം.

(3) സത്താമീമാംസാത്മക വായന (Ontological Reading)

ഘടനാപര നിർണ്ണയവാദം മൂന്നാമത്തെ വായനയെയാണ് സംരക്ഷിക്കുന്നത്. ഇവിടെ mesh ഒരു വിവരണോപാധി മാത്രമല്ല; അത് യാഥാർത്ഥ്യത്തിന്റെ അടിസ്ഥാനഘടനയാണ്.

അത് സൂചിപ്പിക്കുന്നത്:

- ബന്ധങ്ങൾ (relations) ontologically അടിസ്ഥാനപരമാണ്
- വസ്തുക്കൾ (objects) ആ ബന്ധങ്ങളിൽ നിന്ന് ഉദിക്കുന്ന വിന്യാസങ്ങളാണ്

ഈ നിലപാട് structural realism എന്ന ദാർശനിക പാരമ്പര്യവുമായി ബന്ധപ്പെട്ടിരിക്കുന്നു. ലോകത്തിന്റെ അടിസ്ഥാനഘടന വസ്തുക്കളിൽ അല്ല; അവയെ ബന്ധിപ്പിക്കുന്ന ഘടനയിലാണ് എന്നതാണ് ഈ ദർശനത്തിന്റെ കേന്ദ്രചിന്ത.

2. നിർണ്ണയവാദവും മോഡൽ കൊളാപ്സ് പ്രശ്നവും

ഘടനാപര നിർണ്ണയവാദത്തിനെതിരായി ഉയരുന്ന രണ്ടാമത്തെ പ്രധാന ആക്ഷേപം **മോഡൽ കൊളാപ്സ് പ്രശ്നം** ആണ്.

ഈ സിദ്ധാന്തം പറയുന്നത്, ഒരു നിർദ്ദിഷ്ട സമയത്തിലെ പൂർണ്ണാവസ്ഥ (Complete State) നൽകിയാൽ അതിന്റെ

തുടർച്ച ഘടനാപര അനിവാര്യതയാൽ നിർണ്ണയിക്കപ്പെടുന്നു എന്നതാണ്. ഇതിനെ പ്രതീകാത്മകമായി ഇങ്ങനെ രേഖപ്പെടുത്താം:

$\square(S \rightarrow O)$

അതായത്, പൂർണ്ണാവസ്ഥ S നിലനിൽക്കുന്നുവെങ്കിൽ O എന്ന തുടർച്ച അനിവാര്യമായി ഉദിക്കും.

എന്നാൽ ഇവിടെ ഒരു നിർണ്ണായക വ്യത്യാസം നിലനിൽക്കുന്നു:

$\square(S \rightarrow O)$

$\neq$

$\square O$

ഈ വ്യത്യാസം വ്യക്തമാക്കുന്നത് സോപാധിക അനിവാര്യത (Conditional Necessity)യും കേവല അനിവാര്യത (Absolute Necessity)യും തമ്മിലുള്ള വ്യത്യാസമാണ്.

ഘടനാപര നിർണ്ണയവാദം അവകാശപ്പെടുന്നത്:

- S നൽകിയാൽ O അനിവാര്യമാണ്
- എന്നാൽ S തന്നെയാണ് അനിവാര്യമെന്ന് ഇത് പറയുന്നില്ല

ഈ വ്യത്യാസം മോഡൽ കൊളാപ്സ് ഒഴിവാക്കുന്നതിൽ നിർണ്ണായകമാണ്. കാരണം സോപാധിക അനിവാര്യതയെ കേവല അനിവാര്യതയായി വായിക്കുമ്പോഴാണ് എല്ലാ സത്യങ്ങളും അനിവാര്യമാകുന്ന അവസ്ഥ രൂപപ്പെടുന്നത്.

അതിനാൽ ഘടനാപര നിർണ്ണയവാദത്തിൽ:

- ഘടനാപര സുസ്ഥിരത സംരക്ഷിക്കപ്പെടുന്നു
- സത്താപര ആകസ്മികത പൂർണ്ണമായി ഇല്ലാതാകുന്നില്ല

3. നോർമാറ്റിവിറ്റിയുടെ ഉദ്ഭവം

നിർണ്ണയവാദത്തിനെതിരെ ഉയരുന്ന മറ്റൊരു അടിസ്ഥാനചോദ്യം **നോർമാറ്റിവിറ്റിയുടെ പ്രശ്നം** ആണ്. ഒരു സിസ്റ്റത്തിൽ എല്ലാ പ്രവർത്തനങ്ങളും causal structure-ൽ നിന്ന് ഉദിക്കുന്നുവെങ്കിൽ താഴെ പറയുന്ന വ്യത്യാസങ്ങൾ എങ്ങനെ സാധ്യമാകും?

• ശരിയായ നിർണ്ണയം / തെറ്റായ നിർണ്ണയം
• യുക്തിപരമായ വിശ്വാസം / അയുക്തിപരമായ വിശ്വാസം
• ധാർമ്മിക ഉത്തരവാദിത്വം

ഇതാണ് philosophy-ൽ **normativity problem** എന്നറിയപ്പെടുന്നത്.

ഘടനാപര നിർണ്ണയവാദത്തിന്റെ പശ്ചാത്തലത്തിൽ നോർമാറ്റിവിറ്റിയെ മൂന്ന് തലങ്ങളിൽ വിശദീകരിക്കാം.

(1) ഘടനാപര നോർമാറ്റിവിറ്റി

ഒരു inference network-ൽ ചില നിയമങ്ങൾ പാലിക്കപ്പെടണം. ഈ നിയമങ്ങൾ ലംഘിക്കുമ്പോൾ reasoning തെറ്റായതാകും. അതിനാൽ ഇവിടെ normativity എന്നത് **constraint satisfaction** എന്ന രൂപത്തിലാണ് നിലനിൽക്കുന്നത്.

(2) സാമൂഹിക നോർമാറ്റിവിറ്റി

ഭാഷയും reasoning-വും സാമൂഹിക പ്രായോഗികതകളിൽ നിന്നാണ് രൂപപ്പെടുന്നത്. ശരിയായ ഉപയോഗവും തെറ്റായ ഉപയോഗവും സമൂഹത്തിലെ പൊതുസമ്മത മാനദണ്ഡങ്ങളാൽ നിർണ്ണയിക്കപ്പെടുന്നു.

(3) പ്രവർത്തനപര നോർമാറ്റിവിറ്റി

ഒരു cognitive system പരിസരവുമായി ഇടപഴകുമ്പോൾ ചില പ്രതിനിധാനങ്ങൾ സിസ്റ്റത്തെ സ്ഥിരപ്പെടുത്തും; ചിലത് അസ്ഥിരമാക്കും. ഈ വ്യത്യാസമാണ് **functional normativity**. അതിനാൽ നോർമാറ്റിവിറ്റി causal ലോകത്തിന് പുറത്തുള്ള ഒരു സ്വതന്ത്ര സത്തയല്ല. അത് ഘടനാപര നിയന്ത്രണങ്ങൾ, സാമൂഹിക പ്രായോഗികതകൾ, പ്രവർത്തനപര സ്ഥിരത എന്നിവയിൽ നിന്നാണ് ഉദിക്കുന്നത്.

സമാപനം

ഘടനാപര നിർണ്ണയവാദത്തെക്കുറിച്ചുള്ള പ്രധാന ദാർശനിക ചോദ്യങ്ങൾ പരിശോധിക്കുമ്പോൾ മൂന്ന് കാര്യങ്ങൾ വ്യക്തമായി തെളിയുന്നു.

1. യാഥാർത്ഥ്യത്തിന്റെ അടിസ്ഥാനഘടന relational mesh ആണ്.
2. നിർണ്ണയവാദം സോപാധിക അനിവാര്യതയെ സംരക്ഷിക്കുന്നു; അത് മോഡൽ കൊളാപ്സിലേക്ക് നയിക്കുന്നില്ല.
3. നോർമാറ്റിവിറ്റി causal ലോകത്തിന് പുറത്തുള്ള ഒരു മേഖലയല്ല; അത് ഘടനാപരവും സാമൂഹികവും പ്രവർത്തനപരവുമായ പ്രക്രിയകളിൽ നിന്ന് ഉദിക്കുന്നു.

4. ബോധപ്രശ്നം (Phenomenology Objection)

ഘടനാപര നിർണ്ണയവാദത്തിന്റെ പശ്ചാത്തലത്തിൽ ഏറ്റവും സാധാരണമായി ഉയരുന്ന ഒരു ദാർശനിക ചോദ്യം ബോധത്തിന്റെ സ്വഭാവത്തെക്കുറിച്ചുള്ളതാണ്. ഈ ഗ്രന്ഥത്തിൽ വ്യക്തി എന്നത് ഒരു സ്വതന്ത്ര metaphysical കേന്ദ്രമല്ലെന്നും, മറിച്ച് ഒരു **വിവരാത്മക വിന്യാസം** ആണെന്നും നിർദ്ദേശിക്കപ്പെടുന്നു. അതായത്, Self എന്നത് സ്വതന്ത്രമായ ആത്മസത്തയല്ല; അത് ഘടനാജാലത്തിനുള്ളിൽ രൂപപ്പെടുന്ന ഒരു **informational configuration** ആണെന്നാണ് ഈ സിദ്ധാന്തത്തിന്റെ നിലപാട്.
എന്നാൽ ഇവിടെ reviewer ഉടനെ ചോദിക്കാവുന്ന ചോദ്യം ഇതാണ്: ഒരു വിവരാത്മക വിന്യാസം മാത്രം ഉപയോഗിച്ച് **subjective experience** എങ്ങനെ വിശദീകരിക്കാം? മനുഷ്യൻ അനുഭവിക്കുന്ന "ഞാൻ അനുഭവിക്കുന്നു" എന്ന first-person അവബോധം എവിടെ നിന്നാണ് ഉദിക്കുന്നത്?
ദാർശനികമായി ഇതാണ് **phenomenology objection** എന്ന് അറിയപ്പെടുന്നത്. പ്രത്യേകിച്ച് "qualia" എന്ന ആശയം ഇവിടെ നിർണ്ണായകമാണ്. ചുവപ്പ് കാണുന്ന അനുഭവം, വേദനയുടെ അനുഭവം, സംഗീതം കേൾക്കുമ്പോൾ അനുഭവിക്കുന്ന ഭാവം — ഇവയെല്ലാം വെറും വിവരസംസ്കരണ പ്രക്രിയകളായി മാത്രം ചുരുക്കാനാവുമോ എന്നതാണ് ചോദ്യം.

ഈ സാഹചര്യത്തിൽ reviewer ഉന്നയിക്കുന്ന സംശയം വളരെ ലളിതമായി പറയുകയാണെങ്കിൽ ഇതാണ്: ഘടന, വിവരം, causal network എന്നിവയെ മാത്രം ആശ്രയിച്ച് **first-person experience** എന്ന പ്രതിഭാസത്തെ പൂർണ്ണമായി വിശദീകരിക്കാനാകുമോ? അല്ലെങ്കിൽ phenomenology എന്നത് ഘടനാപര വിവരണത്തെ അതിക്രമിക്കുന്ന ഒരു പ്രത്യേക തലമാണോ?

ഈ ചോദ്യം philosophy of mind-ലുള്ള ഏറ്റവും വലിയ പ്രശ്നങ്ങളിൽ ഒന്നാണ്. മനസ്സ് വെറും causal configuration ആണോ, അല്ലെങ്കിൽ അതിൽ നിന്ന് വ്യത്യസ്തമായ അനുഭവതലം ഉണ്ടോ എന്ന സംവാദം ഇന്നും തുടരുകയാണ്. അതിനാൽ ഘടനാപര നിർണ്ണയവാദം ബോധത്തെ ഒരു വിവരാത്മക വിന്യാസമായി വ്യാഖ്യാനിക്കുമ്പോൾ, phenomenology-യെ എങ്ങനെ ഉൾക്കൊള്ളിക്കുന്നു എന്നത് പ്രത്യേകമായി വ്യക്തമാക്കേണ്ടതായിരിക്കും.

5. വിശദീകരണ വൃത്തചക്ര പ്രശ്നം (Explanatory Circularity Problem)

ഘടനാപര നിർണ്ണയവാദത്തെക്കുറിച്ച് ഉയരാവുന്ന മറ്റൊരു സൂക്ഷ്മമായ ദാർശനിക ആക്ഷേപം വിശദീകരണത്തിന്റെ അടിസ്ഥാനഘടകത്തെക്കുറിച്ചുള്ളതാണ്. ഈ ഗ്രന്ഥത്തിൽ പല സ്ഥലങ്ങളിലും ഒരു പ്രധാന ആശയം ആവർത്തിച്ച് കാണാം: **ഘടന** യാഥാർത്ഥ്യത്തിന്റെ അടിസ്ഥാനരൂപമാണ്, കൂടാതെ അതാണ് വിവിധ പ്രതിഭാസങ്ങളെ വിശദീകരിക്കുന്ന അടിത്തറ.

ഈ ചട്ടക്കൂടിൽ മനസ്സ്, അർത്ഥം, നോർമാറ്റിവിറ്റി എന്നിവയെല്ലാം ഘടനാപര ബന്ധങ്ങളുടെയും causal വിന്യാസങ്ങളുടെയും അടിസ്ഥാനത്തിൽ വിശദീകരിക്കപ്പെടുന്നു. അതായത്, structure explains mind, structure explains meaning, structure explains normativity എന്ന

നിലപാട് ഈ സിസ്റ്റത്തിന്റെ കേന്ദ്രത്തിൽ നിലകൊള്ളുന്നു.
എന്നാൽ ഇവിടെ reviewer ഉയർത്താവുന്ന ചോദ്യം ഇതാണ്:
structure എന്ന ആശയം തന്നെ എങ്ങനെ വിശദീകരിക്കപ്പെടുന്നു?
ഒരു ദാർശനിക സിദ്ധാന്തം പല പ്രതിഭാസങ്ങളെയും ഒരു അടിസ്ഥാനഘടകത്തിലേക്ക് ചുരുക്കുമ്പോൾ, അടുത്തതായി ഉയരുന്ന ചോദ്യം ആ അടിസ്ഥാനഘടകത്തിന്റെ സ്വഭാവത്തെക്കുറിച്ചായിരിക്കും. ഘടനാജാലം തന്നെയാണ് എല്ലാം വിശദീകരിക്കുന്നതെങ്കിൽ, ഘടനാജാലത്തിന്റെ ontological സ്ഥാനം എന്താണ്? അതിനെ മറ്റൊരു സിദ്ധാന്തത്തിലൂടെ വിശദീകരിക്കേണ്ടതുണ്ടോ?

ഇതിലൂടെ reviewer ഉന്നയിക്കുന്ന സംശയം ഇങ്ങനെ രൂപപ്പെടുന്നു: **structural mesh itself explain ചെയ്യേണ്ടതല്ലേ?** അല്ലെങ്കിൽ ഘടന എന്നത് കൂടുതൽ അടിസ്ഥാനമില്ലാത്ത ഒരു primitive ആശയമാണോ?
ഈ പ്രശ്നം philosophy-ൽ **metaphysical grounding problem** എന്ന പേരിലാണ് അറിയപ്പെടുന്നത്. ഒരു സിദ്ധാന്തം എല്ലാം വിശദീകരിക്കാൻ ഉപയോഗിക്കുന്ന അടിസ്ഥാനഘടകം തന്നെ മറ്റൊരു വിശദീകരണം ആവശ്യപ്പെടുന്നുണ്ടോ എന്നതാണ് ഇതിന്റെ കേന്ദ്രചോദ്യം.
ഘടനാപര നിർണ്ണയവാദത്തിന്റെ പശ്ചാത്തലത്തിൽ ഇതിന്റെ മറുപടി സാധാരണയായി ഇങ്ങനെ രൂപപ്പെടുന്നു: ഘടന എന്നത് മറ്റൊന്നിലേക്ക് ചുരുക്കാനാവാത്ത ഒരു അടിസ്ഥാന സത്താമീമാംസാത്മക ഘടകമാണ്. അത് വിശദീകരിക്കപ്പെടേണ്ട ഒരു ഉപഘടകം അല്ല; മറിച്ച് മറ്റ് പ്രതിഭാസങ്ങളെ വിശദീകരിക്കാൻ ഉപയോഗിക്കുന്ന ontological അടിസ്ഥാനമാണ്.

അതിനാൽ ഈ ആക്ഷേപം ഒരു ദൗർബല്യമെന്നതിലുപരി, സിദ്ധാന്തത്തിന്റെ metaphysical അടിത്തറ എവിടെയാണ് നിൽക്കുന്നത് എന്നത് കൂടുതൽ വ്യക്തമായി വ്യക്തമാക്കാനുള്ള അവസരമായിത്തന്നെ കാണാവുന്നതാണ്.

ഇവയുടെ അടിസ്ഥാനത്തിൽ ഘടനാപര നിർണ്ണയവാദം ഒരു ഏകീകൃത ദാർശനിക മാതൃകയായി നിലനിൽക്കുന്നു.

അന്തിമ ദാർശനിക സമാപനം

ഈ ഗ്രന്ഥത്തിന്റെ മുഴുവൻ അന്വേഷണത്തിൽ നിന്ന് ഉയരുന്ന പ്രധാന തിരിച്ചറിവ് ഇതാണ്: യാഥാർത്ഥ്യം ഒറ്റപ്പെട്ട വസ്തുക്കളുടെയോ സംഭവങ്ങളുടെയോ ചിതറിച്ച സമാഹാരമല്ല. അത് പരസ്പരബന്ധങ്ങളാൽ നിയന്ത്രിക്കപ്പെടുന്ന ഒരു സാകല്യ ഘടനാജാലമാണ്. നിർണ്ണയം എന്നത് അതിനാൽ രേഖീയ കാരണശൃംഖലയുടെ ഒരു ലളിത രൂപമല്ല; മറിച്ച് സാകല്യഘടനയുടെ ആന്തരിക സുസ്ഥിരത സംരക്ഷിക്കുന്ന പരിണാമക്രമമാണ്.
ഈ ഘടനയിൽ വ്യക്തി യാഥാർത്ഥ്യത്തിന് പുറത്തുള്ള ഒരു സ്വതന്ത്ര കേന്ദ്രമല്ല; മറിച്ച് ഘടനാജാലത്തിനുള്ളിൽ രൂപപ്പെടുന്ന ഒരു വിവരാത്മക വിന്യാസമാണ്. മനുഷ്യബോധം, അർത്ഥം, നോർമാറ്റിവിറ്റി, ധാർമ്മിക ഉത്തരവാദിത്വം എന്നിവ എല്ലാം ഈ ഘടനാപര പ്രക്രിയകളുടെ വിവിധ തലങ്ങളിലാണ് ഉദയം ചെയ്യുന്നത്. അതിനാൽ സ്വാതന്ത്ര്യം സത്താമീമാംസാത്മക സ്വയംഭരണം അല്ല; ഘടനാപരമായ അനിവാര്യതയ്ക്കുള്ളിൽ നടക്കുന്ന പ്രവർത്തനപര പങ്കാളിത്തമാണ്.

അങ്ങനെ ഘടനാപര നിർണ്ണയവാദം യാഥാർത്ഥ്യം, മനസ്സ്, സമൂഹം, അർത്ഥം, ധാർമ്മികത എന്നിവയെ വേർതിരിക്കാതെ മനസ്സിലാക്കാൻ സഹായിക്കുന്ന ഒരു ഏകീകൃത ദാർശനിക ദൃശ്യമാതൃകയാണ്. ലോകം അക്രമിതമായ സംഭവങ്ങളുടെ സമാഹാരമല്ല; അത് ബന്ധങ്ങളുടെ സുസ്ഥിര ഘടനയാണ്. ആ ഘടനയുടെ ഉള്ളിലാണ് ബോധവും അർത്ഥവും പ്രവർത്തനവും ഉദയം ചെയ്യുന്നത്.

ചുരുക്കത്തിൽ:

യാഥാർത്ഥ്യം ഘടനയാണ്, വ്യക്തി അതിലെ വിന്യാസമാണ്, സ്വാതന്ത്ര്യം അതിനുള്ളിലെ പ്രവർത്തനപര പങ്കാളിത്തമാണ്.

www.ingramcontent.com/pod-product-compliance
Lightning Source LLC
LaVergne TN
LVHW052015200926
848481LV00005B/1499